இந்திய இஸ்லாமியக் கலை வரலாறு

பேராசிரியர் Dr.M. சாலமன் பெர்னாட்ஷா
வரலாற்றுத்துறை, அருளானந்தர் கல்லூரி, கருமாத்தூர்.

பேராசிரியர் P. முத்துக்குமரன்
கணிதத்துறை, விவேகானந்தா கல்லூரி, திருவேடகம் மேற்கு

நியூ செஞ்சுரி புக் ஹவுஸ் (பி) லிட்.,
41-B, சிட்கோ இண்டஸ்டிரியல் எஸ்டேட்,
அம்பத்தூர், சென்னை- 600 050.
☎ : 044 - 26251968, 26258410, 48601884

Language: Tamil

Indiya Islamiya kalai varalaaru

Authors: **Dr.M. Solomon Bernard Shaw**

P. Muthukumaran

First Edition: June, 2014

Second Edition: November, 2022

Copyright: Publisher

No. of pages: xxii + 544 = 566

Publisher:

New Century Book House Pvt. Ltd.,

41-B, SIDCO Industrial Estate,

Ambattur, Chennai - 600 050.

Tamilnadu State, India.

Email : info@ncbh.in

Online:www.ncbhpublisher.in

ISBN. 978 - 81 - 2342 - 628 - 0

Code No. A 2975

₹ 650/-

Branches

Ambattur (H.O.) 044 - 26359906 **Spenzer Plaza (Chennai)** 044-28490027 **Trichy** 0431-2700885 **Pudukkottai** 04322- 227773 **Thanjavur** 04362-231371 **Tirunelveli** 0462-4210990, 2323990 **Madurai** 0452 2344106, 4374106 **Dindigul** 0451-2432172 **Coimbatore** 0422-2380554 **Erode** 0424-2256667 **Salem** 0427-2450817 **Hosur** 04344-245726 **Krishnagiri** 04343-234387 **Ooty** 0423 2441743 **Vellore** 0416-2234495 **Villupuram** 04146-227800 **Pondicherry** 0413-2280101 **Nagercoil** 04652-234990

இந்திய இஸ்லாமியக் கலை வரலாறு

ஆசிரியர்கள்: Dr. M. **சாலமன் பெர்னாட்ஷா,**

P. **முத்துக்குமரன்**

முதல் பதிப்பு: ஜுன், 2014

இரண்டாம் பதிப்பு: நவம்பர், 2022

அச்சிட்டோர்: **பாவை பிரிண்டர்ஸ் (பி) லிட்.,**

16 (142), ஜானி ஜான் கான் சாலை, இராயப்பேட்டை, சென்னை - 14

☎: 044-28482441

All rights reserved. No part of this book may be reprinted or reproduced or utilised in any form or by any electronic, mechanical, or other means, now known or hereafter invented, including photocopying and recording, or in any information storage or retrieval system, without permission in writing from the publishers.

சமர்ப்பணம்

இந்நூல் ...
வியப்பாய் மலர்ந்த கண்களுடன்
மிக்கதோர் கவனமாய்
குறுகுறுக்கும் முகத்துடன்
வேட்கை மொழியை செவிமடுத்து
எங்களை என்றென்றும் இளமையாக்கிடும்
அன்பு மாணாக்கர்கள் அனைவருக்கும்.

அரியதொரு கலைப் படைப்பு

'இந்திய இஸ்லாமியக் கலை வரலாறு' என்பது இந்தியக் கலை வரலாறும், இந்தியத்துவக் கலை வரலாறுமாகும். அதன் நுணுக்கங்களையும், சிறப்புகளையும் இவ்வளவு தெளிவாகவும், விரிவாகவும் ஒரு நூல் இதுவரை விளக்கியிருக்குமா என்கின்ற கேள்வி இந்நூலைப் படித்த பிறகு ஏற்படும். ஆய்வுக்காகப் படிக்கும் நூலே தவிர, ஓய்வுக்காகப் படிக்கிற நூலல்ல இது.

பல்வேறு அம்சங்களை உள்ளடக்கி படங்களோடு இந்த நூலையே பிரமாண்டமான வடிவத்திலும், சரிகை வேலைப் பாட்டின் நுட்பத்துடனும் பேராசிரியர்கள் சாலமன் பெர்னாட் ஷாவும், முத்துக்குமரனும் உருவாக்கியிருக்கிறார்கள்.

மாண்டூ பகுதிக்கு 1989ஆம் ஆண்டு சென்ற போது, அங்குள்ள மசூதியொன்றின் கட்டுமானத்தில் நடுவே ஒரு துளி சொட்டு நீர் வந்து விழும். ஒவ்வொரு நிமிடமும் ஒரு சொட்டு நீர் திரண்டு விழும். மழை பெய்யாதபோது இப்படி நடப்பது அதிசயமாக இருந்தது. மழை நீரை சேமித்து வைத்து வெளிப்படுத்தும் வகையில் உள்ள வித்தியாசமான கட்டுமானம் இது என்று வழிகாட்டி குறிப்பிட்டார்.

இது போன்றே ஆமாதாபாத்தில் உள்ள 'அசையும் கோபுரங்கள்' பற்றிய தகவல் அதிசயப்படவைத்தது. இந்தியாவில் இஸ்லாமியக் கலை வரலாறு பற்றிய கலைக் களஞ்சியத் தொகுப்பாக இந்நூல் மலர்ந்திருக்கிறது.

முன்னுரையிலேயே கோயில்களில் கலை வடிவங்களே சிறுவர்களுக்குப் பிடிக்கும் என்பதைச் சுட்டிக் காட்டும் ஆசிரியர்கள், எரிக் ஹோப்ஸ்வாம், 'மறந்து கொண்டிருப்பது மனிதனின் இயல்பு; அவற்றை நினைவு படுத்துவது வரலாற்றின் கடமை' எனக் குறிப்பிடுவதையும் உரைத்து, வரலாறு எப்படி மனிதனைப் பண்படுத்த வைப்பது என உரக்க உரைக்கிறார்கள்.

தாய்ப்பசு இறந்ததும், 'பால் கிடைக்காதே' என அழாமல், பச்சிளங்கன்றை எப்படிக் காப்பாற்றுவேன் என்று அழுது புலம்புவதுதான் இந்தியத்துவ உணர்வு என்று நூல் நம் பாரம்பரியப் பரிவை வெளிப்படுத்தும்போது, இன்று நாம் அந்த

உணர்விலிருந்து எவ்வளவு விலகிக் கொண்டிருக்கிறோம் என்பதை உணர்த்துகிறது.

அலெக்ஸாண்டர் ஹெலனிஸ்டிக் பண்பாட்டை, கிழக்கு மேற்கு என்ற இரண்டு கூறுகளையும் இணைத்து உருவாக்கினார் என்பதிலிருந்து நம் கலையம்சங்கள் அடைந்த அயல் மகரந்தச் சேர்க்கை வெளிப்படுகிறது. வெற்றிக் கோபுரங்களின் உச்சகட்டமே குதுப் மினார்.

இஸ்லாமியக் கட்டுமானங்களில் திருக்குர்ஆன் வாசகங்களை சித்திரக் கையெழுத்துக் கலையாக உருவாக்கியது இஸ்லாமியக் கலைக் கருத்துருவின் முக்கிய இடம் என்பது சுவையான தகவல்.

குவாத்-உல்-இஸ்லாம் மாற்றியமைக்கப்பட்ட மசூதி என்பதை ஆசிரியர்கள் வெளிப்படுத்தத் தயங்கவில்லை. குதுப் மினார் இந்தியாவின் மிக உயரமான கற்கோபுரம். உயரம் 238 அடி என்பதெல்லாம் நமக்குத் தெரிந்த தகவல்கள். ஆனால் அவற்றில் உண்மைத் தன்மையை இந்நூல் ஆதாரப் பூர்வமாகச் சேர்க்கிறது.

அலாய் தர்வாஷாவின் பண்பட்ட கட்டுமான நேர்த்தி வல்லுநர்களின் வழிகாட்டுதலோடும், புத்திசாலிகளுடைய மேற்பார்வையோடும் ஏற்பட்டிருக்க வேண்டும் என்கின்றனர் ஆசிரியர். குதுப் மினாரின் இரும்புத்தூண் இரண்டாம் சந்திர குப்தர் காலத்தியதா என்பதில் சந்தேகங்கள் இருக்கின்றன. ஆனால் அது இந்தியாவில் உலோகவியல் எத்தனை மேன்மையை அடைந்திருந்தது என்பதைத் துருப்பிடிக்காத அதன் தோற்றத்தால் வெளிப்படுத்துகின்றது.

பணியை பணத்துக்காகச் செய்யாமல், நேசித்துச் செதுக்கிய வர்களே இதற்குக் காரணம்!

இந்தியாவில் இஸ்லாமியர்கள் முதல் கல்லறைக் கட்டுமானம் சுல்தான் காரி என்பதும், 1231-32-இல் மூத்த மகன் நஸிருதீனுக்காக சுல்தான் இல்துமிஷ் கட்டியது என்பதும் படிக்கப் பரவசமூட்டு கின்றன. தமிழகத்தில் மன்னர் பரம்பரையினர் இறந்தால் அங்கு கோயில் கட்டுவதும், அதற்குப் பள்ளிப்பட்டு என்றும் பெயர்.

வரலாற்றை அவசர அவசரமாக மதிப்பெண்களுக்காகப் படிக்கிற நமக்கு பல நல்ல தகவல்கள் விடுபட்டுப்போகின்றன. 'துக்ளக் வம்ச ஆட்சிக்கு அடிகோலிய கியாசுதீன் துக்ளக் குடி

போன்ற தீய பழக்கங்கள் ஏதும் இல்லாத சுத்த வீரர். உத்தம வாழ்வை நடத்திய அவர் மக்களின் நலனில் அதிக அக்கறை செலுத்தியவர். இவரே துக்ளகாபாத் என்ற நகரை உருவாக்கியவர்' என்பது அப்படிப்பட்ட தகவல்.

'கண்டிப்பும், யாருக்கும் அடிபணியாத குணாதசியமும் கொண்ட வீரனுக்கேற்ற பொருத்தமான கல்லறைக் கட்டுமானம் தான் கியாசுதீன் கல்லறை' என்று விவரிக்கும் விதம் கொள்ளை அழகு. துக்ளக் ஆட்சியில் அவர்கள் மக்கள் நலனில் மகத்தான கவனம் செலுத்தப்பட்டது என்பதும் பலருக்குத் தெரிந்திருக்க வாய்ப்பில்லை. பிரோஸ் துக்ளக் 'பொதுப் பணித் துறையின் பொற்காவலன்', 'நீர்ப் பாசனத் துறையின் தந்தை' என்றும் பாராட்டப்பட்டவராம்.

'திலங்கானி கல்லறையில் தொடங்கும் எண்கோண வடிவமைப்பு அதன் உச்சத்தைத் தொட்டது சசாரம் நகரில் ஏரிக்கு நடுவே அமைக்கப்பட்டுள்ள ஷெர்ஷா சூரின் கட்டுமானத்தில் தான்' என்று நூல் பல நுண்ணிய செய்திகளைத் தூண்டில் போட்டுப் பார்வைக்கு எடுத்து வருகிறது.

மோத்-கி-மசூதி யைப் பற்றிக் குறிப்பிடும்போது மோத் லெண்டில் எனப்படும் விதையைத் திரும்பத் திரும்ப பயிர் செய்து விற்றதில் கிடைத்த வருவாயில் உருவான மசூதி என்றும், சுல்தான் சிக்கந்தர் லோடி கொடுத்த ஒரு விதையை மூலதன மாக்கி அவரது வஸீர் பெருக்கியச் செல்வத்தால் உண்டானது என்றும் நிலவும் தகவல்கள் தரப்பட்டுள்ளன. மோதி பாணி கட்டுமானத்தின் சிறப்புக் கூறுகளனைத்தையும் உள்ளடக்கிய ஒரே கட்டுமானம் இதுதான் என மார்வுல் கருத்துத் தெரிவித்துள்ளார்.

டில்லி சுல்தான்கள் ஆவணங்களில் அடையாளப் படுத்துதல், விலங்குகளைக் குறியிடுதல், அளவை, நிலுவை, ஒழுங்குகள், போன்ற நுகர்வோர் உரிமை சார்ந்த முறைகள், ஊழியர்களுக்கான ஊதியம் நாணயமாக வழங்குதல், நிளஅளவை, வேளாண்துறை போன்றவற்றிற்குப் பங்களித்தவர்கள் என்றும் ஆசிரியர் குறிப்பிடுகிறார். தென்னிந்தியாவில் முதல் முதல் நிள அளவையை அறிமுகப்படுத்தியவர் மாமன்னர் ராஜராஜன் என்பதை 'முதல் வசந்தம்' நூலில் அபிரகாம் எராலி தெளிவுபடுத்தியிருக்கிறார்.

பக்தியார் கில்ஜி வங்காளத்தை எப்படி வெகு எளிதில் ஏமாற்றி வென்றான் என்பதையும், வங்காள மன்னன் எத்தனை அஜாக்கிரதையாக இருந்தான் என்பதையும் சரித்திர ஆசிரியர்கள் குறிப்பிடுகிறார்கள்.

முகலாயர் ஆட்சிக்காலத்தில் பாஃத் கான் தன்னுடைய வங்காள பாணியில் அமைத்தாராம். அதைப்போல வட்டார வல்லமையை இஸ்லாமியர்கள் பயன்படுத்திக்கொண்டார்கள். குஜராத்திலும் அக்கலைஞர்கள் சிற்ப சாஸ்திரங்களில் இம்மியும் பிசகாமல் கட்டுமான வேலைகளை மேற்கொள்பவராய் இருந்தனர். அக்கலைஞர்கள் பாரம்பரிய விதிகளிலிருந்து விடுபட்டு இஸ்லாமியக் கலை வடிவங்களை அமைத்தனர்.

வெளிநாட்டு அறிஞர்கள் இந்திய இஸ்லாமியக் கலை வடிவங்களை அலசி ஆராய்ந்து அவற்றின் சிறப்பை சிலாகித்துள்ளார்கள். பெர்ஸி பிரௌன் என்பவர் 'கலைஞனுள்ளிருந்து ஊற்றெடுத்தோடும் படைப்பு சக்தியின் மாபெரும் வெளிப்பாடுகள் அபூர்வமாகத்தான் நிகழும். அத்தகையதொரு வெளிப்பாடுதான் அஹமதாபாத் ஜாமி மசூதி' என்கிறார். காரணம் கலைஞர்கள் தங்களையே அர்ப்பணித்து அதை உருவாக்கினார்கள். கலை கட்டாயத்தாலோ, கசையடியாலோ வருவதில்லை. அது களிப்பால், கனிவால் விளைய வேண்டும். இது வரலாறு நமக்கு மறைமுகமாக உணர்த்தும் உண்மை. நாம் போற்ற வேண்டிய நெறி.

குஜராத்தில் முகமது பெசராவின் ஆட்சியை கட்டுமானக் கலையின் பொற்காலம் என்று பாராட்டும் இந்நூல் ஆசிரியர்கள், அதற்கான வலுவான ஆதாரங்களையும் முன்வைக்கிறார்கள். அந்தக் கூற்றை அவர்கள் அளித்துள்ள பட்டியல் நியாயப்படுத்துகின்றது.

கலாரசனை உள்ளவர்கள் எல்லாவற்றிலும் அவர்களுடைய அழகியல் தன்மையை வெளிப்படுத்துவார்கள். கார்கெஜ் ஏரிக்கு நீர் கொண்டுவர உதவிடும் மதகுக் கட்டுமானங்களையும், மனத்தைக் கவரும் கலைவேலைப்பாடாகவே எழுப்பியுள்ளனராம். எனக்கு நம் தமிழகக் கோயில்கள் அபிடேக நீர் யானையின் துதிக்கை வழியாகப் பாய்வது போல் செதுக்கப்பட்டுள்ள சிற்பங்கள் நினைவில் நிழலாடின.

அன்று கட்டுமானங்கள் எத்தனை தொழில்நுட்பம் வாய்ந்ததாக இருந்தால் வாங் கட்டுமானம் வெளிவெப்பத்தை விட ஐந்து டிகிரி வெப்பம் குறைவாக இருக்க முடியும் என்று வியக்காமல் இருக்க முடியவில்லை. இன்று ஒருநிமிடம் மின்வெட்டு ஏற்பட்டால், பல கட்டடங்களுக்குள்ளே உட்காருவதே சிரமமாகயிருக்கிறது. எங்கே தொலைத்தோம் நம் பாரம்பரியக் கட்டுமான நேர்த்தியையும், திறன்களையும்.

அளவுக்கதிகமாக ஆடம்பரங்களில் ஒரு நாட்டை ஈடுபட வைத்து, அதன் பொருளாதார வீழ்ச்சியை ஏற்படுத்தி அதைத் தோல்வியுறத் செய்வது சீனத்தின் போர் உத்திகளில் ஒன்று. உணர்வுப்பூர்வ உல்லாச வாழ்க்கையை உணர்த்தும் கட்டுமானங் களால் மாளவத்தில் கில்ஜி வம்சத்தின் ஆட்சிக்கு முற்றுப்புள்ளி வைக்கப்பட்டது, ரோமாபுரியின் வீழ்ச்சியை நினைவுபடுத்துகிறது.

போதானி மசூதியைப் பற்றிச் சொல்லும்போது ‘ஒன்பதாம் அல்லது பத்தாம் நூற்றாண்டைச் சேர்ந்த சாளுக்கிய பாணியிலும், நட்சத்திர தரையமைப்பிலும் அமைந்த சமணக் கோயிலை மசூதியாக மாற்றம் செய்ததன் விளைவு’ என்கின்றனர். தக்காணிய சுல்தான்களின் கட்டுமானங்களில் பாரசீகத்தின் தாக்கம் எவ்வாறு அமைந்தது என்பதையும் அவர்கள் விளக்குகிறார்கள்.

கோல்கொண்டா கோட்டை 1687-ஆம் ஆண்டு ஔரங்க சீப்பின் மடியில் விழுந்தது போரால் மட்டுமல்ல, சதியாலும், துரோகத்தாலும். அந்தக் கோட்டையைப் பல முறை நேரில் பார்த்திருக்கிறேன். அங்கு நடக்கும் ஒலி-ஒளி காட்சியையும் பார்த்து மகிழ்ந்திருக்கிறேன். அக்கோட்டை காதல், வீரம், மானம் போன்றவற்றின் குறியீடு.

‘கோல்கொண்டாவிற்குள் எவரும் ரகசியமாக நுழைந்திட முடியாது. ஒலியமைப்பு உண்டு. பல்வேறு கட்டுமானங்களின் அளவும், அமைவிடமும் வெகுதொலைவில் உள்ள முணுமுணுப்பு ஒலியைக் கூட மலை மேலுள்ள கோட்டைக்குக் கடத்திடுமாறு சிறப்பாக அமைக்கப்பட்டுள்ளது. மலையடிவாரத்திலிருந்து கைதட்டினால், மலை உச்சியில் கேட்கிறது...’ என ஆசிரியர்கள் நம்முன் கைத்தட்டலைக் காட்சிப்படுத்தும் விதம் கைதட்டவும், கைகுலுக்கவும் வைக்கின்றது.

சார்மினார் குதுப் ஷாஜி கட்டுமானங்களின் உச்சகட்ட சிறப்பு. நாம் அதன் அருகில் முத்தும், வளையலும் வாங்க வலம் வரும்போது, எத்தகைய மகத்தான கட்டடக்கலையின் சமீபத்தில் இருக்கிறோம் என்பதை ஒருபோதும் உணர்வதில்லை.

அங்கங்கே சில கொதிறுச்செய்திகளை கசிய விட்டு இனிப்புச் சேர்க்கப்பட்டிருக்கிறது. யூசுப் அடில்கான் கான்ஸ் டான்டிநோபிலில் பிறந்தவன், கலப்படமில்லாத துருக்கிய இனத்தைச் சேர்ந்தவன், மழலையாய் இருக்கும்போதே பெற்றோரைப் பிரிந்து அநாதையானவன். பல போராட்டங் களுக்குப் பிறகு பீடாரின் அமிர் பாரித்திடம் மெய்க்காப்பாள னானவன். பின் புகழ்பெற்ற அமைச்சர் முகமது கவானின் பேராதரவைப் பெற்று, பிஜப்பூர் கவர்னராக உயர்ந்தான் என்றெல்லாம் நூல் முழுவதும் அள்ள அள்ளக் குறையாத அட்சய பாத்திரமாகப் புதுப் புதுத் தகவல்கள். அடில்ஷாஜி வம்சம் இந்தியக் கலைப்பாணி மீது விருப்பம் கொள்ளவில்லை என்றும் குறிப்பிடுகிறார்கள்.

பாபர் குறைந்த படையோடு துருக்கியைச் சார்ந்த ‘முஸ்தபா’, ‘உதயதாத் அலி’ ஆகியோருடன் வெடிமருந்து துப்பாக்கி பீரங்கி ஆகியவற்றைப் பயன்படுத்தி இப்ராஹிம் லோடியை ‘துலுக்மா’ உத்தியின் மூலம் வீழ்த்தியதைக் கோடிட்டுக் காட்டுகின்றனர். முகலாயப் பேரரசர்கள் கலைத்துறையினரோடு தோள் மேல் கைபோடற அளவிற்கு நேரடித் தொடர்பு வைத்ததே அவர்கள் ஆட்சியில் கட்டடக்கலை உயர்ந்திருந்தது என்கிறார். அதற்கு முன் இருந்தவற்றில் எத்தனை விஞ்சின என்பது ஆய்வுக்குரிய வினா.

‘இந்தியக் கட்டுமானங்களில் சமச்சீர் காணப்படவில்லை என பாபர் குறிப்பிட்டிருக்கிறார். அவர் இந்தியாவின் வாழ்க்கை முறை மிக சாதாரணமாக அழுக்கும், தூசியும் கொண்டதாகவும், தோட்டங்களின்றியும் இருந்ததாக அவருடைய குறிப்புகளில் பதிவு செய்திருக்கிறார். அவற்றை நானும் படித்திருக்கிறேன். ஆனால் ‘இந்தியாவில் எந்தவொரு வேலையையும், தொழிலையும் அப்பழுக்கின்றி செய்திடும் திறன் வாய்ந்த நபர்கள் ஏராளமாய் உள்ளனர்’ என்றும் பாராட்டியிருக்கிறார்.

பாராசீகக் கட்டடக்கலையும், ஓவியக்கலையும் ஹுமாயூன் வழியாக இந்தியா வந்தடைந்தது என்பதும் அது அவருடைய மகத்தான பணி என்றும் ஆசிரியர்கள் குறிப்பிடுகின்றனர்.

ஐந்து ஆண்டுகளே ஆட்சி புரிந்த ஷெர்ஷா எத்தகைய பணிகளையாற்றினார் என்பதும், அவர் இறந்தபோது எதிரியான ஹூமாயூனே 'அரசர்களின் ஆசிரியன்' என்று பாராட்டியதும், நமக்கெல்லாம் பாடம். அவர் ஆட்சியில் சட்டம்-ஒழுங்கு எவ்வளவு சிறப்பாக இருந்தது என்பதும் வியக்கத்தக்க விஷயம். அவரே புராணா கிலாவைத் தொடங்கியவர் என்பதும் இப்போது அதை வலம் வருபவர்களுக்குப் புதிய செய்தியாக இருக்கும்.

பதேபூர் சிக்ரியின் சில இடங்களில் உள்ளே இருந்து பளிங்கு சன்னல்களின் வழியாகப் பார்த்தால் வெளியே இருப்பவர்கள் தெரிவார்கள். வெளியே இருப்பவர்களால் உள்ளே என்ன நடக்கிறது எனப் பார்க்க முடியாது. முகலாயர் கட்டுமானத்திலே முதலிடம் தாஜ்மஹால்; இரண்டாம் இடம் சிக்ரி என்கின்றனர் ஆசிரியர்கள். அங்கு ஏற்பட்ட ஏரி உடைப்பில் அக்பர் மயிரிழையில் உயிர் தப்பினாராம். சலீம் பிறக்க அருள் புரிந்த மகான் இருந்த இடத்தில் இது கட்டப்பட்டதாகவும் தகவல்கள் உண்டு.

ஜஹாங்கீர் தோட்டங்களில் மட்டுமே பாபரைப் போல் ஆர்வம் செலுத்தியவர். சிற்றோவியக் கலைக்கு அவருடைய 22 ஆண்டுக்கால ஆட்சியே பொற்காலமாம். ஜஹாங்கீர் காஷ்மீரில் அமைத்த ஏரி ஷாலிமார். அது முகலாயர்கள் எட்டிப்பிடித்த அழகியலின் அபூர்வ நிலை என்கின்றனர் நூலாசிரியர்கள்.

தாஜ்மஹால் வரலாற்றின் 'கன்னத்தில் வழிந்தோடிய கண்ணீர்த்துளி' என்று தாகூர் பாடுகிறார். அது உருவான வரலாறு சிறுகதையின் நேர்த்தியுடன் சொல்லப்பட்டிருக்கிறது. அது பெண்மைத் தன்மை கொண்டது என்பார்; 1000 யானைகள், 2000 ஒட்டகங்கள், 20,000 தொழிலாளர்களுடன் 22 ஆண்டுகள் கட்டப்பட்டது என்பதும் நமக்கு சிலிர்ப்பை ஏற்படுத்துகின்றன.

ஔரங்கசீப் அரசுக் கஜானாவிலிருந்து ஒரு பைசா கூட எடுக்காதவர் - மிகுந்த பணிகளுக்கிடையேயும் குர்ரானின் கைப் பிரதியெடுத்தல், குல்லாப் பின்னுதல் மூலம் கிடைத்த குடும்பத்தின் சொற்ப வருமானத்திலும் பத்தில் ஒரு பங்கு அரசுக்கு வரியாகச் செலுத்தியவர் என்பது அவருடைய இன்னொரு பரிமாணம்.

இந்நூல், ஔரங்கசீப் பற்றிய செவி வழி நகைச்சுவை யுடன் நம்மை சிரிக்க வைத்து முடிகிறது.

வரலாற்றுச் செய்திகள்,
ஆழமான தகவல்கள்,
சுவையூட்டும் சம்பவங்கள்,
தரை வரை படங்கள்,
கட்டடங்களின் புகைப்படங்கள்
என இந்நூல் ஓர் அரிய பெட்டகம்.

நூலாசிரியர்களின் உழைப்பும், செறிவும் ஒவ்வொரு வரியிலும் நம்மை உயர்த்துகின்றன.

அன்புடன்,
வெ.இறையன்பு

எங்களுரை

'சிந்துவிலிருந்துசிற்றோவியங்கள்வரை', என்னும்தலைப்பினில் இந்தியக்கலை வரலாற்றினை ஒரே நூலில் வடித்துத் தமிழ் கூறும் நல்லுலகிற்கு சமர்ப்பிக்க வேண்டுமென்பதே எங்களது விருப்பமாயிருந்தது. ஆனால் எங்களின் கலைப்பயணம் சரியான திசைவழியே சென்றபோதிலும் முடிவற்றதாய்த் தொடர்கின்றது. ஆகவே இடைக்காலத் துவக்கம் வரை முதல் பகுதியாகவும் இடைக்கால கலைப் பாரம்பரியத்தை இரண்டாம் பகுதி யாகவும் ஆக்க நேர்ந்தது. முதல் பகுதிக்கு "இந்தியக் கலை வரலாறு", என்றும், இரண்டாம் பகுதிக்கு "இந்திய இஸ்லாமியக் கலை வரலாறு" என்றும் தலைப்பிட்டோம். இத்துடன் எங்களின் கலைப்பயணம் முடிவுற்றுவிடவில்லை. இன்னும் கோதிக், ரோமனாஸ்க், மறுமலர்ச்சி போன்ற ஐரோப்பியப் பாணிகள் முகலாயர் காலந்தொட்டே இந்தியக் கலையம்சங்களுடன் கலந்திடத் தொடங்கிவிட்டன. இதனை நாடெங்கிலும் தென்படும் ஊசிக் கோபுரங்களுடன் கூடிய தேவாலயங்கள் மற்றும் நீதிமன்றக் கட்டுமானங்கள், பல்கலைக்கழக கல்லூரிக் கட்டுமானங்கள், அரசுக்கட்டடங்கள், நட்சத்திர விடுதிகள், தொடர் வண்டிநிலையங்கள், மேல்த்தட்டு மக்களின்மாடமாளிகைகள் போன்றவை வெவ்வேறு பரிமாணங்களில் நின்று வரலாறு பகர்கின்றன. இந்தோ-சரசனிக்-ஐரோப்பியக் கலவைகளாகிய இக்கலைப் படைப்புகளுடன், மராட்டிய, கேரள, வடகிழக்கு இந்தியப்பகுதிக் கலைப்பாரம்பரியங்களையும் உள்ளடக்கிய இந்தியக் கலை வரலாற்றின் மூன்றாம் பகுதியைத் தொகுப்பதும் எம்சிரம் மீதுள்ள தலையாய கடமைகளாகும்.

கலாரசனையுணர்வு குழந்தைகளுக்கு இயல்பாகவே உள்ளது. முதன்முறையாய் மதுரை மீனாட்சியம்மன் கோயிலுக்குள்

வந்திருக்கும் குழந்தைகளின் ஆச்சரியம் படிந்த முகங்கள் நம்மை பரவசப்படுத்தும். அச்சிறார்கள் கண்கள் விரிய, தலையுயர்த்தி தடுமாற்ற ஓட்டத்தோடு உற்சாகமாய் செல்வர். டிஜிட்டல் கேமிராவோ, கைபேசிக் கேமிராவோ கையில் இருந்தால் போதும்! பட்,பட்டென்று புகைப்படம் எடுத்துக் கொண்டிருப்பர். இச்சின்னஞ் சிறார்களின் கேமிராக் கண்களுக்கு கலைநயம் மிக்கவையே முதலில் தென்படும். உடன் வந்திருக்கும் பெற்றோர் களிடமும், பெரியவர்களிடமும் பக்தியுணர்வே அதிகமாய் இருக்கும். இவர்களும் குழந்தைகளின் உற்சாகத்தில் தங்களை இணைத்துக் கொண்டு, கலை, அழகியல், வரலாறு பற்றிய பொருத்தமான அரிய தகவல்களையும் ஆங்காங்கே குழந்தை களுக்கு ஊட்டிடலாம். இதற்கு, வெளிநாட்டுப் பயணிகள் போல், சுற்றுலாக் கிளம்புவதற்கு முன் 'ஹோம்வொர்க்' சற்றே செய்ய வேண்டியிருக்கும். ஆனால் இதன் பலன் குழந்தைகளைச் சென்றடையும் பொழுது கிடைத்திடும் பயன் பன்மடங்காகும். குழந்தைகள் இயல்பாய் கொண்டிருக்கும் கலையுணர்வு, அழகியல் உணர்வு வீரியமாய் விதைக்கப்பட, பண்பட, மேம்பட உறுதுணை யாய் இருக்கும்; "வாழ்வு அநித்யம்; கலை நிரந்தரம்", (Life is short Art is long) என்பதும் உணரப்படும்.

இந்தியக் கலாச்சாரத்தின் பன்முகத் தன்மைக்கு பல வண்ணங்களிட்டு மெருகேற்றியதில் இஸ்லாத்திற்குப் பெரும்பங் குண்டு. படையெடுப்பாளர்களாக இந்தியாவிற்கு வந்த பல்வேறு இனங்களைச் சேர்ந்த இஸ்லாமியர்கள் இம்மண்ணோடு இரண்டறக் கலந்துவிட்டனர். டில்லி சுல்தான்கள் மற்றும் முகலாயர்களின் பணிகள் அளவிடற்கரியவை. அவர்களின் பங்களிப்புகளும் பண்புநலன்களும் போற்றுதற்குரியன. மாமன்னன் அசோகனைப் போன்று அவர்களில் பலர் பல சீர்திருத்தங்களின் முன்னோடிகளாகவும் உலக வரலாற்றில் தன்னிகரற்ற நாயகர்களாகவும் திகழ்ந்தனர். அலாவுதீன் கில்ஜியின் சந்தை ஒழுங்கமைப்பு மற்றும் நுகர்வோர் நலம் பேணல், முகமது பின் துக்ளக்கின் அடையாள நாணயம் மற்றும் வேளாண் துறை, பாபரின் படை நடத்தல், போர் முறை, மற்றும் பேராண்மை, ஷெர்ஷாவின் சாலைகள் மற்றும் காவல் முறை, அக்பரின் தேசீயக் கொள்கை, மதச்சார்பின்மை, பன்மதம் போற்றுதல் மற்றும் ஔரங்கசீபின் எளிமை, வீரம் போன்றவை இம்மன்னர்களுக்கு உலக வரலாற்றில் ஒப்பானவர்கள் இல்லை

என்பதைக் காட்டிடும் சிலவாகும். அவர்கள் குறித்த ஏராளமான செய்திகளை குறிப்பிடுவது அவசியம் எனினும் கலைவரலாறு படைப்பதே இங்கு முதற்பணியாக அமைவதால் சொல்ல நினைக்கும் ஏராளமான சுவைமிக்க நிகழ்வுகளை சொல்ல முடியாத ஏக்கத்துடன் எம் கலைப் பயணத்தைத் தொடர்கிறோம்.

"மறந்து கொண்டிருப்பது மனிதனின் இயல்பு; அவற்றை நினைவுபடுத்துவது வரலாற்றின் கடமை," என்று எரிக் ஹோப்ஸ்வாம் என்றும் பிரிட்டிஷ் வரலாற்று அறிஞர் கூறுவார். கலை வரலாறு மறக்கப்படுவது மட்டுமல்ல; அவை அழிக்கப்படுவதும் தொடர்ந்து நடந்த வண்ணம் இருக்கிறது. அத்துடன் தாயற்று தனித்து நிற்கும் குழந்தைபோல் இந்தியா வெங்கும் பற்பல கலைச் சின்னங்கள் கேட்பாரற்று சிதறிக் கிடக்கின்றன. அவை மீதானபலதவறானபுரிதல்களும்அறியாமையின் காரணமாக நிலவுகின்றன. அவற்றைக் களைவதற்கு அவற்றைப் பற்றிய சரியான புரிதலையும் அவற்றைப் பாதுகாக்க வேண்டு மென்ற உணர்வையும் ஏற்படுத்துவதன் முன் முயற்சியாக அவற்றைப் பதிவு செய்ய வேண்டிய அவசியத்தை உணர்ந்தோம்.

இஸ்லாமியர்களின் கலைப்படைப்புகள் தனிச்சிறப்புப் பெற்றவை. அவை அதற்குமுன் இந்தியாவிலிருந்த இந்து, சமண, பௌத்தக் கலையம்சங்களிலிருந்து முற்றிலும் வேறுபட்டவை. உருவ வழிபாடு நீக்கிய இஸ்லாமியக் கலை, சிற்பங்களுக்கு முன்னுரிமையளிக்கவில்லை. மாறாக சரசனிய, பாரசீக, துருக்கிய, அராபியக் கலைக் கூறுகளை இந்திய பாணிகளுடன் சங்கமித்தனர். அவற்றை செய்த கைகள் பெரும்பாலும் இந்தியக் கலையம்சங்களில் தோய்ந்தவையே என்பதும் அதன் சிறப்பாகும். முகலாயர்களுக்குப் பின் இந்தியாவில் ஓர் வலுவான இந்திய அரசு இல்லை என்பதும் வெளிநாட்டவரின்- குறிப்பாக ஆங்கிலேயரின்- வருகையும் ஆட்சியும் துரதிருஷ்டமானவை. முகலாயர் காலத்திலேயே பல வெளிநாட்டவர் இந்தியாவிற்கு வருகை தந்தனர். வலுவான பாரம்பரிய அடித்தளமற்ற மேலைநாட்டவர் இந்தியக் கலையம் சங்களின் மீது கொண்டிருந்த பார்வை கூட வேற்றுமையானது. முகலாயர்களின் அவைகளையும் கலைப் படைப்புகளையும் பார்வையிட்ட பெர்னியர், டாவெர்னியர், பீட்டர் முண்டி போன்றோர் முகலாயரின் ஆடம்பரத்தை சாடியுள்ளனர். மயிலாசனம் அன்றைய தினம் ஒரு கோடி ரூபாய் பெறும் என்றும் தாஜ்மகாலின் மதிப்பு ஆறு கோடி ரூபாய்க்கு மேல் இருக்கும்

என்றும் அவை மக்களின் வரிப்பணத்தை வீணடிப்பதாகும் என்றெல்லாம் குறிப்பிட்டுள்ளனர். இந்தியர்கள் புரிந்து கொள்ள வேண்டிய உண்மை: இந்திய அரசர்கள் அனைவரும் - பழங்காலம் தொடங்கி, இடைக்காலம் வரை - இந்த தேசத்தின் செல்வ வளங்களை இந்திய தேசத்தின் எல்லைகளைத் தாண்டவிடவில்லை. அவர்களின் செல்வங்கள் அனைத்தும் இத்தேசத்தினுள்ளேயே பல வடிவங்களில் வைக்கப்பட்டன; ஆங்கிலேயரே இத்தேசத்தின் வளங்களை சூறையாடினர் என்பதேயாகும். தாஜ்மஹால் அத்தனைப் பொருட்செலவில் கட்டப்பட்டது உண்மையெனினும் அது இன்றளவும் இந்திய அரசுக்கு ஈட்டித்தந்த அன்னியச் செலாவணி எத்தனை எத்தனைக் கோடிகள்; இந்தியக் கலாச்சாரத்திற்கு ஈட்டித்தந்த பெருமைகள் எத்தனை எத்தனை!

மனிதர்களுக்கு இணையாக கால்நடைகளும் பேணப்படுவது கொங்கு மண்டலத்தில் இன்றளவும் நின்றுலாவும் வழக்கமாகும். இதனைத் தெரிந்து கொள்ள நேர்ந்தது நண்பர் ஒருவர் வீட்டில் தான். இந்நிகழ்ச்சி நடைபெற்று ஏறத்தாழ பத்தாண்டுகளாவது இருக்கும். பால் ஊற்றும் தொழிலையே பிழைப்பாகக் கொண்ட நண்பரின் வீட்டில் மிக அதிகத்தொகை கொடுத்து சீமைப்பசு வாங்கினார்கள். உற்றார், உறவினர், நண்பர்கள் வந்து பார்த்து வாழ்த்திச் சென்றார்கள். அப்பசு, சிலமாதங்களில் கிடேரிக் கன்று ஒன்றும் ஈன்றது. நண்பர் வீட்டினருக்கும், வழக்கம்போல் வந்து வாழ்த்திச் சென்றோருக்கும் அதிக மகிழ்ச்சி. ஆனால், சொற்ப நாட்களே இம்மகிழ்ச்சி நிலைத்திருந்தது. திடீரென்று நோய் வாய்ப்பட்டு தாய்ப் பசு இறந்து விட்டது. வழக்கம் போல் கேதம் விசாரிக்க வந்தவர்களின் மத்தியில் நண்பரின் தாய் அழுது புலம்பினார். புலம்பலுக்குக் காரணம் பொருளாதார ரீதியில் அவர்களால் தாங்கிக் கொள்ள இயலாத தாய்ப்பசுவின் மரணமல்ல; தாயை இழந்து நிற்கும் இந்த பச்சிளங்கன்றை எப்படி நான் காப்பாற்றுவேனோ என்பதுதான். அழுது புலம்பும் அந்தத் தாயின் உணர்வுதான் இந்தியத்துவ உணர்வு. படைப்புகள் யாருடைய தாயினும் பாரம்பரியம் நம்முடையது என்பதுதான் அவ்வுணர்வு. பொருளாதாரப் பெருக்கமே தலையாயது என்ற மேற்கத்திய புற்றுநோய் நம்மையும் பீடிக்கத் தொடங்கியிருப்பதால் மங்கிப் போயிருக்கும் பாரம்பரிய இந்தியத்துவ உணர்வை சுடர்விட்டுப் பிரகாசித்திடச் செய்ய பதிவுசெய்தல் என்பது இன்றைய அத்தியாவசியத் தேவையாகின்றது.

அரசுகள் வீழ்வதும், புதிய அரசுகள் எழுவதும் அவற்றின் அதிகார மையங்கள் வெவ்வேறு இடங்களுக்கு இடம் பெயர்வதும் அவ்வப்பொழுது நிகழும் வரலாற்று நியதிகளாகும். இதன் காரணமாய் நாம் இழந்த கலைச்செல்வங்கள் எண்ணற்றவை. இழக்கும் நிலைக்கு கிட்டத்தட்ட வந்துவிட்ட நிகழ்வுகளும் எண்ணற்றவை. அவற்றில் ஒன்றிரண்டையாவது குறிப்பிட்டு எடுத்துரைத்தால்தான் உண்மை நிலவரம் புரியவரும்.

சான்றாக இந்திய தேசத்தின் அடையாளமாகத் திகழும் தாஜ்மகாலுக்கு ஏற்பட்ட கொடுமைகளைக் கூறலாம். ஆங்கிலே யருக்கு நாம் அடிமைப்பட்டுக் கிடந்த காலங்களில் வழிப்பறிக் கொள்ளைக்காரர்களும், சட்ட விரோதிகளும் தாஜ்மகாலைப் பதுங்கு குழியாகப் பயன்படுத்தியதும் உண்டு. 'இந்திய சீர்திருத்தத்தின் விடிவெள்ளி', என்று போற்றப்படும் வில்லியம் பென்டிங் கூட நாதிர்சா, ரோகில்லாக்கள், ஜாட்டுகள், மராட்டியர்கள் போல நடக்கத் தலைப்பட்டார். தாஜ்மகாலை இடித்துத் தரைமட்டமாக்கி அதன் விலையுர்ந்த பொருட்களை ஏலம் விடத் திட்டமிட்டார். இந்திய வியாபாரிகள் சிலரின் முயற்சியாலும், பிற பிரச்சினைகளைச் சமாளித்திட கவனஞ்செலுத்திட வேண்டிய நிர்ப்பந்தம் பென்டிங் பிரபுவிற்கு நேர்ந்ததாலும் தாஜ்மகால் தப்பியது.

1857-ஆம் ஆண்டு இந்தியப் புரட்சிக்குப் பிறகு மொகலாயர் களின் கோட்டைகள் ஆங்கிலப் படைகளிடம் ஒப்படைக்கப் பட்டன. படைத்தளபதிகள் கலைத்துவமான கோட்டைக் கட்டுமானங்களை ஏதாவதொரு சாக்குபோக்குச் சொல்லி சீர்குலைத்தனர். ஒப்பற்ற கலைப்பொருட்கள் எனில் அதனை விற்று பொருள் தேடிக் கொள்வதும் நடைபெற்றது. கோகினூர் வைரம், முகலாயர்களின் மயிலாசனம் என்று நாம் இழந்த கலைப்பொருட்களின் பட்டியல் மிக நீண்டது. தனிப்பட்டோரின் சேகரிப்புகளாகவும், விக்டோரியா மற்றும் ஆல்பர்ட் போன்ற உலகளாவிய அருங்காட்சியக சேகரிப்புகளாகவும் நாம் இழந்த அக்கலைப் பொருட்கள் மிளிர்கின்றன.

இத்தகு உள்நாட்டு, வெளிநாட்டுக் கலைத் திருடர்களிட மிருந்து சில சமயங்களில் தாய் மண்ணின் நிர்பந்தங்களையும் மீறி இந்தியக் கலைப் பொக்கிசங்களைக் காத்த பெருமை கர்ஸன், கன்னிங்காம், மார்சல் போன்ற ஆங்கிலேயரைச் சேரும். கர்ஸன்

1902-ஆம் ஆண்டு நடைமுறைப்படுத்திய புராதனச் சின்னங்கள் பாதுகாப்புச் சட்டம் இந்தியக்கலை வரலாற்றுச் சின்னங்களைக் காத்திட வழிவகுத்த அரும்பெரும் கொடையாகும். கதாநாயகர்கள் வில்லன்களாகவும் வில்லன்கள் கதாநாயகர்களாகவும் துலங்குவது நாம் எக்கண்ணாடிக் கொண்டுப் பார்க்கின்றோம் என்பதைப் பொருத்தேயாகும். சுதந்திர இந்தியாவில் இயற்கைப் பேரிடர்களாலும் பொறுப்பற்ற சுற்றுலாப் பயணிகளாலும் கலைத் திருடர்களாலும் கல் உடைக்கும் குவாரிகளாலும், தொழிற்சாலைகளாலும், கலைப் பொக்கிசங்களுக்கு பேராபத்து உள்ளது. இதனைத் தடுக்கும் முயற்சியின் முதல்படி இவற்றைப் பதிவு செய்வது பின் இவற்றைப் பற்றிய செய்திகளை மக்கள் அறிந்து கொள்ளச் செய்வது ஆகியவை எங்களது நோக்காயிற்று.

புத்தகங்கள், இணையதளங்கள், வலைப்பூக்கள், தினசரிகள் ஆகியவற்றின் மூலம் வரலாற்று நினைவுச் சின்னங்களை பேரானந்தத்துடன் அனுபவித்திடும் பொழுதுதான் ஓர் உண்மை புலப்பட்டது. திரைப்படத் துறையினரின் உளவியல் ரீதியான புத்திசாலித் தனம்தான் அது; தங்களது திரைக்காட்சிகளுக்குப் பொருத்தமான பின்புலத்திற்கு இந்தியக் கட்டுமான நினைவகங்களைப் பயன்படுத்திக் கொள்ளத் தவறுவதேயில்லை இவர்கள். அத்திரைக் காட்சிகளில் தன்னை மறந்து லயித்திடும் ரசிகர்கள், ஒரு கணம், அதே திரைக்காட்சியை பின்புலமின்றி கற்பனை செய்து பார்க்கட்டும்; அப்பொழுது நிச்சயமாய்ப் புரிந்திடும் அப்பின்புல நினைவுச் சின்னத்தின் அவசியம். திரைப்படத் துறையினர் இந்தியக் கட்டுமானங்களை பெயர் குறிப்பிடாமல், பின்புலக் காட்சியாக அறிமுகப்படுத்திடும் விதத்தில் பெரும்பங்காற்றியுள்ளது குறிப்பிடத் தக்கது. இந்த மொழிப் படத்தில், இந்த திரைக்காட்சியில், இந்த வரலாற்றுக் கட்டுமானங்கள் பயன்படுத்தப்பட்டுள்ளது என்று யாராவது பட்டியலிட்டால் அரும் பெரும் சேவை செய்தவர்களாவார்கள். இத்திரைக்காட்சி களை ஏதோவொரு காரணியின் அடிப்படையில் ஒன்றிணைத்து குறும் படங்களாக வெளியிட்டால், அது மாணவர்களின் ரசனை உணர்வைக் கூட்டிடும் அற்புதக் கல்வி உபகரணமாயிருக்கும் என்பதில் ஐயமேயில்லை.

கட்டுமானக் கலை என்பது கட்டுமான காலக்கட்ட நாகரிகத்தை, பண்பாட்டை எடுத்துரைத்திடும் காலக் கண்ணாடியாகும்.

மேலும் கட்டுமானங்களே மனிதனின் முக்கிய பரிணாம வளர்ச்சியை எடுத்துரைக்கும் முக்கிய வரலாற்றுப் பதிவுகளாகும். ஹரப்பா நாகரிகம் முதற்கொண்டு ஒவ்வோர் நாகரிகத்திற்குரிய தனித் தன்மையான கலாச்சாரத்தை, பண்பாட்டை அவர்களுடைய கட்டுமானங்கள் எடுத்துரைக்கின்றன. இக்கட்டுமானங்களில் பயன்படுத்தப்பட்டுள்ள மூலப்பொருட்கள், கட்டுமானத் தொழில் நுணுக்கங்கள், தொழில்நுட்பங்கள் அக்காலக் கட்ட பொருளாதார நிலையை எடுத்துரைக்கின்றன. கணிதமும், அறிவியலும் எந்தளவிற்கு வளர்ச்சி கண்டுள்ளது என்பதை அறிந்து கொள்ள முடிகின்றது. இக்கட்டுமானங்களில் இடம்பெறும் சிற்பங்கள், ஓவியங்கள் போன்றவற்றிலிருந்து வெவ்வேறு பொருளாதார தட்டுகளைச் சேர்ந்த அனைத்து தர மக்களின் வாழ்க்கைமுறை, ஆன்மீகச்சிந்தனை, அவர்களது ஆடை அணிகலன்கள், சமூக கட்டமைப்பு, கொள்கை கோட்பாடுகள் போன்ற சமூகம் சார்ந்த அனைத்து விஷயங்களையும் அறிந்து கொள்ள முடிகின்றது.

பிரம்மாண்டமான இக்கட்டுமானங்கள் வேறு பல கோணங்களையும் பிரதிபலிக்கின்றன. சொந்த ஆசாபாசங்களுக்காகவோ, தங்களை பறைசாற்றிக் கொள்வதற்காகவோ அல்லது சமூகநலன் நோக்கத்தோடோ இக்கட்டுமானங்கள் எழுப்பப்படும் பொழுது எண்ணற்ற வேலை வாய்ப்புகளையும் பணப் புழக்கத்திற்கும் வழி வகுக்கின்றன. விவசாயத்தையும், கைத்தொழில்களையும், போர்த்தொழிலையும் மட்டுமே சார்ந்திருக்க வேண்டிய மக்களுக்கு எப்பேர்ப்பட்ட புதிய வாய்ப்புகள் உருவெடுக்கின்றன. கட்டடத் தொழிலாளர்கள் மட்டுமல்லாமல் மனிதர்களுக்கும், மூலப்பொருட்களுக்குமான இருப்பிடம், கட்டடத் தொழிலாளர்களுக்கான உணவு, பொழுதுபோக்கு, மருத்துவ வசதி, காவலாட்கள் என எண்ணற்ற தேவைகள் ஒன்றன் தொடர்ச்சியாய் ஒன்று என்ற முறையில் எழுகின்றது. இதன் பயனாய் எண்ணற்ற வேலைவாய்ப்பு உற்பத்தியோடு, உள்கட்டமைப்பு மற்றும் சாலை வசதிகளும் பெருகுகின்றன. தொழிற்புரட்சிக்கு முற்பட்ட காலக்கட்டத்தில் வேலை உற்பத்திக்கான, சமுதாய மேம்பாட்டுக்கான ஒரே ஊடகம் கட்டுமானத்துறையைத் தவிர வேறில்லை என்பது அப்பட்டமான உண்மை. இன்றைக்கு அதே கட்டுமானங்கள் மனித பரிணாம

வளர்ச்சி, வரலாற்றுப் பதிவுகளாக விளங்குவதோடு சுற்றுலாத் தொழில் துறையாக பெரும் பொருளீட்டிக் கொடுக்கின்றது.

இந்தியக் கட்டுமான பேரானந்தத்தை நாங்கள் அனுபவிக்க பேருதவி புரிந்த தினசரிகள், சஞ்சிகைகள், வலைதளங்கள், வலைப்பூக்கள், திரைப்படங்கள், டாக்குமென்டரிகள், நூல்கள் ஆகிய அனைத்திற்கும் எங்களின் நன்றி உரித்தாகின்றது. ஆனால் பெரும்பாலான இத்தேடல்கள் நிறைவு பெற்றது ஆங்கில மொழியில் அமைந்த படைப்புக்கள் மூலம்தான். யாம் பெற்ற பேரானந்தத்தை தமிழ் மொழி மூலம் அளித்திட வேண்டும் என்ற ஆதங்கத்தின் வெளிப்பாடுதான் இந்தத் தொடர் புத்தகங்கள். வரலாற்று ரீதியான இந்தியக் கட்டுமானக் கலையை புகைப் படத்துடன் அவ்வப்பக்கங்களில் அறிமுகப்படுத்தும் எம் புத்தகங்களில் புரிந்து கொள்ளுதலில், மொழி பெயர்ப்பில், உச்சரிப்பில் எமது திணறல்கள் மற்றும் தடுமாற்றங்கள் போன்ற எங்களது இயலாமையை அவ்வப்போது வாசகர்களால் உணர முடியும். வருங்கால எழுத்தாளர்களால், வாசகர்களால், நுண்கலை வல்லுனர்களால் இக்குற்றங்களெல்லாம் நீக்கப்படுவதற் காகவே எங்களால் எடுக்கப்பட்ட முதல் முயற்சி; தமிழ் மொழியில் கட்டுமானத்துறை வரலாற்றை அறிமுகப்படுத்த முனையும் கன்னி முயற்சி; மொழி, மாநிலம், மதம் ஆகிய தடைகளைத் தாண்டிடுவதற்கான முயற்சி; அழகியல் ரசனையில் இத்தடைகளையெல்லாம் மறக்கச் செய்வதற்கான முயற்சி; இம்முயற்சி சிற்றளவேனும் வெற்றியடைந்தால் அளவற்ற மகிழ்ச்சி அடைவோம். எங்களின் முயற்சிக்கு பேருதவி புரிந்த எங்களது மாணவர்கள், சக ஆசிரியர்கள், நூலகங்கள், கல்லூரி நிர்வாகங்கள், குடும்பத்தினர், பொறுமையின் மறு வடிவமான தட்டச்சர் அங்கமுத்து, N.C.B.H. புத்தக நிறுவனத்தார் ஆகிய அனைவருக்கும் எங்களது நன்றியினைச் சமர்ப்பிக்கின்றோம்.

மதுரை, முனைவர். சாலமன் பெர்னாட்ஷா
2014 பேரா. முத்துக்குமரன்

பொருளடக்கம்

அத்தியாயம்	பக்கம்
1. இறவாப் புகழ்பெற்ற இந்தியா!	1
2. குதுப் குழுமக் கட்டுமானங்கள்	8
3. அடிமை மற்றும் கில்ஜி வம்சத்தவரின் பிற கட்டுமானங்கள்	29
4. துக்ளக் வம்சக் கட்டுமானங்கள்	41
5. சையது வம்ச, லோடி வம்சக் கட்டுமானங்கள்	61
6. வங்காள பாணிக் கட்டுமானங்கள்	75
7. ஜான்பூர் பாணிக் கட்டுமானங்கள்	103
8. குஜராத் பாணிக் கட்டுமானங்கள்	116
9. குஜராத் பாணி பெகரா காலக் கட்டுமானங்கள்	151
10. மாளவ பாணிக் கட்டுமானங்கள்	182
11. தக்காணம்: குல்பர்கா, பிடார், கோல்கொண்டா கட்டுமானங்கள்	219
12. தக்காணம்: பிஜப்பூர் பாணிக் கட்டுமானங்கள்	259
13. காஷ்மீர் பாணிக் கட்டுமானங்கள்	306
14. முகலாயர்கள்: தன்னிகரற்ற தந்தையும், மாசற்ற மகனும்	327
15. ஷெர்ஷா சூரின் கலைவெளிப்பாடுகள்	341
16. முகலாயர்கள்: மகா அக்பரின் கலைப்படைப்புகள்	367
17. முகலாயர்கள்: அழகியலின் அபூர்வநிலை	424
18. முகலாயர்கள்: கட்டடக்கலையின் உச்சம்	443
19. தாஜ் மஹால்: வரலாற்றின் கன்னங்களில் வழிந்தோடிய கண்ணீர்த்துளி	482
20. முகலாயர்கள்: முகலாயக் கலையின் அஸ்தமனம்	501
வம்சாவளி பட்டியல்	518
கட்டுமானங்களின் பட்டியல்	519
துணை நூல்கள்	541

1

அத்தியாயம்

இறவாப் புகழ்பெற்ற இந்தியா!

உலக வரலாற்றில், தொன்மைக் காலந்தொட்டு மத்திய தரைக் கடல் முதல் சிந்து நதி வரையிலான மேற்கு ஆசியாவில் பண்பாடுமிக்க அரசுகள் பல செழித்தோங்கியிருந்தன. அவற்றுள் காலத்தால் முதலிடத்தைப்பிடிக்கும்பாரசீகப்பேரரசின்இருபதாவது சத்ரபியாக (மாகாணமாக) இந்தியாவின் வடமேற்குப் பகுதி திகழ்ந்ததை வரலாறு பதிவு செய்திருக்கிறது. கீழைக் கலாச்சாரத்தையும் (Oriental culture), மேலைக் கலாச்சாரத்தையும் (Occidental culture) இணைத்து ஹெலனிஸ்டிக் (Hellenistic) என்னும் புதிய கலாச் சாரத்தை உருவாக்கிய பெருமை மகா அலெக்ஸான் டரையே சாரும். அலெக்ஸாண்டரின் படையெடுப்பு காரணமாக கிரேக்கத்தின் தொடர்பு இந்தியாவிற்கு ஏற்பட்டது. சீனத்தைச் சேர்ந்த யூச்சி என்னும் இனத் தவர்கள் இந்தியாவில் குஷானப் பேரரசினை நிறுவி வரலாற்றில் அழியாப் புகழ் பெற்றனர். அவ்வாறே இந்தியாவில் அரசமைத்து ஆண்ட எத்தனையோ வெளி நாட்டவர்களில்சாகர்களும், பகலவர்களும்அடங்குவர். இவ்வெளிநாட்டவர்களின் பல்வேறு கலை, கலா சாரங்களையும் உள்வாங்கி தனதாக்கிக்கொண்டு, தனது தனித்தன்மையையும் பன்முகத் தன்மையுடைய தாய் விசாலப்படுத்திக் கொண்ட பாங்கு இந்தியாவின் தனிச்சிறப்பாகும்.

ஜாமி மசூதி, மாண்டு

இடைக்காலத்தின் வெவ்வேறு காலக்கட்டங்களில் இமயம் கடந்து இந்தியாவிற்கு வந்தவர்கள் அராபியர்கள், ஆப்கானியர்கள், துருக்கியர்கள் என்றழைக்கப்படும் வெவ்வேறு மூன்று பிரிவினர் ஆவர். இவர்கள் தழுவிய மதம் இஸ்லாமாக இருந்தது. இவர்கள் இந்திய நிர்வாகச் சீர்திருத்தத்திற்கும், இந்திய கலாச்சாரத்திற்கும் ஆற்றிய பணி மகத்தானது. மனிதகுல வளர்ச்சி, கலாச்சார வளர்ச்சி என்ற நடுநிலை அறிவியல் நோக்கோடு வரலாற்றை அணுகினால், இந்தியாவோடும், அதன் கலாச்சாரத்தோடும் காலவோட்டத்தில் -இஸ்லாமியர்களும் இரண்டறக் கலந்துவிட்ட உண்மை புலப்படும்.

கி.பி. 646-ஆம் ஆண்டு பேரரசர் ஹர்ஷவர்த்தனர் இறந்தார். இதனால், அக்காலக்கட்டத்தில் வடஇந்தியாவில் ஒரு வலுவான பேரரசு இல்லாத வெற்றிடம் நிலவியது. இலங்கைக்கு சென்ற அராபியக் கப்பலை சிந்துப்பகுதியில் இருந்த கடற்கொள்ளையர்கள் தாக்கிக் கொள்ளையடித்தனர். எனவே கி.பி. 712-ஆம் ஆண்டு சிந்துவின் மீது அராபியர் படையெடுத்து வென்றனர். காலிபின் சார்பில் சிந்துவை அவரது பிரதிநிதிகள் ஆண்டனர். இதனால் மூல்தான் முதலிய வாணிப மையங்கள் செழித்தோங்கின. சீன, இந்திய, அராபியப் பண்பாடுகள் கலந்து மிளிர்வதற்கு ஏற்ற இடங்களாக இவ்வணிக மையங்கள் விளங்கின. இந்தியர்களின் கணிதம், மருத்துவம், வேதாந்த தத்துவங்கள் அரேபியாவிற்கும் பின் அங்கிருந்து ஐரோப்பாவிற்கும் சென்றடைந்தது. இதனைத் தவிர அரபு ஆட்சியால், இந்தியாவில் வியக்கத்தக்க பயன் ஒன்றும் எய்தவில்லை.

ஹுமாயூனின் கல்லறை மாடம், டில்லி

அராபியரின் சிந்துப் படையெடுப்பிற்குப் பிறகு நிகழ்ந்த வலுவான படையெடுப்பு முகமது கஜினியால் தொடுக்கப்பட்டதாகும். கி.பி. 997 முதல் 1026-ஆம் ஆண்டு வரை நடைபெற்ற

கஜினியின் படையெடுப்பு, மிகச் சரியாக, சோழப் பேரரசன் இராஜேந்திரனின் கங்கை, கடாரம், இலங்கை படையெடுப்புகளை ஒத்ததாகும். சிலுவைப் போர்களும், ஏறக்குறைய, இவை ஒத்ததேயாகும். இவை இடைக்காலத்தின் பராக்கிரமம் மற்றும் நம்பிக்கையின் தூண்டுதலும், வெளிப்பாடுமாகும்.

பௌத்த மதத்தைப் பின்பற்றிய இந்திய மன்னர்கள் 'வெற்றிக் கோபுரங்கள்' அல்லது 'ஜெய ஸ்தம்பங்கள்' என்னும் கட்டுமானத்தை மேற்கொள்வது வழக்கம். இதனால் கவரப்பட்டதாலோ என்னவோ முகமது கஜினியும் வெற்றிக் கோபுரங்களை இஸ்லாமியக் கலாச் சாரத்தை வெளிப்படுத்துமாறு இஸ்லாமிய கட்டுமானப் பாணியில் கட்டினார். இப்பாணியின் உச்சகட்டம் டில்லியிலுள்ள குதுப்மினார் கட்டுமானத்தில் எட்டப்பட்டதென்று கூறலாம்.

குதுப் மினார், டில்லி

முகமது கஜினி போலன்றி, முகமது கோரிக்கு இந்தி யாவில் அரசை நிறுவும் கனவிருந்தது. 1192-ஆம் ஆண்டு இரண்டாம் தரைன் (Tarain) போரில் டில்லியின் பிரிதிவிராஜ் சௌகானைத் தோற்கடித்ததன் மூலம், முகமது கோரியின் கனவு நனவாக அடித்தளமிடப்பட்டது. 1206-ஆம் ஆண்டு தொடங்கி 1526-ஆம் ஆண்டு வரை அடிமை வம்சம், கில்ஜி, துக்ளக், சையது, லோடி வம்சம் என டில்லி சுல்தான்களின் ஆட்சி தொடர்ந்தது. இவர்களின் ஆட்சி யில் செழித்தோங்கிய கலைப் பாணியை டெல்லி சுல்தான்கள் பாணி என்றே அழைக்கலாம். இவர்கள், இஸ்லாமிய நோக்கத்தினை இந்திய கட்டடக் கலைஞர்கள் மூலம் இந்திய கட்டுமான நுணுக்கங்களை பயன்படுத்தி நிறைவேற்றத் தொடங்கினர். இதனால் இந்து, ஜைன கலைக்கூறுகள் சுல்தான்களின் தொடக்க

காலக்கட்டுமானங்களில் சற்று அதிகமாக வெளிப்பட்டன. படிப்படியாக இஸ்லாமிய நோக்கம் முழுமையாக நிறைவேறு மாறு இஸ்லாமிய கட்டுமான நுணுக்கங்களைக் கொண்டுள்ள தாய் இச்சுல்தான்களின் கட்டுமானங்கள் செழுமையுற்றன.

ஆக்ரா கோட்டை, ஆக்ரா

டில்லி சுல்தான் அலாவுதீன் கில்ஜியின் மரணத்திற்குப் பின் டில்லி சுல்தான்களின் ஆட்சி அவ்வப்போது பலவீனமடைந்தது. அதனைப் பயன்படுத்திக் கொண்டு பல்வேறு மாநில அல்லது மாகாண இஸ்லாமிய அரசுகள் வெவ்வேறு காலக் கட்டங்களில் சுதந்திரமாக தழைத்தோங்கின. நர்மதை நதிக்கு வடக்கில், வடஇந்தியாவில் செழித்தோங்கிய இஸ்லாமிய மாகாண அரசுகளாக ஜான்பூர், குஜராத், மாளவம், வங்காளம் ஆகியவற்றைக் கூறலாம். தக்காணத்தில் பாமினி அரசும் பின் இதன் வழித்தோன்றல்களான பீஜப்பூர், கோல்கொண்டா அரசுகளும் செழித்தோங்கிய மாகாண அரசுகளாகும். இம்மாகாண அரசுகள் மேற்கொண்ட கட்டுமானங்கள் இவர்களது கலைப்பாணி என இனங்கண்டு கொள்ளத் தக்க தனித் தன்மை வாய்ந்தவைகளாகும்.

சாலிமார் முகலாயர் தோட்டம்,
ஸ்ரீநகர், காஷ்மீர்

1526-ஆம் ஆண்டு காபூல் மன்னரான பாபர் டில்லி சுல்தானான இப்ராஹிம் லோடியைத் தோற்கடித்து இந்தியாவில் முகலாயப் பேரரசிற்கு அடிக்கோலினார். பாபர் தொடங்கி, ஔரங்கசீப் வரை வலு வானப் பேரரசாக முகலாயர் ஆட்சி திகழ்ந்தது. அதன் பின் கி.பி. 1707 முதல் 1858-ஆம் ஆண்டு வரை வலுவற்ற அரசாக டில்லியில் முகலாயர் ஆட்சி தொடர்ந்தது. முகலாயர்கள் மேற்கொண்ட கட்டுமானங்கள் முகலாயப்பாணி

என்றழைக்கப்பட்டது. டில்லி சுல்தான்களின் கலைப்பாணிகளையும் உள்வாங்கிக்கொண்டு, தன்னிகரற்ற கலைப்பாணியாக, முகலாயர் பாணி, வளர்ச்சியின் உச்சத்தைத் தொட்டது. இந்து, புத்த, சமணக் கலையம்சங்களையும் அரவணைத்துக் கொண்ட முகலாயர் கலைப் பாணி இந்தியாவின் பெருமையை உலகில் பறைசாற்றுவதாயிற்று.

காலிகிராஃபி, தாஜ்மஹால், ஆக்ரா

புதிய நகரங்கள், கோட்டைகள், ஜும்மா அல்லது வெள்ளிக்கிழமை மசூதிகள், வெற்றிக்கோபுரங்கள்(மினார்) ஆன்றோர், அரசர் மற்றும் அவர்தம் குடும்பத்தாரின் கல்லறை மாடங்கள் மற்றும் தோட்டங்கள் என இஸ்லா மியர் கட்டுமானங்கள் பிரம் மாண்டமானதாய் சில சமயங் களில் எளிமையாய் அழகியல் நோக்கிலும், தொழில்நுட்ப நோக்கிலும் பிரமிப்பளிப் பதாய் அமைந்துள்ளன. உருவ வழிபாட்டிற்கு இஸ்லாத்தில் இடமில்லை. எனவே பெரும்பாலும் இஸ்லாமியர் கட்டுமானங் களில் சிற்ப வேலைப்பாடுகளோ, ஓவியங்களோ இடம்பெறவில்லை. இதனை ஈடுசெய்வது போல் பூப்பின்னல் வேலைப்பாடுகள், ஜியோமிதி வடிவங்களில் அமைந்த வேலைப்பாடுகள், டிரேசரி வேலைப்பாடுகள் போன்றவை இஸ்லாமிய அழகுபடுத்தும் கலைக் கூறுகளாய் இடம்பெறலாயின. இவ்வழகிய வேலைப் பாடுகளினூடே திருக்குர்ஆன் வாசகங்களைப் பொறிக்கும் முயற்சிகளால் காலிகிராஃபி (Caligraphy) கலை எனப்படும் சித்திரக்

அராபெஸ்க் உட்பதித்தல் வேலைப்பாடுகள்- ஆக்ரா கோட்டை

கையெழுத்துக் கலை இன்றியமையாத இஸ்லாமிய கலைக் கருத்துருவாக முக்கிய இடத்தைப் பிடித்தது.

பௌத்த, ஜைன, இந்துக் கோயில்களில் சிற்ப வேலைப் பாடுகளும், அழகூட்டும் வேலைப்பாடுகளும் மிகச் சிறப்பாக அமைந்துள்ள அளவு, கட்டடக்கலை இலக்கணக் கூறுகளுடன் அமைந்திடவில்லைதான். கோயிலின் வெளிப்புறத் தோற்றப் பொலிவிற்கு சிற்ப வேலைப்பாடுகளால் இழைத்தவர்கள், ஒட்டுமொத்தக் கோயிலையும் கூட ஒரு மாபெரும் சிற்பமாக வேக் கருதி கட்டுமானத்தை மேற்கொண்டனர். இதனால் கோயிலின் உட்புற அங்கங்கள் ஒவ்வொன்றும் சரியான விகிதாச் சாரத்தில் அமைந்த யூக்ளிடின் (Euclidean) ஜியோமிதி வடிவமைப் பாயில்லை. அத்துடன் இவ்வங்கங்கள் ஒன்றோடொன்று ஒத்தியைந்து கட்டுமானக் கலையின் முக்கிய இலக்கணக்கூறான 'வெளி' அல்லது 'இட' உறவினை (Spatial harmony), நிறைவு செய்வதாயுமில்லை. இதற்குக் காரணமாய் கட்டுப்பாடான ஆகம விதிகளும், வாஸ்து சாஸ்திரங்களும் இருந்திருக்கலாம். இம்மனக் குறையை ஈடுசெய்வது போல் இஸ்லாமியக் கட்டுமானங்களின் உச்சகட்டப் படைப்புகள் உருவத்தில் நிதானமும், அமைப்பில் அழகும், விவரங்களில் தெளிவும் கொண்டதாய் காண்போர் உள்ளங்களை நிறைவுபடுத்து கின்றன.

எனவே பௌத்த, ஜைன, இந்து கோயில் கட்டுமானங் களோடு, இஸ்லாமியக் கட்டுமானங்களும் ஒன்றையொன்று நிறைவுசெய்வதுபோல் இணைந்து உலக அரங்கில் நம்மை தலைநிமிர்ந்திட வைக்கின்றன. உலகெங்கிலுமிருந்து சுற்றுலாப் பயணிகளை ஈர்த்து பெருமளவு அன்னியச்செலாவணியையும் ஈட்டித்தருகின்றன. உலக அரங்கில் பெருமையையும், பொருளி னையும் வாரிக்குவிக்கும் பல்வேறு பாணிகளில் அமைந்த இஸ்லாமியர் கட்டுமானங்களையும், அவற்றின் வரலாற்றையும் கற்கும் முயற்சியின் முதற்படியில் அடியெடுத்து வைப்போமா!

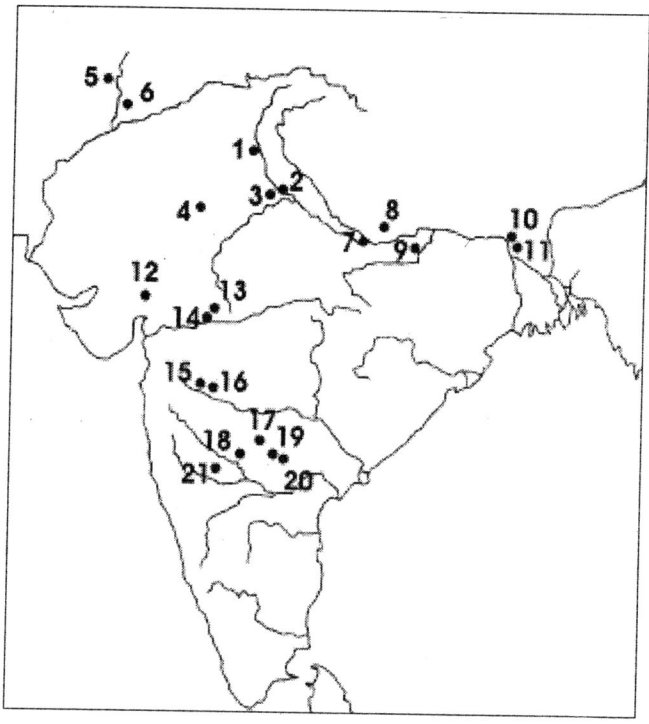

1. டில்லி
2. ஆக்ரா
3. பதேபூர்சிக்ரி
4. ஆஜ்மீர்
5. லாகூர்
6. மூல்தான்
7. அலகாபாத்
8. ஜான்பூர்
9. சசாரம்
10. பாண்டுவா
11. கௌர்
12. அகமதாபாத்
13. தார்
14. மாண்டு
15. தௌலதாபாத்
16. அவுரங்காபாத்
17. பீடார்
18. குல்பர்கா
19. கோல்கொண்டா
20. ஹைதராபாத்
21. பீஜப்பூர்

2

அத்தியாயம்

குதுப் குழுமக் கட்டுமானங்கள்

ஆப்கானிஸ்தானிலிருந்து முகமது கோரி இந்தியா மீது படையெடுத்து வந்தபோது, வட இந்தியாவில் ஒன்றுபட்ட வலுவானதொரு பேரரசு இல்லை. வீரம் செறிந்த இராஜபுத்திரர்கள் ஒற்றுமையின்றி ஒருவரோ டொருவர் போராடி வந்த காலம் அதுவாகும். 1191-ஆம் ஆண்டு முதலாம் தரைன் போரில் பிரிதிவிராஜ் சௌகன் மற்றும் ஜெயச்சந்திரன் ஆகிய இருவரும் ஒன்றுபட்டு முகமது கோரியை எதிர்த்து நின்று வென்றனர். பிரிதிவிராஜ், ஜெயச்சந்திரன் இடையே ஏற்பட்ட பகையைப் பயன்படுத்தி, 1192-ஆம் ஆண்டு இரண்டாம் தரைன் போரில் முகமதுகோரி பிரிதிவிராஜைத் தோற்கடித்தார். பின் 1194-ஆம் ஆண்டு சந்த்வார் போரில் ஜெயச்சந்திரனையும் தோற்கடித்தார் முகமதுகோரி. தொடர்ந்த போர் களின் மூலம் டில்லி, ஆஜ்மீர், கஜீரஹோ, விக்ரம சீலம், நாளந்தா போன்ற பல இடங்களைக் கைப் பற்றினார். ஆப்கானிஸ்தானிலேயே தங்க நேரிட்ட முகமது கோரியின் பிரதிநிதியாக அவரது நம்பிக்கைக் குரிய அடிமை குத்புதீன் அய்பெக் நியமிக்கப்பட்டார்.

'அடிமை' என்றதும் இந்தியாவில் நிலவிய ஜாதி மற்றும் பண்ணை அடிமை முறையைப் போன்ற தெனக் கொள்ளவேண்டாம். அராபிய, ஆப்கானிய,

துருக்கிய மன்னர்களின் அடிமைகள் அவ்வரசர்களின் பிள்ளை களை விட நம்பிக்கைக்குரியவர்களாகவும், வாரிசுகளாகவும் இருந்தார்கள். 1206-ஆம் ஆண்டு முகமதுகோரி எதிரிகளால் கொல்லப்பட்டவுடன், அய்பெக் டில்லி சுல்தான் ஆனார். அப்பொழுது தொடங்கிய அடிமை வம்ச ஆட்சி 1290 -ஆம் ஆண்டு வரை நீடித்தது. அய்பெக்கை தொடர்ந்து இல்துமிஷ், ரசியா பேகம், அல்லாவுதீன் மசூத், பால்பன், கைகுபாத் ஆகியோர் அடிமை வம்ச சுல்தான்களாக ஆட்சி செலுத்தினர். இவர்களனை வரும் துருக்கர்கள்.

அடிமை வம்ச ஆட்சியைத் தொடர்ந்து கில்ஜி வம்ச ஆட்சி டில்லியில் கி.பி. 1290- முதல் 1320-வரை நடைபெற்றது. ஜலாலு தீன் கில்ஜி, அலாவுதீன் கில்ஜி, குத்புதீன் முபாரக் ஆகியோர் கில்ஜி வம்ச டில்லி சுல்தான்களாவர். கில்ஜிகள் ஆப்கானிய, துருக்கிய கலப்புக் குலத்தினர் ஆவர். அடிமைவம்ச, கில்ஜிவம்ச சுல்தான்களால் தொடர்ச்சியாக மேற்கொள்ளப்பட்ட கலைப் படைப்புகள் குதுப் குழும வளாகத்தில் இடம் பெற்றுள்ளன.

குவாத் - உல் - இஸ்லாம் மசூதி வளாகம்:

டில்லியிலும், அதன்புறநகர் பகுதி களிலும் இஸ்லாமியர் களால் உருவாக்கப்பட்ட ஏழுநகர்ப் பகுதிகள் உள்ளன. அவற்றுள் முதலாவதான குலாய்-ராய்-பிதவுரா (Qila-i-Rai-Pithaura) என்ற நகரும், கோட்டையும் குத்புதீன்அய்பெக் உரு வாக்கியதாகும். இக்கோட்டையி லிருந்து ஆட்சி புரியத் தொடங்கிய குத்புதீன் அய் பெக், இந்நகரில் கட்டிய மசூதி குவாத்-உல்-இஸ்லாம் (Qwat-ul-Islam) அல்லது "இஸ்லாத்தின் மேன்மை", என்றழைக்கப் படுகின்றது. இம்மசூதிக் கட்டுமானம் இஸ்லாமியர்களின் தொடக்கக் கட்டுமான முறைகளின் குணாதிசயங்களை எடுத்து ரைக்கும் மிகச் சிறந்த சான்றாகும்.

குவாத் உல்-இஸ்லாம் மசூதி- பல்வேறு காலக்கட்ட வளர்ச்சியை எடுத்துரைக்கும் தரைவரைபடம்

டில்லியை வென்ற முகமது கோரியின் படையுடன் கலைஞர்களோ, கட்டு மானர்களோ, கைவினைஞர்களோவந்திட வில்லை. வெற்றி பெற்ற இஸ்லாமிய ஆட்சியாளர்கள் தங்களது ஆட்சியையும், மதத்தையும், கலாச்சாரத்தையும்நிலை

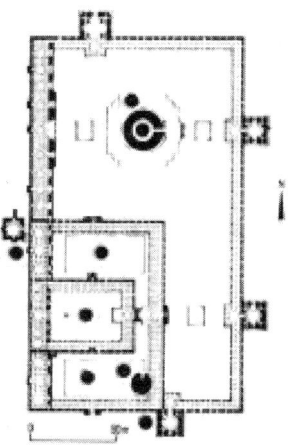

குவாத்-உல்-இஸ்லாம் மசூதியின் ஒட்டுமொத்த தோற்றம்

நிறுத்த முனையும் பொழுது, கட்டுமானக் கலைஞர்கள் தேவைப்பட்டனர். இந்தியாவில் பன்னெடுங்காலம் பௌத்த, ஜைன, இந்து கோயில்களை கட்டும் கலைஞர்களின் சந்ததியினர்- அனுபவசாலிகள் - கிடைத்ததும் அவர்களை தங்களின் இஸ்லாமிய மதத் தேவைகளை விளக்கி பயன்படுத்திக்கொள்ளத் தலைப்பட்டனர். மையத்தில் கருவறையும் அதன்முன் மண்டபமும், இவற்றைச் சுற்றி திறந்த வெளியும் உள்ளடக்கினாற் போன்று பலவரிசைத் தூண்களாலான சுற்றுச் சுவர் பகுதியும் கொண்டதாய் பல ஜைன, இந்துக் கோயில்கள் விளங்கின. இம் மாதிரிக் கோயில்களை மசூதிகளாக மாற்றுவது எளிதானது. மையப் பகுதி கட்டுமானங்களை திறந்தவெளியாக்குவது, மேற்பகுதியை மட்டும் மசூதிக்கேற்றார் போல் மாற்றியமைக்க வேண்டியது, தூண்களிலும், கோயிலின் பிற கூறுகளிலுமிருந்த சிற்ப வேலைப் பாடுகளை நீக்கி, இஸ்லாமிய அலங்காரக் கூறுகளை மேற் கொள்வது என்பன போன்ற சிற்சில மாற்றங்களின் மூலம் கோயிலை மசூதியாக மாற்றிட முடியும். இதன் மூலம் உருவ வழிபாட்டினை எதிர்ப்போர்களாக தங்களை நிலைநிறுத்திக் கொள்ளவும் அடிமைவம்ச சுல்தான்களால் முடிந்தது. இந்த குணாதிசயங்களனைத்தினையும் ஒருங்கே பெற்ற கட்டுமானமாக குதுப் வளாகத்தைக் கூறலாம்.

குவாத்-உல்-இஸ்லாம் மசூதி திறந்த வெளி விளிம்பில் இடம்பெறும் திருச்சுற்றுத் தாழ்வாரப் பகுதி

குவாத்-உல்-இஸ்லாம் மசூதியின் ஒட்டுமொத்தத் தோற்றம்

பழையதொரு கோயிலை மாற்றியமைத்தே குவாத் - உல் - இஸ்லாம் மசூதியும் கட்டப்பட்டுள்ளது. இம்மசூதியின் அடித்தளத்தில் பாதியளவானது திருத்தியமைக்கப்பட்ட கோயிலின் அடித்தள

மேயாகும். மையத்திலிருந்த கோயிலின் கருவறை நீக்கப்பட்டு நாற்கர வடிவிலமைந்த திறந்த வெளியாக மாற்றப்பட்டது. மசூதியின் மையப்பகுதியான இத்திறந்த வெளியைச் சுற்றிலும் தூண்களின் அணிவகுப்பு வரிசை அமைந்துள்ளது. இத்தூண்களின் அணிவகுப்பு வரிசைகளின் எண்ணிக்கை வடக்கிலும், தெற்கிலும் மூன்றாகவும், கிழக்கில் நான்காகவும் மேற்கில் ஐந்தாகவும் உள்ளன. இத்தகைய தூண்களின் அணிவகுப்பால் வடக்கு, தெற்குப் பகுதிகள் இரண்டு திருச்சுற்றினையும், கிழக்குப் பகுதி மூன்று திருச்சுற்றினையும், மேற்குப் பகுதி நான்கு திருச்சுற்றினையும் கொண்டுள்ளன. இரு திசை தூண் வரிசைகள் சந்திக்கும் மூலைப் பகுதிகள் மேல்தள அமைப்பையும் கொண்ட காட்சிமாடங்கள் போல் உருவாக்கப்பட்டுள்ளன. மேற்குப் பகுதி தவிர மற்ற மூன்று திசைகளிலும் நுழைவாயில்களைக் கொண்டுள்ளன. பிரதான நுழைவாயிலான கிழக்கு நுழைவாயில், குவிமாட விதானத்தைக் கொண்டுள்ளது. மசூதியின் மேற்குப் புறத்தில் மிஹ்ராப் (Mihrab) எனப்படும் தொழுகை மாடம் உடையதாய் சுவரொன்று எழுப்பப்பட்டுள்ளது. மேலும் உட்புறக் கருவறைப்பகுதி (Liwan), திருக்குர்ஆன் சொற்பொழிவு மேடை (Mimbar) ஆகியவைகளையும் மேற்குப் பகுதி கொண்டுள்ளது.

குவாத்-உல்-இஸ்லாம் மசூதியின் மிஹ்ராப்

குவாத்-உல்-இஸ்லாம் மசூதியின் திரைச்சீலைச்சுவர் மற்றும் இருப்புத்தூண்

ஒன்றன்மேல் ஒன்று அமர்ந்த நிலை தூண்களும், தூண் உச்சி யிணைப்புகளும் இரு தூண்களை இணைக்குமாறு தூண்களின் மேலமர்ந்துள்ள தூண்களும், விதானங்களும் வளமாக செதுக்கி திருத்தியமைக்கப்பட்டுள்ளன. அவை சிதிலமடைந்த கோயிலின் தளவாடப் பொருட்கள் ஆகும். பற்றாக்குறைக்கு மசூதியின் அருகிலிருந்த 27 இந்து மற்றும் சமணக் கோயில்களின் தளவாடப் பொருட்களும் பயன்படுத்தப்பட்டுள்ளதாக குதுப் வளாகத்தி னுள்ளேயே உள்ளகல்வெட்டொன்றிலிருந்து அறிந்துகொள்கின்றோம். பள்ளிவாசல்களில் கிப்லாவை (தொழும் திசையை) காட்டு வதற்காக அமைக்கப்பட்ட அமைப்பைக் குறிப்பிடும் இச்சொல் குர்ஆனில் நான்கு தடவை பயன்படுத்தப்பட்டிருக்கிறது. பள்ளி வாசல்களில் மிகவும் புனிதமான இடமாகக் கருதப்படும் மிஹ்ராபில் நின்று தான் இமாம் தொழுகையை வழிநடத்துகிறார். அவருடைய குரல் எதிரொலித்து அவருக்குப் பின்னால் நின்று தொழுபவர்களுக்கும் நன்கு கேட்பதற்காக அது சுவரின் உள்ளே குடைந்தது போன்று அமைக்கப்பட்டுள்ளது. மொத்தத்தில் இம்மசூதிக் கட்டமைப்பு தனி இஸ்லாமியக் குணாதிசயங்களைக் கொண்டிராததாய் உள்ளது.

குவாத்-உல்-இஸ்லாம் மசூதியின் திரைச்சீலைச் சுவர் வேலைப்பாடுகள்

இக்குறைபாடுகளையெல்லாம் பளிச்சென்று எடுத்துரைக்காமலிருப்பதற்காக இம்மசூதி கட்டிய இரண்டு ஆண்டுகளுக்குள்ளாகவே மேற்குத்தூண் வரிசைகளுக்கு முன்பாக மிகப்பெரிய திரைமறைப்புச் சுவர் வளைவுகளுடையதாய் எழுப்பப்பட்டது. இக்கட்டுமானம் இஸ்லாமியக் கட்டுமானங்களுக்கேயுரிய தனியம்சமாகும். 5 நுழைவாயில் வளைவுகளுடன் கூடிய கல்கட்டுமானமாகும் இது. மைய நுழைவாயில் வளைவு இருக்கும் சுவர்ப்பகுதி 50 அடி உயரமுடையதாகும். மைய நுழைவுவாயில் வளைவின் இருபுறமும் இரண்டு சிறிய வளைவு நுழைவாயில்கள் அமைக்கப்பட்டுள்ளன. இத்திரைச்சீலை வளைவுகளுடையச் சுவர்களின் கட்டுமானமும் இந்தியக் கட்டுமானக் கலைஞர்களின் கட்டுமானமேயாகும். ஏனெனில் ‘வளைவுகள்’ அமைப்பதற்குரிய அசல் கட்டுமான நுணுக்கத்தைப் (Radiating Voussoirs) பயன்படுத்தாமல், இந்தியக் கலைஞர்களுக்குத் தெரிந்த பரம்பரைக் கட்டுமான நுணுக்கத்தைப் (Oversailing courses) பயன்படுத்தியிருப்பதிலிருந்து தெரியவருகின்றது.

பிரம்மாண்டமான கற்திரைச் சீலையமைப்புக் கட்டுமானமும் கண்களுக்கு விருந்தளிப்பதாய்தான் உள்ளது. அழகு வளைவுகளை ஏற்படுத்தும் வகையில் நுணுக்கமாய் செதுக்கப்பட்ட பட்டையமைப்பு வேலைப்பாடுகள் உயரமான கற்திரைச் சீலையின் வனப்பை மேம்படுத்துவதாயுள்ளன. கூர்முனையாய் முடிவடையும் அழகுவளைவு அமைப்பால் பிரம்மாண்டமான முகப்பின் பளுவைக் குறைத்துக் காட்டிட முடிகின்றது. இத்தகு கட்டுமான நேர்த்தி மனதைப் பரவசப் படுத்துகின்றது. இத்திரைச் சீலைச் சுவரின் அழகுப்படுத்தும் கூறுகளில் இந்திய இஸ்லாமிய எண்ண வோட்டங்கள் வெளிப்படுகின்றன. வளைவு களிலும், நுண்ணிய நரம்புமுடிவு களையுடைய பூவேலைப்பாடு களிலும் இந்தியக் கூறுகள் வெளிப்படுகின்றன. நேர்கோட்டில மைந்த துக்ரா (Tughra) பொறிப்புகள் நிச்சயமாக இஸ்லாமியக் கலைக் கருத்துருதான். ஒட்டுமொத்த திரைச்சீலை வளைவு முகப்பின் கட்டுமான நேர்த்தி குறையற்றதாய் மிக அழகிய தாயுள்ளது. “நிச்சயமாக காலிகிராஃபி எனப்படும் சித்திர எழுத்துகளை எழுதும் இஸ்லாமியரொருவர்தான் இத்திரைச்சீலை வளைவு முகப்பு எப்படியிருக்கவேண்டும் என்று திட்டமிட்டிருக்க வேண்டும். ஆனால் இதை நிறைவேற்றிடும் முயற்சியின் கருவியாக இந்திய மூளையும், செயல்படுத்தும் கருவியாக இந்தியக் கரங்களும் தான்

செயல்பட்டிருக்க வேண்டும். ஏனெனில் எண்ணற்ற அலங்காரக் கூறுகள் பாரம்பரியமாக இப்பணியில் பன்னெடுங்காலமாக ஈடுபட்ட இந்திய மூளையில்தான் உதிக்க முடியும். இச்சிந்தனை உதயங்களை முழுமையாக அப்பழுக்கில்லாமல் இந்தியக் கரங்களால்தான் செதுக்க இயலும் "என்ற மார்ஷல் அவர்களின் கருத்தினை யாரும் மறுப்பதற்கில்லை.

பிரம்மாண்டமாய், அழகிய செதுக்கல் வேலைப்பாடுகளு டையதாய் இம்முகப்புத் திரைச்சீலை இருந்தபோதிலும், கட்டுமானக் கோணத்திலிருந்து பரிசீலிக்கும் பொழுது ஒட்டு மொத்த மசூதி அமைப்போடு இம்முகப்புத் திரைச்சீலை கட்டு மானம் ஒத்துப்போகவில்லை. "ஒட்டுமொத்த மசூதிக் கட்டு மானத்தோடு இயைந்ததாய், இணைந்ததாய் இம்முகப்புத் திரைச் சீலையமைப்பு இல்லை; முற்றவெளியிலுள்ள தாழ்வான தூண் வரிசையமைப்போடும் அதன்பின் உள்ள மசூதி மண்டபத்தி லுள்ள மெலிந்த நேர்த்தியான தூண்களோடும் ஒவ்வாத அமைப்பு டையதாய் அமைந்த பின்னாளையத் தனிக்கட்டுமானமே இத்திரைச்சீலை வளைவு முகப்பு கட்டுமானம்"; என்று மார்ஷல் விளக்கியுரைக்கின்றார்.

தொழுகைக்காக கூடுவோர் எண்ணிக்கை அதிகரிப்பதற் கேற்ப குவாத்-உல்-இஸ்லாம் மசூதியின் விரிவாக்கமும் தொடர்ந்தது. முதன்முதலில் அமைந்த மசூதியை மையமாகக் கொண்டே, அடுத்தடுத்து வந்த சுல்தான்களின் மசூதிவிரி வாக்கப்பணி நடைபெற்றது. இம்மாதிரி சேர்ப்பு மற்றும் விரிவுபடுத்தும், கட்டுமானங்களே இந்திய இஸ்லாமிய கட்டு மானங்களின் தொடக்க நிலைகளையும், வளர்ச்சி நிலைகளையும் எடுத்துரைப்பதாய் உள்ளன. கி.பி. 1230-இல் சுல்தான் இல்த்துமிஷ் மசூதியின் நாற்கர அமைப்பு பரப்பினைப்போல் இருமடங்கு டையதாய் இருக்குமாறு மசூதியை விரிவுபடுத்தினார். மசூதியின் வடக்கு, தெற்கு, கிழக்குப் பகுதிகளில் இணைப்புக் கட்டு மானங்கள் உருவாக்கப்பட்டன. இத்துடன் வழிபாட்டுக் கூடமும், முன்புறத்திலுள்ள மாபெரும் திரைச்சீலை வளைவு முகப்பும் வடக்கிலும், தெற்கிலும் விரிவுபடுத்தப்பட்டன. இதற்குத் தேவையான தளவாடப் பொருட்கள் புதிதாய் மலையி லிருந்து கல்லுடைத்து எடுக்கப்பட்டன. முந்தைய காலக் கட்டிடங்கள்போல் பழங்கட்டுமானப் பொருட்கள் பயன்படுத்தப் படவில்லை. முந்தைய தூண்வரிசைகளைப்போன்ற அமைப்பு

டையதாய்தான் விரிவாக்கத் தூண்வரிசையமைப்புகளும் அமைந்தன. கட்டுமான நுணுக்கங்களிலும் முந்தைய பாணியே பின்பற்றப்பட்டன. இருப்பினும் இவ்விரிவாக்கப் பகுதிகள் அனைத்திலும் இஸ்லாமியத் தன்மை மேம்பட்டிருப்பதாய் காட்டப்பட்டுள்ளன. கல்பரப்பில் அமைந்த செதுக்கிய வேலைப் பாடுகளெல்லாம் பென்சிலால் வரைந்தாற்போன்று உயிரோட்ட மில்லாததாய் தாழ்நிலை புடைப்புடையவைகளாய் அமைந் துள்ளன.

அலாவுதீன் கில்ஜி, இம்மசூதியை விரிவுபடுத்த முற்பட்ட வர்களில் இறுதியானவர். கிழக்குப் பகுதியிலும், வடக்குப் பகுதியிலும் மாபெரும் நீட்டிப்புக் கட்டமைப்பை உருவாக்கினார். தொழுகை மண்டபத்தை விரிவுபடுத்தும் நோக்கில், வடக்குப் பகுதியில் கட்டுமான இணைப்புப் பகுதி சேர்க்கப்பட்டது. இன்றைக்கு டில்லியிலுள்ள குவாத்-உல்-இஸ்லாம் மசூதி 1,52,000 சதுர அடிபரப்புடைய மிகப்பெரும் மசூதியாய்த் திகழ்கிறது.

குதுப்மினார்

இந்தியாவின் ஒப்பற்ற இஸ்லாமியக் கலைச்சின்னம் குதுப்மினார் என்ற வெற்றிக் கோபுரம் என்பதை யாரும் மறுக்க முடியாது. புகழ் மிக்க குப்புதீன் பக்தியார் காகி என்னும் சூபி புனிதரின் நினைவாக குப்புதீன் அய்பெக்கால் தொடங்கப்பட்ட கோபுரமாகும் இது. அவர் எழுப்பிய மசூதியின் தென்கிழக்கு மூலைப் பகுதியில் தூண் வரிசையிலிருந்து சற்று இடைவெளி விட்டு கட்டத்தொடங்கினார். ஆனால் சுல்தான் இல்டுமிஷ் அவர்களால் இக்கோபுரம் கட்டிமுடிக்கப்பட்டது. கீழ்திசை யிலும், மேல்திசையிலும் அல்லாவின் நிழலைப் பரப்பவே இக்கோபுரம் கட்டப்பட்டதாகவும் கூறப்படுகிறது. இக்கோபுரத்தின் நிழல் கதிரவனின் உதயத்திலும், அஸ்தமத்திலும் மிக நீண்டு கிடப்பது கண்கூடு. குவாத் - உல் - இஸ்லாம் மசூதியின் தொழு கைக்கு அழைப்பு விடுப்பதற்கு இந்த குதுப்மினார் பயன்படுத்தப் பட்டது.

சிவப்புக் மணற்கற்களாலான குதுப்மினார் இந்தியாவின் மிக உயரமான கற்கோபுரம் ஆகும். இதன் உயரம் 238 அடியாகும். 1874-ஆம் ஆண்டு இதன் உயரத்தை அளவிடும்போது ஆங்கிலப் பொறியாளர் கட்டிய சிறு பகுதியையும் சேர்த்து 242 அடி

குதுப்மினாரில் இடம்பெறும் காலிகிராஃபி வேலைப்பாடுகள்

இருந்ததாக ஜெனரல் கன்னிங்ஹாம் கூறுகிறார். இதன் முதல் பால்கனி 97வது அடியிலும், இரண்டாவது பால்கனி 148-ஆவது அடியிலும், மூன்றாவது பால்கனி 188-ஆவது அடியிலும் நான்காவது பால்கனி 214-ஆவது அடியிலும் உள்ளது. முதலாவது தளம் குத்புதீன் அய்பெக் அவர்களாலும், மற்ற மூன்று தளங்களும் அவரின் மருமகனும், அடுத்த சுல்தானுமான இல்துமிஷ் அவர்களாலும் கட்டப்பட்டது. 1230-ஆம் ஆண்டு கட்டி முடிக்கப் பட்ட இக்கோபுரத்தின் மேல் தளம் 1368-ஆம் ஆண்டு இடி மின்னலால் பாதிப்புக்குள்ளாயிற்று. தற்போது காணப்படும் மேல் இரு தளங்களையும் பிரோஷ் ஷா துக்ளக் (1351-1388) சீர்படுத்திக் கட்டினார். கல்வெட்டுக்களிலிருந்து, திரும்பவும் 1503-இல் இடி மின்னலால் உண்டான பாதிப்பை சீர்படுத்தியவர் சுல்தான் சிக்கந்தர் லோடி என்றறிகின்றோம். 1802-ஆம் ஆண்டு ஏற்பட்ட நிலநடுக்கத்தில் பாதிப்படைந்த கோபுரத்தின் மேல் பகுதியை ஆங்கிலப் பொறியாளர் ராபர்ட் ஸ்மித் சீர்படுத்தினார்; மேலும் குதுப்மினாரின் மேற்பகுதியில் மரக்கட்டுமானத்தாலான ஒரு தொப்பிவடிவ கோபுரத்தைப் பொருத்தி அதில் ஆங்கிலேயர்களின் யூனியன் ஜாக் கொடியைப் பறக்கவிட்டார். கோபுரத் தோற்றத்தோடு எவ்வகையிலும் பொருத்தமாயிராமல் இருந்த ஸ்மித்தின் கட்டுமானமானது கவர்னர் ஜெனரல் ஹார்டிங் பிரபுவால் (Lord Hardinge) 1848-ஆம் ஆண்டு நீக்கப்பட்டது. நீக்கப்பட்ட தொப்பிக் கட்டுமானத்தை குதுப் வளாகத்தின் வெளிப்புறத்திலுள்ள புல்வெளியில் காணலாம்.

குதுப்மினாரின் முதல் மூன்று தளங்களிலிருந்து மாறுபட்டதாய் குதுப்மினாரின் மேலிரு தளங்களும் உருளைவடிவில் அமைந்துள்ளன. இம்மேல்தளங்கள் வெள்ளைப் பளிங்குக் கற்களாலும், சிவப்புக் கற்பட்டைகளுடையதாயும் கட்டப்பட்டுள்ளன. குத்புதீன் அய்பெக்கால் கட்டப்பட்ட முதல் தளத்தின்

வெளிப்புறம் உயரவாக்கில் அரைவட்ட வடிவிலும் முக்கோண வடிவிலுமான விலா போன்ற அடுத்தடுத்து அமைந்த பட்டை களைக் கொண்டுள்ளது. இதற்கு மாறாக இரண்டாம் தளமோ அரைவட்டப் பட்டைகளை மட்டுமே கொண்டதாயுள்ளது. மூன்றாவது தளமோ முக்கோணப் பட்டைகளை மட்டுமே கொண்டுள்ளது. குதுப்மினாரின் பக்கங்களில் உள்ள பட்டைகள் அனைத்திலும் மிக அழகான பூவேலைப்பாடுகளும், திருக்குர் ஆன் வாசகங்களும் பொறிக்கப்பட்டுள்ளன. ஆரம்பகட்டத்தில் இந்த அழகு வேலைப்பாடுகள் கூபிக் பாணி இஸ்லாமிய காலிகிராஃபி முறையில் நுணுக்கமாக செதுக்கப்பட்டுள்ளன. ஆனால் இந்த அழகு வேலைப்பாடுகளின் செதுக்கல்கள் பெரி தாய், அழகிய வளைவுகளுடையதாய், துளுத் (Thuluth) பாணி காலிகிராஃபி சித்திரமாயும் இடம்பெற்றிருப்பது, காலஞ் செல்லச்செல்ல இஸ்லாமிய குணாதிசயத்தைக் கொண்டதாய் கலை வேலைப்பாடுகள் முன்னேறியுள்ளதை எடுத்துரைக்கின்றது.

குதுப்மினார் பால்கனியில் இடம்பெறும் வேலைப்பாடுகள்

அடிமை வம்சத்திலிருந்து துக்ளக் வம்சம் வரையிலான டில்லி சுல்தான்களின் பாணியை விளக்கிடும் அரிய வெற்றிக்கோபுரமாக

குதுப்மினார் விளங்குகின்றது. அடித்தளத்தின் விட்டம் 143 மீட்டராகவும், மேல்தளத்தின் விட்டம் 2.7 மீட்டராகவும், மேல்நோக்கிச் செல்லச்செல்ல கோபுரச் சுற்றளவு தொடர்ச்சியாக குறுகிக்கொண்டிருக்கும் அமைப்புடையதாயுள்ளது. ஒவ்வொரு தளத்திலும் வெளிப்புறம் நீட்டப்பட்டுள்ள பால்கனியின் எடை யைத் தாங்கும் வேலைப்பாடுகளின் (Muqarnas Corbel) நுணுக்கமான தேன்கூடு அமைப்பு செதுக்கல்கள் வியப்பூட்டு வதாய் உள்ளன. "உலகிலேயே மிகவும் சிறப்பான உயரமான ஒரு தூண்" என அமெரிக்க எழுத்தாளர் ராபர்ட் மின்டர்ன் வர்ணித் துள்ளார். ஐநா சபையின் புராதன பாரம்பரிய கலையிருப்பிட பட்டியலில் (Unesco World Heritage Site) குதுப்மினாரும், அதனைச் சுற்றியுள்ள பிற குதுப்வளாகக்கட்டுமானங்களும் இடம்பெற்றுள்ளன.

சுல்தான் இல்துமிஷ் அவர்களால் மேற்கொள்ளப்பட்ட குவாத்-உல்-இஸ்லாம் மசூதியின் மேற்குத் திசை விரிவாக்கத் திற்கு பின்புறம் அமைந்திருப்பது சுல்தான் இல்துமிஷ் கல்ல றையாகும். இது சுல்தானா ரஸியாவால் கி.பி. 1236-ஆம் ஆண்டு தன் தந்தை இல்துமிஷ் அவர்களுக்காக கட்டப்பட்ட கல்லறை யாகும். 30 அடிக்கும் குறைவான பக்க அளவுள்ள சதுரவடிவ ஓரறைக் கட்டுமானமாகும். சிகப்பு மணற்கற்களாலும், சாம்பல் வண்ண படிகக் கற்களாலும் (Gray Quartzite) கட்டப்பட்ட கல்லறையாகும். வடக்கு, தெற்கு, கிழக்கு சுவர் பகுதிகளில் வளைவுகளுடன் கூடிய நுழைவாயில்கள் உள்ளன. மேற்குப் பக்கச் சுவரின் உட்புறம் மிஹ்ராப் எனப்படும் தொழுகை மாடம் பளிங்குக் கற்களால் அலங்கரிக்கப்பட்டுள்ளது. இந்த பிரதான தொழுகை மாடத்தின் இருபுறமும் இரு சிறிய தொழுகை மாடங்களும் இடம் பெற்றுள்ளன. கட்டுமானத்தின் மேற்புறத்தில்

இல்துமிஷ் கல்லறை மண்டப உட்சுவர் வேலைப்பாடுகள்

இடம்பெற்றுள்ள ஸ்குவின்ச் (Squinch Arches) வளைவுகளி லிருந்து, அரைக் கோள குவிமாடம் கட்டுமான விதமானமாயிருந் திருக்க வேண்டும்; அது சிதிலமடைந்து விழுந்திருக்க வேண்டும் என யூகிக்க முடிகின்றது. நுழைவாயில் வளைவுகளும், ஸ்குவின்ச் வளைவுகளும் இந்திய கட்டுமான நுணுக்கத்தில் (Oversailing courses) அமைந்துள்ள வலுவற்ற வளைவுகள் ஆகும். இது எளிமையாயும், பகட்டுப் பெருமையெதனையும் எடுத்து ரைக்காததாயும், தொடக்க நிலை இந்திய-இஸ்லாமிய கட்டடக் கலையை எடுத்துரைக்கின்றதாயும் அமைந்துள்ள கல்லறையாகும்.

இல்துமிஷ் கல்லறை மண்டப
உட்சுவர் வேலைப்பாடுகள்

நுழைவாயிலின் பக்கங் களில் பொறிப்புப் பட்டைகள் இடம்பெற்றிருப்பதைத் தவிர, வெளிப்புறச் சுவர் வேலைப்பாடு கள் ஏதுமில்லை. கல்லறையின் உட்புறச் சுவர் பகுதிகள் முழு வதும் பூவேலைப்பாடுகளாலும், ஜியோமிதி வேலைப்பாடுகளாலும் அலங்கரிக்கப் பட்டுள்ளன. இவ் வேலைப்பாடுகளின் ஊடே திருக் குர்ஆன் வாசகங்கள் சித்திரம் வரைந்தாற்போன்று நாஸ்க், துஹ் ரா மற்றும் கூபிக் எழுத்துக்களால் பொறிக்கப்பட்டுள்ளன. வெள்ளைப் பளிங்குக் கற்களாலான சுல்தான் இல்துமிஷ்-ன் கல்லறைமாடமானது (Cenotaph) மண்டபத்தின் மையத்தில் சற்று உயரமான அடித்தளத்தின் மேல் அமைந்துள்ளது. ஒட்டு மொத்தத்தில், இக்கல்லறை 'இஸ்லாமிய நோக்கங்களை வெளிப் படுத்தும் இந்தியக் கலை அம்சங்களின் அற்புதமான எடுத்துக் காட்டு,' என்று பெர்குசன் குறிப்பிடுகின்றார்.

அலாய்மினார்

அலாவுதீன் கில்ஜி சுல்தானாக டில்லி அரியணை ஏறிய வுடன், கட்டடக் கலையும் சூடுபிடிக்க ஆரம்பித்தது. அவரது 20 ஆண்டுக்கால ஆட்சியில், எண்ணற்ற வெற்றிகளும், சாதனை களும், சீர்திருத்தங்களும் இடம்பெற்றன. எதனையும் பெரி தாகவே சாதித்திட விழையும் அலாவுதின் கில்ஜியின் கட்டடக் கலை கனவுகளும் மிக பிரம்மாண்டமானதேயாகும். குதுப்

அரைகுறைக் கட்டுமானமாய் அலாய்மினார்

வளாகத்தில் முன்பேயிருந்த இரு மசூதிகளையும் விட (குத்புதீன் அய்பெக் கட்டிய மசூதி, மற்றும் இல்துமிஷ் கட்டிய மசூதி விரிவாக்கம்) மிகப் பெரியதாய் ஒரு தொழுகைக்கூட மசூதியைக் கட்டத் திட்டமிட்டார். ஆனால் 'இறப்பு' முந்திக்கொண்டதால் மசூதிக்கட்டுமானம் முற்றுப் பெறவில்லை. அடித்தளமளவு மட்டுமே நிறைவேற்றப்பட்ட இம்மசூதியின் மிச்ச மீதிகளும், அலாய்மினார் கோபுரமும் அலாவுதீன் கில்ஜியின் பிரம்மாண்டமான திட்டமிடுதலுக்கு சாட்சிகளாகின்றன. இறந்த ஒரு புனிதரின் நினைவாகவும், அலாவுதீன் கில்ஜியின் வெற்றிகளைப் பறைசாற்றுவதற்காகவும் திட்டமிடப்பட்ட அலாய் மினார் முடிவுற்றிருந்தால் எல்லாவிதத்திலும் குதுப்மினாரை விட இரு மடங்கு பெரியதாயிருக்கும். ஆனால் 75 அடி உயரமும் 254 அடி சுற்றளவும் கொண்டதாய் உட்புறச் சுவரளவிலேயே கோபுரக் கட்டுமானம் நின்று போனது. வடக்குப் பகுதி விரிவாக்கத் திட்டத்தின் மையத்தில் அலாய்மினார் அமைந்துள்ளது.

அலாய்தர்வாசா

இம்மாபெரும் திட்டத்தினூடே முடிவுபெற்ற அலாவுதீன் கில்ஜியின் கட்டுமானமாக 'அலாய்தர்வாசா' நம்மை வசியப்படுத்துகின்றது. இக்கட்டுமானம் அலாவுதீன் கில்ஜியின் கிழக்குப் பகுதி மசூதி விரிவாக்கத்தின் தெற்குப்புற நுழைவாயில் மண்டப மாகும். 'இஸ்லாமியக் கட்டடக் கலையின் அதிமுக்கிய பொக்கி ஷமாக கருதப்படுபவைகளில் ஒன்று அலாய் தர்வாஷா' என்றுரைக்கின்றார் மார்ஷல். இக்கட்டுமானத்திலுள்ள கல்வெட்டுகளிலிருந்து இது கி.பி. 1310 - 11-ஆம் ஆண்டுகளில் கட்டி முடிக்கப் பட்டதாக தெரியவருகின்றது.

அரைக்கோள குவி மாடத்தை விதானமாகக் கொண்ட சதுரவடிவ மண்டபமாகும் அலாய் தர்வாஷா. இதன் நான்கு பக்கச் சுவர்களிலும் நுழைவாயில்கள் வளைவுகளுடன் அமைந்துள்ளன. மிக உயரமான அடித்தளத்தின் மேல் அலாய் தர்வாஷா அமைந்துள்ளது. அடித்தளத்தின் நான்கு பக்கச் சுவர்களிலும் அலங்காரப் பட்டைகள் நேர்த்தியாய் செதுக்கப்பட்டு அழகூட்டப்பட்டுள்ளது. சிகப்பு மணற்கற்களால் கட்டப்பட்ட அடித்தளத்தின் சுவர் பரப்பில் வெள்ளை சலவைக் கற்கள் பதிக்கப்பட்டுள்ள கட்டடக் கலையின் நேர்த்தி தனித்தன்மை யுடையதாயுள்ளது.

அலாய் தர்வாஸாவின் வெளிப்புறத்தோற்றம்

மேலும் அழகு சேர்ப்பதுபோல் காலிகிராஃபி சித்திரஎழுத்துக்களான கிடைமட்ட பட்டைகளாலும், பிற அழகூட்டும் வடிவ மைப்புகளாலும் அடித்தளச் சுவர்ப்பகுதி மெருகேற்றப் பட்டுள்ளது. மத்திய வளைவு நுழைவாயிலின் இருபுற முள்ள பக்கச் சுவரானது மேல்பகுதி, கீழ்ப்பகுதி என இரு பிரிவுகளைக் கொண்ட தோற்றமுடையதாயுள்ளது.

அலாய் தர்வாஸாவின் உட்சுவர் வேலைப்பாடுகள்

அலாய் தர்வாஸாவின் அழகு வளைவு நுழைவாயில் வேலைப்பாடுகள்

கீழ்ப்பகுதியும், மேல் பகுதியும் தனித்தனியே மேலும் இரு பிரிவுகளாய் உயரவாக்கிலமைந்த செவ்வகவடிவ சட்டப் பலகையமைப்பு மூலம் பிரிக்கப்பட்டுள்ளன. கல்லினால் ஆன தட்டியமைப்பு பெற்ற வளைவு சாளரங்களைப் போல் கீழ்ப்பகுதி சட்டப்பலகையமைப்புகள் தோற்றமளிக்கின்றன. இளந்தளிர் மற்றும் பூப் பின்னல் வேலைப்பாடுகளும், இதர அழகுப் பொறிப்பு வேலைப்பாடுகளும் சிகப்பு மணற்கற்களாலும் சலவைக் கற்களாலும் - ஒன்றோடொன்று ஒத்துப்போய் மிகவும் அழகூட்டு மாறு - மேற்கொள்ளப்பட்டுள்ளன.

ஆனால் முகப்பின் அழகிற்கு முக்கியக் காரணியாய் அமைவது மையத்தில் அமைந்துள்ள வளைவுகளுடன் கூடிய நுழை வாயில்கள்தான். நளினமான வளைவரையமைப்பில் அமைந்த வளைவுகளைப்போன்றே சமச்சீரான விகித அமைப்பில் அமைந்திருக்கும் நுழைவாயில் தோற்றமும், அதை நடை முறைப்படுத்தியிருக்கும் பாங்கும்தான் முகப்பின் பேரழகிற்குக் காரணமாகும். ‘குதிரைக்குளம்பு போன்ற வடிவமைப்பு’ என்று ரைத்திடும் கூர்முனை வளைவு அமைப்பைத்தான் தெற்கு, கிழக்கு, மேற்குப் பகுதிச் சுவர் நுழைவாயில்கள் பெற்றுள்ளன. ‘மெய்யான வளைவமைப்பு’ என்று கூறிடத்தகுந்தவாறு வளை வமைப்பிற்குரிய அசல்கட்டுமான நுணுக்கத்தை (radiating voussoirs) பயன்படுத்தி சீர்படுத்தப்பட்ட கற்களை (dressed stones) கொண்டு கட்டப்பட்டுள்ளது.

அலாய் தர்வாஸாவின் ஸ்குவின்ச் வளைவுகள்

நுழைவாயில் வளைவே அழகூட்டுவதுதான் எனினும், மேலும் அழகூட்டுவது போல மைந்துள்ளன இவ்வளைவில் மேற்கொள்ளப்பட்ட வேலைப்பாடுகள். வளைவினை எடுத்துரைக்கும் வெள்ளைச் சலவைக்கல் பட்டைகளில் மேற்கொள்ளப் பட்ட பொறிப்பு வேலைப் பாடுகள், வளைவின் ஓரப் பட்டைகளில் மேற்கொள்ளப்பட்ட ஈட்டி முனையமைப்பு வேலைப்பாடுகள், செவ்வக அமைப்பி லமைந்த சட்ட வேலைப் பாடுகள் ஆகிய அனைத்து வேலைப்

பாடுகளும் வடிவமைப்பு நோக்கிலும், அழகூட்டும் வேலைப் பாடுகள் நோக்கிலும் ஒட்டு மொத்தத்தில் ஒத்துப்போகுமாறு திறம்பட மேற்கொள்ளப்பட்டுள்ளன.

இத்தகு கட்டமைப்பு மாதிரியிலிருந்து சற்றே மாறியதாய் அமைந்துள்ளது வடக்கு முகப்புத் தோற்றம். இவ்வடக்கு முகப்பின் முன் கட்டப்பட்ட போர்டிகோ அமைப்பு இன்றில்லை. நுழைவாயில் வளைவு, கூர்முனையினைக் கொண்ட குதிரைக் குளம்பு வடிவில் அமைத்திடப்படவில்லை; மாறாக மூவிலைச் செடியமைப்பை (trefoil) உணர்த்தும் அரைவட்ட வடிவமைப்பில் அமைந்துள்ளது. பிறதிசை முகப்புகள் போன்றே, இந்த வடக்கு நுழைவாயில் முகப்பிலும் விலாவாரியான வடிவமைப்புகள் மேற்கொள்ளப்பட்டுள்ளன. மொத்தத்தில் மற்ற முகப்புகளி லிருந்து அழகுபடுத்தும் வேலைப்பாடுகளில் சற்றே மாறு பட்டிருக்க வேண்டும் என்ற எண்ணவோட்டம் வெளிப்படுத்திய தாய் சில அறிஞர்கள் கருத்துத் தெரிவிக்கின்றார்கள்.

நுழைவாயில் முகப்பு அழகிற்கு எவ்விதித்திலும் குறைந்த தாயில்லை உட்புற மண்டப அமைப்பு - தாழ்நிலை புடைப்பில் (low relief) அமைந்த அழகூட்டும் (diaper pattern) வேலைப் பாடுகளின் நேர்த்தி உயர்தரமாயுள்ளது. அரைக்கோள வடிவ விதானத்தின் வட்டவடிவ விளிம்பு அமர்வதற்குப் பொருத்தமாக மண்டபத்தின் சதுரவடிவ வடிவமைப்பு, எண்கோணவடிவ அமைப்பு உடையதாய் மாற்றப்பட்டிருக்கும் முறையின் நேர்த்தி, இத்தகு கட்டமைப்பிற்கு, பொருத்தமானதாயிருக்கும் அதே சமயத்தில், அழகூட்டுவதாயும் உள்ளது. சதுர மண்டபத்தின் உச்சிப் பகுதியில் சதுரஅமைப்பை எண்கோண அமைப்பாக மாற்றுவதற்கு கூரான வடிவமைப்புள்ள ஸ்குவின்ச் வளைவுகள் தொடர்ச்சியாக அமைக்கப்பட்டுள்ளன. அடுத்து எண்கோண வடிவமைப்பு வட்ட வடிவமைப்பாக மாற்றிட வேண்டுமல்லவா! இந்த எண்கோண அமைப்பின் முனைப்பகுதிகள் ஒவ்வொன்றிலும் அமைந்துள்ள இணைப்பு அமைப்புகள் (bracket) மூலம் 16 பக்க தண்டிணைப்பாக மாற்றப்பட்டுள்ளது.

இத்தகு அமைப்பு மூலம் அரைக்கோளவடிவ விதானத்தின் எடையானது சமச்சீராக தரைக்கு செலுத்தப்படுகின்றது. அதாவது அரைக்கோள விதானத்தின் மொத்த எடையும் அமரும் விளிம்பு வட்டத்திலிருந்து 16 பக்க தண்டிணைப்புச்சுவர் பகுதிக்கு

சமச்சீராக பரவுகின்றது, இதிலிருந்து எண்கோண வடிவ சதுரஅமைப் பிற்கும், பின் அதிலிருந்து சதுரவடிவிலுள்ள சுவர்களுக்கும் பரவி தரையை அடைகின்றது. சதுரம் எண்கோணமாக மாற்றப்படும் விதம், முகப்பு நுழைவாயிலின் கூர்முனை வளைவுகளோடு பொருத்தமாய் ஒத்துப்போகின்றது. மேலும் அசல் வளைவிற்குப் பொருத்தமான கட்டுமான முறைதான் சதுரத்தை எண்கோண மாக்கும் கட்டுமான முறையிலும் பயன்படுத்தப்பட்டுள்ளது.

வல்லுநர்களின் வழிகாட்டுதலும், புத்திசாலிகளின் மேற் பார்வையும் இருந்திருக்க வேண்டுமென்பது அலாய் தர்வா ஷாவின் பண்பட்ட கட்டுமான நேர்த்திக் கூறுகளிலிருந்து புலப்படுகின்றது. மேற்கு ஆசியாவில் குறிப்பாக நன்குவளர்ச்சி யடைந்த துருக்கிய பாணியில் வல்லுநர்களாய் விளங்கியவர் களின் கைவண்ணம் வெளிப்படுகின்றது. ஆனால் பாரம்பரிய இந்திய அழகுபடுத்தும் கூறுகளையும் ஒன்றிணைத்துக் கொண்டது தான் அலாய்தர்வாஷாவின் பேரெழிலுக்குக் காரணம் என பெர்சி ப்ரௌன் குறிப்பிடுகின்றார். "டில்லி சுல்தான்களால் 'அலாய்தர் வாஷா' வைப்போன்ற முழுமையான கட்டுமானம் இதற்கு முன்பும் மேற்கொள்ளப்படவில்லை; இதற்குப்பின்பும் முயற்சிக்கப்பட வில்லை" என்பது பெர்குஸனின் புகழுரையாகும்.

"தூரத்திலிருந்து அலாய் தர் வாஷாவைப் பார்க்கும்பொழுது, கண்ணில்படும் பல்வேறு சுவர் பகுதிகளும் சரியான விகிதாச் சாரத்தில் அமைந்துள்ளன. அடிப் படைக் கட்டடக்கலை இலக்கண மான இத்தோற்றப் பொலிவிற்கு மேலும் அழகூட்டுவதாய் மணற் கற்களின் சிகப்பும், சலவைக் கற்களின் வெண்மையும் அடுத் தடுத்து அமைந்து வர்ண ஜாலம் புரிகின்றன.

இத்தோற்றப்பொலிவையும், வர்ண ஜாலங்களையும் 'பளிச்' சென்று படம்போட்டுக் காட்டும் பணியை உயரமாய் அமைந்துள்ள

அலாய் தர்வாஸா வேலைப்பாடுகள்

அடித்தளமேடை செய்கின்றது. இதனை ரசித்துக் கொண்டே அலாய்தர்வாஷாவை நெருங்கினால் புறச்சுவர்ப் பகுதியெங்கும் மேற்கொள்ளப்பட்டுள்ள செடி, கொடி, பூப்பின்னல், காலி கிராஃபி வேலைப்பாடுகளின் நேர்த்தி, ஒருங்கியைந்த தோற்றம் ஆகியவை வண்ணப் பொலிவிற்கு மேலும் அழகூட்டுகிறது. கண்களுக்குக் கிடைத்த இந்த அரிய உயர்தர விருந்தை வியந்த வண்ணம் மண்டபத்தினுள் நுழைந்தால் அமைதியும் இறை யுணர்வும் நம் மனதை நிரப்புவதை உணரமுடியும். இவ்வுணர்விற்கு உள்மண்டப அமைப்பின் அனைத்து வேலைப்பாட்டு அம்சங்களும் அடிகோலுகின்றன. மணற்கற்களின் சற்றே மங்கிய சிகப்பு வண்ணமும், உயர்தர வேலைப்பாடுகளைக் கொண்ட வளைவு நுழைவாயில்களும், வேலைப்பாடுகளற்ற எளிய ஆனால் பரந்த அரைக்கோள குவிமாட விதானமும், இதன் அமர்விற்காக மேற்கொள்ளப்பட்ட அழகிய குதிரை குளம்பு வடிவ வளைவு வேலைப்பாடுகளும், சுவர்ப்பகுதிகளிலும், சாளரத் தட்டிகளிலும் மேற்கொள்ளப்பட்ட அழகிய தெளிவான வெவ்வேறு ஜியோமிதி வடிவ வேலைப்பாடுகளும் இறையுணர்வினால் ஏற்படும் மனஅமைதிக்கு காரணிகளாகின்றன. இக்கட்டுமானத்தைக் குறித்த முக்கிய எண்ணவோட்டமென்பது கட்டுமானத்தின் அனைத்துக் கூறுகளிலும் நிலவும் மிகப்பாந்தமான சமச்சீர் அமைப்பும், பொருத்தமான கட்டிடக்கலை தொழில்நுட்பம் பின்பற்றப்பட்டிருப்பதுமேயாகும்". அலாய் தர்வாஷாவை அணு அணுவாக ரசித்த மார்ஷல் அவர்களின் வர்ணனை இதுவாகும். அலாவுதீன் கில்ஜியின் கட்டடக்கலை கனவுகளின் மிகச் சிறிய பகுதியான அலாய்தர்வாஷாவின் நேர்த்தியே வர்ணனைக்கப்பாற் பட்டதெனில், முழுமையாய் கில்ஜியின் கனவு நனவாயிருந்தால் அதுவே இந்திய-இஸ்லாமிய கட்டடக்கலையின் தலைசிறந்த சாதனைகளில் முக்கியமானதாயிருக்கும் என்பதில் ஐயமில்லை.

இரும்புத் தூண்

உலக உலோகக் கலை அதிசயங்களில் தலையாயதாக குதுப் வளாகத்திலுள்ள இரும்புத்தூண் விளங்குகின்றது. இந்த இரும்புத்தூணின் உயரம் 7.21 மீட்டர், எடை ஆறு டன்னுக்கும் மேலானதாகும். இரண்டாம் சந்திரகுப்தர் (விக்ரமாதித்தியர்) (கி.பி. 375-414) என்பாரால் கி.பி. 402 வாக்கில் உதயகிரியிலுள்ள விஷ்ணுகோயில் வளாகம் எதிரில் நிறுவப்பட்டது. கி.பி. 10-ஆம்

நூற்றாண்டில் அனந்த பாலர் (Aanagdapal) என்பாரால் உதயகிரியி லிருந்து டெல்லியில் இன்றிருக்கும் இடத்திற்கு மாற்றப்பட்டது. விஷ்ணுக்கோயில் ஒன்றை இவ்விடத்தில் கட்டிய அனந்த பாலர், இத்தூணும் கோயிலின் அங்கமாயிருக்க வேண்டுமென்று விரும்பினார்.

தூணின் தண்டுப்பகுதியின் எடை 5865 கிலோ. உச்சி யிணைப்பான அழகு மணியமைப்பின் எடை 646 கிலோ, ஆக இரும்புத்தூணின் மொத்த எடை 6511 கிலோவாகும். பிரம்மி எழுத்தில் சமஸ்கிருத மொழியில் பொறிப்பு ஒன்று இரும்புத் தூணில் இடம்பெற்றுள்ளது. விஷ்ணுத்வஜஸ்தம்பமாக விஷ்ணு பாதம் என்றழைக்கப்பட்ட மலையில் அரசன் சந்திராவின் நினைவாக நிறுவப்பட்டதென்பதை இப்பொறிப்பு அறிவிக்கின்றது. கருட வடிவம் உச்சியிணைப்பில் இடம் பெற்றிருக்கலாம் என்பது உச்சியிணைப்பு வேலைப்பாடுகளில் இடம்பெற்றுள்ள உச்சிஆழ் இணைப்புத்துளை ஒன்றிலிருந்து தெரியவருகின்றது. சமீபகாலம் வரை வெவ்வேறு காலக்கட்டங்களில், அந்தந்த காலத்திய இரசாயனச்கண்டுபிடிப்பு முறைகளைப் பயன்படுத்தி இவ்விரும்புத் தூணின் துருப்பிடிக்காத காரணத்தை ஆய்ந்து வருகின்றனர். உலோகத்துறையில், பண்டைய இந்தியாவின் மாபெரும் சாதனைச் சாட்சியாக இந்த இரும்புத்தூண் விளங்குகின்றது.

இதர குதுப் வளாகக் கட்டுமானங்கள்

சுல்தான் பால்பன் அவர்களின் கல்லறை

இந்திய இஸ்லாமிய கட்டுமான பாணியில் முக்கிய மைல் கல்லாக பால்பனின் கல் லறைவிளங்குகிறது. குலாய் ராய் பிதோராவின் தென் கிழக்குப் பகுதியில் சிதில மடைந்த நிலையில் பால் பனின் கல்லறையைக் காண்கின்றோம். அரைக்கோள குவிமாட விதானத்தைக் கொண்ட 38 அடி பக்க அளவுள்ள சதுரக் கட்டுமானமாகும் இது.

சுல்தான் பால்பனின் கல்லறை மாடம்; இஸ்லாமிய பாணி அழகு வளைவு

நான்கு திசைகளிலும் வளைவு நுழைவாயில்களைக் கொண்ட இக்கட்டுமானம், கிழக்கிலும் மேற்கிலும் மட்டும் சிறு அறைகளைக் கொண்டதாயுள்ளது. கட்டப்பட்ட காலத்தில் மேற்கொள்ளப்பட்ட வேலைப்பாடுகள் ஏதும் இன்று காணப் படவில்லை. பெர்ஸி ப்ரௌன் உணர்த்துவது போல், உள்ளூர் கட்டுமானமுறைகளிலிருந்து விலகி அசல் வளைவு, மாடக் கட்டுமானங்களுக்குகந்த வலுவூட்டக்கூடிய அந்நிய இஸ்லாமிய பாணி கட்டுமான முறையை (radiating voussoirs) புகுத்தியதுதான் பால்பன் கல்லறைக் கட்டுமானத்தின் சிறப்பம்சமாகும். இனி வருங்காலங்களில் இக்கட்டுமான பாணி தான் வளைவு, மாடம் ஆகிய கட்டுமானங்களுக்கு பயன்படுத்தப் படவுள்ளது.

அலாவுதீன் கில்ஜியின் கல்லறை மற்றும் மத்ரஸா

குதுப் வளாகத்தின் பின்பக்கப் பகுதியில் மசூதிக் கட்டு மானத்திற்கு தென்மேற்கே 'L' வடிவங்கொண்ட கட்டுமானம் அலாவுதீன் கில்ஜியின் கல்லறையையும் இஸ்லாமிய மதக் கருத்துக்களை போதிக்கும் மத்ரஸாவையும் கொண்டுள்ளது. கட்டுமானத்தின் மைய மண்டபம் அலாவுதீன் கில்ஜியின் கல்லறையாகும்; இன்று அரைக் கோள குவிமாட விதானமின்றி உள்ளது. புனருத்தாரண வேலைகள் மேற்கொள்ளப்பட்டதால் மத்ரஸாக் கட்டுமானம் நன்முறையில் உள்ளது. இந்தியாவில் மத்ரஸா அருகிலேயே கல்லறைக் கட்டும் வழக்கத்தின்

அலாவுதீன் கில்ஜியின் கல்லறை மாடம் மற்றும் மத்ரஸா

அலாய் தர்வாஸா கட்டுமானத்தின் முன்னுள்ள இமாம் ஜமீன் கல்லறை மாடம்

தொடக்க விழாக் கட்டுமானமாகும் இது. அருகில் முதல் தளக் கட்டுமானத்திலேயே நின்றுபோன அலாய் மினாரைக் காணலாம்.

இமாம் ஜமின் கல்லறை

அலாய் தர்வாசாவை அடுத்து உயர்த்தப்பட்ட மேடைமேல் இமாம் முகமது அலியின் கல்லறையான இமாம் ஜமின் அமைந்துள்ளது. இக்கல்லறையின் கிழக்கு நுழைவாயிலில் உள்ள கல்வெட்டிலிருந்து நாம் அறிந்து கொள்வது - இமாம் ஜமின் துருக்கிஸ்தானத்திலிருந்து (Turkestan) வந்த மகான் ஆவார்; சிக்கந்தர் லோடியின் ஆட்சியின் போது கி.பி. 1500 வாக்கில் இந்தியாவில் குடியேறினார்; அவரது வாழ்நாளில் அவராலேயே அவருக்காக கட்டப்பட்ட கல்லறையாகும் இது; கி.பி 1539-இல் இறந்தவுடன் இக்கல்லறையில் அடக்கம் செய்யப்பட்டார். மணற்கற்களாலான கட்டுமானமாகும் இது. கோள வடிவ குவி மாட விதானமானது எண்கோண அடிமானத்தின் மேல் அமர்ந் துள்ளது. மண்டப உட்புறமானது வெள்ளைப் பூச்சு கொண்டு பளபளப்பேற்றப்பட்டுள்ளது. லோடி வம்ச ஆட்சிக் கால கட்டு மானப் பாணியில், நேர்த்தியான முறையில் அமைந்த துளைக ளுள்ள சாளரங்களைக் கொண்டுள்ளது.

♦

3

அத்தியாயம்

அடிமை மற்றும் கில்ஜி வம்சத்தவரின் பிற கட்டுமானங்கள்

அர்ஹை திங்கா - ஜொம்ப்ரா மசூதி, ஆஜ்மீர்

தாஜா முயீனுத்தீன் ஷிஸ்தி (ரஹ்) அவர்களின் உடல் அடக்கம் செய்யப்பட்டதன் காரணமாக ஆஜ்மீர் பிரசித்தி பெற்று விளங்குகிறது. இங்கு சுல்தான் அல்டமிஷால் கட்டப்பட்ட அர்ஹை திங்கா ஜொம்ப்ரா பள்ளி வாயிலும், அக்பர், ஷாஜஹான் ஆகியோரால் கட்டப்பட்ட பள்ளிவாயில்களும், அக்பர் நிர்மாணித்த அரண்மனையும், ஜஹாங்கீர் ஏற்படுத்திய பூந் தோட்டமும், ஷாஜஹான் கட்டிய அலங்கார மண்டபமும் இருக்கின்றது. அர்ஹை திங்கா ஜொம்ப்ரா என்பதன் நேரடிப் பொருள் 'இரண்டரை நாள் தங்குமிடம்' என்பதாகும். குவாத்-உல்-இஸ்லாம் மசூதியைவிட காலத்தாற் பிந்தைய இம்மசூதிக்கு இப்பெயர் வரக் காரணமென்ன? இஸ்லாமியப் படையெடுப்புகளுக்கு வெகுகாலம் முன்பிருந்தே அஜ்மீரில் வழக்கத்திலிருந்த இரண்டரை நாள் திருவிழாவாக இருக்கலாம்; அல்லது இம்மசூதி அமைந்துள்ள இடத்திலிருந்த சிதிலமடைந்த வைஷ்ணவக் கோயிலை மசூதிக் கட்டுமானத்திற்கேற்றாற் போல் திருத்த எடுத்துக்கொண்ட நாட்களாயிருக்கலாம். தாரகாமலையால் சூழப்பட்டுள்ளது இம்மசூதி. சுல்தான்

குத்புதீன் அய்பெக் அவர்களால் கட்டப்பட்ட மசூதி அளவில் சிறியதாகும். உயர்த்தப்பட்ட அடித்தள மேடைமேல், 840 சதுர அடி அளவுள்ள மசூதியின் விரிவாக்கம் சுல்தான் இல்துமிஷ் அவர்களால் மேற்கொள்ளப்பட்டதாகும். மஞ்சள் வண்ண மணற்கற்களைக் கொண்டு மசூதி கட்டப்பட்டுள்ளது.

கூர்முனை அமைப்புள்ள அலங்கார வளைவுகளுடன் கூடிய கிழக்கு நுழைவாயிலை அடைய அகலமான படிக்கட்டுகளில் ஏறிடவேண்டும். சிறிய அளவில் காட்சிமாடம் (Pavilion) இணைந்ததாய் தெற்கு திசை நுழைவாயில் அமைந்துள்ளது. வளாக மையத்தில் திறந்த வெளி; இதனைச் சுற்றிலும் விதானத்துடன் கூடிய தூண்வரிசைகளுக்குக்கிடையே அமைந்த நடைபாதைப் பகுதியையும், திசைமூலைகளில் கோபுரக் கட்டு மானங்களையும் கொண்டுள்ளது. மேற்குத் திசையில் மசூதி யினையும், இத்தொழுகை மண்டபத்தை மறைப்பதுபோல் ஏழு அலங்காரவளைவு திரைச்சீலை சுவரமைப்பையும் கொண் டுள்ளது இவ்வளாகம்.

டில்லியின் குவாத்-உல்-இஸ்லாம் மசூதியும், இம்மசூதியும் கட்டுமான பாணியிலும், மேற்கொள்ளப்பட்ட கட்டுமான வேலைகளிலும் பெருமளவு ஒத்திருக்கின்றன. இம்மசூதி, டில்லி மசூதியைக் காட்டிலும் இருமடங்கு பெரியது. டெல்லி மசூதியில் தூண்களின் வரிசை நெருக்கியடித்துக் கொண்டுள்ளன. மேலும், தாழ்வான தூண்களாகவுமுள்ளன. அருகருகேயும் அமைந்துள்ளன. அகலங்குறைந்த பல திருச்சுற்றுகள் (aisle) அல்லது நடைபாதை அமைப்புகள் கொண்டதாய் வளாக மைய திறந்தவெளி அமைந்துள்ளது. எனவே ஒட்டுமொத்த அமைப்பும் தற்காலிகப் பயன்பாட்டிற்காக திட்டமிட்டாற்போன்ற தோற்றத்தைத் தருகின்றது. டில்லி மசூதி கட்டுமானத்தில் கிடைத்த பட்டறிவை முழுமையாய் அஜ்மீர் கட்டுமானத்தில் பயன்படுத்தியுள்ளனர். எனவே மேலே குறிப்பிட்ட குறைபாடுகள் களையப் பட்டதாய் அஜ்மீர் மசூதி தோற்றமளிக்கின்றது. மசூதியின் மையத்திலுள்ள திறந்த வெளியைச் சுற்றிலும் விசாலமான, விதானத்துடன் கூடிய, தூண்களாலான ஒரேயொரு நடைபாதை அமைப்பைக் கொண் டுள்ளது. தொழுகை மண்டபத்திலும், திறந்தவெளியைச் சுற்றி யுள்ள விதானத்துடன் கூடிய நடைபாதையிலும் இடம்பெறும் தூண்களும், விதானத்தில் உள்ள அரைக்கோள குவிமாடங்களும்,

சமச்சீர் அமைப்பைப் பெற்றதாய், சீரான இடைவெளியுள்ளதாய் அமைந்துள்ளன.

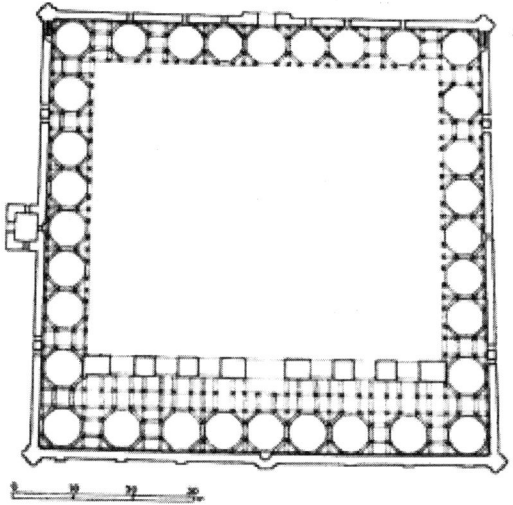

ஆஜ்மிர் குவாத்-உல்-இஸ்லாம் மசூதி தரைவரைபடம்

டில்லி மசூதியுடன் ஒப்பிடும்பொழுது, இம்மசூதியின் பல்வேறு பிரிவுகளும் தனித்தனியே மேம்பட்டதாயும், குழும ஒருங்கிணைப்பிற்கு சிறப்பாக ஒத்துப்போவதாகவும் அமைந்துள்ளன. மசூதிக் கட்டுமானத்திற்கே சம்பந்தமில்லாத விஷ்ணு கோயில் தளவாடப்பொருட்களைக் கொண்டு அழகுணர்வும், இறையுணர்வும் மேலோங்கச் செய்யுமாறு கட்டப்பட்டுள்ள தொழுகை மாடம் அமைந்துள்ளது.

ஆஜ்மிர் குவாத்-உல்-இஸ்லாம் மசூதியின் ஒட்டுமொத்த தோற்றம்

கருப்பு வண்ண கருவறைச் சுவரிலமைந்துள்ள வெண் சலவைக் கற்களாலான மிஹ்ராப் குறிப்பிடத்தக்கது. அலங்கார வளைவுகள் ஏழினைக்கொண்ட சுல்தான் இல்துமிஷ் கட்டிய, திரைச்சீலைக் சுவரமைப்பு டில்லி மசூதியில் உள்ளதைப் போன்றதுதான். ஆனால் மத்திய, முக்கிய வளைவின் இருமுனை களிலும் உள்ள நட்சத்திர வடிவ மினார் கோபுர அமைப்பால் சிறு மாற்றம் கொண்டதாயுள்ளது. வளைவு வேலைப்பாடுகளின்

ஆஜ்மிர் குவாத்-உல்-இஸ்லாம் மசூதியின் தொழுகை
மண்டப உட்தோற்றம்

மேல் இம்மாதிரி மினார் கோபுரங்களைப் பொருத்தும் முறை இங்கு தொடங்குகிறது; முகலாயர் கட்டுமானங்களில் உச்ச கட்டத்தை எட்டியது. இத்திரைச்சீலை அலங்கார வளைவு சுவரமைப்பிற்கும், தொழுகை மண்டபத்திற்கும் உள்ள கட்டு மான அளவு விகிதாச்சாரம் குதுப் மசூதியைப் போலல்லாமல் மிகப்பொருத்தமாய் உள்ளது. கணிதத் துல்லியமும் அழகு வேலைப்பாடுகளின் நேர்த்தியும், தொழில்நுட்பக் கைத்திறனும் மேம்பட்டதாய் அஜ்மீர் மசூதி திரைச்சீலை சுவரமைப்பு அமைந்துள்ளது. ஆனால் கற்பனைத்திறனிலும், கலைத்துவமான முன்னோக்குப் பார்வையிலும் சற்றே பின்தங்கியவராகவே அஜ்மிர் மசூதித் திரைச்சீலை வடிவமைப்புப் படைப்பாளி விளங்குகிறார். இது டில்லி குதுப் மசூதியோடு ஒப்பிடும்பொழுது நம் உணர்வில் கொப்பளிக்கும் எண்ணவோட்டமாகும்.

தொழுகை மண்டபமானது மேற்குச் சுவருக்கு இணையாக ஐந்து உட்பிரிவுகளாக தூண் வரிசைகள் மூலம் பிரிக்கப்பட்டுள்ளது; பல்வேறு வகையான விதான அமைப்புகளைக் (lantern and corbell ceilings) கொண்டதாயுள்ளது. இந்து, ஜைன கோயில் விதான கட்டுமான முறைகளின் திருத்தமே இவையாகும். மசூதி மேல் அமைந்துள்ள ஐந்து அரைக்கோள குவி மாடங்களும் 'அசல்' குவி மாட ரகத்தைச் சேர்ந்தவைகளல்ல. கோயில் மண்டப விதான கட்டுமான முறையை சற்றே மாற்றியமைத்து இக்குவிமாடங்களைக் கட்டியுள்ளனர். ஜைன, இந்துக் கோயில் கருவறை விமான உச்சியான 'அமலாகம்' கட்டுமான முறையை குவிமாட கட்டமைப்பில் சற்றே திருத்தி கையாண்டுள்ளனர். நடைபாதை யமைப்பு விதானமும், தொழுகை மண்டப விதானமும் 23 அடி உயரத்திலிருக்குமாறு தூண்கள் ஒன்றன்மேல் ஒன்றாய் அடுக்கப்

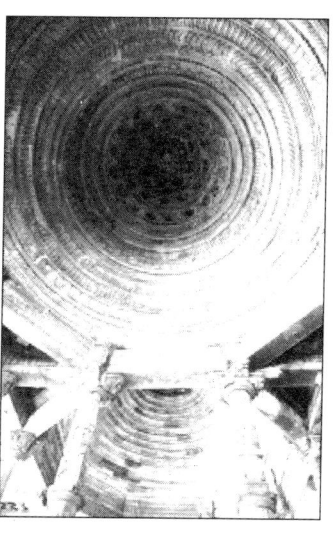

ஆஜ்மிர் குவாத்-உல்-இஸ்லாம் மசூதியின் அரைக்கோள குவிமாட உட்தோற்றம்

ஆஜ்மிர் குவாத்-உல்-இஸ்லாம் மசூதியின் நுழைவாயில்

பட்டுள்ளன. அலங்கார வளைவு சுவர் மாடங்களில் இடம்பெறும் அழகு வேலைப்பாடுகள் இராக்கின் அப்பாஸிட்களின் பாணியையும் (Abbasid Iraq), எகிப்தின் பாஃதிமிட் (Fatimid Egypt) பாணியையும் நினைவுபடுத்துகின்றன. சுல்தான் இல்த்துமிஷ் மேற்கொண்ட விரிவாக்க பகுதிகளின் செதுக்கல் வேலைப்பாடுகள் தாழ்நிலைப் புடைப்புகளாகும், பிரதியெடுத்தாற்போன்ற சில ஜியோமிதி அழகு வேலைப்பாடு மாதிரிகளே சிறியதாகவும், திரும்பத் திரும்பவும் வளைவுகளையொட்டி அமைந்துள்ளன. இவ்வேலைப் பாடுகளுக்கிடையே நாக்சி (Naqshi), கூபிக் (Kufic) பாணி பொறிப்புகள் அமைக்கப்பட்டுள்ள விதம் சிறப்பாயுள்ளது. திருக்குரான் பொறிப்புகள் மட்டும் உயர்புடைப்பு சிற்ப வேலைப் பாடுகளாய் அமைந்து பிற தாழ்புடைப்பு வேலைப் பாடுகளி லிருந்து வித்தியாசப்பட்டு பளிச்சென்று கண்ணில் படுகின்றது. கட்டுமான நுணுக்கங்களிலும், அழகூட்டும் வேலைப்பாடு களிலும் பெருமளவு முன்னேற்றம் தெரிந்தாலும், கட்டுமான உறுதி பற்றிய ஐயப்பாடுகள் கட்டட வடிவமைப் பாளர்கள் மற்றும் அதனைச் செயல்படுத்தியோர் மனதில் இருந்திருக்கலாம்; ஏனெனில் முக்கிய கிழக்கு நுழைவாயிலின் வளைவு வேலைப் பாடுகளைத் தாங்குமாறு மிகக் கனமான பருமனான குறுக்குச் சட்டமொன்று (Lintel) இடம்பெற்றிருப்பது, இத்தகு எண்ண வோட்டத்தை ஏற்படுத்துகிறது. இருப்பினும் இஸ்லாமிய குணாதிசயங்களை கோயில் தளவாடப் பொருட் களின் மூலம் வெளிப்படுத்துவதில் இந்திய கட்டடக்கலைஞர்கள் பெரும் தேர்ச்சிபெறத் தொடங்கிவிட்டனர் என்பதனை எடுத்துரைப் பதாய் அர்ஹை திங்கா ஜொம்ப்ரா மசூதி அமைந்துள்ளது.

சுல்தான் காரி (Sultan Ghari)

இந்தியாவில், இஸ்லாமியர்களின் முதல் கல்லறைக் கட்டுமானம் இதுவேயாகும். கி.பி. 1231 - 32-இல் தனது நேசத்திற்குரிய மூத்த மகன் நஸிரூதின் முகமதுவுக்காக சுல்தான் இல்துமிஷ் அவர்களால் கட்டப் பட்டது. குதுப் மசூதி வளாகத்தி லிருந்து மூன்று மைல் தொலை விலுள்ளது மல்காபூர் (Malkapur).

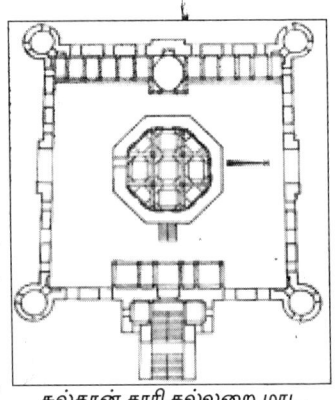

சுல்தான் காரி கல்லறை மாட தரைவரைபடம்

காரி (Ghari) என்றால் குகை என்று பொருள். வங்காளத்தினை சுல்தானிய ஆட்சியின் கீழ் கொண்டுவந்தவுடன், *18* மாதங்கள் அதன் பிரதிநிதியாகவும் ஆட்சி புரிந்து தந்தையின் அன்புக்கு பாத்திரமானவர் நஸிரூதின் முகமது. கொலையுண்ட இவரின் பிரிவால் வாடிய இல்துமிஷ் எழுப்பிய கல்லறைக் குகை நினைவுச்சின்னமாகும் இது. வலுவான கோட்டை போன்றிருக்கும் இக்கட்டுமானத்தினுள் நுழைய பெரிய நுழைவாயில் ஒன்றுள்ளது. நுழைவாயிலில் நுழைவதற்கு முன், கோட்டைச் சுவரமைப்பை

சுல்தான் காரி கல்லறை மாடத்தைச் சுற்றி அமைந்துள்ள
கோட்டைக் கட்டுமானம்

சுல்தான் காரி கல்லறை எண்கோண வடிவ
கல்லறை மாடமும், அதன் மேற்குத் திசையில் அமைந்துள்ள மசூதியும்

பார்த்தால், கோட்டைச் சுவரின் இரு மூலைகளில் காப்பரண் (Bastions) உருளை வடிவமைப்புடன் இருக்கக் காணலாம். நுழை வாயிலிலும், காப்பு அரண்களிலும் அலங்கார வளைவு வேலைப் பாடுகள் உள்ளதைக் காணலாம். அவை சாம்பல்நிறக் கருங்கற்கள் கொண்டு கட்டப்பட்டுள்ளன. கோட்டையினுள் நுழைந்தால், திறந்தவெளி மைதானம் உள்ளது. மையத்தில் எண்கோண வடிவமைப்பில் தரைக்குமேல் குறைவான உயரமேடையுடைய சுவர்க் கட்டுமானம் தட்டையான (flat) விதானத்துடன் அமைந்துள்ளது. இதுதான் கல்லறை மாடம் (cenotaph) இருக்கும் நிலவறை மண்டபக் கட்டுமானமாகும். தரைக்கு மேலிருக்கும் எண்கோணச் சுவரின் ஒரு பக்கத்தில் அமைந்துள்ள மிகச்சிறிய நுழைவாயில் மூலம் படிக்கட்டுகளில் இறங்கினால் நிலவறையை அடையலாம்.

இக்கல்லறை மண்டபத்தைச் சுற்றிலும், கோட்டைச் சுவரை ஒட்டியே, தூண்களாலான நடைபாதை தாழ்வாரப் பகுதி அமைந்துள்ளது. கல்லறை மண்டபத்தின் மேற்கு திசையில் மசூதி இருக்க வேண்டுமென்பது முக்கியக் கட்டுமானக் கூறாகும். அதன்படி, இங்கும் மேற்குச் சுவரருகில் சிறிய மசூதியொன்று எழுப்பப் பட்டுள்ளது. மசூதியின் மையப்பகுதி விதானம் அரைக்கோள குவிமாட விதான அமைப்புடையது; மிஹ்ராப் சுவரில் இலைய மைப்பு அழகு வேலைப் பாடுகளுடன்கூடிய தோரண வளைவுஇடம்பெற்றுள்ளது; ஒட்டுமொத்த மசூதிக் கட்டு மானமும் தூண்களின் அணி வகுப்பு வரிசையால் தாங்கப் படுகின்றது.

தூண்கள், தூண் இணைப் புகள், குறுக்குச் சட்டங்கள், அழகு வேலைப்பாடுகள், அலங்கார வளைவுகள்,

சுல்தான் காரி கல்லறை மாட மசூதியின் மிஹ்ராப்

அரைக்கோள சு விமாடம் ஆகிய அனைத்திலும் இந்தியக் கலைஞர்களின் ஜைன, இந்துக் கோயில் கட்டுமான வடிவமைப்பும், கைத்திறனும்தான் வெளிப்படுகின்றது. இந்துக் கோயிலின் தளவாடப் பொருட்கள் பயன்படுத்தப் பட்டுள்ளன. ஆனால் பல்வேறு பாகங்களின் அமைப்பும் தனித்தனியாகவும், ஒன்றிணைந்தும் கட்டட இலக்கண நேர்த்தியினை, ஒருங்கிணைப்பை வெளிப்படுத்துவதாய் உள்ளன. வலுவான கோட்டைச் சுவர் ஏற்படுத்தும் உணர்வு கோட்டையினுள் நுழைந்ததும் மாறி விடுகின்றது; மனதினுள் அழகுணர்வும், அருளுணர்வும், அமைதியும் ததும்புவதை உணர முடியும். அதனால்தான் இன்றளவும் இந்துக்களும், இஸ்லாமியர்களும் இறையுணர்விற்காக வருமிடமாக இக்கட்டுமானம் விளங்குகிறது.

உத்திரப்பிரதேச மாநிலத்திலுள்ள புதவுன் (Buduan) என்னுமிடத்தில் உள்ள அவுசி சாம்சி (Hauz-i-shamzi), சாம்சி இத்கா (Samzi -Idgah) ஜாமி- மசூதி (Jami Masjid) ஆகிய கட்டுமானங்களும் இல்துமிஷ் காலத்தைச் சேர்ந்தவை எனக் கூறுவர். நாகௌர் (Nagaur) என்னுமிடத்திலுள்ள (ஜோத்பூர்) அடார்கின் - கா - தர்வாசா (Atarkin-ka-Darwaza)-வும் இல்துமிஷ் காலத்தைச் சேர்ந்ததுதான். ஆனால் இவைகளெல்லாம் தொடர்ச்சியாய் மேற்கொள்ளப்பட்ட புனருத்தாரண வேலைப்பாடுகளால் கட்டப் பட்ட காலத்திய வடிவமும், இயல்பும் என்னவென்பது கணிக்க இயலாததாயுள்ளது.

சிரி நகரம்

இஸ்லாமியர்களால் டெல்லியில் உருவாக்கப்பட்ட 7 நகரங்களில் இரண்டாவதான சிரி (Siri) நகரம் அலாவுதீன் கில்ஜியின் மாபெரும் கட்டுமானத்திட்டங்களில் ஒன்றாகும். சிரி, குதுப் வளாகத்திற்கு வடக்கே அமைந்துள்ளது. மங்கோலியப்படையெடுப்பு குறித்த அச்சத்தினால் தலைநகருக்கு இடம் பெயர்ந்த மக்களுக்காக கி.பி 1303-இல் தொடங்கப்பட்டது. ஆயிரங்கால் அரண்மனையையெல்லாம் கொண்டிருந்ததாம்! என்றாலும் இந்நகர் இன்றைக்கு முற்றிலும் இடிபாடுகளுடையதாய் காணப்படுகின்றது. நகரைச் சுற்றி எழுப்பப்பட்ட சுற்று அரண் சுவரின் சில பகுதிகள்தான் இன்று எஞ்சியுள்ளன. ஆனால் இதுவே இஸ்லாமிய அரண் அமைப்பு கட்டுமான இலக்கணத்தை எடுத்துரைப்பதாய் உள்ளது. புதிய நகரின் மேற்கு விளிப்புப் பகுதியில் 70 ஏக்கர் பரப்பில்

உருவாக்கப்பட்ட அழகிய நீர்த்தேக்கம் அவுசி அலாய் (Hauz-i-Alai) அல்லது அவுசி காஸ் (Hauz-i-Alai) நீர்த்தேக்கம் என்றழைக்கப்படு கின்றது. இதன் கரையில்தான் டெல்லியை வென்ற தைமூரின் படையின் படைவீடு அமைந்தது என்பது குறிப்பிடத்தக்கது.

சுல்தான் காரி கல்லறை மாட மசூதியின் குவிமாடம்

ஜமாத் கானா மசூதி (Jamaat Khana Mosque)

பிரத்யேகமாக உடைத்தெடுக்கப்பட்ட சிகப்பு மணற்கற்களைக் கொண்டு கட்டப்பட்ட முதல் இஸ்லாமியக் கட்டுமானம் - இந்து, ஜைன கோயிலின் தளவாடங்கள் ஏதும் பயன்படுத்தப்படாத கட்டுமானம் என ஜமாத்கானா மசூதியை மார்ஷல் வர்ணிக்கிறார்.

இம்மசூதி டெல்லியிலுள்ள நிஜாமுதீன் அவுலியா (Nazam-ud-in-Auliya) தர்ஹா வளாகத்தினுள் அமைந்துள்ளது; அடுத் தடுத்தாற்போல் அமைந்திருக்கும் மூன்று பிரிவுகளையுடைய மசூதிக் கட்டுமானமாகும். மையப் பிரிவு சதுரவடிவிலும், மற்ற இரு பக்கப் பிரிவுகளும் நீள்செவ்வக வடிவிலும் அமைந்துள்ளன. இம்முப்பிரிவுகளுக்கும் தனித்தனியாக பெரிய அலங்கார வளைவுடன் கூடிய நுழைவாயில் முகப்பு உள்ளது. அலாய் தர்வாசாவைப் போல் அலங்கார வளைவுகள் கூர்முனை வடிவ மைப்பைப் பெற்றுள்ளன. வளைவுகள் அகலமான, பொறிப்பு வேலைப்பாடுகளுள்ள விளிப்புச் சட்டங்களைப் பெற்றுள்ளன. மேலும் கூர் ஈட்டி முனை போன்ற அழகு வேலைப்பாடுகளையும் பெற்றுள்ளன.

டில்லி ஜமாத் கானா மசூதியின் முகப்பு வேலைப்பாடுகள்

டில்லி ஜமாத் கானா மசூதியின் முகப்பும், அதன் முன்னுள்ள நிஜாமுதீன் அவுலியா தர்ஹாவும்

டில்லி ஜமாத் கானா மசூதியின் ஸ்குவின்ச் வளைவுகள்

மசூதியின் மூன்று பிரிவுகளுமே அரைக்கோள குவிமான விதானத்தைக் கொண்டுள்ளன. அரைக்கோள எடையை, சமச்சீராக, சுவர்களின் மூலம் தரைக்குக் கடத்தும் தொழில் நுட்பத்தின் ஒரேயொரு அம்சத்தில்தான் இம்மசூதிக்கும் அலாய்தர்வாசா விற்கும் வித்தியாசமுள்ளது. அது சதுரவடிவ சுவரமைப்பை எண்கோண வடிவாக மாற்றுவதில் கையாளப்பட்டுள்ள தொழில் நுட்பக் கூறாகும். அலாய்தர்வாசாவில் ஸ்குவின்ச் வளைவுகள் பயன்படுத்தப்பட்டுள்ளன. மாறாக இம்மசூதியில் நான்கு சுவர் மூலைகளிலும் முக்கோணவடிவ தொங்கல் வடிவமைப்புகள் (triangular pendentives) பயன்படுத்தப் பட்டுள்ளன. மொத்தத்தில் இது இஸ்லாமிய எண்ணவோட்டங்களை முழுமையாய் பிரதிபலிக்கும் முதல் கட்டுமானம் என்பதில் சந்தேகமில்லை.

♦

4

அத்தியாயம்

துக்ளக் வம்சக் கட்டுமானங்கள்

கி.பி. 1320 முதல் 1412 வரை துக்ளக் வம்ச அரசர்கள் டில்லியில் ஆட்சி புரிந்தனர். முந்தைய கட்டுமானங்களிலிருந்து குறிப்பிட்டுச் சொல்லும்படியான மாற்றத்தினை துக்ளக் வம்சக் கட்டுமானங்களில் காண்கிறோம். அதீத அழகு வேலைப்பாடுகளுக்கு முக்கியத்துவம் கொடுத்த கில்ஜி வம்ச கட்டுமானங்களிலிருந்து பெரிதும் மாறுபட்டு எளிமையும், திண்மையும் (Masses) நிறைந்த தனித்துவமான கட்டுமானங்களாக துக்ளக் வம்சக் கட்டுமானங்கள் விளங்குகின்றன.

துக்ளக் வம்ச ஆட்சிக்கு அடிகோலிய கியாசுதீன் துக்ளக் குடி போன்ற தீய பழக்கங்கள் ஏதும் இல்லாத சுத்த வீரர். உத்தமமான வாழ்வை நடத்திய கியாசுதீன் மக்களின் நலனில், அதிலும், குறிப்பாக விவசாயிகளின் நலனில் அதிக அக்கறை செலுத்திய சுல்தானாவார். இவர் துக்ளகாபாத் எனும் நகரையும், தன்னுடைய கல்லறையையும் உருவாக்கியவர்.

துக்ளகாபாத்

இஸ்லாமியர்களால் உருவாக்கப்பட்ட ஏழு நகரங்களில் மூன்றாவது நகரம் துக்ளகாபாத் ஆகும். இந்நகரம் குதுப்மினாருக்கு கிழக்கே அமைந்துள்ளது. கடினமான பாறை படர்ந்துள்ள பகுதியில் நகர்

அமைக்கப்பட்டதால் பாறைகளின் சரிவு, ஏற்ற இறக்கங்களுக்கு ஏற்றாற்போல் நகர் அமைக்கப்பட்டுள்ளது.

துக்ளகாபாத் நகரின் காப்பரண் கட்டுமானங்கள்

எனவே இந்நகரின் அமைப்பு ஒழுங்கற்ற வடிவமைப்புடையதாய் விளங்குவதில் வியப்பில்லை. ஒவ்வொரு பக்கமும் ஏறத்தாழ 6600 அடி அளவுள்ள நாற்கர வடிவில் நகர அமைப்பு உள்ளது. நகரை சுற்றி எழுப்பப்பட்ட மதிற்சுவர் மட்டுமே இடிபாடுகளுடன் காணப்படுகின்றது. சைக்ளோபியன் கட்டுமான முறையில் கட்டப்பட்ட மிகப்பருமனான மதிற்சுவராய் இருந்திருக்க வேண்டும் என்பதை எஞ்சியிருக்கும் மதிற்சுவரமைப்பிலிருந்து உணர்கிறோம். இம்மதிற்சுவரின் பக்கப்பகுதிகள் சற்று சரிவான அமைப்புடையதாய், கருங்கற்களால் போர்த்தப்பட்டதாய், எதிரித்தாக்குதலை நின்று எதிர்கொள்வதற்கு ஏதுவான கைப்பிடி சுவரமைப்பை உடையதாய் கட்டப்பட்டிருப்பது புலப்படுகின்றது. குறிப்பிட்ட இடைவெளியில், வெளிப்புறம் நீட்டிக் கொண்டிருக்கும், பெரிய அளவிலான காப்பு அரண்கள் அமைந்துள்ளன. சில காப்பு அரண்கள் ஒன்றுக்கும் மேற்பட்ட தளங்களை கொண்டுள்ளன. அகலமும், உயரமும் உடையதாய் நுழைவாயில் அமைப்புகள் உள்ளன. நீண்ட தூரம் சென்று தாக்கும் ஆயதப் பிரயோகத் துவாரங்கள் பல ஒன்றன் மேல் ஒன்றாய், மதிற்சுவரெங்கும் அமைந்துள்ளன. நகரினுள் பாதுகாப்பு அரணும் அரண்மணையும் ஒன்றிணைந்த கட்டுமானம், இரண்டு

அல்லது மூன்று அடுக்கு காவலுக்கு ஏற்றாற்போல், வடிவமைத்து கட்டப்பட்டுள்ளது.

சிதலமடைந்த நிலையில் மதிற்சுவர் மற்றும் இதரக் கட்டுமானங்கள் - துக்ளகா பாத்

ஆனால் இன்றைக்கு இவையனைத்தும் இடிபாடுகளுடைய கற்குவியலாக உள்ளது. "சிகப்பு வண்ண செங்கற்களால் கட்டப் பட்டுள்ள அரண்மனை கட்டுமானம் சூரிய உதயத்தின் போது சிறுபொழுது கூட கண் இமைக்காமல் காண முடியாது" என்ற இபின் பாதுதாவின் வர்ணனையின் உண்மைத் தன்மையை சோதித்தறிய இன்றைக்கு அரண்மனை கட்டுமானம் இல்லை. இருப்பினும் இவ்விடிபாடுகளே நம்மை மலைக்க வைக்கிறது. சரிவான பகுதியைக் கொண்ட, அழகு வேலைப்பாடுகளேது மற்ற, மாபெரும் கற்குவியலாலான உயர்ந்த மதிற் சுவரமைப்பு ஒட்டுமொத்தத்தில் வலுவானதாகவும், கண்டிப்பும் கண்ணியமும் ஒருங்கே நிறைந்த தோற்றத்தினை அளிப்பதாயும் உள்ளது. ஆனால் ஆக்கிரமித்திட முடியாத அரண் என்றுரைப்பது பொருந் தாது. இன்று இடிபாடுடையதாய் காணப்படுவதே இதற்குச் சான்றாகும். இப்பலவீனத்திற்கு காரணம் சின்னஞ்சிறு கற்களா லான சுவரின் மையப்பகுதியும், சீர்படுத்தப்பட்ட சதுரகற்கள் இணையான வரிசைகளில் அடுக்கப்பட்டதாய் சுவரின் வெளிப் பகுதிகளும் இறுக்கமற்றதாய் கட்டப்பட்டதேயாகும்.

கியாசுதின் துக்ளக்கின் கல்லறை

கியாசுதின் துக்ளக் அவர்களின் கல்லறை கட்டுமானத்தையும் துக்ளகாபாத் நகரையும் ஓர் உயர்ந்த நடைபாதை அமைப்பு இணைக்கின்றது. கல்லறை கட்டுமானம் ஒழுங்கற்ற ஐங்கோண வடிவமைப்புள்ள சிறிய அளவிலான கோட்டையினுள் அமைந்துள்ளது. துக்ளக் பாணிக்கே உரிய, சரிவான அகலங் கூடிய சுவருடனும், இதன் ஐந்து முனைப்பகுதிகளும் பெரியதாய் துருத்தி கொண்டிருக்கும் காப்பரணுடனும் இக்கோட்டை காணப்படுகின்றது. திறந்த வெளியான கோட்டையின் உட்புறத்தில் ஐங்கோண வடிவின் அகலமாயிருக்கும் பகுதியில் கல்லறை அமைந்துள்ளது.

ஐங்கோண வடிவ கோட்டையினுள் கியாசுதீன் துக்ளக் கல்லறை மாடம்

இது செம்மணற்கற்களால் கட்டப்பட்ட கல்லறைக் கட்டுமானம் ஆகும். இதன் நுழைவாயில் அலங்கார வளைவுக்கு மேற்பட்ட பகுதியில் சலவை கற்களாலான அலங்கார பட்டை பதிப்புகளும் அலங்கார செவ்வக வடிவ சட்டங்களும் இடம் பெற்றுள்ளன. கல்லறை மண்டப விதானமான அரைக் கோள வடிவ குவிமாடம் முழுவதும் சலவைக் கற்களாலே கட்டப்பட்டதாகும். நுழைவாயில் அலங்கார வளைவிற்கு மேலாக அகலமான பட்டையொன்று நான்கு பக்க சுவர்களிலும் சுற்றி வருமாறு பதிக்கப்பட்டுள்ளது. சிகப்பு வண்ண மணற்கற்களாலான

எல்லா அலங்கார வளைவுகளையும் பளிச்சென்று எடுத்துக் காட்டுமாறு சலவைக் கற்களாலான வளைவுப் பதிப்புகள் இடம் பெற்றுள்ளன. இத்தகு வளைவு அமைப்புகள் ஒவ்வொன்றும் செம்மணற்கற்களாலான ஒரு செவ்வக வடிவ சட்டத்திற்குள் வைக்கப்பட்டு இச்செவ்வக வடிவ சட்டத்தினையும் பளிச்சென்று எடுத்துக்காட்டுமாறு சலவைக் கற்களாலான செவ்வக சட்டமும் பதிக்கப்பட்டுள்ளன. நுழைவாயிலின் இருபுறம் உள்ள சுவர்ப் பகுதிகள் ஒவ்வொன்றும் செவ்வக வடிவில் சலவைகற்களாலான சட்டங்கள் பலவற்றைக் கொண்டுள்ளன. இந்த சலவை கற்களாலான சட்டங்களுக்கெல்லாம் மேலாக குறுகலான சலவைக்கற்களாலான பட்டையொன்று நான்கு சுவர்களிலும் சுற்றி வருகின்றது. இத்தகு சலவைக் கல் பதிப்புகளும் ஈட்டிமுனை போன்ற அலங்கார வேலைப்பாடுகளும் அலாய் தர்வாசாவை நினைவூட்டுகின்றன.

அதே சமயத்தில் இக்கட்டுமானத்திற்கே உரித்தான தனித்துவ குணாதிசயங்களையும் கொண்டுள்ளது. வெளிப்புற சுவரமைப்பு துக்ளக் பாணிக்கேயுரிய சரிவினையும், உயரத்தையும் கொண்ட

கியாசுதீன் துக்ளக் கல்லறை மாடம்- வெளித்தோற்றம்

தாயுள்ளது. ஒவ்வோர் பக்கத்தின் மையப் பகுதியும் சிறிதளவு வெளிநீட்டலைப் பெற்றுள்ளது. கூர்முனை அலங்கார வளைவு இம்மத்திய பகுதியில் அமைந்துள்ளது. நான்கு பக்க சுவர்களுமே இவ்வமைப்பைப் பெற்றுள்ளன. மேற்குத் திசை சுவர் நீங்கலாக

கியாசுதீன் துக்ளக் கல்லறை மாடம் வெளிச்சுவரின் உச்சிப்பகுதி

மற்ற மூன்று சுவர்களின் மையப்பகுதிகளிலும் நுழைவாயில்கள் அமைந்துள்ளன. மேற்கு திசை சுவர் மூடப்பட்டு உட்புறத்தில் மிஹ்ராப் (Mihrab) உருவாக்கப்பட்டுள்ளது. நுழைவாயில் அலங்கார வளைவின் அடிப்பகுதியில் குறுக்குச் சட்ட அமைப்பு (லிண்டல்) இடம்பெற்றிருப்பது குறிப்பிடத் தக்க அம்சமாகும். நுழைவாயில் கட்டமைவில் இவ்விரு பாரந்தாங்கி கோட்பாடுகளில் (the arcuate and trabate) ஒன்றிருந்தாலே போதுமானது: - ஆனால் இரண்டும் இடம் பெற்றிருப்பது அரியதோர் அம்சமாகும். இஸ்லாமிய இந்து கட்டுமான முறைகளின் ஒருங்கிணைப்பென இக்குறிப்பிடப்பட்ட அம்சத்தை எடுத்துக் கொள்ளலாம். இங்கு தொடங்கும் இத்தகு பாணி - வளைவும், குறுக்குச் சட்டமும் இடம்பெறுவது- பின்னாளில் லிண்டலுக்கு கீழே இணைப் பொன்றினை (a bracket) சேர்த்திட வழிவகுத்தது. இவ்வமைப்பு வருங்கால இஸ்லாமிய கட்டுமான அழகூட்டும் கலையம்சங்களில்

குறிப்பிடத்தக்கதாகும். கல்லறை மண்டப குவிமாட விதானம் எண்கோண அடிமான உருளையமைப்பில் அமர்ந்துள்ளது. இவ்விதானமானது மண்டப உட்புறத்தில் ஸ்குவின்ச் வளைவு களால் தாங்கப்படுகின்றது. குவிமாட விதானத்தின் உச்சியில் இந்து கோயில் விமான உச்சி இணைப்புகளைப் போன்றே அமலாகமும், கலசமும் இடம்பெற்றுள்ளன.

கண்டிப்பும் யாருக்கும் அடிபணியாத குணாதிசயமும் கொண்ட வீரனுக்கேற்ற பொருத்தமான கல்லறைக்கட்டுமானம் தான் கியாசுதின் கல்லறை. சதுரவடிவமைப்பு, திண்மையான விகிதாச்சாரம், சாய்வுடைய சுவர்கள் போன்ற அமைப்புகள் வலிமையான தோற்றத்தை தருகின்றன. அதே சமயம் சலவைக் கல் பதிப்புகளும், சலவைக்கற்களாலான, வெள்ளை ஒளியால் மிளிரும் குவிமாடமும் குடத்திலிட்ட விளக்காய் அழகுச் சுடர்விடுகின்றன.

நுழைவாயிலின் அலங்கார வளைவைத் தாங்குவது போன் றுள்ள சற்றே சரிந்த நிலைத்தூண்கள், கல்லறை மையப்பகுதியின் மிகக் குறைவான வெளிநீட்டல், மிகச் சிறிய கைப்பிடிச்சுவரின் சிறிய அளவுள்ளதாக அழகு வேலைப்பாடு 'மெர்லான்' இடம் பெற்றிருப்பது போன்றவை வடிவமைப்பில் காணப்படும் சில குறைபாடுகளாகும். இருந்த போதிலும் தனக்கேயுரித்தான வீறார்ந்த கண்ணியத்தை எடுத்துரைக்கும் போற்றிடத்தக்க துக்ளக் பாணியின் ஆரம்பக் கட்டுமானம் இது என்றால் மிகையில்லை.

முகமது-பின்-துக்ளக்

கி.பி 1324 முதல் 1351-ஆம் ஆண்டுவரை ஆட்சி செய்த முகமது-பின்-துக்ளக் வரலாற்றாசிரியர்களால் பல்வேறு அடை மொழிகளால் அழைக்கப்படுகிறார். "மாபெரும்- அறிஞர்", "எதிர்மறைகளின் கலவை", "கிரக நிலை சரியாக அமையப் பெறாத ஞானி", "ஞானம் நிறைந்த முட்டாள்" போன்றவை அவரைக் குறிப்பிடும் சில அடைமொழிகளாகும். கொள்கையளவில் சிறந்ததாயும், நடை முறைப்படுத்துவதில் முரட்டுத்தனமும் குறைபாடுடையதாயும் இருந்ததால் அவரது செயல் திட்டங்கள் அனைத்தும் கஜானா காலியாவதற்கே வழிவகுத்தது. டில்லியி லிருந்து தெற்கே 1500 கி.மீ தள்ளி இருந்த தேவகிரி அல்லது தௌலதாபாத்தை தலைநகராக்கியது, தங்க நாணயங்களுக்குப் பதிலாக வெள்ளி மற்றும் அடையாள (token currency) நாணயங்களை

அச்சிட்டது போன்ற அவரது திட்டங்களும், விஜயநகர, பாமினி, வங்காள அரசுகளின் தோற்றமும் சுல்தானை பலவீனமடைய செய்தது. இருப்பினும் பல கட்டுமானங்களை ஏற்படுத்திட முயற்சித்தவர் முகமது-பின்-துக்ளக் ஆவார். அதிலாபாத் என்பது துக்ளகாபாத் நகரையொட்டியுள்ள பகுதியாகும். மாபெரும் துக்ளகாபாத் நகரின் மீச்சிறு வடிவமைப்புடையதாய் திட்டமிடப் பட்ட கோட்டையின் அடித்தளம் இவரால் கட்டப்பட்டது என்பர்.

இஸ்லாமியர்களால் கட்டப்பட்ட டில்லியின் ஏழு நகரங்களில் ஒன்றான நான்காவது நகரம் 'ஜகன் பன்னா' இவரால் கட்டப்

ஏழுகண் பாலம் - முகமது பின் துக்ளக் கட்டியது

பட்டது. இஸ்லாமியர் கட்டிய டில்லியின் முதலிரண்டு நகரங் களின் இணைப்பாகவும், 36 அடி அகலமுள்ள சுவர் கொண்டும் நான்காவது நகரம் உருவாக்கப்பட்டது. 'உலகின் அடைக்கலம்' (World's refugee) என்று பொருள்படும்படி 'ஜகன் பன்னா' என, தான் உருவாக்கிய நகருக்குப் பெயரிட்டார். இந்நகர் இன்று கிட்டத்தட்ட அழிந்துவிட்ட நிலையில் இருப்பதற்குக் காரணம் சின்னஞ்சிறு கற்களாலும் சுண்ணாம்புச் சாந்தாலும் கட்டப்பட்ட வலுவற்ற கட்டமைப்பாய் அமைந்தது தான். எஞ்சி இருப்பவ கைளில் குறிப்பிடும்படியாய் இருப்பவை ஏழு கண் பாலமும் (Sath pulah bund), பிஜாய்-மண்டல் (Bijai Mandal) என்பதும் ஆகும்.

பிஜாய் மண்டல் கட்டுமானம்

ஏழு கண்களை உடைய இரண்டடுக்கு பாலத்தின் முனைப் பகுதிகள் பல இணைப்பு அலங்கார வளைவுகளையும் கோபுர கட்டுமானத்தையும் பெற்றுள்ளன. நகரினுள் இருந்த ஏரியிலிருந்து நகரின் தண்ணீர் தேவையை வரைமுறைப்படுத்தி பூர்த்தி செய்யும் தேவைக்காக கட்டப்பட்ட பாலமாகும். பிஜாய்-மண்டல் என்பது அரண்மனைக் கட்டுமான வளாகத்தின் ஒரு பகுதியாய் இருந்திருக்கலாம். உயரமானதாகவும், மாடி அமைப்பை கொண்டதாயும், துக்ளக் பாணியில் சரிவான சுவர்களை உடையதாயும் இக்கட்டுமானம் விளங்குகிறது. இடிபாடுகளுக்கு தப்பிய சில அலங்கார வளைவுகளும், கில்ஜி கட்டுமான பாணியில் அமைந்த கூர்முனையுள்ள குதிரை குளம்பு வடிவமைப்புள்ள வளைவு களாகும். வளைவு அமைப்பில் தான் கில்ஜி பாணியே தவிர கட்டுமான நேர்த்தியில் குறைபாடு உடைய அமைப்பே ஆகும். பிஜாய் மண்டல் வளாகத்துக்கு அருகேயிருக்கும், 'இன்னாருடையது' என்று உரைத்திட முடியாத கல்லறைகட்டுமானம் குறிப்பிடத்தக்கது. சரியாக விகிதாச்சாரத்தில் எளிமையாக கட்டப் பட்டுள்ளது இக்கல்லறை.

முகமது-பின்-துக்ளக் தன் புதிய தலைநகரமான தேவகிரி என்னும் தௌலதாபாத்தில் ஒரு பெரும் கோட்டையை எழுப்பினார். அது தக்காண பீடபூமியின் வட கோடியில் 180 மீட்டர் உயரமுள்ள, பாறைகள் நிறைந்த மலை மீது கட்டப் பட்டுள்ளது. வடக்கு மற்றும் தெற்கு திசைகளில் உள்ள கணவாய் களின் மீது கவனம் செலுத்தவே இந்த இடம் தேர்வு செய்யப் பட்டுள்ளது. மலை அடிவாரத்தில் மக்கள் வசிப்பதற்காக நகரமும் உருவாக்கப்பட்டது. செல்வச் செழிப்புமிக்க நகர் என்று

பொருள்படும் தௌலதாபாத் இன்று கைவிடப்பட்ட நகராய் உள்ளது.

பிரோஸ் துக்ளக் (1351 - 1388)

முகமது துக்ளக்கின் வழித் தோன்றலான பிரோஸ் துக்ளக் கி.பி. 1351-ஆம் ஆண்டு சுல்தானாக முடி சூடிக்கொண்டார். அவர் சிறந்த போர் வீரர் அல்ல; ஆனால் அவரால் ஒரு அமைதியான ஆட்சியைத் தரமுடிந்தது. இடைக்காலத்தில் மக்கள் நலம் நாடும் அரசினை நிறுவ முயன்ற மிகச் சில அரசர்களில் இவரும் ஒருவர். ஏராளமான கட்டடங்களை கட்டுவதற்கான ஆவல் "அல்லா கொடுத்த கொடை" என்று இவர் எண்ணினார். தம் பேரரசு முழுவதும் நகரங்கள், அரண்மனைகள், மசூதிகள், கோட்டைகள், பொது மக்களுக்கு தேவையான கட்டடங்கள், மருத்துவ மனைகள், ஏரிகள், வாய்க்கால்கள், சாலைகள் ஆகியவற்றைக் கட்டினார். ஆனால் மிக மலிவான கட்டுமான பொருட்கள் தான் பயன்படுத்தப்பட்டன. இதற்கு விஜயநகரம், பாமினி, வங்காளம் போன்றவை டில்லி சுல்தானியத்தை எதிர்த்துக் கொண்டு சுதந்திர நாடுகளாக தங்களை அறிவித்துக் கொண்டதால் ஏற்பட்ட அரசின் நிலையற்ற நிலையும், வருமான அளவு குறைந்ததும் காரணமாயி ருக்கலாம்.

கோட்லா பிரோஸ்ஸா கோட்டை வளாக நுழைவாயில்

"பொதுப்பணித் துறையின் பொற்காவலன்", "நீர் பாசனத் துறையின் தந்தை" என்று பிரோஸ் துக்ளக் புகழ் பாடப்படு கின்றார். இதற்குக் காரணம் இவர் பொதுமக்கள் நலன்கருதி

மேற்கொண்ட கட்டுமான வேலைகள் ஆகும். இவர் 52 குடியேற்றங்களை அமைத்தார். வழிப்போக்கர்களுக்கு சத்திரம், பாலங்கள், மற்றும் 150 கிணறுகளை வெட்டினார்; பல மருத்துவ மனைகளையும், பல பூங்காக்களையும் ஏற்படுத்தினார்; ஏராள மான கால்வாய்களை வெட்டி வேளாண்மைக்கு வழிசெய்தார். சட்லஜ் நதியிலிருந்து ஜான்சி வரை 200 கி.மீ நீளமுள்ள கால்வாயை வெட்டினார்.

பிரோஸ் துக்ளக் பல வசதிகளுடைய புதிய நகரங்களை உருவாக்கினார். ஹரியானாவில் உள்ள ஹிஸ்ஸார் பிரோஸா நகரமும், உத்திரப்பிரதேசத்திலுள்ள பிரோஸாபாத் நகரமும் இவர் உருவாக்கியவைகளே ஆகும். 'பிரோஸாபாத்' என்றழைக்கப் படும் டில்லியின் ஐந்தாவது நகரை உருவாக்க அடித்தளமிட்டது இவரது முக்கிய கட்டுமானத் திட்டமாகும். இந்நகரின் வட எல்லையாக ஒடுக்கமான நீண்ட கரைமேடும், தெற்கு எல்லை யாக அவுசிகாஸ் (Hauz-i-khas) என்ற இடமும் விளங்கின. டில்லி யில் புதிய தலைநகரை அமைக்கத் திட்டமிடும் பொழுதெல்லாம், அதற்குத் தேர்ந்தெடுக்கப்படும் இடம் பழைய தலைநகருக்கு வடக்கேயே அமையும். பிரோஸாபாத் நகருக்கான இடத்தை பழைய தலைநகரங்களுக்கு வடக்கிலும், யமுனைநதிக் கரையிலும் இருக்குமாறு தேர்ந்தெடுத்தார். இறந்துபட்ட பழைய தலைநகரங்களின் சுற்றுச் சூழல் பாதிப்பு படிந்திடவே கூடாது; வீசுதென்றலும், தெள்ளிய நீரும் அபரிமிதமாய் இருக்கவேண்டும் போன்றவை தலைநகருக்கான இடத்தேர்ந்தெடுப்பு காரணிகளாயி ருக்கலாம்.

கோட்லா பிரோஸ்ஸா

கோட்லா பிரோஸ்ஸா கோட்டை வளாக நுழைவாயில்

டில்லி பிரோஸாபாத் நகரின் நினைவுச்சின்னங்களில் தலையாயது 'கொட்லா பிரோஸ்ஸா' என்னும் அரண்மனைக் கோட்டையாகும். யமுனை நதிக்கரையை அடுத்த பரந்த சமநிலப்பரப்பில் இந்த அரண்மனைக்கோட்டை அமைந்துள்ளது. அரை மைல் நீளமும் கால்மைல் அகலமும் உடைய நாற்கர வடிவ தரைத் தளத்தின்மேல் இந்த அரண்மைனக் கோட்டை அமைந்துள்ளது. போர்த்தாக்குதலைச் சமாளிக்கும் உயரமான மிக அகலமான மதிற்சுவர்களைக் கொண்டுள்ளது; இம்மதிற்சுவரில், குறிப்பிட்ட இடைவெளியில், உருளைவடிவ கட்டமைப்பில் வெளியே துருத்திக் கொண்டிருக்கும் காப்பரண்கள் அமைக்கப்பட்டுள்ளன. பிரதான நுழைவாயில் மிகப்பெரியதாகவும் மதிற்சுவரிலிருந்து சற்று வெளியே நீட்டிக்கொண்டு இருக்கும் அமைப்பிலும் அமைந்துள்ளது. வலுவான பாதுகாப்பு முஸ்தீபுகளைக் கொண்டிருந்த வழக்கமான நுழைவாயிலுக்கு மற்றுமோர் பாதுகாப்பு அரண், காவலர் அறையையும் கொண்டதாய் அமைந்துள்ளது.

பிரோஸாபாத் நகரில் இடம்பெறும் மசூதியும், அதனருகே அசோகர் தூணும்.

கோட்டையின் முக்கிய நுழைவாயிலை நோக்கியவாறு உள்ள அரண்மனையைச் சுற்றிலும் செவ்வக வடிவச் சுற்றுச்சுவர் அமைந்துள்ளது. இந்த அரண்மனைப் பகுதி தவிர பிற கோட்டைப் பகுதிகளனைத்தும் சதுர, செவ்வக வடிவத்தில் பிரிக்கப்பட்டு பல துறைகளுக்கு அளிக்கப்பட்டது. இத்துறைகளெல்லாம் 'தேவைகளனைத்தையும் பூர்த்தி செய்வதற்கு அவசியமானவை' என உணரப்பட்ட வலுவான அரண்மனைக் கட்டுமான குணாதிசயமாகும். இத்தகு பல துறை கட்டுமானங்களில் ஜாமி மசூதியும் (Jami Masjid), அசோகரின் தூண் இருக்கும் கட்டுமானமும் குறிப்பிடத்தக்கவைகளாகும்.

வழக்கமான அமைப்பில் அமைந்த மசூதிக்கட்டுமானம் பிரம்மாண்டமானதாயுள்ளது. தரைத்தள, முதல்தள அமைப்பைக் கொண்டுள்ளது. மேற்குப் பக்கம் தவிர பிற மூன்று பக்கங்களிலும் வளைவு நுழைவாயில்களின் மூலம் விதானமும், தூண்களின் அணிவகுப்பும், கொண்ட மண்டபங்களுக்குள் நுழையலாம். மத்தியில் திறந்த வெளியாயும், சுற்றிலும் மூன்று திருச்சுற்று நடைபாதையைக் கொண்ட மூடிய தாழ்வாரமும் அமைந்துள்ளன. மசூதி பற்றி சேகரிக்க முடிந்த பிற அம்சங்களாவன: சிறு கற்களையும் பூச்சையும் கொண்ட கட்டுமானம். அலங்கார வேலைப்பாடுகளற்ற சுவர்கள்; பல அரைக் கோள குவிமாடங் களைக் கொண்ட விதானம்; ஸ்குவின்ச் வளைவுகளால் தாங்கப்படுகின்ற குவிமாடம்; போர் முஸ்தீபுகளுக்கேற்ற கைப் பிடிச் சுவரமைப்பு என வழக்கமான துக்ளக் பாணி குணாதி சயங்களைக் கொண்டுள்ளது. மீரத், கிஸிராபாத் ஆகிய இடங்களுக்கிடையே இருந்த இரண்டு அசோகத் தூண்களைப் பெயர்த்து வந்து பிரோஸாபாதில் நாட்டினார் பிரோஸா துக்ளக். இவ்வாறு அசோகரின் நினைவுச் சின்னங்களை, அதன் பயன் என்ன என்று உணராமலே, பாதுகாத்து இந்திய வரலாற்றினை அறிந்திட உதவியர் பிரோஷ் ஷா ஆவார். இத்தகையதொரு அசோகரின் தூண், துக்ளக் பாணியில், பிரமிட் வடிவிலமைந்த கட்டடத்தின் மேல் அமைந்துள்ளது. ஆனால் துக்ளக் பாணிக் கட்டுமானத்தின் வலுவற்ற தன்மையால் தூண் நிற்கும் கட்டடம் பெரிதும் சேதமடைந்துள்ளது.

ஹவுஸ் காஸ்

அலாவுதீன் கில்ஜியின் மத்ரஸா கட்டுமான எச்சத்தின் மேல் பிரோஸ்-ஷாவின் கட்டுமானம் ஹவுஸ்காஸில் ஏரிக்கரையில் அமைந்துள்ளது. இன்று அதிக இடிபாடுகளுடையதாகியுள்ளது. இன்றைக்கு குறுகியிருக்கும் ஏரி அந்நாளில் பெரியதொரு ஏரியாகும். இந்த ஏரியின் தெற்கு, கிழக்கு பகுதிகளுக்கெதிரே இம் மத்ரஸா கட்டுமானங்கள் அமைந்துள்ளன. ஏரியை நோக்கிய கட்டுமானம் இருதள அமைப்பாகவும், அதன் பின்புறம் ஒருதள அமைப்பாகவும் அமைந்துள்ளது. பெரும்பாலும் விதானத்துடன் கூடிய தாழ்வாரப் பகுதிகளாகவும், தூண் அணிவகுப்பினூடே ஆங்காங்கே சதுரவடிவ மண்டபங்களாகவும், இவற்றின் விதானம் அரைக்கோளக் குவிமாடங்களாகவும் அமைந்துள்ளன. ஏரிக்கரையி

ஹவுஸ்காஸ் ஏரிக்கரை விளிப்பில் அமைந்துள்ள மத்ரஸா

லிருந்து பார்த்தால்தான் இக்குழுமத்தின் அழகினை ரசித்திட முடியும். ஒட்டுமொத்த கட்டுமானத்தின் வெவ்வேறு அங்கங்களும் கவித்துவமாகவும், திறம்படவும், பல பிரிவு குழுக்களாகத் தொகுக்கப்பட்டுள்ளதை உணரமுடியும்.

பிரோஸ் ஷாவின் கல்லறை

ஹவுஸ்-காஸ் கல்லூரியின் இடிபாடுகளுக்கிடையே நன்கு பேணப்பட்டதால் நல்ல நிலையிலுள்ள கட்டுமானமாக பிரோஸின் கல்லறை விளங்குகிறது. சதுர வடிவக் கட்டடம், வழக்கமான துக்ளக் பாணியில் சற்றே சரிந்த நிலையிலுள்ள சுவரமைப்பு, பக்க மையப்பகுதி மட்டும் சிறிதளவு வெளியே நீட்டிக் கட்டப் பட்டுள்ளது. இருபக்கச் சுவர்மையப் பகுதிகளில் மட்டும் அலங்கார வளைவுடன் கூடிய நுழைவாயில்கள் அமைந்துள்ளன. இந்நுழைவாயில்கள் செவ்வக வடிவ சட்டப்பகுதியினுள் (மாடத் தினுள்) அமைந்துள்ளன. அலங்கார வளைவின் அடிப்பகுதி லின்டல் குறுக்குச் சட்டத்தைப் பெற்றுள்ளது. இக்குறுக்குச் சட்டமானது மிகக் கனமான இணைப்புச் சேர்க்கைகளால் (brackets) தாங்கப்படுகின்றது. இஸ்லாமிய அலங்கார வளைவும் இணைப்புச் சேர்க்கைகளால் தாங்கப்படும் இந்து பாணி குறுக்குச் சட்டமும் இடம்பெறுவது கியாசுதீன் கல்லறையிலேயே தொடங்கிவிட்டது.

குறுக்குச் சட்டத்தைத் தாங்கும் இணைப்புச் சேர்க்கை இக்கட்டு மானத்திலிருந்து தொடங்கும் புதிய அலங்காரக் கூறாகும். இவை வருங்காலங்களில் தொடரவும் உள்ளது.

பிரோஸ் ஷா கல்லறை மாட முகப்புத்தோற்றம்

கோட்டை வெளியிலிருந்து வேல், ஈட்டி, துப்பாக்கி போன்ற எறி ஆயுத தாக்குதலிலிருந்து காக்கும் கவசக் கட்டுமானக் கூறே 'மெர்லான்' (Merlon) எனப்படும். ஒரு வீரனை மறைக்கும் அளவிருக்க வேண்டிய மெர்லான் மீச்சிறு வடிவுடைய அழகுக் கூறாய் கைபிடிச்சுவர் கட்டமைப்பில் இடம்பெற்றுள்ளது. ஏனெனில் பக்கச் சுவர்களின் உச்சிப்பகுதியில் இடம் பெறும் கைப்பிடிச் சுவரின் அளவும் மிகமிகச் சிறியது தான். உச்சியில் கூர்முனையுடன் முடிவடையும் அரைக்கோளக்குவிமாடத்தின் உயரம் குறைவாக சற்றே தட்டையாக உள்ளது. எண்கோண வடிவ அடிமானத்தின்மேல் இக்குவிமாடம் எழுப்பப்பட்டுள்ளது. இந்த எண்கோண அடிமானத்தில் காணப்படும் அழகு வேலைப்பாடு களும் கைப்பிடிச்சுவர் அழகு வேலைப்பாடுகளைப் போன்றே யுள்ளது. இந்த எண்கோண அடிமானமானது மண்டப உட்புறத்தில் சுவர் மூலைகளில் அமைந்துள்ள ஸ்குவின்ச் வளைவுகளால் தாங்கப்படுகின்றது.

சிக்கந்தர் லோடி மேற்கொண்ட கல்லறை புனருத்தாரண வேலைகளின் போது சேர்க்கப்பட்ட சில அழகு வேலைப்

பாடுகளை குவிமாட அடிப்பகுதியிலும், மண்டபத்தின் உட்புறங் களிலும் காணலாம். ஆனால் இக்கல்லறையின் கண்ணியமான கட்டமைப்பு, இந்த சேர்க்கை அழகு வேலைப்பாடுகள் இல்லா விட்டாலும் குறைந்துவிடாது. ஏனெனில் கட்டுமானத்தின் வெவ்வேறு அங்கங்களும் தனித்தனியாகவும், ஒன்றிணைந்தும் சரியான விகிதாச்சாரத்தில் அமைந்துள்ளன. மொத்தத்தில் அலட்டலில்லாத, கண்ணியமான கட்டுமானமாகும்.

கான்-இ-ஜகான் திலங்கானிக் கல்லறை

பிரோஷ்-ஷா-துக்ளக்கின் ஆட்சிக்காலத்தில் புதிய கட்டு மான முறைகளும் அறிமுகப்படுத்தப்பட்டன. கல்லறைக் கட்டு மான பாணியில் அறிமுகப்படுத்தப்பட்ட புதுமைகள், இனிவர விருக்கும் 200 ஆண்டுகால கல்லறை கட்டுமான பாணிக்குரிய இலக்கணமாகவே அமையவுள்ளன. தனித்துவமான இக்கல்லறைக் கட்டுமானப் பாணியின் தொடக்கத்தினை திலங்கானிக் கல்லறையில் காண்கின்றோம். பிரோஸ் துக்ளக்கின் ஆட்சியில் 'வஸீர்' ஆக இருந்தவர் திலங்கானி. 'டில்லியை உண்மையில் நிர்வகிப்பவர் இவர்தான்' என்று திலங்கானியைக் குறிப்பிடும் பிரோஸ், 'சகோதரனே' என்றுதான் திலங்கானியை அழைப்பாராம்!. அதற்காக, திலங்கானி என்றுமே தனது அதிகார வரம்புகளை மீறிடவில்லையாம்!.

கான்-இ-ஜகான் திலங்கானியின் எண்கோணவடிவக் கல்லறை மாடம்

திலங்கானி கல்லறையைக் கட்டியவர் அவரது மகன் கான்-இ-ஜகான் ஜானா ஷா என்பவர் ஆவார். நிஜாமுதீன் தர்ஹாவிற்கு தெற்கே இக்கல்லறை அமைந்துள்ளது. தனிப்பட்ட முறையில் பகட்டில்லாத கல்லறையாயிருந்த போதிலும், கல்லறைக் கட்டுமானத்தில் ஒரு புதிய வடிவமைப்பின் தொடக்கம் என்ற அளவில் ஆர்வந் தருவதாயுள்ளது. வழக்கமான சதுர வடிவமைப்பில் இருந்து எண்கோண வடிவமைப்பாகக் கல்லறைக் கட்டுமானம் அமைவது இக்கல்லறையிலிருந்து தொடங்குகிறது.

எண்கோண வடிவ மண்டபம்; மண்டப விதானம் அரைக் கோளக் குவிமாடம்; மண்டபத்தைச் சுற்றிய தாழ்வார நடையமைப்பும் எண்கோண வடிவம்; இதன் வளைவு விதானமும் தாழ்நிலை (உயரம் குறைவாய்) அமைப்பைப் பெற்றுள்ளது. எண்கோண மண்டபத்தின் ஒவ்வோர் பக்கமும் மூன்று அலங்கார வளைவு நுழைவாயில்களைப் பெற்றுள்ளன. கல்லறை மண்டப விதானமாக பெரிய அளவிலான அரைக்கோள குவிமாடம் அமைந்துள்ளது. இதனைச் சுற்றிலும் 24 சிறிய அளவிலான குவிமாடங்கள் அமைந்துள்ளன. மண்டப விதானத்தின் சாய்வான இறவாரப் பகுதியின் (eave or chajja) அகலங்கூடிய நீட்டலானது மண்டபத்தைச் சுற்றிலும் அமைந்துள்ள நுழைவாயில் அலங்கார வளைவிற்கு மேலே இடம்பெற்றுள்ளது. இந்த இறவாரப் பகுதி நீட்டலும் புதுமைப் படைப்பாகும்.

இக்கல்லறையானது ஜெருசலம் நகரில் உள்ள புகழ்பெற்ற 'பாறைக் குவிமாடம்' (Rock of the Dome) என்பதன் பிரதியாயிருக்கலாம் என சில அறிஞர்கள் கருதுகின்றனர். இக்கருத்து தவறு, கல்லறை வடிவமைப்பு இந்திய மூளையிலேயே உதித்ததுதான்; என்பதனை நிரூபிக்கும் சாட்சிகளாக இக்கல்லறைக் கட்டுமானத்தில் காணப்படும் குறைகளைக் கொள்ளலாம். இக்குறைகளெல்லாம் எந்தவொரு முதல் முயற்சியிலும் காணப்படுபவைகள்தான். மண்டப மத்திய பெரிய குவிமாடமும், அதனைச் சுற்றியுள்ள 24 சிறு குவிமாடங்களும் தாழ்நிலைக் குவிமாடங்களாக சற்றே தட்டையாயுள்ளன. நுழைவாயில்களின் அலங்கார வளைவுகளும் மிகவும் அருகருகே அமைந்து இடநெருக்கடித் தோற்றத்தை உருவாக்குகின்றன. கல்லறையின் பல்வேறு பாகங்களின் விகிதாச்சாரம் ஒன்றுடன் ஒன்று இணக்கமாய் ஒத்துப்போகுமாறு அமைந்திடவில்லை. இத்தகு குறைபாடுகளெல்லாம் இனி

வரவிருக்கும் இதுபோன்ற அமைப்புடைய கல்லறைக் கட்டு மானங்களில் களையப்படவிருக்கின்றன.

காளி - கிர்க்கி மசூதிகள்

திலங்கானி கல்லறையைக் கட்டிய திலங்கானியின் மகன் ஜானா ஷா பல்வேறு மசூதிக் கட்டுமானங்களுக்குக் காரணகர்த்தா ஆவார். இவற்றுள், வழக்கமான மசூதி அமைப்பு பாணியிலிருந்து மாறுபட்டதாய் காணப்படும் இரண்டு மசூதிகளைக் குறிப்பிட்டே ஆகவேண்டும். அவை திலங்கானி கல்லறை அருகிலிருக்கும் காளி மசூதி (Kali Majid); ஜகன் பன்னா பகுதியில் இடம்பெறும் கிர்க்கி மசூதி (Khirky Majid) ஆகியவைகளாகும். சாந்துக் கலவையும், அளவில் சிறியதான கற்களையும் கொண்டு எழுப்பப்பட்ட கட்டடம்; இணைப்புகள் மற்றும் உச்சியமர்வுகளுடன் கூடிய கருங்கல்லாலான தூண்கள்; அலங்கார வளைவுகளின் அடிமான மாகவுள்ள குறுக்குச் சட்டம்; அதனைத் தாங்குமாறுள்ள கனமான இணைப்புகள்; சுல்தான் காரி கல்லறையிலுள்ளது போன்று வெளிநீட்டிக் கொண்டிருக்கும் அமைப்புள்ள நுழைவாயில்;

காலன் மசூதி

ஒன்றுக்குப் பதில் பெரிதும் சிறிதுமாய் பல அரைக்கோள குவிமாடங்களையுடைய விதானம்; சற்றே சாய்வான சுவரமைப் புடைய தற்காப்புக் கோபுரங்கள் (turrets) என்ற வழக்கமான அமைப்புடையதாய்தான் காளி, கிர்க்கி மசூதிகள் உள்ளன.

வழக்கமாய், மசூதிக்கு எதிரேயுள்ள வளாக மையப்பகுதி, திறந்த வெளியாயும், அதன் விளிம்புகள் விதானத்துடன் கூடிய தூண்களாலான தாழ்வார நடையமைப்பு உடையதாயும் அமைந்தி ருக்கும். காளி, கிர்க்கி மசூதிகள் இரண்டிலும் மாறுதலான

புதுமையாய் வளாக மையத்தில் இருக்கும் திறந்த வெளிப்பகுதி நான்கு பிரிவுகளாகப் பிரிக்கப்பட்டுள்ளது. இப்பிரிவினையை ஏற்படுத்துவது வடக்கு தெற்காகவும், கிழக்கு மேற்காகவும் திறந்த வெளியின் குறுக்கே அமைக்கபட்டுள்ள தாழ்வார நடைபாதை அமைப்புகளாகும். இவை, தூண்களால் தாங்கப்பெற்ற வளைவு விதானத்தைக் கொண்ட நடைபாதை அமைப்புகளாகும். இவ்விரு

காலன் மசூதியின் திறந்த வெளியை நான்கு சமகூறிடும் நடைபாதை அமைப்புகள்

நடைபாதைகளும் செங்குத்தாய் திறந்தவெளியின் மையத்தில் சந்திக்குமாறு அமைக்கபட்டுள்ளன.

தொழுகை மண்டபத்தின் மையப் பிரிவிற்குச் செல்வதாய் மேற்கு, கிழக்கு நடைபாதையமைப்பு அமைக்கப்பட்டுள்ளது. இவ்விரண்டு மசூதிகளின் அடித்தளமும் ஓர் உயர்ந்த மேடைமேல் எழுப்பப்பட்டுள்ளன.

கபீருதின் அவுலியா கல்லறை

துக்ளக் வம்ச ஆட்சியின் இறுதிப் பகுதிகளில் கட்டப்பட்டது கபீருதின் அவுலியா (Kabir-ud-din-Auliya) கல்லறையாகும். செம்மணற்கற்களாலும் சலவைக் கற்களாலும் கட்டப்பட்ட சதுர

வடிவில்மைந்த கல்லறையாகும். இது, கியாசுதீன் துக்ளக்கின் கல்லறையின் பிரதிபோன்றேயுள்ளது. பகட்டில்லாத கட்டுமானங்களை எழுப்பிய பிரோஸ் ஷாவின் மறைவிற்குப் பின் எழுப்பப்பட்டதாகும் இக்கல்லறை. இதில், கில்ஜி வம்ச அழகு வேலைப்பாடுகளை கட்டடங்களில் மேற்கொள்ளும் மனப்பாங்கு சற்றே மேலோங்கியிருப்பது புலப்படுகின்றது. அதேசமயம் துக்ளக் பாணியின் பகட்டில்லா எளிமையும் வடிவமைப்பாளர்களின் மூளையிலும், மனதிலும் நிலைபெற்று அதீத அழகு வேலைப்பாடுகளுக்கு தடைபோடுவதும் வெளிப்படுகின்றது.

வடிவமைப்பாளர்களின் மனநிலையோடு, மோசமாகி விட்ட பொருளாதாரச் சூழலும் அதீத அழகு வேலைப்பாடுகளுக்கு இடங்கொடுத்திடவில்லை. ஏனெனில் பிரோஸ் ஷாவிற்குப் பின் நடைபெற்ற துக்ளக் வம்ச ஆட்சி நிலையற்ற தன்மையுடையதாய் நலிவடைந்து போனதேயாகும். விளைவாக, அடிமைவம்ச கில்ஜி வம்ச பாணி அதீத அழகு வேலைப்பாடுகளை துக்ளக் பாணியில் உயிர்ப்பித்திடுதலுக்குப் பதிலாக வீழ்ச்சியுறத் தொடங்குவதையே உணரமுடிகின்றது.

கபீருதீன் அவுலியா கல்லறை மாடம்

5

அத்தியாயம்

சையது வம்ச, லோடி வம்சக் கட்டுமானங்கள்

கி.பி. 1388-ஆம் ஆண்டு பிரோஸ்ஷா துக்ளக் மரண மடைந்தார். இவருடைய காலத்திற்குப் பிந்தைய துக்ளக் வம்ச ஆட்சி வலுவற்ற ஒன்றுதான். இந்த இக்கட்டான நிலையில் டில்லியைத் தாக்கிய பெரும் புயல்தான் தைமூர் படையடுப்பு. வீரம் செறிந்த துருக்கிய மங்கோலிய வம்சங்களின் கூட்டிணைவு தான் தைமூர். தைமூரின் மாபெரும் படை 1398-ஆம் ஆண்டு டிசம்பர் 17-ஆம் தேதி டில்லியினுள் நுழைந்தது. அன்று மாலையே டில்லி தைமூர் வசமாயிற்று. டில்லியில் இருந்தவர்களின் எதிர்ப்பிலும், வெறுப்பிலும் சினமுற்றார் தைமூர். விளைவு, டில்லியில் இரத்த ஆறு ஓடியது. தப்பிப் பிழைத்த டில்லிவாசிகளை நோய்நொடிகளும், தொற்றுவியாதிகளும், பஞ்சமும் மேலும் அச்சுறுத்தியது. விளைவு, ஆங்காங்கே சிதறிக் கிடக்கும் சிறு கிராமங்களின் தொகுப்பாக டில்லி காட்சியளித்தது. கிட்டத்தட்ட இரு மாதங்களுக்கு மயான அமைதி டில்லியில் நிலவியது. டில்லியை சுத்தமாக துடைத்தெடுத்து சேகரித்த பெருஞ்செல்வத் துடன் தைமூர் தாயகம் திரும்புகையில் இந்திய ஆளுநராக கிஸிர்கான் என்பவரை விட்டுச் சென்றார்.

கி.பி.1405-ஆம் ஆண்டு தைமூர் மரணமடைந்தார். முகமது நபியின் நேரடி சீடராக தன்னைக் கூறிக்கொண்ட

கிஸிர்கான், சையது வம்சத்தின் முதல் சுல்தானாக தன்னை பிரகடனப்படுத்திக் கொண்டார். இவரைத் தொடர்ந்து, முபாரக்ஷா, முகமது ஷா, ஆலம்ஷா ஆகியோர் சையது வம்ச சுல்தான்களாக டில்லியை ஆண்டனர். கி.பி. 1451-ஆம் ஆண்டு பக்லால்கான் லோடி என்பவர் டில்லி சுல்தானானார். லோடிவம்சத்தை நிறுவிய இவர் ஆப்கானிஸ்தானத்திலிருந்து வந்த கில்ஜி துருக்கியராவார். இவரது மகன் சிக்கந்தர் லோடியின் ஆட்சிகாலம் கட்டடக் கலையின் பொற்காலம் எனப்படுகின்றது. இவருக்குப்பின் டில்லி சுல்தானான இப்ராஹிம் லோடியை 1526-ஆம் ஆண்டு பானிபட் போர்களத்தில் தோற்கடித்த பாபர், டில்லியில் முகலாய பேரரசிற்கு அடித்தளமிட்டார்.

சையது, லோடி வம்ச கட்டடங்கள்:

டெல்லி சுல்தான்கள் பெற்றிருந்த மீதமிருந்த ஒரு சில அதிகார வரம்பிற்கும் சாவுமணி அடிப்பதாய் அமைந்தது தைமூரின் படையெடுப்பு. காலியான கஜானாவின் காரணமாக எவ்வித பிரம்மாண்டமான கட்டுமானத்தைப் பற்றிய சிந்தனைக்கும் இடமில்லாமல் போய்விட்டது. இருப்பினும் சையது வம்சத்தைச் சேர்ந்த முதலிரண்டு சுல்தான்களும் அவரவர்கள் பெயராலே கிஸ்ராபாத், முபாரக்காபாத் என்ற இரு நகரங்களை எழுப்பினர். பொருளாதார நெருக்கடி, வலுவற்ற நகரக் கட்டுமானத்திற்கு அடிகோலிற்று. எனவே கால வெள்ளத்தில் இந்நகரங்களால் தப்பிப்பிழைக்க இயலவில்லை.

முபாராக் ஷா மாட மசூதியின் முகப்பு

எனவே சையது, லோடிவம்ச கட்டுமானங்களில் எஞ்சி நிற்பவைகளில் பெரும்பாலானவை கல்லறைக் கட்டுமானங்

களாகவே உள்ளன. ஆட்சியாளர்களுக்கும், வெகு ஜனங்களுக்கும் கல்லறைக் கட்டுமானங்கள் எழுப்புதலில்தான் ஆர்வமிருந்தது. எனவே இவர்கள் கொஞ்சநஞ்சம் அக்கறை காட்டியதும் கல்லறைக் கட்டுமானங்களில்தான். “சையதுகள், லோடிகள் ஆட்சிக்காலத்தைப் போல் வேறெந்த ஆட்சிக் காலத்திலும் இந்த அளவு கல்லறைக் கட்டுமானம் மக்கள் மனதை ஆக்கிரமித்திருந்த தில்லை” என்கிறார் பெர்ஸி ப்ரெளன். இறந்தோர்களுக்கான நினைவுச் சின்னங்களை எழுப்புதலில் எந்தளவு கைதேர்ந்தவர் களாய் விளங்கினர் என்பதை அமைதியாய் எடுத்துரைக்கும் வரலாற்றுச் சான்றுகளாய் பல கல்லறைக் கட்டுமானங்கள் கட்டியங்கூறுகின்றன.

இவ்விருவம்ச கல்லறைக்கட்டுமானங்களை இரண்டு குழுக்களாகப் பிரிக்கலாம். திலங்கானி கல்லறையைப்போல் எண்கோண வடிவமைப்புடையதா அல்லது பாரம்பரிய சதுர வடிவமைப்புடையதா என்பதே குழுக்களை நிர்ணயிக்கும் காரணிகளாகும்.

எண்கோணக் கல்லறைகள்:

திலங்கானி கல்லறையில் தொடங்கும் எண்கோண வடிவமைப்பு அதன் உச்சத்தைத் தொட்டது சசாரம் நகரில் ஏரிக்கு நடுவே அமைக்கப்பட்டுள்ள ஷெர்ஷா சூரின் கட்டுமானத்தில் தான். இவ்விரண்டு கல்லறைக் கட்டுமானங்களுக்கும் இடைப் பட்ட காலத்தில் எண்கோண அமைப்பில் எழுப்பப்பட்ட கல்லறைக் கட்டுமானங்களை கால ஓட்டத்தின்படியே காண்போமேயானால், அவை, இவ்வமைப்புக் கல்லறைகள் பெற்ற படிப்படியான வளர்ச்சியினை தெளிவாய் படம் போட்டுக் காட்டுகின்றன. இந்த எண்கோண வடிவமைப்பு முகலாயர்களின் தொடக்க காலங்களிலும் பிரசித்தி பெற்றதாய் விளங்கியது. இதற்குச் சான்றாக அக்பரின் ஆட்சிக்காலத்தில் எழுப்பப்பட்ட இரு கல்லறைக் கட்டுமானங்கள் குறிப்பிடத்தக்கவைகளாகும். கிட்டத்தட்ட இரண்டு நூற்றாண்டு களுக்கு எண்கோண வடிவமைப்புக் கல்லறைக் கட்டுமானம் நிலைபெற்றிருந்தது. எனவே படிப்படியாய் ஒவ்வோர் கல்லறையும் அதற்கு முந்தியதனைக் காட்டிலும் கட்டுமானம் மற்றும் அழகுபடுத்தலில் நேர்த்தியுடையதாய், முன்னேற்ற வளர்ச்சிப் பாதையை எடுத்துரைப்பதாய் அமைந்துள்ளது.

இந்த எண்கோண வடிவமைப்பில் அமைந்த அரசகுடும்ப கல்லறைக் கட்டுமானங்களில் மூன்றினைக் கூறிடத்தான் வேண்டும். அவை, முபாரக்ஷா சையதுவின் கல்லறை, முகமது ஷா சையதுவின் கல்லறை, சிக்கந்தர் லோடியின் கல்லறை ஆகியவைகளாகும்.

முபாரக்ஷா சையதுவின் கல்லறை

முபாரக் ஷா சையதுவின்
கல்லறை மாடம்

முபராக் ஷா சையது கல்லறை மாட
அரைக்கோள குவிமாடம்

திலங்கானி கல்லறையைக் காட்டிலும் குறிப்பிடத்தக்க முன்னேற்றங்கண்டதாயுள்ளது முபாரக்ஷா சையதுவின் கல்லறை. கோட்லா முபாரக்பூர் வளாகம் தெற்கு டில்லியிலுள்ள குடியிருப்புப் பகுதியொன்றின் வணிக வளாகமாகும். இதனுள் முபாரக்ஷா சையதுவின் கல்லறையும் லோடி வம்ச காலத்தைச் சேர்ந்த பல கல்லறைகளும் உள்ளன. எண்கோண வடிவமைப்பைக் கொண்ட முபாரக்ஷா சையதுவின் கல்லறையின் மதிற்சுவரும் எண்கோண அமைப்புடையதாய் இருந்தது. இன்றைக்கு தெற்கு மற்றும் மேற்கு நுழைவாயில்கள் மட்டுமே உள்ளன. பிற வாயில்களும், மதிற்சுவரும் இன்றில்லை. எண்கோண மண்டபத்திற்கு, மேற்குத் திசை தவிர, பிற மூன்று திசைகளிலும் அலங்காரவளைவுகளுடன் கூடிய நுழைவாயில்கள் உள்ளன.

மண்டபத்தைச் சுற்றிலும் அமைந்துள்ள தாழ்வாரப்பகுதி மூன்று நுழைவாயில்களுடன் உள்ளது. மண்டபமும், அதனைச் சுற்றிய தாழ்வாரப்பகுதியும் மூலைகளில் சரிவாய் காணப்படும்

தூணமைப்புகளால் தாங்கப்படுகின்றது. தாழ்வான அரைக்கோள குவிமாட விதானத்தின் வெளிப்புறமானது பதினாறு பக்க மதிற்சுவர் (fortification) அமைப்பால் தாங்கப்படுகின்றது. மதிற்சுவரின் ஒவ்வோர் மூலை உச்சியிலும் குல்தஸ்தாஸ் (gul-dastas) என்ற கோபுர அமைப்புடையதாய் உள்ளது. இக்கோபுர அமைப்பின் உச்சியானது திரிவிளக்கு (lantern) அமைப்பைப் பெற்றுள்ளது. குவிமாட விதானத்துடன் எண்கோண வடிவமைப்புடைய சாட்ரி மாடங்கள், எண்கோண வடிவமைப்பின் ஒவ்வோர் பக்கத்திலும், அழகுற இடம்பெற்றுள்ளன. குவிமாட விதானப் பக்கங்களில் மூன்றடுக்கில் திருக்குர்ஆன் பொறிப்புகள் இடம்பெற்றுள்ளன. கல்லறைக்கு வருகின்றவர்கள் தொழுகை நடத்திடவும், மேடைப்பேச்சாற்றிடவும் கல்லறையமைப்பின் மேற்குச் சுவரில் மசூதியொன்று கட்டப்பட்டுள்ளது. அகலவாக்கில் 5 பகுதி களாகவும், நீளவாக்கில் 2 பகுதிகளாகவும் அலங்காரவளைவு களுடன் கூடிய தூண்களமைப்பால் மசூதி பிரிக்கப்பட்டுள்ளது.

திலங்கானி கல்லறையிலிருந்து இக்கல்லறை முன்னேற்ற அடி எடுத்துவைத்திருப்பதற்கு சாட்சிகளாய், காரணிகளாய் நாம் உரைப்பது: தோற்ற அழகை கூட்டுவதற்காக மத்திய அரைக்கோள குவிமாடம் அமைந்துள்ள உருளையின் உயரம் குறிப்பிடத்தக்க அளவு தூக்கியிருப்பது; கல்லறை மண்டபத்தைச் சுற்றிய திருச் சுற்றுப் பகுதி போன்ற தாழ்வாரப்பகுதிகளின் உயரத்தை கூட்டி யிருப்பது; சுவர்மூலைகளில் (மண்டபத்திலும், தாழ்வாரத்திலும்) சரிவான தூண்கள் அமைப்பை திண்மையாய் அமைத்திருப்பது; கல்லறையின் மேல் பகுதி தோற்றப்பொலிவை மேம்படுத்த குல்-தஸ்தாஸ் (gul-dastas) அமைப்பையும், சாட்ரிமாடங்களின் அமைப்பையும் சேர்ந்திருப்பது ஆகியவற்றைக் கூறலாம்.

இருப்பினும் இம்மாற்றங்கள் எல்லாம் சோதனை முயற்சி களாய்த்தான் உள்ளனவே தவிர இறுதிவடிவம் பெற்ற கட்டு மானக் கூறுகளாய் தோன்றிடவில்லை. இக்குறைபாட்டிற்குக் காரணம், வடிவமைப்பாளர்கள் கல்லறைக் கட்டுமானத்தின் மேல்பாகத்தை உயர்த்தியிருக்கும் விதம் கண்பார்வைக்கு எட்டிட முடியாததாயுள்ளது; எனவே, சிறிதளவு இடநெருக்கடியான தோற்றத்தினையும், தொலைநோக்கிக் கருவி மூலம் பார்ப்பது போன்ற எண்ணத்தையும் கொடுக்கின்றது.

முகமது ஷா சையதுவின் கல்லறை

திலங்கானி, முபாரக்ஷா சையது ஆகியோர்களின் கல்லறைக் கட்டுமானங்களைவிட நேர்த்தியான வடிவமைப்பாக முகமது ஷாவின் கல்லறை அமைந்துள்ளது. தோற்றப்பொலிவில் (elevation) முந்தையகட்டுமானங்களில் காணப்பட்ட குறைகள் நீக்கப்பட்டுள்ளன.

எப்படியெனில், குவிமாடம் அமரும் உருளை வடிவமைப்பு உயர்த்தப்பட்டுள்ளது; மத்திய குவிமாடமும், சாட்ரிமாடங்களும் உயர்த்தப்பட்டுள்ளன. குவிமாடம் அமரும் உருளையமைப்பின் ஒவ்வோர் மூலையிலும் இடம்பெற்ற குல்-தஸ்தாஸ் கட்டமைவின் உயரமும் கூட்டப்பட்டுள்ளது.

டில்லி லோதி கார்டனில் இடம்பெறும் முகமதுஷாவின் கல்லறை மாடம்

அழகு வளைவுகளுடன் கூடிய தாழ்வாரப் பகுதிகளின் மூலைகளிலும் இரண்டாவது வட்ட வரிசைபோல் குல்-தஸ்தாஸ் அழகு வேலைப்பாடுகள் சேர்க்கப்பட்டுள்ளன. சுவர்மூலைகளில் இடம்பெறும் தூண் அமைப்பு திண்மையாயும் சரிவமைப்பு கூடியதாயும் அமைந்து தோற்றப் பொலிவை மேலோங்கச் செய்கின்றன. ஒட்டுமொத்தத்தில் இக்கல்லறைக் கட்டுமானத்தின் பல்வேறு பாகங்களும் நிறைவளிப்பதாயும், சரியான விகிதாச்சார அளவுகளில் அமைந்ததாயும், கட்டுமான நேர்த்தியுடையதாயும், கல்லறைக்கட்டுமான தேவைகளனைத்தையும் நிறைவு செய்வதாயுமுள்ளது.

சிக்கந்தர் லோடியின் கல்லறை

கி.பி 1517-ஆம் ஆண்டு இக்கல்லறை கட்டப்பட்டது. முபாரக்ஷா, முகமது ஷா ஆகிய இரு சையதுகளின் கல்லறைகளிலிருந்து குறிப்பிடத்தக்க மாற்றமொன்றை இக்கல்லறை பெற்றுள்ளது. அது குவிமாடத்தைச் சுற்றி இடம் பெறும் சாட்ரி மாட அமைப்பு இல்லாமற் போனதுதான். மாபெரும் திறந்த வெளித்திடல் மத்தியில் இக்கல்லறை அமைந்துள்ளது. திறந்த வெளியானது

பாதுகாப்பு அரண் சூழ்ந்த சிக்கந்தர் லோடியின் கல்லறை மாடம், டில்லி

படைத்தாக்குதலை எதிர்கொள்ளும் வலுவான மதிற்சுவர்களால் சூழப்பட்டுள்ளது. இம்மதிற்சுவரின் நான்கு மூலைகளிலும் காப்பரண்கள் அமைந்துள்ளன. தெற்கு மதிற்சுவரின் மையத்தில் நுழைவாயில் அமைந்துள்ளது. "முகலாய தோட்டக் கல்லறைகளுக்கு முஸ்தீபு இத்தகு வடிவமைப்பு" என்கின்றார் மார்ஷல். முபாரக்ஷா, முகமது ஷா கல்லறைக் கட்டுமானங்களில் பளபளக்கும் ஓடுகள் (Enamelled tiles) அழகூட்டும் விதத்தில் ஆங்காங்கே பதிக்கப்பட்டன. பளபளக்கும் ஓடுகளை பதிப்பதின் முன்னோடி சையது கல்லறைக் கட்டு மானங்களேயாகும். ஆனால் சிக்கந்தர் லோடி கல்லறையிலோ பளபளக்கும் ஓடு பதித்தல் அதிக அளவில் இடம்பெற்றுள்ளது. கட்டடச் சுவர்களின் உள்ளும், புறமும் பல்வேறு வண்ணங்களில் பல்வேறு வடிவமைப்புடைய அழகு வேலைப்பாடுகள் பளபளக்கும் ஓடுகளால் இழைக்கப்பட்டுள்ளன.

இரண்டடுக்கு குவிமாடம் (Double Dome)

சிக்கந்தர் லோடி கல்லறைக் கட்டுமானத்திற்கு முன்பு வரை திண்மையான குவிமாடமாகத்தான் கட்டப்பட்டன. எனவே மண்டபத்தின் உள்ளும், மண்டபத்திற்கு மேலும் குவி மாடத்தின்

சிக்கந்தர் லோடியின் கல்லறை மாடம்

வண்ண ஓடுகள் பதிப்பு வேலைப்பாடுகள் - சிக்கந்தர் லோடி கல்லறை மாடம்

உயரம் என்பது ஒன்று போல்தான் இருந்தது. ஆனால்தோற்றப்பொலி விற்காக குவிமாட உயரத்தை கூட்ட வேண்டியதாயிற்று. இதனால் மண்டப உட்புறத்தில் குவிமாடத்தின் உயரம் அதன் அகலத்தோடு ஒத்தியைந்த விகிதாச்சாரத்தைப் பெற்றிராத காரணத்தால் பொலிவிழந்தது. எனவே மண்டபத்தின் உள்ளும், மேற்புரத்திலும் குவிமாட அமைப்பின் அகலமும், உயரமும் சமச்சீராய் இருக்குமாறு வடிவமைக்க முற்பட்டபோது உள்ளீடுள்ள இரண்டு அடுக்கு குவிமாட வடிவமைப்பு உருவானது. உட்புற குவிமாடம், வெளிப்புறக் குவிமாடம் இவையிரண்டிற்கு மிடையே தேவைப்படும் இடைவெளியமைத்து கட்டுவதே இரண்டடுக்கு குவிமாடமாகும். உட்புற குவிமாடம் உள்மண்டபத் தோடு ஒத்தியைந்து சமச்சீராய் அமையும்; அதே போல் வெளிப்புற (மேல்புற) குவிமாடம் வெளித்தோற்றப் பொலிவிற்கு ஏற்றாற் போல் சமச்சீராய் அமையும். இத்தகு வடிவமைப்பு மேற்கு ஆசிய நாடுகளில் இக்காலத்திற்கு முன்பு முதலே பயன்படுத்தப் பட்ட ஒன்றுதான். இந்தியாவிலும் கி.பி 1501-ஆம் ஆண்டிலேயே, சிகாபுதீன் தாஜ்கான் (Sgihab-ud-din Taj Khan) கல்லறைக் கட்டுமானத்தில் இரட்டைக் குவிமாட அமைப்பு வெற்றிகரமாய் முயற்சிக்கப்பட்டுள்ளது. இரட்டைக் குவிமாட வடிவமைப்பு கைதேர்ந்ததாய் அமைந்த முதல் கட்டுமானம் சிக்கந்தர் லோடி கல்லறையாதலால் முக்கியத்துவம் பெறுகின்றது. முகலாயர் கட்டடங்களில் ஆச்சர்யமூட்டும் வகையில் இரட்டைக்குவிமாடம் திறம்பட பயன்படுத்தப்பட்டுள்ளது.

சதுர வடிவ கல்லறைகள்

பாரம்பரிய, சதுர வடிவமைப்பிலுள்ள இரண்டாம் குழுமமென வகைப்படுத்தப்பட்ட சையது, லோடி வம்சகாலக் கல்லறைகள் கட்டடக்கலை நோக்கில் சில வித்தியாசமான குணாதிசயங்களை (அம்சங்களைப்) பெற்றுள்ளன. திடகாத்திரமாகவுள்ள சதுர வடிவ

கட்டமைப்பின் மேல் அரைக்கோள குவிமாட விதான அமைப்பைக் கொண்டுள்ளன. குறிப்பிடத்தக்க, வித்தியாசமான, வேலைப் பாடுகள் முகப்பு வேலைப்பாடுகளில்தான் மேற்கொள்ளப்பட்டுள் ளன. நான்கு பக்கச் சுவர்களின் மையப் பகுதிகள் மட்டும் சற்றே பிற சுவர்ப்பகுதிகளிலிருந்து நீட்டப்பட்டுள்ளன (துருத்தப்பட்டுள் ளன). இப்பகுதியானது கிட்டத்தட்ட உச்சிவரை செல்லும், மிக உயர்ந்த அழகு வளைவு வேலைப்பாட்டைப் பெற்றுள்ளது. இவ்வளைவு வேலைப்பாட்டினுள் அடங்கினாற்போன்று நுழை வாயிலும், அதன்மேல் நிற்குமாறு அழகு வளைவுடன் கூடிய சாளர அமைப்பும் அமைந்துள்ளன.

சிஸ் கும்பத் கல்லறை மாடம் டில்லி லோதி கார்டன்

இவ்வகை கல்லறைகள் சிலவற்றில் மட்டும் நுழை வாயில்கள், லின்டல் குறுக்குச் சட்டமும், அதனைத் தாங்கு மாறுள்ள இணைப்புச் சேர்க்கைகளும் (lintel and bracket order) கொண்ட அமைப்புடையதாய் உள்ளன. இம்மையப்பகுதிபோக பிற பகுதிகள் குறுக்கு வாக்கில் அமைந்த வெளிப்புற நீட்டிப்பு சிற்ப வேலைபாடுகள் மூலம் பல பகுதிகளாகப் பிரிக்கப்பட்டுள்ளன. பிரிக்கப்பட்ட ஒவ்வொரு பகுதியும், உள்ளடங்கினாற் போன்ற, அழகு வளைவு வேலைப்பாடுகளையும், அதனுள் அமைந்த சாளர வேலைப்பாடுகளையும் கொண்டு, வண்ணத்திலும் தோற்ற அமைப்பிலும் சிறுசிறு வேறுபாடுகளுடையதாய் உருவாக்கப் பட்டுள்ளன. எண்கோண அமைப்பு கல்லறைகளைப் போன்றே தான், கல்லறை உச்சிப் பகுதி வேலைப்பாடுகள், இங்கும் மேற்கொள்ளப்பட்டுள்ளன. முகப்புச் சுவர்களின் முடிவில் போர்

முஸ்தீபு வடிவமைப்புடைய கைப்பிடிச் சுவரைப் பெற்றுள்ளது. கைப்பிடிச் சுவரின் மூலைகளெல்லாம் குல் தஸ்தாஸ் (Gul-Dastas) என்றழைக்கப்படும் கூடார கோபுர அமைப்பைப் பெற்றுள்ளன. பெரும்பாலும் குவிமாடத்தின் அடிப்பகுதியானது தாமரைமலர் இதழ் வேலைப்பாடு பட்டைகளைக் கொண்டுள்ளது. எண் கோண வடிவ உருளையமைப்பின் மேல் குவிமாடம் அமர்ந்துள்ளது. இந்த எண்கோணத்தின் ஒவ்வோர் மூலையிலும் எண்கோண குவிமாட சாட்ரி மாடங்களைக் கொண்டுள்ளன.

சிஸ் கும்பத் கல்லறை மாடம்
டில்லி லோதி கார்டன்

இச்சதுர வகையைச் சேர்ந்த நேர்த்தியான கல்லறைகளைப் பட்டியலிடுவோம். பாராகான்கா கும்பட், சோட்டேகான் கா கும்பட், பாரா கும்பட், சிஸ்கும்பட், சிகாபுதீன் தாஜ் கான் கல்லறை, தாதிகா கும்பட், போலிகா கும்பட் ஆகியவை சதுர வகைக் கல்லறைகளாகும். இவைகளில் பெரும்பாலானவை 15-ஆம் நூற்றாண்டைச் சேர்ந்தவை. இவைகளை எண்கோண வகை கல்லறைகளுடன் ஒப்பிடும்போது, அளவில், உயர வாக்கில் கூடியும், குறுக்கு வாக்கில் குறைந்தும் தோற்றமளிக்கின்றன. உயரவாக்கில் நேர்த்தியான தோற்றப்பொலிவும், பல் வகைப்பட்ட முகப்பு வேலைப்பாடுகளையும் கொண்டிருந்த போதும், எண் கோண குழுமத்துடன் ஒப்பிடுகையில் அமைதியும், கண்ணியமுமான தோற்றப்பொலிவும் சற்றே குறைவுடையதாய் தான் காணப்படுகின்றன.

மசூதிக் கட்டுமானங்கள்

பொதுமக்கள் ஒன்று கூடி தொழுகை நடத்துவது போன்றோ அல்லது அனைவருக்கும் பொதுவானதாகவோ மசூதி கட்டுமானங்கள் ஏதும் சையது மற்றும் லோடிவம்ச ஆட்சியில் உருவாகிடவில்லை. மாறாக தனிப்பட்டோர்க்கான மசூதிக் கட்டுமானங்கள்தான் எழுப்பப்பட்டன. வருங்கால முகலாய

ஆட்சியின்போது பின்பற்றப்படவிருக்கின்ற நிலைக்கு முன்னோடியாக இத்தனியார் மசூதிக் கட்டுமானங்களைக் குறிப்பிடலாம்.

பாரா கும்பத் மசூதி:

இத்தகு தனியார் மசூதியில் காலத்தாற் முற்பட்டது பாரா கும்பத்துடன் சேர்த்து எழுப்பப்பட்ட சிறிய மசூதியாகும். இம்மசூதி 15-ஆம் நூற்றாண்டின் இறுதிப்பகுதியைச் சேர்ந்தது. இம்மசூதிக் கட்டுமானத்தைப் பற்றிய குறிப்பிடத்தக்க அம்சங்களாக இம்மசூதி உயர் மேடைமேல் அமைந்திருப்பதையும், மசூதியின் பின்பக்க சுவர் மூலைகளில் இணைந்து காணப்படும் சரிவான மினார் கோபுரங்களையும் (tapering turrets) குறிப்பிடலாம். இத்தகு அம்சங்கள் பிரோஸ்ஷாவின் கட்டடங்களிலிருந்து கடன்வாங்கப் பட்டவைகளாகும். முகப்பமைப்பில் சொல்லிடத்தக்க புதுமைக் கூறுகள் அறிமுகப்படுத்தப்பட்டுள்ளன. ஐந்து முகப்பு வளைவுகள் வழக்கத்திற்கு புறம்பாக மிகவும் அகலங்கூடியதாய், உயரங்குறைந்ததாய் வித்தியாசமான அமைப்பைப் பெற்றுள்ளன. முகப்பிலிருந்து, ஐந்து பகுதிகளாக பிரிக்கப்பட்ட மசூதியினுள் நுழைவதற்கு ஏற்றாற்போல் அழகுவளைவின் கீழ் கதவு, சுவர் போன்ற மறைப்புகளேதுமின்றி திறந்த நிலையுடையதாய் உள்ளது. இந்த அழகு வளைவுகளின் உயரமானது, ஐந்து வளைவுகளிலும் கிட்டத்தட்ட ஒன்றுபோலவே உள்ளது. ஒவ்வோர் அழகு வளைவும் ஒன்றன்பின் ஒன்றாக பல்வேறு தளங்களில் அமைந்த வளைவு விளிம்புகளைக் கொண்டதாயுள்ளது. வெளிப்புறப் பகுதி முழுவதும் பூச்சின் துணைக்கொண்டு அழகு வேலைப்பாடுகள் மேற்கொள்ளப்பட்டுள்ளன. தொழுகை மண்டப உட்புறமெங்கிலும் இம்மாதிரி அழகு வேலைப்பாடுகள் மேற்கொள்ளப்பட்டுள்ளன. அளவிலும், உயரத்திலும் குவிமாட விதான அமைப்பு அதிகரித்துள்ளது. ஒட்டுமொத்தத்தில் மசூதிக் கட்டுமானத்தில், புதுமையான, புதிதான, எழுச்சிமிகு வடிவமைப்பை உருவாக்கிடும் புத்துணர்வு எழுச்சி பெற்றிருப்பதை எடுத்துரைக்கின்றது. ஆனால் வடிவமைப்பாளர்களின் சிந்தனைகளுக்கு செயல்வடிவம் கொடுப்பதில் சற்றே தடுமாற்றம் இருப்பது ஒட்டுமொத்த மசூதிக் கட்டுமானத்தில் வெளிப்படுகின்றது. ஏனெனில் மசூதியின் பல்வேறு பாகங்களும் திறம்பட ஒன்றிணைந்து காணப்படவில்லை; எனவே பார்ப்பதற்கு சிறிது குறைபாடுள்ளதாகவே உள்ளது.

மோத் - கி - மசூதி

பாரா கும்பத் மசூதியை அடுத்து குறிப்பிடத்தக்க லோடிவம்ச மசூதி மோத்-கி-மசூதியாகும். சுல்தான் சிக்கந்தர் லோடியின் பிரதம மந்திரியால் பதினாறாம் நூற்றாண்டின் ஆரம்ப வருடங்களில் கட்டப்பட்டதாகும். அளவில் பெரிய மசூதியாகும். 124 ½ அடி நீளமுடையதாகும். அடிப்படையில் பாரா கும்பத் மசூதி போன்றே வடிவமைப்புடையது. ஆனால் பாரா கும்பத் மசூதிக்கும் இம்மசூதிக்கும் இடைப்பட்ட காலக்கட்டங்களில் பெற்ற அனுபவங்களின் பயனால், வடிவமைப்பாளர்களின் சிந்தனையும், செயல்பாடுகளும் முழுமையடைந்திருப்பது நன்கு வெளிப்படுகின்றது.

மோத்-கி-மசூதியின் அழகு வளைவு நுழைவாயில்

குறிப்பிடப்படவேண்டியது முகப்பில் அழகுவளைவுகளின் கீழ் அமைந்துள்ள நுழைவாயில்களாகும். அழகுவளைவுகள் சீரான விகிதாசாரப்படியும் சரியான அகல உயரங்களுடைய தாயும், ஒன்றோடொன்று ஒன்றியைந்து போவது போன்றும் அமைக்கப்பட்டுள்ளன. மத்திய அழகுவளைவானது நன்கு முன்னோக்கி இழுத்து நீட்டி அமைக்கப்பட்டு இருக்கும் விதத்தில் மத்திய வளைவிற்கு முக்கியத்துவம் கொடுக்கப்பட்டிருப்பது புரிகின்றது. மசூதியின் உட்புறம் விசாலமாயும், கண்ணியத்

தோற்றத்துடனும் அமைக்கப்பட்டுள்ளன. குவிமாடவிதானங் களின் அமைப்பும் அற்புதமாயுள்ளது. பாரா கும்பத் மசூதியைக் காட்டிலும் இம்மசூதி பின்சுவர் மூலை மினார் கோபுரங்களின் சரிவும், சீராய், களையுடன் அமைந்துள்ளது. இந்த மினார் கோபுரங்கள் இரண்டு தளங்களைக் கொண்டுள்ளன. இந்த இரண்டு தளங்களுக்கும் இடையே கோபுரத்தைச் சுற்றிவருவதற்கு ஏற்றாற்போல் அமைந்த அகலமான பால்கனிச்சுவர் நீட்டல்கள் ஒட்டுமொத்த கட்டட வடிவமைப்பிற்கு மேலும் அழகூட்டு கின்றன. வெள்ளை சலவைக்கற்களாலும், செம்மணற்கற்களாலும், பளபளக்கும் பல்வேறு வண்ண ஓடுகளாலும் வெவ்வேறு வடிவங்களில் அழகுவேலைப்பாடுகள் வெளிப்புறப் பகுதி எங்கும் மேற்கொள்ளப்பட்டுள்ளன. இவை வண்ணமயமான வெளித்தோற்ற அழகிற்கு பெறிதும் துணைபுரிகின்றன.

“லோதி பாணி கட்டுமானத்தின் சிறப்புக் கூறுகளனைத் தையும் எடுத்துரைக்குமாறமைந்த ஒரே கட்டுமானம் இதுதான்” என்பது மார்ஷல் அவர்களின் கருத்தாகும். “தளைகளற்ற கற்பனை வளம், வடிவமைப்பில் தைரியமான பன்முகத் தன்மை, ஒளியும், நிழலும் ஏற்படுத்தும் எதிரெதிர் விளைவுகளை ரசிக்கும் மனப்போக்கு, கோடுகளிலும், வண்ணத்திலும் வெளிப்படும் ஒன்றியைந்த உணர்வு ஆகிய குணாதிசயங்களை ஒன்று குழைத்து எழுச்சியோடு உருவாக்கப்பட்ட வண்ணமயமான மசூதி இது தான்; எனவே ஒட்டுமொத்த இஸ்லாமிய மசூதிக் கட்டுமானங் களில் தலைசிறந்தவைகளில் ஒன்று இது என்றால் மிகையில்லை.

மோத் லென்டில் (Moth Lentil) எனப்படும் அவரை இனத்தைச் சேர்ந்த விதையை திரும்பத்திரும்ப பயிர்செய்து விற்றதில் கிடைத்த வருவாயில் உருவான மசூதி இது. சுல்தான் சிக்கந்தர் லோடி கொடுத்த ஓர் விதையை மூலதனமாக்கி அவரது வஸீர் (wazir) பெருக்கியச் செல்வத்தால் இம் மசூதி யைஉருவாக்கினார் என்ற செய்தி வெவ்வேறு வித மான கதைகளின் மூலம் கூறப்படுகின்றது. சதுர வடிவ கட்டுமானமாக மசூதிக் கட்டுமானம் அமைந்துள்ளது. மசூதி வளாகத்தினுள் கிழக்குத் திசை நுழைவாயில்

மோத்-கி-மசூதியின் அரைக்கோள குவிமாடம்

மூலம் நுழையலாம். சிகப்பு, நீலம், கறுப்பு, வெள்ளை வண்ணங்களாலான மணற்கற்களைக் கொண்டு எழுப்பப்பட்ட மிக அழகிய நுழைவாயில்தான் கிழக்கு நுழைவாயில். இஸ்லாமிய அழகுவளைவினுள் இந்து அழகு வளைவு அமையப்பெற்றுள்ள நுழைவாயிலாகும்.

கி.பி 1206-ஆம் ஆண்டு துவக்கப்பட்ட டில்லி சுல்தான்களின் ஆட்சி 1526-ஆம் ஆண்டு வரை தொடர்ந்தது. இந்த 320 ஆண்டுகளில், அவர்களின் கட்டடக்கலைப்பணிகளை இதுவரை

மோத்-கி-மசூதி வளாக நுழைவாயில்

நாம் அறிமுகப்படுத்தினோம்; இதுவல்லாமல், இந்தியக் கலாச்சாரம், சமூகம், அரசியல், ஆட்சிமுறை, பொருளாதாரம், வரலாறு, பிற கலைகள் ஆகியவை பெற்ற கொடைகளும், வளர்திசை மாற்றங்களும் எண்ணிலடங்காதவை ஆகும். நம் ஆவணங்களில் அடையாளங்கள் குறிப்பிடப்படும் முறை, விலங்குகளுக்குச் சூடிட்டு அடையாளமிடும் முறை, அளவை, நிலுவை ஒழுங்குகள் போன்ற நுகர்வோர் உரிமை சார்ந்த முறைகள், ஊழியர்களுக்கான ஊதியம் நாணயமாக வழங்கும் முறை, நில அளவை முறை, வேளாண்துறை ஆகியவற்றுக்கும், இந்திய கலாச்சாரத்தில் பன்முகத் தன்மைக்கும் வித்திட்டவர்கள் டில்லி சுல்தான்களே ஆவர். மொத்தத்தில அவர்களின் பணிகள் கணக்கிலடங்காதவை.

6

அத்தியாயம்

வங்காள பாணிக் கட்டுமானங்கள்

12-ஆம் நூற்றாண்டின் இறுதிப் பகுதிகளில் இக்தியாருதீன் முகமது பக்தியார் கில்ஜி என்பாரால் வங்காளப் பகுதிகளில் இஸ்லாமியர் ஆட்சி நிறுவப் பட்டது. அன்று தொடங்கியே இஸ்லாமிய ஆட்சியாளர் களால் கட்டுமானப் பணிகள் மேற்கொள்ளப் பட்டன. தபாகாத்-இ-நசிரி (Tabaqat-i-Nasiri) என்ற நூலின் ஆசிரியர் மினாஜுதீன் (Minhaj-ud-din) ஆவார். இக்தியாருதீன் அவர்களே லக்னாவதியில் (Lakhnawati) மசூதிகளும், மத்ரஸாக்களும், தங்கும் விடுதிகளும் நிறுவினார் என தனது நூலில் மினாஜீதீன் உரைக் கின்றார். இக்தியாருதீனின் வழிவந்தோர்களில், சுல்தான் கியாசுதீன் என தன்னை அழைத்துக் கொண்டவர், அவரது தலைநகரில் மசூதிகள், மத்ரஸாக்கள், தங்கும் விடுதிகள் கட்டியதுடன், சதுப்பு நிலப்பகுதியான தனது ஆட்சிப்பகுதிகளில் சாலைகளும் உருவாக்கினார். இதுவும் நூல்வழிச் சான்றுகளிலிருந்து நாம் அறிந்துகொள்வதாகும். 13-ஆம் நூற்றாண்டிலும், 14-ஆம் நூற்றாண்டின் தொடக்கத்திலும் வங்காளத்தில் மசூதிகள் கட்டப் பட்டன என்பதற்கு கல்வெட்டு ஆவணச் சான்றுகள் உள்ளன. மால்டாவிற்கு வடமேற்கே எட்டுமைல் தொலைவிலுள்ள பின்ச்லி (Pinchhli) என்னுமிடத்தில் சுல்தான் இல்த்துமிஷ் (1211-1236) அவர்களாலும்,

ஹுக்ளி மாவட்டத்திலுள்ள திரிபேனி (Tribeni) என்னுமிடத்தில் ஐபார்கான் காஜி (கி.பி 1298) கல்லறையுடன் கூடிய மசூதியும், கௌர் (Gaur) அருகில் உள்ள கௌமால்டி என்னுமிடத்தில் மசூதியொன்றும் (1311) கட்டப்பட்டதாக கல்வெட்டு ஆவணங்கள் உரைக்கின்றன. ஆனால் இந்த ஆரம்பக் கட்டுமானங்களெல்லாம் இன்றில்லை என்பது துரதிருஷ்டவசமே யாகும்.

கி.பி 1338-1576 என்ற இருநூறு வருடத்திற்கும் சற்று கூடுதலான காலக்கட்டங்களில் எழுப்பப்பட்ட இஸ்லாமியக் கட்டுமானங்களே (அல்லது அவற்றின் எச்சங்களே) இன்றுள்ளன. உலகின் பிறபகுதிகளிலும், இந்தியாவிலும் இஸ்லாமிய குணாதிசய மசூதிகள், கல்லறைகள் எப்படியுள்ளனவோ, அதைப் போலவே தான் வங்காளத்திலும் எழுப்பப்பட்டுள்ளன. ஆனால் வங்காள பாணி எனக்குறிப்பிடத்தக்க பிரத்யேகக் குணாதிசயங் களையும் கொண்டுள்ளன.

வடிவமைப்பு ரீதியாக இஸ்லாமியக் கட்டுமானங்களை நான்கு குழுக்களாகப் பிரிக்கலாம். (1) உருளை வடிவமைப்பு விதானத்துடனான மத்திய பகுதியையும், பல அரைக்கோள குவிமாடங்களையுமுடைய பக்க இணைப்புப் பகுதிகளையும் கொண்டது (2) ஒரேயொரு அரைக்கோள குவிமாடத்தையுடைய சதுரவடிவக் கட்டுமானம் (3) பல அரைக்கோள குவிமாடங் களையுடைய நீள்செவ்வக வடிவக்கட்டுமானம் (4) ஒரேயொரு அரைக்கோள குவிமாட விதானக் கட்டுமானம்; இதன் மூன்று திசைகளிலும் நடைபாதை தாழ்வாரக் கட்டுமானங்களைக் கொண்டிருக்கும். முதல் குழுமத்தின் வளர்ச்சி பெற்ற நிலை மூன்றாவது குழுமம்; இரண்டாம் குழுமத்தின் வளர்ச்சி பெற்ற நிலை நான்காம் குழுமம்; கட்டப்பட்ட கால வரிசையையும் ஒத்ததாயுள்ளது இத்தகு குழுமப் பிரிப்பு முறை.

அதீனா மசூதி

சுல்தான் சிக்கந்தர் ஷா அவர்களால் கட்டப்பட்ட புகழ் பெற்ற ஜாமி மசூதி 'அதினா மசூதி' என்றழைக்கப்படுகின்றது. கட்டப்பட்ட வருடம் கி.பி. 1369 அல்லது 1374-ஆக இருக்கலாம். 'இந்தியாவின் கிழக்குப் பகுதிகளில் இம்மசூதி மாதிரி வடிவ மைப்பில் கட்டப்பட்டவைகளில் மிகவும் பிரம்மாண்டமான முயற்சி அதீனா மசூதிதான்' என மார்ஷல் அவர்களால் புகழப்பட்டது.

அதேசமயம் வங்காளத்தின் முதல் நினைவுச் சின்னம் இது தான் என்பதும் கவனிக்கத்தக்கது. டமாஸ்கஸ் நகரின் உமையா

இந்திய இஸ்லாமியக் கலை வரலாறு / 77

அதீனா மசூதியின் ஒட்டுமொத்தத் தோற்றம்

(Umaiya) மசூதிக்குச் சமபரப்புடைய மசூதி அதீனா மசூதியாகும். வெளிப்புறத்தில் 507'6" X 285'6" பரப்பளவை கொண்டது. நான்கு விளிம்புகளிலும் விதானமுடன் கூடிய தாழ் வார நடைபாதை அமைப்புகளால் சூழப்பட்ட மசூதி மையத்தின் திறந்த வெளி

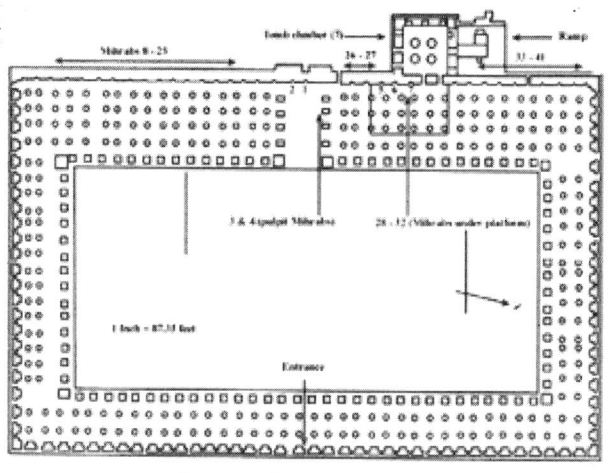

அதீனா மசூதியின் தரை வரைபடம்

397' X 159' பரப்பளவைக் கொண்டதாகும். மேற்குப் பகுதி தாழ்வார நடைபாதைக் கட்டுமானப் பகுதியில் தொழுகை மண்டபம் அமைந்துள்ளது.

மேற்குத் தாழ்வாரப் பகுதி குறுக்கு வசத்தில் ஐந்து திருச்சுற்றுப் பகுதிகளையும், பிறதிசை தாழ்வாரப் பகுதிகள் மூன்று திருச்சுற்றுப்

பகுதிகளையும் கொண்டதாயுள்ளது. தொழுகை மண்டபம் ஒரு மையப் பகுதியையும் இதன் இருபக்கங்களிலும் இணைப்புப் பகுதிகளையும் கொண்டுள்ளது. இம்மையப் பகுதி 64'4" X 33'8" பரப்பளவுடையது. இம்மையப் பகுதியின், கூறாய் முடிவுறும் உருளை வடிவ விதானப்பகுதி இன்றில்லை. ஆனால் சுவரின் எச்சங்களிலிருந்து பின்புறச் சுவர் உச்சியில் சாளர அமைப்புடைய தாய் தொழுகை மண்டப முழுமையையும் மூடியதாய் உயரமான தாய் கூர்முனை உருளைவடிவ விதான அமைப்பு இருந்ததை புரிந்துகொள்ள முடிகின்றது. மண்டபத்தின் பின்பக்கச் சுவரில்

அதீனா மசூதியின் தொழுகை மண்டப மையப்பகுதி

மையத்தில் ஒரு மிஹ்ராப் அமைப்பும், இதன் வலதுகைப் பக்கம் அளவில் சிறிய மற்றோர் மிஹ்ராப் அமைப்பும், இடதுகைப் பக்கம் 'மிம்பர்' எனப்படும் திருக்குர்ஆன் சொற் பொழிவு மேடை அமைப்பும் உள்ளன. சில படிகளேறி விதானத்துடன் கூடிய மேடை யமைப்பை அடையும் அமைப்புடையதா யுள்ளது 'மிம்பர்'.

மைய மண்டபத்தின் இருபக்கமுமுள்ள இணைப்புப் பகுதிகளின் ஐந்து நடைபாதைத் தாழ்வாரப் பகுதிகளுக்கும் மைய மண்டபத்திலிருந்து செல்லுமாறு, நுழைவாயில்கள், அழகு வளைவுகளின் கீழ் அமைந்துள்ளன. மையத் திறந்த வெளியி லிருந்து நோக்கும் பொழுது, தொழுகை மண்டபத்தின் பக்க இணைப்புகள் ஒவ்வொன்றும் 18 பகுதிகளைக் (bays) கொண் டுள்ளன. இந்த ஒவ்வொரு பகுதிக்கும் அழகுவளைவின் கீழ்

அமைந்த நுழைவாயிலும் பின்புறச்சுவரில் ஒரு மிஹ்ராப்பும் உள்ளது. தொழுகை மண்டபத்தின் வடக்கு இணைப்புப் பகுதியின் பின்புறச் சுவர்பக்கமுள்ள மூன்று நடைபாதைச் சுற்றுகளில் (aisles) முதல் ஐந்து பகுதிகள் மட்டும் தரைத்தளத்துடன் மேல்தளம் ஒன்றையும் கொண்டுள்ளன. பாதுஷா கா தக்த் (Badshah ka takht) என்றழைக்கப்படும் இம்மேல்தளமானது, மிகப்பருமனான 8 அடி உயரமேயுடைய குட்டைத் தூண்களால் தாங்கப்படுகின்றது.

நான்கு திசை தாழ்வாரப் பகுதிகளும் குறுக்கு வசமாகவும் (aisles), நெட்டுவசமாகவும் (bays) தூண்கள் வரிசையால் பிரிக்கப் பட்ட சதுர அமைப்புடையவைகளாயுள்ளன. இந்த 378 சதுரப் பிரிவுகள் ஒவ்வொன்றும் கட்டப்பட்ட காலத்தில் சிறிய அளவிலான அரைக் கோள குவிமாட விதானத்தைப் பெற்றிருந்த தாம்; ஒரு சதுரப்பிரிவைப் போன்றே அனைத்தும் இருந்ததாம்;

அதீனா மசூதியின் தொழுகை மண்டப இருதள வடக்கு இணைப்புப் பகுதி

மேற்குப் பகுதியை மட்டும் சிறிது உன்னிப்பாக கற்பனையுடன் பார்த்திட முயற்சிப்போம். மிகப் பெரிய மைய நுழைவாயில், அழகு வளைவினை உடையதாய் 33 அடி அகலமும் 60 அடி உயரமும் உடையதாய் இருந்தது. இதன் பக்க இணைப்புகளின் நுழைவாயில்கள் 8 அடி அளவுள்ள (span) அழகு வளைவுகளைப் பெற்றிருந்தன. பெரிய அளவிலான மைய அழகு வளைவும், இருபக்க இணைப்புகளிலுமுள்ள 36 (18+18) சிறிய அழகு வளைவுகளும் காண்போரை மெய்மறக்கச் செய்யும்.

அதீனா மசூதியின் பாதுஷா-கா-தக்த் தூண்களமைப்பு

ஒவ்வொரு பகுதி (bays) அழகு வளைவுடன் கூடிய நுழைவாயில் சுவரின் உச்சிப் பகுதி சிறிய கைப்பிடிச் சுவர் ஒன்றையும் கொண்டிருந்தது. வளாக மையத்திலுள்ள திறந்த வெளியிலிருந்து பார்த்தால், கைப்பிடிச்சுவர் பகுதியையும் தாண்டி அமைந்துள்ள அரைக் கோள குவிமாட விதானத் தையும் காண இயலும்.

தொழுகை மண்டபத்தினுள் தொடர்ச்சியாய் அமைந்துள்ள அழகு வளைவுகள் நம்மை உற்று நோக்கத் தூண்டும்; இந்த அழகு வளைவுகள் உயரங்குறைந்த உரமான தூண்களால் தாங்கப்படு கின்றன; இத்தூண்களின் அடிப்பாகம் சதுரவடிவிலும், உச்சி யிணைப்புகள் அதிக எடையுள்ளவையாயும் அமைந்துள்ளன. மாறாக பாதுஷா-கா-தக்த் எனப்படும் முதல் தளத்திலுள்ள தூண்கள் வழக்கமான தூண்களைப் போன்றும், உயரவாக்கில் செல்லச் செல்ல சுற்றளவு குறைந்து கொண்டிருக்கும் அமைப்புள்ள தண்டுப் பகுதியினையும், உச்சியிணைப்பாக மலர்ந்த தாமரை மலரமைப்பையும் பெற்றுள்ளன.

அதீனா மசூதியின் மிஹ்ராப் மாடம்

நுட்பமாகச் செதுக்கப்பட்ட பக்கத் தூண்கள் மற்றும் அதன் மேல் அமைந்துள்ள மூவிலைத் தோரண அழகு வளைவினுள் மிஹ்ராப் மாடங்கள் அமைந்துள்ளன. மிஹ்ராப் மற்றும் மிம்பர் ஆகியவற்றில் மேற்கொள்ளப்பட்ட வேலைப்பாடு களில் இடம்பெறும் மலர் வடிவ மைப்புகளும், வடிவகணித வடிவ மைப்புகளும், காலி கிராஃபி வடிவ மைப்புகளும் கருத்தைக் கவர்வதாய் உள்ளன. மிஹ்ராப் மாட அமைப்பின் உட்புறச்சுவரானது சட்டப்பலகை அமைப்புபோல் பல பிரிவுகளாகப் பிரிக்கப்பட்டுள்ளது. ஒவ்வொரு

சட்டப்பலகை பிரிவினுள்ளும் ஒரு ‘தொங்கும் விளக்கு’ வேலைப்பாடு இடம் பெற்றுள்ளது. திருக்குர் ஆனில் ‘ஒளி’ எனப் பொருள்படும் சுரா-அல்-நூர் என்ற அத்தியாயக் கருத்தினை உணர்த்தும் காட்சி வேலைப்பாடுகளே இத்தகு தொங்கும் விளக்கு அமைப்பு வேலைப்பாடுகள். இத்தகு விளக்கு வேலைப்பாடுகள் வங்காள வேலைப்பாடுகளில் இடம்பெறும் முக்கிய இஸ்லாமிய கருத்துருவாகும். மிஹ்ராப் அமைப்பிற்கு மேற்புறமுள்ள சுவர்ப் பகுதியில் இடம்பெறும் நுட்பமான, தாழ்நிலை புடைப்புள்ள செங்கற் வேலைப்பாடுகள் மிகச் சிறப்பாயுள்ளன.

இம்மசூதியின் பின்புறச் சுவரமைப்பு இன்றளவும் நல்ல நிலையில் உள்ளது. கிட்டத்தட்ட 11 அடி உயரம் வரையிலான பின்புறச்சுவர் வழுவழுப்பான நீலவண்ணமும் சாம்பல் வண்ணமும் கலந்த பசால்ட் (basalt) கல்லால் ஆனது. இதற்கும் மேல் அமைந்துள்ள சுவர்க் கட்டுமானமும், அழகு வளைவுகளும், அரைக்கோள குவிமாடங்களும் செங்கற்களால் ஆனதாகும். பின்புறச் சுவரின் மூலைப்பகுதிகள், சீரற்ற முறையில் அடுக்கப்பட்ட கற்களாலான கோபுர (turret) அமைப்பைப் பெற்றுள்ளன.

அதீனா மசூதியின் மிஹ்ராப் மாட வேலைப்பாடுகள் (தொங்கும் விளக்கு)

இவ்வளவு பெரிய கட்டுமானத்திற்கேற்றாற்போன்ற பிரம்மாண்டமான நுழைவாயில்கள் எதனையும் கொண்டதாயில்லை அதீனா மசூதி. கிழக்கு திசையில் ஒன்றும், தெற்கு திசையின் கிழக்கு முனையில் மூன்றும், ஆக மொத்தம் நான்கு அழகு தோரண வளைவுடன் கூடிய நுழைவாயில்களும் பொது மக்களுக்குரியதாய் இருந்திருக்கலாம்; மேற்கு திசை பின்புறச் சுவரில் உள்ள இரண்டு சிறு நுழைவாயில்களும் முல்லாக்களுக்கும், உயர்பதவி வகிப்போருக்கும் உரியதாயிருக்கலாம்; தொழுகை மண்டபத்தின் பின்புறச் சுவரின் வடக்குப்பாதிப் பகுதியில் இணைந்ததாய் ஒரு சதுரவடிவ மண்டபம் உள்ளது. இம்மண்டபத்தினுள், இம்மசூதியைக் கட்டிய சிக்கந்தர் ஷாவின் உடல் அடக்கம் செய்யப்பட்டதாக

அதீனா மசூதியின் பின்புறச் சுவரமைப்பு

கூறப்படுகின்றது. இம்மண்டபத்திலிருந்து மூன்று நுழைவாயில் கள் மூலம் 'பாதுஷா கா தக்த்' எனப்படும் அரசகுடும்பத்தின ருக்கான தொழுகை மண்டபத்திற்குச் செல்ல இயலும்.

அதினா மசூதியைப் போன்றேயுள்ள இரண்டு மசூதிகள் குணாமன்த் மசூதி (Gunamant), தரஸ்பரி மசூதி (Darasbari) ஆகும். கௌர் (Gaur) என்னுமிடத்தில் அமைந்துள்ள இவை, அளவில் சிறியவைகளாகும். இவை வெகுவாக சிதிலமடைந்து விட்டன. குணாமன்த் மசூதியில் மட்டும் கூர்முனையாய் முடிவுறும் தொழுகை மண்டப உருளை வடிவ விதானம் இன்றுமுள்ளது. இருபக்கச் சுவர்களின் மேல் தொடர்ச்சியாய் அழகு வளைவுச் சுவர்கள் அமைப்பது; அதன் மேல் தொடர்ச்சியாயும், செங்குத் தாயும் விலா எலும்புகள் போன்ற வளைந்த அமைப்புள்ள உருளை வடிவ விதானப்பகுதியை பொருத்தமாய் அமைக்கும் தொழில் நுட்பத்தை அறிந்திருந்தது புலப்படுகின்றது.

ஏக்லாகி கல்லறை மற்றும் லோட்டன் மசூதி

வங்காளத்தின் இரண்டாம் குழும இஸ்லாமியக் கட்டு மானங்கள், ஒரேயொரு அரைக்கோள குவிமாட விதானத்தைக் கொண்ட சதுரவடிவக் கட்டுமானம் என முன்பே கூறியுள்ளோம். மண்டபத்தினுள் தூண்களேயிராது என்பதும் குறிப்பிடத்தக்க அம்சமாகும். வெளிப்புறச் சுவர் மூலைகள் நான்கிலும் கோபுர இணைப்பு இருக்கும். பெரும்பாலும் இவை எண்கோண வடிவமைப்புடையவை; இறவாரக் கூரை நீட்டலை விட

(cornices) சற்றே உயரமுடையதாயிருக்கும்; இறவாரக் கூரை நீட்டல் சற்றே வளைவுடைய அமைப்பிலிருக்கும். வங்காளம் மூங்கில் கட்டுமானங்களுக்குப் பெயர்பெற்றது. இதன் தாக்கம் தான் இறவாரக் கூரை நீட்டலின் வளைவுடைய அமைப்பு என்கின்றனர். இவ்வகை கட்டுமானம் கல்லறையாயிருந்தால், நான்கு திசைச் சுவர்களும் நான்கு நுழைவாயில்களைப் பெற்றிருக்கும்; மசூதியாயிருந்தால், இதன் பின்புறச் சுவரில் எத்தனை 'மிஹ்ராப்'கள் (ஒன்று அல்லது மூன்று) உள்ளனவோ, அத்தனை வாயில் களை முன்புறச்சுவர் பெற்றிருக்கும். இக்குழும மசூதிகள் சிலவற்றில், மண்டபத்தின் மொத்த முன்புறமும் தாழ்வார நடைபாதை அமைப்பையும் பெற்றிருக்கும். இவற்றில் உள்ள நுழைவாயில் களின் எண்ணிக்கை, 'மிஹ்ராப்'களின் எண்ணிக்கைக்குச் சமமாயி ருக்கும்.

இக்குழுமத்தின் ஆரம்பக் கட்ட கட்டுமானம் ஏக்லாகி கல்லறையே ஆகும். இது ஜலாலுதீன் முகமது ஷா (கி.பி.1415-31) அவர்களின் கல்லறை என பாரம்பரியமாக போற்றப் படுகின்றது. பெரும்பாலும் செங்கற்களாலும், ஆங்காங்கே இடையிடையே பழைய இந்து கோயில்களிலிருந்த கற்பாளங்களாலும் (horn-blende) கட்டப்பட்டுள்ளது. வெளித்தோற்றம் கிட்டத்தட்ட 78'6"×74'6" அளவுள்ள சதுர வடிவ கட்டுமானமாய்த்தானுள்ளது. ஆனால் மதிற்சுவரின் உள்கட்டமைப்போ 48'6" விட்ட அளவுள்ள எண் கோண வடிவக் கட்டுமானமாகும். நிலையுடன் கூடிய நான்கு

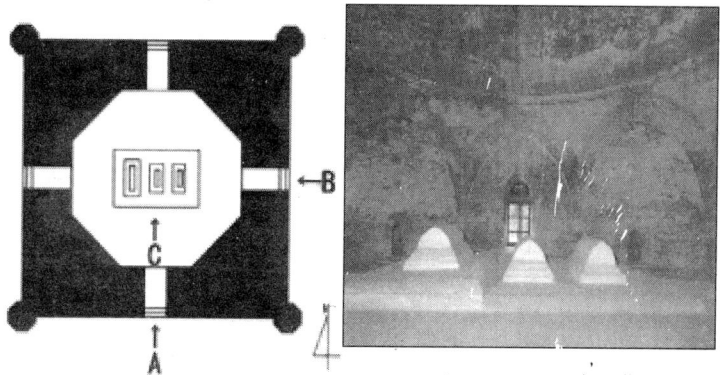

ஏக்லாகி கல்லறை மாட தரை வரைபடம்

ஏக்லாகி கல்லறை மாட மண்டப உட்புறம்

தோரண வளைவு நுழைவாயில்கள் கல்லறையின் நான்கு திசைச் சுவர்களிலும் அமைந்துள்ளன. இச்சுவரின் மூலைப் பகுதிகளில் சுவர் கனத்தினுள் நான்கு சிறு அறைகள் அமைந்துள்ளன.

அரைக்கோள குவிமாட விதானத்தைத் தாங்குமாறு உருளை வடிவமைப்பிலோ அல்லது எண்கோண வடிவமைப்பிலோ எத்தகைய தொரு அமைப்பும் சுவர் மீது அமைந்திடப்பட வில்லை. எனவே இக்குவிமாடம் தாழ்வான உயரமுடையதாய் கட்டையாய் தோற்றமளிக்கின்றது. குவிமாடம் அமரும் கட்டுமான அமைப்பு (உருளை அல்லது எண்கோண வடிவில்) இல்லாததால் குவிமாடம் உயரங்குறைந்த தோற்றத்தைக் கொடுப்பது வங்காள இஸ்லாமிய கட்டுமானங்களில் உணரப் படும் ஒரு குறைபாடாகும். ஏக்லாகி கல்லறையின் விதானமானது சீரான பூச்சினைப் பெற்றுள்ளது. இக்கல்லறையின் உட்புறங்கள் வர்ண வேலைப் பாடுகளைப் பெற்றிருந்தாற்போல் தோற்றமளிக் கின்றது.

ஏக்லாகி கல்லறை மாடச்சுவர் செங்கற் வேலைப்பாடுகள்

வெளிப்புறச் சுவரானது உயரவாக்கில் பிரிக்கப்படு வதற்கு, குறுக்கு வச நீட்டல் பட்டைகள் சுவரைச் சுற்றிலும் செல்லுமாறு அமைக்கப்பட்டுள்ளன. நுழைவாயிலின் இருபுறச் சுவர்ப்பகுதி களும் உயரவாக்கில் வெளிநீட்டல், உள் அடங்கல் சுவரமைப்பு மூலம் பல செவ்வகப் பலகைகள் போல் உருவாக்கப்

பட்டுள்ளன. இச்செவ்வகப் பகுதிக்குள் சுடுமண் (terracotta) வேலைப்பாடுகள் பல்வேறு வகையான பூ வடிவமைப்புகளில் உருவாக்கப் பட்டுள்ளன. வளைந்த இறவாரக் கூரையும், சுவர் மூலைகளில் இணைக்கப்பட்டுள்ள எண்கோண வடிவ கோபுர அமைப்பும், அவற்றில் மேற்கொள்ளப்பட்டுள்ள குறுக்குவச நீட்டல் பட்டை வேலைப்பாடுகளும் எவரையும் வசியப்படுத்து பவைகளாயுள்ளன. குவிமாடத்தைச் சுற்றியுள்ள பகுதிகள் வெறுமையாய் விடப்பட்டிருப்பதும், மிகப்பெரிய குவிமாடம் உயரங்குறைந்ததாய், வேலைப்பாடுகளேதுமில்லாததாய் தோற்ற மளிப்பதையும் குறைபாடுகளாய்க் கூறுவர்.

சிகா மசூதி (Chika Masjid) என்றும் வௌவால்கள் மசூதி (Bats Mosque) என்றும் அழைக்கப்படும் மசூதி 'கௌர்'-ல் உள்ளது. இது ஏக்லாகி மசூதியின் பிரதியாகும். ஆனால் அளவில்தான் சற்றே சிறியது. உள்ளூர்க்காரர்கள் இதனை மசூதி என்றழைத்த போதிலும், மேற்குப்புற உட்புறச்சுவரில் 'மிஹ்ராப்' மாட அமைப்பு இல்லை. இக்கட்டுமானம் ஓர் நினைவு நுழைவாயில் என்றும், கல்லறை என்றும், அரசு சிறைக்கூடம் என்றும் பல கருத்துகள் நிலவுகின்றன. இதே போன்ற, இரண்டாம் குழுமகட்டுமான அமைப்பிலுள்ளபிற மசூதிகளாவன: சோட்டா பாண்டுவாவில் உள்ள சிறு மசூதி, கோல்திஹி (Goaldihi) யில் உள்ள பழைய மசூதி, மோல்லா சிம்லா (Molla Simla) வில் உள்ள பழைய மசூதி ஆகியவைகளாகும்.

லோட்டன் மசூதியின் முகப்புத் தோற்றம்

மசூதி மண்டபத்தின் முன்புறம் தாழ்வார நடைபாதை அமைப்பும் சேர்க்கப்பட்ட இரண்டாம் குழுமக் கட்டுமானங் களாவன: கோபால்கஞ்ச்-ல் (Gopal Ganj) கி.பி. *1460*-இல் கட்டப்பட்ட மசூதி, கேரௌல் (Kheraul) வில் உள்ள மசூதி *(1494)*, தேபிகோட் (Debikot) -வில் உள்ள ரூகான் (Rukh Khan) மசூதி *(1512)*, கௌர்-ல் உள்ள சம்கட்டி (Chamkatti) மற்றும் லோட்டன் மசூதி ஆகியவைகளாகும். சம்கட்டி, லோட்டன் மசூதிகளிரண்டும் யூசுப் ஷா (Yusuf shah)ஆட்சிகாலத்தைச் சேர்ந்தவைகளாகும். இவற்றுள் லோட்டன் மசூதி பல வித்தியாசமான குணாதிசயங் களின் மூலமாய் நம் கவனத்தை ஈர்க்கின்றது - அரச சபையைச் சேர்ந்த அழகிய நடன நங்கையோடு, பாரம்பரியமாக, இம்மசூதி தொடர்புபடுத்திப் பேசப்படுகின்றது. அழகு வளைவு நுழை வாயில்கள் ஒவ்வொன்றும் வெவ்வேறு அளவுகளுடையதாய் வேறுபடுத்திக் காட்டப்பட்டுள்ளன. வழக்கமாய் நான்குசுவர் மூலைகளிலும் இடம்பெறும் கோபுர அமைப்பானது, இக்கட்டு மானத்திலோ, ஆறு என்ற அளவில் அதிகப்படுத்தப்பட்டுள்ளது. இந்த அதிகப்படியான இரண்டு கோபுர அமைப்புகள் தாழ்வார நடைபாதை அமைப்பு முடிவுறும் இரு முனைகளிலும்

லோட்டன் மசூதியின் மண்டப உட்புறம்

லோட்டன்மசூதியின்தரை வரைபடம்

அமைந்துள்ளன. மிகப்பிரமாண்டமான அரைக்கோள குவி மாடத்தின் எழிலை எடுத்துரைக்கும் விதமாய் கட்டப்பட்டிருக்கும் முறைதான் மிகவும் மெச்சிடத் தக்கதாகும். இந்த அரைக்கோள குவிமாடம் ஒரு முரசுபோன்ற வடிவமைப்பால் தாங்கப்படுகின்றது. இந்த முரசு அமைப்பின் வெளிப்புறம் உருளைவடிவிலும், தட்டையான கவிழ்க்கப்பட்ட, படகு அமைப்பையும் கொண்டதாயுள்ளது. இத்தகு தாங்கும் அமைப்பு மூலமாய் அரைக்கோள குவிமாடத்தின் உயரம் கூட்டப்பட்டு, கண்ணியமிக்க கட்டு மானமாக காட்சிப்பொலிவைப் பெறுகின்றது. வங்காளத்தில், இம்மாதிரி கட்டுமானங்களில், பெரும்பான்மையானவற்றின் அரைக்கோள குவிமாடங்கள் இத்தகு தாங்கும் அமைப்பை பெற்றிராததால் காட்சிப் பொலிவு குறைவாகவே உள்ளது. வெவ்வேறு வண்ணங்களிலும், வடிவங்களிலும் உள்ள பளபளப் பேற்றப்பட்ட செங்கற்கள் கட்டுமானச் சுவர்களின் வெளிப்புறத் திலும், உட்புறத்திலும் பதிக்கப்பட்டுள்ளன. ஆனால் நேர்த்தியான கட்டுமானப் பொலிவை, இத்தகு அதிகப்படியான அழகு வேலைப்பாடுகள் குறைத்து விடுகின்றன என்பதே கட்டடக் கலை வல்லுநர்களின் கருத்தாகும்.

வங்காளத்தின் மூன்றாம் குழுமக் கட்டுமானங்கள்

முதல் குழுமக் கட்டுமானங்களில் சற்று பெரிதாயிருக்கும் மத்திய தொழுகை மண்டபப்பகுதியை (Central nave) மட்டும் நீக்கிவிட்டால் கிடைப்பது மூன்றாம் குழுமக் கட்டுமானங்களாகும். உதாரணமாக உருளை வடிவமைப்பு விதானத்துடன் கூடிய மையப்பகுதி நீக்கப்பட்டால் அதீனா மசூதியின் தோற்றம் எப்படியிருக்குமோ, அவ்வாறே இந்த மூன்றாம் குழுமக் கட்டுமானங்கள் காட்சியளிக்கின்றன. கட்டடக் கலை வல்லுநர் மன்மோகன் சக்ரவர்த்தி இக்குழுமத்தை "பல அரைக்கோள குவிமாடங்களை உடைய கனசெவ்வகம்" என்று வர்ணிக்கின்றார். 15-ஆம் நூற்றாண்டின் இறுதிப்பகுதிகளிலும், 16-ஆம் நூற்றாண்டின் தொடக்கப் பகுதிகளிலும் இம்மாதிரி கட்டுமானங்கள் ஆதரவைப் பெற்றிருந்தன. இக்குழுமக் கட்டுமானங்களில் மூன்று பிரிவுகள் (Three-bayed), 5 பிரிவுகள், 11 பிரிவுகள், 21 பிரிவுகள் கொண்டவை என வகைப்படுத்தலாம்.

தந்திப்பாரா மசூதியின் ஒட்டுமொத்தத் தோற்ற ஓவியம்

பஷீர்ஹட் (Basirhat)ல் உள்ள சாலிக் மசூதி (Salik), குசும்பாவில் (Kusumba) உள்ள பாபா ஆதம் மசூதி (Baba Adam's), பஹார்கஞ்ச்-ல்(Bakarganj) உள்ள காஸ்பா (Kasba) மசூதி, கௌர்-ல் உள்ள ஜஹானியான் மசூதி போன்றவை மூன்று பிரிவுகளைக் கொண்ட மூன்றாம் குழுமக் கட்டுமானங்களாகும். இத்தகு கட்டுமானங்களின் நீள, அகல விகிதமானது 3:2 என்றளவில் இருக்கும். முன்புறம் அழகுவளைவுகளுடன் கூடிய நுழைவாயில்கள் மூன்றினைப் பெற்றிருக்கும்; ஏனெனில் பின்புறச்சுவரில் உள்ள மூன்று மிஹ்ராப் மாடங்களுக்கும் ஏற்றாற்போல் வாயில்கள் வேண்டுமல்லவா! தொழுகை மண்டபமானது ஒன்று அல்லது இரண்டு வரிசை அணிவகுப்புத் தூண்களின் மூலம் இரண்டு அல்லது மூன்று (aisle) நடைபாதைப் பகுதிகளைக்கொண்டதாயிருக்கும். நெட்டுவசமாகவும் (bays), குறுக்கு வசமாகவும் (aisle) பிரிக்கப்பட்டதால் அமையும் 6 அல்லது 9 சிறு சதுரப்பகுதிகளுக்கு ஏற்றாற்போல் 6 அல்லது 9 அரைக்கோள குவிமாடவிதானங்களைக் கொண்டிருக்கும். ஒட்டு மொத்தத் தோற்றம் சிறியதாகவும், மிக எளிமையானதாகவும் இருக்கும்.

கல்னா (Kalna)-வில் உள்ள மஜ்லிஸ் சாஹிப் (Majilis Sahib) மசூதி, ஹெம்தாபாத் (Hemtabad)-வில் உள்ள பழைய மசூதி, திரிபேணி (Tribeni)-வில் உள்ள ஜபார்கான் (Zafar khan) மசூதி, பாஹ்கா (bagga)-வில் உள்ள மசூதி, கௌர் (Gaur)-வில் உள்ள தந்திபாரா (Tantipara), மற்றும் சோட்டி சோனா (Chhoti Sona) மசூதி ஆகியவைகள் ஐந்து பிரிவுகளைக் கொண்ட மூன்றாம் குழுமக் கட்டுமானங்கள் ஆகும். இவற்றுள் கௌர்-இல் உள்ள தந்திபாரா மசூதியும் சோட்டி சோனா மசூதியும் வங்காள இஸ்லாமிய மிகச்

சிறந்த கட்டுமானங்களில் இடம் பெறுவதால், நம் கவனத்தை ஈர்க்கின்றன.

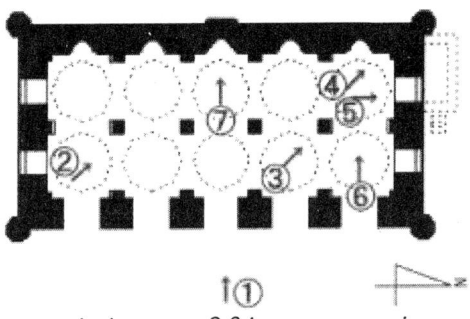

தந்தப்பாரா மசூதியின்தரை வரைபடம்

தந்திப்பாரா மசூதியின்வெளிப்புறத் தோற்றம்

கௌர்-ல் இன்றிருக்கும் இஸ்லாமியக் கட்டுமானங்களில் மிகச் சிறந்தது தந்திபாரா மசூதி என்பது தொல்லியல் அறிஞர் கன்னிங்ஹாம் அவர்களின் கருத்தாகும். கி.பி 1480-ஆம் ஆண்டு கட்டப்பட்டிருக்கலாம். 78 அடி நீளமும், 31 அடி அகலமும் கொண்ட நீள்செவ்வக மண்டபமானது, ஒரேயொரு வரிசைத் தூண்களின் மூலம் குறுக்குவசத்தில் இரு நடைபாதைப் பகுதி களாக பிரிக்கப்பட்டுள்ளது. நெட்டு வசத்தில் ஐந்து பிரிவுகளைக் கொண்ட இம்மசூதி, ஐந்து அழகு வளைவுடன் கூடிய நுழை வாயில்களையும், பின்புறச்சுவரில் ஐந்து மிஹ்ராப் மாடங் களையும் கொண்டுள்ளது. நடைபாதைச் சுற்றுகள் முடிவுறும் இருபக்கப் பகுதிகளிலும் நுழைவாயில்கள் உள்ளதால், நுழைவாயில் களின் எண்ணிக்கை நான்கு அதிகரித்து மொத்தத்தில் ஒன்பதா கின்றது. வடக்குப் பக்கமுடிவில் ஒரு மேல்தளமும் இருந்திருக்க வேண்டும். வரிசைக்கு 5 என இரு வரிசைகளில் அமைந்துள்ள 10 சிறிய சதுரப்பகுதிகளும் 10 அரைக்கோள குவிமாடங்களைக்

கொண்டிருந்தன. இன்று அவையில்லை. சிதலமடைந்த இந்நிலையிலும் இம்மசூதியை மிகச் சிறந்த வங்காள இஸ்லாமியக் கட்டுமானங்களில் ஒன்று என கன்னிங்ஹாம் ஏன் உரைக்க வேண்டும்? லோட்டன் மசூதியின் தோற்றப் பொலிவு குறைந்ததற்குக் காரணமான பளபளப்பேற்றப்பட்ட செங்கற்கள் பயன்படுத்தப் படவில்லை; மாறாக எடுப்பான தோற்றத்தைத் தரும் செந்நிற செங்கற்கள் பயன்படுத்தப்பட்டுள்ளன; மிகப்பொருத்தமான சுடுமண் வேலைப்பாடுகள் இடம்பெறுகின்றன; வெறுமனான சுவர்ப்பகுதிகளில் ஆங்காங்கே புடைப்பு அமைப்புகளாக பெரிய அளவிலமைந்த அழகு வேலைப்பாடுகளுடன் கூடிய செவ்வக சட்டங்கள் தோற்றப் பொலிவை அதிகரிக்கின்றன.

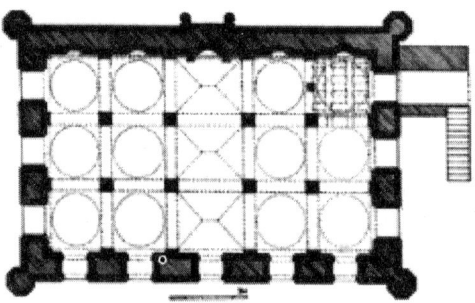

சோட்டி சோனா மசூதியின் தரைவரைபடம்

சோட்டி சோனா மசூதி என்பது வாலிமுகமது (Wali Muhammad), என்பவரால் கட்டப்பட்டது. அலாவுதீன் ஹுசைன் ஷா (கி.பி. 1493-1519) அவர்களின் ஆட்சிக் காலத்தைச் சேர்ந்ததாகும். உட்புற அளவு 70'4" X 40'9" ஆகும். தந்திப் பாரா மசூதியுடன் ஒப்பிடும் பொழுது, சோட்டி சோனா மசூதியின் அகலம் கூடியிருப்பதைப் பார்க்கமுடியும். வரிசைக்கு நான்கு தூண்கள் வீதம் இருவரிசைத் தூண்கள் அமைப்பால் உட்புறக் கட்டுமானம் 3 நடை பாதைச் சுற்றுகளாகப் பிரிக்கப்பட்டுள்ளது. மண்டபத்தின் வடமேற்கு மூலையில் ஒரு மேல்தளமும் அமைந்துள்ளது. முன்புறம் 5 அழகு வளைவு நுழைவாயில்கள் உள்ளன. நடைபாதைச் சுற்றுகள் முடிவடையும் வடக்கு, தெற்கு பக்கங்கள் ஒவ்வொன்றும் மூன்று அழகு வளைவு நுழைவாயில்களைப் பெற்றுள்ளன. கட்டுமானத்தின் மையப் பகுதியின் (Central bay), விதானமானது வங்காள குடிசைகளின் சரிவான கூரை விதான அமைப்பைப் பெற்றுள்ளது. இது மழைநீர் உள்ளிறங்காமல் விரைந்து வழிந்தோடுவதற்கு

உகந்த அமைப்பாகும். இவ்வமைப்பு மூன்று வகையான மேல் கட்டுமானங்களின் மூலம் சாத்தியப்படுகின்றது.

சோட்டி சோன மசூதியின் ஒட்டுமொத்தத் தோற்றம்

இத்தகு மேல்க்கட்டுமானம் ஒவ்வொன்றும் உச்சியில் சந்திக்குமாறு உள்ள நான்கு தட்டையான பிரிவுகளைக் கொண்டதாகும். மையப்பகுதி தவிர்த்த மற்ற நான்கு பகுதிகள் ஒவ்வொன்றும் மூன்று அரைக்கோள குவிமாட விதானத்தைப் பெற்றுள்ளன. எனவே மொத்தம் 12 அரைக்கோள குவிமாடங்கள் விதானத்தில் இடம்பெறுகின்றன. விதான வெளி விளிம்புப் பகுதிகளை நோக்கிச் செல்லச்செல்ல குவிமாடங்களின் அளவும் குறைந்து கொண்டே செல்கின்றது. இதன் மூலம் மையப் பகுதிகளிலிருந்தே சரிவுடையதான அமைப்பைப் பெறமுடிகின்றது. இதனால் ஒட்டுமொத்தக் கட்டுமானத்தின் விதான அமைப்பானது சற்றே சரிவான கூரையமைப்பை ஏற்படுத்துவதற்கு ஏற்றாற்போல் ஒத்துப் போகின்றது. இம்மசூதியின் வெளிப்புறச் சுவர்பரப்பு கல் கட்டுமானத்தையேக் கொண்டுள்ளது; உட்புறச் சுவர்ப் பரப்பு சிறிது உயரத்திற்குத்தான் கல்கட்டுமானமாயுள்ளது. தாழ்நிலை புடைப்பில் அமைந்த சிற்ப வேலைப்பாடுகள் வெளிப்புற முகப்புச் சுவரில் மேற்கொள்ளப்பட்டுள்ளன. இவ்வேலைப்பாடுகள் தந்திபாரா மசூதி வேலைப்பாடுகளுக்கு இணையில்லை என்பது வல்லுநர்களின் கருத்தாகும். விதான குவிமாடங்களின் உட்புறங்களில் முலாம் பூசப்பட்டதற்கான அறிகுறிகள் தென்படுகின்றன. இதனாலேயே இம்மசூதி சிறிய தங்க மசூதி என அழைக்கப்பட்டிருக்கலாம்.

இரண்டே இரண்டு மசூதிகள் தான் 11 பகுதிகளாகப் பிரிக்கப் பட்ட மசூதிகளாகும். அவை கௌர்-ல் உள்ள பாரிசோனா (Bari Sona Masjid) மசூதி, பாகர்ஹாட் (Bagerhat) டில் உள்ள கும்பத் மசூதி (Gumbad Mosque) ஆகும். சோட்டா பாண்டுவா (Chhota pandua) -வில் உள்ள பரத்வாரி மசூதி (Baradwari Mosque) 21 பகுதிகளாகப் பிரிக்கப்பட்ட மசூதியாகும். எத்தனைப் பகுதி களாகப் பிரிக்கப்பட்டுள்ளதோ, அத்தனை அழகு வளைவு நுழைவாயில்களை முகப்பிலும், அத்தனை மிஹ்ராப் மாடங் களைப் பின்புறச் சுவற்றிலும் பெற்றுள்ளன.

பாரிசோனா மசூதி

சுல்தான் நஸ்ரத் ஷா அவர்களால் 1526-ஆம் ஆண்டு இம்மசூதி எழுப்பப்பட்டது; அது 168'X75' அளவுள்ள பிரம்மாண்டமான செவ்வக வடிவ கட்டடமாகும்; வரிசைக்குப் பத்துத் தூண்கள் வீதம் அமைந்துள்ள இருவரிசைத் தூண்கள் மண்டபத்தை மூன்று நடைபாதைப் பிரிவுகளாகப் பிரிக்கின்றன. முன்புற மண்டப முகப்பு முழுவதும் தாழ்வாரக் கட்டுமானத்தைக் கொண்டுள்ளது. பெரிய அள விலான 10 தூண்கள் மூலம் இத்தாழ்வாரப் பகுதி மண்டபத்திலிருந்து பிரிக்கப் படுகின்றது. இத்தாழ்வாரப் பகுதிகளும், 11 அழகு வளைவு நுழைவாயில்களைப் பெற்றுள்ளன. தாழ்வாரப் பகுதியின் வடக்கு, தெற்கு முடிவுப் பகுதிகளிலும் மற்றும் மண்டபத்தின் நான்கு சுவர் மூலைகளிலும் வெளிப் புறத்தில் கோபுர அமைப் புகள் (corner turrets) கட்டப் பட்டுள்ளன. நடைபாதைச் சுற்றுப் பகுதிகளுக்கும் வடக்கு தெற்கு விளிம்புகளில் தனித் தனியாக அழகுவளைவு நுழை வாயில்கள் அமைந்துள்ளன.

பாரிசோனா மசூதியின்தாழ்வார இணைப்பு, அழகு வளைவுகளும், குவிமாடங்களும்

இதே போன்றே தாழ்வார அமைப்பும், வடக்கு, தெற்குப் பக்கங்களில் அழகு வளைவு நுழைவாயிலைப் பெற்றுள்ளன. மண்டபத்தின் வடமேற்குப் பகுதிகளின் இறுதி மூன்று பகுதிகள் மட்டும் மேல்த்தளங்களைப் பெற்றுள்ளன. இன்றைக்கு தாழ்வாரப் பகுதிகளின் விதானத்தில் அமைந்துள்ள 11 அரைக் கோள குவி மாடங்களைத்தான் காணமுடிகின்றது. மசூதி கட்டப்பட்ட காலத்தில் வரிசைக்கு 11 வீதம் மொத்தம் 33 அரைக் கோள குவிமாடங்களை மண்டப விதானம் பெற்றிருந்ததாம். முற்றிலும் செங்கற் கட்டுமானமான மசூதியின் வெளிப்புறச்சுவர் முழுவதும் கற்களால் ஆன முகத்தைக் கொண்டுள்ளது; உட்புறம் தூண்களால் தாங்கப்பெறும் அழகு வளைவின் அடிப்பகுதிவரை மட்டும் சுவர் முகமானது கற்களாலானது. சோட்டி சோனா மசூதியைப் போன்றே, இம்மசூதியிலும் குவிமாட உட்புறங் களில் முலாம் பூசப்பட்டிருந்திருக்கலாம். இக்கட்டடத்தின் முன்புறம் 200'X200' அளவுள்ள நாற்கர அமைப்பில் திறந்த வெளியுள்ளது. இதன் வடக்கு தெற்கு, கிழக்குப் பகுதிகளில் அழகு வளைவு நுழைவாயில்கள் அமைந்துள்ளன. இம்மசூதி, கௌரில் இன்றிருக்கும் நினைவுச் சின்னங்களில் சிறந்ததென தொல்லியல் வல்லுநர் பெர்குஸன் அவர்களால் கருதப்படு கின்றது.

பாரி சோனா மசூதியின் ஒட்டுமொத்தத் தோற்றம்

சத்-கும்பத் மசூதி(World Heritage site)

இம்மசூதி கானி ஜஹான் அலி (Kan-Jahan Ali) என்பாருடன் தொடர்புடையதாகக் கூறப்படுகின்றது. 132'X96' அளவுள்ள செவ்வகக் கட்டுமானமாகும். ஆறு வரிசைகளில் அமைந்த மெலிந்த தூண்கள் அமைப்பால் ஏழு திருச்சுற்றுப் பாதைகளாக மசூதி பிரிக்கப்படுகின்றது. வடக்குப்பகுதி, தெற்குப்பகுதி முடிவில், திருச்சுற்றுப்பாதைகளின் முடிவில், ஒவ்வொன்றிற்கும் தனித்தனியாய் அழகு வளைவு நுழைவாயில்கள் அமைக்கப்

பட்டுள்ளன. முகப்பில் 11 அழகு வளைவு நுழைவாயில்கள் உள்ளன. இந்நுழை வாயில் வழியாகச் சென்றால் முடிவில் பின்புறச்சுவர் மிஹ்ராப் மாடத்தை காணலாம். இத்தகு 11 பகுதிகளில், மையப் பகுதி விதான மானது வங்காள, பாரம் பரிய குடிசை கட்டு மான சரிந்த கூரைய மைப்பைப் பெற் றுள்ளது. மற்ற பத்து

சத்கும்பத் மசூதியின்வெளித்தோற்றம்

பகுதிகளும் குவிமாட விதான அமைப்பைப் பெற்றுள்ளன. வடக்கு தெற்காய் குறுக்கு வசத்திலும், கிழக்கு மேற்காய் நெட்டு வசத்திலும், தூண்கள் அமைப்பின் மூலம் 7 X 11=77 சதுரப் பகுதிகளாய் மசூதி மண்டபமானது பிரிக்கப்படுகின்றது. மையப்பகுதியின் இருபக்கங்களிலும் உள்ள (பக்கத்திற்கு 35 குவி மாடங்கள்) குவிமாடங்களால் ஆன விதானத்தை மையப் பகுதியில் உள்ள ஏழு எண்ணிக்கையினை உடைய வங்காள குடிசை பாணி சரிந்த கூரையமைப்பானது பிரிக்கின்றது. முகப்பு சுவற்றிற்கு மேலுள்ள இறவாரக் கூரை நீட்டலானது (Cornice) வழக்கமான வங்காள பாணி வளைவு சரிவாக இல்லாமல் சீரான சரிவாய் நேரான சரிவாய் உள்ளது. இச்சீரான, நேரான சரிவு (straight edged slope) மண்டப மத்திய பகுதி வங்காள பாணி கூரைச் சரிவின் முக்கோண வடிவ முகப்பிலிருந்து தொடங்கு கின்றது. இருபக்கச் சுவர்கள் சந்திக்கும் மூலைப்பகுதிகளில் அமைக்கப்பட்டுள்ள கோபுரங்கள், வழக்கத்திலிருந்து (எண் கோணம் போன்ற பலகோண வடிவமைப்பு) மாறுபட்டு கிட்டத்தட்ட வட்ட வடிவமைப்புடையதாய் உள்ளன. இக்கோபுர அமைப்பிற்கு மேல்தள அமைப்பும் உள்ளது. இம்மேல்தள அமைப்பு, இரு அழகுவளைவு நுழைவாயில்களையும் அரை வட்ட குவிமாட விதானத்தையும் கொண்டுள்ளது.

பரத்வாரி மசூதி

சோட்டா பாண்டுவாவில் (Chhota Pandua) உள்ள பரத்வாரி மசூதி (Baradwari) ஒன்றை மட்டுமே 21 பகுதிகளாகப் பிரிக்கப்பட்ட (21 bays) மசூதிக் கட்டுமானத்திற்குச் சான்றாக காண இருக்கின்றோம். 231' X42' என்ற கட்டுமான வெளிப்புற அளவினைக் கொண்டுள்ளது. 231' அடி அளவின் மூலம் பிரம்மாண்டமான கட்டுமானம் எழுப்ப முயற்சிக்கும் எண்ண வோட்டம் வெளிப்படுகின்றது. இதன் மூலம் கிழக்கு, மேற்கு திசைக்கோட்டில் 21 பகுதிகளாக மசூதி பிரிக்கப்படுகிறது. இதற்கு இணையாக, அணிவகுப்புத் தூண்கள் வரிசை மூலம் வடக்கு தெற்கு திசைக்கோட்டில் அமைந்த நடைபாதைப் பகுதிகளாக பிரிக்கப்படும் பகுதிகளின் எண்ணிக்கையையும் கூட்டியிருந்தால், பிரம்மாண்டம் வசப்பட்டிருக்கும். ஆனால் 42' அளவில் வரிசைக்கு 20 தூண்கள் வீதம் இரண்டே இரண்டு வரிசை தூண்களமைப்பின் மூலம் மூன்று நடைபாதைப் பகுதிகளை மட்டுமே உருவாக்கிட இயன்றது. தூண்களுக்கான தளவாடப் பொருட்கள் இதற்கென பிரத்யேகமான சேகரிக்கப்படாமல் பிற கட்டுமானங்களிலிருந்து சேகரிக்கப்பட்டுள்ளன. எனவே தூண்கள் வெவ்வேறு அளவில், வடிவமைப்பில் அமைந்ததாய் உள்ளன.

பின்புறச் (மேற்கு) சுவர்ப் பரப்பில் 21 மிஹ்ராப் மாடங்கள் உள்ளன. முகப்பில் 11 அழகுவளைவு நுழைவாயில்களும், வடக்கு, தெற்கு பகுதிகளில் நடைபாதைப் பகுதியினுள் நுழையுமாறு மொத்தம் 6 அழகு வளைவு நுழைவாயில்களும் அமைந்துள்ளன. மிஹ்ராப் மாடங்கள் அழகு வேலைப்பாடுகளைக் கொண்டுள்ளன. திருக்குர்ஆன் சொற்பொழிவு மேடை (மீம்பர்) ஒரே கல்லால் (ஒற்றைக் கற்றளி) ஆனது; சிறுமேடையுடனும், குவிமாட விதானத்துடனும் சிறப்பாக வடிவமைக்கப்பட்டு திறம்படவும், நுட்பமாகவும் செதுக்கப்பட்டுள்ளது.

மண்டபத்தின் விதானமானது வரிசைக்கு 21 வீதம் 3 வரிசைகளில் மொத்தம் 63 அரைக்கோள குவிமாடங்களைக் கொண்டதாயிருந்தது; ஆனால் பல குவிமாடங்கள் விழுந்து விட்டன. நீளத்திற்கேற்ற அகலம் இல்லாவிட்டால் கூட முகப்பு உயரத்தையாவது கூட்டியிருக்கலாம்; அதனையும் மேற்கொள்ள வில்லை. எனவே ஒட்டுமொத்தத் தோற்றம் மசூதிக்கட்டுமானம்

போன்றிராமல் இராணுவமுகாம் (Military barrack) போன்றுள்ளதாக அறிஞர்கள் கருதுகின்றனர்.

குடம் ரசூல் மசூதி

வங்காளத்தின் நான்காம் குழும கட்டுமானங்களுக்காக நாம் காணவிருப்பது குடம்-உல்-ரசூல் மசூதி என்பதாகும். 'குடம் ரசூல்' என்பதன் நேரடிப்பொருள் 'இறைத்தூதரின் காலடி' (Foot of the Prophet) என்பதாகும். கௌர்-ல் உள்ள இம்மசூதி நுஸ்ரத் ஷா அவர்களால் 1531-இல் கட்டப்பட்டதாகும். இம்மசூதிக் கட்டுமானமென்பது ஒரு செவ்வக மண்டபமும், அதன் இரு பக்கங்களிலும், முன்புறமும் விதானத்துடன் கூடிய நடைபாதைத் தாழ்வார அமைப்பையும் (corridor) கொண்டதாகும். மேற்குத் திசைத் தவிர்த்த மற்ற மூன்று திசைகளிலும் மண்டபத்திற்கு நுழைவாயில்கள் உண்டு. நடைபாதைத் தாழ்வாரப் பகுதிகளும் 5

குடம் ரசூல் மசூதியின் முகப்புத் தோற்றம்

நுழைவாயில்களைப் பெற்றுள்ளன. முன்புறத்தில் அதாவது கிழக்கில் அழகு வளைவுகளுடன் கூடிய 3 நுழைவாயில்கள் குட்டையான, மிகப்பருமனான கற்கட்டுமானத் தூண்களால் தாங்கப்படுகின்றன. மற்ற இரண்டு நுழை வாயில்களும் வடக்கு, தெற்கு தாழ்வாரப் பகுதிகளில் அமைந்துள்ளன.

தாமரை மலரமைப்பு உச்சியையுடைய ஒற்றை அரைக்கோள குவிமாட விதானத்தை உட்புற மண்டபம் கொண்டுள்ளது. தட்டையான உருளை விதானம் (flat vaulted roof) கொண்டதாக

தாழ்வாரப் பகுதிகள் அமைக்கப் பட்டுள்ளன. கட்டுமானம் முழுக்க முழுக்க செங்கற்களால் ஆனதாகும். ஒட்டுமொத்தக் கட்டுமானச் சுவர் மூலைகளில் எண்கோண வடிவ கோபுர அமைப்பு உள்ளது. கோபுரத்தின் உச்சிப் பகுதியில் கற்றூண் நிறுத்தப்பட்டுள்ளது. குறுக்கு வச பட்டைகள் மற்றும் சட்டப் பலகை அமைப்புகள் ஆகியவற்றை மண்டப முகப்பு கொண்டுள்ளது. செங்கற் வேலைப்பாடுகளாலான முகப்பழகு உயர்தரமாயுள்ளது.

குடம் ரசூல் மசூதியின் உருளை வடிவமைப்பு விதானம்

தஹில் தர்வாசா (dakhil darwaza)

மதம் சம்பந்தப்படாத கட்டுமானங்கள் ஒரு சிலவே எஞ்சியுள்ளன. கௌர்-ல் இருக்கும் பிரம்மாண்டமான பைகாஸி (Baisgazi) சுவரானது, அரண்மனை வளாகக் கட்டுமானப் பகுதிகளிளொன்றாக இருந்திருக்கக் கூடும் என்கின்றனர். ஆனால்

தஹில் தர்வாஸாவின் வடிவமைப்பு ஓவியம்

தஹில் தர்வாஸா செங்கற் வேலைப்பாடுகள்

இன்றைக்கு இத்தகு அரண்மனைப்பகுதி ஏதும் இல்லை. நுழைவாயில் கட்டடங்கள் பல, தலைநகராய்த் திகழ்ந்த கௌர்-ல் இன்றும் காணப்படுகின்றன. அவற்றுள் தலையாயது தஹில் தர்வாசா ஆகும்.

தஹில் தர்வாசாவானது பார்பக்ஷா (1459 - 1474) அவர்களின் ஆட்சிக் காலத்தில் கட்டப்பட்டதாக கல்வெட்டொன்று உரைக்கின்றது. கௌர்-ல் உள்ள அரண்மனைக் கோட்டைக்கு பிரதான நுழைவாயிலாக இது இருந்திருக்கக் கூடும். 75′ அடி முகப்பு நீளம், 113′ அடி முன்புறமிருந்து பின்புறம் வரையிலான அகலம், 60′ அடி உயரம் உடைய கட்டடமாகும் இது.

அழகு வளைவுடன் கூடிய நுழைவாயில் நடைபாதையின் உயரம் 24 அடியாகும். மையத்தில் அமைந்துள்ள இந்த நுழை வாயில் நடைபாதையின் இருபக்கங்களிலும் காவலர் அறைகள் அமைந்துள்ளன. பிரம்மாண்டமான அளவுள்ள கட்டுமானமான போதிலும், சுவர் நீட்டல், சுவர் உள்வாங்குதல் அமைப்பு அடுத்தடுத்து அமைந்துள்ளதுபோல் கட்டப்பட்டுள்ளது. இதன் மூலம் வெளிச்சம் விழும்பகுதிகள், நிழல் பகுதிகள் தோற்றத்தை மாறிமாறி ஏற்படுத்தி, காண்போர் உள்ளத்தைக் கொள்ளை கொள்ளச் செய்ய முடிகின்றது. சுவர் மூலைகளில், உயரமான போதுமான அளவுள்ள உருளை வடிவிலமைந்த காப்பரண்கள், உயரவாக்கில் சுற்றளவு குறைந்து கொண்டே செல்லுமாறு, அமைக்கப்பட்டுள்ளன. காப்பரண்களின் உச்சியானது அரைக் கோள குவிமாடத்தைக் கொண்டுள்ளது. அழகு வளைவு நுழைவாயில் நடைபாதையானது, நன்கு நீட்டப்பட்ட எடுப்பான தோரண வளைவுப் பகுதியினுள் அமைந்துள்ளது. சுடுமண் சிற்ப அழகு வேலைப்பாடுகள் சுவர்ப்பரப்பில், பொருத்தமான இடங்களில் மேற்கொள்ளப்பட்டு மேலும் அழகூட்டப் பட்டுள்ளது. இது முழுக்க முழுக்க செங்கற்கட்டுமானமாகும். வங்காளத்தின் குறிப்பிடத்தக்க நினைவுச் சின்னங்களில் ஒன்றாக இந்த தஹில் தர்வாசாவைக் கூறலாம்.

பிரோஸ் மினார்

புராதன நகரமான கௌர் நகரின் கட்டுமான இடிபாடு களுக்கிடையே அமைந்துள்ள வெற்றிக் கோபுரம் பிரோஸ் மினார் ஆகும். இது 84 அடி உயர முடையது; 5 தளங்களைக் கொண் டுள்ளது; கீழ்புற தளங்கள் இரண்டும் உருளை வடிவமைப் புடையது; இக்கட்டுமானத்தின் உச்சியில் சுற்றுச் சுவரில்லா திறந்த நிலை அறையும் அதன் மேல் அரைக்கோள குவிமாடமும் இருந்திருக்க வேண்டும்; ஆனால் இவ்வமைப்பு இன்றில்லை;

செங்கற் கட்டுமானமாயிருப்பதால், அழகூட்டும் வேலைப்பாடுகளுக்கு நுட்பமான வடிவமைப்பில், நுணுக்கமாய் மேற் கொள்ளப்பட்ட சுடுமண்வேலைப்பாடுகள் தான் இடங்கொடுத்தன. இச்சுடுமணற் வேலைப்பாடுகளுக்கு வர்ணங்கொடுக்க பளபளக்கும் நீலநிற ஓடுகள் பயன்படுத்தப் பட்டிருக்க வேண்டும்; ஆனால் ஓடு வேலைப்பாடுகள்இன்றில்லை. இவ்வூகத்திற்குக் காரணம் 'நீல நிறக் கோபுரம்' எனப் பொருள் படும் 'பிரோஸ்மினார்' என்று பெயரிடப்பட்டதேயாகும். இக்கோ புரத்தை விடப் பெரியதும், ஆனால் காட்சிக்கு எளியதும், உயரத்தோடு ஒப்பிடுகையில் அடித்தளத்தின் (தரைத்தளத்தின்) குறுக்களவு ஒத்துப்போகாத அளவிற்கு அதிகப்படியாயிருப்பது மான 'பிரோஸ் மினார்' கோபுரத்தை சோட்டா பாண்டுவாவில் காணலாம்.

பிரோஸ் மினார் ஒட்டுமொத்த தோற்றம்

வங்காள பாணி விதானம் (கூரை)

முகலாயர் ஆட்சிக் காலத்தின் போது பாஃத் கான் என்பவர் தனது கல்லறையை கௌர்-ல் உள்ள குட்ம் ரசூல் மசூதி அருகில் கட்ட முணைந்தார். இவர் வங்காள பாணியில் இஸ்லாமிய கட்டடக் கலை நுணுக்கங்களாக உருவெடுத்ததைமயெல்லாம் தவிர்த்தார். முழுக்க முழுக்க வங்காள பாணி குடிசையமைப்பை,

பாஃத்கான் கல்லறை மாடம் வங்காள பாணி விதானம்

அப்படியே பிரதியெடுத்தாற்போன்று சீரான வளைவு சரிவுகள் உள்ள மூங்கில்களாலும், ஓலைக் கீற்று களாலுமான கூரையமைப்பை செங்கற்களாலும், பூச்சமைப் பாலும் உருவாக்கினார். அவரது கட்டுமான முயற்சி வீண் போய்விடவில்லை. ஏனெனில் இதன் தோற்றப் பொலிவில் கவரப்பட்ட முகலாயர்கள், இதனை, தங்களது முகலாயக் கட்டுமான கருத்துருக்களில் ஒன்றாக, தத்தெடுத்துக் கொண்டனர். இவர்களிடமிருந்து, சீக்கிய குருத்வாராக் கட்டுமானமாக, வங்காள பாணி கூரையமைப்பு பெரும்பங்கு வகிக்கத் தொடங்கியது.

வங்காள பாணி பிற பாணிகளிலிருந்து வேறுபடக் காரணங்கள்

இந்தியாவின் பிற பகுதிகள் மீது படையெடுப்புகள் நிகழ்ந்த அளவிற்கு வங்கத்தின் மீது படையெடுப்புகள் நிகழவில்லை. எனினும் வங்கம் இயற்கையின் படையெடுப் பிற்கு வணங்கிற்று. வங்கத்தின் சொல்லவொன்னா இயற்கை வளமும், அதிக மழையும், தட்பவெப்பமும், அடர்ந்த காடுகள் வளர வழி செய்தது. மிகப்பிரம்மாண்டமான அத்திமரம், ஆலமரம் போன்ற வற்றின் வேர்கள் சுமார் 50 ஆண்டுகளில் எத்தனை பெரிய கட்டுமானத்தையும் தகர்த்து விடுகின்றன அல்லது மறைத்து விடுகின்றன.

சமவெளிப் பகுதிகளும், சதுப்புநிலக் காடுகளும் நிறைந்த வங்கத்தில், கிடைத்ததற்கரிய கட்டுமானப் பொருள் ‘கல்’ என்பதில் சந்தேகமில்லை. எனவே பண்டைக்கால இந்து வம்சங்களான பாலா மற்றும் சேனா மன்னர்கள் எழுப்பிய கற்கட்டுமானங்களான கோயில்களும் அரண்மனைகளும் மிகச்சிலவேயாகும். அவைகளும் தாவரங்களின் படையெடுப் புக்குப் பலியாகி சிதிலமடைந்தன. எனவே இஸ்லாமியக் கட்டுமானங்களுக்கு பழந்தளவாடக் கற்கள் கிடைத்திடவும் வாய்ப்பு மிகக் குறைவேயாகும். எனவே கிடைத்த கற்களைக் கொண்டும், பெரும்பாலும் செங்கற்களைக் கொண்டுமே கட்டடங்களை எழுப்ப வேண்டியதாயிற்று. வலுகுறைந்ததும், எளிதில் நொறுங்கக் கூடியதுமான செங்கற்களைக் கொண்டு கட்டுமானங்களை மேற்கொள்ளும் பொழுது, அதற்காக கொடுத்த விலையே கட்டுமானத்தின் உயரம் குறைச்சலாயி ருப்பது; அரைக்கோள குவிமாடங்களின் அளவுகள் சிறியதாயிருப்பது; சொல்லிக் கொள்ளும்படியான வளைவுடன் அமைந்திடாத

குறுகலான, கூர்முனையுடன் முடிவுறும் அழகுவளைவுகள் என சொல்லிக்கொண்டே போகலாம்.

செங்கற் கட்டுமானத்தில், அகலமான அதிகமான வெற்றிடப் பகுதியை விட்டுச் சுற்றிலும் சுவர் கட்டுமானம் அமைந்தால், கட்டுமானம் வலுவற்றதாகிவிடும். எனவேதான் அழகு வளைவுகள் சொல்லிக் கொள்ளும்படியாய் அமைத்திட இயலவில்லை. குவிமாடத் கட்டுமானத்தில், கீழிலிருந்து மேல் நோக்கி, மையம் ஒரே நேர்கோட்டிலேயே அமையும் அமைப்புடன், ஒன்றன் மேல் ஒன்றாய் குறைந்து கொண்டே செல்லும் வட்ட அமைப்பில் செங்கற்களை அடுக்க வேண்டியதாயிற்று. இதனால் காலங்காலமாய் இந்தியக் கல் அடுக்கும் பாணியினையே (trabeate) பின்பற்ற வேண்டியதாயிற்று. விளைவு குவிமாடத்தின் அளவும், உயரமும் அழகூட்டும் அளவிற்கு கூட்டிட வழியில்லை.

சதுரம், செவ்வகம் போன்ற நாற்கர அமைப்பின் மேல் விதானமாய் குவிமாடம் அமைக்க, அக்குவிமாடம் அமரும் தாங்கும் அமைப்பாக சுவர் மூலைகளில் நன்கு நீட்டப் புட்ட தொங்கல் அமைப்பு (Projected pendentives) முறையைக் கடைபிடிக்கவும் காரணம் ஊடகமான செங்கற்களேயாகும். செங்கற் கட்டுமானத்தால், 'நிலைத்த' தன்மைக்கு கட்டுமானச் சுவரின் திண்மையை அதிகப்படுத்தவும், உயரத்தை குறைக்கவும் வேண்டியதாயிற்று. செங்கற்கட்டுமானம் காரணமாகவே, அழகு வளைவுகளையும், விதானத்தையும் தாங்கும் தூண்களை மிக்க கனமாகவும் (அதிக சுற்றளவுடனும்) குட்டையாகவும் அமைக்க வேண்டியதாயிற்று.

மையத்தில் திறந்த வெளியாகவும், மேற்கில் தொழுகை மண்டபத்துடனும், பிற மூன்று திசைகளிலும் விதானத்துடன் கூடிய தாழ்வார நடைபாதையமைப்புகளுடனும் மசூதிக் கட்டடங்கள் வங்காளபாணியில் ஏன் இடம்பெறவில்லை? காரணம், அடிக்கடி பொழியும் அதீத மழையின் காரணமாய் பரந்த மைய திறந்த வெளி என்பது பயன்பாட்டிற்கு உகந்த தில்லை. இவ்வாறு செங்கற்கட்டுமானமும், தட்பவெப்பமும் ஒத்துக் கொள்ளக்கூடிய கட்டுமானங்களாக அமைத்ததில் ஏற்படுத்தும் மனக்குறைவினைப் போக்கும் வகையிலேயே சுடுமண் வேலைப்பாடுகள் மேற்கொள்ளப்பட்டன. சுவர்ப்

பகுதிகளில் எண்ணற்ற நீட்டல் பகுதியும், உள்அடங்கல் பகுதியும் அடுத்தடுத்து அமைந்திருந்தால் தான் விதவிதமாய் பல்வேறு வடிவங்களில் சுடுமண் வேலைப்பாடுகள் மேற்கொள்ள முடியும். ஆனால் இத்தகு நீட்டல், உள்ளடங்கல் வடிவமைப்பும் செங்கற் கட்டுமானத்தில் ஓரளவிற்கு மேல் சாத்தியமில்லை. அரைக் கோள குவிமாட விதானமும், ஒரே சீரான வளைவுகளையுடைய வங்காள ஓலைக்கீற்று கூரையமைப்பு வடிவ விதானமும் அடுத்தடுத்து அமைந்துள்ள பாணி, வங்காள இஸ்லாமியக் கட்டடக்கலையின் தனித்தன்மையாகும். இத்தகு காரணங்களை எல்லாம் மனதில் கொண்டு தான் கட்டடக்கலை ஆய்வறிஞர் பெர்ஸி பிரௌன் வங்காளப் பாணிக் கட்டடக் கலைப் பற்றி இவ்வாறு உரைக்கின்றார்:

"அவர்கள் (வங்காளப் பாணி வடிவமைப்பாளர்கள், கலைஞர்கள்) சாதித்தது வேண்டுமானால் உயர்நிலைக் கலைப் படைப்புகளாய் இல்லாதிருக்கலாம்; ஆனால் அவர்களின் கட்டுமானக் கலைக் கோட்பாடுகள் அப்பழுக்கற்றவை; கட்டடங் களின் வடிவமைப்பும், தோற்றமும் அவர்களின் மூளையிலேயே உதித்து செயல்படுத்திடப்பட்ட சொந்தக் கண்டுபிடிப்புகளாகும்; வங்கப் பகுதிகளின் தட்பவெப்ப நிலைக்கு மிகப் பொருத்த மானவை; எத்தகு பயன்பாட்டிற்காக எழுப்பப்பட்டனவோ அவற்றிற்கு மெத்த உகந்தவை".

◆

7

அத்தியாயம்

ஜான்பூர் பாணிக் கட்டுமானங்கள்

தொடர்ந்து நிகழ்ந்த மங்கோலியப் படையெடுப்பு களின் காரணமாக திறமை மிக்க பிற நாட்டுக் கலைஞர்கள் வலிமைமிக்க கில்ஜி பேரரசுக்குள் தஞ்சம் புக வழிவகுத்தது. இது டில்லி நகருக்குக் கிடைத்த அரிய வாய்ப்பாகும். ஆனால் கில்ஜி

சார்கி வம்சத்திற்கு முற்பட்ட ஜான்பூர் கோட்டை நுழைவாயில்

வம்சத்திற்கு அடுத்த துக்ளக் வம்ச அரசர்கள் மிகுந்த ஆடம்பரங்களையும் அலங்காரங்களையும் விரும்பாதவர்கள்; அதிகாரத்தை நிலைநிறுத்திக் கொள்ளவே இவர்கள் பல சோதனைகளை சந்திக்க வேண்டியதாயிற்று. பொருளாதார நெருக்கடியும் நிலவியது. எனவே டில்லி நகருக்குள் தஞ்சம் புகுந்த கலைஞர்கள் பிழைப்பு நாடி சுதந்திரமாய் ஆட்சி செலுத்திய சில மாநில மன்னர்களிடம் அடைக்கலம் புகுந்தனர். இக்கலைஞர்களின் கருத்துகளும், கைவண்ணங்களும் அந்தந்த மாநில கட்டடக் கலைஞர்களின் கருத்துகளுடனும், கைவண்ணங்களுடனும் ஒன்றிணைய வழிவகுத்தது. அந்தந்த மாநிலங்களில் நிலவிய தட்ப வெப்பம், கிடைத்த மூலப் பொருட்கள் ஆகியவற்றுக்கு ஏற்றவாறும், கட்டட வளர்ச்சி வளைந்து கொடுக்க வேண்டியதாயிற்று. இதனால் பல மாநில கட்டடங்கள் டில்லி சுல்தான்கள் பாணியிலிருந்து வேறுபட்டு காணப்படுகின்றன. இம்மாநிலப் பாணிகளில் ஒன்று ஜான்பூர் பாணியாகும்.

ஜான்பூர் பாணி

பிரோஸ் ஷா துக்ளக் அவர்களால் 1359-60-ஆம் ஆண்டுகளில் நிறுவப்பட்ட நகரம் ஜான்பூர் ஆகும். இந்நகர், பனாரஸ் நகருக்கு வடமேற்கில் 60கி.மீ. தொலைவில் உள்ளது.

சார்கி வம்சத்திற்கு முற்பட்ட மசூதிக் கட்டுமானம்

டில்லி சுல்தானியத்தின் பாதுகாவலுக்காக நிறுவப்பட்ட முக்கிய இராணுவப் புறக்காவல் நகராகும் இது. டில்லி சுல்தான்கள், தங்களை நிலைநிறுத்திக் கொள்ள இந்நகரின் பாதுகாப்பையே நம்பியிருக்க வேண்டியதாயிற்று.

டில்லி சுல்தான்களின் பிரதிநிதியாக ஜான்பூர் நகர்ப் பகுதிகளின் கவர்னாராயிருந்த குவாஜா-ஐ-ஜகான் என்பவர் 1394-ஆம் ஆண்டு, தன்னை இப்பகுதிகளின் சுதந்திர மன்னராக அறிவித்துக் கொண்டார். ஜான்பூர், இச்சுதந்திரப்பகுதிகளின்

அதலா மசூதி அழகு வேலைப்பாடுகள்

தலைநகராயிற்று. சார்கி வம்சமென்றழைக்கப்படும் இவ்வம்ச ஆட்சி கி.பி. 1479 வரை கிட்டத்தட்ட நூறாண்டுகளுக்கும் மேல் நீடித்தது. இவர்களது வலிமைமிக்க நல்லாட்சியில் கல்வி, கலை, கலாச்சார மையமாக ஜான்பூர் விளங்கிற்று. பிரம்மாண்டமான அரண்மனைகள், மசூதிகள், கல்லறைகள் போன்றவை சார்கி வம்ச ஆட்சியில் எழுப்பப்பட்டன. குறிப்பாக இப்ராஹிம் ஷா (1402 - 1440) அவர்களின் ஆட்சிகாலத்தில், அவரது ஆதரவில் இஸ்லாமிய இறைமையியல் மற்றும் இஸ்லாமிய சட்டங்கள் சம்பந்தப்பட்ட ஏராளமான ஆராய்ச்சிப் படைப்புகள் வெளியிடப் பட்டன. எனவே 'இந்தியாவின் ஹிராஸ்' என ஜான்பூரை அழைப்பது மிகவும் பொருத்தமானதேயாகும். இந்து மதத்தையும், கலாச் சாரத்தையும் பகைமை பாராட்டாமல் ஏற்றுக்கொண்டதால் இந்துக் கட்டடக் கலைக்கூறுகளும் ஜான்பூர் கட்டுமானங்களில் இடம் பெற்றுள்ளன. ஜான்பூர் பாணியின் கட்டுமானப் பெருமை களை நாம் அறிந்துகொள்ளும் விதத்தில், ஒருசில கட்டுமானங்கள் மட்டுமே எஞ்சியுள்ளன.

சார்கி வம்ச ஆட்சிக்கு முன், டில்லி சுல்தானியப் பகுதிகளி லொன்றாய் இருந்தபொழுது எழுப்பப்பட்ட கட்டுமானங்களில், கோட்டையொன்றின் சில பகுதிகளும், மசூதியொன்று மட்டுமே எஞ்சியுள்ளன. 1376-இல் மசூதியும், 1377-இல் கோட்டையும் இப்ராஹிம் நய்ப் பார்பக் (Ibrahim Naib Barbak) என்பாரால் கட்டப்பட்டது. கோட்டையின் கிழக்கு நுழைவாயில் மட்டுமே எஞ்சியுள்ளது. இந்நுழைவாயிலும், மசூதியும், குறிப்பிடத்தக்க அம்சங்கள் ஏதுமற்ற எளிய கட்டுமானங்களேயாகும்.

அதலா மசூதி

பின்னாளில் அதலா மசூதி என்றழைக்கப்பட்டதன் அடித்தளம் கி.பி. 1377-இல் இடப்பட்டது. இந்த அடித்தளத்தின் மேல் சார்கி வம்சத்தைச் சேர்ந்த இப்ராஹிம் ஷா சார்கி எடுத்த முயற்சியின் பயனால் 1408-ஆம் ஆண்டுதான் மசூதிக் கட்டுமானம் முடிவுற்றது. அதலா தேவி கோயிலிருந்த இடத்தில்தான் இம்மசூதிக் கட்டப்பட்டுள்ளது. எனவே மசூதிக் கட்டுமானப் பொருட்களில் பெரும்பாலானவை இக்கோயில் கட்டுமானப் பொருட்களேயாகும். பாரம்பரிய மசூதி கட்டுமான இலக்கணப் படி அமைந்த மசூதியாகும் இது.

அதலா மசூதி உட்புறம்

திறந்த வெளி மைதானம்; சதுரவடிவ இம்மைதானத்தின் ஒவ்வோர் பக்கமும் 177 அடி நீளமுடையது; மைதானத்தின் வடக்கு, தெற்கு, கிழக்கு விளிம்புகளில் விதானத்துடன் கூடிய தூண்வரிசைகளால் எழுப்பப்பட்ட நடைபாதைத் தாழ்வாரப் பகுதி; மேற்கு விளிம்பில் தொழுகை மண்டபம்; என்றமைப்பில் அதலா மசூதி எழுப்பப்பட்டுள்ளது. இந்த நடைபாதை தாழ்வாரப் பகுதிகளின் மையத்தில் அழகிய நுழைவாயில் கட்டுமானப்

அமைந்துள்ளது. அதிலும் வடக்கு, தெற்கு நுழைவாயில்களில் அழகிய குவிமாட விதானமும் (dome) அமைந்துள்ளன. விசாலமான தாழ்வாரப் பகுதிகள் தூண்வரிசையமைப்பில் ஐந்து நடைபாதைச் சுற்றுகளைக் கொண்டுள்ள இருதளக் கட்டுமானமாகும். மேல் தளம் தட்டையான விதானத்தைக் கொண்டுள்ளது. தரைத்தள தாழ்வாரப்பகுதியில் இரண்டு நடைபாதைச் சுற்றுகள் பல அறைகளையுடையதாயும், இந்த அறைகளும் தூண்களாலான தாழ்வாரப்பகுதியை கொண்டுள்ளதாயும் மசூதிக்கு வெளிப் புறத்தில் அமைந்துள்ளன. மசூதி வடிவமைப்பில் வெளிப்புறம் திறந்த நிலை அறைகளையுடைய தாழ்வாரப்பகுதி இடம் பெறுவது புதுமையான அம்சமாகும். இப்பகுதியை வியாபாரி களும், பார்வையாளர்களும் பயன்படுத்திக் கொள்வதற்காக அமைக்கப்பட்டதாகும்.

அதலா மசூதியின் தொழுகை மண்டப முகப்புத் திரைச்சீலைச் சுவர் நுழைவு வாயில்கள்

ஆனால் தொழுகை மண்டபத்தின் முன்னுள்ள முகப்பில் இடம்பெறும் மூன்று திரைச்சீலை நுழைவு வாயில்களின் (Propylons) பிரம்மாண்டமும், அழகும், வடிவமைப்பும் தான் அனைவரையும் கவரும் அம்சமாகும். இவை, பழங்கால எகிப்திய கோயில்களின் நுழைவாயில்களைப் போன்றேயுள்ளது என்றால்

மிகையில்லை. இத்திரைச்சீலை நுழைவாயில்களின் சுவர்கள் சரிவாயிருக்கும் பக்கப்பகுதிகளைக் கொண்டுள்ளன. செவ்வக சட்டத்துக்குள் அடங்கும் வளைவு மாட வேலைப்பாடுகள் பல பிரிவுகளாகவும், பெரியதும், சிறியதுமாகவும் ஒன்றினுள் ஒன்று அடங்குவது போன்றும் திரைச்சீலைச் சுவரில் இடம் பெறு கின்றன. இத்திரைச்சீலையமைப்பின் மூன்று அழகு வளைவு நுழைவாயில்களும், வளைவு விதானமுடையதைப் போன்று உட்புறம் நீட்டப்பட்டுள்ளது. அந்த அளவிற்கு நீளமும், திண்மமும், உயரமும் உடைய திரைச்சீலை வடிவமைப்புச் சுவராகும். இம்மூன்று நுழைவாயில்களின் வழியாக மத்திய தொழுகை மண்டபத்திற்கும் அதன் பக்கங்களிலுள்ள (வடக்கு, தெற்கு) இணைப்பு மண்டபங்களுக்கும் செல்லமுடியும். இத்திரைச்சீலையமைப்பின் உட்புறத்தில் மேல் பகுதிகளில் பல கிடைமட்ட அல்லது குறுக்குவச வரிசைகளில் பின்னல் தட்டிகளைப் (trellised) போன்ற வேலைப் பாடுகளைக் கொண்ட சாளரங்கள் இடம் பெற்றுள்ளன. இதன் மூலம் தொழுகை மண்டபத்திற்கு வெளிச்சம் கிடைக்க வசதி செய்யப்பட்டுள்ளது. மைய மண்டபத்திற்குள் செல்லும் நுழைவாயிலைக் கொண்ட மத்திய திரைச்சீலைச் சுவரமைப்புதான் மிகப் பிரம்மாண்ட மானதாகும். தொழுகை மண்டப வடக்கு, தெற்கு இணைப்புப் பகுதிகளுக்குச் செல்லும் நுழைவாயில்களைக் கொண்ட திரைச் சீலை சுவரமைப்பை, மையத் திரைச் சீலைச் சுவரமைப்புடன் ஒப்பிடுகையில் அளவில் சிறியனவாய் உள்ளன. இத்திரைச் சீலையமைப்புதான் சார்கி பாணியின் குறிப்பிட்டுச் சொல்லும் படியான தனித்தன்மையான முகப்பமைப்பு அம்சமாகும்.

செவ்வக வடிவில் அமைந்துள்ளது மைய மண்டப தொழுகைக் கூடம். இம்மைய மண்டப சுவரமைப்பில் இடம் பெறும் அழகுவளைவுகளும், அழகு வளைவு விதான அமைப்பு களும் உயரவாக்கில் சுவரை மூன்று பிரிவுகளாகப் பிரிக்கின்றன. அடிப்பகுதி சதுரவடிவமாகும்; நடுப்பகுதி எண்கோண வடிவமாகும்; மண்டபத்தின் மூடிபோன்ற குவிமாட விதானத்தைத் தாங்கும் சுவரின் மேல்பகுதி பதினாறு பக்கமுடையதாகும். இப்பதினாறு பக்கமுடைய சுவரமைப்பும், கோள வடிவிலிருந்து ஒரு முக்கோண வடிவை வெட்டியெடுத்தாற் போன்ற அமைப்பில் அமைந்த ஒன்றின் மேல் ஒன்றாக அடுக்கப்பட்ட வளைவு விதான வேலைப்பாடுகளாகும் (arcaded triforium).

சுவரின் அடித்தள அழகு வளைவு நுழைவாயில்களின் வழியாக மைய மண்டபத்தோடு வடக்கு, தெற்கில் இணைக்கப்பட்ட பக்க் பகுதிகளுக்குச் செல்லமுடியும். நடுப்பகுதி, மேல்பகுதிகளில் அமைந்துள்ள அழகு வளைவுகளின் கீழுள்ள சாளர அமைப்பு மண்டபத்திற்கு வெளிச்சத்தைக் கொடுக்கின்றது. மைய மண்டப பக்க இணைப்புகளும் தூண்களாலான நீள்செவ்வக வடிவ மண்டபங்களேயாகும். இந்த இணைப்பு மண்டபகங்களின் மையப் பகுதிகளில் பொருத்தமான தூண் அமைப்புகளின் மூலம் சிறிய அளவிலான குவி மாட விதானத்தைத் தாங்கும் எண்கோண வடிவப் பகுதியாக எளிதாக வடிவமைக்க முடிந்துள்ளது. இந்த பக்கஇணைப்புகளின் இறுதிப்பகுதிகள் இரு தள வடிவமைப் புடையதாய் மாற்றப்பட்டுள்ளன. இதில், மேல்தளம், கற்களாலான திரைச்சீலைத் தட்டியமைப்பைக் கொண்டதாய், பார்வையாளர் பார்வைக்குப் படாததாய் அமைந்துள்ளது. இது பெண்களுக்கான பகுதி என்பதில் எவ்வித சந்தேகமும் இல்லை.

அதலா மசூதியின்மேற்குப்பக்க சுவரமைப்பின் வெளித்தோற்றம்

அதாலா மசூதி தனித்துவமான குணாதிசயங்களைப் பெற்றிருந்தாலும், துக்ளக் பாணிக் கூறுகள் பலவற்றைக் கொண் டுள்ளது. ஒன்றினுள் ஒன்று அடங்கும் வளைவுகளின் விளிம்பு

களில் இடம் பெறும் ஈட்டிமுனை அழகு வேலைப்பாடுகள், திரைச்சீலை சுவரமைப்பின் சரிவான பகுதியமைப்பு ஆகியவை துக்ளக் பாணிக்குரிய சிறப்பம்சங்களாகும். கட்டுமான வேலைப் பாடுகளில் பாரம்பரிய இந்திய கட்டுமானமுறையும் (trabeate), இஸ்லாம் கட்டுமானமுறையும் (arcuate) தேவைக்கேற்றாற்போல் பயன்படுத்தப்பட்டிருப்பதும் துக்ளக் பாணிக்குரியதாகும். மசூதியின் மையப்பகுதியும், இரு இணைப்புப்பகுதிகளும் பின் புறத்தில் வெவ்வேறு அளவுகளில் தனித்தனியே நீட்டப் பட்டுள்ளன. இந்நீட்டல்களால் ஏற்படும் மூலைப்பகுதிகளிலும், பிற சுவர் மூலைகளிலும் இடம்பெறும், மேல்நோக்கி அகலங் குறைந்து கொண்டேபோகும் கோபுர வேலைப்பாடுகளும் துக்ளக் பாணிக்கேயுரியதாகும்.

அதலா மசூதியின் பெண்களுக்கான பகுதி அமைப்பு

மசூதிக் கட்டுமானத்தில் ‘ஜான்பூர் பாணி’ என்பதற்கு அடித்தளமிட்டது அதலா மசூதியாகும். ஜான்பூரின் இதர மசூதிக் கட்டுமானங் களும் இதன் அடிப்படை யிலேயே சிற்சில மாற்றங் களுடன் எழுப்பப்பட்டுள் ளன. வடக்கு, தெற்கு, கிழக்கு தாழ்வாரப் பகுதி களில் இடம்பெறும் பெரிய அளவிலான நுழைவாயில் களும், மைய தொழுகை மண்டபம் முன் இடம் பெறும் பிரம்மாண்டமான திரைச்சீலை நுழைவாயி லும் ஒன்றிணைந்து நேர்த்தி மிகு தாக்கத்தினை ஏற்படுத்துகின்றன. இருப்பினும் இக்கட்டு மானத்தின் வெவ்வேறு பகுதிகளின் அளவு விகிதாச்சாரமும் சமச்சீராய் இல்லை; மேலும் ஒன்றோடொன்று ஒத்தியைந்து தோற்றப்பொலிவை அளிப்பதாயும் இல்லை. எனவே அதலா மசூதி கட்டடக்கலையின் வெற்றிச் சின்னம் என்று சொல்வதற் கில்லை.

ஜகாங்கிரி மசூதி (Jhanjhiri Masjid)

இப்ராஹிம் ஷா சார்கி அவர்களால் கி.பி. 1430-ஆம் ஆண்டு இம்மசூதி கட்டப்பட்டது. இன்று இடிபாடுகளுடையதாய் காணப்படுகின்றது. தொழுகை மைய மண்டப முகப்பில் இடம்பெறும் பிரம்மாண்டமான திரைச்சீலை வடிவமைப்பு மட்டுமே இன்றுள்ளது. இது அதலா மசூதி திரைச்சீலை சுவரமைப்பின் சிறிய அளவிலான பிரதி போன்றுள்ளது. ஆனால் இத்திரைச் சீலைச்சுவரின் புறப்பகுதியெங்கும் மிக அழகிய செதுக்கல் வேலைப்பாடுகளைப் பெற்றுள்ளது. இதே கால கட்டத்தைச் சேர்ந்த காளிஸ்-முக்லிஸ் மசூதி (Khalis-Mukhlis Masjid) வேலைப்பாடுகளேதுமற்ற எளிய மசூதிக்கட்டுமான மாகும்.

லால்தர்வாசா மசூதி

லால்தர்வாஸா மசூதியின்தொழுகை மண்டப முகப்புத் திரைச்சீலைச் சுவர் நுழைவாயில்கள்

இன்றைய ஜான்பூர் நகரின் புறநகர்ப்பகுதிகளில் லால்தர்வாசா மசூதி அமைந்துள்ளது. சார்கி சுல்தான் மெஹ்மூத் ஷா அவர்களின் பட்ட மகிஷியான பீபிராஜா அவர்களால் 1450 வாக்கில் கட்டப்பட்டதாகும். இது அரண்மனையோடு சேர்ந்த அரசகுல மசூதியாகும். இன்றைக்கு அரண்மனை இல்லை. 'அதலா மசூதியின் சிறிய, சற்றே மங்கிய (வேலைப்பாடுகள் குறைந்த) மசூதி இது' என்பது மார்ஷல் அவர்களின் வர்ணணையாகும். அதலா மசூதியுடன் இம்மசூதியை ஒப்பிடுவோம்: அளவில் மூன்றில் இரண்டு பங்கே உடையது; தொழுகை மண்டபத்திற்கு முன்னுள்ள திரைச்சீலை சுவரமைப்பு மத்திய பிரிவை மட்டுமே கொண்டுள்ளது; இரு பக்க இணைப்பு

திரைச்சீலை சுவரமைப்பு இல்லை; இந்த ஒரேயொரு திரைச்சீலை சுவரமைப்பின் அடித்தள அகலம் மிக அதிகமாகவும், உயரம் குறைந்தும் காணப்படுகின்றது. தொழுகை மண்டபத்தின் மையப்பகுதி மட்டுமே குவிமாட விதானத்தைக் கொண்டுள்ளது; இதன் வடக்கு, தெற்கு இணைப்புப்பகுதிகள் குவிமாட விதானத்தைப் பெற்றிராமல், சற்றே மாறுபட்ட கட்டமைப்புடையவைகளாய் உள்ளன. மேலும் இந்த இணைப்புப் பகுதிகள் தூண்கள் வரிசையின்மூலம் இரண்டே இரண்டு பிரிவுகளை மட்டுமே கொண்டுள்ளன; மேலும் ஒரேயொரு தளத்தை மட்டுமே பெற்றுள்ளன; கற்தட்டியமைப்பு வேலைப்பாடுகளால் மூடப்பட்ட பெண்களுக்கான பகுதி தொழுகைமண்டபத்துடன் இணைந்த பக்கப்பகுதிகளின் இறுதியில் இடம்பெறவில்லை; மாறாக இணைப்புப் பகுதிகளின் ஆரம்பத்திலேயே அமைந்துள்ளது. மசூதியின் மையமண்டபம் உயர்ந்த மேடையமைப்பின் மேல் கட்டப்பட்டுள்ளது; படிகளில் ஏறித்தான் தொழுகை மண்டபத்திற்கான நுழைவாயிலை அடையமுடியும். பெண்களுக்கான பகுதியை அடைய திரைச்சீலை சுவரமைப்பில் அமைந்துள்ள படிக்கட்டுகளைப் பயன்படுத்திட வேண்டும். இந்த வேறுபாடுகளெல்லாம் குறிப்பிடத்தக்கவை என்றாலும் கூட, அதலா மசூதியிலிருந்து வேறுபட்ட தனித்தன்மையான கட்டுமானம் இது என்றுரைப்பதற்கில்லை.

லால்தர்வாஸா: மிஹ்ராப், மிம்பார் மற்றும் பெண்களுக்கான பகுதி

ஜாமி மசூதி அல்லது வெள்ளிக்கிழமை மசூதி:

அதலா மசூதியின் சிறிய வடிவம் லால்தர்வாசா என்றால் பெரிய வடிவம் ஜாமிமசூதி ஆகும். சார்கி வம்ச கடைசி

ஜாமி மசூதியின் நுழைவாயில்

சுல்தானான ஹுசைன் ஷா சார்கி அவர்களால் கட்டப்பட்டதாகும். டெல்லியிலுள்ள பிரோஸ் ஷா கால மசூதிகளைப் போன்றே மிக உயர்ந்த மேடையமைப்பின் மேல் (tahkhana) முழுமசூதிக் கட்டுமானமும் அமைந்துள்ளது. எனவே வளாகத்தினுள் நுழைவதற்கோ அல்லது வளாக நுழைவுவாயிலை அடைந்திடவோ படிகள் பலவற்றை ஏறிக்கடந்தாக வேண்டும். மைய திறந்த வெளியைச் சுற்றியுள்ள தாழ்வார நடைபாதைப் பகுதிகள் இரு தளங்களையுடையதாய் தூண்கள்

ஜாமி மசூதியின்தொழுகை மண்டப
முகப்புத் திரைச்சீலைச் சுவர்

வரிசையால் இரு நடைச் சுற்றுக்களையே (இரு பகுதிகளை) கொண்டதாய் அமைந்துள்ளது. மேற்குப்பகுதி மசூதிக்கு முன்புறமுள்ள திரைச்சீலை சுவரமைப்பு மூன்றிற்கு பதிலாக ஒன்றே

ஒன்றினைத்தான் கொண்டுள்ளது. ஆனால் அதன் பிரம்மாண்டம் அதலா மசூதியின் மையத்திரைச் சீலைச் சுவரினைக் காட்டிலும் சொல்லிக் கொள்ளும் படியாய் கூடியுள்ளது.

மையத் தொழுகை மண்டபம் ஐந்து பிரிவுகளைக் கொண்டுள்ளதாயும், இதன் மையப் பிரிவு அதாலா மசூதியைப் போன்றேயும் உள்ளது. தொழுகை மைய மண்டபத்துடன், வடக்கு தெற்கு திசைகளில் உள்ள இணைப்புப் பகுதிகள் தூண்களாலான இரு தளங்களைக் கொண்டுள்ளன. மேல்தளம் கல்லினால் ஆன பின்னல் தட்டியமைப்பு அடைப்புகளாலான பெண்களுக்கான பகுதியாகும். இந்த இரு இணைப்புப் பகுதிகளின் இறுதிப்பகுதியானது வளைவு விதானமுடையதாய் (Vaulted roof) அமைந்திருப்பது குறிப்பிடத் தக்க புதுக் கூறாகும். இவை, 50 அடி நீளமும், 40 அடி அகலமும், 45 அடி உயரமும், தூண்கள் போன்ற எடைதாங்கும் கட்டுமானங்களற்றதாய் விசாலமான உட்புறத்தைப் பெற்றுள்ளன. கூர்முனையுடன்

சதுரம், எண்கோணம், பதினாறு கோணம் என உயரவாக்கு சுவர் அமைப்பு மாற்றங்கள்- ஜாமி மசூதி

முடியும் விதான வளைவு அமைப்பு திறம்பட அமைந்த புத்தி சாலித்தனமான கட்டுமானமாகும்.

ஜாமி மசூதியின் பிரம்மாண்டமான உருளை வடிவமைப்பு விதானம்

ஜான்பூர் கட்டுமானங்களின் பலபாகங்கள் தனிப்பட்ட முறையில் மனதைக் கொள்ளை கொள்ளும் வடிவழகைப் பெற்றிருந்தாலும், ஒட்டுமொத்தமாக கட்டுமான விதிகளைப் பூர்த்தி செய்வதாயில்லை. இதற்குச் சான்றாய் பிரம்மாண்டமான திரைச்சீலை சுவரமைப்பு, தொழுகை மண்டப குவிமாடத்தை பார்வையிலிருந்து மறைப்பதைக் கூறலாம். பாமினி சுல்தான்கள் எவ்வாறு ஹம்பி நகரை இடிபாடுகளுடையதாய் ஆக்கினார்களோ அதுபோன்றே டில்லி சுல்தான் சிக்கந்தர் லோடியும் ஜான்பூர் கட்டுமானங்களைப் பேரழிவிற்கு உட்படுத்தினார். ஜான்பூரின் சார்கி வம்சத்தினர் மீது எந்த அளவிற்கு பகைமை பாராட்டினார் என்பதை 'ஜான்பூரின் நினைவுச் சின்னங்கள் எதனையும் விட்டு வைக்க மாட்டேன்' என்று சபதமுரைத்து, நிறைவேற்ற முற்பட்டதிலிருந்தே புரிந்து கொள்ளலாம்.

◆

8

அத்தியாயம்

குஜராத் பாணிக் கட்டுமானங்கள்

தனித்தன்மையான குஜராத் பாணிக்கான காரணங்கள்

இஸ்லாமிய பிராந்திய பாணிக் கட்டுமானங்களில் மிக முக்கியமானது குஜராத்பாணிக் கட்டுமானங் களேயாகும்; கட்டுமானங்களின் எண்ணிக்கையும் பிற பிராந்தியப் பாணிகளை விட அதிகமான தேயாகும். இத்தனித்தன்மைக்கு இரு காரணங்கள் அடிப்படையாகின்றன. ஒன்று, இப்பகுதிகளை ஆண்ட இஸ்லாமிய சுல்தான்கள் இஸ்லாமியக் கட்டுமானங்களை எழுப்புவதில் முனைப்புடை யோராயும், பேராதரவு நல்குவோராயும் இருந்தது; இரண்டாவது, பாரம்பரியமாக, கட்டுமானத் தொழில் நுணுக்கங்களை நன்கு அறிந்தவர்களாய் குஜராத் கட்டுமானக் கலைஞர்கள் விளங்கியது. குஜராத்தை ஆண்ட அஹமது சாஹி சுல்தான்கள் கல்விமான் களாகவோ, கலையார்வம் மிகுந்தோர்களாகவோ அறிந்திடப்படவில்லை. இருப்பினும், இவர்கள் தங்களின் ஆட்சி வலிமையினை மற்றோருக்கு படம் போட்டுக் காட்டும் சான்றுகளாய் இக்கட்டுமான நினைவுச் சின்னங்களைக் கருதினர். இத்தகு மனவோட்டமே எண்ணற்ற குஜராத் பாணிக் கட்டு மானங்கள் உருவாகிடக் காரணமாகும். ‘போற்றிடத்

தக்க மனப்போக்கு இது அல்ல' எனக் குறை காண்போர் கூறிக் கொள்ளட்டும்.

குஜராத் கலைஞர்களின் தனித்தன்மையான திறமைகள்

குஜராத்தை வெற்றிக் கொண்ட இஸ்லாமிய ஆட்சியாளர்கள், தங்கள் கட்டுமான எண்ணவோட்டங்களை நிறைவேற்றிட இப்பகுதிக் கலைஞர்களையே சார்ந்திருக்க வேண்டியிருந்தது. இக்கட்டுமானக் கலைஞர்களின் பாரம்பரியம் போற்றுதற்குரியது; இப்பகுதியில், காலங்காலமாய் இந்து, ஜைனக் கோயில்கள் கட்டப்பட்ட வண்ணமே இருந்தன. எனவே கோயில்கட்டுமான

காம்பே ஜாமி மசூதி

தொழில் நுட்பத்திலும், தொழில் நுணுக்கங்களிலும் கைதேர்ந்தவர் களாய் இருந்தனர் குஜராத் கலைஞர்கள். மேலும் ஒவ்வொரு தலைமுறையும் அடுத்த தலைமுறைக்கு தவறாமல் கற்பிக்கவும் செய்தனர். அதனால் சிற்ப சாஸ்திரங்களில் கூறியிருந்தபடி இம்மி பிசகாமல் கட்டுமான வேலைகளை மேற்கொள்வோராய் இருந்தனர். ஆனால் மசூதி, கல்லறைக் கட்டுவதென்பது கோயில் கட்டுவதிலிருந்து முற்றிலும் மாறுபட்டதாகும். இருப்பினும் கட்டுமான நேர்த்தியிலும், கலை நுணுக்கங்களிலும் கோயிற்கட்டு மானங்களுக்கு எவ்விதத்திலும் சளைத்ததாயில்லை மசூதி, கல்லறைக் கட்டுமானங்கள். பெர்ஸி ப்ரௌன் வார்த்தைகளில் இவ்வாறு கூறிடலாம்: "சுதந்திரப் பறவைகளாய் இருந்தாலும், கோயிற் கட்டுமானங்களை நிறைவேற்றிடும்பொழுது தங்களது சிற்ப, வாஸ்து சாஸ்திர விதிகளால் கட்டுண்டவர்களாகவே இருந்தனர்; இஸ்லாமிய ஆட்சியின் கீழ் அடிமைப்பட்டிருந்

அகமதாபாத் ஜாமி மசூதி

தாலும், இஸ்லாமியக் கட்டுமானங்களை நிறைவேற்றிடும்போது, சிற்ப, வாஸ்து சாஸ்திர விதிகளிலிருந்து விடுதலையடைந்தோராய், தங்களின் கனவுக் கட்டுமானப் புதினங்களுக்கு வடிவம் கொடுப்போராய் சுதந்திர உணர்வு பெற்றிருந்தனர்; இவ்வுணர்வின் பரிபூரண வெளிப்பாடுதான் குஜராத் பாணிக் கட்டுமானங்கள்".

மண்ணின் மணம் பரப்பும் குஜராத் பாணி

பிராந்திய பாணிகளிலேயே குஜராத் பாணிதான் அதிகப் படியாய் மண்ணின் மணத்தைப் பெற்றதாயிருந்தது. அடிப்படைக் கட்டுமான அமைப்பில் இஸ்லாமிய நோக்கம் பரிபூரணமாய் வெளிப்படுகின்றது. ஆனால் உயர்தர இஸ்லாமியக் கட்டுமானம் எனப் பெயர்பெற்றவைகளெல்லாம் இந்து, ஜைன கோயிற் கட்டுமான அலங்கார நுணுக்கங்களைத் தழுவி உள்ளன அல்லது முழுமையாய், அப்பட்டமாய் ஏற்றுக்கொள்ளப்பட்டுள்ளன. இக்கண்ணோட்டத்தில், இஸ்லாம் வெற்றிகொண்ட எந்நாட்டிலிருந்தும், குஜராத் எவ்விதத்திலும் வேறுபட்டிருக்கவில்லை. ஆனால் இத்தகு பிற நாட்டுக் கட்டடக் கலைஞர்களைவிட குஜராத் கலைஞர்கள் அதிக கலையுணர்வும், கற்பனை வளமும், அதனை நிறைவேற்றிடும் திறமையுடையோராயும் இருந்தனர் என்பது முற்றிலும் உண்மை. இதனை முழுமையாகப் பயன்படுத்திக் கொள்வதற்கு தேவைப்படும் மிகக் குறைந்த அளவே அதிகாரம் செலுத்திடுவோராய் இஸ்லாமிய ஆட்சியாளர்களும் செயல்பட்டனர். இதன் காரணமாய் சொல்லவொண்ணா அழகும், உயிர்த்துடிப்பும் உடையவைகளாய் குஜராத் கட்டுமானங்கள் உலகப் பிரசித்தி பெற்றன.

சாம்பனிர் ஜாமி மசூதி

குஜராத் பாணிக் கட்டுமானங்களின் மூன்று நிலைகள்

அலாவூதீன் கில்ஜி காலத்திலேயே டெல்லி சுல்தானியத்தால் குஜராத் கைப்பற்றப்பட்டது. அப்பொழுது தொடங்கி, ஏறத்தாழ 250-ஆண்டுகளுக்கு முதலில் டெல்லி சுல்தானிய கவர்னர்களாலும், பிறகு சுதந்திரப் பிரகடனம் செய்த அஹமது

பாரோச் ஜாமி மசூதி

சாஹி வம்சத்தினராலும் ஆட்சி செய்யப்பட்டது. பதினாறாம் நூற்றாண்டின் இரண்டாம்பகுதியில் முகலாய சாம்ராஜ்யத்தின் ஒரு பகுதியாக விழுங்கப்படும்பரை இந்நிலை நீடித்தது. மேற்குக் கடற்கரை வணிக நகரங்களை தங்கள் வசம் கொண்டிருந்த இஸ்லாமியர் ஆட்சியின் கீழ் குஜராத் பாணி கட்டுமானக் கலை செழித்தோங்கியது.

குஜராத் பாணிக் கட்டுமானங்களை மூன்று காலக் கட்டங்களாகப் பிரித்து கற்றல் எளிது. தொடக்க நிலைக் கட்டுமானங்கள் (1300 முதல் 1411 வரை), அஹமது ஷாகி கட்டுமானங்கள் (1411 முதல் 1458 வரை), பெகரா கட்டுமானங்கள் (1458 முதல் 1550 வரை) என்பவைகளே அவை. தொடக்க நிலைக் கட்டுமானங் களை சோதனைக் கால கட்டுமானங்கள் எனக் கூறலாம். பிற பாணிகளின் ஆரம்பக் கட்டங்களைப் போன்றே இந்து, ஜைன கோயில்களின் பழந்தளவாடப் பொருட்களைக் கொண்டு எழுப்பப்பட்ட கட்டுமானங்களாகும். ஆரம்ப முயற்சிகளில் வெளிப்படும் தனியழகினையும், சொல்லிடத்தக்க கௌரவத் தோற்றத்தையும்வெளிப்படுத்தும்கட்டுமானங்களாகும். மண்ணிற்கே சொந்தமில்லாத அந்நிய மத உணர்வுகளை வெளிப்படுத்த மண்ணின் மைந்தர்களான கட்டுமானக் கலைஞர்கள் மேற் கொண்ட முயற்சிகளின் அடையாளங்களாகும். இம்முயற்சிகள் இன்னும் பக்குவமடைந்திடவில்லை என்பதை இக்கட்டுமானங்கள் எடுத்துரைக்கின்றன. அஹமது ஷாஹி கட்டுமானங்களில் 'ஏறத்தாழ பக்குவநிலை எட்டியாயிற்று' என்பது வெளிப்படு கின்றது. சிற்சில கட்டுமான அம்சங்களில்தான் சிறிதளவு தடுமாற்ற நிலை வெளிப்படுகின்றது. குஜராத் பாணியின் உச்சகட்ட நிலை அல்லது நன்கு பக்குவமடைந்த நிலை என்பது பெகரா காலக் கட்டுமானங்களில் வெளிப்படுகின்றது. காம்பே நகரில் கட்டப் பட்ட ஜாமி மசூதி தொடக்க காலக் கட்டுமானங்களில் மிகச் சிறந்ததாகும். இதுபோன்றே அகமது ஷாகி காலக்கட்டத்திற்கு அகமதாபாத் ஜாமி மசூதியையும், பெகரா காலக்கட்டத்திற்கு சாம்பனிர் (champanir) நகரின் ஜாமி மசூதியும் மிகச்சிறந்த எடுத்துக்காட்டுகளாகும்.

படான் (Patan) அல்லது அன்ஹில்வாடா (Anhilavada) கட்டுமானங்கள்

படான் என்றழைக்கப்படும் அன்ஹில்வாடா ஒரு புராதனமான நகரமாகும். பத்தாம் நூற்றாண்டு முதல், பதிமூன்றாம் நூற்றாண்டு வரை இந்நகரைத் தலைநகராகக் கொண்டு சோலங்கி வம்சத்தினர் ஆட்சிபுரிந்தனர். அலாவுதீன் கில்ஜியின் கவர்னராய் அவரது

தளபதி உளுக்கானும் (Ulughkhan) இந்நகரிலிருந்தே ஆட்சிபுரியத் தொடங்கினார். எனவே 1300ஆம் ஆண்டிலேயே அதீனா மசூதி கட்டப்பட்டதில் வியப்பொன்றுமில்லை. 400 அடி X 300 அடி பரப்பில் 1050 தூண்களுடன் எழுப்பப்பட்ட மசூதிக் கட்டுமானம் என்பதை எஞ்சியிருக்கும் அடித்தளத்தில் இருந்துதான் அறிந்து கொள்ள முடிகின்றது. மிகக் குறைந்த மாற்றங்களையும் மிகக் குறைந்த சேர்க்கைகளையும் கொண்டு, இந்து கோயிலானது, இஸ்லாமிய சந்நியாசியான ஷேக் பாறித் (Shaikh Farid) என்பாரின் கல்லறைக் கட்டுமானமாக மாற்றப்பட்டுள்ளது.

பாரோச் (Bharoch) நகரின் ஜாமி மசூதி

கடல் வழி வாணிகத்திற்குகந்த முக்கியமான துறைமுக நகரம் குஜராத்தின் பாரோச் நகராகும். இந்நகரிலும் 1300 ஆம் ஆண்டே ஜாமி மசூதியானது எழுப்பப்பட்டது; மையத்தில் திறந்தவெளி இதன் மேற்கு விளிம்பில் தொழுகை மண்டபம், மற்ற மூன்று திசை விளிம்புச் சுவர்களும் நுழைவாயில்களைப் பெற்றிருத்தல் என்ற மசூதிக் கட்டுமான இலக்கணப்படி அமைந்த தாகும்.

தொழுகை மண்டபத்தின் முகப்பு பொதுவாக இருவித அமைப்பிலொன்றைப் பெற்றதாயிருக்கும். இறைத்தூதருக்கான இல்லத்தின் முகப்புத் தாழ்வாரமானது தூண்களாலான திறந்த நிலை அமைப்புடையதாகத்தான் நபிகள் காலந்தொட்டு கட்டுவது வழக்கம். பின்னாளில் மெதினா மசூதியின் முகப்பில் திறந்த நிலை அமைப்பிற்குப் பதிலாய் அழகுவளைவுகளாலான திரைச்சீலைச் சுவர் மறைப்பொன்றை உருவாக்கினார் காலிபு ஆஸ்மன் (Caliph Oshman). இவ்வாறு திறந்த நிலை முகப்பு, திரைச்சீலையுடனான மூடிய நிலை முகப்பு என இருவகையான முகப்பு அமைப்புகள் பின்பற்றப்படலாயின. இம்மசூதி திறந்த நிலை முகப்பைப் பெற்றுள்ளது.

30 அடி விட்டமுள்ள மூன்று அரைக்கோள குவிமாட விதானங்கள் ஒவ்வொன்றையும் எண்கோண அமைப்பை ஏற்படுத்துமாறு நிறுத்தப்பட்ட தூண்களும் இவற்றின் மேலமர்ந்த உத்திரங்களும் தாங்குகின்றன. இம்மூன்று குவிமாடங்களும், தொழுகை மண்டப வடக்கு, தெற்கு சுவர்களும் சமதளமான விதான அமைப்பால் இணைக்கப்பட்டுள்ளன. விதான அமைப்பில் சிறிய அளவிலான அரைக்கோள குவிமாடங்களும் உள்ளன. இச்சமதள விதான

அமைப்பின் கீழ்பகுதியில் நடைபாதை அமைப்புகள் என்னும் தோற்றத்தை ஏற்படுத்துமாறு மண்டபத்தூண்கள் அமைந்துள்ளன. இந்த 48 தூண்களுமே இணைப்பு வேலைப்பாடுகள் (bracket pattern) அமைப்பிலான நுணுக்கமான செதுக்கல் வேலைப்பாடுகளைக் கொண்ட தூண்களாகும்.

தொழுகை மண்டபத்தின் சிறிய அளவிலான வடக்குத் தெற்குச் சுவர்களும், மேற்குச் சுவரும் பழந்தளவாடப் பொருட்களைக் கொண்டு மேற்கொள்ளப்பட்ட சொந்தக் கட்டுமான அமைப்பாகும். மேற்குச் சுவரின் உட்புறத்தில் மூன்று மிஹ்ராப்களும், அழகு வளைவுகளின் கீழமைந்த கற்சாளரங்களும் தொழுகை மண்டப இலக்கணப்படி அமைந்துள்ளன. மிஹ்ராப் அமைப்பானது குஜராத் கோயில் கட்டுமான மாடஅமைப்பைப் போன்றேயுள்ளது. லிண்டல் அமைப்பின் கீழ் இடம்பெறும் கூர்முனை அழகுவளைவு அமைப்புதான் மிஹ்ராப் கட்டுமானம் எனப்புரியவைக்கின்றது. தொழுகை மண்டபத்தினுள் இருந்து விதானத்தைப் பார்த்தால், கோயில் விதானங்களில் மேற்கொள்ளப் பட்டதைப் போன்ற பல்வேறு ஜியோமிதி வடிவமைப்பு வேலைப்பாடுகளும், (Geometrical pattern), கூர்முனையுடைய வளைவு (Cusped) வேலைப்பாடுகளும் மேற்கொள்ளப்பட்டிருப்பது நம்மை வியப்பிலாழ்த்தும். சதுரம் சதுரமாய் பிரிக்கப் பட்டு விதவிதமான வேலைப்பாடுகள் மேற்கொள்ளப்பட்ட விதானஅமைப்பு இனிவரும் இஸ்லாமியக் கட்டுமானங்களிலும் பின்பற்றப்பட உள்ளன. விதான வேலைப்பாடமைப்பில், குஜராத் கோயில்களும், இஸ்லாமிய மசூதியமைப்பு கோட்பாடுகளும் ஒருமைப்பட்டு நிற்கின்றன. மற்ற மூன்று திசைகளிலும் நடைபாதை தாழ்வார அமைப்பு இல்லை.

பாரோச் ஜாமி மசூதியின் கட்டுமான அமைப்பிலிருந்து ஒன்று புலப்படுகின்றது. 'இஸ்லாமிய மேற்பார்வையாளர்களின் பங்களிப்பு கட்டுமானத்திட்டமிடுதலோடு நின்று விடுகின்றது; மசூதியமைப்பு என்னவென்பதை அநேகமாய் பார்த்தறியாத உள்ளூர் கட்டுமானக் கலைஞர்களின் கைவண்ணம் தான் பெரும்பங்கு வகிக்கின்றது' என்பதுதான் அது.

காம்பே (Cambay) நகரின் ஜாமி மசூதி

காம்பே நகரின் புராதனப் பெயர் கம்பாட் (Kambhat) ஆகும். நகரின் மக்கள் தொகையில் சொல்லிடத்தக்க அளவு

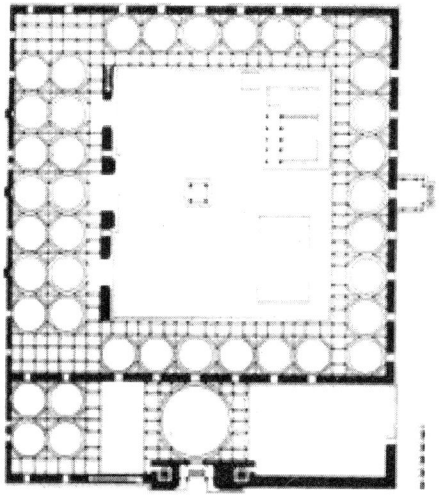

காம்பே ஜாமி மசூதி- தரை வரைபடம்

வெளிநாட்டு வணிகர்களும் அடங்குவர் என்ற வர்ணனைக் குட்பட்ட செல்வச் செழிப்பான நகரமாகும். லிவன் பிரஸாதா (Liwan prasada) என்ற ஹிந்து அரசரின் ஜைன அமைச்சரான வாஸ்துபுலா (Vastupula) என்பவர் புகழ்பெற்றவராவார். அவரது நிர்வாகத்தின் கீழ் காம்பே நகர் இருந்தபோது தில்வாரா (Dilwara) நகரைப்போன்றே காம்பே நகரும் ஜைனக் கோயில் கட்டுமானங்

காம்பே ஜாமி மசூதி ஒட்டுமொத்தத் தோற்றம்

களுக்குப் பெயர்பெற்றதாய் இருந்திருக்க வேண்டும். எனவே காம்பே கட்டுமானக்கலைஞர்களின் பாரம்பரியம் போற்றுதற்குரியது.

டெல்லி சுல்தான் அலாவுதீன் கில்ஜியை (1296 - 1316) துதிபாடும் முகத்தான் கட்டப்பட்டது காம்பே நகரின் ஜாமி மசூதியாகும். அலாவுதீன் கில்ஜியின் ஆட்சியில் எழுப்பப்பட்ட டெல்லியின் ஜமாத் கானா மசூதியைப் (Jamat Khana) போன்றே கட்டுமாறு குஜராத் கவர்னர், காம்பே நகரக் கட்டுமானர்களுக்கு கட்டளையிட்டார். எனவேதான் அழகுவளைவு திரைச்சீலை மறைப்பினை முகப்பாகக் கொண்ட தொழுகை மண்டபத்தை நாம் காண்கிறோம். மத்தியில் பெரிய அளவிலான அழகு வளைவினையும், இதன் இருபுறங்களிலும் சமச்சீராய் அமைந்துள்ள சிறிய அளவிலான இரு அழகு வளைவுகளையும், மெர்லான் (Merlon) களினாலான கைப்பிடிச் சுவரையும் கொண்டதாய் இத்திரைச்சீலை முகப்பமைப்பு அமைந்துள்ளது. வேறு எவ்வித அழகுவேலைப்பாடுகளும் இத்திரைச்சீலை முகப்பமைப்பில் மேற்கொள்ளப்படவில்லை; இஸ்லாமிய இலக்கணத் தோற்றத்தைப் பெற்றிருந்தாலும், 'சதிஷ் குரோவர்' என்ற கட்டுமான ரசிகர் மற்றும் ஆசிரியர் கண்ணோட்டத்தில், இது, பொலிவிழந்த கம்பளியினாலான திரைச்சீலை போன்ற திரைமறைப்பாக உணரப் படுகின்றது; ஏனெனில் இத்திரைச்சீலை மறைப்பு இதன் பின் உள்ள உயர்த்துடிப்பான அரிய வேலைப்பாடுகளை மறைக் கின்றதாம். அவ்வேலைப்பாடுகள், ஒன்றன்மேல் ஒன்றாக அடுக்கப்பட்ட இந்து மற்றும் ஜைன பாணி தூண்களின் அணி வகுப்பும், இவை தாங்கும் 14 அன்ரக்கோளக் குவிமாடங்களும் ஆகும். ஆனால் இந்த அழகு வேலைப்பாடுகள் ஓரளவு நுழை வாயில் திறப்பின் மூலம் நம் கண்ணில் படுகின்றது. வெளியி லிருந்து பார்த்திடும்பொழுது திரைச்சீலை மறைப்பையும் மீறி கிடைத்திடும் இக்காட்சியே அற்புதமான உள்கட்டுமான வேலைப்பாடுகளுக்கு கட்டியங்கூறுவதாயுள்ளது. இந்த பிரதான நுழைவாயிலின் இருபக்கத் தூண்களும் பழந்தளவாடப் பொருட்களால் ஆனவை; வளைவுக்குள் வளைவு (engrailed arch) பாணியிலான அழகு வளைவு இவ்விரு பக்கத்தூண்களையும் இணைத்திடுவதுபோல் மேலமர்ந்துள்ளது. விண்வெளிப்பொலி வினை அளித்திடும் 'வளைவுக்குள் வளைவு' பாணித் தூண்கள் வருங்கால குஜராத்பாணிக் கட்டுமானங்களில் நிரம்ப இடம் பெறப் போகின்றன.

காம்பே ஜாமி மசூதி தூண்கள் விதான அமைப்பு

மசூதிக் கட்டுமானத்தின் மத்திய திறந்த வெளியைச் சுற்றி, கிழக்கு, மேற்கு, வடக்கு விளிம்புகளில் நடைபாதைத் தாழ்வாரப் பகுதிகள் அமைந்துள்ளன. இவற்றின் விதானங்களில் மொத்தம் 21 அரைக்கோள குவிமாடங்கள் இடம்பெறுகின்றன. இவை ஒவ்வொன்றும் எண்கோண அமைப்பில் நிறுத்தப்பட்ட தூண்களால் தாங்கப்படுகின்றன. இவ்வமைப்புகள் அனைத்தும் ஒன்று சேர்ந்து 212 அடி X 252 அடி அளவுள்ள மசூதிக் கட்டுமானமாகத் திகழ்கின்றது. கிழக்கு நடைபாதைப் பகுதியின் மையத்தில் மசூதிக்குள் நுழைவதற்கான வாயில், கோயிலின் நுழைவு மண்டபம் போன்றே உள்ளது. 'எடுத்துக் கட்டப்பட்டுள்ளது' என்று அடையாளம் கூறிடும் பணியை அரைக்கோளகுவிமாடம் செய்கின்றது. தெற்கு நடைபாதைத் தாழ்வாரத்தை அடுத்து மசூதிக்கு வெளியே காணப்படும் சிதலமடைந்த கல்லறைமாடம் உமர் பின் அகமது காஸாருனி (Umer Bin Ahmed Kazaruni) என்பவருக்காக எழுப்பப்பட்டதாகும். ஒன்றன்மேல் ஒன்றாய் தூண்களை அடுக்கி அதிக உயரமுடைய மாபெரும் கோயில் மண்டபம் போன்றே கட்டப்பட்டது. மண்டப உச்சியை அரைக் கோள குவிமாடமானது (Corbelled dome) கட்டுமான காலத்தில் அலங்கரித்திருக்கும்; இன்று நாம் காண கொடுத்துவைக்க வில்லை. மொத்தத்தில் குஜராத் பாணி இலக்கணத்திற்கான

குணாதிசயங்கள் வரையறுத்திட காம்பே ஜாமி மசூதியில் தொடங்கப்பட்டுவிட்டது.

டோல்கா நகர மசூதிகள் (Dholka)

அகமதாபாத்திலிருந்து தென்மேற்கே 40 கி.மீ. தூரத்தில் உள்ள நகரம் டோல்கா ஆகும். பனிரண்டாம் நூற்றாண்டி லெல்லாம் இந்நகர் தவலகா (Dhavalakha) என்றழைக்கப்பட்டது. பிரசித்திபெற்ற சகோதரர்களான வாஸ்துபுலா, தேஜ்பாலா சகோதரர்களின் நிர்வாகத்தில் செழித்தோங்கியது. டெல்லிசுல் தானிய கவர்னரான ஹிலால் கான் குவாசி (Hilal Khan Quazi) 1333-இல் மசூதி ஒன்றைக் கட்டினார். இது காம்பே மசூதியைப் போன்றே வடிவமைப்புடையது; ஆனால் அளவில் சிறியது; வடக்கு, தெற்கு, கிழக்கு திசைகளில் நடைபாதை தாழ்வார அமைப்பு இடம்பெறவில்லை; ஆனால் மசூதிக்குள் நுழைவதற்கான நுழைவாயில் குறிப்பிடத்தக்கதொன்றாகும். இந்துக் கோயில் களில் இடம்பெறும் அந்தராளம் எனப்படும் இடைக்கட்டுமான பாணி முழுமையாகவே இந்நுழைவாயில் வடிவமைப்பில் பின்பற்றப்பட்டுள்ளது. சொல்லப்போனால், மண்டப விளிம்புப் பகுதிகளில் சாய்வான இருக்கைகள் (Asanas) அமைப்பையும் கூடப்பெற்றுள்ளது. கோயில் மண்டப விதான அமைப்பிற்கு பதிலாக அரைக்கோள குவிமாட விதானம் இடம் பெற்றுள்ளது. நுழைவாயிலைக் கடக்கும் பொழுது, கோயிலினுள் நுழைகின்றோமா என்று எழும் சந்தேகம், மையத் திறந்தவெளியும், அதனையடுத்த மசூதியும் காட்சிக்குள்ளாகும் பொழுது அகன்று விடுகின்றது.

தொழுகை மண்டப முகப்பு மைய நுழைவு வாயிலின் இருபுறமும் பக்கத்திற்கொன்றாக மினார்கள் எழுப்பப்பட்டுள்ளன. இவை, உயரம்கூடிய அலங்கார கோபுர முகப்பில் மேற் கொள்ளப்பட்ட புதின முயற்சியாகும். வடிவமைப்பில் குஜராத் பாணியே பின்பற்றப்பட்டுள்ளது; இஸ்லாமிய கட்டுமான பாணியைக் கொண்டிருக்கவில்லை. மினார் போன்ற அமைப்பை ஏற்படுத்தும்படி கட்டுமானக் கலைஞர்கள் உத்தரவிடப்பட்டுள் ளார்கள்; மற்றபடி மினார் அமைப்பு எத்தன்மையது, எதற்காக மசூதிக் கட்டுமானத்தில் இடம்பெறுகின்றது என்ற தகவல்களை இம்மசூதிக் கட்டுமானக் கலைஞர்கள் அறிந்திருக்கவில்லை. ஆனால் இனிவரவிருக்கும் காலக்கட்டங்களில் குஜராத் பாணிக்

கட்டுமானங்களில் மினார் அமைப்பு முக்கிய பங்குவகிக்கப் போகின்றது என்பதற்கான தொடக்கமே இது.

டோல்கா தங்கா மசூதியின் தூண்கள்

கி.பி. 1361-இல் டோல்காவில் தங்கா மசூதிக் கட்டப்பட்டது. 14-ஆம் நூற்றாண்டில் கட்டப்பட்ட இறுதிக் கட்டுமானங்களில் ஒன்று என்றளவிலேயே இம்மசூதி குறிப்பிடப்படுகின்றது. இது, திறந்த நிலை முகப்பு அமைப்பைப் பெற்ற, பழந்தளவாடப் பொருட்களையேப் பயன்படுத்தி எழுப்பப்பட்ட மசூதியாகும். தொழுகை மண்டபம் இருக்கும் மேற்குப்பகுதி மட்டும் மிக நீளமாகவும், வடக்குத் தெற்குப் பகுதிகள் குறைவான நீளமுடைய தாகவும் வடிவமைக்கப்பட்டுள்ளது. இவ்விதத்தில் இதனை வங்காளத்தில் உள்ள பாண்டுவா நகரின் அதீனா மசூதியோடு ஒப்பிடலாம்.

பதினான்காம் நூற்றாண்டின் இரண்டாம் பகுதியில் டெல்லி சுல்தானிய ஆட்சியின் ஸ்திரத்தன்மை கேள்விக்குறியாகவே இருந்தது. இதன் காரணமாய் சுல்தானியத்தின் குஜராத் கவர்னர் களின் கவலையுடன் கூடிய கவனம், டெல்லி சுல்தானிய ஆட்சி போக்கை ஆய்வுக்கு உட்படுத்துவதிலேயே செலுத்த வேண்டிய தாயிற்று. எனவே இஸ்லாமியக் கட்டுமானங்கள் ஏதும் இக்காலக்

கட்டங்களில் குஜராத்தில் மேற்கொள்ளப்படவில்லை. கி.பி-1391-இல் புகழ்பெற்ற குஜராத் கவர்னர் அகமதுஷா டெல்லி சுல்தானிய தளைகளிலிருந்து விடுபட்டதாக சுதந்திரப் பிரகடனம் செய்தார்; கட்டுமானங்களை ஏற்படுத்த உத்தரவிட்டுவிட்டு, அரசியலிலேயே அதிகநேரம் செலவிட்டார். எனவே குஜராத்தின் இந்து கட்டுமானக் கலைஞர்கள் தங்களின் பாரம்பரியமான கட்டுமான முறைகளையும், வடிவமைப்பு முறைகளையுமே பின்பற்றலாயினர்; உருவ சிற்ப வடிவமைப்புகளை மட்டும் தவிர்த்தனர்; மாறாக இஸ்லாமிய அம்சங்கள் மிகுந்திருக்குமாறு பார்த்துக்கொண்டனர். இதில் கவனமாகக் குறிப்பிடப்பட வேண்டியவை தொழுகை மண்டப முகப்பில் இடம்பெறும் அழகுவளைவுகளையுடைய கட்டுமானச்சுவர்கள், மற்றும் இதன் உச்சியில் எழிலுறக் காட்சியளிக்கும் மினார்கள் ஆகும்.

அகமது ஷாகி கட்டுமானங்கள் (1411 – 1458)

இரண்டாம் நிலைக் கட்டுமானங்களுக்குக் காரணியாய் அமைவது அகமது ஷாகி அவர்களின் ஆற்றல்மிகு ஆளுமையே ஆகும். இவரது நெடிய ஆட்சியில் குஜராத் சீரும் சிறப்பும் வளமும் மிகுந்து விளங்கியது. தனது ஆட்சிப்பகுதிகளின் தலைநகரை தனது பெயரிலேயே உருவாக்கிட, 1411-லேயே முனைந்தார். அகமதாபாத் கட்டுமானத்தொடக்கத்துடன் குஜராத் பாணியின் ஈடுஇணையற்ற கட்டுமானச் செயல்பாடுகளும் தொடங்கு கின்றன. பெரியஅளவிலானகட்டுமானதிட்டமிடுதலுக்குஅகமதுஷா காட்டிய ஆர்வம் மற்றவர்களிடமும் தொற்றிக் கொண்டது. இந்த மற்றவர்களில் அரசவையில் உயர்பதவி வகிப்போரும், பிற முக்கியப் புள்ளிகளும் அடங்குவர். இவர்கள் அனைவரின் முயற்சியில், மசூதிகள், கல்லறைமாடங்கள் மற்றும் இவை போன்ற பிற கட்டுமானங்கள் அகமதாபாத் நகர எல்லைக்குள் உருவெடுத்தன. இதன் காரணமாய், எண்ணற்ற மிகச்சிறந்த கட்டுமான நினைவகங்களுக்கு இருப்பிடமாயிருக்கும் அரிதான நகரங்களில் ஒன்றாய் அகமதுஷாகி வம்சத்தினரின் தலைநகரான அகமதாபாத் திகழ்கின்றது.

அகமதாபாத் நகர எல்லைக்குள் மட்டும் பெரிதும் சிறிதுமாய் ஐம்பதுக்கும் மேற்பட்ட மசூதிகளை எண்ணிடலாம்; கல்லறை மாடங்களின் எண்ணிக்கையை நாம் சேர்த்துக் கொள்ளவில்லை என்பதை நினைவில் கொள்ளவேண்டும். இக்கட்டுமானங்கள்

அகமதாபாத் ஜாமி மசூதி- அழகு வளைவுச் சுவரின் பின் எழிலான காட்சி

அனைத்தும் இந்திய இஸ்லாமிய கட்டுமான வளமையை பறைசாற்றுபவைகளாகும். சபர்மதி நதியின் இடது கரையில் அகமதாபாத் அமைந்துள்ளது. நதிமுகத்தில் செவ்வக வடிவ காப்பு அரணுக்குள் அரண்மனையை உள்ளடக்கிய கோட்டை எடுப்பாய் தெரியுமாறு கட்டப் பட்டது.

கோட்டையிலிருந்து சிறிது தூரத்தில், ஏறத்தாழ நகர் மையத்தில் மாபெரும் ஜாமி மசூதியை அகமதுஷா கட்ட ஆரம்பித்தார். அரண்மனையையும், இம்மசூதியையும் இணைக்கும் ராஜ பாட்டையொன்றை தனது அரண்மனை வாயிலிலிருந்தே தொடங்குமாறு வடிவமைத்தார். மசூதியின் வடிவமைப்பு அனுமதித்திருந்தால், இந்த ராஜபாட்டை நேராய் மசூதியின் பிரதான நுழைவாயிலில் வந்து முட்டும்; ஆனால் தொழுகை மண்டபம் மேற்குத் திசையிலும், மசூதியின் பிரதான நுழைவாயில் கிழக்கு திசையிலும் அல்லவா அமைய வேண்டும்; எனவே ராஜபாட்டையை மசூதியின் வடபகுதியை யொட்டிச் செல்லுமாறு அமைத்திட வேண்டியதாயிற்று.

மசூதியின் முன்புறம் அடுத்தடுத்தாற்போல் மதிற் சுவரால் சூழப்பட்ட இரண்டு கல்லறை மாடங்களை எழுப்பினார் அகமதுஷா. முதலில் உள்ளது அவருக்குரிய கல்லறை மாடம்; அடுத்தது அரசியாருக்கான கல்லறை மாடம்; இது, ராணி-கா-ஹூஜ்ரா (Rani-Ka-Hujra) என்றழைக்கப்படுகிறது. இவ்விரு நீத்தோர் நினைவகங்களும், ஜாமி மசூதியுடன் ஒன்றிணைக்கப்பட்ட கட்டுமானங்களாகும். கோட்டைக்குள்ளிருக்கும் அரண்மனை வளாகத்தினை அணுகும் ராஜபாட்டையில் தீன்தர்வாஷா (Tin Darwaza) எனப்படும் வெற்றித் தோரண வளைவு வாயில்

அமைக்கப்பட்டது. இத்தோரணவாயிலில்போடப்பட்டசிம்மாசனத்தில் அமர்ந்து அரசு விழா அணிவகுப்புகளை சுல்தான் பார்வை யிடுவார்; அவரது அமைச்சர்களும் உயரதிகாரிகளும் வழங்கும் மரியாதைகளையும் ஏற்றுக்கொள்வார். இந்த ஒட்டுமொத்த வடிவமைப்பும் உயர்தர நகரக் கட்டமைப்புத் திட்டமிடுதலுக் கான மிக உன்னதமான முயற்சியாகும். அரசாங்க சம்பிரதாய விழாக்களுக்கு பொருத்தமான கட்டுமான சூழலை உருவாக்கு வதே இத்தகு நகரக்கட்டமைப்பு திட்டமிடுதலின் உயர்நோக்க மாகும்.

அகமது ஷாவின் மசூதிக்கட்டுமானங்கள்

குஜராத்தில் சுதந்திர ஆட்சியை நிறுவிய அகமதுஷாவின் ஆரம்பக் கட்ட காலங்களில் எழுப்பப்பட்ட கட்டுமானங்களில் முக்கியமானவை என நான்கு மசூதிகளைக் கூறலாம். மசூதிக் கட்டுமான வளர்நிலைகளை எடுத்துரைக்கும் சான்று களாகும் இம்மசூதிகள். கோட்டைக் காப்பரண் வளாகத்தினுள் இருக்கும் அகமதுஷா மசூதி, ஹைபத்கான் மசூதி, சையது ஆலம் மசூதி, ஜாமி மசூதி என்பவைகளே இந்நான்கு மசூதிகளாகும். பதினைந்தாம் நூற்றாண்டின் முதல் கால்பகுதியிலேயே கட்டி முடிக்கப்பட்டவைகளாகும் இம்மசூதிகள்.

அகமது ஷா மசூதி

காம்பே மசூதியின் கட்டுமான நெறிமுறைகளே அகமதுஷா மசூதியிலும் பின்பற்றப்பட்டன. 75-ஆண்டுகால இடை வெளிக்குப்பின் கட்டத் தொடங்கும் பொழுது பழைய, ஆனால், பழகிய கட்டுமான நெறி முறைகளைப் பின்பற்றித் தொடர்வது பொருத்தம்தானே! இருப்பினும் இந்நீண்ட கால இடை வெளியின் காரணமாய், கட்டுமான அமைப்பில், பின்பற்றிடும் தொழில்நுட்பங்களில் சிற்சில முன்னேற்றங்களாவது தென் படுவது எதிர்பார்ப்பிற்குரியதுதான். மத்திய அழகு வளைவு நுழைவாயிலின் இருபுறங்களிலும் உள்ள சுவர்தாங்கி (buttress) கட்டமைப்பிலும், இதன் உச்சிக்கோபுர அமைப்பிலும் (turrets) முன்னேற்றங் கண்டுள்ளது கண்கூடு. உச்சிக் கோபுர அமைப்பு மட்டும் சிதிலமடைந்து விட்டது. அகமதுஷா அவர்களின் உற்சாக ஆதரவின் காரணமாய் கட்டுமானக்கலை உயிர்த்து எழத் தொடங்கியிருப்பதை, இந்த அகமதுஷா மசூதியின் கட்டு மானத்தில் உணரமுடியும்.

அகமது ஷா மசூதி

ஹைபத்கான் மசூதி

ஹைபத்கான் மசூதி

அகமதுஷா மசூதியின் அளவுகுறைந்த அமைப்பே ஹைபத்கான் மசூதி எனப் பார்த்தவுடன் தோன்றும். சுற்றளவு குறுகிக் கொண்டே செல்லும் இரு உச்சிக் கோபுர அமைப்புகள் முகப்பில் உயர்ந்தோங்கி உள்ளன. மசூதியின் மேற்குச் சுவரின் வெளிப்புறப் பரப்பில் எடுப்பான, உருளை வடிவமுள்ள, ஐந்து

காப்பு அரண்கள் உள்ளன. இவ்விரு விதிவிலக்குக் கூறுகளைக் கொண்டிருப்பதிலிருந்து பிரோஸ் துக்ளக் பாணித் தாக்கத்தை உணரமுடிகின்றது. மசூதி என்றவுடன் இன்றைக்கு நம் மனதில் உதித்திடும் மினாரெட் (minaret)என்ற அமைப்பை வடிவமைப் பதிலும், எவ்விடத்தில் பொருத்துவது என்பதிலும் முன்னேற்ற மேற்பட்டுள்ளது என்றளவில்தான் இந்த இரு உச்சிக் கோபுர அமைப்புகளின் முக்கியத்துவத்தை குறிப்பிடுகின்றோம்.

சையது ஆலம் மசூதி

சையது ஆலம் மசூதியானது 1412-இல் கட்டப்பட்டதாகக் கூறப்படுகின்றது. அகமதுஷா பாணி மசூதியின் வடிவமைப்பு சம்பந்தமான சோதனைகள் எல்லாம் முடிந்து ஒரு இறுதிவடிவம் பெற்றிருப்பதன் தொடக்கத்தினை சையது ஆலம் மசூதியின் அமைப்பிலிருந்து புரிந்துகொள்கின்றோம். ஏனெனில், இது, அகமதாபாத்தின் புகழ்பெற்ற ஜாமி மசூதிக்கான சோதனை வெள்ளோட்டம் போல் தோன்றுகின்றது. அகமதாபாத் நகரின் பிற மசூதிகளைப் போன்றே, இம் மசூதியிலும் இரு உச்சிக்கோபுர அமைப்புகளின் உச்சிப் பகுதிகள் இன்றில்லை. ஆனால் இவற்றின் அடிமானங்கள் நல்ல நிலையில் உள்ளன. இதிலிருந்து முகப்புத் தோற்றத்தில் இக்கோபுர அமைப்புகளின் பங்களிப்புக் குணாதிசயத்தை அறிந்து கொள்ள முடிகின்றது.

சையது ஆலம் மசூதி

சையது ஆலம் மசூதியின்இடைக்கட்டுமானம்

முகப்பே பல்வேறு கட்டமைப்புக் கூறுகளைக் கொண்டுள்ளது. முகப்பின் பக்கப்பகுதியில் இணைக்கப் பட்டுள்ள தாழ்வாரங்கள் (Portico), வெளித்துருத்திக் கொண்டிருக்கும் கூரை விளிம்பு சிற்ப வேலைப் பாடுகள் (cornices), சுவர் இணைப்பு அழகு வேலைப் பாடுகள் (brackets), மற்றும் வகைவகையான அழகு படுத்தும் வேலைப்பாடுக் கூறுகள் போன்ற அம்சங் களை சையது ஆலம் மசூதி முகப்பிலும், ஜாமிமசூதி முகப்பிலும் ஒப்பிட்டு நோக்கினால் ஓர் உண்மை புலப்படும். மேல் கூறிய அம்சங்களின் வடிவமைப்பு, முகப்பில் இடம்பெற வேண்டிய இடங்கள், இவற்றை ஒன்றோடொன்று எடுப்பாக ஒருங்கிணைத்து அமைப்பது என்ற நோக்கில் இவ்விரு மசூதிகளிலும் ஒன்றுபோல் தோற்றமளிக்கின்றன. இருப்பினும் மனதைத் தொடுவது ஜாமி மசூதி முகப்புதான். ஜாமி மசூதிக்கும், சையது ஆலம் மசூதிக்கும் உள்ள ஒற்றுமைகளை முகப்பு மட்டுமின்றி தொழுகை மண்டப உட்புறமும் எடுத்துரைக்கின்றது. ஏனெனில் சையது ஆலம் மசூதி தொழுகை மண்டப மையப் பகுதியின் தோற்றத்தை மேம்படுத்தும் விதத்தில் ஓர் இடைக்கட்டு மானம் (embryo triforium) புகுத்தப்பட்டுள்ளது. இதுபோன்ற பல்வேறு கூறுகள் ‘தவழும் குழந்தை’ போல் ஆரம்பக்கட்ட நிலையில் சையது ஆலம் மசூதியில் காணப்படுகின்றது. அதே சமயம் ‘குழந்தை நடைபோடும் நாட்களும்’ வெகு தொலைவில் இல்லை என்று நம்பிக்கையையும் ஊட்டுகின்றது. இக்கூறுகளை பக்குவநிலை எய்திடச் செய்திடவும், பொருத்தமாக ஒருங்கிணைப்பதற்கும் கைதேர்ந்த தலைசிறந்த தலைமைச் சிந்தனையாளரின் வருகையை எதிர்நோக்கியிருப்பதுபோல் தோன்றுகின்றது.

அகமதாபாத் ஜாமி மசூதி

அகமதாபாத் நகரின் ஜாமி மசூதி கி.பி. 1423-இல் கட்டி முடிக்கப்பட்டதாக கருதப்படுகின்றது. இந்தியாவின் மேற்குப் பகுதி மசூதிக் கட்டுமானங்களில் மிகச் சிறந்த வடிவமைப்பு எனப் போற்றப்படுகின்றது. முன்பேகுறிப்பிட்டதுபோல், இதற்கு முந்தைய

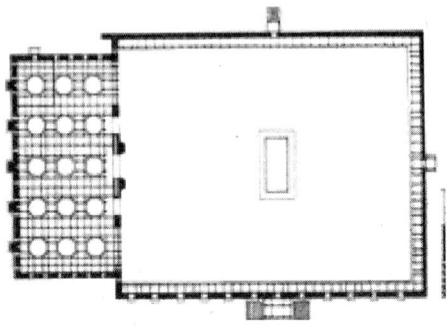

அகமதாபாத் ஜாமி மசூதி: தரைவரைபடம்

மசூதிக் கட்டுமான சோதனைமுயற்சிகளின் ஒட்டு மொத்தப் பலன் ஜாமி மசூதி என்றால் மிகையில்லை. ஜாமி மசூதிக்

அகமதாபாத் ஜாமி மசூதி தெற்கு தென்கிழக்கு விதானத்திலிருந்து காணக் கிடைக்கும் தோற்றம்

கட்டுமானத்திலிருந்து குஜராத் பாணி கட்டுமான நிலை ஆன்மாவை வசியப்படுத்திடும் உயர்நிலை எய்திட இருக்கின்றது. மசூதி வடிவமைப்பு என்றளவில்தான் ஜாமி மசூதி இறுதிவடிவம்

பெற்றுவிட்டாற்போல் தோன்றுகின்றது; ஆனால் முழுமையான, மிகப் பொருத்தமான கட்டுமானக் கலை வளர்ச்சியின் திறவு கோல்தான் இம்மசூதிக் கட்டுமானம்; என்ற உணர்வையும் ஊட்டுகின்றது. இதனை, இதற்குப்பிந்தைய கட்டுமானங்கள் நிரூபிக்கின்றன.

கலைஞனுள்ளிருந்து ஊற்றெடுத்தோடும் படைப்பு சக்தியின் மாபெரும் வெளிப்பாடுகள் அபூர்வமாய்த்தான் நிகழும். அத்தகையதொரு வெளிப்பாடுதான் அஹமதாபாத் ஜாமி மசூதி என்பது பெர்ஸி பிரௌன் அவர்களின் கருத்து. ஏனெனில் ஜாமி மசூதி கட்டுமானக் கலைஞர்களின் "வாழ்வியல் அபிலாஷைகளும், கோட்பாடுகளும், சிந்தனைகளும் பற்றிய ஆத்மார்த்தமான உணர்வுகள் அவர்களின் கரங்களின் வழியே செலுத்தப்பட்டதால் ஆர்ப்பாட்டமில்லாமல் மலர்ந்தது அகமதாபாத் ஜாமி மசூதி".

ஜாமி மசூதியின் முகப்பு

தொழுகை மண்டபத்தில்தான் கட்டுமானத்திறன்கள் அனைத்தையும் வெளிக்காட்டுவதில் கலைஞர்கள் முனைப்பாய் இருந்தனர்; அதிலும் முகப்பமைப்பில் அதிக சிரத்தை எடுத்துக் கொண்டுள்ளனர் ஜாமி மசூதிக் கட்டுமானக் கலைஞர்கள். ஏனெனில் தொழுகை மண்டபத்தின் முன்புறமுள்ள மைதானத்தின்

அகமதாபாத் ஜாமி மசூதி பின்பக்கத் தோற்றம்

விசாலம் 225 அடி X 220 அடியாகும். எளிமையாய், வெறுமையாய் மைய மைதானம் விடப்பட்டதன் நோக்கம் முகப்பழகை தூக்கலாக எடுத்துரைப்பதற்காகத்தான்! இரண்டு விதமான முகப்பு அமைப்பையும் ஒருங்கிணைத்ததுதான் ஜாமி கட்டு மானத்தின் சிறப்பம்சமாகும். அழகு வளைவுகளாலான திரைச் சீலையமைப்பு ஒன்று; தூண்களாலான போர்டிகோ அமைப்பு மற்றொன்று. அழகு வளைவு திரைச்சீலையமைப்பை மத்தி யிலும், தூண்களாலான போர்டிகோ அமைப்பை திரைச்சீலைய மைப்பின் இருபக்கங்களிலும் வெற்றிகரமாக ஒன்றிணைத்து அமைத்துள்ளனர். இதைப்போன்ற கட்டமைப்புமுறை ஓரளவு வெற்றிகரமாக சையது ஆலம் மசூதி முகப்பில் மேற்கொள்ளப் பட்டதுதான்; ஜாமி மசூதியிலோ, இந்த இருவகையான முகப்பமைப்பும் ஒட்டுமொத்த அமைப்புடனும் ஒத்தியைந்து போயிருப்பதுதான் ஜாமி மசூதியின் சிறப்பம்சமாகும். தூண் களாலான அமைப்பு, அழகு வளைவுகளாலான திரைச்சீலை யமைப்பு என அடுத்தடுத்து ஏன் அமைந்திருக்கவேண்டும்? இவ்விரு வகை அமைப்புகளும் ஏற்படுத்தும் உயிரோட்டமான வேறுபாட்டினை முழுமையாக, கட்டுமானக் கூறாகப்பயன் படுத்திக் கொள்ளத்தான். அழகு வளைவு திரைச்சீலை வகை சுவரமைப்பு திண்மையும், உறுதிப்பாடும் கூடியதாய் இருக்கும்; தூண்களமைப்பில், அகன்றும், காற்றில் மிதப்பது போன்றும் அமைந்த உணர்வினை மெலிந்த தூண்களின் அணிவகுப்பின் மூலம் ஏற்படுத்திட இயலும்.

எவ்விடத்தில் கட்டுவது, எவ்விடத்தை விட்டுவிடுவது என்ற ஒருங்கிணைப்பிலும் ஜாமி மசூதி முகப்பமைப்பு மிகச் சிறப்பாய் அமைந்துள்ளது; ஏனெனில் முகப்பில் இடம்பெறும் மூன்று நுழைவாயில்களும் ஒன்றோடொன்று ஒத்துப்போகின்றன. அதேசமயம் அவை மொத்த முகப்பிலும் பொருத்தமான விகிதத்தில் அமைந்துள்ளன. மத்தியில் அமைந்த மிகப் பெரிய அழகு வளைவிற்கு பொலிவூட்டுவதும், தாங்குவதுமான வேலையைச் சிறப்பாக செய்கின்றன இதன் இருபுறங்களிலு முள்ள சுவர்தாங்கிகள் (buttresses). மினார்களாகவும் செயல் படும் இச்சுவர்தாங்கிகளின் உச்சியமைப்பு இன்றில்லை. உட்புற இருளால் மேம்படுத்திக் காட்டப்படும் மைய வளைவின் வசீகரமான வளைவரையமைப்பு; இதனை அடுத்துள்ள தூண்களமைப்புப் பகுதியில் நிகழ்த்தப்படும் வெயிலா, நிழலா

(வெளிச்சம் விழும் பகுதி, நிழல் விழும் பகுதி என அமைவது) விளையாட்டு; அழகுவளைவுக்குப் பின்புறம் இரு பிரதான தூண்களுக்கிடையேயான விண்வெளிப்பொலிவு போன்ற உணர்வை ஏற்படுத்தும் அழகு வளைவுகள் அரையிருளில் (தூண்களுடன் மெலிந்த தண்டமைப்பால் இணைக்கப்பெற்று) மூழ்கியிருப்பது; ஆகியவை ஒன்றிணைந்து எவரையும் உளம் நெகிழ்திடச் செய்யும்.

ஜாமி தொழுகை மண்டப உட்கட்டமைப்பு

இத்தொழுகை மண்டபத்தின் உட்கட்டமைப்பை தூண்களான தோப்பு என்றுரைக்கலாம். தூண்களால் தாங்கப்படும் விதான அமைப்பு கட்டுமானமாகும் இது. 210 அடி நீளமும் 95 அடி உட்புற அளவும் கொண்டது. உயரமான, மெல்லிய, வலுவான 300-க்கும் மேற்பட்ட தூண்களால் கட்டப்பட்டுள்ளது. இரு தூண்களுக்கிடையேயான சராசரி இடைவெளி 5 அடிக்கும் குறைவாக உள்ளது என்பதாலேயே 'தூண்களாலான தோப்பு' என்கிறோம். இத்தூண்கள் அணிவகுப்பை அமைத்திருக்கும் விதத்தில் சிறப்பான திட்டமிடுதல் வெளிப்படுகின்றது.

அகமதாபாத் ஜாமி மசூதி: மத்திய மிஹ்ராப்

பதினைந்து சதுரப் பகுதிகளாய் உட்கட்டுமானம் பிரிக்கப்படுமாறு தூண்களின் அணிவகுப்பு அடுத்தடுத்தும் தொடர்ச்சியாகவும் வடிவமைக்கப்பட்டுள்ளது. இச்சதுரப் பகுதிகள் ஒவ்வொன்றும் உச்சியில் ஓர் அரைக்கோள குவிமாடத்தைக் கொண்டுள்ளன. மத்தியப் பகுதி மூன்று தள அமைப்பாகும்; இதன் இருபுற பக்கப்பகுதிகளும் இரு தள அமைப்பாகும்; விளிம்புப் பகுதி ஒருதள அமைப்புடையதாகும். இத்தகு அமைப்புகளுக்கு ஓரேயொரு விதிவிலக்கு வடக்குப் பகுதியில் இடம்பெறும்

பெண்களுக்கான இடைமாடிப்பகுதியமைப்பு (mezzanine) ஆகும்.

அகமதாபாத் ஜாமி மசூதி: பெண்களுக்கான பகுதி

தொழுகை மண்டபத்தின் மையத்திலுள்ள நடுக்கூடப்பகுதி (nave) மூன்று தளங்களுடையதாகும். இந்த நடுக்கூடப்பகுதியை நீட்ட வசமாக கற்பனை செய்துகொண்டால், இத்துடன்

அகமதாபாத் ஜாமி மசூதி: ரோடுண்டா பகுதிகள் உச்சியமைப்பு

குறுக்குவசத்தில் சேர்க்கப்பட்டுள்ள கட்டுமானப் பகுதி (transepts) யின் கட்டுமான முறையும் நடுக்கூடப்பகுதியைப் போன்றது தான்; உயர அமைப்பில்தான் வேறுபாடு காணப்படுகின்றது. மூன்று தளமுள்ள நடுக்கூடப் பகுதியையும் இத்துடன் இணைந்த குறுக்குவச கட்டுமானப் பகுதியையும் ஒன்றோடொன்று முரண்படாதவாறு பாந்தமாக ஒன்றிசைந்து போகும் பாங்கில் அமைக்கப்பட்டுள்ளது. இதுதான் தொழுகை மண்டப உட்பகுதி யின் கட்டுமான நேர்த்திக்கு காரணமாகும்.

ஒன்றின் மேல் ஒன்றாய் அமைந்துள்ள தூண்களாலான காட்சி மாடங்கள் (galleries) இரண்டினை கொண்டுள்ளது நடுக்கூடப் பகுதி. ஒட்டுமொத்த நடுக்கூடப் பகுதி கட்டுமானமும் மிக உயரமான தூண்களால் தாங்கப்படுகின்றது. நடுக்கூடப்பகுதியின் காட்சி மாடங்கள் அகலமான மையப்பகுதியொன்றை - 'ரோடுண்டா' (Rotunda) - சுற்றி அமைந்திருக்குமாறு உருவாக்கப்பட்டுள்ளன. ரோடுண்டா வட்ட வடிவ அமைப்பாயில்லை. மாறாக கீழ்க்காட்சி மாடம், சதுர வடிவ மையப்பகுதியையும், மேல்காட்சி மாடம் எண்கோண வடிவ மையப்பகுதியையும் ஏற்படுத்துகின்றன. இத்தகு மாறும் வடிவமைப்பின் மூலம் இம்மையப்பகுதியின் விதானம் ஒரு அரைக்கோள குவி மாடத்தை கொண்டிருக்குமாறு அமைக்க முடிந்துள்ளது. இம்மையப்பகுதியை ரசித்து காணும் விதத்தில் இம்மையப் பகுதியின் ஒவ்வோர் நிலையிலும் (each stage) பால்கனியுடன் கூடிய நடை பாதைப் பகுதி அமைந்துள்ளது. கோவில் கட்டுமானத்தில் இடம்பெறும் 'ஆசனம்' என்ற முதுகை சாய்த்துக் கொள்ளுமாறு உள்ள சரிவுப் பலகை அமைப்பை நடைபாதைப் பகுதிகள் கொண்டுள்ளன. காட்சி மாடங்களின் வெளிப் புறங்களைச் சுற்றிலும் தூண்களாலான தாழ்வாரப் பகுதிகள் (loggias) விதானமுடன் அமைந்துள்ளன.

தூண்களுக்கிடையே விதானத்தை தொடும் பகுதிகளில் வெவ்வேறு வடிவங்களில் துவாரங்களைக் கொண்ட கற்சாளரங்கள் திரைச் சீலைகளாய் செயல்படுகின்றன. இந்த கற்சாளர, திரைச் சீலை வடிவமைப்பானது, நேராக, சூரிய ஒளி உட்புகுந்திடாதவாறு வடிவமைக்கப் பட்டுள்ளது. சூரிய ஒளியானது முதலில் திசை மாற்றப்படுகின்றது (deflected); பிறகு பிரதிபலிக்கப் படுகின்றது (reflected); அதன் பின்தான் மண்டபம் முழுவதும் கசிந்திடுகின்றது. அகமதாபாத் நகரானது சூரிய வெப்பத்தின் தாக்கத்திற்கு பெயர்போனது; அத்தாக்கம் உள்ளே நேரடியாக

அகமதாபாத் ஜாமி மசூதி: அழகு வேலைப்பாடுகள்

தாக்காதவாறு, அதே சமயத்தில், வெளிச்சமும் காற்றோட்டமும் (cross ventilation) போதிய அளவிற்கு கிடைப்பதற்கும் வாய்ப்பாக அறிவியல் பூர்வமாக கற்சாளர திரைச்சீலை அமைப்புகள் வடிவமைக்கப் பட்டுள்ளன. குஜராத் மாநிலத் திற்கேயுரிய கட்டுமானப் பாணிக் கூறுகளின் பெரும்பகுதி மசூதி வடிவமைப்பிலும் பின்பற்றப் பட்டுள்ளது என்பதை முன்பே கூறியுள்ளோம். ஆனால் அகமதாபாத் நகரின் ஜாமிமசூதியின் நடுக்கூடப்பகுதி மற்றும் பக்கப்பகுதி கட்டுமானங்களில், குஜராத்பாணிக் கோயில் கட்டுமானக் கூறுகள் அப்பட்டமாய் வெளிப்படுகின்றன. கோயில் கருவறையின், முன்மண்டபப் பகுதியமைப்பை கிட்டத் தட்ட அப்படியே இந்நடுக்கூட தொழுகை மண்டபப்பகுதியில் பின்பற்றியுள்ளனர்; மசூதிக்கட்டுமானத்திற்கு ஒத்துப்போகுமாறு கோயில் மண்டபக் கட்டுமான வடிவமைப்பில் சிற்சில மாற்றங் களையே செய்துள்ளனர்.

மேல்தளங்களை வடிவமைப்பில் உட்புகுத்தியது, நடுக்கூட மையத்தில் ரோடுன்டா அமைப்பை ஏற்படுத்தியது போன்ற வற்றை இம்மாற்றங்களாகக் குறிப்பிடலாம். இதிலும், இந்த ரோடுன்டா கூறு, குஜராத் வாவ்(wav)எனப்படும் படிக்கட்டு களைக் கொண்ட கிணறு (stepwell) வடிவமைப்பில் பின்பற்றப் படும் கட்டுமானக் கோட்பாடுதான். பலதளங்களையும் தூண் களாலான மேல் தள காட்சிமாடங்களையும் கொண்டதாகக் கட்டுமானங்களை வடிவமைப்பது ஜாமிமசூதி கட்டுமான காலத்திற்கு கொஞ்சகாலம் முன்பாகவே சோதிக்கப்பட்ட ஒன்றுதான். கூடுதல் உயரத்திற்காகவும் அதிக வெளிச்சம் உட்புகுந்திடுவதற்கும் ஏற்புடையதான இக்கட்டுமான அமைப்பு, இதற்கு முன்பே கோயில் கட்டுமானங்களில் முயற்சிக்கப்

பட்டிருந்தது. சான்றாக குவாலியரிலுள்ள சாஸ்பாஹூ (sasbahu) கோயிலையும் 12 -ஆம் நுற்றாண்டில் சித்தாபுர் (siddhafur) நகரில் உள்ள ருத்ரமாலா (Rudra Mala) கோயிலையும் அகமதாபாத் நகருக்கு வடகிழக்கே 160 மைல் தொலைவிலுள்ள சத்ரி (sadri) நகரிலுள்ள பெரிய ஜைனக் கோயிலையும் கூறலாம். ஆனால் கலைநுணுக்கமான தீர்வைக் கட்டுமானக்கலைஞர்கள் கண்டெடுத்த தென்னவோ அகமதாபாத் ஜாமிமசூதிக்கட்டுமானத்தில்தான்.

தீன் தர்வாஷா

அகமதாபாத் தீன்தர்வாஸா

நாம் முன்பே குறிப்பிட்டிருந்த தீன் தர்வாஷா என்ற அழகு வளைவு நுழைவாயில்தான், இதே காலக் கட்டத்தைச் சேர்ந்த மதம்சாராக் கட்டுமானமாகும். அகமதுஷாவின் கனவினை நனவாக்கிய இராஜபாட்டையில், அரண்மனைக்கு முன் எழுப்பப் பட்டதாகும் இந்நுழைவாயில். இராஜபாட்டையானது, இன்று, சாமான்யர்களுக்கான கடைவீதியாகிவிட்டது. பெரும்பாலும் பெட்டிக்கடைகளின் ஆக்கிரமிப்பில் சாலை குறுகி அதன் அரச அந்தஸ்தை இழந்துவிட்டது. அரிய கட்டுமான நேர்த்தியை எடுத்துரைப்பதற்காக இந்நுழைவாயில் மட்டும் தனித்து கம்பீரமாக நிற்கின்றது.

இத்தகு வெற்றி நுழைவாயில்(triumphal archway) எல்லா நாகரீகங்களிலும் ஆதிகாலம் தொட்டே முயற்சிக்கப்பட்ட ஒன்று தான்! தீன் தர்வாஷா போன்ற மூன்று அழகு வளைவுகளைக் கொண்ட நுழைவாயில்கள் ரோமானிய கட்டுமானங்களிலும்

அகமதுஷா கல்லறை மாடம்

இடம்பெற்றுள்ளன. அவை, முறையே, மூன்றாம் நான்காம் நூற்றாண்டைச் சேர்ந்த செப்டிமஸ் செவரஸ் (Septimus Severus), கான்ஸ்டன்டைன் (Constantine) என்றழைக்கப்படும் நுழைவாயில்களாகும். உயரம் 37 அடி, நீளம் 80 அடி, அகலம் 45 அடி என்ற அளவிலமைந்தது தீன்தர்வாஷா ஆகும். செப்டிமஸ் செவரஸ் நுழைவாயிலோ உயரத்தில் மட்டுமே தீன்தர்வாஷாவை மிஞ்சுகின்றது; இது, 68 அடி உயரமுடையதாகும். தீன்தர்வாஷாவில் குறையொன்று கூறவேண்டுமெனில் மூன்று அழகு வளைவுகளும் ஒரே உயரமுடையதாய் அமைக்கப்பட்டுள்ளதைத் தான் கூற இயலும்; ஒரே உயரமுடையதாய் இருந்தாலும் கூட மத்திய அழகு வளைவு, பக்க அழகு வளைவுகளை விட அளவிலும் திண்மத் திலும் கூடியதாய் அமைந்திருந்தால் ஏற்படும் காட்சிப் பொலிவு, முரண்பாடு, மிக இரம்மியமாய் இருந்திருக்கும். இருப்பினும் தீன்தர்வாஷா அழகுப் பொலிவுடையதாய் காட்சி அளிப்பதற்கு காரணிகளாகக் கூறப்படுவன: பெரிதாயும், அதேசமயம், எழிலார்ந்ததாயும் வடிவமைப்புடைய அழகு வளைவுகள், இணைப்புச் சேர்க்கைகளின் மூலம் வெளிநீட்டிக்கொண்டிருக்கும் விதானமுடைய மூன்று சாளரங்களை கைப்பிடிச்சுவரில் பொருத்தமான இடங்களில் அமைத்துள்ள நேர்த்தி, தூண்தாங்கிகளின் வெளிநீட்டல் பகுதிகளில் மேற்கொள்ளப்பட்ட அழகிய வடிவமைப்புடைய சிற்ப வேலைப்பாடுகள் ஆகியவைகள் ஆகும். ஆனால் தீன்தர்வாஷாவானது திருத்தமான அழகு வேலைப் பாடெனப் போற்றப்படுவதற்குக் காரணம் அழகு வளைவுகளை அமைத்திட பயன்படுத்தப்பட்ட ஒயிலான வளைவரையமைப்பு தான் என்பர். குஜராத் கட்டுமானங்களில் காணப்படுவதுபோல்

எழிலார்ந்த கூர்முனை அழகுவளைவினை பிறமாநில இந்தியக் கட்டுமானங்களில் காணமுடியாதாம்; அதிலும் தீன்தர்வாஷா கட்டுமான அழகு வளைவு குஜராத் கட்டுமானங்களில் இடம்பெறும் அழகுவளைவுகளிலேயே தலைசிறந்ததாம்!.

அகமது ஷா, ராணிகளுக்குரிய கல்லறை மாடங்கள்

ராணிகளின் கல்லறை மாடம் (ஹுஜ்ரா)

1442-இல் அகமதுஷா இறந்தார். இவருக்குப் பின் 1442 முதல் 1451 வரை முகமதுஷாவும், 1451 முதல் 1458 வரை குத்புதீன் (Qutb-ud-din) அவர்களும் குஜராத்தை ஆண்டனர். இந்த இருவரின் பேராதரவின் காரணமாய் குஜராத் பாணி கட்டுமானக் கலை பொலிவிழந்து விடாமல் பார்த்துக் கொள்ளப்பட்டது. இதில் ஜாமி மசூதியின் கிழக்கு வாயிலுக்கெதிரே ஒதுக்கப்பட்டி ருந்த இடத்தில் அகமதுஷா கல்லறை மாடத்தையும் இராணி களின் கல்லறை மாடங்களான இராணி-கா-ஹுஜ்ரா (Rani-ka-Hujra) என்பதனையும் கட்டினர். ஜாமி மசூதியின் பேரெழில் வடிவமைப்புக்கு காரணகர்த்தாவான அகமது ஷா, ஜாமி மசூதியின் நிழலிலேயே அடக்கம் செய்யப்பட்டிருப்பது மிகப் பொருத்தம்தானே! மேலும் குஜராத் பாணி கல்லறை மாட அமைப்பிற்கான தொடக்கம் இது என்பதால் மேலும் முக்கியத்துவம் பெறுகின்றது.

குஜராத்பாணி இந்துக் கோவில் மண்டப அமைப்பில் சிற்சில மாற்றங்கள் கொண்ட வடிவமைப்புடையது தான் அகமதுஷா கல்லறை மாடம். இக்கல்லறை மாடம் ஒரு சதுர வடிவ கட்டுமானமாகும். ஆனால் நான்கு பக்கங்களின் மையத்திலும்

ஷேக் அகமது கல்லறை மாடம் உட்தோற்றம்

ஒரு தாழ்வாரப் பகுதி (Portico) நீட்டப்பட்டுள்ளது. இதனால் எண்கோண அமைப்பு போன்ற வடிவத்தைப் பெறுகின்றது. இதில் தென்புறமுள்ள தாழ்வார நீட்டலில் தான் கல்லறை மாடத்திற்கான நுழைவாயில் அமைந்துள்ளது. இத்தகு வெளிப்புற வடிவமைப்பின் ஒவ்வோர் மூலைப்பகுதியிலும் சிறிய சதுர வடிவ அறை ஒன்றுள்ளது. இச்சதுர வடிவ அறைகளுக்கு இடைப்பட்ட பகுதியில் சதுர வடிவ பக்கங்களின் மையத்தில் தான் தூண்களாலான தாழ்வாரப்பகுதிகள் அமைந்துள்ளன. ஒட்டுமொத்த வடிவமைப்பும் கல்லறை மைய மாடத்தினைச் சுற்றி நடைபாதைப் பகுதி (cloister) அமைந்த தோற்றத்தை ஏற்படுத்துகின்றன.

கல்லறைப்பெட்டி (cenotaph) இருக்கும் மைய அறைப்பகுதி யானது பெரிய அரைக்கோள குவி மாடத்தை விதானமாகக் கொண்டுள்ளது. மூலைப் பகுதி சிறிய அறைகளின் மேல் பாகத்தில் சிறிய அளவு அரைக்கோள குவி மாடங்களைக் கொண்டுள்ளன. அனைத்து விளிம்புத் தூண்களுக்கிடைப்பட்ட பகுதியும் துளைகளுள்ள கற்திரைச்சீலை சாளரங்களைக் கொண்டுள்ளன. இத்திரைச்சீலை சாளரங்களும் சதுர வடிவமைப்பு டையவையே ஆகும். குஜராத் பாணி கல்லறை மண்டபத்திற் கான வடிவமைப்பிற்கு வித்திட்டது இக்கல்லறை மாடம் என்பதால் முக்கியத்துவம் பெற்றதாகின்றது.

சாளர வேலைப்பாடு- சார்கெஜ் ரவுஸா

அகமதுஷா கல்லறை மாடத்திற்கு கிழக்கே அகமது ஷாவின் மாபெரும் கட்டுமானத்திட்டத்தின் எல்லைக் கோட்டினைக் குறிப்பது போன்ற இடத்தில் அமைந்துள்ளது ராணிகளின் கல்லறை மாடங்கள். இறைத் தூதர் இறந்து அடக்கம் செய்யப் பட்ட கல்லறை மாடம் ஹூஜ்ரா (Hujra) என்றழைக்கப் படுகின்றது. திறந்த நிலை சதுர வடிவ கல்லறைமாடக் கட்டமைப்பின் மூலை விட்ட அளவு 120 அடி ஆகும். மதிற்சுவர் அமைப்பின் உட் புறமும், வெளிப்புறமும் தூண்களினால் ஆன நடை பாதை அமைப்புகளையும் கொண் டுள்ளது (cloisters). இதனால் ஏற்படுத்தப்பட்ட மையத் திறந்த வெளியில் உயர்தளத்தின் மீது சலவைக்கற்காளாலான கல்லறைப் பெட்டிகள்(cenotaph) அமைந்துள்ளன. மிக நுட்பமான செதுக்கல் வேலைப்பாடுகளையும் பொருத்தமாய்த் தேர்ந்தெடுக்கப் பட்ட உலோகப் பதிப்புகளையும், நவரத்தின கற்கள் பதிப்பு களையும் (Chaste mother of pearl) கொண்டுள்ளன. பெண் களுக்கான கல்லறை மாடம் எனில் அந்தரங்கம் சற்றுப் பேணப்பட வேண்டும் தானே! தூண்நடை பாதை அமைப்புகளில், கற்திரைச் சீலை சாளர அமைப்புகளால் வெளிப்புறப் பகுதி உட்புறப்பகுதி என பிரிக்கப்படுவதன் மூலம் அந்தரங்கத்திற்கு அனுமதி அளிக்கப் பட்டுள்ளது.

சார்கெஜ் வளாகம் (Sarkhej Complex)

அகமதாபாத் நகருக்கு தென்மேற்கே 6 மைல் தொலைவில் உள்ளது சார்கெஜ் என்றழைக்கப்படும் பகுதி. ஷேக் அகமது கத்ரி (Shaikh Ahmed Khattri)என்ற சூஃபி சந்நியாசி இங்கு குடியேறி வாழ்ந்து 1446-இல் தனது 111-ஆவது வயதில் இறந்ததாகக்

குத்புதீன் ஷாவின் கல்லறை மாடம், ராஜாபூர், அகமதாபாத்

கூறப்படுகின்றது. அவரது நினைவினைப் போற்றிடும் வகையில் சுல்தான் முகமதுஷா கல்லறை மாடமொன்றையும், அவரது நினைவு மசூதி ஒன்றையும் சார்கெஜ் பகுதியில் எழுப்பத் தொடங்கினார். இக்கட்டுமானங்களின் அளவு மிகப்பெரிய தாகும்; வேலைப்பாடுத் திட்டங்களோ கண்ணுக்கு விருந்தளிப் பவைகளாகும். 1446-இல் தொடங்கப்பட்ட மாபெரும் திட்டமானது முகமதுஷா வின் வாழ்நாளில் முடிவடையவில்லை. அவரைத்தொடர்ந்து ஆட்சியேறிய குத்புதீன் அவர்களால்தான் 1451-இல் முடிக்க இயன்றது.

இக்கட்டுமானங்களால் புனிதப் பகுதிகளாக உருவெடுத்த சார்கெஜ் வளாகமானது, நாளடைவில் குஜராத் ஆட்சியாளர்கள் ஓய்வெடுக்க எண்ணிடும் போதெல்லாம் வந்திடும் புகலிடமாக மாறிற்று. அரச குடும்பத்து நீத்தோர் உறைவிடமாகவும் மாற்றப் பட்டது. இதனால் காலப்போக்கில் கல்லறை மாடங்கள் அல்லாமல் அரண்மனைகள், தோட்டங்கள், காட்சி மாடங்கள் (pavilions), நுழைவாயில் வளைவுகள் (gateways), மிகப்பெரிய செயற்கை ஏரி போன்ற அனைத்துமே மிகப்பெரிய அளவுடைய தாகவும், உயர்தர கட்டுமான வேலைப்பாடுகளாகவும் எழுப்பப்பட்டன. எனவே முகமதுஷா இட்ட வித்து விருட்சமாக வளர்ந்தது என்றால் மிகை அல்ல.

ஷேக் அகமது அவர்களின் நினைவாக எழுப்பப்பட்ட மசூதி யின் கட்டுமான நேர்த்திக்குக் காரணியாய் அமைவது எழிலாக வடிவமைக்கப்பட்ட எண்ணற்ற தூண்களால் ஆன கட்டுமான

மாயிருப்பதுவே ஆகும். தூண்களின் வடிவமைப்பை சில குழுக்களில் அடக்கிவிடலாம் என்ற கற்பனைக்குக் கூட இடமில்லை. தூண் கட்டுமானத்தினுள் நின்று எந்த கோணத்தில் நோக்கினாலும் கிடைக்கும் தூண்களுக்கு இடையேயான தொலைதூரக்காட்சி எவரையும் வசியப்படுத்திடும். வழக்கமான முகப்பு அமைப்பு போன்ற ஒன்றை ஏற்படுத்துவதற்கோ அல்லது கட்டுமான உயரத்தை தூக்கிக் கட்டிடுவதற்கோ முயற்சிக்கப்பட வில்லை. இம்முயற்சிகளெல்லாம் இல்லாமலே மசூதியமைப்பு அழகியதாய் உள்ளது. மசூதியின் வெளிப்புற அளவு 255 அடி X 157 அடியாகும். இதில் தொழுகை மண்டபத்தின் அளவு மட்டும் 70 அடி உடையதாகும். தொழுகை மண்டபமும் தூண்களால் தாங்கப் பெறும் மண்டபமாகவே உள்ளது. இந்த அளவுகளிலிருந்து எவ்வளவு பெரிய கட்டுமானம் எனக் கற்பனை செய்திட இயலும்.

திறந்த நிலை குணாதிசயத்தைக் கொண்ட மசூதிக் கட்டு மானத்திற்கு முரண்படுவது போல் மூடப்பட்ட அமைப்புடைய தாய் ஷேக் அகமதுவின் கல்லறை மாடக் கட்டுமானம் உள்ளது. தூண்களைக் கொண்டு வடிவமைக்கப்பட்ட வளைவு விதானத் துடனும், துளையிடப்பட்ட திரைச்சீலையமைப்பு சாளரங்களு டனும் அமைந்த கட்டுமானத்தால் சூழப்பட்டதாகும் கல்லறை மாடம். கல்லறைமாடத்தின் உட்கட்டமைப்பும் தூண்கள் நிறைந்த மண்டபமாகவே காட்சியளிக்கின்றது. மையத்திலி ருக்கும் கல்லறை மண்டப அறையைச் சுற்றி நான்கு திருச்சுற்று நடைபாதை அமைப்புகளைக் கொண்டிருக்குமாறு வடிவமைத்தனர். இவை, விதானமுடைய தூண்களாலான கட்டுமானப் பகுதி யாகும். இக்கல்லறை மாடம் 104 அடி பக்க அளவுள்ள சதுரக் கட்டுமானமாகும். கல்லறை இருக்கும் மத்திய அறையும் அரைக் கோள குவிமாட விதானத்தினை உடைய 36 அடி பக்க அளவுள்ள சதுர வடிவமைப்பாகும். இம்மாதிரி அமைப்புடைய கல்லறை மாடங்களில் மிகப்பெரியது இதுவேயாகும். வழக்கம்போல் இம்மத்திய அறையும் தட்டிவேலைப்பாடுகளாலான சாளரங்களால் சூழப்பட்டுள்ளது. (traceried screens) துளையிடப்பட்ட சலவைக் கற்களாலான சாளரங்களுக்குப் பதிலாய் உலோக வேலைப்பாடு களாலான சாளர சட்டங்களைக் கொண்டுள்ளது. எனவே இந்த உலோகச் சாளர திரைச்சீலைகளை விதவிதமான வடிவமைப் புடையவைகளாய், அதே சமயம், அழகியல் நோக்கில் உயர்தர முள்ளவைகளாய் உருவாக்கிட முடிந்தது.

குத்புதீன் காலக் கட்டுமானங்கள்

1451 முதல் 1458-வரை ஏழாண்டுகளே சுல்தான் குத்புதீன் ஆட்சி நடத்தினார். இக்காலக்கட்டத்தில் கட்டப்பட்ட கட்டடங்கள் பல. ஆனால் குத்புதீன் வழிகாட்டுதலோடு அல்லது ஆதரவோடு கட்டப்பட்டதாக கூறப்படுபவை குத்புதீன் மசூதியும், அவரது ராணியின் கல்லறை மாடமும் மசூதியும் இணைந்த ரவுஸா (Rauza)கட்டுமானமும் ஆகும். இக்கட்டுமானங்களின் காலம் 1454 என்பர். குத்புதீன் மசூதியில் சொல்லிடத்தக்கவாறு பிரத்யேகமான குணாதிசயங்கள் ஒன்றுமில்லை. சையது புத்தா பின் சையது யாகூத் (Sayyid buddha bin sayyid yaqut) என்ற குத்புதீனின் ராணிக் கல்லறைமாடமும், மசூதியும் இணைந்த ரவுஸாக் (rauza)கட்டுமானம் அளவில் பெரியதாகும். இதில் மசூதிக் கட்டுமானத்தில், பொதுவாக பக்கப்பகுதிகளில் இடம்பெறும் திறந்த நிலை தூண்களமைப்பு முகப்பு இல்லை. மாறாக மூன்று அழகு வளைவு அமைப்புடையதாய் மாற்றப் பட்டுள்ளது. மற்றபடி இம்மசூதிக்கட்டுமானம் சாதாரணமாகவே உள்ளது. இந்த ரவுஸா கட்டுமானம் புறநகர்ப்பகுதியான ராஜாபூரில் (Rajapur) உள்ளது.

செங்கற் கட்டுமானங்கள்

டோல்காவிலுள்ள அலீஃப் கான் மசூதியும்(Alif khan) சார்கெஜ்-ல் உள்ள தரியாகான் (Darya khan) கல்லறை மாடமும் செங்கற் கட்டுமானங்களாகும். குஜராத்திய பாணி வடிவமைப் பிலிருந்தும், தொழில்நுட்பக் கூறுகளிலிருந்தும் முற்றிலும் மாறுபட்டதாகும். இவ்விரு கட்டுமானங்களும் வெவ்வேறு இடங்களில் இருந்தாலும், கட்டிய கலைஞர்கள் ஒரேகுழுமம் தான் என்பது பெர்ஸி பிரௌன் அவர்களின் கருத்தாகும். மசூதி கட்டப்பட்டது 1453 என்பர். கட்டுமான அமைப்பைப் பொறுத்த வரை தெற்கு பாரசீக பிராந்தியப் பாணிகளில் ஒன்று போல் தோன்றுவதாக பெர்ஸி பிரௌன் கூறுகின்றார். வணிகத் தொடர்பின் காரணமாக, இத்தகு கட்டுமான முறைகளுக்கு பெரிதும் வாய்ப்புள்ளது. செங்கற்கட்டுமானமாதலால் தூண்களுக்கும், உத்திரங்களுக்கும் (Pillars and Beams) வாய்பில்லை; மாறாக செங்கற்கட்டுமான அழகுவளைவுகளும் அவைகளைத் தாங்கிடும் செங்கற்கட்டுமானத்தாலான தூண்களுமே (pier) இடம் பெற்றுள்ளன.

டோல்காவிலுள்ள மசூதிக் கட்டுமானம் பெரிதும் சிதில மடைந்து விட்டது. எனினும் மசூதியை விட அழகியதான கல்லறைமாடம் நல்லநிலையில் உள்ளது. இக்கல்லறை மாடம் அளவில் பெரியது; மனதை ஆக்ரமிக்க வல்லது. கல்லறை மாடத்தின் வெளிப்புறம் 120 அடி பக்க அளவுள்ள சதுர அமைப்பாகும். கல்லறை இருக்கும் உள்அறையும் 50 அடி பக்க அளவுள்ள சதுர அமைப்பாகும். இந்த உள் அறையின் உச்சிப் பகுதியில் உருவாக்கப்பட்ட உயரங்கூடிய உருளையமைப்பின் மேல் அழகிய அரைக்கோள குவிமாடம் அமர்ந்துள்ளது. தரையிலிருந்து 86 அடி உயரத்தில் குவிமாடத்தின் மையம் அமைந்துள்ளது. பக்கத்திற்கு நான்கு வீதம் மொத்தம் 16 சிற்றறைகள் (communicating cells) மத்திய உள் அறையைச் சுற்றி அமைந்துள்ளன. இவை ஒவ்வொன்றுக்கும் தனித்தனியே குவிமாட விதானம் உள்ளது. திருச்சுற்றுப்பகுதிபோல் (corridor) செயல்படுகின்ற இச்சிற்றறைகளின் வெளிப்பகுதியில் தனித்தனியே அழகு வளைவு நுழைவாயில் பகுதி அமைந்துள்ளது. இது, மாடத்தின் முகப்புப் பகுதிக்குச் சென்றிட வழிவகுக்கின்றது.

ஸ்குவின்ச் வளைவுகள் மூலம் அரைக்கோள குவிமாடங்கள் தாங்கப்படுகின்றன. அழகு வளைவுகள் ஒவ்வொன்றுமே கூர்முனையில் முடிவுறும் அழகு வளைவுகள் தான். எனவே ஒட்டுமொத்தக் கட்டுமானமும் அசல் இஸ்லாமிய பாணி (arcuate)

தரியாகானின் கல்லறை மாடம், அகமதாபாத்

கட்டுமானமேயாகும். இத்தகு கட்டுமான பாணியில் தேர்ச்சி பெற்றோர்களின் கைவண்ணம் என்பது கட்டுமான நேர்த்தியிலிருந்து தெளிவாய் புலப்படுகின்றது.

இத்தகு பாணிக் கட்டுமானங்கள் குஜராத் பாணியில், ஏன், இந்தியாவின் மேற்குப் பகுதி கட்டுமான பாணியில் கூட ஓர் தாக்கத்தை ஏற்படுத்தியிருக்கக் கூடும். புதிய, நவீன கோட்பாடுகளும், அறிவியல் பூர்வ நுணுக்கங்களும் கொண்ட தான இப்பாணிக் கட்டுமானங்களை எழுப்பிடும் வாய்ப்பிருந்தது. இருப்பினும் இப்பாணியை குஜராத்திக் கலைஞர்கள் உடனடியாக, மனப்பூர்வமாக பின்பற்றத் தயங்கினர். புதிய முறைகளை வரவேற்றிடும் மனப்பான்மையின்மை; தங்களது கட்டுமான முறையில் (trabeate) வைத்திருந்த அசைக்கமுடியாத நம்பிக்கை; கல்லிற்கு பதிலாக செங்கற்களை கட்டுமான ஊடகமாக பயன்படுத்திட இயலுமா என்ற வலிமைபற்றிய சந்தேகம்; போன்ற காரணங்களாலேயே இப்புதிய பாணி கட்டுமான முறைகள் வரவேற்பினைப் பெற்றிடவில்லை. இஸ்லாமிய அதிகார வர்க்கத்தினை அனுசரித்துச் சென்றிடவே, தயக்கத்துடன் இஸ்லாமிய பாணியைப் (arcuate) பின்பற்றிடத் தொடங்கினர். கைகள் அழகு வளைவு பாணியைச் செயல் படுத்திக் கொண்டிருந்தாலும், மனதில் எண்ணவோட்டங்களெல்லாம் தூண்கள் உத்திரங்கள் (beam) பற்றியதாகத்தான் இருந்தது. எனவே அழகு வளைவு இஸ்லாமிய பாணிக் கட்டுமானக் கூறுகளில் குறைபாடுகளைக் காணமுடிகின்றது.

◆

9
அத்தியாயம்
குஜராத் பாணி பெகரா காலக் கட்டுமானங்கள்

முகமது பெகரா *(1459-1511)* அவர்களின் ஆட்சிக் காலத்தை குஜராத் பாணிக் கட்டுமானக் கலையின் பொற்காலம் எனலாம். இக்காலக் கட்ட இஸ்லாமியக் கட்டுமான நேர்த்தி அழகியல் நோக்கிலும், தொழில்நுட்ப நோக்கிலும் அதன் உச்சக்கட்டத்தை

நேர்த்தியான சாளர வேலைப்பாடுகள்

எட்டியது. இதற்கு காரணம் பெகரா அவர்கள் கட்டுமானங்களை எழுப்புவதில் கொண்டிருந்த அளவற்ற ஆர்வமும் அதனை செயல்படுத்திட முழுமூச்சுடன் இறங்கியது மேயாகும். பெகரா நிறுவிய நகரங்கள் குறைந்தபட்சம் மூன்றாவது இருக்கும். நிறுவிய நகரங்களில் எல்லாம் உன்னத நோக்கங்கள் கொண்ட கட்டுமானங்களை எழுப்பிடத் தவறவில்லை. இவருடைய ஆட்சிக் காலத்திற்கு முன்பே அகமதாபாத்தில் போற்றிடத்தக்க கட்டுமானங்கள் நிறைய இருந்தன. இருப்பினும், பெகரா காலக் கட்டுமானங்கள் அகமதாபாத் நகருக்கு மேலும் வளம் சேர்த்தன. இவரது ஆட்சிப் பரப்பெங்கும் எண்ணற்ற கட்டுமானங்களும், நினைவகங்களும் எழுப்பப்பட்டன. கட்டுமானப்பாணி பரிணாம வளர்ச்சியை எடுத்துரைக்கும் வகையில், ஒரு நிலையிலிருந்து அடுத்த நிலைக்கு எடுத்துச் சென்றதான ஒரு சில கட்டுமானங்களை மட்டுமே எடுத்துரைத்தல் சாத்தியப்படும்.

பெகரா காலக்கட்டுமானங்களின் வளர்திசை மாற்றங்கள்

பெகரா காலக்கட்டுமானங்களில் பெரும்பான்மையானவை ரவுஸா (Rauza) ஆகும். அதாவது கல்லறை மாடமும், அதன்

ராணி சிப்பாரி மசூதியின் கற்சாளர வடிவமைப்பு

வளாகத்திலேயே அமைந்த மசூதி கட்டுமானமும் ஆகும். கல்லறை மாடமும் மசூதியும் ஒருங்கிணைந்த ரவுஸா கட்டுமானங்களில், மசூதிக் கட்டுமானம் இதுவரையில் அமைக்கப்பட்ட கட்டுமானப் பாணியிலேயே ஆனது; அதிலும் குறிப்பாக மசூதிகளின் முகப்பு பெரும்பாலும் திறந்தநிலை (Open Variety) அமைப்பிலேயே ஆனது. ஆனால் பெகரா கால ரவுஸா கட்டுமானங்களில், மசூதி முகஅமைப்பில் பல வளர்திசை மாற்றங்களைக் கொண்டுள்ளது. பொதுவாக மசூதி முகப்பானது திரைச்சீலை அமைப்பைக் கொண்ட மூடியநிலை அல்லது திறந்த நிலை என்ற இரு வகைகளில் அமைந்திருக்கும்.

மூடிய நிலை மசூதி முகப்பானது தொழுகை மண்டபத் தினை (sanctuary)மறைக்கும் பணியை ஆற்றும்; மேலும் முகப்பின் முக்கிய குணாதிசயமான மினாரெட்டானது முக்கிய மைய வளைவின் இரு புறங்களிலும் நீட்டிக்கொண்டிருக்குமாறு உயர்ந்தோங்கி அமைந்திருக்கும். ஆனால் திறந்த நிலை முகப்பில் முகப்பின் இரு இறுதிமுனைப் பகுதிகளில் மினாரெட்டுகளை அமைப்பதைத் தவிர வேறு எவ்விடத்திலும் அமைக்க வழி யில்லை. ஏனெனில், திறந்தநிலை முகப்பில், தூண்களின் அணிவகுப்பைத் தானே கொண்டிருக்கும்! மூடிய நிலை முகப்பு அமைப்பைக் கொண்ட மசூதிகளில் திரைச்சீலை மறைவின் உயர அளவிற்காவது, மிகப் பருமனாக அமைந்திருந்திருந்த மினாரெட் (Minaret) அமைப்பைத்தான் காண இயலும்; அப்பொழுதுதான் உட்புற படிக்கட்டுகள் அமைத்திட இயலும். ஆனால் மினாரெட் அமைப்பின் பரிணாம வளர்ச்சியில், அதன் அடிப்படைப் பயன்பாட்டுத் தன்மையை இழந்து, வெறும் அலங்கார அங்கமாக மாறிற்று; உட்புற படிக்கட்டுகள் அமைப்பிற்கு வேலையில்லாமல் போயிற்று; மிகப்பருமனாயிருந்த அமைப்புபோய் மென்மேலும் மெலிந்த தோற்றம் கொண்டதாய் வடிவமைக்கப்பட்டது; மொத்தத்தில் திண்மையான அலங்கார கோபுர அமைப்பாகவே (turrets)வடிவம் பெறலாயிற்று.

சையது உஸ்மான் ரவுஸா, உஸ்மான்பூர்

பெகரா் கால தொடக்கநிலைக் கட்டுமானங்களில் திறந்த நிலை மசூதியமைப்பிற்கு மிகச் சிறந்த உதாரணம் சையது உஸ்மான் மசூதியாகும். சபர்மதி ஆற்றின் இக்கரையில் அகமதாபாத் உள்ளது என்றால் அக்கரையிலுள்ள புறநகர்ப் பகுதி

சையது உஸ்மான் ரவுஸா மசூதியின் முகப்பு உஸ்மான்பூர்

உஸ்மான்பூர் ஆகும். இங்கு எழுப்பப்பட்ட சையது உஸ்மான் ரவுஸாவின் காலம் 1460 என்கின்றனர். கல்லறைமாடமும், மசூதியும் எதிரும் புதிருமாக ஒரே வளாகத்தினுள் அமைந்துள்ளன. வடிவமைப்பிலும் இவை ஒன்றையொன்று இட்டு நிரப்புகின்றன. இரண்டும் ஒருங்கிணைந்து சமச்சீரான கட்டுமானக் கலவை போன்ற தோற்றத்தைக் கொடுக்கின்றன. இரண்டுமே தூண்களாலான கட்டுமானமாகும். மசூதியில், தொழுகை மண்டப முகப்புப் பக்க இறுதி முனைகளில் மினாரெட்டுகள் அமைந்துள்ளன. ஆறுதளங்களைக் கொண்ட மினாரெட்டுகள் கட்டுமான விகிதாச்சார நோக்கிலும், கட்டுமான நேர்த்தி நோக்கிலும் மனதை மயக்குவதாய் உள்ளன. இதேயொரு நிலை எல்லா கட்டுமான அங்கங்களிலும் பின்பற்றப்பட்டிருந்தால், ஒன்றோடு ஒன்று ஒத்தியைந்து அமைந்திருந்தால், தலைசிறந்த கட்டுமானமாக இது அமைந்திருக்கும் என்பதில் சந்தேகமில்லை; ஆனாலும் தனித்தனியே அனைத்துக் கட்டுமான அங்கங்களும் மிகச் சிறப்பாய்த்தான் உள்ளன. பல்வேறு அங்கங்களை ஒருமைப்படுத்திடும் குணாதிசயம்தான் சற்று குறைபட்டுப்போய்விட்டது.

இத்தகு குறை கூறிட இயலாததான கட்டுமானமாக கல்லறை மாடம் அமைந்துள்ளது. இது, பல்வேறு அங்கங்களும் ஒத்துப்போகும்

சையது உஸ்மான் ரவுஸா கல்லறை மாடம்

விதத்தில் அமைந்த சதுரவடிவக் கட்டுமானமாகும். கல்லறைப் பெட்டிகள் (cenotaph) இருக்கும் மையமண்டபம் தூண்களால் ஏற்படுத்தப்பட்ட இரண்டு நடைபாதை திருச்சுற்றுக்குள் அமைந்துள்ளது. இம்மைய மண்டபத்தின் விதானத்தில் ஓர் அரைக்கோள குவிமாடம் அமைந்துள்ளது. இக்குவிமாடம் 40 அடி பக்க அளவுள்ள சதுரத்தின் மேல் அமைந்துள்ளது என்றால் குவிமாடத்தின் அளவினை கற்பனை செய்து பார்த்துக் கொள்ளுங்கள். இக்குவிமாடத்தின் அடிமானம் 12 பக்க பல கோணத்தின் மீது அமைந்துள்ளது. (வழக்கமாய் எண்கோண அமைப்புதான் பயன்படுத்தப்படும்.) இந்த 12 பக்க பல கோணத்தின் ஒவ்வோர் முனையிலும் ஒரு தூண் நிறுத்தப் பட்டுள்ளது. இத்தூண்களெல்லாம் வழக்கப்படியல்லாமல் அதிகப் படியாய் எழுப்பப்பட்டத் தூண்களாகும். பெரிய அரைக்கோள குவிமாடம் அமரும் உருளைக்கான (Drum) வடிவமைப்புச் சிக்கலைப் போக்கிட பயன்படுத்தப்பட்ட முறையாகும். இங்கு திறம்பட வடிவமைப்புச் சிக்கலைத் தீர்த்த அளவிற்கு, சார்கெஜ் ஷேக் அகமது கத்ரி கல்லறை மாட வடிவமைப்பில் தீர்க்கப் படவில்லை என்பது பெர்ஸி பிரௌன் அவர்களின் கருத்தாகும். நான்கு, நான்குதூண்கள் குழுமமாக கொண்ட தூண்கள் அமைப்பின் மூலம் தான் மையப் பகுதி அறைக்கு இணையாய் இருக்கும்படி (concentric) திருச்சுற்றுப்பகுதிகள் அமைந்துள்ளன. இத்திருச்சுற்றுப் பகுதி விதானத்திலும், நான்கு முனைப் பகுதிகளிலும் சிறிய வடிவில் அழகிய அரைக்கோளக் குவிமாடங்கள் ஏற்படுத்தப் பட்டுள்ளன. இந்து கட்டுமான முறைப்படி (trabeate) அமைந்த கடைசி கல்லறை மாடம் இது எனலாம்.

ஓரியல் சாளர வேலைப்பாடு

மசூதித் தொழுகை மண்டபத்தின் பக்கச் சுவர்களில் தான் வெளிநீட்டப் பட்ட துருத்திக் கொண்டிருக்கும் குவிமாட சாளரங்களை அமைப்பது இது வரையிலான குஜராத் பாணி வழக்கம். இத்தகு சாளரங்கள் ஓரியல் (Oriel)சாளரங்கள் எனப்படும். ஆனால் இவை மசூதியின் முகப்பு அழகை மேம்படுத்தும் அலங்காரக் கூறாக மசூதியின் முகப்பில் இடம்பெறத் தொடங்கி விட்டது இந்த ஓரியல் சாரளங்கள்; துளைகளுள்ள கல்தட்டியமைப்பைக் கொண்டனவாய் அமைக்கப்பட்டன. அலங்காரக் கூறாகவும், தாழ்வான பால்கனி அமைப்பாகவும் எக்கட்டுமானத்தில் வேண்டுமானாலும் ஓரியல் சாரளரங்களைப் பயன்படுத்திக் கொள்ளும் வழக்கம் தோன்றிவிட்டது.

மியான் கான் சிஸ்டி மசூதி

குஜ்ராத் கட்டுமானங்களில் இஸ்லாமிய கட்டுமானப் பாணி (Arcuate)

பீபி அசூட் குகி மசூதி

சையது உஸ்மான் ரவுசாவைத் தொடர்ந்து இருமசூதி கட்டுமானங்கள் எழுந்தன. அவை 1456-இல் கட்டப்பட்ட மியான் கான் சிஸ்டி (Miyan Khan Chisti), 1472-இல் கட்டப்பட்ட பீபி அசூட்குகி (Bibi Achut Kuki) மசூதிகளாகும். இவை இரண்டுமே மூடிய நிலை (closed) மசூதி அமைப்புடையவைகளாகும். மேலும் அளவிலும் வடிவஅமைப்பிலும் ஒன்றுபோலவே உள்ளன. எடுப்பான மூன்று அழகுவளைவுகளான திரைச்சீலை மறைப்பு முகப்பினைக் கொண்டுள்ளன. இக்காலக்கட்டம் வரை அழகு வளைவுகளாலான திரைச்சீலை முகப்பின் இருபக்கங்களிலும் இடம்பெற்ற திறந்த நிலை முகப்பு அமைப்பு இவ்விரு மசூதிகளிலும் இடம்பெறவில்லை. முழுக்கமுழுக்க அழகு வளைவுகளைக் கொண்ட திரைச்சீலை மறைப்பை மட்டுமே முகப்பாகக் பயன்படுத்தும் முறையை இம்மசூதிக் கட்டுமானங் களிலிருந்து பின்பற்றத் தொடங்கிவிட்டனர். உள்கூடு அகலம் 45 அடியும் முகப்பு அமைப்பு நீளம் 100 அடியும் கொண்டதாய் தொழுகை மண்டபம் இவ்விரு மசூதிகளிலும் அமைந்துள்ளது. முகப்பு மினாரெட்டுகளின் வேலைப்பாடு மிக அற்புதமாகும்.

இஸ்லாமிய கட்டுமான முறையான அழகுவளைவினைப் பயன்படுத்திக் கொள்ளுதல் அதிகமாவதை 'ஷா ஆலம்' கல்லறை மாடத்தில் நாம் காண்கிறோம். அகமதாபாத்தில் 1475-ஆம் ஆண்டில் கட்டப்பட்டதாகும் இம்மாடம். இது 65 அடி பக்கஅளவுள்ள சதுர வடிவக்கட்டுமானமாகும். ஒன்றினுள் ஒன்று அடங்கிப் போகும் அறைகளைக் கொண்ட நகைப்பெட்டி வடிவ மைப்பைப் போன்றுள்ளது கல்லறைமாட அமைப்பு. திரைச்சீலை மறைப்பினை கொண்ட மையக் கல்லறை மண்டபம், அரைக் கோள குவிமாட விதானம் உடைய புனிதப்பகுதியாகும். இதனைச் சுற்றிய பகுதி தூண்களால் ஆன சதுரப் பகுதியாகும். இதனைச் சுற்றிய வெளிப்பகுதி துளைகளுள்ள கற்சாளரத் தட்டிகளைக் கொண்ட அழகு வளைவுகளாலான கட்டுமானமாகும். இம்மூன்று பகுதிகளின் மையமும் ஒன்றுதான் (concentric) என்பதுபோல் இணையான சதுரங்களாகவே அமைந்துள்ளன. வெளிப்புற மறைப்பு, தூண்அமைப்புகளைக் கொண்டிருந்தாலும், இத்தூண்களுக் கிடைப்பட்ட பகுதி கூர்முனை அழகுவளைவுகளான வளைவு விதான அமைப்பாய் உள்ளது(arcade of Pointed arches).

இஸ்லாமியப் பாணி கட்டுமான முறையை (arcuate system) பின்பற்றுவதில் விரைந்து முன்னேறியது கல்லறை மாடக்

ஷா ஆலம் மசூதியின் உட்தோற்றம்

ஷா ஆலம் மசூதியின் வெளித்தோற்றம்

கட்டுமானத்தில் தான்; மசூதிக்கட்டுமானத்தை விட, கல்லறை மாடக் கட்டுமானம்தான் அசல் இஸ்லாமிய அழகு வளைவு கட்டமைப்பிற்குஇடம்கொடுத்தது. இதனை பாட்வா (Batwa), மெஹ்முதாபாத் (Mahmudabad), சாம்பனிர் (Champnir) ஆகிய நகரங்களில் இடம்பெறும் கல்லறை மாடங்கள் எடுத்துரைக்கின்றன. இக்கல்லறை மாட அமைப்பு சதுரவடிவாய் இருப்பதால் தான், அசல் இஸ்லாமிய வளைவு கட்டமைப்பை எளிதில் புகுத்த முடிந்தது. அதே சமயம் முகப்பிற்கு பின்புறமுள்ள மண்டபக் கட்டுமானம் தூண்களால் ஆனதால், பாரம்பரிய குஜராத்தி முறையை அதாவது இணைப்புச் சேர்ப்பு மற்றும் உத்திர அமைப்பைப் பயன்படுத்துவதே உசிதமானதாயிற்று.

பாட்வா கல்லறை மாடம்

அகமதாபாத்திற்குத் தெற்கே 6 மைல் தொலைவில் உள்ளது பாட்வா. இங்கு 1480-இல் குதுப் ஆலம் (Qutb'i Alam) கல்லறை மாடம் எழுப்பப்பட்டது. இஸ்லாமிய பாணி கூர்முனை அழகு வளைவு முறையை மட்டுமே முழுக்கப் பயன்படுத்தி எழுப்பப் பட்ட இரு தளஅமைப்பு கட்டுமானமாகும். இது 105 அடி பக்க அளவுள்ள சதுர வடிவ கட்டுமானம் ஆகும். தெற்குப் பக்கத்தில் 24 அடி அளவுள்ளதாய் தாழ்வாரப் பகுதி (Portico) நீட்டப்பட்டுள்ளது. இருதள மைய மண்டபத்தின் மேல் தளத்தின் விதானமானது அரைக்கோள குவிமாடத்தைக் கொண்டுள்ளது. மைய மண்டபத்தைச் சுற்றிய நடைபாதையமைப்பும் சதுரவடிவமைப்பு உடையதாய் கூர்முனை அழகுவளைவுகளைக் கொண்டுள்ளது. கூர்முனை அழகு வளைவுகளாலான இரட்டை விதான அமைப்புடையதாய் (Double arcade)நடைபாதைப் பகுதியைச் சுற்றிய தாழ்வாரப் பகுதி அமைக்கப்பட்டுள்ளது. வெளிப்புற தாழ்வாரப் பகுதி, நடைபாதை அல்லது திருச்சுற்றுப் பகுதி, மையஅறை ஆகிய அனைத்து சதுர அமைப்புகளும் ஒரே மையத்தை கொண்ட

இணையான அமைப்புகள்தான். கல்லறை மாடத்தின் அனைத்துப் பகுதிகளும் கூர்முனை அழகு வளைவுகளைக் கொண்டதாய் அல்லது உருளை வடிவ விதானமுடையதாய் அமைந்திருப்பது தான் இதன் சிறப்பம்சமாகும். கூர் முனை அழகு வளைவு இஸ்லாமிய கட்டுமானப் பாணியைப் பின்பற்றிடும்பொழுது, கட்டுமானத்தில் சிற்சிறு மாற்றங்களை கையாள்வது எளிதாக இருப்பதை குஜராத் கட்டுமானக் கலைஞர்கள் உணரத்தொடங்கினர். தூண்களுக்கு இடையேயான இடைவெளி சீராய் இல்லாதிருப் பதிலிருந்து, இக்கட்டுமான (இஸ்லாமிய கட்டுமான) முறைப் பற்றி முழுமையான தெளிவு இல்லாதிருப்பதும், சோதனை முயற்சியின் வெளிப்பாடுதான் என்பதும் புறிந்துகொள்ள முடிகின்றது. அனுபவமின்மையின் காரணமாக இக்குறைபாடு களையெல்லாம் களைந்த கல்லறை மாடம் 1484-இல் மெஹ்முதா பாத் நகரில் கட்டப்பட்டது.

குதுப் ஆலம் கல்லறை மாடம் பாட்வா

முபாரக் சையது கல்லறை மாடம், மெஹ்முதாபாத்

மெஹ்முதாபாத் நகரானது அகமதாபாத் நகரிலிருந்து தெற்கு-தென்கிழக்கு திசையில் 17 மைல் தொலைவில் அமைந்

அகமதாபாத் முகாபிஸ்கான் மசூதி

துள்ளது. கூர்முனை அழகு வளைவு இஸ்லாமிய கட்டமைப்பின் கோட்பாடுகளையும், பயன்பாடுகளையும் முழுமையாய் அறிந்திருந்த கட்டுமானக் கலைஞர்களின் கைவண்ணம் மெஹ்முதாபாத் முபாரக் சையது கல்லறை மாடத்தில் வெளிப்படுவதை உணரமுடியும். இக்கட்டுமானகால கட்டத்தில் டெல்லியில் லோதி வம்ச ஆட்சி நடைபெற்றுக்கொண்டிருந்தது. நலிவுற்ற நிலையில் லோதி வம்ச ஆட்சி டெல்லியில் விளங்கிட, குஜராத்தில் வலுவானசெல்வக்கொழிப்பான ஆட்சி நிலவியது. எனவே இயல்பாகவே பல்வேறுதுறைக் கலைஞர்கள்

முகாபிஸ்கான் மசூதியின் மினாரெட்
மாடத்தில் இடம்பெறும் வேலைப்பாடுகள்

டெல்லியிலிருந்து குஜராத்திற்கு இடம்பெயர்ந்திருக்க வேண்டும்.

கல்லறை மாடத்தின் வடிவமைப்பு, கட்டுமானம், மாடத்தின் பல்வேறு அங்கங்களைப் பற்றிய திட்டம், தூண்களின் (piers) அளவு, அவற்றின் அமைவிடத் தேர்வு, பெரிதும், சிறிதுமான அரைக்கோள குவிமாடங்களின் வளைவரையமைப்பு மற்றும் அவற்றின் பொருத்தமான, எடுப்பான தோற்றம், விதானத்தின் மேல் அலங்கார கோபுர அமைப்புள்ள சாட்ரி (Chhatri, Kiosk)காட்சி மாடங்கள் போன்றவை மிகவும் நேர்த்தியானவை. குஜராத் கட்டுமானக் கலைஞர்களின் கைவண்ணமாக இக்கல்லறை மாடம் இருக்க வாய்ப்பு குறைவு; டெல்லியில் மலர்ந்த கட்டுமான முறைகளில் கைத்தேர்ந்தவர்களின் கைவண்ணமாய் தான் இருக்க வேண்டும் என்று பெர்ஸி பிரௌன் ஊகிக்கின்றார். ஏனெனில் இக்கல்லறை மாட கட்டுமானத்திற்கு பிந்தைய அகமதாபாத் நகரின் கட்டுமானங்களிளெல்லாம் இந்த அளவு முழுமையான இஸ்லாமிய அழகு வளைவு கட்டுமான முறை ஆக்கிரமித்திருக்கவில்லை. மாறாக பாரம்பரியமான குஜராத்திய பாணி கட்டுமான முறைகளும், இஸ்லாமிய பாணி கட்டுமான முறைகளும் முறையான பரிணாம வளர்ச்சியையேக் கொண்டிருந்தன. அவை செல்வக் கொழிப்பின் காரணமாய் அழகுபடுத்தும் கூறுகளில் பாரபட்சமேதுமற்ற வளர்ச்சியைக் கொண்டிருந்தன. இதனை முகாபிஸ்கான் மசூதிக் கட்டுமானத்திலும், ராணி சிப்பாரி ரவுஸா கட்டுமானத்திலும் காண்கிறோம்.

அகமதாபாத் முகாபிஸ்கான் மசூதி (Muhafiz Khan Mosque)

முகாபிஸ்கான் மசூதி 1492-இல் கட்டப்பட்டது. அளவில் சிறியது. 56 அடி X 35 அடி அளவுள்ள செவ்வகக் கட்டுமானமாகும். இச்சிறு கட்டுமானத்தினுள் ஏறத்தாழ அனைத்துக் கட்டுமான கலை நுணுக்கக் கூறுகளும், இப்பாணிக்கே உரிய புதிய தொழில் நுட்பக் கூறுகளும் நிறைந்துள்ளன. இவையனைத்தும் ஒத்தியைந்தும் அமைந்துள்ளதால் எழிலும் கண்ணியமும் நிறைந்த மசூதியாய் இது உள்ளது. இத்தகு கைத்தேர்ந்த கட்டுமானத்தை எழுப்பிட புரவலர்கள் முயற்சிப்பது அபூர்வமாய் நிகழ்வதாகும்.

ராணி சிப்பாரி ரவுஸா

ராணி சிப்பாரியின் மசூதி அகமதாபாத்

இதனைத் தொடர்ந்து 1505-இல் கட்டப்பட்டது ராணி சிப்பாரி யின் (Rani Separi) ரவுஸா கட்டுமானமாகும். ராணி சிப்பாரி ரவுஸாவில் இடம்பெறும் மசூதியும் முகாபிஸ்கான் மசூதி அளவையே கொண்டுள்ளது. ஆனால் பொற்கொல்லனின் மிக்சிறந்த படைப்பைப் போன்றுள்ளது. தந்த வேலைப்பாடு களைக் போன்று அழகுபடுத்தப்பட்டுள்ளது.

அத்துடன் இம்மசூதியில் இடம்பெறும் மினாரெட் வேலைப் பாடுகள் கட்டுமான பரிணாம வளர்ச்சியை எடுத்துரைப்பதாயும் உள்ளது. தூண்களாலான முகப்பின் இரு கோடிமுனைப் பகுதிகளிலும் மினாரெட்டுகள் அமைந்துள்ளன. சுற்றிச்சுற்றி செல்லும் படிகட்டுகளைக் கொண்ட கோபுர அமைப்பாயில்லை இம்மினாரெட்டுகள். மாறாய் அழகுபடுத்தும் கூறுகளில் ஒன்றாய் மாறிவிட்டது. உயரமானதாகவும், மெல்லியதானதாகவும் (குறைவான குறுக்களவு) கூர்முனை கோபுர முகட்டினைக் கொண்டது போன்றும் வடிவம் பெற்றுள்ளது.

சிதி சையது மசூதி (Sidi Sayyid Mosque)

எட்டு சதுர வடிவ பாரந்தாங்கித் தூண்களால் தாங்கப் பெற்றதாய், அழகு வளைவுகளின் தொகுப்பாய் உள் கட்டுமானம் அமைந்துள்ளது. சமதள விதானமானது அழகு வளைவு தொகுப்புகளுக்கு மேலே அமைந்துள்ளது. பாரம்பரிய குஜராத்தி பாணி மசூதி அமைப்பிலிருந்து பெற்ற பரிணாம வளர்ச்சியை இந்த உள்கட்டுமானம் எடுத்துரைக்கின்றது. விதானத்தை அமைத்திடுவதில் நீட்டல் தாங்கிகளும் (bracket), உத்திரமும் (beam), ஸ்குவின்ச்(Spuinch) வளைவுகளும் பயன்படுத்தப்பட்டுள்ளன. இந்தியாவின் பல்வேறு பாகங்களிலும் ஸ்குவின்ச் வளைவுகளை விதான அமைப்பில் பயன்படுத்துவது சில நூற்றாண்டுகளாகவே வெற்றிகரமாக பின்பற்றப்பட்ட ஒன்றுதான்; குஜராத் கட்டுமானத் தொழிலாளர்கள் மிகவும் தாமதமாகவும், தயக்கத்தோடும் இக்கட்டுமானத்தில்தான் பின்பற்றத் தலைப்பட்டனர்.

'சிதி சையது மசூதி' உலகளாவிய பெருமைபெற்றது எப்படி? அதன் கற்சாளர வேலைப்பாடுகளின் மூலம் தான். துளைகளுள்ள கற்சாளர வேலைப்பாடுகளை கொண்டதாய் இம்மசூதி சுவரமைப்புள்ளது. காற்றோட்டத்திற்கும், வெளிச்சத்திற்கும் வகை செய்திடும் பணியையே இக்கற்சாளரங்கள் செய்கின்றன. இப்பயன்பாடு தன்மையுடன், மிக முக்கிய அணிகலன் கூறாகவும் கற்சாளர வேலைப்பாடுகள் குஜராத் பாணியில் நோக்கப்பட்டது. இக்கற்சாளர வேலைப்பாடுகள், இதுநாள் வரை, பெரும்பாலும், சதுர வடிவ சிறிய பலகைகளில், பெரும்பாலும், ஜியோமிதி வடிவமைப்பு துளைகளுள்ளதாய் அமைந்திருந்தன.

இம்மசூதி கற்சாளர அமைப்பில், கலைஞன் பாரம்பரிய பாணிகளை ஒதுக்கித் தள்ளினான்; தொலைநோக்கு பார்வை யுடைய தனித் தன்மையோடு அழகியல் உணர்வுகளை துல்லியமாய் வெளிப்படுத்திடுமாறு அதிநவீனத்துவமான கட்டுமான ஆளுமையைக் கையாண்டான்; பெண்மை மட்டுமே வெளிப்படுத்திட இயலும் உணர்வுக் கொப்பளிப்புகளை வெளிக் கொணர்ந்திட வேண்டும்; ஆனால் இஸ்லாத்தில் தான் உருவ வேலைப்பாடுகளுக்கு இடமில்லையே; எனவே கீழ்திசை நாடுகளின் தாவர உலகினை கையிலெடுத்துக் கொண்டான்; ஒன்றுடன் ஒன்று பின்னிப்பிணைந்திடும் தண்டுகளும், கிளைகளும், இலைகளும் அவனது மன அலைவரிசைக்கு ஏற்றாற்போல்

க்கைத்திறனை காட்டிடும் ஊடகங்களாயின. தாவர உல்கின் புதுமையான குணாதிசயங்களை அழகு வளைவினுள் அமைந்துள்ள சிறிய கற்சாளர பலகைக்குள் இடம்பெற்றிடுமாறு

சிதி சையது சாளர ஜியோமிதி வடிவ வேலைப்பாடுகள்

கையாளப்பட்டுள்ள விதம் மிகவும் போற்றுதலுக்குட்பட்டது; உலகமே வியந்து பார்ராட்டியது. முதல் பார்வையில் மனதை கொள்ளை கொள்கின்றது; ஆய்வுப் பார்வையிலோ புதிய புதிய பரிமாணங்களை வழங்குவதாய் உள்ளது; பாமரன் அழகியல் உணர்வோடு ரசிக்கலாம்; கைத்தேர்ந்த வடிவமைப்பாளன், இந்து-முஸ்லீம், மரபு ஒத்தல்-மரபு மீறுதல், தெளிவானவடிவுடையது

சிதி சையது மசூதியின் முகப்பு

- வடிவற்றது போன்ற முரணியல் கோட்பாடுகள் சங்கமிக்கும் உயர் லட்சியங்களாக இப்படைப்புகளை நோக்கலாம்.

கட்டுமானக்கலை ஓர் உயிர்த் துடிப்புள்ள கலை என்பதைக் கோடிட்டுக் காட்டிடுமாறு ஒன்றிரண்டு சொந்தச் சரக்குகளைக் கொண்டிருக்க வேண்டும். அத்தகு குஜராத்திய கட்டுமானமாக சிதி சையது மசூதியைக் கூறலாம். இதன் காலத்திற்குப் பிந்தைய அகமதாபாத் கட்டுமானங்களெல்லாம் இதற்கு முந்தைய கட்டுமானங்களின் மறுபிறப்பு போன்ற அமைப்பையேக் கொண்டுள்ளன. தனித்துவமான கூறுகள் ஏதும் காண இயலவில்லை. இத்தகு கட்டுமானங்களாக அரசியின் மசூதி அல்லது ராணி ரூபாவதி ரவுஸா *(1515)*, இஸான்பூர் ரவுஸா *(1520,* Isanpur Rauza*)*, சாரங்பூர் ரவுஸா *(1530* Sarangpur Rauza*)*, ஷா ஆலம் (Shaw Alam) கல்லறை மாடத்தில் இடம்பெறும் மசூதி *(1550?)* ஆகியவற்றைக் கூறலாம்.

சாம்பனிர் கட்டுமானங்கள்

சிதி சையது சாளர வேலைப்பாடுகள் (தாவர உலகம்)

காலவோட்டத்தின் படியே செல்லாமல் திரும்பி 1485-லிருந்து தொடங்கவேண்டியது அவசியமாகின்றது. காரணம் சாம்பனிர் கட்டுமானங்கள் தான். அகமதாபாத் நகரின் தென்கிழக்கே 78 மைல் தொலைவில் உள்ளது சாம்பனிர். ஜெய்சிங் படாய் ரேவல்

(Jaysingh patai Rawal) என்னும் இந்து அரசரிடமிருந்து சாம்பனிர் கோட்டையை முகமது பெகரா 1484-இல் கைப்பற்றினார். அரண்சூழ்ந்த கோட்டை, அதனைச்சுற்றி வளர்ச்சியடைந்த புறநகர் பகுதி, இதன் விளிம்பிலேயே அடர்ந்த வனப் பகுதி, 2500 அடி உயரமுடைய பவகாட் (Pavagadh) மலை என இயற்கை வளமும், தற்காப்பு சூழலும் கொண்ட சாம்பனிர் நகரம் பெகராவை வசியப்படுத்தியதில் வியப்பில்லை. எனவே சாம்பனிர் பெகராவின் புதிய தலைநகராயிற்று.

சாம்பனிர் பவகாட் மலையில் இடம்பெறும் கட்டுமானங்கள்

புதியதலைநகரம் உருவாக்கிட ஏறத்தாழ 23 ஆண்டுகள் தேவைப்பட்டது. அதன் பின் ஏறத்தாழ 23 ஆண்டுகள் தலை நகராகவே சிறந்தோங்கியது. அதன்பின்சாம்பனிர் ஏறத் தாழ 400 ஆண்டுகள் கைவிடப்பட்ட நகராய் பொலிவிழந்தது. இந்நகரின் சிறந்த கட்டுமானங்கள் எல்லாம் வன விருட்சங்களின் ஆக்கிரமிப்புக்கு உள்ளாகி சிதலமடைந்து உணர்வற்ற, உயிரற்ற ஜீவன் உறைவிடமாய்

சாம்பனிர் ஜாமி மசூதி நுழைவாயிலிருந்து கிடைத்திடும் காட்சி

ஒடுங்கிப் போனது. புல் முளைத்திருக்கும் தெருக்களின் ஊடே ஒரு உன்னத கட்டுமானத்திலிருந்து அடுத்த கட்டுமானத்தை நோக்கி நடந்திடும்பொழுது, கானல்நீர் காட்டிடும் சோலை காட்சியுணர்வே தோன்றுகின்றது. பெகரா காலத்தில் பட்டொளி வீசித் திகழ்ந்த தலைநகரக் காலங்களை எடுத்துரைக்கும் வரலாற்றுச் சின்னங்களாகும் இக்கட்டுமானங்கள். இன்றைக்கும் சாம்பனிர் நகரின் ஜாமி மசூதியும், நாகினா மசூதியும் சாம்பனிர் நகரின் பழம்பெருமையினை எடுத்துரைக்கப் போதுமானது.

சாம்பனிர் ஜாமி மசூதி

ஜாமி மசூதியின் பல்வேறு அங்கங்களும் மிகச்சிறப்பாக ஒருங்கிணைக்கப்பட்டுள்ளன. இதனால் முழுமையான மசூதி யமைப்பில் வெவ்வேறு அங்கங்களும் சமச்சீராய், பொருத்தமான விகிதாச்சாரமுடையதாய் அமைந்துள்ளன. சுருக்கமாகச் சொல்வ தெனில் முழு பரிணாமவளர்ச்சி பெற்ற கட்டுமான சாதனையென இம்மசூதியமைப்பினைக் கொண்டாடலாம்.

சாம்பனிர் ஜாமி மசூதியின் பக்கவாட்டுத் தோற்றம்

சாம்பனிர் ஜாமி மசூதியை வலம்வரும் பொழுது அகமதாபாத் ஜாமி மசூதியின் கட்டமைப்பு நமது மனதில் நிழலாடுவதைத் தவிர்த்திட இயலாது. ஏனெனில் வடிவமைப்பில் ஏறத்தாழ இரு

மசூதிகளும் ஒன்றுபோலவே உள்ளன. அகமதாபாத் ஜாமி மசூதியின் அளவில் முக்கால் பங்குடையதுதான் சாம்பனிர் ஜாமி மசூதி. 270 அடி X 180 அடி அளவுள்ள செவ்வக வடிவினுள் சாம்பனிர் ஜாமி மசூதி அடங்கிவிடுகின்றது. இப்பரப்பில் ஏறத்தாழ பாதியளவை தொழுகை மண்டபப் பகுதி ஆக்கிரமித்து விடுகின்றது. எனவே மொத்தப் பரப்பில் பாதிக்கும் சற்றே கூடிய பரப்பளவுதான் தொழுகை மண்டபம் முன்புறம் உள்ள திறந்த வெளிப் பகுதிக்கு கிடைத்திருக்கிறது. இத்திறந்த வெளியைச் சுற்றி, மேற்குத் திசையைத் தவிர, மற்றதிசை விளிம்புகளில் ஒரேயொரு திருச்சுற்று நடைபாதைப் பகுதி அழகு வளைவுகளின் தொகுப்பின் மேல் விதானமுடையதாய் அமைந்துள்ளது. ஒட்டுமொத்த மசூதிக் கட்டுமானத்தின் மறைப்புச் சுவர்களின் வெளிப்பகுதி முழுவதும் கலைஞர்களின் கைவண்ணத்தால் பார்ப்போர் மனதை கவர்கின்றது. அதிலும் குறிப்பாக தொழுகை மண்டபம் இருக்கும் மேற்கு பகுதியின் பின்புற கிப்லா சுவர் (Qibla) அழகிய அமைப்பில் இணைக்கப்பட்ட சுவர் தாங்கிகளைக் கொண்டுள்ளது. மேற்கு திசையை தவிர பிற திசை மதிற்சுவரின் மையத்தில் உயர்ந்த மேடை மேலமைந்துள்ள நுழைவாயில் காட்சி மாடம் எவரையும் வசியப்படுத்திடும் வேலைப்பாடு களைக் கொண்டுள்ளது. அதிலும் குறிப்பாய் கிழக்குத் திசை நுழைவாயில் மாடக் கட்டுமானத்தை நுழைவாயில் மாடக் கட்டுமானத்திற்கான இலக்கணமாகச் சொல்லலாம். ஒட்டு மொத்த கட்டுமான புறச் சுவர்களெங்கிலும் குறுகிய இடை வெளிகளில் இடம்பெறும் கற்சாளர தட்டியமைப்புகள் நம் கவனத்தை ஈர்க்கும் தனித்தன்மையான வடிவமைப்புகளாகும். எனவே மசூதிவாயிலைக் கடந்து மசூதிக்குள் நுழைவதற்கு முன்பே, உட்புற கட்டுமான விருந்தோம்பல் எந்தளவிற்கு உயர்தரமாய் இருக்கும் என்பது பார்வையாளர்களுக்கு எடுத்தோம்பப் பட்டுள்ளது.

தொழுகை மண்டப முகப்பமைப்பு அழகு வளைவு திரைச் சீலையமைப்பைக் கொண்ட மூடிய நிலைக் கட்டுமானமாகும். ஐந்து கூர்முனை அழகு வளைவு நுழைவுவாயில்களைக் கொண்டதாய் இம்முகப்புத் திரைச்சீலை அமைந்துள்ளது. அகமதாபாத் ஜாமி மசூதியில் இம்மறைப்புத் திரைச்சீலையின் இருபுறமும் இடம்பெற்ற தூண்களால் ஆன திறந்த நிலை முகப்பமைப்பு இங்கில்லை. இம்முகப்புத் திரைச்சீலை

சுவர்ப்பரப்பானது மிகமிகக் குறைந்த வேலைப்பாடுகளைக் கொண்ட எளிமையான கட்டமைப்பாகும். மத்திய கூர்முனை அழகு வளைவு, இதன் இருபக்கங்களிலும் பக்கத்திற்கு இரண்டு வீதம் ஒரே மாதிரி தோற்றமுடைய நான்கு கூர்முனை அழகு வளைவுகளையும் விட, அளவில் பெரிது. பெரிய மைய அழகு வளைவின் இருபுறங்களிலும் அமைந்துள்ள மினாரெட்டுகள் மற்ற கட்டுமான மினாரெட்டுகளுடன் ஒப்பிடும்பொழுது மெலிந்தவைதான். உயரவாக்கில் பால்கனி போன்ற அமைப்புகள் மூலம் ஆறுபகுதிகளாக பிரிக்கப்பட்ட மினாரெட்டுகளின் தரைப்பகுதி (அடிப்பகுதி) மட்டுமே அதிக அழகு வேலைப் பாடுகளுக்கு உட்படுத்தப்பட்டுள்ளது. இதன் மேற்புற ஐந்து பகுதிகளும் கிட்டத்தட்ட அழகு வேலைப்பாடுகள் ஏதும் மேற்கொள்ளப்படாத எளிய கட்டமைப்புகள் தான். ஜைன, இந்து, இஸ்லாம் என எந்த குஜராத்தி கட்டுமானங்களுக்கும் தனித்துவமான அழகை அளிப்பது ஓரியல் சாளரங்கள்தான். மைய அழகு வளைவிற்கு மேல் ஒன்றும், அடிப்பகுதி மினாரெட்டு களுக்கு இருபுறமும் ஆகமொத்தம் மூன்று ஓரியல் சாளரங்களை முகப்பு திரைச்சீலைச் சுவர் பெற்றுள்ளது.

உட்புறத் தொழுகை மண்டபமானது முகப்பு விளிம்பிற்கு இணையாய் 270 அடி நீளமும் 130 அடி உள் கூடு அகலமும் கொண்ட செவ்வக வடிவ அமைப்பாகும். 176 தூண்களால் ஆன இம்மண்பத்திற்குள் மைய அழகு வளைவு நுழைவு வாயில்

சாம்பனிர் ஜாமி மசூதியின் இரண்டாம்தள விதான வேலைப்பாடுகள்

வழியே நுழைவோம். மண்டபத்தின் இம்மையப்பகுதி (nave) மூன்று தளங்களைக் கொண்டதாகும். பெண்களுக்கான பகுதி தொழுகை மண்டப வடக்கு விளிம்பில் இடம்பெற்றுள்ளது. 75 ஆண்டுகளுக்கு முன் கட்டப்பட்ட அகமதாபாத் ஜாமி மசூதி தொழுகை மண்டபத்தைப் போன்றுள்ளது. ஒருசில கூடுதல் திருத்தங்களை மட்டுமே சாம்பனிர் கட்டுமான கலைஞர்களால் சாம்பனிர் தொழுகை மண்டபத்தில் உட்புகுத்த முடிந்தது. சான்றாக சாம்பனிர் ஜாமி தொழுகை மண்டபத் தூண்களில் உட்புகுத்தப்பட்ட வரவேற்கத்தக்க மாறுதல்களைக் கூறலாம்.

நாகினா மசூதி வேலைப்பாடுகள்

மூன்று தள தொழுகை மண்டப மையப்பகுதிக் கட்டுமானத்தில் கோயில் மண்டபக் கட்டுமானத் தின் தாக்கம் அகமதாபாத்தை விட சாம்பனிரில் அதிக மிருப்பதாகக் கூறுவர். மைய ரோடுண்டா(Rotunda) பகுதி, அழ கிய குவிமாட விதானம் வரைக்கும் எடுத்துச் செல்லப்பட்டுள் ளது. ஒவ்வொரு உயர் தளத்திற்கும் நுழைவதற் கான வாயில்கள் மினா ரெட்டுகளில் உள்ள படிக் கட்டு அமைப்புகளின் மூலம் ஏற்படுத்தப்பட்டுள் ளது. முதல் தளமானது தொழுகை மண்டப பிற பகுதி விதானங்களுடன் இணைந்து தொடர்ச்சி யாய் உள்ளது. இது ஒரு திறந்த நிலை மொட்டை மாடி அமைப்பாய் (open terrace) உணரலாம். சதுர வடிவ அமைப்பு டைய மைய ரோடுண்டா பகுதியையும், பிறபகுதி விதானங்களில் உள்ள சிறிய அளவிலான அரைக்கோள குவிமாடங்களையும் தவிர்த்து பார்த்தால் இக்கருத்து புரியும். மையப்பகுதிக்கு மேல் இடம்பெறும் இரண்டாம் தளமானது தூண்களால் ஆன காட்சி

மாடம் போன்றுள்ளது. இம்மாடத்தின் ஒரு பக்கமானது, மைய அழகு வளைவிற்கு மேல் உள்ள ஓரியல் சாரளங்களில் முடிவடைகின்றது. இத்தளத்தில் ரோடுண்டா பகுதியைச்சுற்றிய காட்சிமாடப் பகுதி பால்கனியானது எண்கோண அமைப்பு

நாகினா மசூதியின் உச்சிப்பகுதி தோற்றம்

டையதாய் உள்ளது. இந்த எண்கோண அமைப்பினை ஏற்படுத்தும் தூண்களின் மேல் பாகத்தில் அரைக்கோள குவிமாடம் அமரும் உருளையமைப்பு ஏற்படுத்தப்பட்டு உள்ளது. ஒவ்வொரு தள பால்கனி பகுதியைச் சுற்றிலும் முதுகைச் சாய்ந்து அமரும் கல் ஆசனங்கள் ஏற்படுத்தப்பட்டுள்ளன. தூண்களால் ஆன தரைத்தள தொழுகை மண்டபத்திலிருந்து, உயர்தள காட்சி மாடங்கள் தொடர்புபடுத்தப்படவில்லை. தொழுகைக்கு மட்டுமே வருவோர் கீழ்தளத்திலும், நிர்ச்சலனமான தியானத்திற்கு வருவோர் மேல்தளங்களிலுள்ள காட்சிமாடங்களையும் பயன்படுத்திக் கொள்ளவேண்டும் என்ற திட்டம்போலுள்ளது! எனவே சாம்பனிர் ஜாமி மசூதியை எழுப்பியவர்கள் கட்டுமான விற்பன்னர்கள் மட்டுமல்ல; மனித இயல்பை நன்குக் கற்றுத் தேர்ந்த மாணாக்கர் களாகவும் விளங்குகின்றார்கள்!

சாம்பனிர் நகரின் பிற கட்டுமானங்கள்

சாம்பனிர் நகரில் சிறிய அளவிலான மசூதிகளும் உள்ளன. ஆனால் இவையெல்லாம் ஜாமி மசூதி அமைப்பினை உடைய

சிறிய கட்டுமானங்களாகும். சாம்பனிர் நகரின் கட்டுமானங்கள், குஜராத்தின் பிற பகுதி கட்டுமானங்களிலிருந்து சொல்லிடத்தக்க அளவு வேறுபட்டு நிற்கும் தன்மையைக் கொண்டுள்ளன. இதற்குக் காரணம், சாம்பனிர் நகரில் கட்டுமானங்களை மேற்கொள்ள வந்த கலைஞர்கள் ஒரு தலைமுறைக் காலம் வரை சாம்பனிரிலேயே தங்கிவிட்டனர். இதனால் கிட்டத்தட்ட தனிமைப்படுத்தப்பட்ட நிலை. எனவே அவர்களுக்கென்று தனித்துவமான கட்டுமானப் பாணி உருவெடுத்தது. இப்பாணியில் அமைந்த அழகிய, சிறிய கட்டுமானம்தான் சாம்பனிர் நாகினா மசூதி (Nagina Masjid); ஜாமி மசூதியின் சிற்றோவியம் என இதனைக் கூறிடலாம்.

இந்த சிறிய அளவிலான மசூதிகளை விட சாம்பனிர் கல்லறை மாடங்கள் நம் கவனத்தை ஈர்க்கின்றன. மரபுப்படி அமைந்த கல்லறைமாடங்கள்தான்; ஆனால் இஸ்லாமிய கூர்முனை அழகுவளைவு கட்டுமான பாணியை அதிகமாகப் பயன்படுத்தத் தொடங்கியுள்ளனர். இதன் காரணமாய் கட்டுமான உயரத்தை அதிகப்படுத்த முடிந்தது. விளைவு, கூடுதல் பொலிவடைந்தது கல்லறை மாடம். சுவற்பரப்பில் மிக நுணுக்கமாய் மேற்கொள்ளப்பட்ட வேலைப்பாடுகள், இதனை எடுப்பாக எடுத்துரைக்கும் வகையில் வெறுமனே விடப்பட்ட சுவர்ப்பகுதிகள் என்ற கோணத்தில் இக்கல்லறை மாடங்கள் ஈடு இணையற்றவைகள் ஆகும்.

சார்கெஜ் ஏரியின் மேற்குக்கரையில் இடம்பெறும்
இருதள சிதலமடைந்த அரண்மனை

பிற சார்கெஜ் கட்டுமானங்கள்;

இதுவரை இஸ்லாம் மதம் சம்பந்தமான கட்டுமானங்களான மசூதிகள், கல்லறைமாடங்கள், இவை இரண்டும் ஒருங்கிணைக்கப் பட்ட ரவுசா கட்டுமானங்களின் எழிலை ரசித்துக் கொண்டிருந்தோம். ஆனால் மதம் சாராத பயன்பாட்டு நோக்கிலான கட்டுமானங்களும் கலை நோக்கோடு குஜராத் மாநிலத்தில் எழுப்'பப்பட்டன. இவை எவ்விதத்திலும் மதம் சம்பந்தமான கட்டுமானங்களின் வடிவமைப்பிற்கும் கலை அழகிற்கும் ஈடுகொடுக்கக் கூடியவைதான். மிக பிரம்மாண்டமான ஒருங்கிணைந்த கட்டுமானத்திட்டம் ஒன்றினை வகுத்து நிறைவேற்றிடவும் செய்தார் முகமது பெகரா. அத்திட்டத்தின்படி சார்கெஜ் நகரில் ஒரு பிரம்மாண்டமான செயற்கை ஏரியை அமைத்து அதன் இருகரைகளிலும் தனது அரண்மனைக் குடியிருப்பினை எழுப்பினார். இந்த வளாகத்தின் முக்கிய கட்டடமானது தூண்களாலான இரு தளங்களைக் கொண்ட முகப்பினை (facade)உடையதாகும். குறிப்பிட்ட இடைவெளிகளில் வெளி நீட்டப்பட்ட போர்டிகோ கட்டமைப்பைக் கொண்ட மிக நீளமான முகப்பாகும். இரண்டாம் தள விதானத்தின்மேல் சுவர் இணைப்புத் தாங்கிகளினால் (brackets) தாங்கப்பெற்ற காட்சி மாடங்கள் (Pavillions) விண்ணைத் தொட முயற்சிக்கின்றன. இம்முகப்பு மட்டுமே இன்றைக்கு எஞ்சியுள்ளது. படிக்கட்டுகளேறி கட்டடத்தை அடைந்திடும் அளவிற்கு உயர்தளத்தின் மேல் அமைந்த கட்டுமானத்தின் உயிரற்ற கூடுதான் இன்றுள்ளது. ஏரிநீரில் பிரதிபலித்திடும் அழகிய தூண்களாலான முகப்பைக் கொண்டே எத்தகு எழிலான கட்டடமாக இந்த அரண்மனை இருந்திருக்க வேண்டும் என்பது புலப்படுகிறது.

இத்தகு கலாரசனையை எதிலும் வெளிப்படுத்திய குஜராத்தி கலைஞர்கள் பிறப்பயன்பாட்டுச் சமுதாயக் கட்டுமானங்களிலும் தங்களது கலாரசனையைச் காட்டாமல் விட்டுவிடுவார்களா என்ன! இதற்கு ஒரேயொரு சான்றாக மேலேகுறிப்பிட்ட சார்கெஜ் ஏரிக்கு நீரை கொணர்ந்திட உதவிடும் மதகுக் கட்டுமானங்களை (sluiceways) எடுத்துக் கொண்டாலேபோதும். இந்த மதகுக் கட்டுமானங்களையும் மனதைக் கவரும் கலைவேலைப் பாடாகவே எழுப்பியுள்ளனர். மதக் கட்டுமான வேலைப்பாடுகளில் காட்டிய அதே ஈடுபாட்டினை இம்மதகுக் கட்டுமானத்திலும் காட்டியுள்ளனர்.

வாவ்' கட்டுமானங்கள்

'நீரின்றி அமையாது உலகு' என்பது எந்நிலத்திற்கும் பொருந்தும். மேற்குத்திசை இந்தியப் பகுதிகள், அதிலும் குறிப்பாக குஜராத், இராஜஸ்தான் மாநிலப்பகுதிகளில் பெரும்பான்மை

தாதா ஹரிர் வாவ்: நுழைவாயில் தளம் அகமதாபாத்

யானவை வறண்ட, மிதமிஞ்சிய தட்பவெப்பநிலை நிலவிடும் பகுதிகளாகும். எனவே மழைநீரின் சேமிப்பை காலங்கால மாகவே நன்குணர்ந்தவர்கள் இந்தியாவின் மேற்குப் பகுதி மக்கள். எனவே, காலங்காலமாக, நீரைச் சேமித்து வைக்கும் கட்டுமானங்களை இறைவனுக்குரிய கட்டுமானங்களைப் போன்றே கவனத்தோடும், கலையுணர்வோடும் எழுப்பினார்கள். படிக்கட்டுமானக் கிணறுகள் (Stepwells) ஆன இந்த நீர்சேமிப்புக் கட்டுமானங்களை வாவ் (wavs)என்று குஜராத்தி மொழியிலும் பௌலி (Baoli) என்று இந்தி மொழியிலும் அழைப்பது வழக்கம். ஹரப்பா நகர நாகரிகத்திலேயே கிணறு கட்டும்பணி தொடங்கி விட்டது. குஜராத்தில் படிக்கட்டு கிணறுகள் ஆன 'வாவ்' கட்டுமான முறைகள் சோலாங்கி வம்ச ஆட்சிக் காலத்திற்கு முன்பாகவே இறுதி வடிவம் (standardised) பெற்றுவிட்டன.

இந்த இறுதிவடிவமானது நிலத்தடி மணல் உறுதிப்பாட்டுத் தன்மையையும், பூகம்பத்தையும் எதிர்க்கொள்ளும் தன்மையையும் உள்ளடக்கிய கட்டுமான வடிவமைப்பு என்பதில் நாம் பெருமிதம் கொள்ளலாம்.

தாதா ஹரிர் வாவில் செங்குத்துத் தண்டுப் பகுதியின் குறுக்காக கிடைத்திடும் காட்சி

குஜராத்தை இந்து அரசர்கள் ஆண்ட காலத்திலேயே வாவ் கட்டுமானங்களை மிக உன்னதமான கலைப்படைப்பாக

உருவாக்குவது தொடங்கிவிட்டது. குஜராத், இஸ்லாமிய சுல்தான்களின் ஆட்சிக்குட்பட்டிருந்த போது இம்முறைத் தொடர்ந்தது மட்டுமின்றி முன்னேற்றமும் கண்டது. இந்தியாவின் வேறெந்தப் பகுதிகளிலும், ஏன், உலகில் வேறுஎந்த நாட்டிலும் இத்தகு பொதுப்பணித்துறைக் கட்டுமானங்கள் கலைப்படைப்பு களாக உருவாக்கிடப்படவில்லை. "இத்தாலி நாட்டில் க்வாட்ரோ-சென்டோ (Quattro-cento) ஆட்சிக் காலத்தில் ஓரளவிற்கு இத்தகு உணர்வு இருந்தது; ஆனால் அங்கு எழுப்பப்பட்ட ஃபிளா ரென்டைன் (Florentine) கிணறு வேலைப்பாடுகள் கூட (Well-heads) குஜராத்தி வாவ் கட்டுமானங்களுக்குமுன் போட்டியிடும் தகுதியை இழந்து விடுகின்றன" என்ற பெர்ஸி பிரௌன் அவர்களின் ஒப்பீட்டினால் நாம் தலையுயர்த்தி நடந்திடலாம்.

வாவ் கட்டுமானமானது இரு அங்கங்களைக் கொண்ட தாகும். பொதுவாக இந்நாளில் கட்டப்படும் கிணற்றினைப் போன்று உருளை அமைப்பில் பூமிக்குள் செங்குத்தாக இறங்கிடும் பகுதி (Vertical Well shaft) ஓர் அங்கமாகும். கிணற்றின் நீர் பரப்பிற்கு சென்றிடும் வகையில் அமைக்கப்பட்ட பாதை இரண்டாவது அங்கமாகும். இப்பாதையானது சரிவாக கீழிறங்கி சென்றிடும் அமைப்பில் படிக்கட்டு அமைப்பும், சமதள அமைப்பும் மாறிமாறி அமைந்திருக்கும்.

மிக விரிவான நுணுக்கமான வேலைப்பாடுகளைக் கொண்ட இரு வாவ் கட்டுமானங்கள் ஏறத்தாழ 1499-இல் கட்டப்பட்டன. ஒன்று அகமதாபாத் நகரில் உள்ள பாய் ஹரிவாவ் (Bai Hari's wav) எனப்படும் தாதா ஹரிர் (Dada Harir wav) வாவ் ஆகும். மற்றது அகமதாபாத்திற்கு வடக்கே 12 மைல் தொலைவில் உள்ள அதலஜ் (Adalai) கிராமத்தில் கட்டப்பட்ட வாவ் ஆகும்.

தாதா ஹரிர் வாவ்:

மிக அழகிய குவிமாட விதானத்தைக் கொண்ட காட்சி மாடத்திலிருந்துதான் இந்த வாவ் கிணற்றிற்குச் செல்லும் படிக்கட்டுகள் தொடங்குகின்றன. தரைக்கடியில் சென்றிடும் இப்படிக்கட்டுப் பாதையின் அகலம் 18 அடி ஆகும்; நீளம் 125 அடியாகும்; செங்குத்தாக அளந்தால் 30 அடி ஆழமுடையதாகும். இப்படிக்கட்டுப் பாதையை நான்கு பகுதிகளாகப் பிரிக்கலாம். ஒவ்வொரு பகுதி படிக்கட்டுப்பாதை முடிவடைந்ததும், காட்சிமாடங்கள் அமைந்துள்ளன. இக்காட்சி மாடங்கள் முதல்

படிக்கட்டுப் பகுதி முடிவில் ஒரு தளமுடையதாகவும், இரண்டாவது படிக்கட்டுப்பகுதி முடிவில் இருதளமுடையதாகவும், மூன்றாவது படிக்கட்டுப்பகுதி முடிவில் மூன்று தளமுடையதாகவும் உள்ளன. கடைசிப்பகுதி முடிவில் 24அடிப் பக்க அளவுள்ள சதுரவடிவ கிணற்றின் மையத் தண்டுப்பகுதியை (well shaft) அடைகின்றோம். இங்கிருந்து சுற்றிச் சுற்றி செல்லும் படிக்கட்டமைப்பின் மூலம் நீர்மட்டத்தை அடையமுடியும்.

அதலஜ் வாவ் வேலைபாடுகள்

இன்றைக்கு தண்ணீர்தான் இல்லை. கிணற்றின் தண்டுப்பகுதி அமைப்பானது மசூதிக் கட்டுமான ரோடுண்டா மையப்பகுதி அமைப்பினைப் போன்றதுதான். இந்த ரோடுண்டா பகுதியைச் சுற்றி அதாவது கிணற்றின் தண்டுப்பகுதியைச் சுற்றி அமைந்துள்ள நான்கு தளக்காட்சி மாடங்களும் நடைபாதைப் பகுதி காட்சி மாடங்களுடன் இணைக்கப்பட்ட தூண்களாலான பால்கனி அமைப்பைப் பெறுகின்றன. மசூதிக் கட்டுமானத்தில் இத்தகு பால்கனி அமைப்பு வெப்பமுடையதாய் இருக்கும். இங்கோ தரைக்கடியில் இருப்பதாலும், கீழே நீர் தேக்கப்பட்டிருப்ப

தாலும் வசந்த மண்டபம் போல் வெப்பந் தாக்காதவாறு இருக்கும். தூண்களும், தூண் உச்சியிணைப்புகளும், கைப்பிடிச் சுவர் பகுதிகளும், பக்கச் சுவர் பரப்புகளும் சுவர் முடியும் இடத்திலுள்ள விதான-இறவார சரிவமைப்புகளும், விதான சுவர் விளிம்புகளும் விலாவாரியான, நுணுக்கமான வேலைப்பாடு களால் நிரப்பப்பட்டுள்ளன. இந்த நோக்கில் கோயில், மசூதி வேலைப்பாடுகளுக்கு எவ்விதத்திலும் வாவ் கட்டுமானத்தில் இடம்பெறும் வேலைப்பாடுகள் குறைந்ததாயில்லை. கிழக்கு மேற்கு அச்சில் அமைந்துள்ள இந்த 'வாவ்' கட்டுமானத்தின் படிக்கட்டு பாதையின் துவக்கம் கிழக்கு முனையிலும், கிணற்றின் தண்டுப்பகுதி மேற்கு ம்முனையிலும் அமைந்துள்ளன.

அதலஜ் வாவ்

கிணற்றின் தண்டுப்பகுதி ஐந்து தளங்களைக் கொண்டது; மூன்று படிக்கட்டு பாதைஅமைப்புகள் தண்ணீர் இருக்கும் கிணற்றின் அடிப்பகுதி வரை செல்கின்றன. தெற்கு-வடக்கு அச்சில் வாவ் கட்டுமானம் உள்ளது; வடக்கு முனையில் கிணறு உள்ளது; என்ற கட்டமைப்பு கூறுகளில் மட்டுமே தாதா ஹாஜீர் வாவ் கட்டுமானத்திலிருந்து அதலஜ் வாவ் வேறுபடுகின்றது. மற்றபடி வேலைப்பாடுகளின்வடிவமைப்பிலும்அதனை,நிறைவேற்றிய முறைகளிலும் இதர நுணுக்கங்களிலும் மாறுபட்டிருக்கலாம்.

அதலஜ் வாவ் வேலைப்பாடுகள்

அதலஜ் கிராமம் இருக்கும் பகுதி தண்டைதேசம் (Dandai Desh) என்றழைக்கப்பட்டதாம். இப்பகுதியை ஆண்ட வாகேல வம்ச அரசனான ராணா வீர்சிங் என்பவரை முகமது பெகரா வெற்றி கொண்டார். போரில் ராணா வீர்சிங் இறந்து விட்டார். ராணா வீர்சிங் அவர்களின் அழகிய மனைவி ராணி ரூப்பா (Roopba) வின் காதலைக் கோரினாராம் முகமது பெகரா. தனது கணவன் கட்டத்தொடங்கிய அதலஜ் வாவ் கட்டுமானத்தை முடித்தால் தான் காதலுக்கு இசைந்திட முடியும் என நிபந்தனை விதித்தாராம் ராணி ரூப்பா. வெகு குறுகிய காலத்திலேயே மிக்க ஆர்வமுடன் வாவ் கட்டுமானத்தை முடித்துவிட்டாராம் பெகரா. ராணியோ வாவ் கட்டுமானத்தைச் சுற்றி வலம் வந்து பின் கிணற்றில் குதித்து தனது உயிரை மாய்த்துக்கொண்டாராம்.

மேலே கூறிய கர்ணபரம்பரைக் கதையைப் போன்றே மற்றொன்றும் நிலவுகின்றது. இந்த வாவ் கட்டுமானம் அருகில்

அதலஜ் வாவில் இடம்பெறும் யானை சிற்பங்கள்

கல்லறைப் புதைமேடுகள் உள்ளன. வாவ் கட்டுமானம் முடிந்த வுடன், "இதே போன்றதொரு வாவ் கட்டுமானம் கட்டிட இயலுமா" எனபெகராகட்டுமானக்கலைஞர்களிடம் கேட்டாராம். 'இயலும்' என்ற பதிலளித்த ஆறு கட்டுமானக் கலைஞர்களையும் கொன்றுவிட்டாராம் பெகரா. இந்த வாவ் கட்டுமானத்தின் அழகில் ஈர்ப்புற்று, இதேபோன்றதொரு வாவ் கட்டுமானம் இனி கட்டப்பட்டிடக் கூடாது என்ற எண்ணவோட்டமாம் பெகராவிற்கு!

மலர்களும், ஜியோமிதி வடிவமைப்புகளும் அழகுபடுத்தும் கூறுகளாக இடம்பெற்றுள்ளன. மேல்தள வேலைப்பாடுகளில் குறிப்பிடத்தக்கவை 3 அங்குல அளவேயுள்ள யானைகள். ஒரு யானையிலிருந்து மற்றோர் யானை நிச்சயமாக மாறுபட்டுள்ளது. தயிர் கடைதல், அலங்கரித்துக்கொள்ளுதல் போன்ற பெண்களின் அன்றாட வாழ்வியல் நிகழ்ச்சிகளும், இசை நிகழ்ச்சிகளும், நடன நிகழ்ச்சிகளும் இவற்றைப் பார்வையிடுவதுபோல் அரசனும் அழகு வேலைப்பாடுகளின் கருப்பொருளாயின. ஒற்றைக் கற்றளி வேலைப்பாடான அட்சய பாத்திரமும் (Ami Khumbar, symbolic pot of the water of life), கல்பக விருட்சமும் மதிமயக்கும் கலைப் படைப்புகளாகும். நவக்கிரக அமைப்பும் வேலைப்பாடு கூறாய் இடம்பெற்றுள்ளது.

வெளி வெப்பத்தைவிட 5 டிகிரி வெப்பம் இந்த வாவ் கட்டுமானத்திற்குள் குறைவாயுள்ளது. தண்ணீர் எடுத்துச் செல்ல வரும் பெண்கள், நிச்சயமாக வெப்பத்தைத் தாக்குப்பிடிப்பதற் காகவாவது சற்றுக் கூடுதலான நேரத்தை இந்த வாவ் கட்டுமானத்திற்குள் செலவழித்திருப்பார்கள்; இந்த நேரத்தில் பிற பெண்களுடன் கலந்துரையாடும் வாய்ப்பிருக்கும். எனவே உடற்குறை, மனக்குறை போக்கிடும் சமுதாயக் கூடமாக இது போன்ற வாவ் கட்டுமானங்கள் செயல்பட்டிருக்கும் என்பதில் ஐயமேயில்லை.

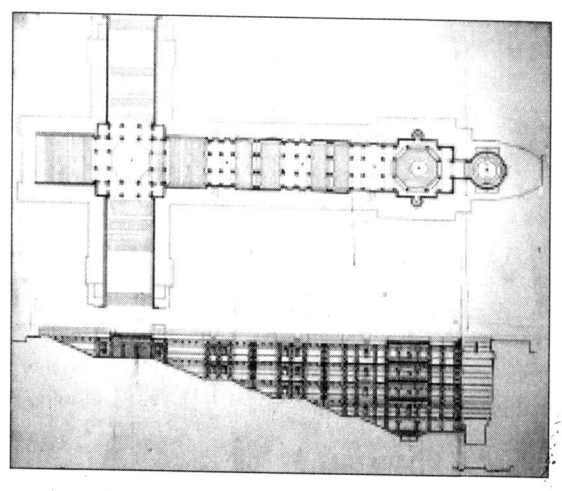

அதலஜ் வாவ் தரைவரைபடமும் குறுக்குவெட்டுத் தோற்றமும்

10

அத்தியாயம்

மாளவ பாணிக் கட்டுமானங்கள்

மாளவா அல்லது மாளவம் (Malwa) இன்றைய மத்தியப் பிரதேசத்திற்கு சற்று மேற்கே அமைந்துள்ளது. மாளவப் பாணிக் கட்டுமானங்கள் என்பது தார் (Dhar) மற்றும் மாண்டு (Mandu) என்ற இரு நகரங்களில் மேற்கொள்ளப்பட்ட கட்டுமானங்களின் வரலாறேயாகும்.

தார் என்பது இந்தியாவின் மத்தியப் பகுதிகளின் தொன்மைக் காலத் தலைநகரமாகும். இடைக் காலத்தின் தொடக்கத்தில் பல நூற்றாண்டுகளாக இந்து அரசவம்சமான பாரமார்களின் (Paramaras) வலிமைமிகு தலைநகரமாக விளங்கிற்று. "உலகமே பாரமார்களுடையது" என்று கூறிடத்தக்க அளவிற்கு பாரமார்கள் வலிமைபடைத்தவர்களாகவும், பரந்த ராஜ்யத்தை ஆண்டவர்களாகவும் திகழ்ந்தனர்.

இலக்கியத்திற்கு பாரமார்கள் பேராதரவு கொடுத்ததாக வரலாற்றுச் சான்றுகள் உள்ளன. ஆனால் கண்புலனுக்கு விருந்தளிக்கும் கலைகளுக்கு ஆதரவேதும் கொடுத்தது போன்று தோன்றவில்லை. ஏனெனில் அவர்கள் ஆட்சிக்கால கட்டுமானமும், அதைச் சார்ந்ததுமான வளர்ச்சியேதும்

மாண்டு நகர் நுழைவாயில்களில் ஒன்று

அவர்களின் ஆட்சிப் பகுதிகளில் நடைபெற்றதாகத் தெரிய வில்லை. இதனால் இயற்கையாகவே பாரமார்களின் ஆட்சிக் காலத்தில் குடிமக்களும் கட்டுமானக் கலையுணர்வு குணாதி சயங்களைப் பெற்றிருக்க வாய்ப்பில்லாமல் போய்விட்டது. அண்டை மாநிலமான குஜராத்தில் இதே சமகாலத்திய குடி மக்களிடம் கட்டுமானக் கலையுணர்வு மிகச் சிறப்பாக இருந்தது என்பதுதான் ஆச்சரியமூட்டும் விஷயமாகும்.

இதனால் பாரமார்களின் ஆட்சியில் சிறந்த கட்டுமானங்கள் மேற்கொள்ளப்படவேயில்லை என்று தள்ளிவிடுவதற்கில்லை. ஏனெனில் தேவைப்படும் எண்ணிக்கையில் இப்பகுதிகளைக் கைப்பற்றிய இஸ்லாமியர்களின் ஆரம்பக் கால கட்டுமானங் களுக்குத் தேவையான பழந்தளவாடப் பொருட்கள் கிடைத்தன. வலிமையாக காலூன்றியபின், இஸ்லாமியக் கட்டுமானங்களை கட்டிடமுனையும் பொழுது கட்டுமானக் கலைஞர்களுக்கு மாளவத்தில் பற்றாக்குறை நிலவியது என்பதுதான் பாரமார்களின் ஆட்சியில் கட்டுமானக் கலையுணர்வு குறைபட்டிருந்தது என்று உரைத்திடக் காரணமாகும். இத்தகு கட்டுமானக் கலைஞர்களின் பற்றாக்குறை இந்தியாவின் வேறெந்தப் பகுதியிலும் காலூன்றிய இஸ்லாமிய ஆட்சியாளர்கள் அனுபவித்திடவில்லை. கட்டு மானக்கலைஞர்களின் பற்றாக்குறையைப் பூர்த்திசெய்திட மாளவத்தில் காலூன்றிய இஸ்லாமிய ஆட்சியாளர்கள் இயற்கையாகவே

அண்டைமாநிலமான குஜராத்தைத் தானே நாடியிருக்க வேண்டும்! ஏனெனில் சமகாலத்தில் கட்டடக் கலைக்குப் பெயர்பெற்றிருந்த குஜராத்தில் கட்டடக்கலைஞர்களுக்கு பஞ்சமேற்பட்டிருக்க வில்லை. ஆனால் இவ்விரு மாநில ஆட்சியாளர்களுக்கிடையே நல்லுணர்வு நிலவிடவில்லை; இப்பூசலுணர்வு, ஒரு நூற்றாண்டுக்குப் பின் குஜராத் அரசு மாளவத்தை வெற்றி கொண்டு தன்னுடைய பகுதியுடன் இணைத்துக் கொண்டதுடன் முடிவுக்கு வந்தது.

எனவே மாளவத்தை ஆட்சிபுரிந்த கூரி (Ghuri) வம்ச இஸ்லாமிய ஆட்சியாளர்கள் கட்டிடக்கலைநுட்ப உயர்ந்தோங்கிய சிந்தனைகளுக்கு தொலைதூரத்திலிருந்த டில்லி மாநகரையே நாடவேண்டியிருந்தது; இஸ்லாமியச் சிந்தனைக் கட்டுமானங் களுக்கு ஊற்றுக் கண்ணாக விளங்கிய டில்லியை நாடியது மிகப் பொருத்தமானதாகவே ஆயிற்று; ஏனெனில் போதுமான கட்டுமானக் கலைஞர்கள் கிடைத்ததுடன், மாளவப் பாணி யென்ற பிரத்யேக பாணி மலர்ந்திடவும் அடிகோலிற்று. மாளவம் டில்லியை கட்டிடக்கலை நுட்பக் கலைஞர்களுக்காக டில்லியை நாடிய நல்வேளையில், டில்லியில் துக்ளக் ஆட்சியாளர்களின் கரமும் வலுவிலக்கத் தொடங்கியகாலமாகும்; எனவே டில்லியில் கட்டுமான வாய்ப்பில்லாததால் கட்டுமானக்கலை ஞர்கள் மானசீகமாக புதிய அதிகாரமையமாக உதயமெடுத்துள்ள தார் நகருக்கு இடம்பெயர்ந்திருக்க வேண்டும்; இதனை எடுத்துரைக்கும் சாட்சிகளாக மாளவத்தின் இருநகரங்களான தார் நகரிலும் மாண்டு நகரிலும் மேற்கொள்ளப்பட்ட கட்டுமான நினைவுச் சின்னங்களே சாட்சிகளாகும். எவ்வாறெனில், இந்நினைவுச் சின்னங்களில் துக்ளக் கட்டுமானக்கூறுகள் காணப் படுகின்றன. சரிவான சுவர்கள், கூர்முனையுடன் முடிவுறும் அழகு வளைவுகள், அழகு வளைவு, அதனைத்தாங்குவதுபோல் தோற்றம்தரும் லிண்டல் குறுக்குச் சட்டம், இதன் இணைப்புச் சேர்க்கைகள் (arch-linked -bracket combination) போன்ற துக்ளக் பாணிக் கட்டடக் கூறுகளைக் கொண்டுள்ளது; கவிழ்க்கப்பட்ட படகு போன்ற குவிமாட அமைப்பு மற்றும் பிரமிட் அமைப் புடைய விதான அமைப்பு போன்ற லோதிபாணிக் கூறுகளையும் கொண்டுள்ளது; இதுபோன்ற டில்லியில் பின்பற்றப்பட்ட பல்வேறுகட்டுமான வழக்கங்களையும், அழகுபடுத்தும் கருத்துக் களையும் மாள்வப் பாணிக் கட்டுமானங்களில் காண்கிறோம்.

மாளவத்தில் கட்டுமானங்களை மேற்கொள்வதற்காக டெல்லியிலிருந்து அழைத்துவரப்பட்டக் கட்டுமானக் கலைஞர்கள் துக்ளக், மற்றும் லோதி பாணிக் கூறுகளை மட்டுமே மாளவக் கட்டுமானங்களில் புகுத்திடவில்லை. 'மாளவ பாணி' எனக் குறிப்பிட்டுச் சொல்லிடத்தக்கவாறு கட்டுமான நுட்பங்களிலும், அழகுபடுத்தும் நுணுக்கங்களிலும் தங்களது மூளையில், கற்பனையில் உதித்த சொந்த கருத்துருக்களுக்கும் செயல் வடிவம் கொடுத்தனர் என்பது மிகவும் குறிப்பிடத் தக்கதாகும். இக்கட்டடக் கலைஞர்கள் அறிமுகப்படுத்திய புதினங்களில் மிக முக்கியமானது இந்திய பாரம்பரிய கட்டுமான முறையான 'தூண்களும், உத்திரமும்' (Pillar-and-beam) முறையையும், பொருத்தமான முறையில் பயன்படுத்திக் கொண்டதேயாகும். கோயில் பழந்தளவாடப் பொருட்களைக் கொண்டு இவ்விரு தொழில்நுட்ப முறைகளையும் பயன்படுத்தி மசூதிகளை எழுப்பியதில் மாளவக் கலைஞர்கள் இதேபோன்ற பிற பாணி இஸ்லாமியக் கட்டுமானக் கலைஞர்களை விஞ்சி நிற்கின்றனர் என்றால் மிகையில்லை. அந்த அளவிற்கு இவ்விரு மாறுபட்ட தொழில்நுட்பங்களைப் பொருத்தமாக, கலைத்துவமாக கையாண்டுள்ளனர். மாளவபாணிக் கட்டுமானங்களை அணுகு வதற்கு அமைக்கபட்டது நெடிய, அழகிய மாடிப் படிக்கட்டுகள் போன்ற அமைப்பாகும். மாளவக் கட்டுமானங்கள் அனைத்தும் மிக உயர்ந்த அடித்தளத்தின் மேல் அமைக்கப்பட்டதனால், இவற்றை அணுகுவதற்கு இப்படிக்கட்டு அமைப்பு அத்தியாவ சியமாயிற்று. மிகச் சரியான விகிதாச்சாரத்தில், வெகுநேர்த்தியான

மாண்டு ஜாமி மசூதியின் பெண்களுக்கான பகுதி

வேலைப்பாடுகளுடன் அமைந்துள்ளன இப்படிக்கட்டுக் கட்டு மானங்கள். கட்டுமானத்தை அணுகுவதற்கான படிகட்டும், கட்டுமானமும் பொருத்தமாக ஒருங்கிணைந்து, ஒட்டு மொத்தமாக ஒரு கண்ணியத் தோற்றத்தினை கட்டுமானத்திற்கு அளிக்கின்றன.

தார் நகரிலும், மாண்டு நகரிலும் காணப்படும் மாளவக் கட்டுமானங்கள் மேலேகுறிப்பிட்ட தொழில்நுட்பக் கூறுகளால் மட்டும் மனதை வசியப்படுத்திட இயலாது; மாறாக அழகு படுத்தும் கூறுகளையும் சிறப்பாகக் கொண்டிருப்பதால்தான் நிறைவுடையதாய் உள்ளது. அழகுபடுத்தும் கூறுகளில் மிக முக்கிய இடத்தைப் பிடிக்கும் 'வர்ணம்' ஒரு முக்கியக் கூறாகப் பயன்படுத்தப்பட்டுள்ள முறை மாளவப்பாணியில் அலாதியானது. தட்பவெப்ப நிலை காரணமாகவும், பிற காரணங்களாலும் இன்றைக்கு வேண்டுமானால் இம்மாளவக் கட்டுமானங்களில் மேற்கொள்ளப்பட்ட பொருத்தமான பல வர்ண அழகுக் கூறுகள் மங்கிப்போயிருந்திருக்கலாம்; அல்லது முற்றிலும் அழிந்து பட்டுப் போயிருக்கலாம். ஆனால் எஞ்சியிருப்பவைகளே, எந்த அளவிற்கு வர்ணமூட்டும் அழகுக்கூறுகள் சிறப்பாகக் கையாளப் பட்டுள்ளன என்பதை எடுத்துரைக்க போதுமானவைகளா யுள்ளன. அவை மாளவக்கலைஞர்கள் வர்ணமேற்றும் உணர்வினைப் பெற்றவர்களாய்த் திகழ்ந்ததை எடுத்துரைப்பவைகளாய் உள்ளன.

வண்ணமேற்றுதலில் இரு வகை முறைகளை மாளவக் கலைஞர்கள் கையாண்டுள் ளனர். பல்வேறு நிறமுடைய வர்ணக்கற்களையும் சலவைக் கல்லினையும் பயன்படுத்தி யிருப்பது ஒருமுறை; வண்ண மேற்றப்பட்டஓடுகளைப்பயன் படுத்தியது மற்றோர் முறை யாகும். இக்கட்டுமானங் களை எழுப்பிட பயன்படுத்தப் பட்ட முக்கிய மூலப்பொருள் அழகியசெந்நிற மணற்கற் களேயாகும். இம்மணற்கற் கள் பிஜாவர் (Bijawar) என்ற

மாண்டு மாலிக் முகிஸ் மசூதி வளாக நுழைவாயில்

அருகிலேயே இருக்கும் ஊரின் மலைகளிலிருந்து வெட்டியெடுக்க பட்டவைகளாகும். இம்மணற்கற்களோடு, இப்பிரதேசத்தைச் சுற்றிலும் உள்ள இடங்கள் விதவிதமான சலவைக்கற்களுக்கும், வெவ்வேறு வர்ணங்களிலும், அமைப்பிலும் அமைந்த கற்களுக்கும் (semiprecious stones) பெயர் போனவைகளாகும். மாளவக் கலைஞர்கள், இச்செழிப்பை, முழுமையாகப் பயன்படுத்திக் கொண்டனர். கறுப்பு, மஞ்சள், சாம்பல் வண்ண சலவைக் கற்களை கட்டுமான வெளிப்புறச் சுவர்பரப்பில் பதித்து அழகூட்டினர்; கட்டுமானங்களின் உட்புற அழகுப் படுத்தலுக்கு மாணிக்கம், இரத்தினம் (semi-precious stones like jasper, agate, cornelian) போன்றவைகளுடன், சலவைக் கற்களையும் பொருத்தமாக இணைத்துப் பயன்படுத்திக் கொண்டனர்.

ஆனால் 'பளிச்' என எடுத்துரைக்கும் வர்ணந்தீட்டுதல் விளைவிற்கு அவர்கள் பயன்படுத்திய பளபளப்பேற்றும் முறைதான் போற்றிடத்தக்கதாகும். விளிம்பு வேலைப்பாடு களுக்கும், சட்டப்பலகை வேலைப்பாடுகளுக்கும் (Border and Panels) வர்ணமேற்றப்பட்ட ஓடுகளைப் பயன்படுத்தியிருக்கும் கவித்துவமான முறை அவர்களது வர்ண உணர்வினை திறம்பட வெளிக்கொணர்கின்றன. அடர்நீலம், அடர்மஞ்சள் வண்ணங்கள் இவ்வேலைப்பாடுகளில், பொருத்தமாக ஒன்றியியைந்து போகு மாறு பயன்படுத்தியுள்ளனர். இதிலிருந்து, பதினைந்தாம் நூற்றாண்டுகளில் எல்லாம் பளபளப்பேற்றப்பட்ட மட்பாண்டக் கலைநுட்பம் மாண்டு நகரில் செழித்தோங்கியிருந்தது என்பதையும், இம்மட்பாண்டக் கலைஞர்கள் பல அழகிய வர்ணங்களில் மட்பாண்டங்களை செய்வதில் விற்பன்னர்களாயிருந்தனர் என்பதும் வெளிப்படுகின்றது. இன்றைக்கு பளபளக்கும் வர்ணக் கலவை தொழில்நுட்ப இரகசியம் அழிந்து போயிருக்கலாம். நீலப்பச்சை வர்ணப் பளபளப்பினை விஞ்சிடும் வர்ணம் ஏதுமில்லை. இந்த நீலப்பச்சை (Turquoise Blue) வர்ணத்தைத் தயாரிக்கும் முறையை இக்கலைஞர்கள் மூல்தான் (Multan) நகரிலிருந்துதான் கொணர்ந்திருக்கவேண்டும். ஆனால் இந்நுட்பம் மூல்தான் நகருக்கு வந்து சேர்ந்தது எப்படி என ஆய்வு செய்யத் தொடங்கினால் 'பாரசீகம்' தான் தொடக்கம் என்பதை அறிய வருவோம்.

தார் லாட்கி மசூதியின் நுழைவாயில் மண்டபப் பகுதி

தார் நகரக் கட்டுமானங்களும் மாண்டுநகரின் ஆரம்பக்காலக் கட்டுமானங்களும் தொடக்கநிலைக் கட்டுமானங்களாகும். மசூதிகளான இக்கட்டுமானங்கள் இங்கிருந்த கோயில்களை மாற்றியமைத்தே எழுப்பப்பட்டன. இவை வரலாற்றில் வெற்றியாளர்களின் இயல்பான போக்காகும். வழக்கத்திலிருந்த பழைய பாரம்பரிய வாழ்வு முறை மறைந்து அதன் மீது புதுவாழ்வு முறை மலர்வதும் வரலாற்று மற்றும் வாழ்வியல் நியதிகள் என இம்மசூதிக் கட்டுமானங்களைக் கொள்ளலாம்; காலங்கள் செல்கின்றன; இஸ்லாமிய ஆட்சி நிலைபெற்றுவிட்டது; இதை மாற்றுவதற்கும் வழியில்லை என்ற எண்ணவோட்டம் மக்களிடையே நிலைகொண்டாயிற்று. இச்சூழலில் எழுப்பப் பட்டக் கட்டுமானங்கள் பிரம்மாண்டமும், நளினமும், கண்ணியமும் ஒருங்கே வெளிப்படுத்தும் குணாதிசயங்களைக் கொண்டவை களாகும். இக்கட்டுமானங்கள் இரண்டாம் நிலைக் கட்டுமானங்கள் அல்லது மேம்பட்ட கட்டுமான நிலை (Classical Phase) என்றழைக் கலாம்.

உல்லாசத் தடாக அமைப்பு- மாண்டு

இதையடுத்த கட்டுமான நிலையை மூன்றாம் நிலைக் கட்டுமானங்கள் என்கிறோம்; புனிதத்துவம் குறைந்த உல்லாச உணர்வினையும், ஆடம்பர வாழ்வினையும் இக்கட்டுமானங்களில் இடம்பெறும் காட்சி மாடங்களும், கோபுரங்களும், தூண்களால் அமைந்த அவைகளும், பால்கனியுடன் கூடிய கோபுர அமைப்புகளும், தூண்களாலான திறந்த நிலை மாடி அமைப்புகளும் வெளிப்படுத்துகின்றன. இவை உணர்வுபூர்வ உல்லாசவாழ்க்கைக்குப்பொருத்தமான கட்டுமானங்களாகவே கட்டப்பட்டன.

இவ்வுணர்வின் விளைவாக மாளவத்தில் கில்ஜி வம்சத்தின் ஆட்சிக்கு முற்றுப்புள்ளியும் வைக்கப்பட்டது. எனவே இம் மூன்று நிலைக் கட்டுமானங்களும் இவற்றை எழுப்பக் காரணமாயிருந்த ஆட்சியாளர்களையும், ஆட்சிமுறைகளையும், அவர்களின் எழுச்சியையும், வீழ்ச்சியையும், அவர்களின் வாழ்வுமுறையையும், மனவோட்டத்தினையும் தெளிவாக எடுத்துரைக்கும் வரலாற்றுச் சான்றுகளாகவும் உள்ளன.

தொடக்கநிலை மசூதிக் கட்டுமானங்கள்

தார் நகரைத் தலைநகராகக் கொண்ட பாரமார்களின் மாளவப் பகுதிகளை கி.பி. 1305-ஆம் ஆண்டில் அல்லாவுதீன் கில்ஜி கைப்பற்றி டெல்லி சுல்தானியத்துடன் இணைத்தார். அதிலிருந்து, ஜான்பூரைப் போன்றே தார் நகரப்பகுதிகளும் டெல்லி சுல்தானியத்தின் புறக் காவல் பகுதிகளில் ஒன்றாயிற்று. கி.பி 1390-ஆம் ஆண்டுகளில் மாளவப் பகுதிகளின் டெல்லி சுல்தானிய கவர்னராயிருந்தவர் திலாவர் கான் (Dilavar Khan) ஆவார்.

டெல்லியை தைமூர் சூறையாடியபோது, டில்லி சுல்தான் மெஹ்மூது துக்ளக் (Mahmad Tughluq)முதலில் குஜராத்தில்

சுல்தானிய கவர்னராயிருந்த முஸாபர்கான் (Muzaffar Khan) வசம் தஞ்சம் புகுந்தார். ஆனால் 'டில்லி சுல்தானுக்குரிய மரியாதையும் விருந்தோம்பலும் தனக்கு அளிக்கப்படவில்லை' என்ற எண்ணத்தின் காரணமாய் மெஹ்மூத் துக்ளக் மாளவத்தில் தஞ்சம் புகுந்தார்; குஜராத்தில் கிடைக்காத மரியாதையும், விருந்தோம்பலும் மாளவத்தில் கவர்னர் திலாவர்கானால் அளிக்கப்பட்டது. டெல்லியைவிட்டு தைமூர் அகன்றபிறகே 1401-இல் மெஹ்மூது துக்ளக் டெல்லி திரும்பினார். இக்காலக்கட்டத்தில் ஹோசாங்ஷா என பின்னாளில் அழைக்கப்பட்ட தனது மகன் ஆல்ப்கான் ஆலோசனையின்படி திலாவர்கான் மாளவப் பகுதிகளின் சுல்தானாக தன்னை சுதந்திரப்பிரகடனம் செய்துகொண்டார்.

கமல் மௌலா மசூதி- தார்

தொடக்க நிலைக் கட்டுமானங்களில் உள்ளடங்கியிருப்பதாக 4 மசூதிகளைக் கூறலாம். அவை, கமல் மௌலா மசூதி (Kamal Maula Masjid, 1400) லாட்கி மசூதி (LAt Masjid, 1405) தில்வார் கான் மசூதி (Dilwar Khan's Masjid, 1405) மாலிக் முகிஸ் மசூதி (Malik Mughid Mosque, 1452) ஆகும். இதில் கமல் மௌலா மசூதியும், லாட்கி மசூதியும் பழைய தலைநகரான தார் நகரிலும், தில்வார் கான் மசூதியும், மாலிக் முகிஸ் மசூதியும் புதிய தலைநகரான மாண்டு நகரிலும் கட்டப்பட்டுள்ளன. "இக்கட்டுமானங்களின் சில பகுதிகளில் 'எங்கிருந்து எடுக்கப் பட்டவை இக்கட்டுமானப் பொருட்கள்' என்பதை மறைக்கும் முயற்சிகள் மேற்கொள்ளப் பட்டன. இதன் ஒரு பகுதியாய் பழந்தளவாடப் பொருட்கள் செதுக்குதல் பணிகள் மூலம் மசூதிக்கட்டுமானத்திற் கேற்றாற் போல் திருத்தியமைக்கப்பட்டன. மற்றோர் முயற்சியாக கட்டு மானப்புதினங்கள்சில புகுத்தப்பட்டன. பழந்தளவாடப்பொருட்களை

செதுக்கித்திருத்துவது டெல்லிக் கட்டுமானக் கலைஞர்களின் கலையுணர்வை காயப்படுத்தி யிருக்கவேண்டும், இதனை ஆற்றும் முயற்சியாகவே கட்டுமானப் புதினங்கள் அறிமுகப் படுத்துவதில் முனைந்திருக்க வேண்டும்", என பெர்ஸி பிரௌன் கருது கின்றார்.

இக்கட்டுமானப் புதினங்களில் தலையாய தெனதூண்களை இணைப்பது போல அறிமுகப்படுத்தப்பட்ட கூர்முனையுடன் முடிவுறும் அழகு வளைவுகளைக் கூறலாம் (Pointed arches).

இரு தூண்களுக்கிடையேயான
விண்வெளிப்பொலிவு
லாட்கி மசூதி- தார்

இதன் மூலம் தூண்களால மைந்த மசூதியின் தொழுகை மண்டபப் பகுதிகள் சற்றே முழுமையுற்றார் போன்ற தோற்றம் பெற ஏதுவாயிற்று. இந்த அழகு வளைவுகள் அழகூட்டு பவைகளே தவிர கட்டுமான உறுதிப்பாட்டிற்குப் பங்களிப்பவைகளல்ல. இதற்கு சான்றுரைப்பது போலுள்ளன, இவ்வளைவுகளில் (spandrels) நரம்பு நுனியினைப் போன்ற வழக்கமான வேலைப் பாடுகளுக்குப் பதிலாக துளைகளாலான செதுக்கல் வேலைப் பாடுகள். இப்புதின கட்டுமான அறிமுகங்களை, தார்நகரின் லாட் மசூதி, மாண்டு நகரின் மாலிக் முகிஸ் மசூதி ஆகியவற்றின் வெளிப்புறத்தில் அமைந்துள்ள தாழ்வாரப் பகுதிகளில் (outer portico) காண முடியும். இக்கூர்முனை அழகுவளைவுகளின் தொடக்க முனைகள் தூண்களின் தண்டுகளுடன் இணைக்கப் பட்டிருக்கும் நேர்த்தியின் காரணமாக "இக்கூர்முனை வளைவுகள், இருதூண்களுக்கிடையான விண்வெளிப் பொலிவு (aerial grace)" என பெர்ஸி பிரௌன் வியந்துரைக்கின்றார்.

வடிவமைப்பில் ஒன்று போன்றேயிருக்கும் இம்மசூதிக் கட்டுமானங்களில் இறுதியாகக் கட்டப்பட்டதும், எழிலார்ந்தது மான மாலிக் முகிஸ் மசூதிக் கட்டுமானத்தை சற்று உற்றுநோக்கு வோம். பழந்தளவாடப் பொருட்கள் கிடைப்பது அரிதாகிவிட்டது, நெடுந்தொலைவிலிருந்து இழுத்துவர வேண்டியுள்ளது என்பதை எடுத்துரைப்பதுபோல் இம்மசூதியின் தூண்களில் இவற்றின் பழஞ்செதுக்கல் வேலைப்பாடுகள் தேய்வுற்றுக் காணப்படுகின்றன.

இம்மசூதி *150* அடி X *132* அடி அளவுள்ள, உயரங்கூட்டப் பட்ட அடித்தளத்தின் மேல் அமைந்துள்ளது. இம்மசூதியின் கிழக்கு நுழைவுவாயில் முகப்பினை அடைந்திட நேர்த்தியாகக் கட்டப் பட்டுள்ள படிகளின்மூலம் ஏறிச் செல்ல வேண்டியுள்ளது. இக்கிழக்கு வெளிப்புற முகப்பு அடித்தளத்தில், அழகு வளைவு நுழைவாயில்களுடன் கூடிய அறைகள் அமைந்துள்ளன. இக்கிழக்கு முகப்புத் தாழ்வார மண்டபமானது (Portico) தூண்களையும், இத்தூண்களை இணைப்பதுபோன்ற கூர்முனை அழகுவளைவுகளையும், அவற்றின் மேற்பகுதி வேலைப்பாடு களில் 'துளையிடப்படும் நுட்பத்தினால்' அமைந்த அழகு வேலைப்பாடு வடிவமைப்புகளையும் கொண்டதாயுள்ளது. கிழக்கு முகப்புச் சுவரின் இரு இறுதிமுனைப் பகுதிகளிலும் அமைந்துள்ள அழகு குவிமாட விதானமுடைய கோபுரங்கள் 75 ஆண்டுகளுக்கு முன் டெல்லியில் எழுப்பப்பட்ட பிரோஷா பாணி சிறு கோபுர அமைப்பை நினைவுறுத்துகின்றது.

கிழக்கு முகப்பில் இடம்பெறும் பொறிப்புகள் மாலிக் முகிஸ் மசூதி

மையத்திலுள்ள திறந்த வெளியானது 100 அடி பக்க அளவுள்ள சதுர அமைப்பாய் உள்ளது. இத்திறந்த வெளியின் மேற்குப் பகுதி விளிம்பில் தொழுகை மண்டபம் அமைந்துள்ளது. இத்தொழுகை மண்டபத்தின் முகப்பு, இப்பாணியிலமைந்த மற்ற மசூதிகளைப் போன்றே அழகு கூர்முனை வளைவுகளைப் பெற்றிராத திறந்த நிலைத் தூண்களால் ஆன மண்டபங்களாகும். தூண்களாலான இம்மண்டபத்தின் விதானமானது கவிழ்க்கப் பட்ட படகு அமைப்புள்ள (boat keel) அரைக்கோள குவிமாடங்கள் மூன்றினைக் கொண்டுள்ளது. இக்குவிமாடங்களைத் தாங்குவது எண்கோண வடிவமைப்புடைய உருளையாகும். இக்குவிமாட அமைப்பின் அடிப்பகுதி கண்ணிற்குப் புலப்படாதவாறு, குவிமாட அமைப்பினைச் சுற்றி 'மெர்லான்' அழகுவேலைப் பாடுகளால் ஆன கைப்பிடிச்சுவரமைப்பு வட்டவடிவமைப்பு டையதாய் உள்ளது. ஒவ்வொரு குவிமாடத்தின் கீழும் ஒரு பகுதி என, ஒரு மையப்பகுதி, இரு பக்கப் பகுதிகள் என கிழக்கு மேற்காக மூன்று பகுதிகளுடையதாய் மண்டபத்தைப் பிரித்துள்ளனர். அதேபோல் வடக்கு தெற்காக நான்கு நடை பாதைப் பகுதிகள் உள்ளது போல் மண்டபம் பிரிக்கப்பட்டுள்ளது. இத்தகு அமைப்புகளெல்லாம் தூண்களின் வரிசை அமைக்கப்பட்டுள்ள விதத்தால் ஏற்படுத்தப்பட்டுள்ளது. பிற பாணி மசூதித் தொழுகை மண்டபங்களைப் போன்றதேதான் இத்தூண்கள் வரிசை என்றாலும், அரைக்கோள குவிமாடத்தின் கீழே உள்ள மண்டபப் பகுதி மட்டும் எண்கோண அமைப்பினை ஏற்படுத்துமாறு எட்டு தூண்கள் நிறுத்தப்பட்டுள்ளன. இத்தூண்களுக்கிடையேயான இடைவெளியினைத்தான், வெறுமனே விட்டிடாமல், கூர்முனை அழகு வளைவு அமைப்பின் மூலம் கவர்ச்சிகரமாக நிரப்பி யுள்ளனர். இந்த எண்கோண அமைப்பேற்படுத்தி அழகுபடுத்தி யுள்ளதையே இம்மசூதியின் தனித்துவமான சிறப்பு எனப் போற்றுகின்றார் பெர்ஸி பிரௌன்.

மேம்பட்ட கட்டுமான நிலை (classical Phase)

இந்த இரண்டாம்கட்ட உயர்தரகட்டுமானங்களின் தொடக்கமும், மாளவத்தின் தலைநகராக மாண்டு நகர் நிறுவப்படுவதும் ஒரேகாலக் கட்டத்தில்தான் நிறைவேறியது. மாளவத்தின் கூரி வம்சத்தினர் தார்நகரிலிருந்து 22 மைல்கள் தள்ளியுள்ள மாண்டு நகருக்கு தலைநகரை மாற்றிட முனைந்ததற்குக் காரணம்

தற்காப்பு உணர்வுதான். அதிகப் பிரயாசைப்படாமல் தற்காத்துக் கொள்ளத்தக்க கோட்டையொன்றைக் கட்ட ஏதுவான இடத்தினைத் தேர்ந்தெடுத்திட முனைந்திட்டபோது மாண்டுவை விட பொருத்த மான இடம் வேறொன்றிருக்க வாய்ப்பில்லை. ஏனெனில் இயற்கை யான பாதுகாப்பு அரண் அமைப்புடையது மாண்டு நகரமாகும்; விந்திய மலைத்தொடரின் ஒரு கூர்முனைப் பிதுக்கமே மாண்டு நகரமாகும். மாண்டு நகர் கடல்மட்டத்திலிருந்து 2000 அடி உயரத்தில் உள்ளது.

இந்த கூர்முனைப் பிதுக்கத்திற்குக் கீழ், விந்திய மலை செங்குத்தாகக் கீழே இறங்கியது. எவ்வளவு ஆழம் உள்ளது என்றே அறியமுடியாத, மரங்கள் அடர்ந்த காடுகள் நிறைந்த பள்ளத்தாக்கில் அந்த மலைச்சரிவு இறங்கியது. மாண்டு நகரின் வடக்குப் பகுதியை மட்டுமே அணுகிடுவதற்கான குறுகலான, செங்குத்தான மலைப்பாதை இருந்தது. குதிரைகளுக்கும், ஒட்டகங்களுக்கும் அந்தப் பாதையின் ஏற்றம் மிகக் கடுமை யானதாக இருந்தது; நடந்து செல்பவர்கள் ஆங்காங்கே கைகளால் பற்றிக்கொண்டு, அரை மைல் தூரத்திற்கு ஒருமுறை நின்று நன்கு மூச்சிழுத்துக் கொண்டுதான் செல்ல வேண்டி இருந்தது. யானைகள், அவற்றின் உடல் கனத்தினாலும், அவை சுமந்து செல்லும் பொருட்களின் கனத்தினாலும், ஒவ்வொரு அடி முன்னே வைக்கையிலும் பின்னே இழுக்கப்பட்டபடி வெகு சிரமத்துடன் மேலே ஏறும். அத்தியாவசியமான பொருட்களை செல்லவிடாமல் தடுத்து, உணவில்லாமல் இருக்கச் செய்வது தான் மாண்டு நகரைக் கைப்பற்றுவதற்கான ஒரே வழியாகும். வேறு எந்த வகையிலும், சுற்றி வளைத்துக் கைப்பற்ற முயல்வது மரணத்திற்கு அழைப்பு விடுவது போல்தான். சிரமத்துடன் மேலே ஏறிவரும் படைகளை ஒவ்வொருவராகக் குறிவைத்து, வெகு சுலபமாக, அவர்கள் உடல்களை அந்த ஆழமான பள்ளத்தாக்கில் தள்ளிவிட முடியும்.

மாண்டு நகரின் இயற்கையெழில் வர்ணனைக்கு அப்பாற் பட்டது. மரங்களின் நிழல்விழும் பகுதிகள் காற்றசைவால் மாறிக்கொண்டேயிருக்கும். இவ்வெழிலுக்கு முரண்படுவது போல் சிறிய குளங்களும், மிகப்பெரிய ஏரிகளும் சூரியவொளி பிரதிபலிப்பில் மின்னிடும். எனவே, நிழல்விழும் பகுதிகளும், வெளிச்சம் விழும் பகுதிகளும் என செயற்கையாகக் கட்டுமானங்

களில் வடிவமைப்பதை இயற்கையாகவே கொண்டுள்ளது மாண்டுநகர். வெள்ளவோட்டத்தில ஏற்பட்ட பாறை இடுக்குகளும், பசுமையான புல்வெளிச் சரிவுகளும் அடுத்தடுத்து அமைந்துள்ளன. ஒட்டுமொத்தமாக இப்பேரெழில் நகரம் இறைவனால் போடப்பட்ட மிகப்பெரிய நாடகமேடை என்றே கூறிடலாம். இம்மாயாஜாலத்தை மேம்படுத்துவது போல் ஆயிரம் அடிகளுக்குக் கீழே நர்மதை நதியின் சமவெளிப்பகுதிப் பயிர்களின் பசுமையும், வளைந்து வளைந்து ஓடிடும் நர்மதை நதியோட்டமும் வளம் சேர்க்கின்றன.

எனவே இத்தகையதொரு நகரைத் தலைநகராக்கிய மாளவ சுல்தான்கள், இயற்கை எழிலுக்கு வளம் சேர்ப்பதுபோல் பொருத்தமானக் கட்டுமானங்களை எழுப்பினர். மேலும் பதினாறாம் நூற்றாண்டின் முதல் பாதியில் மாபெரும் காதல் காவியம் அரங்கேறிய நகராக மாண்டு விளங்கியதில் வியப்பில்லை. இந்திய நாட்டின் காதல் சரித்திரங்களிலும், கவிதைகளிலும் நீங்கா இடம்பெற்ற பேஜ்பஹதூர், ரூப்மதியின் காதல் அரங்கேற்ற மேடை இம்மாண்டு நகர்தான். தாமரைத் தாரகை (Lady of the Lotus) என்று போற்றப்பட்ட ரூப்மதியும், மகிழ்நகரம் அல்லது கேளிக்கை மாநகரான (City of Joy) மாண்டு நகரையும் கடந்த கால வரலாற்றுச்சுவடுகள் வர்ணிக்கின்றன; இன்றைக்கு எஞ்சியிருக்கும் கட்டுமானங்கள், கனவாகிப்போன கட்டுமான பொற்காலத்தை கோடுபோட்டுக் காட்டுவதுபோல் உள்ளன.

15-ஆம் நூற்றாண்டின் தொடக்கத்திலேயே பாதுகாப்பு அரண் வேலைகள் புதிய தலைநகரான மாண்டு நகரில் தொடங்கப்பட்டு விட்டன. பாதுகாப்பு அரண் சுவர்களோடு முதன்முதலாகக் கட்டப்பட்டவை நகருக்குள் நுழைவதற்கான வலுவூட்டப்பட்ட கோட்டை நுழைவாயில்களாகும். பாதுகாப்பு அரண் சுவர்களின் நீளம் 25 மைல்களுக்கும் அதிகமானதேயாகும். சாம்பல் வண்ண பசால்ட் கற்களைக் கொண்டு கட்டப்பட்ட அரண்சுவர்கள் 10 நுழைவாயில்களைப் பெற்றுள்ளன. அரைஉருளை விதான (Vaulted) அமைப்புடன் கூடிய அழகு வளைவு நுழைவாயில்களில் ஏற்படுத்தப்பட்ட பலமான காவலின் மூலம் மாண்டுநகர் அடைவதற்கான குறுகலான, அதேசமயம், செங்குத்தான வழிகள் கண்காணிக்கப்பட்டன.

இக்கண்காணிப்பு நுழைவாயில்களில் குறிப்பிட்டுச் சொல்லிட வேண்டியவை வடக்குப்புறமுள்ள டெல்லி நுழைவாயிலும் தென் மேற்குப் புறமுள்ள தாராபூர் (Tarapur) நுழைவாயிலும் ஆகும். டெல்லி தார்வாஸா இன்று சற்றே சிதலமடைந்து உள்ளது. இருப்பினும் கோட்டை நுழைவாயில்களின் கட்டமைப்பு எப்படி யென்பதை எடுத்துரைக்கும் சான்றாகத் திகழ்கின்றது. நீளமும், அகலமும் உடையதாய் நுழைவாயில் பாதை அமைந்துள்ளது. இந்நுழைவாயில் பாதையின் விதானம், பாதைக்கு இணையான அரை உருளை அமைப்புடையதாகும். இதனைத் தாங்கும் கட்டமைப்பாக தொடர்ச்சியாக அமைந்த சிறிய அழகு வளைவுகளும் செயல்படுகின்றன. இத்தகு வேலைப்பாடுகள், நுழைவாயில் நடைபாதைக்கு அழகு சேர்க்கின்றன என்றால் மிகையில்லை.

நுழைவாயில் முகப்புச் சுவரில் இடம்பெறும் முக்கிய அழகு வளைவமைப்பும் இதன் உட்புற விளிம்புகளில் இடம்பெறும் கூர்முனை ஈட்டிபோன்ற வடிவமைப்புகளும் துக்ளகாபாத்தில் உள்ள கியாஸீதின் துக்ளக் கல்லறையை நினைவுபடுத்துகின்றன. இருப்பினும் பாதுகாப்புச் சுவர் நுழைவாயிலுக்குரிய பணிக் கேற்றாற் போல் வடிவமைக்கப்பட்டுள்ளதால், பிரம்மாண்டமும், வீறார்ந்த உணர்வும் ஒருங்கே கலந்த தோற்றத்தை அளிக்கின்றன. தாராப்பூர் நுழைவாயிலில் பிற்சேர்க்கை வேலைகளும், புனருத்தாரண வேலைகளும் பலமுறை மேற்கொள்ளப் பட்டுள்ளதால் அதன் கட்டுமான கால வடிவமைப்பே கிட்டத் தட்ட அழிக்கப்பட்டுவிட்டது.

இப்பாதுகாப்பு அரண்களுக்குள் திட்டமிடப்பட்ட நகரமைப்பிற்கு வாய்பில்லை. ஏனெனில் நிலஅமைப்பு மேடு பள்ளங்களும், குளம், ஏரிகளும் உடையதாய் இருப்பதுடன், சீரான பரப்புடையதாயும் இல்லை; சில இடங்களில் குறுகிய பரப்புடனும், சில இடங்களில் மிக விரிந்தும் உள்ளன. எனவே விஜயநகரத்தைப் போன்றே இங்கும் கட்டுமானங்கள் ஆங்காங்கே சிதறிக் கிடக்கின்றன. இவைகளும் வெவ்வேறு நிலைகளில் சிதிலமடைந்துள்ளவைகளாய் உள்ளன. எண்ணத் தொடங்கினால் இக்கட்டுமானங்கள் குறைந்தது நாற்பதாவது தேறும். இவைகளில் கட்டாயம் அறிந்திட வேண்டியவை என கருதும் சில கட்டுமானங் களைப் பற்றி ஒன்றன்பின் ஒன்றாகக் காண்போம்.

மாண்டு நகரின் மத்திய பகுதியில் பிரம்மாண்டமான கட்டுமானங்களுக்கேற்றதாய் நில அமைப்பு உள்ளது. இப்பகுதியில் மிகப்பெரிய நினைவுச்சின்னங்கள் எழுப்பப்பட்டுள்ளன. முக்கிய ராஜபாட்டையானது கிட்டதட்ட 30 அடிகளுக்கும் மேல் அகலமுடையதாய் வடக்குதெற்காகச் செல்கின்றது. மாண்டுவின் மத்தியப்பகுதியில் கிழக்குமேற்காய் அமைந்த மற்றோர் பாதை, ராஜபாட்டையை மத்தியபகுதியில் செங்குத்தாய் சந்திக்கின்றது. ஜாமி மசூதியும், அஷ்ராப் மஹாலும் ஹோசாங்ஷா கல்லறையும் இச்சாலைகளின் சந்திப்புப் பகுதியில் அடுத்தடுத்து அமைந்துள்ளன.

ஜாமி மசூதி- அஷ்ரஃப் மஹால் முகப்பு மண்டபம்
இடையே ராஜபாட்டை

ஜாமி மசூதி

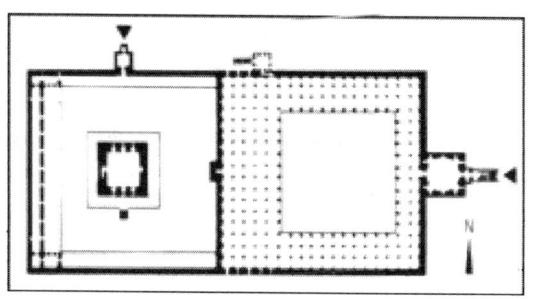

ஜாமி மசூதியும் ஹோஷாங் ஷா கல்லறை மாடமும்- தரைவரைபடம்

மாண்டு நகரின் மத்தியப் பகுதிக் குழுமக் கட்டுமானங்களில் மிகப் பெரியதும், பெரிதும் மனதைக் கொள்ளை கொள்வதுமான கூட்டுத் தொழுகை மசூதி ஜாமி மசூதியேயாகும். சுல்தான்

ஹோசாங்ஷா அவர்களால் தொடங்கப்பட்டு அவருக்குப்பின் அரசுக்கட்டிலேரிய சுல்தான் மெஹ்மூது I அவர்களால் 1440-இல் கட்டிமுடிக்கப்பட்டதாகும். இம்மசூதி, 288 அடி பக்கமுடைய சதுர வடிவ கட்டமைப்பாகும்.

மாண்டு ஜாமி மசூதியின் தொழுகை மண்டப உட்புற அமைப்பு

இம்மசூதியின் கிழக்குப் பகுதியில் குவிமாட விதான முடைய நுழைவு மண்டபத்தையும், அம்மண்டபத்தை அடைந்திட கடந்திடவேண்டிய அகலமான படிக்கட்டமைப்பையும் கணக்கிட்டால் மற்றுமோர் 100 அடிகளைக் கூட்டிட வேண்டும். வடக்குப் பக்கம் 2 நுழைவாயில்களும் உள்ளன. ஒன்று மசூதியில் தொழுகையை வழிநடத்திடுபவர்களுக்கு; மற்றது இஸ்லாமிய மகளிருக்கென ஒதுக்கப்பட்ட மசூதிப்பகுதியை அடைவதற் கானது; எளிமையான வடக்குப்புற சுவரில் கண்ணிற்கு இனிமையாய் அமைக்கப்பட்ட நுழைவாயில்களாகும் இவை.

ஒட்டுமொத்த மசூதிக் கட்டுமானமும் உயர் தளத்தின்மேல் அமைந்துள்ளதால், கிடைத்திடும் அடித்தளத்தில் வளைவு விதானங்களுடைய மண்டபங்கள் அமைக்கப்பட்டுள்ளன. இவை பொது மக்கள் ஓய்வெடுக்கும் மண்டபங்களாய்ப்

பயன்பட்டவைகளாகும். மசூதியின் கிழக்கு நுழைவாயில் இன்றைக்கும் கட்டுமானகால கலை எழிலைக் கோடிட்டு காட்டுவதாய் உள்ளது. ஏனெனில் கட்டுமான காலத்தில் சிறப்பாக வர்ணம் பூசப்பட்ட எல்லைவிளிம்புகளும், பளபளக்கும் ஓடுகள் ஒட்டப்பட்ட பலகையமைப்புகளும் இன்றைக்கும் சிறிதளவு எஞ்சியுள்ளன. ஆனால் இக்கிழக்கு நுழைவாயில் மண்டபத்தின் அழகிய அரைக்கோள குவிமாடமானது, மேற்குப்பகுதி தொழுகை மண்டப அழகிய அரைக் கோள குவிமாடங்கள் மூன்றுடன் ஒத்துப்போவதால்தான், பேரெழில் பெறுகின்றது.

மாண்டு ஜாமி மசூதி - அரைக்கோள குவிமாட விதானத்தோற்றம்

மசூதியின் மைய திறந்த வெளி 162 அடி சதுர வடிவமைப்புடையதாகும். திறந்தவெளியின் விளிம்புகளில் அழகு வளைவு விதான அமைப்புடைய நடைபாதை அமைப்புகள் உள்ளன. ஒவ்வொரு பக்க நடைபாதை அமைப்பும் திறந்த வெளியை நோக்கிய முகப்பில் அழகிய வளைவுடைய நுழைவுப் பகுதிகள் பதினொன்றைக் கொண்டதாயுள்ளது. தூண்களாலும், வளைவு விதானங்களாலும் ஆன நடைபாதை அமைப்புகளின் எண்ணிக்கை வடக்கு, தெற்கு பக்கங்களில் மூன்றும் கிழக்கில் இரண்டும், மேற்கில் ஐந்தும் உடையதாகும். மேற்குப் பகுதி தொழுகை மண்டபத்தின் விதானத்தில் அமைந்துள்ள 3 அழகிய அரைக்கோள குவிமாடங்கள் இல்லாமல், நான்கு பக்க மண்டப

விதானங்களில் 158 சிறிய அளவு உருளைவடிவ குவிமாடங்கள் ஒன்று போல் அமைந்துள்ளன.

மாண்டு ஜாமி மசூதி- மிஹ்ராப். மிம்பார் மற்றம் ஸ்குவின்ச் வளைவுகள்

தொழுகை மண்டபத்திற்குள் நுழைந்தால் அடுத்தடுத்தாற் போல் பல வரிசைகளில் அமைந்துள்ளகூர்முனை அழகு வளைவுகளுடன் கூடிய தூண்களின் வரிசையானது நம்மை வசீகரித்துவிடும். இக்கட்டுமான அமைப்பு கம்பீரத் தோற்றப் பொலிவுடன் இறையுணர்விற்கான மனச்சூழலையும் நம்முள் நிச்சயமாக ஏற்படுத்தும். ஆங்காங்கே சிற்சில நடைபாதை அமைப்புத் தூண்களெல்லாம் பெரும்பாலும் வேலைப்பாடற்ற எளிமையான தூண்களாகும். இதனை ஈடுசெய்வதுபோல் மேற்குப்புற கிப்லா சுவரில் சீரான இடைவெளியில் அமைந்துள்ள மிஹ்ராப் மாடங்கள் சிறப்பான வேலைபாடுகளாகும். மேற்கு கிப்லாச் சுவரின் மையத்தில் அமைந்துள்ள பிரதான மிஹ்ராப் மாடத்தின் அருகிலுள்ள மிம்பர் சொற்பொழிவு மேடை மிக நேர்த்தியான வடிவமைப்பாகும். இத்தகைய மிகக் குறைந்த அழகு வேலைப்பாடுகளில் வர்ண வேலைப்பாடுகளும் இடம் பெற்றுள்ளன. மற்றபடி, பல்வேறு மசூதி அங்கங்களும் சரியான விகிதாச்சாரத்துடன் ஒன்றோ டொன்று ஒன்றியைந்திருக்கும் கட்டுமான இலக்கணத்தையே கட்டுமானப் பொலிவிற்கு பெரிதும் சார்ந்துள்ளது; சுருக்கமாகச் சொன்னால் தோற்றப் பொலிவிற்கு நளினமான நேர்கோடுகள், வளைவரைகள், தளங்கள் போன்ற வடிவ கணித அம்சங்களையே பெரிதும் சார்ந்துள்ளது.

ஒரே நோக்கத்திற்காக, ஒரே வடிவமைப்புடன் சமகாலத்தில் தான் அஹமதாபாத்தின் ஜாமி மசூதியும், மாண்டுவின் ஜாமி மசூதியும் கட்டப்பட்டன. இரு கட்டுமானங்களுக்கும் இடைப் பட்ட தூரம் 200 மைல்கள்தான். இருப்பினும், கட்டுமான

மாண்டு ஜாமி மசூதி- தொழுகை மண்டப உட்புற அமைப்பு

நடைமுறைகளில் இவ்விரு மசூதிகளுக்கிடையே எவ்வளவு வேறுபாடுகள் காணப் படுகின்றன! மாண்டு மசூதியைவிட அகமதாபாத் மசூதி அளவில் பெரியதுதான்; வெவ்வேறு வடிவமைப்புடன் கூடிய அஹமதாபாத் மசூதியின் பல்வேறு அங்கங்களும் படாடோபத்தை பறைசாற்றுகின்றன. மாறாக, மாண்டுவின் ஜாமி மசூதியோ, மௌனத்தின் ஊற்றுக்கண்ணாகத் திகழ்கிறது. சுருக்கமாகச் சொன்னால் மசூதி எழுப்பப்பட்ட நோக்கத்தை விலாவாரியாக ஒலி வர்ணனையில் வெளிப்படுத்து வதற்கும் உள்ளார்ந்த மௌனபாஷையில் வெளிப்படுத்துவதற்கும் உள்ள வித்தியாசம்தான் அஹமதாபாத் மசூதிக்கட்டுமானத்திற்கும், மாண்டு மசூதிக் கட்டுமானத்திற்கும் உள்ள வித்தியாசமாகும்.

ஹோஷாங் ஷாவின் கல்லறை மாடம்

தன்னுடைய கல்லறை மாடத்திற்கான அமைப்பினைத் திட்டமிட்டு அதை நிறைவேற்றும் முனைப்புடன் தொடங்கவும் செய்தார் ஹோஷாங் ஷா. ஆனால் முடித்திடும் முன்பே 1435-ஆம் ஆண்டிலேயே அவரை மரணம் தழுவியது. அவருக்குப் பின் அரசேறிய அவரது மகன் மெஹ்மூது ஷா இக்கட்டுமானத்தை 1440-இல் கட்டி முடித்தார்; ஆனால் ஹோஷாங் மூளையில் உதித்த திட்டத்தின்படியே மொத்த கட்டுமானமும் மேற்கொள்ளப் பட்டதால் இன்றும் முழுமையாய் நிற்கின்றது. ஏனெனில்,

மெஹ்மூதுவின் பிற கட்டுமானங்களில் கட்டட வலிமைக்கு முக்கியத்துவம் கொடுக்கப்படாததால் பெரிதும் சிதலமடைந்தே யுள்ளன. கல்லறை மாடத்தின் மதிற்சுவர்கள் சதுர வடிவிலமைந் தவை. இதனால் மதிற்சுவர்கள் சூழ்ந்த திறந்த வெளியின் மையத்தில் கல்லறைமாடம் அமைந்துள்ளது. ஹோஷாங் கட்டிய ஜாமி மசூதியின் தொழுகை மாடம் இருக்கும் மேற்குச் சுவருக்குப் பின்புறம் கல்லறை மாடம் அமைக்கப்பட்டுள்ளது. எனவே தான்கட்டிய குவிமாடங்கள் மூன்றினைக் கொண்ட மாபெரும் மசூதியின் நிழற்பரப்பிலே மரணத்திற்குபின் தானிருக்கவேண்டும் என்ற ஹோஷாங்கின் விருப்பம் இம்மி பிசகாமல் நிறைவேறியுள்ளது.

ஹோஷாங் ஷா கல்லறை மாடம்

ராஜபாட்டையிலிருந்து கிழக்கு மேற்கு அச்சில் சென்று பின் வடக்கு நோக்கித் திரும்பும் சாலையின் இடதுபுறம், ஜாமி மசூதியினை அடுத்து இக்கல்லறை மாடம் அமைந்துள்ளது. எனவே கல்லறையின் நுழைவாயில் வடக்கு மதிற்சுவரின் மையத்தில் அமைந்துள்ளது. அழகிய அரைக்கோள குவிமாட விதானத்தினைக் கொண்ட முகப்புடையது இந்நுழைவாயில். மேற்கு மதிற்சுவரை ஒட்டினாற்போல் விதானமுடைய, தூண்களாலான அகலமான நடைபாதைப்பகுதி அமைந்துள்ளது. இந்நடைபாதைப் பகுதியின் தென்மேற்கு முனைமட்டும் 3

ஸ்பான் (span) நீளமுள்ள அறையாகக் கட்டப்பட்டுள்ளது. அறையின் உட்புறக் கட்டுமானத்திலும் சுவரில் இடம்பெறும் வேலைப்பாடுகளிலும் ஹிந்து கலைஞர்களின் கைவண்ணம் வெளிப்படுகின்றது.

மையத்திலுள்ள கல்லறை மண்டபக் கட்டமைப்பும் சதுர வடிவுடையதேயாகும். இது, 100அடி விட்டமுள்ள சதுரவடிவ அடித்தளத்தின் மேல் அமைந்துள்ளது. விதானத்தின் மையத்தில் பெரியதாய் அழகிய அரைக்கோள குவிமாடமுள்ளது. இதனைச் சுற்றி விதானத்தின் நான்கு மூலைகளிலும் சிறிய அளவிலான அழகிய அரைக்கோள குவிமாட கோபுர அமைப்புள்ளது. கல்லறை மாடம் சிறியது என்று எடை போட்டிட முடியாது. ஏனெனில் சதுரவடிவக் கட்டுமானத்தின் பக்கஅளவு 86 அடியாகவும் உயரம் 30 அடியாகவும் உள்ளது. கட்டுமானம் முழுமையும் வெள்ளை நிறசலவைக் கற்கள் பதிக்கப்பட்டுள்ளன. இடையிடையே, ஆனால், மிகக் குறைந்த அளவிலேயே வர்ணஜால வேலைப்பாடுகள் மேற்கொள்ளப்பட்டன.

தென்மேற்கு முனை அறை- நடைபாதைப்பகுதி -
ஹோஷாங் ஷா கல்லறை மாடம்

கல்லறை மாடத்தின் வடக்கு மற்றும் தெற்குப் பக்கச் சுவர்களில் பிரம்மாண்டமான அழகு வளைவு நுழைவாயில்கள் அமைந்துள்ளன. இந்நுழைவாயில்களின் இரு பக்கங்களிலும் உள்ள, அளவில் சிறிய சுவர்மாடங்கள் அழகு வளைவுகளைக் கொண்டு அழகுபடுத்தப்பட்டுள்ளன. கிழக்கு மேற்குச் சுவர்கள், வேலைப்பாடுகள் ஏதுமில்லாத எளிமையான சுவர்களாகும். கல்லறை மாடத்தின் உட்புறத்தில் சதுரவடிவ சுவர் அமைப்பு, எண்கோண அமைப்பாகவும், பின் இது, பதினாறு பக்க அமைப்பாகவும் ஸ்குவின்ச் வளைவுகள் மூலம் அழகாக மாற்றப்பட்டுள்ளன. இதன் மூலம் உருவாக்கப்பட்ட உருளை

அமைப்பின் மேல் விதானத்தின் பிரதான அரைக்கோள குவி மாடம் அமர்த்தப்பட்டுள்ளது. தாழ்வான அடித்தளத்தின் மேல் அமர்த்தப்பட்டுள்ள 5 கல்லறைப் பெட்டிகள் (cenotaphs) இக்கட்டடத்தினுள் இடம்பெற்றுள்ளன. இவற்றில் மையத்தில் உள்ளது ஹோஷாங் ஷாவினுடையதாகும்.

ஹோஷாங் ஷா கல்லறை மாடத்தின் மிகக் குறைந்த அழகு வேலைப்பாடுகளுடைய தன்மைதான், இக்கட்டுமானத்திற்கு, சுயக் கட்டுப்பாடுணர் வினையும், ஆழ்சிந்தனையுணர்வினையும் பெற்றதான தோற்றத்தைத் தருகின்றது. இதனை அருகிலுள்ள அகமதாபாத் கல்லறை மாடங்களுடன் ஒப்பிட்டாலே புரிந்து கொள்ளலாம், அகமதாபாத் கல்லறை மாடங்களில் பளிச்சென்ற ஒளிவிழும் பகுதியும், மங்கிய நிழல்விழும்பகுதியும் மாற்றி மாற்றி ஏற்படுத்துமாறு தூண்வரிசைகளையும், அழகு வளைவுகளையும் கொண்டதாய் முகப்பு வடிவமைக்கப்பட்டுள்ளது.

ஹோஷாங் ஷா கல்லறை மண்டப உட்தோற்றம்

வெள்ளைச் சலவைக்கற்கள் அமைந்த ஆரம்பகாலக் கட்டுமானங்களில் ஒன்று ஹோஷாங் கல்லறை மாடமாகும். அரைக்கோள குவிமாடம் அமரும் உருளைவடிவமைப்பின் உயரம் குறைச்சலாய் உள்ளது. இதனால் அரைக்கோள குவிமாடம் அதன் கீழிலுள்ள சதுரவடிவ கட்டுமானத்திற்கு ஒத்துப்போகின்ற அளவைவிட பெரியதாய் வடிவமைக்கப்பட்ட தோற்றத்தை கொடுக்கின்றது. இக்குறைபாட்டைக் களைந்த (நீக்கிய), இக்கல்லறை மாடம் போன்ற வடிவமைப்புடைய, ஆனால் அளவில் சிறிய, கல்லறைமாடங்கள் பின்னாளில் எழுப்பப்பட்டன. சான்றாக, தார்யாகான் (Daryakhan) தைகா மஹால் (Dai ka Mahall), சப்பன் மஹால் (Chhappan Mahall), ஆகியவற்றைக் கூறலாம்.

தாஜ்மஹால் கட்டுவதற்கு முன், தாஜ்மஹாலுக்கான வடிவமைப்பு ஆராய்ச்சிப் பணிகளின் ஒரு பகுதியாக, ஹோஷாங் கல்லறை மாடத்தை ஆய்ந்தறிந்து வருமாறு கட்டுமான நிபுணரை முகலாயப் பேரரசர் ஷாஜஹான் அனுப்பி வைத்தாராம்.

அஸ்ராஃபி மஹால்

வடக்கு நோக்கிச் செல்லும் ராஜபாட்டையின் இடதுகைப் பக்கம் ஜாமி மசூதி உள்ளதெனில், அதற்கு இணையாக வலதுகைப் பக்கம் அஸ்ராஃபி மஹால் உள்ளது; அல்லது இக்குழுமத்தின் எச்சங்கள் உள்ளன எனலாம்.

இங்கு முதன்முதலாகக் கட்டப்பட்டது மத்ரஸா கட்டுமானமே ஆகும். இக்கட்டுமானம் செவ்வக வடிவ பரந்த திறந்த வெளி மைதானத்தைச் சுற்றிலும் ஒரேயொரு தளத்தைக் கொண்ட கட்டுமானமாகும். அடுத்தடுத்து வகுப்பறைகள், மண்டபங்கள் ஆகியவற்றை கொண்டிருந்த கட்டுமானத்தின் இரு திசைச் சுவர் சந்திக்கும்மூலைகள் நான்கிலும் பாதுகாப்பு அரண் இருந்தது. இவ்வகுப்பறைகளின் முன்புற நடைபாதையமைப்பு இரட்டை அழகு வளைவுகளைக் கொண்டதாயிருந்தது. சில அறைகளின் விதானம் பிரமிட் வடிவமைப்புடைய வியத்தகு கட்டமைப்பாகும். ஹோஸாங் ஷா காலத்தில் கட்டப்பட்ட மத்ரஸாக் கட்டுமானம் மாண்டு நகரக் கட்டுமானங்களிலேயே தலைசிறந்ததெனக் கொண்டாடப்பட்டது.

அஸ்ரஃபி மஹால்

கூரிவம்ச ஆட்சி முடிவுற்று கில்ஜி வம்ச ஆட்சி மாண்டு நகரில் தொடங்குகிறது. இவ்வம்சத்தின் முதல் சுல்தானான மெஹ்மூது கில்ஜி பதவியேற்றவுடன் (1436 - 1469) கட்டுமான பாணியில் மாற்றமும் தெரிகின்றது; சுல்தானின் மனப்போக்கும் தெளிவாக வெளிப்படுகின்றது. ஜாமி மசூதிக்கு இணையாக ஹோஸாங் ஷாவின் கல்லறை இருப்பதைப் போன்று, தனக்கும் ஓர் கல்லறை மாடம் கட்டிடவேண்டும் என்று சுல்தான் விரும்பினார். இதனால் மத்ரஸா கட்டுமானத்தின் மேல் கல்லறை மாடம் எழுப்பும் திட்டம் உருவாயிற்று. இதற்கு மத்ரஸாவின் மைய திறந்தவெளி மைதானத்தை சிறுகற்கள் போன்ற கட்டிட இடிபாட்டுத் தளவாடங்களைப் போட்டு மூடினர்; எந்த அளவிற்கு என்றால் மத்ரஸா கட்டுமானத்தின் விதானத்தள உயரத்திற்கு நிரப்பி மூடினர். இவ்வாறு கிடைத்த 27 அடி உயர அடித்தளத்தின் மேல் கல்லறை மாடம் எழுப்பப்பட்டது; வலுவான கட்டுமானத்திற்கான முறைகள் பின்பற்றப்பட வில்லை; கட்டுமான நேர்த்திக்கு வெள்ளை, கறுப்பு, மஞ்சள் வண்ண சலவைக் கற்களைப் பதித்து அலங்கார வேலைப் பாடுகள் மேற்கொள்வதையே நம்பியிருந்தது.

அஸ்ரஃபி மஹாலின் முகப்பு மண்டபம்

உயர்தளத்தின் மேலமைந்தகல்லறை மாடத் தினுள் நுழைவ தெப்படி? மத்ரஸாவின் முன்புறம் கம் பீரமானபடிக்கட்டுஅமைப்பு அமைக்கப்பட்டது. படிக் கட்டு அமைப்பின் முடிவில் தூண்களாலான முகப்பு மண்டபம் கட்டப்பட்டது. இது, மத்தியில் நடைபாதை யும், அதற்கு இணையாய் அதன் இரு பக்கங்களில் உயரங் கூட்டப்பட்ட தரைப்பகுதியுடைய அறை அமைப்பையும் (loggia) கொண்டதாகும். எஞ்சியிருக்கும் இக்கட்டுமான அங்கமே மனதை மிகவும் வசீகரிப்பதாயுள்ளது. எனவே கல்லறை மாடம் மட்டும் வலுவான கட்டுமான இலக்கணப்படிக் கட்டப் பட்டிருந்தால், சிறப்பாய் அழகு படுத்தப்பட்ட கூறுகளோடு ஒன்றிணைந்து மிகப் பிரம்மாண்டமான கம்பீரமான வசீகரிக்கும் கட்டுமானமாயிருக்கும் என்பதில் சந்தேகமில்லை.

அஸ்ராஃபி மஹால் கட்டுமானக் குழுமத்தில் கடைசியாகவும், அற்புதமாகவும் எழுப்பப்பட்டது வெற்றிக்கோபுரம் தான்! மத்ரஸாவின் வடகிழக்கு மூலையில் இருந்த காப்பரணுக்கு பதிலாய் எழுப்பப்பட்டது இவ்வெற்றித்தூண். சித்தூர் ராணாவை வெற்றி கொண்டதை கொண்டாடும் முகத்தான் எழுப்பப்பட்டதாகும் இவ்வெற்றிக் கோபுரம். இந்தப் போருக்கு முந்தைய போரில் ராணா மெஹ்மூது கில்ஜி சுல்தானை வென்றார்; இவ்வெற்றியை கொண்டாடும் வகையில் சித்தூரில் 'ஜெயஸ் தம்பம்' ஒன்றை நாட்டினார். இதுதான், அஸ்ராஃபி மஹால் கட்டுமானக் குழுமத்தில் வெற்றிக் கோபுரம் எழுப்பப்பட்டதன் பின்னணி ஆகும். இன்றைக்கும் சித்தூரில் ஜெயஸ்தம்பம் அழியாமலுள்ளது; ஆனால் மாண்டுவில் வெற்றிக் கோபுரத்தின் அடித்தளம் மட்டுமே எஞ்சியுள்ளது. ஆனால் கட்டப்பட்ட காலத்தில் கல்லறை மாடத்திற்கு இணையான அழகுமிக்க கம்பீரக் கட்டுமானம் எனில் அது வெற்றிக் கோபுரம்தான்; உயரத்தில் கல்லறை மாடத்தையும் மிஞ்சியது; சிகப்பு மணற்கற்களாலானது; ஏழுதளங்களைக் கொண்டது; 150 அடி உயரமுடையது; இருதளங்களைப் பிரிக்குமாறு (துருத்திக்கொண்டிருக்கும்) நீட்டப்பட்ட பால்கனி அமைப்பைக் கொண்டிருந்தது; என வெற்றிக் கோபுரத்தின் அழகு வேலைப்பாடு வர்ணணைகள் வரலாற்றுச் சான்றுகளிலிருந்து எடுத்துரைக்கப்படுகின்றன. சித்தூர் ராணா, மெஹ்மூது சுல்தானைக் காட்டிலும், சிறந்த கட்டடத் தொழிலாளர்களை, வல்லுனர்களை பணியில் அமர்த்தியிருந்தார் போலும்!.

ஹிந்தோலா மஹால்

ஹோஸாங் ஷாவின் கட்டுமானங்களில் இதுவும் ஒன்று என்பதுபோல் தோன்றுகிறது. இதன் பயன்பாடு 'தர்பார் ஹால்' என்பதில் மட்டும் எவ்வித ஐயமுமில்லை. இது, இந்தியாவின் எடுப்பான கட்டுமானங்களில் ஒன்று; வியப்பூட்டும் இக்கட்டுமானத்தை விட வலிமையான கட்டுமானத்தை அரிதாகவே காண இயலும்; வடிவமைப்பில் வழக்கத்தில் இல்லாத தன்மையும், சிந்தனை முரண்பாடு உடையதாகவும் வெளிப்படுகின்றது. எனவே இதனை 'மனம் போனபோக்குக் கட்டுமானம்' என்றும் 'மடத்தனமான கட்டுமானம்' என்றும் கூட வகைப்படுத்திட சிலர் எண்ணிடலாம். ஒருவித காரணமும் இன்றி 'கோட்டைக் கட்டுமானத்தின் சிறிய வடிவமைப்பு' போன்றுள்ளது; சுவர்களின்

மாண்டு ஹிந்தோலா மஹால்: தர்பார் மஹாலின் பக்கவாட்டுத் தோற்றம்

கனம் அபரிமிதமாயுள்ளது; வலுவான சுவருக்காக எழுப்பப் பட்ட சுவர்தாங்கிகள் (buttresses) 75 டிகிரிக்கும் மேற்பட்ட சரிவுடையதாகும். இத்தகு கட்டமைப்பில் ஒட்டுமொத்த கட்டுமானமும் ஊஞ்சலாட்டம் ஆடுவது போன்ற மாயையைத் தோற்றுவிக்கின்றது. எனவேதான் ‘ஊஞ்சலாட்ட மாளிகை’ எனப்பொருள்படும் ஹிந்தோலா மஹால் என்னும் பெயர் பெற்றுள்ளது. ஹோஷாங் ஷாவின் குடியிருப்பாகவும் செயல் பட்டதால், இது மாண்டு நகரின் தெற்குப் பகுதியில் குடியிருப்புப் பகுதிகளில் அமைந்துள்ளது. மாளவக் கட்டுமானங்களிலேயே கண்டிப்பையும் ‘என்றென்றும் நிலைத்திருக்கும்’ எனும் எண்ணப் போக்கையும் தோற்றுவிக்கும் கட்டுமானம் என்றால் மிகையில்லை.

ஹிந்தோலா மஹால், ‘T’ போன்ற கட்டுமான வடிவமைப் புடையது; முதன்முதலில் கட்டிய ‘I’ போன்ற வடிவமைப்புப் பகுதியில் தர்பார் மண்டபம் இடம்பெற்றுள்ளது. இப்பகுதி கட்டி முடிக்கப்பெற்று, சிறிது காலம் கழித்தே ‘—’ போன்ற வடிவமைப்புப் பகுதி கட்டப்பட்டிருக்க வேண்டும். 110 அடி நீளமும், 60 அடி அகலமும் உடைய நீள்செவ்வக வடிவமைப்பு உடையதாகும் தர்பார் ஹால். விதானத்தை தொடும் வரையிலான சுவரின் உயரம் 35 அடியாகும். அழகு வளைவுடன் கூடிய நுழைவாயில்; அதன்மேல் அழகு வளைவுடன் கூடிய சாளரம்; இக்கட்டமைப்பை உள்ளடக்கினாற் போன்ற கூர்முனை அழகு வளைவு என்ற அமைப்புடைய ஆறு கட்டுமான அங்கங்கள், நீள வாக்குச் சுவரில் இடம்பெற்றுள்ளன. தெற்குப் பக்க அகல

வாக்குச் சுவரில் இதேபோன்ற அமைப்பு மூன்று உள்ளது. இதன் மைய நுழைவு, பிரதான நுழைவாயிலாகும்.

மாண்டு ஹிந்தோலா மஹால்- தர்பார் மஹால் முகப்பு

இக்கட்டு மானத்தின் உட்புறம் 88½ அடி நீளமும், 24½ அடி அகலமும், 32 அடி உயரமும் உடைய தர்பார் மண்டப அறை யாகும். தர்பார் மண்டபத்தின் மேல்புறத்தில் ஐந்து கூர்முனை அழகு வளைவுகள் அடுத்தடுத்து அமைக்கப் பட்டுள்ளன. இவை, பிரம்மாண்டமாகவும், விதானத்தைத் தாங்கும் விலாக்கள் என்னும் தோற்றத்தைத் தருவதாகவும் உள்ளன. ஆனால் இன்றைக்கு இல்லாத விதானமானது, கட்டப்பட்ட காலத்தில் மர உத்திரங்களி லேயே தாங்கப்பட்டிருக்க வேண்டும்; ஏனெனில் இவ்வுத்திரங் களை சுவருடன் இணைக்கும் பொருந்து குழிகள் (Sockets) இன்றும் உள்ளன.

ஹந்தோலா மஹாலின் குறுக்குக் கட்டுமானம் '–' தர்பார் மண்டபக் கட்டுமானம் போன்ற அளவுடையது; ஆனால் இரு தளங்களைக் கொண்டுள்ளது; தர்பார் மண்டபம் அளவுக்கு கண்டிப்பான தோற்றத்தைத் தருவதாய் கட்டப்படவில்லை; ஏனெனில் நுழைவுவாயில்களும், சாளரங்களும் வழக்கமான மாளவ பாணியிலேயே வடிவமைக்கப்பட்டுள்ளன. சில சாளரங்கள் பல பக்கமும் பார்க்க ஏதுவாக சிற்றறை போல் வெளி

நீட்டிக் கட்டப்பட்டுள்ளன (Oriel Windows). தரைத்தளத்திலிருந்து தர்பார் மண்டபத்திற்கு சென்றிட நீட்டப்பட்ட பகுதியின் முடிவில் அழகு வளைவுநுழைவாயிலுள்ளது. இதேபோன்றதொரு அமைப்பைப் பெற்றமேல் தளத்திலிருந்து தர்பார் மண்டபத்தைப் பார்த்திடலாம். மேல் தளத்தில் 70அடி X 40 அடி அளவுள்ள ஒரு பெரிய அறையும், மற்றோர் சிறிய அறையும் அமைந் துள்ளது.

மாண்டு ஹிந்தோலா மஹால் தர்பார் மண்டப கூர்முளை அழகு வளைவுகள்

எனவே ஹிந்தோலா மஹால் தர்பார் மண்டபமும், அரண்மனையும் ஒன்றிணைந்த கட்டுமானம் என்பதில் சந்தேகமில்லை. சுவர்களின் கனமான, வலிமையான வடிவமைப்பிற்குக் காரணம், மேல் கட்டுமானங்களைத் தாங்கிடுவதற்கான அமைப்பாயிருக்கலாம் என்பது பெர்ஸி பிரௌன் அவர்களின் கருத்தாகும். என்ன காரணத்தாலோ, திட்டமிடப்பட்ட மேல்கட்டுமானங்கள் நிறை வேற்றிடப் படவில்லை. இருப்பினும் கட்டுமான நோக்கில், ஹிந்தோலா மஹால் ‘அழகியது’ என்றுரைப்பதைவிட ‘ஆர்வந்தர வல்லது’ என்பதில் எவ்வித ஐயமுமில்லை.

ஜகாஸ் மஹால் (Jahaz Mahall)

இடைநிலைக் கட்டுமான அமைப்பிலிருந்து மூன்றாம் நிலை அல்லது உல்லாச நிலை கட்டுமான அமைப்பிற்கான மாற்றங்கள் தென்பட ஆரம்பிப்பது ஜகாஸ் மஹால் என்றழைக்கப்படும் கட்டுமானத்தில்தான். இது, சுல்தான் மெஹ்மூது ஷாவால் கட்டப்பட்டிருக்க வேண்டும். கபூர் தாலோ, முன்ஜா தாலோ என்ற இரு செயற்கை ஏரிக் கரைகளை நோக்கியவாறு கட்டப்பட்டுள்ளது. இரண்டு தளங்களைக் கொண்ட ஏறத்தாழ,

360 அடி நீளங்கொண்ட அழகிய ஆடம்பரக் கட்டுமானமாகும். கட்டுமானத்தின் அகலம் 50 அடிக்கும் குறைவானதேயாகும். ஜகாஸ் மஹால் என்பதன் பொருள் 'படகுவீடு' அல்லது 'கப்பல் மாளிகை' என்பர். கட்டுமானம் செயற்கை ஏரிகளின் கரைகளில் அமைந்திருப்பதும், அகலங்குறைந்த, நீளங்கூடிய, கட்டுமான

மாண்டு ஜகாஸ் மஹால்

அமைப்பும் ஒன்றிணைந்து 'படகு அரண்மனை' எனப் பெயரிடப்பட்டிருக்கவேண்டும்.

இக் கட்டுமான காலம் வரையிலான கட்டுமான முறையிலிருந்து விலகி வாழ்வியல் உற்சாகங்களுக்கும், சொகுசுகளுக்கும் இடமளிக்கும் முறையிலானக்கட்டுமானமாகும். கட்டுமானத்தின் முன்புறம் முழுவதும் அடுத்தடுத்தாற்போல் அழகு வளைவுகளைத் தொடர்ச்சியாய்க் கொண்டதாயுள்ளது. இந்த அழகு வளைவுகளின் மேல் அழகான, அகலமான, நிழற்கூரை கட்டமைப்பைக் கொண்டுள்ளது; இதற்கும் மேல் மூவிலைச் செடியமைப்புள்ள உள்ளடங்கிய அழகுவளைவுகளும், அதற்கும் மேல் அகலமான கைப்பிடிச்சுவரமைப்பும் உள்ளது. பக்க அடைப்புகளில்லாத காட்சி மாடங்கள் (Open pavillions), இட நெருக்கடியற்ற கோபுர அமைப்புகள் (airy kiosks), கட்டுமானத்திலிருந்து துருத்திக்கொண்டிருக்கும் பால்கனி அமைப்புகள் என வெவ்வேறு வகைக் கட்டுமான அங்கங்கள் விதானத்தை அலங்கரிக்கின்றன. உட்புறக் கட்டுமானங்களில் தூண்களாலான மண்டபங்களும், வெப்பந்தாக்காத நடைபாதைத் தாழ்வாரப் பகுதிகளும், ஆடம்பரமான குளியலறைகளும், அழகிய

வடிவமைப்புடைய குளியலறைத் தொட்டிகளும் என சொகுசு வாழ்க்கைக்குரிய வசதிகள் அனைத்தையும் கொண்டிருந்தது.

உல்லாச மாளிகை என்பதற்காக கட்டுமான வலிமையையோ அல்லது கட்டுமான வடிவமைப்பையோ விட்டுக் கொடுக்க வில்லை. கட்டுமானத்தின் வெவ்வேறு அங்கங்களும் தனிப்பட்ட முறையில் சிறப்பானதாகவும், ஒட்டுமொத்தத்தில் ஒன்றோடொன்று சரியான விகிதாச்சாரத்தில் ஒத்தியைந்து போவதாயும் எடுப்பாக வடிவமைக்கப்பட்டுள்ளது. இக்குணாதிசயத்திற்கு உதாரணமாக கட்டடத்தின் மேல்கட்டுமானங்களைக் கூறிடலாம். விதானத்தில் எடுப்பான விகிதாச்சாரத்தில் அமைந்த சிறிய அளவு அரைக் கோளக் குவி மாடங்களும் (cupolas) பிரமிட் வடிவமைப்பில் அமைந்த மாடங்களும் அடுத்தடுத்து எழிலுற அமைக்கப் பட்டுள்ளன. சுவரிலிருந்து துருத்திக் கொண்டிருக்கும் நிழற் கூரைகளும் (eaves) உள்ளடங்கினாற்போன்றிருக்கும் மூவிலைச் செடியமைப்பு மாடங்களும், வெளிச்சமும், நிழலுமான நடை பாதைப் பகுதிகளை கட்டுமானத்திற்குள் ஏற்படுத்துகின்றன.

இக்கட்டுமானத்தின் பிரதிபலிப்பை செயற்கை ஏரி நீரில் பார்த்திடும்போது, கர்மமே கண்ணாயினராய் இருப்பவருக்கும் மனம் ஒருகணம் தடுமாறிடத்தான் செய்யும். அந்த அளவிற்கு எவரையும் வசீகரிக்கும். அப்படியிருக்கும்பொழுது, முகலாயச் சக்கரவர்த்திகளிலேயே தலைசிறந்த இயற்கை ரசிகரான ஜஹாங்கீரைப் பற்றி சொல்லிடவா வேண்டும்! ‘இரவு நேரத்தில் ஒளியூட்டப்பட்ட இப்படகு அரண்மனையின் அழகில் மயங்கி னேன்’ என்று எழுத்தில் வர்ணித்திடாமல் அவரால் இருந்திட இயலுமா! இவரது மனைவி நூர்ஜஹானோ மாண்டுவிற்கு வந்திடும்பொழுது ஓரிரவுப் பொழுதாவது இந்த படகு அரண்மனையில் தங்கித்தான் செல்லவிரும்புவார்களாம்!

மூன்றாம் நிலைக் கட்டுமானங்கள்

‘உல்லாச அரண்மனைக் கப்பல்’ அமைப்புக் கட்டுமானத்தின் தொடர்ச்சியினையே நகரின் மூன்றாம் நிலைக் கட்டுமானங்களில் காண்கிறோம். இக்கட்டுமானங்களின் காலம் பதினைந்தாம் நூற்றாண்டின் இறுதியும், பதினாறாம் நூற்றாண்டின் முதல் பாதியும் ஆகும்; உண்மை உலகநிலையைக் கருத்தில் கொள்ளாமல் உணர்வுபூர்வ ஆசாபாசங்களைக் கொண்டாடிடும்

மாண்டு நீலகாந்தி அரண்மனை

நிலையில் அதிகாரம் செலுத்துவோர் இருந்தனர். இசையும், கவிதையும், இதுபோன்ற மென்னுணர்வுக் கலைகளும் சுல்தானின் பேராதரவுடன் அரங்கேறிய வண்ணமே இருந்தன. கூட்டமாய் இருந்து ரசித்திட வேண்டிய இக்கலையுணர்வு களுக்கும், தனிப்பட்ட இச்சைகளின் உச்சகட்டத்தை அனுபவித்தி டுதலுக்கும் பொருத்தமான கட்டுமானங்களே எழுப்பப்பட்டன. எனவே இக்கட்டுமானங்கள் ஏரிக்கரைகளில் அமைந்த கோடை வாஸஸ்தல மாளிகைகளாகவும் உருவெடுத்தன. இவை, மத்திய திறந்த வெளியைச் சுற்றி அமைந்த பல கட்டுமானத் தொடர்களின் குழுமமாகும். குளங்களுக்கும், நீரூற்றுகளுக்கும் பஞ்சமில்லை. கட்டுமானங்களின் மேல்நிலைகளிலோ, வெளியே நன்கு துருத்திக் கொண்டிருக்கும் அமைப்புள்ள சாளரங்களைக் கொண்டிருந்தன. அழகு வளைவுகளின் கீழ் அமைந்த சாளரங் களின் விதானம் உருளை மேலமர்ந்த அரைக்கோள குவிமாடத்தைக் கொண்டிருந்தது. கண்ணில் படும் சுவர்ப்பகுதி முழுவதும் வண்ணமேற்றப்பட்ட ஓடுகள் ஒட்டப்பட்டிருந்தன. பாசு பகதூர் அரண்மனை, ரூப்மதியின் கன்னிமாடம் அல்லது காட்சி மாடம், நீல்காந்தி அரண்மனை, சிஷ்டிகான் அரண்மனை... (Baz Bahadur Palace, Rupmati's Pavilion, Nilkanth Palace, Chisti Khan's Palace...)

ஆகியவை மேலே சொன்ன உணர்வுகளை வெளிப்படுத்தும் கட்டுமானங்களாகும்; கட்டுமான நோக்கில் 'சிறந்ததென' இவற்றில் எதனையும் வர்ணித்திட இயலாது.

சாந்தேரி நகர்க் கட்டுமானங்கள் (Chanderi)

மாண்டு பாணி அல்லது மாளவா பாணி கட்டுமானங்களைக் காண்பதற்காக நாம் சாந்தேரி (Chanderi) நகர் செல்ல வேண்டியுள்ளது. இன்றைய மத்தியப் பிரதேச மாநிலத்தில் அசோக்நகர் மாவட்டத்தில் லலித்பூர் நகருக்கு மேற்கே 37 கி.மீ தொலைவில் சாந்தேரி நகர் அமைந்துள்ளது. இந்நகர், பதினைந்தாம் நூற்றாண்டிலும் பதினாறாம் நூற்றாண்டின் ஆரம்பக்கட்டங்களிலும் மாண்டுவை ஆண்ட கூரி மற்றம் கில்ஜி வம்சசுல்தான்களின் வசம் இருந்தது. எனவே இந்நகரில் மாண்டு பாணி கட்டுமானங்கள் காணப்படுவதில் வியப்பொன்றுமில்லை. மாண்டு பாணி கட்டுமான அமைப்புடையவை ஐந்தினை சாந்தேரி நகரில் காண்கிறோம். அவை 1) குஷ்க் மஹால் (Kushk Mahal) 2) ஜாமி மசூதி 3) மத்ரஸா கல்லறை (Madrassa) 4) ஷாஷாடி-கா-ரவுசா (Shahzadi ka Rauza) 5) பாதல் மஹால் தோரணவாயில் (Badal Mahal Gate way) ஆகியவைகளாகும். இவற்றில் மாண்டு பாணியுடன், குஜராத்தி பாணி நுணுக்கங்கள் சிலவும் கலந்து

சாந்தேரி குஷ்க் மஹால்

காணப்படுகின்றன. ஆனால் பாதல் மஹால் கட்டுமானத்தில் குவாலியர் பாணிக் கூறுகள் நிறைந்து காணப்படுகின்றன.

டெல்லி பாணி, மாளவப் பாணி, ராஜபுதன பாணி, குஜராத்பாணி ஆகியவற்றின் கலப்பாக குவாலியர் பாணியைக் கூறலாம்.

குஷ்க் மால்

கல்பி (Kalpi) என்னுமிடத்தில் நடந்த போரில் சுல்தான் மெஹ்மூது சார்கியை வென்ற மாளவ சுல்தான் முதலாம் மெஹ்மூது ஷா, தனது வெற்றியின் நினைவுச்சின்னமாக 1445-இல் குஷ்க் மஹாலைக் கட்டினார். ஏழுதளங்களுடையதாகக் கட்டத் திட்டமிடப்பட்டதாகும். இன்றைக்கு மூன்று தளங்களும், நான்காம் தளத்தின் ஒரு பகுதியும் மட்டுமே உள்ளன. சதுரவடிவிலமைந்த கட்டுமானம்; சதுரத்தின் மூலைவிட்டம் 150 அடிகளுடையது; நான்கு பக்கத்தின் மையத்திலும் கூர்முனைத் தோரணவளைவு நுழைவாயில் உள்ளது; சீரான இடைவெளி களில் அமைந்த பால்கனி அமைப்புச் சாளரங்களைத் தவிர வேறெந்த அலங்காரக் கூறுகளையும் கட்டுமான வெளிப்புறச் சுவர்கள் கொண்டிருக்க வில்லை.

உட்புறக் கட்டுமானம் வித்தியாசமாய் உள்ளது. தோரண வளைவின் கீழமைந்த செங்குத்தாக சந்தித்துக்கொள்ளும் இரு நடைபாதை அமைப்புகள், உட்கட்டுமானத்தை நான்கு சமபாகங்களாகப் பிரிக்கின்றன. அரண்மனையின் அறைக்கூடங் களெல்லாம் மேல்கூறிய நான்கு சமபாகங்களிலேயே அடங்கி விடுகின்றன. மிக உயர்ந்த நடைபாதை பகுதியை நோக்கியதாக இம் மண்டப நுழைவாயில்கள் அமைந்துள்ளன. புறச்சுவரில்

சாந்தேரி ஜாமி மசூதி

அமைந்துள்ள பால்கனிச் சாளரம் மூலம் அறைக்கூடங்களுக்கு வெளிச்சம் கிடைக்கின்றது. கூர்முனை அழகு வளைவுகளின் இரு கிளைகளும் ஒன்றின் பிரதிபலிப்பு மற்றொன்று எனும்படி சமச்சீராகவும், எடுப்பாகவும், உயிர்த்துடிப்புடனும் அமைந்துள்ளன. வெறுமனே எவ்வித வேலைப்பாடுகளுமற்ற பெரும்பான்மைச் சுவர்ப்பகுதிகளுக்கு இடையே முரண்படும்படி அமைந்த சிறப்பான பொருத்தமான, நளினமான வடிவமைப்புள்ள வேலைப்பாடுகள் கட்டுமான நேர்த்தியை மேம்படுத்திக் காட்டுகின்றன. புத்தொளிச் சுடர்விடும், வீறார்ந்த உற்சாகக் கட்டுமான காலத்தின் தொடக்கம் என்பது இக்கட்டுமான நேர்த்தியில் தெளிவாய் வெளிப்படுகின்றது.

அக்காலக் கட்டத்தில் சாந்தேரி நகரில் நிலவிய வேலையில்லாத் திண்டாட்டத்தைப் போக்கிடவே, போரில் அடைந்த வெற்றியை ஒரு சாக்காகக் கொண்டு, இக்கட்டுமானத்தை சுல்தான் தொடங்கினார் என்பர். கட்டுமானம் முழுமையும் புழுதியால் சரிவாக மூடி அச்சரிவினைப் பயன்படுத்தி மேற்கட்டுமானங்களுக்கான கனமான கற்பாளங்கள் ஏற்றப்பட்டன. கட்டுமானம் முழுமையாக முற்றுப் பெற்றவுடன் புழுதியை அகற்றினர் என்றும் கூறப்படுகின்றது. கட்டுமானத்திற்குத் தேவையான கற்கள் உடைத்தெடுக்கப்பட்டதால் உண்டான பள்ளங்களால் உருவானவையே மல்லுகா (Mallu kha) மற்றும் சுல்தானியா (Sultania) குளங்கள் என்பர்.

ஜாமி மசூதி

சாந்தேரி ஜாமி மசூதி, மாண்டு கட்டுமான பாணியில் அமைந்திருந்தாலும், மற்ற பாணிகளின் தாக்கமும் தொடங்கிவிட்டது என்பதை உணர்த்துகின்றது. தொழுகை மண்டபத்தின் மூன்று பகுதிகளின் விதானங்களில் அமைந்துள்ள அரைக்கோள குவிமாட அமைப்பிலும், திறந்த நிலை முகப்பில் அமைந்துள்ள அழகு கூர்முனை வளைவு அமைப்பிலும் மாண்டுபாணி வெளிப்படுகின்றது. ஆனால்

சாந்தேரி ஷாஷாடி-கா-ரவுஸா மற்றும் மத்ரஸா

முகப்பின் நிழற்கூரை (Eave) யைத் தாங்கிடும் முகத்தான் அமைந்த இணைப்புச் சேர்க்கை சட்ட அமைப்புகள் (convoluted brackets) இப்பகுதியின் கோயில் கட்டுமானக் கூறுகளாகும்; மேலும் இந்த இணைப்புச் சேர்க்கை சட்ட அமைப்பு ஒட்டு மொத்த கட்டு மானத்துடன் ஒன்றிணைத்திடப்படாமல் மேம்போக்காக இணைக்கப்பட்டுள்ளன. மசூதியின் மத்தி யிலுள்ள திறந்தவெளி முழுவதும் கற்கள் பதிக்கப் பட்டுள்ளன.

சாந்தேரி பாதல் மஹால் நுழைவாயில்

ஷாஷாடி-கா-ரவுஸா மற்றும் மத்ரஸா

இவையிரண்டும் கல்லறைக் கட்டுமானங்களாகும். இவை ஜாமி மசூதியின் கட்டுமானக் கூறுகளைக் கொண்டுள்ளன. வடிவமைப்பிலும், கட்டுமான நேர்த்தியிலும், தொழில்நுட்பக் கூறுகளிலும் ஜாமி மசூதியும் இக்கல்லறைக் கட்டுமானங்களும் ஒன்று போலவேயுள்ளன. இம்முடிவுக்கு வர அழகு வளைவுகள் அமைப்பை மட்டும் ஆய்வுக்கு உட்படுத்தினாலே போதுமானது.

12 அடி உயர அடித் தளத்தின் மேல் அமைந்த இருதள கட்டமைப்பு ஷாஷாடி-கா-ரவுஸா கட்டுமானம்; தரைத்தளம் உயரம் கூடியதாகவும், முதல்தளம் உயரம் குறைந்தும் அமைந்துள்ளன. கட்டப்பட்ட காலத்தில் மத்தியில் பெரியதாயும், நான்கு மூலைகளிலும் சிறியதாயும் மொத்தம் 5 அரைக்கோள குவிமாடங்கள் இருந்தனவாம்; கல்லறை (cenotaph) இருக்கும் உள்மண்டபக் கட்டுமானம் நடைமுறைச் சாத்தியமான வலுவான திட்ட மிடுதலுக்குட்பட்டுள்ளது; இருப்பினும் ஸ்குவின்ச் வளைவுகள் அமைப்பு, தேவையை மீறிய கனமான வடிவமைப்பாகும். காதல் தோல்வியில் இறந்த தனது மகள் மெஹ்ருன்னி சாவுக்காக சாந்தேரி கவர்னரால் (Hakkim) கட்டப்பட்ட கல்லறை இது என்பர்.

உட்புறக் கட்டமைப்பிற்கு பெயர்பெற்றது ஷாஷாடி-காரவுஸா என்றால் வெளிப்புறக் கட்டமைப்பிற்குப் பெயர்பெற்றது மத்ரஸா என்று வர்ணிக்கின்றார் பெர்ஸி ப்ரௌன். மதரஸாக் கட்டுமானமானது தாருள் உளும் என்ற அந்நாளைய இஸ்லாமிய பல்கலைக்கழகத்தில் ஆசிரியராகவும், துணைவேந்தராகவும் சிறப்பாகச் செயல்பட்ட ஆன்றோர் ஒருவருக்கான கல்லறை மாடம் என்பர். இது, திறந்த நிலை அழகுவளைவு நடைபாதை அமைப்பின் மத்தியில் சதுரவடிவ கல்லறை அறையைக் கொண்டுள்ளது; சுவர்களில் இடம்பெறும் சாளரங்களின் சல்லடை வடிவமைப்பு மிகச் சிறப்பானதாகும். பிற வடிவ கணித அலங்காரக் கூறுகளுடன், 6 முனையினைக் கொண்ட நட்சத்திர அமைப்பை பிரதான அலங்காரக் கூறாக சல்லடை வடிவமைப்பில் இடம் பெற்றுள்ளதைச் சிறப்பாகக் கூறுவர்.

பாதல் மஹால் நுழைவாயில்

தனித்து நிற்கும் இந்நுழைவாயில் எக்கட்டுமானத்துடனும் சேர்ந்ததல்ல. வெற்றித் தோரணவாயில் என இதனைக் கூறலாம். 50 அடிக்கும் அதிகமான உயரமுடையக் கட்டுமானம், அகலம் 25 அடிக்கும் குறைவாகவே உள்ளது. அகலவாக்கின் இருமுனைகளிலும் அமைந்துள்ள பிரோஸ் பாணிச் சுவரமைப்பானது, தோரணவாயிலைத் தாங்கும் பணியைச் செய்கின்றது, அதே சமயம், அகலவாக்கில் பெரும்பகுதியை ஆக்கிரமித்தும் விடுகின்றது. எனவே இத்தோரணவாயிலின் உயர, அகல விகிதாச்சாரமானது பொருத்தமானதாய், கண்ணிற்கு இனியதாய் இல்லை. இத்தோரண வாயில், இரு தளங்களைக் கொண்டதாகும். பெர்ஸி ப்ரௌனின் கருத்துப்படி தேவையில்லாத, வலுவிழக்கச்செய்யும் வேலைப் பாட்டுக் கூறுகளின் காரணமாய் ஒட்டுமொத்த வடிவமைப்பு குறைபாடுடையதாய் உள்ளதாம். இத்தகு வடிவமைப்பினை சாந்தேரிக் கலைஞர்கள் கொடுத்த தற்குக் காரணம் டெல்லி, மாளவம், ராஜபுதனம், குஜராத் போன்ற பல பாணிக் கூறுகளை உட்புகுத்திட முனைந்ததுதானாம். எது எப்படியிருப்பினும், சாந்தேரி நகரின் தனித் தன்மைக்கோர் எடுத்துக்காட்டு இந்த பாதல்-மஹால்-தர்வாஸா ஆகும். எனவேதான் உலகஅளவில் பெயர்பெற்ற சாந்தேரி கைத்தறி சேலைகளுக்கான அடையாள முத்திரையாக இவ்வடிவமைப்பே பயன்படுத்தப்படுகின்றது. தபால் முத்திரையாகவும் இவ்வடிவமைப்பு வெளிவந்துள்ளது.

✧

11

அத்தியாயம்

தக்காணம்: குல்பர்கா, பிடார், கோல்கொண்டா கட்டுமானங்கள்

டில்லியின் நேரடி ஆட்சிக்குட்பட்ட தக்காணம்

டில்லியில் இருந்துகொண்டு தொலைதூரத் தென்னகப் பகுதிகளை நிர்வகிப்பது முகமது பின் துக்ளக் சுல்தானுக்கு கடினமாயிருந்தது. ஒரு பேரரசின் தலைநகர் பேரரசின் மையத்தில் தானே இருக்க வேண்டும். எனவே 1340-இல் தலைநகரை டில்லியிலிருந்து தக்காண தீபகற்பத்திலுள்ள தேவகிரிக்கு மாற்றினார். தேவகிரி, தௌலதாபாத் என பெயர் மாற்றம் பெற்றது. தனது டில்லி பிரஜைகள் அனைவரும் தௌலதாபாத் நகருக்கு இடம் பெயர்ந்திட வேண்டும் எனவும் முகமதுபின் துக்ளக் உத்தரவிட்டார். அந்நாள் வரை டில்லி சுல்தானியத்தின் நினைவுச் சின்னங்களை எழுப்பிய வர்களின் சந்ததியினரும் கூட இந்த இடம் பெயர்தலுக்கு உள்ளாகினர். பரிணாம வளர்ச்சி கண்ட, தாங்களறிந்த அந்த கலைஞர்கள் டில்லி பாணியிலேயே தௌலதாபாத் நகரிலும் நினைவுச் சின்னங்களை எழுப்பிடத் தலைப்பட்டனர். தக்காணிய பாணிக்குரிய அடிப்படை வித்து இவர்களால் இடப்பட்டதேயாகும்.

தௌலதாபாத் ஜாமி மசூதி

டில்லியிலிருந்து இடம்பெயர்ந்த கட்டிடக் கலைஞர்களால் எழுப்பப்பட்டவைகளில் இரண்டினை மட்டும் ஆய்வோம். அவை, தௌலதாபாத் நகரிலுள்ள ஜாமி மசூதியும், ஹைதராபாத் அருகிலுள்ள போதான் (Bodhan or Nizamabad) நகரிலுள்ள தேவல் (Deval) மசூதியும் ஆகும்.

தௌலதாபாத் நகரின் ஜாமி மசூதி மிகப்பெரியக் கட்டுமானமாகும். 260 அடி பக்க அளவுள்ள சதுர அமைப்பின் மேல் அமைந்துள்ளது. ஜாமி மசூதியமைப்பிற்குரிய பாரம்பரிய வடிவமைப்பைக் கொண்டுள்ளது. மையத்தில் திறந்த வெளி இதற்குள் நுழைவதற்கான நுழைவாயில்கள் கிழக்கு, வடக்கு, தெற்குப்பகுதி மதிற்சுவர்களின் மையத்தில் உள்ளது; திறந்த வெளியின் மேற்குப் பகுதி தொழுகை மண்டபத்தைக் கொண்டுள்ளது. வடக்கு, தெற்காக அமைந்த ஐந்து நடைபாதையமைப்பு களை உடையதாய் தொழுகை மண்டபம் அமைந்துள்ளது. 106 தூண்கள் மூலம் இத்தகு வடிவமைப்பு உடையதாய் தொழுகை மண்டபம் அமைக்கப்பட்டுள்ளது. ஒட்டுமொத்த மசூதிக் கட்டு மானமும் அருகிலிருந்து சேகரிக்கப்பட்ட பழந்தளவாடப் பொருட் களால் ஆனது.

ஒன்பது அல்லது பத்தாம் நூற்றாண்டைச் சேர்ந்த சாளுக்கிய பாணியிலும், நட்சத்திர தரையமைப்பிலும் அமைந்த சமணக் கோயிலை மசூதியாக மாற்றம் செய்ததன் விளைவே போதானி லுள்ள மசூதியாகும். இதன் சேர்க்கைக் கட்டுமானங்கள் எல்லாம் கோயிலின் மேற்குப் பகுதியை தொழுகை மண்டபமாக மாற்றிய மைத்திட உதவிபுரிந்தன.

டில்லியிலிருந்து தௌலதாபாத்திற்குத் தலைநகரை மாற்றியது படுதோல்வியைச் சந்தித்தது. எனவே திரும்பவும் டில்லிக்கு

குல்பர்கா ஜாமி மசூதி

தலைநகர் மாற்றப்பட்டது. தௌலதாபாத் நகரம் கைவிடப்பட்டு அநாதரவான நகராயிற்று. அத்துடன் டில்லி சுல்தானிய பாணியும் தக்காண சுல்தான்களின் கட்டுமானங்களில் பெரும்பங்கு வகித்திடவில்லை; டெல்லி சுல்தானிய பாணியின் அடிப்படை குணாதிசயங்கள் சிலவற்றை மட்டுமே கொண்டன வாய் தக்காண சுல்தானிய பாணி வளர்ச்சியுற்றது.

தக்காண சுல்தானிய பாணிகளில் பாரசீகத்தின் தாக்கம்

இந்தியாவின் வடக்கு, மேற்கு, கிழக்குப்பகுதி கட்டுமானங் களில் ஓர் ஒற்றுமையைக் காணலாம். இக்கட்டுமானங்கள் எல்லாம் அந்தந்தப் பகுதிகளில் அதுநாள்வரை பரிணாம வளர்ச்சி பெற்றிருந்த இந்து, ஜைன கட்டுமானக் கலைகளின் கூறுகளை எல்லாம் உள்வாங்கிக் கொண்டவையாய் இருக்கும்; மேலும் காலங்காலமாய், தலைமுறை தலைமுறையாய் இந்து, ஜைன

முகமது கவான் மத்ரஸா

கட்டுமானக் கலைகளில் பயிற்சி பெற்றிருந்த உள்ளூர் கட்டு மானக் கலைஞர்களைக் கொண்டே இஸ்லாமிய உணர்வுகளைப் பிரதிபலிக்குமாறு எழுப்பப்பட்டிருக்கும். ஆனால் தக்காணிய இஸ்லாமிய கட்டுமானங்களில் இத்தகு மாகாண பாணிக் கூறுகள், 'உள்ளூர்க் கூறுகள்' துளிகூடக் கொண்டிராததாய் உள்ளன.

இதற்குக் காரணம், இப்பகுதிகளில் இந்து, ஜைனக் கோயிற்கலை நல்ல வளர்ச்சிபெற்றதாயில்லை என்ற காரணமும் கூற இயலாது. ஏனெனில் தக்காண சுல்தான்களின் ஆட்சிப்பகுதிகளில் எழுப்பப்பட்டிருந்த திராவிட பாணி, சாளுக்கிய பாணியில் அமைந்த இந்து, ஜைன கோயில்கள் பேரெழில்மிக்கவை; எண்ணற்றவை. ஒருவேளை இக்கட்டுமானத் தலைமைக் கலைஞர்களின் மனப்போக்கு, இஸ்லாமிய ஆட்சியாளர்களுக்கு நம்பிக்கை அளிக்காது இருந்திருக்கலாம்.

எனவேதான் தக்காணத்தில் இஸ்லாமியக் கட்டுமானங்கள் மண்ணின் மணத்தைப் பிரதிபலிக்காததாயும், அந்நிய பாணி களின் சங்கமமாகவும் காணப்படுகின்றன. அதாவது சிறிதளவு டில்லி சுல்தானிய பாணியும், பெருமளவு பாரசீகப் பாணியும் கொண்ட கலவையாய் காணப்படுகின்றன. டில்லி சுல்தானியப் பாணி சாயலுக்குக் காரணம் டில்லியிலிருந்து தௌலதாபாத் நகருக்கு தலைநகர் மாற்றப்பட்டதுதான் என்பதை முன்பே நாம் குறிப்பிட்டுள்ளோம். பாரசீகப் பாணி சாயலுக்கான காரணங் களை ஆய்வோம்.

இடைக்காலத்தின் ஆரம்பத்தில் இந்தியப்பகுதிகளை வென்றெடுத்த இஸ்லாமியர் யார்? பாரசீகர்கள், மங்கோலி யர்கள், துருக்கியர்கள் போன்ற மேற்கு ஆசிய நாடுகளைச் சேர்ந்த பல்வேறு இனங்களைச் (races) சார்ந்தவர்களின் கூட்டமைவே ஆகும். எனவே இந்த வெவ்வேறு நாட்டவரும், தங்களின் தாய்நாடுதான் அனைத்திலும் சிறந்தது என்ற பற்றுடையோராய் இருந்ததில் வியப்பொன்றும் இல்லை. எனவே, இவர்களில் எவருக்கு உண்மை அதிகாரம் செலுத்திட வாய்ப்புக் கிடைத்ததோ அப்பொழுது அவர்கள் தங்களின் தாய்நாட்டை வழிகாட்டியாகக் கொண்டாடிடுவது நியாயம் தானே! நன்கு வளர்ச்சியடைந்த ஐரோப்பிய நாடுகள்கூட 'பாரம்பரிய கலை கலாச்சாரம்' என்று

வரும்பொழுது இத்தாலியையும், கிரேக்கத்தையும் தானே தங்களின் வழிகாட்டிகளாகக் கொண்டனர். அக்கால ஆசிய நாடுகளில் பாரசீக நாகரிகத்தின் செல்வாக்கு கொடிகட்டிப் பறந்தது. காலங்காலமாய், பல நூற்றாண்டுகளாய் இந்தியாவிற்கும், பாரசீகத்திற்குமிடையே வணிகத் தொடர்பும், பின் ஆக்கிரமிப்புத் தொடர்பும் நிலவிடத்தான் செய்தது.

குறைந்த அளவு இத்தொடர்பும், குறுகிய காலத்தில் விரைந்து பரவிய இஸ்லாமியத்தால், அதிகப்பட்டது. மேற்கு ஆசியாவில் வெவ்வேறு இஸ்லாமிய நாடுகளைச் சேர்ந்த ஆன்றோர்களும், சான்றோர்களும், அதிக எண்ணிக் கையில் இந்தியாவிற்கு வரத் தலைப்பட்டனர்; இம்மாதிரி இடம் பெயர்ந்தோர்களில் பலர் அரசில் உயர் பதவி வகிப்போராயும் உயர்வடைந்தனர். இத்தகையோரில் குறிப்பிடத்தக்கவர்தான் அலாவுதீன் ஹாஸன் பாமன் ஷா. இவர் பாரசீகத்திலிருந்து இடம் பெயர்ந்த சாகஸ விரும்பி. முகமது பின் துக்ளக் அரசில் டெல்லியில் உயர்பதவி வகித்தவர். டில்லி சுல்தானியம் சற்றே வலுவிழந்த பொழுது, 1347-இல் குல்பர்காவைத் தலைநகராகக் கொண்டு தக்காணத்தில் சுதந்திர அரசினை நிறுவினார்; தன் எஜமானர் பாமன் மீது கொண்ட மரியாதை காரணமாக 'பாமினி அரசு' எனப் பெயரிட்டாராம்!

ஹைதராபாத் சார்மினார்

பாரசீக வளைகுடா (Persian Gulf) பகுதிகளிலிருந்து அரபிக்கடலில் பயணித்து தக்காணத்தையொட்டிய மேற்குக் கடற்கரையை அடையும் அரபி நாட்டுக் கப்பல்கள் அதிகம். இக்கப்பல்களில் இராணுவ சாகஸ விரும்பிகளும், பொறியாளர்களும், பல்வேறு கலை மற்றும் தொழில் வல்லுனர்களும்,

கைவினைஞர்களும் பயணித்து இந்தியா வந்தனர். இவர்கள் சென்றடைந்திடும் வகையில் குறைந்த தூரத்தில், இருகரம் கூப்பி வரவேற்றிடும் குணாதிசயத்தைக் கொண்டதாய் பாமினி அரசு விளங்கிற்று.

பிடார் கோட்டை நுழைவாயில்

வரலாற்று ரீதியான அரசியல்காரணங்களுக்காக ஏற்படுத்தப் பட்ட தலைநகரங்கள் குல்பர்கா, பிடார், கோல்கொண்டா மற்றும் பிஜப்பூர் ஆகும். இந்நகரங்களெல்லாம் இந்து கலாச்சார மையங்களிலிருந்து நீண்ட தொலைவு தள்ளியே அமைந்தவை களாகும். எனவே பழந்தளவாடப்பொருட்கள் கிடைத்திடவும் வாய்ப்பில்லாமல் போய்விட்டது. மேலும் கோயிலின் மண்டப பாணியில் மாற்றம் ஏற்படுத்தி மசூதிக் கட்டுமானங்கள் எழுப்பிய குஜராத்திய பாணி, அந்நிய வெளிநாட்டினரான பாமினி சுல்தான்களுக்கு ஏற்புடையதாயில்லை. இத்தகு இந்து, ஜைனச் சாயல்கள் சிறிதளவு கூட தங்களின் கட்டுமானங்களில் விழுந்திடக் கூடாது என்பதில் முனைப்புடையோராய் இருந்தனர் தக்காண சுல்தான்கள். எனவேதான் ஆரம்பம் முதலே தக்காண சுல்தான் களின் கட்டுமானங்களில் பாரசீக பாணியின் தாக்கம் பெரும் பான்மை பங்குடையதாய் விளங்குகின்றது. இந்தியாவின் வடக்குப் பகுதியுடன் ஒப்பிடும்பொழுது பழம்பாரம்பரிய பகுதிகளாய் விளங்கும் தென்னிந்திய தக்காணப் பகுதிகளில் உயிரோட்டமுள்ள அந்நியக் கட்டுமானங்கள் வெற்றிகரமாய் எழுப்பப்பட்டன. இந்த அந்நிய கலப்புகள் அளித்த உத்வேகத்தின் உச்சக்கட்ட படைப்புதான் பிஜப்பூர் நகரில் உள்ள கோல்கும்பாஸ்

ஆகும். இது 16-ஆம் நூற்றாண்டின் உலக கட்டுமானங்களிலேயே மிகப்பெரிய அரைக்கோள குவிமாடத்தைக் கொண்டிருந்தது என்ற பெரும்பேற்றினைப் பெற்றதாகும். அருகில் உள்ள ஹளபேடு, பேளூர் வைதிகக் கட்டுமானங்கள் உயிர்மை பெற்று விளங்கும் சிற்பக் கலைக்கூடங்கள் என்றால், கோல்கும்பாஸ், கட்டுமான வடிவமைப்பிற்கோர் கலங்கரை விளக்கமாய் மிளிர்கின்றது.

தக்காண சுல்தானிய கட்டுமானங்களின் மூன்று நிலைகள்

கி.பி. 1347-ஆம் ஆண்டு குல்பர்கா நகர் நிறுவப்பட்டது. இதனை தலைநகராகக் கொண்ட பாமினி வம்ச சுல்தான்களின் ஆட்சி 1425 வரை நீடித்தது. இவ்வம்சத்தின் ஒன்பதாவது சுல்தானான அகமதுஷா, விரிவடைந்த தனது ஆட்சிப் பரப்பினை திறம்பட நிர்வகித்திட வேண்டி தலைநகரை 1425-இல் பீடாருக்கு மாற்றினார். பாமினி வம்சத்தைத் தொடர்ந்து, பாரித் ஷாகி சுல்தான்கள் ஆட்சி பீடாரைத் தலைநகராகக் கொண்டு தொடர்ந்தது. பாரித் ஷாகி வம்சத்தைத் தொடர்ந்து குதுப் ஷாகி சுல்தான்கள் கைக்கு அதிகாரம் மாறியது. இவர்கள் கி.பி. 1512 முதல் கோல்கொண்டா நகரை தலைநகராகக் கொண்டு ஆட்சி புரிந்தனர். 1687-இல் கோல்கொண்டா நகரை முகலாயப் பேரரசின் படைகள் கைப்பற்றின. தக்காண சுல்தான்களின் ஆட்சியும் முடிவுக்கு வந்தது. எனவே ஏறத்தாழ, இந்த மூன்றரை நூற்றாண்டு காலக் கட்டுமானங்களையும் மூன்று பிரிவுகளாகக் கற்றல் சிறந்தது. அவை

1. குல்பர்கா கட்டுமானங்கள் (1347 - 1422)
2. பீடார் கட்டுமானங்கள் (1422 - 1512)
3. கோல்கொண்டா கட்டுமானங்கள் (1512 - 1687) ஆகும்.

குல்பர்கா கட்டுமானங்கள்:

பாமினி அரசை நிறுவிய பாமன் ஷா தனது தலைநகரான குல்பர்காவைச் சுற்றி 50 அடி உட்கூடுள்ள மதிற்சுவரையும் அதனைச் சுற்றி 90 அடி அகலமுள்ள அகழியொன்றினையுட எழுப்பினார். நகரைச்சுற்றிய மதிற்சுவரின் சுற்றளவு நீளம் மைல்களுக்கும் குறைவானதேயாகும். பாறை அடித்தளத்தில மேல் அமைந்ததாய் மதிற்சுவர் எழுப்பப்பட்டுள்ளதால், ஓே

குல்பர்கா கோட்டை

சீரான வடிவமைப்புடையதாயில்லை. குறிப்பிட்ட இடை வெளிகளில் வலுவான அரைச்சக்கர வடிவ காப்பரண்கள் மதிற்சுவரிலிருந்து வெளிநீட்டிக் கட்டப்பட்டுள்ளன. பீரங்கி மேடைகள், மதிற்சுவரின் மீது ஏறிட முயற்சிப்பவர்கள் மீது கற்கள், கொதிக்கும் எண்ணெய் போன்றவற்றை வீசுவதற்கு ஏதுவான அமைப்புகள், மெர்லான் மறைவில் நின்று போரிடு வதற்கான அமைப்புகள் என மிகச்சிறந்த போர் அரண் கட்டு மானமாக மதிற்சுவரும், காப்பரண்களும் அமைக்கப்பட்டுள்ளன.

ஜாமி மசூதி தெற்கு முகப்பு- குல்பர்கா

இக்கட்டுமானத்திற்குள் நுழைந்திட இரு வாயில்கள் உள்ளன. அவற்றுள், வடகிழக்கு திசையில் அமைந்துள்ள நுழைவாயில் பிரதான நுழைவாயிலாகும். உள் இழுத்துக்

உருளை வடிவ விதானமும் குவிமாட விதானமும்
- குல்பர்கா ஜாமி மசூதி

கொள்ளும் அமைப்புள்ள அகழிமேல் அமைந்த பாலம், அதனையடுத்து கூர்முனை ஈட்டிகள் பதிக்கப்பட்ட கதவு, அதனையடுத்துள்ள குறுகிய வளைந்து வளைந்து செல்லும் பாதை, இப்பாதையில் ஆங்கங்கே அமைந்துள்ள வலுவான கதவுகள், இவற்றைப் பாதுகாக்க ஏதுவாக உயரங்கூடிய காவல் கோபுர அமைப்புகள் ஆகியவற்றைக் கடந்துதான் கோட்டை வாயிலை அடையமுடியும். வலுவான இக்கோட்டையானது சிரியா நாட்டைச் சேர்ந்த வல்லுனர்களின் கைவண்ணம்தான் என்கிறார் பெர்ஸி ப்ரௌன்.

இம்மதிற்சுவரின் உட்புற கட்டுமானங்களில் ஜாமி மசூதியைத் தவிர வேறெதுவும் இன்றில்லை. சிதல மடைந்திருக்கும் வெறுமையினூடே தனிமைப்படுத்தப்பட்ட கட்டுமானமாக ஜாமி மசூதி உள்ளது.

குல்பர்காவின் ஜாமி மசூதி

ஜாமி மசூதியின் வடிவமைப்பிற்கும், அதன்படி கட்டுவதற்குமான காரணகர்த்தா ரஃபி (Rafi) என்ற கட்டடக் கலை நிபுணராவார். இவரது ஊர் காஸ்வின் (Kazvin) நகராகும். இந்நகர் பாரசீகத்தின் வடக்குப் பகுதியில் உள்ளது. பரம்பரை பரம்பரையாக கட்டடக்கலை வடிவமைத்தவர்களின் வழித் தோன்றலே ரஃபி ஆவார். தனது தாய் மண் பாரசீகத்தின் மரபுப்படி இந்த ஜாமி மசூதியைக் கட்டிட ரஃபியின் மனது இடம்கொடுத்திடவில்லை; மாறாக, கிழக்கு ஐரோப்பாவில் அபூர்வமாய் எழுப்பப்பட்டிருந்த

வித்தியாசமான இஸ்லாமிய நினைவுச் சின்னங்கள் கொடுத்த உந்துதல்களின் விளைவாய் குல்பர்கா ஜாமி மசூதியின் வடிவமைப்பு உருவாகியிருக்கலாம். அதற்கு முழுவடிவம் கொடுத்திட முனைகையில், அவரது மூளையின் பின்புலத்தில் நிலைகொண்டிருந்த பழங்கால நீதிமன்ற மண்டபம் (Basilica) போன்றதொரு கட்டுமானம் பேருதவி புரிந்திருக்கலாம். நீள்சதுர வடிவில், தூண்களால் ஆனதாயும், அரைக்கோள குவிமாடத்தையும், உருளை வடிவமைப்பையும் (Vaulted) விதான அமைப்பாய் பெற்றதாயும் இந்த 'பேசிலிக்கா' மண்டபம் இருந்திருக்கும். பாரசீக பாணி என்றோ இந்திய பாணி என்றோ இனங்கண்டிட முடியாதபடி, இருபாணிக் கூறுகளும் இம்மசூதிக் கட்டுமானத்தில் திறம்படப் பின்னிப் பிணைந்துள்ளன. பாமினி வம்சத்தை நிறுவிய பாமன் ஷாவிற்குப் பின் சுல்தானான முகமது I (1358-75) ஆட்சிக் காலத்தில் 1367-இல் இம்மசூதி கட்டிமுடிக்கப் பட்டது.

ஜாமி மசூதி என்ற இலக்கணப்படி அமைந்ததில்லை இம்மசூதிக் கட்டுமானம். மைய மைதானப்பகுதி திறந்த வெளியாய் ஜாமி மசூதியில் விடப்பட்டிருக்கும். இம்மசூதி யிலோ, மைய மைதானப் பகுதி, 63 அரைக்கோள குவிமாடங்கள் கொண்ட விதான அமைப்பால் முற்றிலும் மூடப்பட்டுள்ளது. வழக்கமாய் ஜாமி மசூதியில் இடம்பெற்றிருக்கும் மினாரெட் அமைப்பு இங்கு இடம்பெற்றிடவில்லை. மைய மைதானத்தின் கிழக்கு, வடக்கு, தெற்கு விளிம்புகளில் இடம்பெற்றிருக்கும் உருளை வடிவ விதானத்துடன் கூடிய அழகு வளைவு அணி வகுப்பாலான நடைபாதையமைப்பு மிக அகல மானது; மேற்கு விளிம்பில் விசாலமானதொழுகைமண்டபம்மிகஅழகிய குவிமாட விதானத்துடன் அமைந்துள்ளது. மொத்தத்தில் 216 அடி X 176 அடி அளவுடையதாய் 37,916 சதுர அடி பரப்புடையதாய் மசூதி அமைந்துள்ளது.

மசூதிக் கட்டுமானத்தின் நான்கு முனைகளிலும் பெரிய அளவிலான அரைக்கோள குவிமாடம் அமைந்துள்ளது. தொழுகை மண்டபத்தின் மையப்பகுதியானது மிகப்பெரிய அரைக்கோள குவிமாடத்தைக் கொண்டுள்ளது. இக் குவிமாடத்தின் இருபக்கங் களிலும், இருவரிசைகளில், வரிசைக்கு மூன்று விகிதம் மொத்தம் 18 சிறிய வடிவ அரைக்கோள குவி மாடங்கள் அமைந்துள்ளன. இவற்றின் வடிவமைப்பு மைய மைதான விதானத்தில் இருக்கும் 63 குவிமாடங்களைப் போன்ற அளவுடையதாயுள்ளது.

வெளியிலிருந்து பார்க்கும் பொழுது தொழுகை மண்டப மையப் பகுதியில் இடம்பெறும் அரைக் கோள குவி மாடம் எடுப்பாய், எழிலுடையதாய் கண்ணிற்குப்படுகின்றது. இதற்குக் காரணம் இக்குவிமாடமானது உயரம் கூட்டப்பட்ட சதுரவடிவ நடைபாதை யமைப்பின் மையத்தில் அமர்த்தப் பட்டிருப்பதேயாகும். இத்தகு வடிவமைப்பிற்கு ஈடுகொடுப்பது போன்ற வடிவமைப் புடையதாய் தொழுகை மண்டப விதானத்தில் இடம்பெறும் அனைத்து அரைக் கோள குவிமாடங்களும், இவைகள் அமரும் அமைப்பும் வடிவமைக்கப் பட்டுள்ளன.

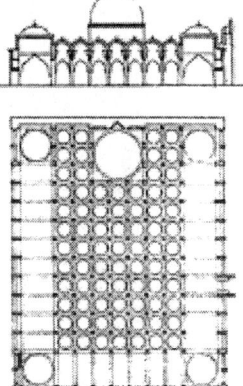

Cross-section and floor plan

தரை வரைபடம் மற்றும் குறுக்கு வெட்டுத்தோற்றம் - குல்பர்கா ஜாமி மசூதி

குவிமாடம் அமைந்துள்ள தொழுகைமண்டப மையப் பகுதியைச் சுற்றிய நடைபாதைப்பகுதி அழகிய வளைவுகளின் கீழ் அமைந்த அகலமான நடைபாதையாகும். விதானமோ, கூர்முனை உருளை வடிமைப்பாகும் (pointed barrel vaults) ஒவ்வோர் அழகு வளைவின் அகலமும் வழக்கத்திற்கு மாறாய் அதிகப்படியாய் உள்ளது. (wide span); இந்த அழகு வளைவு அமர்ந்திருக்கும் தூணும் உயரம் குறைந்ததாய் உள்ளது; உயரம் குறைந்த ஒவ்வோரு தூணின் நான்கு பக்கங்களிலும் நான்கு அழகு வளைவுகளின் தொடக்கம் அமர்ந்திருக்கும். அதற்கேற்ற தேவையான பருமனு டையதாய், உயரங் குறைந்ததாய் இத்தூண்கள் அமைப்புள்ளன. இத்தகு அமைப்பால், தூண்களாலான நடை பாதையமைப்பு என்றில்லாமல் அழகு வளைவுகளின் கீழமைந்த நடைபாதை யமைப்பு என்று தான் நம் மூளையில் பதியும். இக்கட்டுமான நாள்வரையிலான மரபிற்கு மாறாய் அமைந்த, இத்தகு அதிக அகலமுள்ள அழகு வளைவமைப்பு ('stretched' arches), வருங்கால தக்காண பாணி குணாதிசயமாய் பரிணாம வளர்ச்சி பெற உள்ளது. ஒரேஉயரமுடைய, ஆனால் வெவ்வேறு பக்க அளவுள்ள சதுர வடிவ அறைகளை அடுத்தடுத்து அமைந்ததாய் உருவாக்கிட உகந்தது, இத்தகு உயரம் குறைந்த தூண்களில். அமர்த்தப்பட்ட அகலம் கூடிய அழகு வளைவுகள் ஆகும்.

நீட்டிக்கப்பட்ட அழகு வளைவமைப்பு- குல்பர்கா ஜாமி மசூதி

தொழுகை மண்டப நடைபாதையமைப்பு அழகு வளைவு களைப்போன்று அதிக அகலம் கொண்டதாய் இல்லை, மைய மைதான விளிம்பு நடைபாதையில் இடம்பெறும் அழகு வளைவுகள். இந்த அழகு வளைவுகளை தொழுகை மண்டப அழகு வளைவுகளுடன் ஒப்பிடும்பொழுது, மெலிந்ததாய் தோற்றமளிக்கின்றன.

மசூதியைச் சுற்றியமைந்துள்ள வெளிப்புற சுவர்களில் மேற்குத்திசை சுவர்மட்டுமே அசலான சுவர் கட்டுமானமாய் உள்ளது. மற்ற திசைச் சுவர்களெல்லாம் அழகு வளைவுகள் பல அடுத்தடுத்து அமைந்துள்ள சுவர்ப்பகுதிகளாய் உள்ளன. மைய மைதானப்பகுதி விதானமுடையதாய் மூடப்பட்டுவிட்டதால், காற்றோட்டத்திற்கும், ஒளி ஊடுறுவுவதற்கும் தோதாய் அழகு வளைவுகள் பலவற்றைக் கொண்ட சுவர்ப்பகுதிகளாய்- மேற்குத்திசை சுவர் தவிர்த்துஅமைத்து விட்டனர் போலும்! மைய மண்டப குவிமாடம் அமரும் உருளை வடிவமைப்பினை ஏற்படுத்தும் சதுரவடிவ சுவர்ப்பகுதிகளில் சாளரங்களை அமைத்துள்ளனர். இதன்மூலம் தொழுகை மண்டபம் ஒளி மற்றும் காற்றோட்ட வசதிகள் கொண்டதாய் அமைகின்றது. மசூதிக்குள் நுழைவதற்கான பிரதான நுழைவாயில் வடதிசைச் சுவரின் மையத்திலுள்ளது. இச்சுவரின் இருபுறங்களிலும் சமச்சீராய் ஒன்றுபோலிருக்கும் அழகு வளைவுகளை விட பெரியதாய், உயரமுடையதாய், இந்நுழைவாயில் அழகு வளைவு அமைந்துள்ளது.

தொழுகை மண்டப மையப்பகுதி விதானத்தில் உள்ள அரைக்கோள குவிமாட வடிவமைப்பு, இக்குவிமாடத்தின் கீழே தரைப்பகுதியில் சூழ்ந்திருக்கும் உயரங்குறைந்த அகலங்கூடிய அழகு வளைவுகளால் ஆன நடைபாதையமைப்பு, வேலைப்பாடுகளற்ற, வெறுமனே விடப்பட்ட சுவர்ப்பரப்புகள்

தொழுகை மண்டப குவிமாடம் அமரும் உருளை-
யமைப்பின் உட்தோற்றம்- குல்பர்கா ஜாமி மசூதி

போன்றவை தக்காண கட்டுமான இலக்கணக் கூறுகளாக வருங்காலங்களில் இடம்பெற இருக்கின்றன. மற்றபடி மூடிய ஜாமி மசூதி என்ற வடிவமைப்பு மக்கள் மனதில் எடுபடவில்லை. மாறாக, டில்லியிலுள்ள காலன் மசூதி, கிர்க்கி மசூதி போன்ற வற்றில் திறந்தவெளி மைதானத்தின் மையத்தில் செங்குத்தாய் சந்தித்துக்கொள்ளும் விதானமுடன் கூடிய நடைபாதை

ஷாபஸார் மசூதி

யமைப்பால் நான்கு திறந்தவெளிப் பகுதிகளை உடையதாய் மைய மைதானப் பகுதியை மாற்றியமைத்துள்ளனர். கார்டோவா மசூதியைப்போன்ற வடிவமைப்புடைய குல்பர்கா ஜாமி மசூதியின் வடிவமைப்பில் மேற்கொள்ளப்பட்ட சிறுமாற்றங்களே காளி, கிர்க்கி மசூதிகள் என்றால் மிகையில்லை!

ஷா பஸார் மசூதி (Shah Bazar Masjid 1358-75)

குல்பர்கா நகரின் மையப்பகுதியில் இம்மசூதி அமைந் துள்ளது. டில்லி துக்ளக் பாணிக் கட்டுமானத்தைப் போன்றே யுள்ளது. பாரசீகக் கட்டுமானப் பாணியின் தாக்கங்களும் ஆங்காங்கே தென்படுகின்றன. எனவே, மசூதி வடிவமைப்பு கோணத்திலிருந்து, இம்மசூதி, ஜாமிமசூதிக்கு முன் கட்டப்பட்டி ருக்கலாம். மசூதிக்குள் நுழைய கிழக்கு திசையிலுள்ள நுழை வாயிலைப் பயன்படுத்திடவேண்டும். இந்நுழைவாயில் கட்டுமானத்தின் விதானமானது ஒரு பெரிய அரைக்கோள குவிமாடத்தைக் கொண்டுள்ளது. இக்கட்டுமானத்தைக் கடந்தால் திறந்தவெளி மைதானத்தில் நுழையலாம். நுழைவாயிலிலிருந்து தொழுகைமண்டபத்தை அடைந்திடும் வகையில் ஒரேயொரு வழித்தடம்தான் திறந்தவெளி மையத்தில் அமைந்துள்ளது. மற்றபடி விதானமுடன் கூடிய நடைபாதையமைப்புபோன்ற

ஹாசன் கங்கு கல்லறை மாடம்

வழக்கமான கட்டுமான அங்கங்கள் எதனையும் திறந்தவெளி பெற்றிருக்கவில்லை. தொழுகைமண்டப முகப்பு, 15 அழகு வளைவு நுழைவாயில்களைக் கொண்டுள்ளது. வடக்குதெற்காய், தொழுகைமண்டப முகப்பிற்கு இணையாக, ஆறு நடைபாதை அமைப்புகளையுடையதாய், தொழுகைமண்டபம் அமைந்துள்ளது. அழகு வளைவுகள் இணைக்கப்பட்டுள்ள தூண்களெல்லாம் வெள்ளை வண்ணம் பூசப்பட்டுள்ளன. வேலைப்பாடுகள் எதுவுமே இடம்பெற்றிடாத எளிய தூண்களாகும் இவை. ஆனால் இந்த எளிமையே அரசு மசூதியென்ற சூழலை ஏற்படுத்துகின்றது என்றால் மிகையில்லை.

கல்லறைக் கட்டுமானங்கள்

தக்காண பாணியின் பரிணாம வளர்ச்சியைக் கற்றறிய வேண்டுமெனில், கல்லறை மாடங்களைத் தான் கட்டுமான காலவரிசைப்படி காணவேண்டும். டில்லி துக்ளக் பாணிக் கட்டுமானங்களைப் போல் தொடங்கி, படிப்படியாக பாரசீக பாணி வடிவமைப்பையும், தொழில்நுட்பங்களையும் உள்வாங்கிக் கொண்டு தனித்தன்மையான தக்காண பாணியாக முழுமலர்ச்சியடைவதைப் புரிந்துகொள்ள முடியும். இந்த அடிப்படையில் தொடக்கநிலை கல்லறை மாடங்களான குல்பர்கா நகர் கல்லறை மாடங்களைக் காண்போம். மொத்தம் 7 சுல்தானியக் கல்லறை மாடங்கள் இரண்டு குழுக்கட்டுமானங்களாக குல்பர்கா நகரில் பிரிந்து அமைந்துள்ளன. இவை 50 ஆண்டுகளில் எழுப்பப்பட்டவைகளாகும். முதல் கட்டுமான குழுமத்தில் பாமினிவம்ச ஆட்சியை நிறுவிய ஹாஸன் கங்கு பாமினி (1358) கல்லறையும், முகமது ஷா I (1375) கல்லறையும், மெஹ்மூது ஷா (1397) கல்லறையும் அடங்கும். இக்குழுமமானது குல்பர்கா நகரின் கிழக்கே புறநகர் பகுதியில் அமைந்துள்ளது.

1347-இல் குல்பர்காவில் பாமினி வம்ச ஆட்சியை பிரகடனம் செய்த அலாவுதீன் ஹாசன் கங்கு சுல்தான் 1358-ஆம் ஆண்டு இறந்தார். ஹாசன் கங்குவின் ஆட்சிக்காலமானது, பாமினி வம்ச ஆட்சியும், தக்காண பாமினி கட்டுமானமும் தவழும் நிலையில் இருந்த காலகட்டமாகும். எனவே அவரது கல்லறைமாடமும் தொடக்கநிலை துக்ளக் பாணி அமைப்பையே கொண்டுள்ளது. சதுரவடிவ கட்டமைப்பின் மேல் உயரங் குறைந்த அரைக்கோள குவிமாடத்தைக்கொண்ட சிறிய, எளிய கட்டுமானமாகும்.

பிரோஷ் ஷா கல்லறை மாடம்

சரிவானச் சுவரமைப்பு, சுவர்ப்பரப்பினுள்ளேயே குடைந்து அமைத்தாற் போன்ற நுழைவாயில் அமைப்புகள், போர்முஸ்தீபுக் கேற்ற கைப்பிடிச் சுவர், இதன் நான்கு முனைகளிலும் அமைந்த குவிமாட விதான அமைப்புடைய கோபுர அமைப்பு, உயரங்குறைந்த அரைக்கோள குவிமாட அமைப்பு என்ற துக்ளக் பாணி குணாதிசயங்களைக் கொண்ட கட்டுமானம் ஆகும். இக்கல்லறை மாடத்தைப்போன்றே இக்குழுமத்திலுள்ள மற்ற இரு கல்லறை மாடங்களும் உள்ளன. இருப்பினும் *1397*-இல் இறந்த முகமது ஷாவின் கல்லறை மாடத்தில், அரைக்கோள குவிமாடத்தின் அமைப்பு தட்டையாயத் தோன்றிடாமல் இருக்க, சற்றே உயர்த்தப்பட்ட உருளை அடிமானத்தின் மேல் அமரத்தப் பட்டுள்ளது. இதிலிருந்து குல்பர்கா ஜாமி மசூதியில் பின்பற்றிய அரைக்கோள குவிமாடத் தொழில்நுட்பத்தை இங்கும் பயன் படுத்தத் தொடங்கிவிட்டனர் என்பது புலப்படுகின்றது.

குல்பர்காவின் இரண்டாம் குழுமக் கல்லறைமாடங்கள்:

குல்பர்காவின் இரண்டாம் குழும கல்லறை மாடங்களை ஹப்ட் கும்பாஸ் (Haft Gumbaz) என்று அழைக்கின்றனர். 'ஏழு குவிமாடங்கள்' எனப் பொருள்படும். இக்குழுமத்தினுள் நான்கு கல்லறைமாடங்கள் அமைந்துள்ளன. அவை *(1)* முஜாகிது பாமன் (Mujahid Bahman 1378) கல்லறை *(2)* தாவுத் ஷா கல்லறை

(Daud Shah 1378) *(3)* ஷம்ஸ்தீன் மற்றும் சியாசுதீன் கல்லறை (Shams Al-din & Giyath Al-din 1397) *(4)* பிரோஸ் ஷா பாமினி கல்லறை (Firoz Shah 1422) ஆகும்.

இதில் முஜாகிது பாமன் கல்லறை மாடமானது முதல் குழுமத்தைப் போன்றே துக்ளக் கட்டுமான பாணியில் அமைந்துள்ளது. ஆனால் பெரிய அளவிலானது. இக்குழுமத்திலுள்ள மற்ற மூன்று கல்லறை மாடங்களும் கட்டுமான குணாதிசயத்தைப் பொறுத்தவரை முஜாஹிது பாமன் கல்லறை மாடத்தைப் போன்றேதான் உள்ளன. ஆனால் வேறெந்த கல்லறைக் கட்டுமானத்திலும் காணமுடியாத, பிரத்யேகமான கட்டுமான அரங்கமைப்பு (structural arrangement) கொண்டதாய் எழுப்பப்பட்டுள்ளது. கல்லறை மாடமானது 'இரட்டையர்' போன்ற இரு கல்லறை மண்டபங்களைக் கொண்டுள்ளது; இவ்விரு மண்டபங்களும் அடுத்தடுத்தே ஆனால் ஒரே கட்டுமானமாக அமைந்துள்ளன. ஒரு மண்டபத்தில் சுல்தானின் கல்லறைப் பெட்டியும் (cenotaph) இதன் இரட்டையர் மண்டபத்தில் சுல்தான் குடும்பத்தினரின் கல்லறைப் பெட்டிகளும் இருக்கும். இந்த இரட்டைக் கல்லறை மாடங்களிலேயே மிகச் சிறந்ததான தரிதீன் பிரோஸ் ஷா அவர்களின் கல்லறை மாடத்தை ஆய்வோம். குல்பர்காவைத் தலைநகராகக் கொண்டு ஆட்சி செய்த பாமினி வம்சாவளியினரில் கடைசி சுல்தான் பிரோஸ்ஷா ஆவார். இவர் 1422-ஆம் ஆண்டு இறந்தார்.

பிரோஸ் ஷா பாமன் கல்லறை மாடம் (1422)

இக்கல்லறை மாடத்திற்கு முன் எழுப்பப்பட்ட கல்லறை மாடங்களைக் காட்டிலும் அளவில் பெரியது; எடுப்பானத் தோற்றமுடையது; வடிவமைப்

பிரோஷ் ஷா கல்லறை மாடம் நுழைவாயில்

பிலும், தொழில்நுட்பக் கூறுகளிலும் முன்னேற்றங் கொண்டதாயுள்ளது என பிரோஸ் ஷா கல்லறை மாடத்தை வர்ணித்தல் மிகையாகாது. தனக்கு முந்தைய பாமினி சுல்தான்களைக் காட்டிலும் செல்வாக்குடையவராகவும், புகழ்பெற்றவராகவும் பிரோஸ் ஷா திகழ்ந்தார் என்று பதிவு செய்யப்பட்டுள்ளது. எனவே அவரது அந்தஸ்துக்கேற்ற எடுப்பான கல்லறைமாடம் என்றால் மிகையில்லை.

இக்கல்லறை மாடம் துக்ளக் பாணியில் விலாவாரியான வளர்ச்சி கண்ட கல்லறைமாடமாகும். துக்ளக் பாணியிலான சரிவான சுவரமைப்புடையது என்று இக்கல்லறை மாடத்தைக் கூறிட இயலாது. இதன் வெளிப்புற அளவு 158 அடி X 78 அடி ஆகும். சதுரவடிவ இரட்டைக் கல்லறைமண்டபங்கள் அடுத்தடுத்து அமைந்த ஒரே கல்லறை மாடக் கட்டடமாகும். கைப்பிடிச் சுவரையும் சேர்த்து 42 அடி உயரமுடையது; இரட்டைக் கல்லறைமண்டபங்கள் ஒவ்வொன்றின் மேலும் 30 அடி உயரமுடைய அரைக்கோள குவிமாடத்தைக் கொண்டுள்ளது. உயரவாக்கில் சுற்றுச்சுவர்கள் இரு பிரிவுகளாகப் பிரிக்கப் பட்டுள்ளன. மேல்புறப் பிரிவில் இடம் பெறும் இரண்டடுக்கில் அமைந்த உள்ளடங்கிய கூர்முனை அழகுவளைவுகளுக்குள் தட்டியமைப்புக் கற்சாளரங்கள் அமைந்துள்ளன. கீழ்புறப் பிரிவும் இதே போன்ற கூர்முனை அழகு வளைவுகளைப் பெற்றுள் ளன. இவற்றுள், ஆறு அழகு வளைவிற்குள் கீழே நுழைவாயிலும் அதற்கும் மேலே தட்டியமைப்பு கற் சாளரங்களும் கொண்டதாய் உள்ளன. வடக்குதெற்குப் புற சுவர்களில் இரண்டிரண்டு நுழைவாயில்களும், கிழக்கு மேற்குப்புற சுவர்

பிரோஷ் ஷா கல்லறை மாடம் - மண்டப உட்தோற்றம்

களில் ஒரேயொரு நுழைவாயிலும் அமைந்துள்ளன. தெற்கு சுவர் நுழைவாயில்தான் பிரதான நுழைவாயிலாய் இருக்க வேண்டும். ஏனெனில், இந்நுழைவாயில்தான், எடுப்பான வடிவமைப்பு டையதாயும், விலாவாரியான வேலைப்பாடுகளை உடையதாயும் உள்ளது. கைப்பிடிச்சுவரின் மேல், இலை வடிவமைப்பு வேலைப் பாடுகள் போன்று, மெர்லான்(foliated merlon) அமைக்கப்பட்டுள்ளது. விதானத்தின் நான்கு முனைகளிலும் உயரங்குறைந்த கோபுர வேலைப்பாடுகள் உள்ளன. (fluted finial). அரைக்கோள குவிமாடம் அமரும் உருளை வடிவமைப்பைச் சுற்றிலும் இலை வேலைப் பாடுகளைக் கொண்டுள்ளது.

சதுரவடிவிலமைந்த இரட்டைக் கல்லறை மண்டபங்களின் சுவர்களும் கீழ்ப்பகுதி, மேல்பகுதி என பாகுபாடுடையதுபோல் அழகு வளைவுகளின் மூலம் பிரித்துக் காட்டப்பட்டுள்ளது. சுவரின் மேல்பகுதியின் மூலைப்பகுதியில் இடம்பெறும் அழகு வளைவுகளால் உருவாக்கப்படும் ஸ்குவின்ச் வளைவுகள் அழகு வேலைப்பாடுகளைக் கொண்ட அரைக்கோள குவிமாடத்தைத் தாங்குகின்றன. உட்புறக் கட்டுமான வேலைப்பாடு களும், உன்னதமான அழகு வேலைப்பாடுகளும் டெல்லியிலுள்ள பிரோஸ் துக்ளக் கல்லறை மாடத்தை நினைவுறுத்துகின்றன. ஆனால் டில்லி பிரோஸ் துக்ளக் கல்லறை மாடம் குல்பர்கா பிரோஸ்ஷா பாமனின் கல்லறை மாடக் கட்டுமான காலத்திற்கு 30 ஆண்டுகள் முந்தையதாகும்.

சோர் கும்பாஸ் ஸ்குவின்ச் வளைவுகள்

சோர்கும்பாஸ் (1420)
(Chor Gumbaz)

பாந்தே நவாஷ் ஜேஸூ தராஸ் (Bandeh Nawaz) என்ற சூபி சந்நியாசியின் நினைவாக 1420-இல் இக்கல்லறை மாடம் கட்டப்பட்டது. பிரோஸ் ஷா பாமனின் கல்லறைமாடம்

போன்றே சுவரமைப்பு வேலைப்பாடுகள் உள்ளன. விதானத்தின் நான்கு மூலைகளிலும் அமைந்துள்ள சிறிய கோபுர வடிவ வேலைப்பாடுகள் ஆர்வந்தரக்கூடியவை; நுழைவாயிலும், படியமைப்புகளும் கொண்டுள்ளன. உட்புறத்திலுள்ள ஸ்குவின்ச் வளைவுகள் அமைப்பும், விதானத்திற்கு கீழேயுள்ள சுவர்பகுதி களைச் சுற்றிலும் இரண்டு அடுக்கு தாமரை இதழ் வடிவமைப்பு களும், இதற்கும் மேல் அமைந்துள்ள அழகு வளைவு அமைப்பி லுள்ள மாடங்களும் குறிப்பிடத்தக்கவையாகும். தனித்தன்மையான இவ்வேலைப் பாடுகள் வேறெந்த கல்லறை மாடத்திலும் இடம் பெறவில்லை.

பீடார் கட்டுமானங்கள் (1422 - 1512)

பாமினி வம்சத்தின் ஒன்பதாவது சுல்தான் அகமது ஷா ஆவார். 1422 முதல் 1436 வரை ஆட்சிபுரிந்த இவர், தலை நகரை குல்பர்காவிலிருந்து பீடாருக்கு மாற்றினார். குல்பர்காவிற்கு வடகிழக்கே 60 மைல் தொலைவில் அமைந்துள்ளது பீடார் நகரம். புதிய தலைநகரம் எனில் கட்டடக் கலை வளர்ச்சிக்கு இடம் கொடுக்குமல்லவா! 2330 அடி உயரமுடைய ரம்மியமான பீடபூமிப் பகுதியில் அமைந்துள்ள பீடார் நகரானது தற்காப்பு நோக்கிலும், அழகியல் நோக்கிலும் அகமது ஷாவைக் கவர்ந்ததில் வியப்பில்லை. பாதுகாப்பு முஸ்தீபு களுக்கு உகந்த கோட்டைக் கட்டு மானம் உருவாக்கப்பட்டது. குல்பர்கா கோட்டைக் கட்டு மானம் போன்றே துக்ளக் பாணி யிலானது; ஆனால் அளவில் பெரியது; மேலும் வலுவானது; இரண்டரை மைல் நீளச் சுற்றுச் சுவர் எழுப்பப்பட்டது; 50 அடி பருமனுள்ள சுவர்; இதனைச் சுற்றி 30அடி ஆழமும் 115 அடி அகலமும் உடைய மூன்று நிலை அகழி அமைக்கப்பட்டது; மதிற் சுவர் 7 நுழைவாயில்களைக் கொண்டிருந்தது; இவற்றுள் குறிப் பிடத்தக்கது கோட்டையை

ரங்கின்மஹால்

ரங்கின் மஹால் மண்டபம்

நோக்கிய மாண்டு நுழைவாயில்; நுழைவாயில் பகுதியை அணுக இழுவைப் பாலத்தைத்தான் பயன்படுத்த வேண்டும். நீண்ட நாட்களுக்கு, எதிரியின் எவ்வித வலுவான முற்றுகையையும் தாக்குப் பிடிக்கக்கூடிய தன்மையது என சுருக்கமாக கட்டுமானத்தை வர்ணித்திடலாம்.

இத்தகு வலுவான அரணுக்குள், ஐம்புலன்விருந்துக்கும், சொகுசுக்கும் இடங்கொடுக்கக்கூடிய மாடமாளிகைகள் பீடாரின் செல்வாக்கு உயர்தோங்கியிருந்த காலத்தில் எழுப்பப்பட்டிருந்தன. எத்தகு மாட மாளிகைகள் இருந்திருக்க வேண்டும் என்பதற்கு இந்நகரை உருவாக்கி, தலைநகராக்கிய அகமது ஷாவின் வாழ்க்கைத் தத்துவமே போதுமானது. அவரது கல்லறை மாட கல்வெட்டி லிருந்த வாசகம் "மனப்புண்ணை அல்லது மன வெறுமையை ஆற்றிடும் எனது அருமருந்து - ஒருகோப்பை மது அருந்தி பின் அணுஅணுவாக பேரின்பத்தை ருசிப்பது" (a cup of wine and then I sup of bliss). எனவே மதுவும், அந்தப்புரமும் அத்துடன் உல்லாச வாழ்க்கைக்கு உகந்த பேரெழில் கொஞ்சும் கட்டுமானங்களும் தான் அகமது ஷாவின் மனவெறுமையைப் போக்கிடும் கலைப் பொருட்களாய் இருந்திருக்க வேண்டும்.

குல்பர்காவைப் போல் பீடாரில் இத்தகு மாடமாளிகைகள் முற்றிலும் அழிந்திடவில்லை. சிதலமடைந்த நிலையில் எஞ்சி யிருக்கும் கட்டுமானங்களே அவற்றின் பெருமைமிகு காலங்களை எடுத்துரைக்க போதுமானவைகளாய் உள்ளன. மேலும் அக்கட்டு மானங்கள் எழுப்பப்பட்டதற்கான காரணத்தையும் எடுத்துரைக் கின்றன. ரங்கின் மஹால் அல்லது வண்ண எழில் கொஞ்சும் மாளிகை (Rangin Mahall), பெண்களுக்கான ஜனானா மஹால், தக்த் (Takht) மஹால் எனப்படும் தர்பார் மண்டபம், (Throne Palace), திவானி ஆம் எனப்படும் பொது மக்களுக்கு தரிசனம் தரும் மண்டபம், ககன் மஹால், நீராழி மண்டபங்கள் அல்லது ஹாமாம் மண்டபங்கள் என வெவ்வேறு நோக்கம் கொண்ட கட்டு மானங்கள் பொருத்தமான அமைப்புடன் பொருத்தமான அலங்காரங் களுடன் எழுப்பப்பட்டிருந்தன.

இத்தகு கட்டுமானங்களுக்கான பாணி என்பது பரிணாம வளர்ச்சி பெற்றிராத காரணத்தால், பாரசீக பாணியே வழி காட்டியாக எடுத்துக்கொள்ளப்பட்டு மண்ணின் ரசனைக்கு ஏற்றார்போல் சற்றே மாற்றம் கொண்டுள்ளன. பாரசீகப் பாணியின்

சோலா கும்பா அல்லது ஜாமி மசூதி

முக்கிய குணாதிசயமே பொருத்தமான வண்ண வடிவமைப்பைப் பெற்றிடுமாறு சுவர், விதானப் பரப்புகளை வடிவமைப்பதாகும். எடுப்பான தோற்றத்திற்காக, வண்ண ஓடுகளை ஒட்டுவதற்கும், சுவரோவியங்களைத் தீட்டுவதற்கும் ஏற்றவாறு பீடார் கட்டுமான வடிவமைப்பைத் திட்டமிட்டனர். வண்ண ஓடுகளை ஒட்டுவதற்கு சிறந்ததோர் எடுத்துக்காட்டு ரங்கின் மஹால் எனலாம். பளபளக்கும் பல்வேறு வண்ணக் கலவைகளால் ஆன அராபெஸ்க் (arabesque) வேலைப்பாடுகளைக் கொண்டிருந்தது. நிச்சயமாக, இதற்கான வண்ண ஓடுகள் பாரசீகத்தி லிருந்துதான் தருவிக்கப்பட்டிருக்க வேண்டும். பாரசீகத்தின் வடக்குப் பகுதியிலுள்ள கசான் (Kashan) நகர சூளைகள் இத்தகு வண்ண ஓடுகளுக்கு, அந்நாளில், பெயர் போனவைகளாகும்.

வாழ்வியல் கட்டுமானங்கள் நிலையற்றவை, இறையியல் கட்டுமானங்கள் நிரந்தரமானவை என்னும் தத்துவத்தை எடுத்து ரைப்பது போல், பீடார் நகரின் அந்நாளைய சிறப்பை இன்றைக்கும் எடுத்துரைப்பவைகளாய் மசூதிக் கட்டுமானங்களும், இறைமையியல் கல்லூரிக் கட்டுமானமும், கல்லறை மாடங்களும் விளங்குகின்றன.

ஜாமி மசூதி அல்லது சோலா கும்பா (Sola Khumba)

அந்நாளில் கோட்டை வளாகத்திற்குள் தொழுகைக்குரிய முக்கிய மசூதியாக செயல்பட்டது ஜாமி மசூதியேயாகும். சோலா கும்பா என்பதன் பொருள் 16 தூண்கள் என்பதாகும்.

மசூதியின் முகப்பில் கண்ணில்படும் தூண்களின் எண்ணிக்கை 16-ஆக இருப்பதனால், இன்றைக்கு சோலா கும்பா என்றழைக்கின்றனர். பீடார்நகரை டில்லிதுக்ளக்சுல்தான்கள் ஆக்கிரமித்திருந்த 14-ஆம் நூற்றாண்டின் தொடக்கத்தில் கட்டப்பட்டது; பாமினி சுல்தான்களின் தலைநகரானவுடன் விரிவுபடுத்தப்பட்டது என்கின்றனர். ஒரேவரிசையாக அமைந்த அழகுவளைவு நுழை வாயில்களை தொழுகை மண்டப முகப்பில் காணலாம். தாக்குதல்களை சமாளிக்கும் பாணியிலான முகப்பு கைப்பிடிச்சுவர் பாமினி சுல்தான்களின் கட்டுமானமாகும். குல்பர்கா மசூதியைப் போல் முழுவதும் விதானமுடையதாய் இல்லை; மாறாக ஜாமி மசூதி இலக்கணப்படி மத்திய திறந்தவெளி மைதானம், இதன் மேற்கு விளிம்பில் தூண்களாலான தொழுகை மண்டபம், இதன் மத்திய பகுதியின் விதானத்தில் அரைக்கோள குவிமாடம் என்ற அமைப்புள்ளது. இக்குவிமாடமானது ஓரளவிற்கு உயரமான 16 பக்க உருளையமைப்பின் (drum) மேல் அமர்த்தப்பட்டுள்ளது. இந்த உருளையமைப்பில் மூவிலைத் தோரண வளைவு வேலைப்பாடுகள் மேற்கொள்ளப்பட்டுள்ளன. சம்பிரதாயமான மசூதிக் குவிமாடம் என்னும் இறுக்கத்தை இவ்வேலைப்பாடுகள் சற்றே குறைத்திடத்தான் செய்கின்றன.

தெற்குப் பகுதியிலிருக்கும் தர்காஸ் (Tarkash) மஹாலிலிருந்து வடக்குப்பகுதியில் இருக்கும் அரச நீராழி மண்டபத்திற்குச் செல்லுமாறு அமைக்கப்பட்ட நீர் வாய்க்கால்கள் மசூதியின் திறந்த நிலை மைய மைதானத்தின் வழியாகச் செல்கின்றன. தொழுகை மண்டபம் வடக்கு, தெற்காக 295 அடி நீளமும், கிழக்கு, மேற்காக 77 அடி உள்கூடு அகலமும் கொண்டுள்ளது. மிஹ்ராப் இருக்கும் மைய மண்டபப்பகுதி சதுரவடிவ மண்டப அமைப்பாக சுவர்க் கட்டுமானத்துடன் உள்ளது. இதன்மேல் தான் உயரங் கூட்டப்பட்ட உருளையமைப்பின் (Stilled dome) மேல் குவிமாடம் அமர்ந்துள்ளது. இத்தகு அறைபோன்ற மத்திய அமைப்பு தவிர்த்து, மற்றோர் மரபு சாரா விஷயம் முகப்புத் தூண்கள் மற்றும் தொழுகை மண்டப சுவர்ப்பகுதி தூண்கள் தவிர மற்ற தூண்கள் உருளை வடிவமைப்பை (வட்ட வடிவமைப்பை) கொண்டிருப்பதாகும். மொத்தம் 60 தூண்கள் உருளை வடிவமைப்புடையவை. ஒவ்வோர் தூணின் உள்கூடு விட்டமும் 4.25 அடியாகும். இம்மாதிரி உருளை வடிவத்தூண்கள் மாண்டு நகரின் ஹாவா மஹாலில் (Hawa Mahal) மட்டுமே காணமுடியும்

இத்தூண்களின் உச்சிப்பகுதியில் தாமரை இதழ் வேலைப்பாடுகளைக் (Petalled elements) கொண்டுள்ளன.

முகமது கவான் (Muhammad Gawan) மத்ரஸா (Madrassa)

பாமினி வம்ச வரலாற்றில் நீங்காத இடத்தைப் பிடித்தவர் மெஹ்மூது கவான் ஆவார். இவர் மூன்றாம் முகமது ஷா சுல்தானின் பிரதம மந்திரியாகவும், படைத்தளபதியாகவும் செயலாற்றியவர். காஸ்பியன் கடற்கரையருகிலுள்ள கிலான் (Gilan) நகரைச்சேர்ந்த பாரசீக நாட்டவர். மிகச்சிறந்த கல்விமான். பல்வேறு படையெடுப்புகளுக்கு திறம்படத் தலைமைவகித்தது, நிர்வாகச் சீர்திருத்தங்கள் பலவற்றை நடைமுறைப்படுத்தியது, பாமினி அரசவையின் முரண்படும் பல்வேறு பிரிவினரையும் நன்மை பயத்திடச் செய்யுமாறு சமாளித்தவிதம் போன்ற அரும்பெரும் செயல்களால் செல்வாக்குப் பெற்றவரானார். அவரது இறுதிநாட்களும் சோகமயமானது. பீடார் நகரில் அவரது பெயர் என்றென்றும் நிலைத்திருக்குமாறு அவர் எழுப்பியக் கட்டடம்தான் மத்ரஸா கட்டடமாகும். 'ஆங்கோர் ஏழைக்கு எழுத்தறிவிக்கும்' நோக்கத்தினை புகுந்த மண்ணில் நிறை வேற்றிட தோற்றுவிக்கப்பட்டதே இம்மத்ரஸா கட்டடமாகும். தன் சொந்த நாட்டில் தான் கல்விப் பயின்ற கல்லூரியை அப்படியே அப்பட்டமாக பீடாரில் ஏற்படுத்த கவான் முனைந்தார்; இதற்காக கட்டடக் கலைஞர்கள் மட்டுமல்லாமல், கட்டுமானப் பொருட்களையும் தாய்நாட்டிலிருந்து தருவித்திடத்

முகமது கவான் மத்ரஸா

தயங்கவில்லை; புகுந்த மண்ணின் பாணியின் சாயல் சிறிதளவு கூடப் படாமல் பார்த்துக் கொண்டார்; விளைவு, பாரசீகக் கல்லூரி ஒன்றை பெயர்த்தெடுத்து பீடாரில் பதித்தது போலாயிற்று. வகுப்பறைகள், நூலகம், மசூதி, ஆசிரியர்களுக்கும், மாணவர்களுக்கும் போதிய தங்கும் வசதி ஆகிய அனைத்தையும் முழுமையாகப் பெற்ற இஸ்லாமியக் கல்லூரியாக கவானின் மத்ரஸா பீடாரில் செயல் பட்டது. பெரிஷ்டா காலத்தில் இதுவே இந்தியாவிலுள்ள மிகப்பெரியக் கல்லூரியாகக் கருதப்பட்டது. மத்ரஸாவின் பெருமையினால் ஈர்க்கப்பட்டு இங்குவந்து பணியாற்றி வர்களில் புகழ்பெற்ற இறையியல் கல்விமான்கள் (Theologians), தத்துவஞானிகள், விஞ்ஞானிகளும் அடங்குவர். 3000-க்கும் மேற்பட்ட ஓலைச் சுவடிகளை (manuscripts) நூலகம் கொண்டிருந்ததாம். கி.பி 1656-இல் முகலாயப் பேரரசர் ஔரங்கசீப் இந்நகரை முற்றுகையிடும் பொழுது இக்கல்லூரியில் மறைத்து வைத்திருந்த வெடி மருந்து வெடித்து சிதறியதில், இக்கல்லூரியின் ஒரு பகுதி சிதலமடைந்துவிட்டது. அன்று முதல் புழக்கத்தில் இல்லாததால் இயற்கையின் பாதிப்புக்கும்

முகமது கவான் மத்ரஸா - சாளர வேலைப்பாடு

முகமது கவான் மத்ரஸா - மினாரெட்

உட்பட்டது. செல்வாக்கு ஓங்கியிருந்த காலத்தில் மிகச் சிறந்த கட்டுமானமாக திகழ்ந்ததன் சாயலை மட்டுமே இன்று நாம் காண்கிறோம்.

மத்தியில் 100 அடி பக்க அளவுள்ள சதுரவடிவ திறந்த வெளி மைதானம்; அதன் நான்கு பக்கங்களிலும் மூன்று தளக் கட்டு மானங்கள்; 205 அடி X 180 அடி அளவுள்ள செவ்வக வடிவமைப்பிலானது ஒட்டு மொத்தக் கட்டுமானம்; ஒட்டுமொத்த மத்ரஸா கட்டுமானமும் உயர்ந்த அடித் தளத்தின் மேலமைந்துள்ளது; பிரதான நுழைவாயில் கிழக்கு திசையில் உள்ளது. கிழக்கு முகப்பின் இருமுனை பகுதி களிலும் 100 அடி உயரமுடைய மினா ரெட்கள் அமைந்துள்ளன. இதில் தென் கிழக்கு முனை மினாரெட்டும் அதனுடன் இணையும் தெற்கு, கிழக்கு பக்கக் கட்டுமானங்களில் பாதியும் மேலே குறிப்பிட்ட வெடிமருந்து விபத்தில் இடிந்துவிட்டன. வடக்கு, தெற்கு, மேற்கு பக்கக் கட்டுமானங்களுக்கு மத்தியில் காப்பரண் அமைப்பு போன்ற கட்டுமானம் உள்ளது. வடிவமைப்பில், எண்கோணத்தில் பாதி போன்றும் (semi-octogonal), உச்சியில் தார்தார் (tartar) அமைப்பு குவிமாடத்தையும் கொண் டுள்ளது. மூன்று தளங்களைக் கொண்ட வெளிப்புற சுவர்ப் பரப்பெங்கும் அழகு வளைவினுள் அமைந்த சாளரங்களைக் கொண்டுள்ளது; மிக அகலமான கைப் பிடிச் சுவரமைப்பும் உள்ளது.

பெரும்பாலான கட்டுமான பாணி களில் எடுப்பான வெளிப்புறத் தோற்றத் திற்காக கையாளும் முறைகள்: பொருத்த மான கலப்பில் கோடுகளையும், பிற வடிவகணித வடிவமைப்புகளையும்

தௌலதாபாத் சாந்த்மினார்

பயன்படுத்துதல்; கட்டுமானப் பகுதிகள், வெற்றிடப் பகுதிகள் ஆகிவற்றின் பகிர்வை வெவ்வேறு விதங்களில் வெளிக் கொணர்தல்; ஒளிவிழும் பகுதிகள், நிழல் விழும் பகுதிகள் என ஒளி மேலாண்மையை திறம்பட பயன்படுத்துதல்; போன்றவை களாகும். இவையெதையும் பாரசீகப் பாணிக் கட்டுமானமான பீடார் மத்ரஸா கட்டுமானம் நம்பியிருக்கவில்லை. மாறாக பள பளப் பேற்றப்பட்ட பல வண்ண ஓடுகளைப் பதித்து சுவர்ப் பரப்புகளை அழகுபடுத்தும் நோக்கம் கொண்டதாய் இருந்தது. இதன் அடிப்படையிலேயே வெளிச் சுவர்பரப்புக் கட்டுமானம் அமைந்திருந்தது. பச்சை, மஞ்சள், வெள்ளை ஆகிய வண்ண ஓடுகள் அதிகமாய் பயன்படுத்தப்பட்டுள்ளன. மலர்களின் வடிவமைப்பிலும், மரபு சார்ந்த அராபெஸ்க் (arabesques) வடிவமைப்பிலும், வண்ண ஓடு வேலைப் பாடுகள், முகப்பில் இடம்பெற்றுள்ளன. காலிகிராஃபி பதிப்புகளின் மூலம் அழகு படுத்துதலும் அதிகமாய்க் கையாளப்பட்டுள்ளன. அகலமான கைப்பிடிச் சுவரில் காலிகிராஃபி எழுத்துக் கலை வல்லுனர் களால் மூன்றடி உயர அளவிற்கும் மேலான அளவுடைய எழுத்துக்களை கொண்டு மிக அழகிய முறையில் பதித்துள்ளனர். ஈரத்தின் தாக்கத்தால் ஓடுகளின் பளபளப்பு மங்கி போகாதிருக்க வேண்டுமே! இதற்காக கட்டுமானத்தின் கீழ்புற அடிமான அடுக்கு களில் இடையிடையே ஈயத்தகடுகளையும் (Lead sheets) பயன்படுத்தியுள்ளனர். இருப்பினும் இன்றைக்கு மங்கிய நிலையில் தான் வண்ணவேலைப்பாடுகள் உள்ளன. மத்ரஸா வடிவமைப் பாளர்களின் முயற்சிகளெல்லாம் காலவெள்ளத்தை வென்றிட இயலவில்லை.

தெளலதாபாத் மினார்

மெஹ்மூது கவானின் மத்ரஸாக் கல்லூரி கட்டுவதைப் பற்றிய சிந்தனை எழுவதற்கு முன்பே, 1435-இல் தெளலதாபாத் கோட்டையில் மிக அழகிய மினார் கட்டப்பட்டுவிட்டது. வெற்றிக் கோபுரக் கட்டு மானங்கள்தான் அக்காலக் கட்டத்தில் எழுப்புவது வழக்கம்; மற்ற படி மசூதிக் கட்டுமானத்தில் மினார் இடம்பெறுவது துவக்கநிலையில்தான் உள்ளது. தெளலதாபாத் நகரின் மினார் கட்டுமானம் பாக்தாத் நகர கட்டுமான கலைஞர்களின் கைவண்ணம் போல் தோன்றுகிறது. பால் கனியை தாங்குகின்ற இணைப் புக் கட்டுமானங்களிலும் (brackets) வேறுசில வேலைப் பாடுகளிலும் உள்ளூர் கலைஞர்களின் உழைப்பு

வெளிப்படுகின்றது. நான்கு தளங்களைக் கொண்ட மினாரின் உயரம் 100 அடியாவது இருக்கும். ஒவ்வொரு தளமும் குறுக்கு வெட்டுத் தோற்றத்தில் வட்டவடிவமாக உள்ளது. ஒரேயொரு பகுதி மட்டும் நெட்டுக் கோடுகள் கொண்ட உருளை வடிவமைப்பு உடையதாய் (fluted) உள்ளது. ஒட்டு மொத்தத்தில் வடிவமைப்பில் மிக அழகியது; மெல்லியதாய், அதேசமயம், உறுதியானதாய் கட்டப்பட்டுள்ளது; எடைபகிர்வில் மிகச் சிறப்பாய் வடிவமைக்கப்பட்டுள்ளது.

அலாவுதீன் பாமினி கல்லறை மாடம் 1458

பீடாரின் கல்லறை மாடங்கள்:

பீடார் நகரின் நினைவுச் சின்னங்களில் பாமினி வம்சத்தின் பெருமையை பறைசாற்றுபவை, அவர்களின் கல்லறை மாடங்களே யாகும். டில்லி துக்ளக் பாணி, பாரசீக பாணி, பாக்தாத் பாணி என பல அந்நியப் பாணிகளின் சாயல் இக்கல்லறை மாட கட்டுமானங்களில் இடம்பெறத்தான் செய்கின்றன. இருப்பினும் 'தக்காண பாணி' என கூறிடத்தக்கவாறு ஒட்டுமொத்த கட்டுமான குணாதிசயம் படிப்படியாய் வளர்ச்சி கண்டது பீடாரின் கல்லறை மாடங்களில்தான். பாமினி வம்சகல்லறை மாடங்கள் மொத்தம் 12 உள்ளன. குல்பர்கா கல்லறை மாடங்களின்

அகமது ஷா கல்லறை மாடத்தில் இடம்பெறும் ஓவியம்

வளர்ச்சிப்பெற்ற வடிவமைப்பை ஒன்றுபோலவே கொண்டுள்ளன பீடார் கல்லறை மாடங்கள். ஒரேயொரு வித்தியாசம் என்னவெனில் இரட்டை மண்டபங்களைக் கொண்டிருக்கவில்லை பீடார் கல்லறைகள்.

மாறாக, ஒரேயொரு மண்டபத்தைக் கொண்ட கனசதுர வடிவம்; அழகு வளைவுகளின் மூலம் பல தளங்களாக பிரிக்கப்பட்ட சுவர்ப் பகுதிகள்; போர் முஸ்தீபுக்கேதுவான கைப்பிடிச் சுவர்; இதன் நான்கு திசை முனைகளிலும் கோபுர அமைப்பு என்ற வடிவமைப்புடையவை இக்கல்லறை மாடங்கள். இக்கல்லறை மாடங்களின் உச்சிப் பகுதியில் எண் கோண வடிவ மைப்புடைய உயரமான உருளையமைப்பு ஏற்படுத்தப்பட்டுள்ளது. அதன் மேல் அமர்ந்துள்ள குவிமாடம் மிகப்பெரிய அளவுடையதாகும். அரைக்கோள வடிவமைப்புடையதில்லை இக்குவி மாடம்; குவிமாடத்தின் வளைவரை மேலே குறுகுவதைப் போன்றே, கீழ்பகுதிகளிலும் குறுகும் அமைப்புடையதாயுள்ளது. இத்தகு குமிழ் (bulbous) குவிமாட அமைப்பைத்தான் டார்டார் (tartar) வகை குவிமாடம் என்கின்றனர். இனி வருங்கால குவிமாட கட்டுமான வடிவமைப்பாகவே இந்த டார்டார் வகை குவி மாடம்தான் திகழ இருக்கின்றது.

அலிபாரித் கல்லறை மாடம்

பீடார் கல்லறை மாடங்கள், உட்புற கட்டுமான வடிவமைப்பிலும், அதனை நிறைவேற்றுவதிலும் குல்பர்கா கல்லறை மாட பாணியைத் தொடர்கின்றன. இருப்பினும் பிறவகை கட்டுமானங்

கல்லறைப் பெட்டி - அலிபாரித் கல்லறை மாடம்

களைப் போன்றே, பாரசீக பாணியில், பளபளப்பேற்றப்பட்ட வண்ண ஓடுகளை பல வடிவமைப்புகளில் பதித்து அழகு படுத்துதல் இங்கும் இடம்பெறத் தொடங்கியுள்ளது. 1458-இல் இறந்த அலாவுதின் பாமன் கல்லறை மாடத்தில் இடம் பெறும் அராபெஸ்க் வடிவமைப்புடைய வண்ண ஓடு பதிப்பு வேலைப் பாடுகளின் தரம் 16-ஆம் நூற்றாண்டின் பாரசீக தரைவிரிப்பு (carpet)-களில் இடம்பெறும் வேலைப்பாடுகளுக்கு இணையாயுள்ளது.

1487 முதல் 1619 வரை பீடாரில் பாரித் (Barid) வம்ச ஆட்சி நடைபெற்றது. இவர்களின் காலத்திலும் கல்லறை மாட கட்டு மானத்தின் வளர்ச்சித் தொடர்ந்தது. இவ்வம்ச சுல்தான்களுக்குரிய இடுகாடு பீடார் நகரின் மேற்குப் பகுதியில் அமைந்துள்ளது. ஒவ்வொரு சுல்தானின் விருப்பு வெறுப்புகளையும் பிரதிபலிக்குமாறு அவரவருடைய கல்லறை மாடங்கள் அமைந்துள்ளன. பாரித் வம்ச சுல்தான்களின் பூர்விகம் துருக்கி நாடாகும். இவ்வம்ச சுல்தான்களில் மூன்றாமவர் அலிபாரித் (Ali Barid) ஆவார். 1579-இல்

காலிகிராஃபி வேலைப்பாடுகள் - அலிபாரித் கல்லறை மாடம்

இறந்த இவரது கல்லறை மாடம் மிகச் சிறந்ததாகும். இந்நாள் வரை பாரம்பரியமாய் பின்பற்றப்பட்டு வந்த மூடிய மாட அமைப்பிலிருந்து மாறுபட்டது. திறந்த நிலை கல்லறை மாடமாயுள்ளது. நான்கு பக்கங்களிலும் அழகு வளைவு களின் கீழமைந்த பாதையின் வெளிவிளிம்பிலிருந்தே கறுப்பு பசால்ட் (Black Basalt) ஊடகத்தில் செதுக்கப்பட்ட கல்லறைப் பெட்டி (cenotaph) கண்ணில் படும். எளிமையான வடிவமைப்புக் கோர் எடுத்துக்காட்டு இக்கல்லறைமாடம்.

விலாவாரியான வேலைப்பாடுகளுக்குகந்ததாய் கல்லறையின் குமிழ்வடிவ குவிமாடம் (tartar or bulbous dome) அமைந்துள்ளது. பாரசீக வண்ண ஓடு பதித்தல் வேலைப்பாடுகளுக்கு உகந்ததாய் கட்டுமான அமைப்பு இருக்கவேண்டும் என்பது காலத்தின் கட்டாயமல்லவா! இத்தகு வடிவமைப்பு உடையதாய் உள்ள கல்லறை மாடத்தின் சுவர் வேலைப்பாடுகளாக கூபிக் (kufic), துக்ரா (Tughra), நாஷ்கி (Nashki) போன்ற காலி கிராஃபி எழுத்துக் களில் இரண்டடிப் பொன்மொழிகளோ (couplets) புனித வாசகங் களோ அல்லது அவரவர்க்குரிய தத்துவக்கொள்கையோ இடம் பெற்றுள்ளன. இத்தகு காலிகிராஃபி எழுத்து வேலைப்பாடு களுக்கு ஈடு இணையான வேறொரு வேலைப்பாட்டினைக் கூறிட இயலாது. இத்தகு காலிகிராஃபி வேலைப்பாடுகள்,

பொறுத்த மாய், பாரசீக வண்ண ஓடுகளை ஒட்டி நிறைவேற்றப்
பட்டுள்ளன.

கோல்கொண்டா கோட்டை

கோல்கொண்டா கட்டுமானங்கள்:

பீடார் சுல்தான்களின் ஆதிக்கம் வலுவிழந்தபோது, பீடாரின் கவர்னராக கோல்கொண்டா பகுதிகளை நிர்வகித்தவர் சுதந்திரப் பிரகடனம் செய்தார்; குதுப் சாஹி (Gutub Shahi) வம்சத்தினரின் சுதந்திர ஆட்சியை நிறுவினார். 1518 முதல் 1687 வரை குதுப் சாஹி வம்சத்தினரின் ஆட்சி நீடித்தது. முகலாயப் பேரரசர் ஔரங்கசீப் அவர்களின் நீண்ட நாட்கள் முற்றுகைக்குப் பின் 1687-இல் கோல்கொண்டா சரணடைந்தது. 160 -ஆண்டுகால குதுப்சாஹி

கோட்டையிலிருந்து கிடைத்திடும் கல்லறை மாடங்கள் குழுமக் காட்சி

வம்சத்தினரின் கட்டுமானங்களெல்லாம் தக்காணத்தின் கிழக்குப் பகுதி நெடுகிலும் பரவலாய்க் காணப்படுகின்றன. இக்கட்டு மானங்களில் குறிப்பிடத்தக்கவைகள் எல்லாம் நிராதரவாய் கைவிடப்பட்ட கோல்கொண்டா நகரிலும், ஹைதராபாத் நகரிலும் உள்ளன.

கோல்கொண்டா கோட்டை:

400 அடி உயர மலை மீது கோல்கொண்டா கோட்டை அமைக்கப்பட்டது. வலுவான மதிற்சுவர்களாலான மூன்றடுக்கு அரணுக்குள் கோட்டை அமைந்துள்ளது. முதல் அரணின் மதிற் சுவரைச் சுற்றி ஆழமான அகழி அமைந்துள்ளது. மதிற்சுவரினுள் உள்ள நகரின் சுற்றளவு 7 கி.மீ ஆகும். இம்மதிற்சுவர், 8 பிரம்மாண்டமான நுழைவாயில்களையும், 15 முதல் 18 மீ உயரமுள்ள காப்பரண்களையும் (bastions) கொண்டுள்ளது. வெவ்வேறு தொலைவிற்கு குண்டுகளை வீசக் கூடிய பீரங்கிகள் இக்காப்பரண்களின் மேல் நிறுத்தப்பட்டுள்ளன. இந்த முதல் அரண் மதிற்சுவரையடுத்து, மலையடிவாரத்தைச் சுற்றி இரண்டாவது அரண் மதிற்சுவர் இரட்டைச்சுவர் (double wall) அமைப்பில் எழுப்பப்பட்டது. அதனையடுத்து மலையின் மீது இயற்கையாய் அமைந்த பாறைகளையும், செயற்கையாய் எழுப்பப்பட்ட மதிற்சுவரையும் கொண்டதாய் வளைந்து வளைந்து செல்லும் மூன்றாம் அரண் மதிற்சுவர் அமைந்துள்ளது.

மூன்றாம் அரணுக்குள், பாதுகாப்பாய் மலைமீது கோட்டையின் பல்வேறு கட்டுமானங்கள் எழுப்பப்பட்டுள்ளன. நன்கு திட்ட மிடப்பட்டுள்ளது கோட்டை நகரமைப்பு. குதுப் ஷாஹிகளின் உச்சக் கட்ட செல்வாக்கின் போது, வைர நவரத்தின வியாபாரத்தில் தலைசிறந்த மையமாக இக்கோட்டைநகரம் திகழ்ந்ததை இத்தாலி (Italy) யாத்திரிகர் மார்கோ போலோ சிலாகித்து உரைத்துள்ளார். நகரின் உயரமான பாதுகாப்பான இடங்களில் ஆயுதக்கிடங்கு, மசூதிகள், தானிய சேமிப்புக் கிடங்குகள், நீர்த்தேக்கங்கள், அரசவை மண்டபங்கள் ஆகிய அனைத்துக் கட்டுமானங்களும் அமைந்திருந்ததை, அவற்றின் எச்சங்களிலிருந்து அறிந்து கொள்கின்றோம். இக்கட்டுமானங்கள் அனைத்தையும் உள்ளடக்கிய கோட்டை வளாகத்திற்குள் நுழைய ஒரேயொரு நுழைவாயிலை மட்டுமே கொண்டிருந்தது. அது மூன்றாம் அரண் அமைப்பிலுள்ள கிழக்கு நுழைவாயில் ஆகும்.

மலையின் வெவ்வேறு உயரங்களில் கட்டப்பட்டிருந்த மேல்நிலை நீர்த்தேக்கத் தொட்டிகளில் பாரசீக சக்கர (Persian Wheel) நீரேற்றும் கருவிகளைப் பயன்படுத்தி தண்ணீர் நிரப்பப்

பட்டது. இவ்வாறு சேமிக்கப்பட்ட தண்ணீரானது பல்வேறு மண்டபங்களுக்கும், குடியிருப்புகளுக்கும், விதானத் தோட்டங்களுக்கும் (roof gardens) நீரூற்றுகளுக்கும் திறம்பட விநியோகிக்கப் பட்டது. புவிஈர்ப்பு விசையை மட்டுமே பயன்படுத்தி (sheer force of gravity) கற்கட்டுமான செயற்கை வாய்க்கால்கள், சுடுமண் குழாய்கள் மூலம் தண்ணீர் விநியோக மேலாண்மை நடைபெற்றது.

கோல்கொண்டா கோட்டைக்குள் எவரும் ரகசியமாக நுழைந்திட முடியாத அளவிற்கு எதிரொலி (accoustic) மேலாண்மை சிறப்பாக செயல்படுத்தப் பட்டிருந்தது. பல்வேறு கட்டுமானங்களின் அளவும், அமைவிடமும் வெகுதொலைவில் உள்ள முணுமுணுப்பு ஒலியைக் கூட மலை மேலுள்ள கோட்டைக்குக் கடத்திடுமாறு சிறப்பாக அமைக்கப்பட்டிருந்தது. மலையடி வாரத்திலுள்ள நுழைவாயிலின் மையத்தில் நின்று கொண்டு கைதட்டினால் அவ்வொலியானது நுழைவாயிலுக்கெதிரே ஒரு குறிப்பிட்ட கோணத்தில் கட்டப்பட்டுள்ளகட்டடத்தால் திசை திருப்பப்படுகின்றது. இந்தஎதிர்கட்டடத்திலிருந்து கைத்தட்டினால், அவ்வொலியானது மலை உச்சியில் கேட்கின்றது; அதே சமயம் இதனருகில் உள்ள வேறெந்த இடத்திலும் கேட்காது. தர்பார் விதான காவலாளிகளுக்கு வருகை புரிய விருக்கும் முக்கியஸ்தர்களைப் பற்றிய தகவல்களை அனுப்பிடும் சமிக்ஞை முறையாக இத்தகு ஒலி மேலாண்மை யமைப்பு ஏற்படுத்தப்பட்டுள்ளதாம்.

முகமது குலிகுதுப்ஷா கல்லறை மாடம்

குதுப் சாஹிகளின் கல்லறை மாடங்கள்:

குதுப் சாஹிகளின் கட்டுமானப் பாணியை முழுமையாய் அவர்களின் கல்லறைமாடங்கள் எடுத்துரைக்கின்றன. இக்கல்லறை மாடங்கள் கோல்கொண்டா நகரின் (கோட்டையின்) வடமேற்கு திசையில் அமைந்துள்ளன. இக்கல்லறை மாடங்களுள், 7 மாடங்கள் குதுப்சாஹி சுல்தான்களுடைய கல்லறை மாடங்கள்;

மற்ற கல்லறை மாடங்களெல்லாம் அரசகுடும்பத்தினருக்காகவும், இதர முக்கியஸ்தர்களுக்காகவும் எழுப்பபப்பட்டவைகளாகும். இக்கல்லறைகளின் கட்டுமான கால வரிசைப்படி பார்த்தால், அவை குதுப்சாஹிகளின் கட்டுமான பாணி வளர்ச்சியையும் எடுத்துரைக்கும்; மேலும் ஒட்டுமொத்த குதுப்சாஹி பாணியின் பொதுவான குணாதிசயங்களையும் எடுத்துரைக்கும்.

முகமது குலிகுதுப்ஷா கல்லறை மாடம்-
வேலைப்பாடுகள்

பீடார் பாமினி சுல்தான்களின்கல்லறை மாடங்களின் வடிவமைப்பு மற்றும் பாணியின் தொடர்ச்சியே குதுப்சாஹிகளின் கல்லறை மாடங்களாகும்; சில கட்டுமானக் கூறுகளும், அழகுபடுத்தும் கூறுகளும் சேர்க்கப்பட்டுள்ளன. வண்ண வேலைப்பாடுகள்தான் அழகுபடுத்தும் கூறுகளில் பெரும்பங்கு வகிக்கின்றது. இச்சேர்க்கைகள் எல்லாம் கட்டுமானத்திற்கு அவசியமானவை என்றுரைத்திட முடியாது; 'அழகுபடுத்துவோம்' என்ற எண்ணவோட்டத்தில் சேர்க்கப்பட்டவைகளாகும். விளைவாக கல்லறை மாடத்தின்

ஜம்ஷெட் குலிகுதுப்ஷா கல்லறை மாடம்

ஒட்டுமொத்த கம்பீர அமைப்பைக் குறைப்பதாகவும், சுவர்ப் பரப்புகளையெல்லாம் தெளிவில்லாத வேலைப்பாடு அமைப்புள்ளவைகளாகவும் ஆக்கிவிட்டன. கல்லறை மண்ட பத்திற்குரிய கண்ணியமான தோற்றம் போய் தேவையில்லாத பகட்டுத்தனம் வெளிப்படுகின்றதாம்.

அப்துல்லா குதுப்ஷா கல்லறை மாடம்

முழு உருப்பெற்ற குமிழ் வடிவமைப்புடையதாய் விதானத்தின் குவி மாடம் வளர்ச்சி பெற்றுள்ளது. (full blown bul bous) ஆனால் குவிமாடத்தின் உச்சியிலும் கழுத்துப் பகுதியிலும் (அடிப்பகுதி யிலும்) தாமரை இதழ் கருத்துரு போன்ற சிக்கலான வடிவிணைப்பு வேலைப்பாடுகள் மேற்கொள்ளப்பட்டுள்ளன. குவிமாடம் அமர்ந்துள்ள கனசதுர மண்டபத்தின் சுவர்பரப்புகளிலும் பூச்சு வேலைப்பாடுகளின் மூலம் சிக்கலான, நுணுக்கமான, ஆனால், பகட்டான வேலைப்பாடுகள் மேற்கொள்ளப்பட்டுள்ளன. கன சதுர மண்டபத்தின் நான்கு முனை உச்சிகளிலும் 'குல் தஸ்தா' (Guldasta) கருத்துரு கொண்ட மினாரெட்கள் இடம் பெற்றுள்ளன. போர்முஸ்தீபு கொண்டதாயில்லை கைப்பிடிச் சுவரில் இடம் பெறும் மெர்லான் வேலைப்பாடுகள்; மாறாய் அழகு வேலைப் பாடுகள் இணைப்பாய் மாறிவிட்டன.

சில கல்லறை மாடங்களில் மண்டப உயரத்தில் பாதி உயர மிருக்குமாறு கனசதுர மண்டபத்தைச் சுற்றிலும் அழகு வளைவு நடைபாதையமைப்பு (arcaded verandah) ஏற்படுத்தப்பட்டுள்ளது. இதன் மூலம் இத்தகு கல்லறை மாடங்கள் இருதள அமைப்புடையதாய் காட்சியளிக்கின்றன. இந்த இருதள அமைப்பு அழகிய தோற்றமுடையதாய் காட்சியளிக்க இணைப்பு வேலைப் பாடுகளின் (brackets) மேல் இறவாரக் கூறை (cornices) நீட்டப்பட்டது போன்ற வேலைப்பாடுகள் மேற்கொள்ளப் பட்டுள்ளன. குமிழ் வடிவ குவிமாடமும் பெரியதாயும், அதிக உயரமுடையதாயும் ஆகிவிட்டது. இதனால் கல்லறைமாட மைய மண்டபத்தில் பொருத்தமான உயரத்தில் வளைவான விதான அமைப்பினை பொருத்தமாய் மேற்கொள்ள வேண்டியதாயிற்று; இதற்கும் மேலுள்ள குமிழ்வடிவ குவிமாடத்தின் உட்புறம் வேலைப் பாடுகள் ஏதுமற்றதாய், வெறுமையாய் விடப்பட்டுள்ளது. இதுபோன்ற அமைப்பின் மூலம் இரட்டைக் குவிமாடங்களின் (double dome)பயன்பாடு என்னவோ, அதற்கு இணையான பயன்பாட்டினை இக்கல்லறை மாடங்களும் பெறலாயின. இக்கல்லறை மாடங்கள் காலத்தில், வட இந்தியாவில், முகலாயக் கட்டுமானங்களில், இரட்டைக் குவிமாட அமைப்புதான் பின்பற்றப்

தோலி மசூதி

பட்டு வந்தது. பகட்டான கல்லறை மாடத்திற்கு, 1672-இல் இறந்த அப்துல்லா குதுப் ஷாவின் கல்லறை மாடத்தையும், கண்ணிய மான கல்லறை மாடத்திற்கு 1612-இல் இறந்த முகமது குலிகுதுப் ஷாவின் கல்லறை மாடத்தையும் கொள்ளலாம்.

குதுப் ஷாஹிகளின் மசூதிகள்:

அதிக எண்ணிக்கையில் கல்லறை மாடங்கள் எழுப்பப் பட்டது போன்றே கோல்கொண்டா பகுதியிலும், ஹைதராபாத் நகரிலும் பல மசூதிகள் எழுப்பப்பட்டன. இவற்றுள் பெரும் பான்மையானவை 17-ஆம் நூற்றாண்டில் எழுப்பப்பட்ட வைகளாகும். எடுத்துக்காட்டுகளாக ஜாமி மசூதி, மெக்கா மசூதி, முசிராபாத் மசூதி, தோலி மசூதி(Toli Masjid) ஆகியவற்றைக் கூறலாம். தோலி மசூதி அளவில் சிறியது; ஆனால் முழுமையான வளர்ச்சிபெற்ற குதுப்ஷாஹி பாணி மசூதியாகும்.

ஹைதராபாத் நகரின் சார்மினார்:

ஆனால் குதுப் ஷாஹி கட்டுமான பாணிகளின் உச்ச கட்ட சிறப்பை மசூதிகளும், கல்லறை மாடங்களும் எடுத்துரைக்க வில்லை. மாறாக 1591-இல் ஹைதராபாத் நகரில் கட்டப்பட்ட சார் மினார் (Char Minar) தான் எடுத்துரைக்கின்றது. நான்கு மினார் களைக் கொண்டுள்ளது என்பதால் சார்மினார் என்று அழைக்கப் படுகின்றது. குஜராத்தில், அஹமதாபாத் நகரில் தீன் தர்வாஷா எனப்படும் வெற்றி நுழைவாயிலின் (மூன்று வாயில்களைக் கொண்டது) அமைவிடம், வடிவமைப்பு, கட்டுமானமுறை ஆகியவற்றுக்கான காரணங்களையும், கட்டுமானத்தை நிறை வேற்றியுள்ள நேர்த்தியையும் முன்பே நாம் அறிந்துள்ளோம். சார்மினார் கட்டப்பட்டதன் நோக்கமும் அது போன்றதேயாகும். ஹைதராபாத் நகரும், சார்மினாரும் முகமது குலி குதுப் ஷா அவர்களால் கட்டப்பட்டது. இவர் குதுப் ஷாஹி வம்சத்தின் ஐந்தாவது சுல்தானாவார். பிளேக் நோயின் (Plague) பிடியிலிருந்து ஹைதராபாத் மக்களை காப்பாற்றும்படி இறைவனிடம் இறைஞ் சினாராம் முகமது குலி ஷா. வேண்டுதல் பலித்திடவே, சார்மினாரை எழுப்பினாராம்.

சார்மினார் கட்டுமானத்தின் பிரம்மாண்டமும், நேர்த்தியும் எவரையும் வசியப்படுத்தும். கட்டுமானம் சதுர வடிவிலானது.

100 அடி பக்க அளவுடையது. சதுர அமைப்பின் நான்கு முனைகளிலும் 186 அடி உயர மினார்கள் அமைந்துள்ளன. ஒவ்வொரு மினாரும் 3 தளங்களைக் கொண்டுள்ளது. மினாரெட்டினுள் அமைந்துள்ள 149 படிகளைக் கொண்ட, வளைந்து வளைந்து செல்லும் படிக்கட்டு அமைப்பின் மூலம் உயர்தளங்களுக்குச் செல்லமுடியும். தரைத்தளத்தில் இரு மினார்களுக்கும் இடையே 36 அடி அகலமுள்ள கூர்முனை அழகு வளைவு நுழைவாயில் அமைந்துள்ளது. தரைத்தளத்தின் நான்கு பக்கங்களும் இத்தகு அமைப்பையே கொண்டுள்ளன. தரைத்தளத்தின் மேலுள்ள முதல்தளத்தின் நடைபாதைப் பகுதி அமைப்பு, அடுத்தடுத்து அமைந்த, அழகு வளைவுகளைக் கொண்ட முகப்பினைக் கொண்டுள்ளது; (arcaded triforium). இத்தளத்தின் மேலுள்ள தளங்களின் சிறிய அளவு அழகு வளைவுகளின் அணிவகுப்பும், அதற்கும் மேல் இடம்பெறும் வெவ்வேறு வடிவமைப்புகளில் தட்டி அமைப்பினைக் கொண்ட கற் சாளரங்களும், இவற்றைத் தாங்கும் தூண்களமைப்பும் (perforated Balustrade) கட்டுமானத் திற்கு மேலும் அழகூட்டுகின்றன.

சார்மினார் கட்டுமானத்தில் மிகவும் கவனமாய் குறிப்பிட வேண்டியது மசூதியமைப்பாகும். இரண்டாம் தளத்தின் மேற்குப் பகுதியில் இம்மசூதி அமைந்துள்ளது. சமகால மசூதிக் கட்டு மானங்களில், மிக அழகிய ஒன்று சார்மினார் மசூதி என உறுதி படக் கூறலாம். இதன் முன் உள்ள திறந்த நிலை மையப் பகுதியில் 45 வழிபாட்டிடங்கள் (Mushallas or Prayer spaces) உள்ளனவாம்.

கனசதுர மண்டபம், குவிமாடம், மினார்கள், அழகு வளைவுகள் ஆகியவற்றின் தொகுப்பே இஸ்லாமிய கட்டுமான இலக்கணமாகும். இதன்படி அமைந்த சார்மினாரில், கற்சாளர அமைப்பு, பால்கனி அமைப்பு, பூச்சு வேலைப்பாடுகள் ஆகியவற்றில் எண்ணற்ற வடிவமைப்புகளில் மேற்கொள்ளப்பட்ட வேலைப் பாடுகளில் இந்து கட்டிடக் கலைஞர்கள் தங்களது முழுத்திறனையும் வெளிப்படுத்தியுள்ளனர். வெவ்வேறு வடிவில் மேற்கொள்ளப்பட்ட மலர் வேலைப்பாடுகள் மிக நுணுக்கமானவை. மினார்களின் வடிவமைப்பில் உயரவாக்கில் ஒரு நிலையிலிருந்து அடுத்த நிலைக்கான மாற்றம் மிகக் குறைந்த அளவுடையதாயுள்ளது. இத்தகு வடிவமைப்பின் மூலம் உயர்ந்தோங்கிய தோற்றத்தை

பீடார் சோலா கும்பா அல்லது ஜாமி மசூதி திருச்சுற்றுப் பகுதி மினார்கள் பெற்றுள்ளன. மொத்தத்தில் சார்மினார் வலிமையைக் கொண்டுள்ளது; ஆனால் பறைசாற்றிடும் நோக்கில்லை; கண்ணியத் தோற்றத்தைக் கொண்டுள்ளது; அதேசமயம் வீறு கொண்ட உணர்வுடையதாயுள்ளது. எனவே ஹைதராபாத் என்றால் எவர் மூளையிலும் நிழலிடுவது சார்மினார்தான்.

◆

12

அத்தியாயம்

தக்காணம்: பிஜப்பூர் பாணிக் கட்டுமானங்கள்

பாமினி பேரரசு அருகிலுள்ள இந்துப் பேரரசுகளுடன் சுமார் ஒன்றரை நூற்றாண்டுகளாக போரிட்டுவந்தது. அக்காலங்களில் டில்லியிலிருந்தோ அல்லது பிற

அடில் ஷாஹி சுல்தான்கள் - ஓவியம்

திருச்சுற்றும், தொழுகை மண்டபமும் ஜாமி மசூதி

இஸ்லாமிய சிற்றரசர்களிடமிருந்தோ எவ்வித உதவியும் பாமினி அரசுக்குக் கிடைக்கவில்லை. 15-ஆம் நூற்றாண்டுக்குள்ளாகவே, குறைந்தபட்சம் வடக்கே விந்திய மலை வரையிலாவது விஜயநகரம் போன்ற இந்து பேரரசுகள் பரவியிருக்கும். இத்தகு நிகழ்ச்சி நடந்திடாமல் தடுக்கப்படுவதற்குக் காரணம் யூசுப் அடில்கான் என்ற திறமைமிகு போராளி களத்தில் இருந்ததுதான்.

யூசுப் அடில்கான் கான்ஸ்டான்டிநோபிலில் பிறந்தவன்; கலப்படமில்லாத துருக்கிய இனத்தைச் சேர்ந்தவன்; மழலையாய் இருக்கும்போதே பெற்றோரைப் பிரிந்து அநாதையானவன்; பல போராட்டங்களுக்குப் பின் பீடாரின் அமிர் பாரித்திடம் மெய்க் காப்பாளனாய்ப் பதவியில் அமர்த்தப்பட்டான்; பீடாரின் புகழ்பெற்ற அமைச்சரான முகமது கவானின் பேராதரவைப் பெற்றான்; எனவே பிஜப்பூர் கவர்னராக உயர்ந்ததில் வியப்பில்லை. எவ்வித நியாயமான காரணமுமின்றி 1481-ஆம் ஆண்டு முகமது கவான் மூன்றாம் முகமதுவால் கொலையுண்டார். சுயமுயற்சி யினால் படிப்படியாய் முன்னேறிய அடில்கான், கிபி 1501-இல் தஸ்தூர் தினார் தோற்றதும், பிஜப்பூரின் விடுதலையைப் பிரகடனப்படுத்தினான்; பிஜப்பூரின் அடில் ஷாகி வம்சத்தைத் தோற்றுவித்தான்.

முகமது கவானின் ஈடுயிணையற்ற செயலாற்றும் திறனை மனதில் கொண்டு, அடில்கான், தனது அவையில் துதிபாடுவோர் இல்லாதபடி பார்த்துக் கொண்டார். பாரசீகம், துருக்கி போன்ற நாடுகளைச் சேர்ந்த கல்விமான்களும், தைரியமும் போர் திறனும் மிக்க அதிகாரிகளும், பல்துறைக் கலைஞர்களும் அடில்கானின் நிழலில் மனநிறைவோடு இருந்தனர். பிஜப்பூர் கோட்டையைச் சுற்றி மதில் சுவர் எழுப்பியது, ஒன்றிரண்டு அரசு நிர்வாகக் கட்டுமானங்கள், சிறிய அளவிலான இரு மசூதிகள் ஆகிய எளிய கட்டுமானங்கள் அடில்கானின் சொந்த முயற்சிகள் ஆகும். எனினும் அவனது வழித்தோன்றல்கள் கட்டுமானப் பேரார்வம் மிக்கோர்களாய் விளங்கிடும் எண்ணவோட்டங்களுக்குக் காரண கர்த்தா அடில்கானாகத்தான் தோன்றுகிறது. கட்டுமான பேரார் வத்தின் விளைவால் வேறு எந்த இஸ்லாமிய பேரரசின் தலை நகரையும் மிஞ்சிடும் அளவு பிஜப்பூர் கட்டிடவளம் பெற்றது. பல அம்சங்களில் டில்லியையும் ஆக்ராவையும் மிஞ்சும் அளவு பிஜப்பூரின் எழில் கூடியது.

'ஷா' என்பது முதல் நிலை அந்தஸ்து என்றால் 'கான்' என்பது இரண்டாம் நிலை அந்தஸ்துதான். பிஜப்பூரில் அடில்கான் வழித்தோன்றல்கள் இரண்டாம் தலைமுறையை தாண்டியபிறகு தான் 'அடில் ஷாஹி' களாயினர். அந்த அளவிற்கு முதல் ஐம்பது, அறுபது ஆண்டுகள் தங்களை நிலைப்படுத்திக் கொள்ள போராடவேண்டியிருந்தது. எனவே அடில் ஷாஹிகளால் இக்காலக் கட்டத்தில் கலைகளில் கவனம் செலுத்த இயலவில்லை. கட்டடக்கலை வளர்ச்சியின் துவக்கம் கி.பி. 1557-இல் அலி ஷாஹியின் காலத்தில் ஏற்பட்டது. வெறும் நூறே ஆண்டுகளில் கட்டடக்கலை வளர்ச்சி உச்சகட்டத்தை அடைந்தது.

இந்த நூறு ஆண்டுகளின் இறுதிக் காலக் கட்டங்களில், கட்டடக் கலைஞர்கள் மற்றும் அவர்களின் புரவலர்களான அடில்ஷாஹி சுல்தான்களின் பேரார்வக் குணாதிசயத்தை அளவிட முடியாது; ஏனெனில் அந்த அளவிற்கு அரசியல் சூழல் மோச மாகிக் கொண்டிருந்தது. இதற்குக் காரணக்கர்த்தாக்கள் முகலாயர் களும், மராத்தியர்களும் ஆவர். இவர்கள் பிஜப்பூர் அடில்ஷாஹி களின் அதிகார வரம்பை கொஞ்சம் கொஞ்சமாய் பதம்பார்க்கத் தொடங்கிவிட்டார்கள்.

கி.பி. 1672-இல் சுல்தான் இரண்டாம் அலி ஷாஹி இறந்தார். "ராஜாளிப் பருந்துவின் கூர்மையான பார்வை பிஜப்பூர் நகர் மேல் விழுந்துவிட்டது; வட்டமிட்டுக் கொண்டிருப்பதை விட்டு சர்ரென்று இறங்கிக்கொத்திச் செல்ல வேண்டியதுதான் பாக்கி". இந்நிகழ்ச்சியும் 1686-இல் ஔரங்கசீப் என்ற ராஜாளியால் நிறைவேற்றப் பட்டு விட்டது. கி.பி. 1724-இல் பிஜப்பூர் மராத்திய பேஷ்வாக்களுக்குத் தாரை வார்க்கப் பட்டது. பிஜப்பூர் கட்டுமான கலைச்செல்வங்களில் பெயர்த்தெடுக்க முடிந்தவைகளெல்லாம் மூட்டை கட்டப் பட்டன. இருப்பினும் பேஷ்வாக்களால் அடில்ஷாஹிகளின் கட்டுமான உணர்வுகளை மூட்டை கட்டிட முடியவில்லை. எஞ்சியிருப்பவை களே, தனித்துவம் வாய்ந்த, பிற பிராந்திய பாணிகளை பின்னுக்குத் தள்ளுகின்ற, பிஜப்பூர் பாணியின் சிறப்பை பறைசாற்றப் போதுமானவைகளாக உள்ளன.

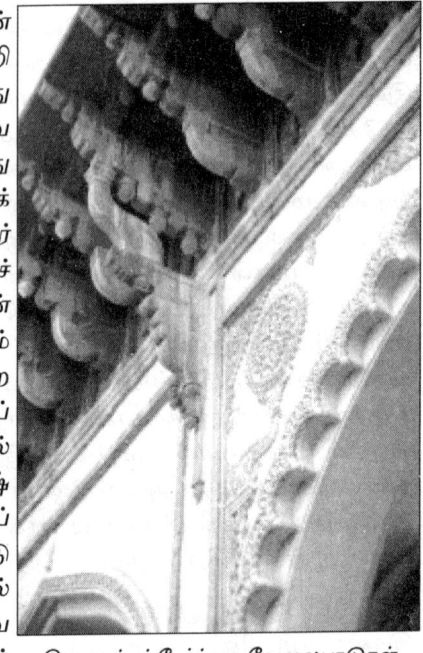

இணைப்புச் சேர்க்கை வேலைபாடுகள்
ஜாமி மசூதி

கோல்கொண்டா, பிஜப்பூர் கட்டுமானங்கள் ஓர் ஒப்பீடு

ஆட்சியாளர்களின் தன்மையையும், வழிகாட்டுதல்களையும் பொறுத்தே அவர்களின் கட்டுமானங்களும் அமைகின்றன. இதனைப் புரிந்துகொள்ள, கிட்டத்தட்ட ஒரே காலக்கட்டத்தில் நிறுவி, ஒன்றுபோலவே வளர்ச்சியையும், வீழ்ச்சியையும் சந்தித்த கோல்கொண்டாவின் குதுப் ஷாஹி, பிஜப்பூரின் அடில் ஷாஹி ஆகியோர்களின் அடிப்படைக் கோட்பாடுகளையும், கட்டுமானங்களையும் ஒப்பிட்டு நோக்கினாலே புரிந்துவிடும். கோல்கொண்டாவின் குதுப்ஷாஹி ஆட்சியாளர்களின் பேராதரவு அறிவு சார்ந்த, உணர்வுப்பூர்வமான பல்வேறு துறைக்கலைஞர்களுக்கும்

அளிக்கப்பட்டது. பிஜப்பூரின் அடில்ஷாஹிகளின் பேராதரவு அனைத்தும் கட்டடக் கலைக்கும், அது சார்ந்த பிற கலைகளுக்கும் மட்டுமே கிட்டியது. கட்டடக் கலை மீது தங்களுக்கிருந்த பேரார்வம் தங்கள் குடிமக்களிடமும் தொற்றிக் கொள்ளுமாறு பிஜப்பூரின் அடில்ஷாஹிகளும் பார்த்துக் கொண்டனர். இதன் விளைவாய், பிஜப்பூர் நகரின் குறுகிய எல்லைக்குள், கலைநுணுக்கமும், கட்டடக்கலை இலக்கணமும் முதல் தரமாய் விளங்கும் கட்டடங்களைக் காணமுடிகின்றது. இக்கட்டுமானங்களை மசூதிகள், கல்லறைமாடங்கள், அரண்மனைகள் என மூன்று வகைக்குள் அடக்கலாம். மசூதிகள் எண்ணிக்கையில் ஐம்பதிற்கும் மேற்பட்டவை; கல்லறை மாடங்கள், அரண்மனைகளின் எண்ணிக்கை தனித்தனியே இருபதைத் தாண்டும்.

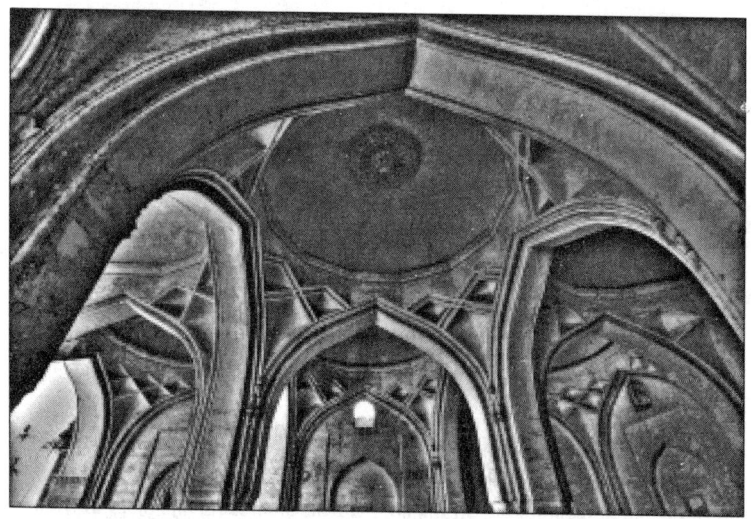

அழகு வளைவுகளும், குவிமாட உட்தோற்றமும் - இப்ராஹிம் ரவுஸா

அடில்ஷாஹி வம்சத்தினர் ஐரோப்பிய பிறப்புடையவர்கள் ஆதலால் அவர்கள் இந்தியக் கலைப்பாணி மீது விருப்பம் கொள்ளவில்லை. இஸ்லாத்தின் ஷியாப் பிரிவை மட்டுமே அவர்கள் தழுவியதால் பாரசீக அதிகாரிகளை மட்டுமே நியமனம் செய்தனர். அதனாலேயே பிஜப்பூர் கலைப்பாணி இந்தியா, சிந்து மற்றும் இஸ்லாமிய சன்னி பிரிவு கலையம்சங்களின் கலப்பின்றி தனித்துவத்துடன் திகழ்கின்றது. கோல்கொண்டா பாணியில்

அழகுபடுத்தும் வேலைப்பாடுகளுக்குக் கொடுக்கப்பட்ட முக்கியத்துவம் கட்டுமானக் கோட்பாடுகளுக்குக் கொடுக்கப்பட வில்லை. மாறாக பிஜப்பூர் பாணியில் கட்டுமானக் கோட்பாடு களுக்கு முதலிடமும், அழகுபடுத்தும் வேலைப்பாடுகளுக்கு இரண்டாம் இடமும் கொடுக்கப்பட்டது.

இப்ராஹிம் ரவுஸா

பிஜப்பூர் நகரமைப்புத் திட்டம்

திட்டமிட்ட நகரமைப்பைக் கொண்டதாக இல்லை அடில்ஷாஹிகளின் பிஜப்பூர் நகரமைப்பு. தௌலதாபாத், பீடார் போன்ற தக்காணத்தின் பெருநகரங்கள் கொண்டிருந்த இயற்கை அரண்களைக் கொண்டிருக்கவில்லை பிஜப்பூர். மாறாக சமவெளிப் பகுதியின் சற்றே உயரமான தரைப்பகுதியில் பிஜப்பூர் அமைந்துள்ளது. இதில் அடில்கானின் கட்டுமானங்கள் தான் தொடக்கநிலைக் கட்டுமானங்கள். அதனைச்சுற்றிய நகர் விரிவாக்கம், அடில்ஷாஹிகளின் கை ஓங்கியபிறகுதான் நடை பெற்றது. காலப்போக்கில், மிக வலுவான அரண்சுவர்கள் நகரைச் சுற்றி எழுப்பப்பட்டன. 1565-இல் தான் இந்த அரண்சுவர் வேலைகள் முடிவுற்றன. இந்த அரண்சுவர்களின் அமைப்பும் ஒழுங்கற்ற

தாஜ் பாரி

வட்ட வடிவ அமைப்பாகும்; இது ஆறு மைல் சுற்றளவுடையது. 6 வலுவான நுழைவாயில்களை அரண்சுவர்கள் கொண்டிருந்தன. நுழைவாயில்களுடன், நகரமையத்திலிருந்த கோட்டை வளாகத்தை இணைக்கும் சாலைகளும் எவ்வித வரன்முறையும் இன்றிப் போடப்பட்டிருந்தன. நகரம் வளர்ச்சியுற்று புறநகர்ப் பகுதிகளின் தேவைஎழுந்தபொழுது வடக்கே ஷாபூர் (Shahpur) கிழக்கே அய்ன்பூர் (Ainpur) மேற்கே நௌராஸ்பூர் (Nauraspur) போன்ற புறநகர்கள் உருவாக்கப்பட்டன. ஆனால் அவையும் திட்டமிடுத லுக்கு உட்பட்டதாய்த் தோன்றவில்லை.

நகர் திட்டமிடுதலில் கவனஞ் செலுத்தாத அடில் ஷாஹி சுல்தான்கள் நகர் குடியிருப்பு வசதிகள் ஏற்படுத்திக் கொடுப்பதில் பின்தங்கியவர்களாய் இல்லை. தூசும், வெப்பமும் நிறைந்த இந்திய நகரங்களைப் போன்றே, பிஜப்பூரிலும் 'நீர்மேலாண்மை' என்பது அத்தியாவசியத் தேவையாகும். நாவறட்சியால் துடித்திடாமல், மனநிறைவாய் தண்ணீர் பஞ்சமின்றி மக்கள் இருந்திடவேண்டும் என்ற நோக்கில் அலி அடில்ஷா விலா வாரியான நீர்கட்டுமான வேலைகளை ஏற்படுத்தப் பணித்தார். நாவறட்சியைப் போக்க மட்டும் தண்ணீர் தேவைப்படவில்லை. அரசில் உயர்பதவி வகிக்கும் இஸ்லாமியர், அழகு வேலைப் பாடுகளுள்ள கால்வாய்கள் வழியே தங்கள் தோட்டங்களில் நீர் பாய்ச்சிட விரும்பினர்; இந்து வெகுஜனமும் தங்களது சம்பிரதாயக் குளியல்களுக்கு தண்ணீர் வேண்டினர். எனவே தாஜ் பாரி (Taj Bauri)சாந்த்பாரி (Chand Bauri) குமட்கி (Jumatgi) போன்ற

நீர்த்தேக்கங்கள் உருவாக்கப்பட்டன. இவற்றிலிருந்து நீர் கொண்டு செல்வதற்கும், இவற்றிற்கு நீர் வரத்திற்கும் தேவையான நிலத்தடி நீர்சேமிப்பு அமைப்புகளும், நிலத்தடியில் பதிக்கப்பட்ட மண்குழாய்களும் பொருத்தமாய், விலாவாரியாய் ஒன்றோடொன்று இணைக்கப்பட்டிருந்தன. இவற்றுள் குமட்கி பாரி நீர்க்கட்டுமான வேலைப்பாடுகள் குறிப்பிடத்தக்கவை. ஓய்வெடுப்பதற்கும், சுற்றுலாத் தலமாகவும் கூட இந்த 'பாரிகள்' கொண்டாடப்பட்டன. அந்த அளவிற்கு காட்சி மாடங்கள் போன்ற கட்டுமானங்கள் உடையதாய் இந்த 'பாரிகள்' வளர்ச்சியுற்றன.

அடில் ஷாஹி கட்டுமான குணாதிசயங்கள்:

தூண் வேலைப்பாடு - இப்ராஹிம் ரவுஸா

அடில் ஷாஹி சுல்தான்கள் துருக்கி நாட்டின் வழித்தோன்றல்கள். எனவே அவர்களது பெரியநினைவுச்சின்னங்களில் எல்லாம் உச்சிகள் (finials) பிறைச் சந்திரனைக் கொண்டிருந்தன. ஆனால் கட்டுமான பாணி துருக்கி நாட்டைச் சேர்ந்ததில்லை. தக்காணத்தின் பாமினி சுல்தான்களின் பாணியின் வளர்ச்சியுற்ற நிலையையே தங்கள் பாணியின் தொடக்கமாக கொண்டனர். ஆனால் தொடங்கியசிலஆண்டுகளுக்குள்ளாக எழுந்த கட்டுமானங்களில் காணப்படும் முதிர்ச்சிக்கு நன்கு வளர்ச்சியுற்ற அந்நிய பாணியின் தொடர்பு காரணமாய் இருக்க வேண்டும்; அது ஆட்டோமன் (Ottoman)பாணியாயிருக்கலாம் என்று பெர்ஸி பிரௌன் கருதுகின்றார். நன்கு வளர்ச்சியடைந்த பிஜப்பூர் கட்டுமானப் பாணியின் சில சிறப்பான குணாதிசயங்கள் எவர் கண்ணிலிருந்தும் தப்பிடாது. இவற்றுள் தலையாயது இஸ்லாமிய பாணிக்கேயுரிய குவிமாடம் (dome). பிஜப்பூர் கட்டுமானங்களை

சிறியது, மத்தியது, பெரியது என அளவுபடுத்துவதாகக் கொள்வோம். இவற்றுள் மத்திய அளவு கட்டுமானங்களில் குவிமாடம் கிட்டத்தட்ட கோள வடிவமுடையது; பாரம்பரிய தாமரை இதழ் வேலைப்பாடுகளுடைய அடிமானத்தில் அமர்த்தப்பட்டுள்ளது. ஒட்டுமொத்த குவிமாட அமைப்பு சிறிய வடிவமைப்புடைய தாய், அலங்கார வேலைப்பாடாய், கோபுரம் (turret) போன்ற அமைப்புகளிலும், மினாரெட்டு அமைப்புகளிலும் மேற்கொள்ளப் பட்டுள்ளன. பெரிய அளவு கட்டுமானங்களில் குவிமாடம் தார்தார் (bulbous, tartar) வடிவமைப்புடையது.

கட்டுமானங்களில் அழகு வளைவுகளும் (arches) பாமினி பாணியிலிருந்து மாற்றமடைந்துள்ளன. பாமினி பாணி அழகு வளைவுகள் தொடர்ச்சியாய் குறுகிக்கொண்டே செல்லும் கோண அளவுடையதாய், ஆனால் விரைந்து வலுக்கட்டாயமாய் கூர்முனையில் முடிவடைவது போன்று அமைந்திருக்கும். மாறாய் பிஜப்பூர் அழகு வளைவுகள் பாமினி பாணியின் குறையைக் கொண்டிராத தாய் உள்ளது. அழகு வளைவின் கோண அளவுகள் வேகமாய் குறுகவில்லை; எனவே வலுக்கட்டாயமாய் கூர்முனையில்

குவிமாடமும் அது அமரும் உருளையமைப்பும் - ஜாமி மசூதி

முடிவடையவில்லை; அழகு வளைவின் வளை வரையமைப்பு (curve shape) பொருத்தமாய் ஒத்துப்போவதால் காண்போரது மனதைத் தொடும். குல்பர்கா பாணியில் உயரங் குறைந்த தூண்களமைப்பிலிருந்து அழகு வளைவுகள் எழுவது போல் அழகு வளைவுகளின் கீழ் பாதை அமைந்திருக்கும். இந்த உயரங் குறைந்த தூண்களமைப்பும் கண்ணிற்கு இதமளிக்கும் வடிவமைப்புடையதாய் மாற்றம் பெற்றுள்ளது. இத்தகு தூண்களிலிருந்து எழும் அழகு வளைவுகள் நான்கு மைய வகையைச் (four-centred variety) சார்ந்தது; அதே சமயம் முழுமையான வளைவரையமைப்புடையது. பிஜப்பூர் கட்டு மான பாணியில் தூண்களுக்கான தேவை எழவேயில்லை; மாறாக குறுக்குவெட்டுத் தோற்றத்தில் செவ்வக வடிவமைப்புடைய, பாலந்தாங்கி (pier) அமைப்புகள், பொருத்தமான அளவில், உருவாக்கப்பட்டுள்ளன. சுவரும், விதானமும் இணையும் இடங்களில் இடம்பெறும் தொங்கல் அமைப்பு இணைப்பு இறவாரக் கூரை வேலைப்பாடுகள் (Chajja) கட்டுமான அழகு வேலைப்பாடுகளில் குறிப்பிடத்தக்க குணாதிசயமாகும். பிஜப்பூர் பாணியில் இத்தகு 'சாஜ்ஜா' வேலைப்பாடுகளின் அளவும், துருத்திக் கொண்டிருக்கும் கோணமும் குறிப்பிடத் தக்கதாகும். இதனைத் தாங்கும் இணைப்பு வேலைப்பாடுகளும் (brackets) குறிப்பிடத் தக்கதாகும்.

பாராக் கன்னன்

கட்டுமான நேர்த்திக்கு அழகூட்டும் வேலைப்பாடுகள் ஒவ்வொன்றும் ஒவ்வொரு ரகமாகும். இத்தகு சிற்ப வேலைப் பாடுகள் பிற இஸ்லாமிய கட்டுமானங்களில் மேற்கொள்ளப்

பட்டுள்ளது போன்றதுதான். இவை போன்றவற்றையும் தாண்டி வித்தியாசமான, இங்கிருந்து தொடங்குகின்ற, அழகுபடுத்தும் வேலைப்பாடுக் கூறுகளும் பிஜப்பூர் கட்டுமானங்களில் காணப் படுகின்றன. இவற்றுள் குறிப்பிடத்தக்கது அழகு வளைவின் மேற்புறமும் விளிம்புகளிலும் இடம்பெறும் எடுப்பான வடிவ மைப்பு வேலைப்பாடுகளாகும். இவற்றுள் வட்டத்தட்டினைத் தாங்கியிருக்கும் திருகு அமைப்பு இணைப்புகளும், மலரமைப்பு உச்சி வேலைப்பாடுகளும் (medallion, foliated finial) மிக அழகியவைகளாகும். இந்த அழகு வேலைப்பாடுகளுக்கு அடுத்த தாய் ரோஜா மலர் போன்ற வடிவமைப்பையும், பாரம்பரிய தொங்கும் விளக்கு வடிவமைப்பையும், ஒன்றுடன் ஒன்று பின்னிச் செல்லும் குறியீடு அமைப்புள்ள விளிம்பு அமைப்பு களையும் கொண்ட வேலைப்பாடுகளையும் குறிப்பிட்டுதான் ஆகவேண்டும். இவ்வேலைப்பாடுகளெல்லாம் கல் வேலைப் பாடுகளாக உள்ளன. அல்லது சுதை இணைப்பு வேலைப் பாடு களாக உள்ளன. இவ்வேலைப்பாடுகள் எல்லாம் பாமினி பாணிக் கட்டுமானங்களில் பளபளப்பேற்றப்பட்ட வண்ண் ஓடுகளினால் மேற்கொள்ளப்பட்டன. ஆனால் பிஜப்பூரிலோ இவைகளெல்லாம் உளிவேலைப்பாடுகளாய் மலர்ந்துள்ளன. கற்பனைத் திறன்மிக்க மூளை, அதன் கட்டளையை நிறைவேற்றிடும் திறன்மிகு கரங்கள் கொண்ட பிஜப்பூர் கலைஞர்களால், உளி வேலைப்பாடுகளுக்கேற்ற மாற்றங்களுடன் மலர்ந்துள்ளன.

நூறு ஆண்டு கால பிஜப்பூர் பாணியில் கட்டு மான வளர்ச்சி என்பது

கோல் கும்பாஸ் சுவர்கள் சந்திப்பு முனைக் கோபுரம்

வடிவமைப்பில் பெரிதான மாற்றங்கள் எதையும் கொண்டிருக்கவில்லை. மசூதி, கல்லறை மாடம், மதச்சார்பற்ற பொது கட்டுமானங்கள் என எப்பிரிவை எடுத்துக்கொண்டாலும், முதல் கட்டுமானம் எளிமையாயும், அழகு வேலைப்பாடுகள் குறைவாயும் இருக்கும். அடுத்தடுத்த கட்டுமானங்களில் அமைப்பு சற்று விரிவாகவும் அழகு வேலைப்பாடுகள் அதிகரித்தும் காணப்படும். அடில் ஷாகி வம்சத்தின் வீழ்ச்சியுடன் கட்டுமானம் முடிவுக்கு வருவதால், கட்டுமானத்தின் வளர்ச்சிதான் தென்படுகிறதே தவிர, வீழ்ச்சியேதுமில்லை. 'இதற்கு மேல் என்ன மாற்றங்கள் புகுத்துவது' என்ற கேள்விக்கு பதில் கிடைக்காமல், கட்டுமானங்களில் தொய்வு, தேய்வு ஏற்படும் வாய்ப்பு பிஜப்பூர் பாணிக்கு நிகழ்ந்திடவில்லை.

எனவே பிஜப்பூர் பாணிக் கட்டுமானங்களை விளக்கி உரைத்திட, ஒவ்வோர் பிரிவுக் கட்டுமானத்திற்கும் பொருத்தமான, அனைத்து குணாதிசயங்களையும் உள்ளடக்கிய ஒருகட்டுமானத்தை ஆய்வு செய்தாலே போதுமானது; மசூதிக் கட்டுமானத்திற்கு ஜாமி மசூதியை எடுத்துக் கொள்வோம்; பிஜப்பூர் பாணியின் ஆரம்ப கால கட்டுமானமாதலால் கம்பீரமான எளிய கட்டுமானமாகும் ஜாமி மசூதி; மசூதியும், கல்லறை மாடமும் இணைந்த ரவுஸா அமைப்பிற்கு இப்ராஹிம் ரவுஸாவை தேர்வு செய்வோம்; இது, விலாவாரியான வேலைப்பாடுகளை உடையது; கல்லறை மாடத்திற்கு கோல் கும்பாஸ்ஸை எடுத்துக்கொள்வோம்; இது, பிஜப்பூர் பாணியின் உயர்வை பறைசாற்றும் கட்டுமானமாகும்; கோல்கும்பாஸின் சிற்றோவியம் போன்றது மிஹ்டார் மஹால் (Mihtar Mahal); அதேசமயம் உச்சக்கட்ட நேர்த்தியான வடிவமைப்பும், நுட்பமான முறையில் நிறைவேற்றப்பட்ட வேலைப்பாடுகளையும் கொண்டது. இது தவிர ஆங்காங்கே சில அரண்மணைக் கட்டுமானங்களையும், பொதுப்பணித்துறைக் கட்டுமானங்களையும் குறிப்பிடுவோம்; மதச்சார்பற்ற கட்டுமானங்கள் எத்தகு கட்டுமானங்களாய் இருந்தன என்றுரைப்பதற்கு இவை சான்றாக உள்ளன.

ஜாமி மசூதி பிஜப்பூர்

பீஜப்பூர் நகரின் ஆரம்பகாலக் கட்டுமானங்களில் குறிப்பிடத் தக்கது ஜாமி மசூதியாகும். அலி ஷாஹி (1558-80) என்னும் அடில் ஷாஹி சுல்தான் ஆட்சிக் காலத்தின் ஆரம்பத்தில் கட்டப்பட்ட

தென்கிழக்கு திசையிலிருந்து கிடைத்திடும் ஜாமி மசூதிக் காட்சி

தாகும். இக்கட்டுமானத்திற்கும், பாமினி பாணி கட்டுமானங்களுக்கும் உள்ள தொடர்பை தெளிவாய் எடுத்துரைக்க இயலும். முதுமையடையாத கட்டுமானம் ஜாமி மசூதியாகும். வளாகத்தினுள் நுழைந்திட உதவிடும் கிழக்குப்பகுதி மதிற்சுவரில் ஒரு பாதியும், நுழைவாயிலும் கட்டப்படவில்லை; இன்றைக்கு இருக்கும் நுழைவாயில் முகலாயப் பேரரசர் ஒளரங்கசீப் அவர்களால் பிஜப்பூர் பாணியிலேயே எழுப்பப்பட்டதாகும். கிழக்கு மதிற் சுவரின் இரு முனைகளிலும் அமைந்திருக்க வேண்டிய மினார்கள் கட்டப்படவில்லை. மையதிறந்த வெளியைச் சுற்றிய நடைபாதையமைப் பின் விதானக் கைப்பிடி சுவரின் மேல் அழகு வேலைப்பாடுகளாக இடம்பெறும் மெர்லான்கள் இல்லை. இது போன்ற குறைபாடுகளெல்லாம் இருந்தாலும், ஒட்டுமொத்த மசூதிக் கட்டுமானம் பிரம்மாண்டத் தோற்றமுடையது; கட்டுமானக் கலைக்கோர் உன்னத எடுத்துக்காட்டு என உறுதியாய் உரைத்திடலாம்.

மத்திய நுழைவுவாயில் அழகு வளைவு
ஜாமி மசூதி

பிரம்மாண்டமான ஜாமி மசூதி வளாகத்தின் தரையமைப்புத் திட்டம் 450 அடி X 225 அடி அளவுள்ள செவ்வகமாகும். ஜாமி வளாகப் புறசுவர்கள் கட்டமைப்பானது சுதந்திரமாக செயல்பட அனுமதிக்கப்பட்ட கட்டடக் கலைஞர்களின் கைவண்ணம் என்பதில் ஐயமில்லை. இவர்கள் அளப்பரிய கற்பனை வளமும் அதற்கு வடிவம்கொடுத்திடும் திறமையும் கொண்டவர்களாய் இருந்தனர். மசூதி வளாக புறச்சுவர்ப் பரப்பு மிக அதிகம்; எளிமையான, பரந்த, சுவர்ப்பரப்பின் வெறுமைத் தன்மையை பொருத்தமான வேலைப்பாடுகளின் மூலம் நீக்கி கண்ணியத் தோற்றமுடையதாய் மாற்றிடல் வேண்டும். பிஜப்பூர் ஜாமி மசூதியின் வெளிப்புற சுவர்கள் உயரவாக்கில் இருபிரிவுகளாகப் பிரிக்கப்பட்டுள்ளன. கீழ்ப்பிரிவிலும், மேல் பிரிவிலும் அழகு வளைவுகளின் அணிவகுப்பை ஏற்படுத்தியுள்ளனர். இதில் கீழ்ப்பிரிவு அழகு வளைவுகள் பெரும் அழகு வேலைப்பாடு களேயாகும். மேற்புற அழகு வளைவுகளின் கீழ் சுவர்க்கட்டு மானமின்றி சாளர அமைப்பு போன்று காட்சியளிக்கின்றது. இத்தகு அழகு வளைவு சாளரங்கள் மூலம் திறந்த நிலை நடைபாதை அமைப்பைக் காண இயலும். இந்த நடைபாதை யமைப்பு மசூதியின் மைய மைதான விளிம்புகளில் உள்ள மதிற்சுவருடன் இணைந்ததாய் அழகு வளைவுகளாலான விதானத்தை கொண்டதாய் அமைக்கப்பட்டுள்ளது.

மசூதி வளாகத்தினுள் இருக்கும் திறந்த நிலை மைதானம் 155 அடி பக்க அளவுள்ள சதுர அமைப்பாகும். இதன் வடக்கு, தெற்கு, மேற்கு திசை விளிம்புகளிலுள்ள நடைபாதையமைப்பு ஒவ்வொன்றும் ஏழு அழகு வளைவுகளைக் கொண்டுள்ள அழகிய கட்டமைப்பாகும். மேற்கு திசை தொழுகை மண்டபத்தின் மத்திய அழகு வளைவு நுழைவாயிலின் மேற்புறம் மலரமைப்பு வேலைப்பாடுகளை உடையதாய் உள்ளது. மேலே குறிப்பிட்ட மூன்று திசைகளின் அழகு வளைவு நுழைவாயில்களுக்கு மேலே சுவர் விதானத்துடன் இணையும் பகுதி இறவாரக் கூரை நீட்டிப்பு வேலைப்பாடுகள் (Cornice) இணைப்பு அமைப்புகளால் (brackets) தாங்கப்பெற்று எடுப்பான தோற்றத்தை அளிக்கின்றன. தொழுகை மண்டபத்தின் மையப் பகுதியில் இடம்பெறும் குவிமாட

விதானத்தைத் தாங்கும் சதுரவடிவ நடைபாதைக் கட்டமைப்பு (clerestory) முகப்புக்கு மேல் கண்ணில் படும்படியான எடுப்பான தோற்றத்தைக் கொண்டுள்ளது. சதுர வடிவ நடைபாதைக் கட்டமைப்பு அழகு வளைவுகளால் உருவாக்கபட்டதாகும்.

ஒட்டுமொத்தக் குவிமாடமும், அதனைத்தாங்கும் நடை பாதை அமைப்பும் ஒன்றிணைந்துதான் குல்பர்கா ஜாமிக் கட்டுமானத்திலிருந்து பிஜப்பூர் ஜாமி கட்டுமானம் கண்டுள்ள வளர்ச்சியை எடுத்துரைக்கின்றது. இந்த இரு ஜாமிக் மசூதிகளுக்கும் இடைப்பட்ட கால அளவு இரு நூறு ஆண்டுகள். இந்த கால இடைவெளிக்குள் மசூதிக் கட்டுமானக் கோட்பாடுகளிலும், அதனை செயல்படுத்தும் அனுபவ நேர்த்திகளிலும் அடைந்துள்ள முன்னேற்றம் பிஜப்பூர் மசூதியில் தெளிவாக வெளிப்படுகின்றன.

தொங்கல் அமைப்பு அழகு வளைவுகள்- ஜாமி மசூதி

இறை உணர்வை, உயர்வை வெளிப்படுத்தும் கண்ணியமான குவிமாட அமைப்பாயிருக்கவேண்டும் என்னும் அபிலாஷையை வெளிப்படுத்துவதாயுள்ளது குல்பர்கா ஜாமி மசூதி விதானத்தின் மேற்புறக் கட்டுமானங்கள். அதே உணர்வையும், அதே கட்டுமானக் கோட்பாடுகளையும் கொண்டதாய் இருப்பதோடு காண்போரிடம் அழகுணர்ச்சியையும், நுண்ணுணர்வையும் பீரிட்டெழச் செய்வதாயுமுள்ளது பிஜப்பூர் ஜாமி மசூதி விதானத்தின் மேற்புறக் கட்டுமானங்கள்.

எங்ஙனம் இது சாத்தியமாகின்றது? குவிமாடம் அமர்ந்துள்ள சதுரவடிவ நடைபாதையமைப்பின் நான்கு பக்கங்களில் அழகு வளைவினுள் அமைந்தாற் போன்ற சாளர வேலைப்பாடுகள்; கைப்பிடிச் சுவரின் மேல் இடம்பெறும் எடுப்பான வடிவமைப்புடைய மெர்லான்கள்; குவிமாடமும், அது அமரும் உருளையமைப்பும் சந்திக்கும் இடத்தில் தெளி வாய்த் தெரியுமாறு மேற்கொள்ளப்பட்ட மலர் வடிவமைப்பு வேலைப்பாடுகள்; அரைக்கோள வடிவமைப்புடைய குவி மாடம்; குவிமாடத்தின் உச்சியில் பிறைச்சந்திரனைக் கொண்டுள்ள தான உலோக வேலைப்பாடுகள்; ஆகிய கட்டுமானத்தோடு ஒன்றியைந்த அழகு வேலைப்பாடுகளால் சாத்தியமாகின்றது.

தொழுகை மண்டபத்தினுள் நுழைந்தால் விசாலமாக இடம் இருப்பது போல் தோன்றும். இதன் காரணமாக உட்கட்டுமானம் தோற்றப்பொலிவுடையதாய் எவரையும் கவருவதாய் உள்ளது. 208 அடி X 107 அடிஅளவுள்ள விசாலமான மண்டபம்; இது வடக்கு, தெற்காய் 5 நடைபாதை அமைப்புகளுடையது போல் பிரிக்கப்பட்டுள்ளது; இப்பணி, பாரந்தாங்கி தூண்களமைப்பின்

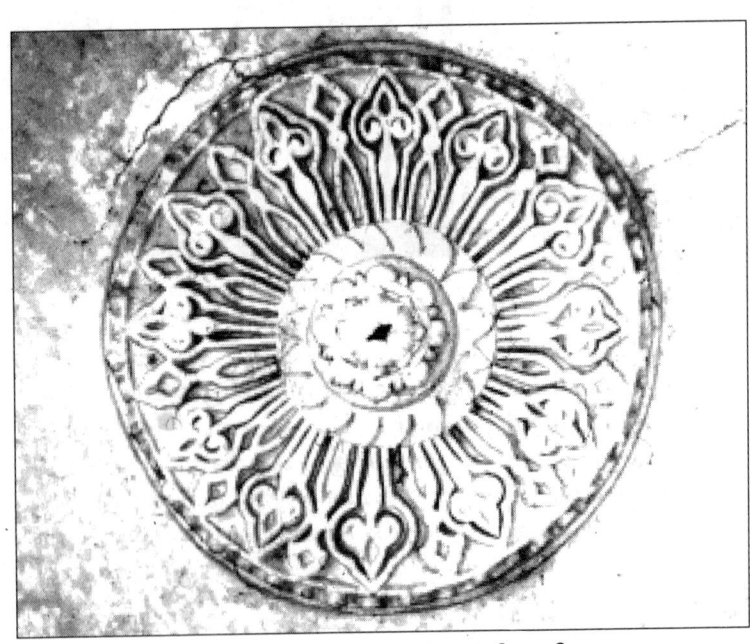

அழகு வேலைப்பாடுகள் - ஜாமி மசூதி

மேல் அமர்ந்துள்ள அழகு வளைவுகள் அமைப்பால் நிறை வேற்றப்பட்டுள்ளது.

குவிமாடத்தின் நேர்கீழுள்ள தொழுகை மண்டபத்தின் மையப்பகுதி 76 அடி மூலைவிட்ட அளவுள்ள சதுர அமைப்பாயுள்ளது; இச்சதுரக் கட்டுமானத்தின் ஒவ்வோர் பக்கமும் மூன்று அழகு வளைவுகளைக் கொண்டுள்ளது; எனவே மொத்தம் பனிரண்டு அழகு வளைவுகளுக்குள் இச்சதுர மையக் கட்டுமானம் அடங்கிவிடுகின்றது. இந்த அழகு வளைவுகள் மேலே ஒன்றையொன்று வெட்டிக் கொள்வதுபோல் அமைக்கப்பட்டுள்ளன. இதனால் உருவாகும் இறவாரக் கூரையமைப்பு (cornice) எண்கோண வடிவுடையது; இதுதான் குவிமாடம் அமரும் அடிமானத்தைத் தாங்குகின்றன. இந்த மைய சதுரமைப்பு கட்டுமானம் எவ்வாறு உள்ளதோ அதைப்போன்றே இது தவிர்த்த தொழுகை மண்டபத்தின் பிறபகுதிகளும் சதுரஞ்சதுரமாய் பிரிக்கப்பட்டுள்ளன. வடக்கு, தெற்காக உள்ள நடைபாதை அமைப்புகளில், கிழக்கு மேற்காய், நுழைவாயிலில் தொடங்கி மேற்குப்புறச் சுவர் வரை செல்லும் பாதையமைப்பால் சதுரப்பகுதிகளாய்ப் பிரிக்கப்பட்டுள்ளன. பாரந்தாங்கி தூண்களிலிருந்து எழும் அழகு வளைவுகளமைப்பால் இது சாத்தியப்படு

மிஹ்ராப்பில் இடம்பெறும் தங்க வண்ண காலிகிராஃபி வேலைப்பாடுகள் ஜாமி மசூதி

கின்றது. இச்சதுரப் பகுதிகளை தொழுகை மண்டப மையசதுரப் பகுதிகளுடன் ஒப்பிடும் பொழுது சிறிய அளவுடையதாய் உள்ளது. ஆனால் சதுரப்பகுதி கட்டமைப்பிலேயே, ஆனால், சிறிய சதுரப்பகுதிகளுக்கு பொருத்தமானதாய், வட்ட வடிவ, தட்டையான குவிமாட விதானமுடையதாய் அமைக்கப்பட்டுள்ளன.

இத்தகு அமைப்பிலுள்ள மண்டபத்தின் உட்புறத்தில் மேற்கொள்ளப்பட்ட வேலைப்பாடுகளெல்லாம் கட்டுமான நேர்த்தி நோக்கொன்றையே கொண்டுள்ளது. வேலைப்பாடுகள் அழகுபடுத்தும் நோக்கில் மேற்கொள்ளப்படவில்லை. மாறாக, கட்டுமானத்தின் கோடுகளும், வளைவுகளும் கண்ணிற்கு இதமளிக்க வேண்டும்; விசாலமான இடவசதியுள்ளது என உள்ளுணர்வில் படவேண்டும் என்ற நோக்கத்தினையே கொண்டுள்ளன. பின்னாளில், பிரதான மிஹ்ராப் இருக்கும் தொழுகை மண்டபத்தின் மைய சதுர பகுதிக்கான நுழைவாயில் மட்டும் பளீரென்று புலனாகும் வண்ணங்கள் கொண்டதாய் அமைந்த செதுக்கல் வேலைப்பாடுகள், சுவரோவியம் போல், சிறப்பாயுள்ளன. தனிப்பட்ட முறையில், இவ்வேலைப்பாடுகள் சிறப்பாகக் குறிப்பிடப் பட வேண்டியவைகள் தான்; ஆனால் இக்கட்டுமானத்தில் சற்றே பொருந்தாத தோற்றத்தை அளிக்கின்றன. இது, ஒட்டுமொத்த கட்டுமானத்திற்கு கூடுதல் தோற்றப் பொலிவினை ஏதும் ஏற்படுத்தவில்லை.

மொத்தத்தில் தொழுகை மண்டபம் எளிமையையும், கண்ணியத்தையும் எடுத்துரைக்கும் குணாதிசயத்தைக் கொண்டுள்ளது. எனவே அதிகப்படியான அழகுபடுத்தும் நோக்கிலான வேலைப்பாடுகளற்ற முழுமையான கட்டுமானம் என்ற சிறப்பைப் பெறுகின்றது. 'எளிதாய், புரிதலுக்குட்பட்ட இறைவனை கூட்டுத் தொழுகை மூலம் இறைஞ்சிட ஏதுவாய் காற்றோற்றமும் வெளிச்சமும் தடையின்றி உலவிட வேண்டும்' என்ற ஜாமி மசூதி அடிப்படையமைப்பை சிறப்பாய் பிஜப்பூரில் படைத்துள்ளார்கள்.

இப்ராஹிம் ரவுஸா (IBRAHIM RAUZA)

பிஜப்பூரின் கல்லறை மாடங்களைக் கற்பதற்காக நாம் எடுத்துக் கொள்வது இப்ராஹிம் ரவுஸா கட்டுமானமாகும்; இது, பிஜப்பூர் நகரின் மேற்குப் பகுதியில் அமைந்துள்ளது; இப்ராஹிம் அடில் ஷாஹி (1580-1627) அவர்களின் கல்லறை மாடமாகும். கல்லறை மாடம், மசூதி, இன்னபிற கட்டமைப்புகள் ஆகிய அனைத்தும் அழகிய தோட்டத்தின் மையத்தில் கொண்டதாய் ரவுஸா அமைந்துள்ளது. 'பேரெழில் உடைய, முழுமையான,

இப்ராஹிம் ரவுஸா

குறைகூறிட இயலாத ரவுஸாக் கட்டுமானமாயிருக்கவேண்டும்' என இப்ராஹிம் அடில் ஷா தனது கட்டட வடிவமைப்பாளர் மாலிக் சான்டல் (Malik sandal) வசம் கூறியிருப்பார் போலுள்ளது; வடிவமைப்பாளரும், வடிவமைப்பை நிறைவேற்றுபவர்களும், சுல்தானின் வேண்டுகோளை சிரமேற்கொண்டு சிரத்தையாய் உழைத்திருக்கின்றார்கள். விளைவு, அப்பழுக்கில்லாத, தொழில் நுட்ப கவனமும், கைத்தேர்ந்த கலைவேலை நுணுக்கங்களும்

இப்ராஹிம் ரவுஸா மசூதி

கல்லறை மண்டபத்தைச் சுற்றிய நடைபாதைப்
பகுதி -இப்ராஹிம் ரவுஸா

கொண்ட இப்ராஹிம் ரவுஸா கட்டுமானத்திற்கு இணையான இந்தியக் கட்டுமானங்கள் ஒன்றிரண்டை மட்டுமே கூற இயலும்.

காலிகிராஃபி வேலைப்பாடுகள் - இப்ரஹிம் ரவுஸா

இதனை பெரிய கட்டுமானமாக அமைத்திட முயலவில்லை; இவ்வளவு நுணுக்கமாக நிறைவேற்றப்படும் கட்டுமானம் பெரிதாய் திட்டமிட்டால் சில சமயங்களில் முழுமையாய் கட்டி முடிக்க முடியாமல் போய்விடலாம். ஒட்டுமொத்தக் கட்டுமானமும் 450 அடி பக்க அளவுள்ள சதுரத்திற்குள் அடங்கிவிடுகின்றது. இதனுள் 360 அடி X 150 அடி பக்க அளவுள்ள செவ்வக வடிவ உயர் மேடையமைப்பு ஏற்படுத்தப்பட்டுள்ளது. இம்மேடையமைப்பின் அகலவாக்கின் இரு பக்கங்களிலும் 115 அடி பக்க அளவுள்ள சதுர கட்டுமானமாய் கல்லறை மாடமும், மசூதியும் எழுப்பப்பட்டுள்ளன. எல்லா அம்சங்களிலும் முழுமையான கட்டுமானமாய் இருக்க வேண்டும் என்ற உயர் நோக்கத்துடன் ஒட்டுமொத்த கட்டுமானம் திட்டமிடப்பட்டுள்ளது. வடிவமைப்பிலும், தொழில்நுட்பத்திலும், அழகு வேலைப்பாடுகளிலும், பயன்பாட்டு நோக்கிலும், முழுமையுடையதாய் இருக்குமாறு நுட்பமாய் திட்டமிட்டு நிறைவேற்றப்பட்டுள்ளது. எவ்வித தவறும் இல்லாமல் மிகச் சரியாய் இருக்கும் சுவர் பொறிப்புகள் முதல் யானைக் கொட்டில்களில், சரியான அளவிலும், பொருத்தமான இடத்திலும் இணைக்கப்பட்டுள்ள கல்கொக்கிகள் வரை ஒவ்வோர் அம்சமும் வல்லுநர்களின் கருத்துக்கு மதிப்பளிக்கப்பட்டுள்ளது. இதன் விளைவாய் மனித ஆற்றலால் எந்த அளவுக்கு உன்னதமாக முழுமையானதாக படைக்கமுடியுமோ, அந்த அளவிற்கு பேரெழிலோடு எழுப்பப்பட்டுள்ளது.

மேடையமைப்பில் கிழக்கு முனையில் கல்லறை மாடம் உள்ளது; மேற்கு முனையில் கல்லறை மாடத்திற்கு மசூதியின் முகப்பு இருக்கும் வண்ணம் மசூதி அமைக்கப்பட்டுள்ளது; இவ்விரு கட்டுமானங்களுக்கும் இடைப்பட்ட பகுதியில் அழகு வேலைப் பாடுகளாக நீர்த்தொட்டிகளும், நீரூற்றுகளும் இடம் பெற்றுள்ளன. கல்லறை மாடம், மசூதி இரண்டின் வடிவமும், நோக்கமும் வெவ்வேறானவைதான்; ஆனால் இவை இரண்டினையும் கொண்ட ஒட்டுமொத்த கட்டமைவு சமச்சீராய் (symmetrical composition) அமையவேண்டுமே! எனவே இவ்விரண்டு கட்டுமானங்களும் சாயலிலும், அளவிலும் ஒத்துப்போகுமாறு அமைக்கப்பட்டுள்ளன. சமச்சீராய் ஒத்துப்போனாலும், கல்லறை மாடத்தின் எழில் மசூதியை மிஞ்சுகிறது.

கல்லறை மாட பேரெழிலுக்கு அனுகூலமாக அம்சங்கள் பலவற்றை குறிப்பிடலாம். கல்லறை மாட முகப்பில் இடம் பெறும் அழகு வளைவுகளை முதலில் எடுத்துக்கொள்வோம். மொத்தம் 7 வளைவுகள் இடம்பெற்றுள்ளன. எம்முனையிலிருந்து எண்ணினாலும், இரண்டாவது, மற்றும் ஆறாவது அழகு வளைவுகள் மட்டும் மற்ற அழகு வளைவுகளைவிட அகலம் குறைவாயுள்ளது. இது வெற்றிடப் (void) பகுதிகளை வடிவமைப்பதில் ஏற்பட்டுள்ள சின்னஞ்சிறு மாற்றம்தான். ஆனால் இந்த மாற்றத்திற்கேற்ற பொருத்தமான மாற்றங்கள் முகப்பின் மேற்பகுதிகளிலும், மாடத்தின் உச்சி வரையிலும் நிகழ்ந்துள்ளன. இதனை, முகப்பின் இரு முனைகளிலும் உள்ள மினார் போன்ற உயரமான கோபுரங்களுக்கு இடையே இடம் பெறும் கோபுர அமைப்புகளுக்கிடையேயான இடைவெளியைப் பார்த்தாலே புரிந்துவிடும். இதனை, கட்டுமான வித்தகத்தில் சொல்லிடத்தக்க முன்னேற்றத்திற்கான சான்றாகக் கொள்ளலாம். ஆனால் தலைசிறந்த சாதனை என விலாவாரியான வேலைப் பாடுகளைக் கொண்டுள்ள இணைப்பு கட்டுமானங்களைக் (brackets) கூறலாம்; அழகிய வடிவமைப்புள்ள தார்தார் (Tartar)அழகு குவிமாடத்தைக் கூறலாம்; இதனைத் தாங்கும் போர் முஸ்தீபுக்கேற்றாற் போன்றமைப்புள்ள மேல்தள வேலைப்பாடுகளையும் கூறலாம்.

கல்லறை உள்மண்டபத்தைச் சுற்றியுள்ள அழகு வளைவு களான நடைபாதை அமைப்பானது தூண்களின் அணி வகுப்பையும் பெற்றுள்ளது. இதனால் இரட்டை நடைபாதை அமைப்பு (double arcade) உள்மண்டபத்தைச் சுற்றிலும் அமைந்தது போலுள்ளது. இத்தகு கட்டுமான விரிவாக்கம், குறைகூற இயலாத முழுமையான உள்மண்டப கட்டுமான அமைப்பை பார்வையிட வரும் பக்தனை உயர் மனநிலைக் கொண்டிருக்கு மாறு தயார் பண்ணிடுகின்றன. உள்கட்டுமானத்தில், அனைத்து அம்சங்களுமே, மிதமிஞ்சிய வேலைப்பாடுகளைக் கொண்டுள்ளன. இருப்பினும் கல்லறை மண்டபச்சுவர்களின் வெளிப்பரப்பு கொண்டுள்ள செதுக்கல் வேலைப்பாடுகள் மற்ற பகுதிகளனைத்து வேலைப்பாடுகளையும் மிஞ்சுகின்றது. புதுமாதிரி அழகு வேலைப் பாடுகளைப் பிறப்பித்து அதனை நிறைவேற்றியுள்ள நேர்த்தி அலாதியானது. சிக்கலான, அழகான வடிவமைப்புடைய வேலைப்பாடுகளால் சுவர்ப் பரப்புகளை அழகுபடுத்துவதில் தணியாத தாகம் பெருக்கெடுத்தோடியதையும் உணரமுடிகின்றது.

இடம்பெறும் வேலைப்பாடுகளைத் தனித்தனியே பிரித்துப் பார்த்தால், அதன் வடிவமைப்பும், நிறைவேற்றியுள்ள நேர்த்தியும், வெளிப்படுத்தும் பேரெழிலும் எவரும் குறைகூறிட இயலாது; ஆனால் இவை அனைத்தையும் ஒன்றிணைத்து சுவரை அழகு படுத்தியிருக்கும் விதம் மிகவும் ஆடம்பரமானது என்று சிலர் விமர்சிக்கலாம்.

இப்ராஹிம் ரவுஸா மசூதியின் உட்தோற்றம்

ஒவ்வோர் பக்கச் சுவரும் அதன் இருமுனைகளில் பாரந்தாங்கி தூண்களமைப்பைக் கொண்டுள்ளது; இத்தூண்களுக்கு இடைப் பட்ட சுவர்ப்பரப்பு உயரம் குறைந்த அழகு வளைவுகள் மூன்றினைக் கொண்டுள்ளது; மேலும் விளிம்புக் கோடுகள் அமைப்பாலும் (Borders), சட்டப்பலகைகள் (Panel) அமைப்பாலும் சுவர்ப்பரப்பு பல பகுதிகளாகப் பிரிக்கப்பட்டுள்ளது. ஒவ்வோர் பகுதியும் வெவ்வேறு வடிவங்களில், அளவில் அமைந்தவை களாகும். அந்தந்த பகுதிகளுக்குப் பொருத்தமான வேலைப்பாடுகள் மேற்கொள்ளப்பட்டுள்ளன. அராபெஸ்க் (Arabesques) வேலைப் பாடுகள், பிரதியெடுத்து இணைத்தது போல் தோன்றும் மலர் வேலைப்பாடுகள், (repeating diapers) அழகு வடிவமைப்பு பொறிப்புகள்

(traceried inscriptions)ஆகிய அனைத்தும் இடம் பெற்றிருந்தாலும், அழகு வடிவமைப்புப் பொறிப்புகள் சற்று அதிகமான இடத்தைப் பிடித்துள்ளது. இந்த வேலைப்பாடுகளெல்லாம் புதுமையானது; தெளிவானது; பிஜப்பூர் பாணிக்கேயுரியது; தனித்துவமானது; உள்ளூர்சாயல் எதனையும் கொண்டிராதது; சொந்தக் கற்பனையில் உதித்தது; இதனால் இந்திய கலை வேலைப்பாடுகளுக்குக் கிடைத்த புதுவரவுகள் எனலாம்.

கல்லறை மையமண்டப உள்கட்டமைப்பும், விதான வேலைப்பாடும் இக்கல்லறை மாடத்தின் மற்றோர் குறிப்பிடத் தக்க சிறப்பம்சமாகும். வெளிப்புறத்திலிருந்து பார்க்கும்பொழுது டார்டார் குவிமாடத்தின் உயரம் எடுப்பாய் இருக்கவேண்டும்; அதே சமயம் குவிமாட விதானத்தைக் கொண்டிருக்கும் மைய மண்டபத்தின்உச்சிப் பகுதி இருள்படிந்தஆழ்கிணறு அமைப்பாகவும் இருக்கக் கூடாது. இந்த நோக்கங்களை நிறைவேற்றிட சதுரவடிவ மைய மண்டபத்தின் ஓர் குறிப்பிட்ட உயரத்தில் புத்திசாலித்தன மான வடிவமைப்புள்ள, அழகான வளைவரையமைப்பில் அமைந்த தொங்கும் விதானம் ஒன்றை அமைத்தனர். மையமண்டபத்தோடு சமச்சீராய் ஒத்தியைந்திருக்கும் உயரத்தில் அமைந்துள்ளது இடைநிலை அழகு வளைவரையமைப்பு தொங்கும் விதானம்; அதற்கும் மேலே அமைந்துள்ளது குவிமாட விதானம். மண்டப உட்புறத்தில், குவிமாட விதானம் ஏற்படுத்தும் இருள்படிந்த ஆழ்கிணற்றுப்பகுதி இடைநிலை விதானத்தால் மறைக்கப்பட்டு விடுகின்றது. சேர்ப்பிணைப்பு (bracket) அழகுவளைவரைப்பகுதி, சமதளப்பகுதி என இருபகுதிகளின் இணைப்பு இடைநிலை விதானமாகும். உள்மண்டபச் சுவர்களிலிருந்து துருத்தி (நீட்டி)க் கொண்டிருக்கும் 7அடி ஆழ சேர்ப்பிணைப்புகளின் (bracket) மேல் 24அடி பக்க அளவுள்ள சதுர சமதளப்பகுதி அமர்த்தப் பட்டுள்ளது. இந்த அமர்வுக்கான அல்லது இணைப்புக்கான கட்டுமான முறை: ஒன்றில் குழிவாகவும், மற்றதில் அதே அளவு குவியாகவும் செதுக்கி, குழி, குவி பகுதிகள் சரியாய் பொருந்து மாறு இணைப்பதாகும். (Joggle-jointed) இதனால் இடைநிலை விதானம் மிதந்துகொண்டிருப்பதுபோல் தரையிலிருந்து பார்க்கும் போது தோன்றும். கட்டுமானத் தொழில் நுட்பத்தில் வித்தகர்களாய் பிஜப்பூர் கட்டுமானக் கலைஞர்கள் விளங்கினர் என்பது இதிலிருந்தே விளங்கும். இதேபோன்றதொரு விதான அமைப்பு முறை கோல்கொண்டா நகரில் அப்துல்லா குதுப்ஷாஹி கல்லறை மாடத்தில் பின்பற்றப்பட்டுள்தே என்ற ஐயம் பிறக்கலாம்.

ஆனால் இந்த கோல்கொண்டா கல்லறை மாடம் காலத்தால் 50 ஆண்டுக்காலம் பிற்பட்டது!

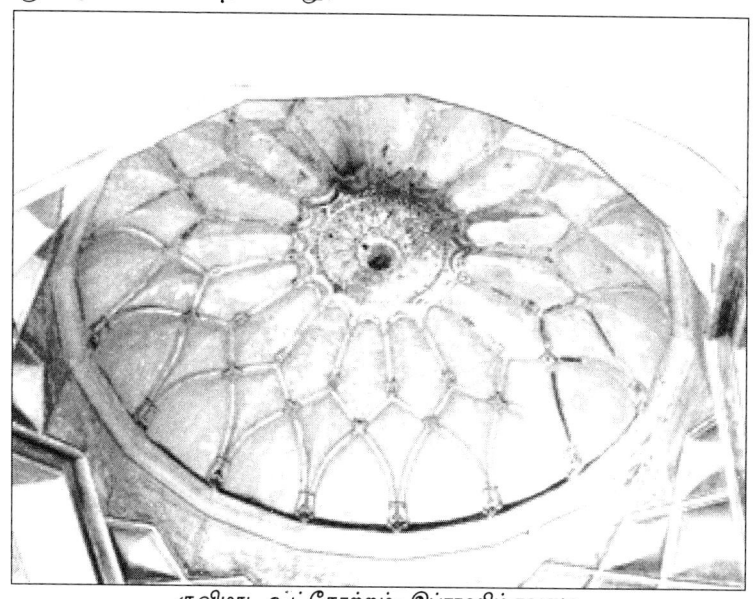

குவிமாட உட்தோற்றம்- இப்ராஹிம் ரவுஸா

அளவிலும், கட்டுமான நோக்கிலும் கல்லறைமாடத்தை ஒத்தது மசூதிக்கட்டுமானம். இதன் முகப்பு அகலமும் கல்லறை மாடத்திற்கு சமமானதேயாகும். ஆனால் அழகு வேலைப் பாடுகள் கல்லறை மாட அளவிற்கு மசூதியில் விலாவாரியாய் மேற்கொள்ளப்படவில்லை. கல்லறை மாட அமைப்புடனும், ஒட்டுமொத்த கட்டுமானத்தோடும் சமச்சீராய், பரிபூரணமாய், ஒன்றியைந்திருக்குமாறு மசூதிக் கட்டுமானம் அமைந்துள்ளது.

மிஹ்டார் மஹால்:

அடில்ஷாஹிகள் எழுப்பிய இயல்பான அல்லது நடுத்தர அளவு கட்டுமானங்கள் எண்ணற்றவையாகும். அவற்றுள், ஷா காறிம் கல்லறை மாடம், ஷா நவாஸ் கல்லறைமாடம், அண்டா மசூதி, மாலிக் ஜகன் பேகம் மசூதி, அலி ஷாகிட் பீர் மசூதி ஆகியவை தனிச்சிறப்புடையவைகளாகும். அலி ஷாகிட் பீர் மசூதியின் முகப்பு அழகு வளைவுகள் பெயர் சொல்லிடும் சிறப்பு வடிவமைப்புகளாகும். இருப்பினும், இவையெல்லாவற்றையும் பின்னுக்குத் தள்ளுகின்ற கட்டுமானம், சந்தேகமில்லாமல்,

மிஹ்டார் மஹால் எனலாம். இக்கட்டுமானத்தை 'மஹால்' என அழைப்பது பொருத்தமில்லை. இக்கட்டுமானம், இதற்கு பின்னுள்ள மசூதிக்கட்டுமானத்தின் மைய திறந்தவெளியினுள் நுழைவதற்கான நுழைவு மண்டபமேயாகும். ஆனால் இப்ராஹிம் ரவுஸா கட்டுமானம் போன்றே அழகு வேலைப் பாடுகள் மிதமிஞ்சி மிஹ்டார் மஹாலில் இடம்பெற்றுள்ளன. இதனால் இப்ராஹிம் அடில்ஷா II அவர்களின் ஆட்சிக்காலத்தில் கி.பி. 1620- வாக்கில் மிஹ்டார் மஹால் கட்டடப்பட்டிருக்கலாம் எனக் கணிக்கின்றனர்.

மிஹ்டார் மஹால்

நுழைவு மண்டபப் பணியைச் செய்தாலும், மிஹ்டார் மஹால் கட்டு மானம் நுழைவு மண்ட பத்தை விட சற்று உயர் நிலைகட்டமைப்புத் தான். ஏனெனில் இதற்கு ஓர் மேல்தளமும் உள்ளது. இதில் ஓர் சிறிய சபா மண்டபம் (assembly hall) அமைந்துள்ளது. நவீன கட்டுமான ஹால் அமைப் பிற்கு முன் மாதிரியாய் இந்த சபா மண்டபத்தை எடுத்துக் கொள்ளக்கூடிய தகுதி வாய்ந்தது. இந்த சபா மண்டபத்திற்கு மேலுள்ள திறந்தநிலை அமைப்பைச் சுற்றி அமைந்துள்ள சுவ ரானது வெளிநீட்டப்பட்ட, விதானமுடைய சாளரங்களையும் (Oriel windows), தட்டியமைப்பு துவாரங்களையுடைய (perforated) கைப்பிடிச் சுவரையும் கொண்டுள்ளது.

மிஹ்டார் மஹாலின் வெளித்தோற்றம் புகழ்ந்துரைக்கக் கூடிய வடிவமைப்பாகும். முகப்பின் இருமுனைகளிலும் இடம்பெறும் சுவர்தாங்கிகள் மெல்லிய அமைப்புடையவை களாகும். இச்சுவர் தாங்கிகளின் உச்சியானது சிறிய அளவிலான குவிமாடத்தைக் கொண்ட கோபுர அமைப்பாக உருமாற்றம் பெற்றுள்ளது. ஆனால் தனித்துவமான கட்டுமானக் கூறென்றால் அது சாளர அமைப்புத்தான். வெளிநீட்டப்பட்ட சாளரத்தின்

மிஹ்டார் மஹால்- நுழைவு வாயில் வேலைப்பாடுகள்

அடிப்பகுதியை இணைப்புச் சேர்க்கைகள் தாங்குகின்றன. மழையும், வெயிலும் தாக்காதவாறு விரிவான வேலைப்பாடுள்ள கூரையமைப்பை இச்சாளரங்கள் கொண்டுள்ளன. தட்டையான பல கையமைப்பிற்குள் உள்ளடங்கினாற்போன்று அமைந்துள்ள கூர்முனை அழகு வளைவுகளைக் கொண்ட நுழைவாயில், சுவர் தாங்கிகளில் மேற்கொள்ளப்பட்ட சில விரிவான வேலைப்பாடுகள் என அழகு வேலைப்பாடுகள் அனைத்தும் தனித்தே சிறப்புடையதாகவும், ஒட்டுமொத்த கட்டுமான நேர்த்திக்கு பங்களிப்பதாகவும் உள்ளது. வேலைப் பாடுகளெல்லாம் வெகு நுணுக்கமாக, கலைநுட்பத்துடன், எந்த சங்கதியும் விடுபட்டுப் போய்விடாதபடி வடிவமைக்கப்பட்டு, வெகு சிரத்தையாய் உளிவேலைப்பாடுகளுக்கு உட்படுத்தப் பட்டுள்ளது. மரத்திலமைந்தது என்றால் எந்த அளவிற்கு வேண்டு மானாலும் இழைத்து மெருகூட்டலாம்.

மிஹ்டார் மஹால் - ஓரியல் சாளர வேலைப்பாடுகள்

இதற்கு ஈடான வேலைப்பாட்டினைக் கொண்டவைகளாய் அமைந்துள்ளன சாளரக் கூரையைத் (eave) தாங்கிப் பிடிக்கும் கல்லாலான ஆப்புகள் (struts). நுழைவாயிலைச் சுற்றி மேற் கொள்ளப்பட்ட தாழ்நிலை புடைப்பு வேலைப்பாடுகளிலும், அழகிய நகைப் பெட்டி போன்ற தரைத்தளவிதானத்தை சுவருடன் இணைக்கும் வார்பட வேலைப்பாடுகளிலும் கட்டடக் கலைஞர்கள் தங்கள் தொழில் மேல் கொண்டிருந்த காதலை வெளிப்படுத்துகின்றனர்.

இக்கட்டுமானக் கலைஞர்களின் கைவண்ணத்தை வார்த்தை களில் விவரித்திட இயலாது. முழுமையான படைப்பினை உருவாக்குவதில் இக்கலைஞர்கள் கொண்டிருந்த பெருமிதம் நன்கு வெளிப்படுகின்றது. இக்கலைஞர்களின் புரவலர்களும் இவர்களது பெருமிதத்தை மென்மேலும் ஆர்வமூட்டி தூண்டு பவர்களாகவே செயல்பட்டார்கள். ஏனெனில் அவர்களது காலத்தில், அவர்களது போற்றுதலில் இத்தகு புதுமையான கட்டுமானம் எழுவது அவர்களுக்கு எல்லையற்ற மகிழ்ச்சியை கொடுத்திருக்கும்.

கோல்கும்பாஸ் (Gol Gumbaz)

முகமது அடில்ஷா (1627-57) அவர்களின் கல்லறைமாடம் கோல்கும்பாஸ் ஆகும். இப்ராஹிம் ரவுஷா, மெஹ்டார் மஹால் ஆகிய கட்டுமானங்களின் அழகு வேலைப்பாடுகளில் தங்களது முழுத்திறனையும் வெளிப்படுத்தி, கலைஞர்களும், புரவலர் களும், தங்களது கலைத்தாகத்தைத் தீர்த்துக்கொண்டனர். ‘இதற்கு

கோல்கும்பாஸ்

மேல் தங்களது கைவண்ணத்தைக் காட்டுவதற்கு ஏதுமில்லை' என்ற உணர்வினை பேளுர், ஹளபேடு கோயில் வேலைகள் முடிந்தவுடன், இக்கோயில் கட்டுமானக் கலைஞர்கள் பேரானந்தத்துடன் அனுபவித்திருப்பார்கள். அதேபோன்றதொரு உணர்வு இப்ராஹிம் ரவுஸா, மெஹ்டார் மஹால் வேலைகள் முடிந்தவுடன், பிஜப்பூர் கலைஞர்களுக்கும், அவர்களின் புரவலர்களுக்கும் ஏற்பட்டிருக்கும். எனவேதான் சுல்தான் முகமது அடில்ஷா தனது கல்லறை மண்டபத்தைக் கட்டிட முனைந்தபொழுது உச்சத்தை தொட்டிட 'பிரம்மாண்டமான அளவினைப்' பயன்படுத்திக் கொள்ளத் திட்டமிட்டார். இத்திட்டத்திற்கு பிஜப்பூர் கலைஞர்கள் வடிவம் கொடுத்து நிறைவேற்றும் திறன் பெற்றவர்களாய் இருந்தனர். விளைவு, புகழ்பெற்ற 'கோல்கும்பாஸ்' நம்நாட்டிற்குப் பெருமை சேர்க்கின்றது.

முகமது அடில்ஷாவின் கல்லறைமாட வளாகத்தில் ஒரு கட்டுமானமே கோல்கும்பாஸ் ஆகும். மசூதி, நகரா (முரசு) இல்லம் (Naqqar Khana) நுழைவாயில் கட்டுமானம், பயணியர் தங்குமிடம், இன்னபிற அரசு கல்லறை மாடத்திற்கு இலக்கணமான கட்டுமானங்களும் இவ்வளாகத்தில் அமைந்துள்ளன. இவ்வளாகம் முழுவதையும் உள்ளடக்கியதாய் மதிற்சுவர் எழுப்பப்பட்டுள்ளது.

கோல்கும்பாஸ்- அல்லா, முகமது என எழுதப்பட்டுள்ள இறவாரக் கூரை

கோல் கும்பாஸின் பிரம்மாண்டமே நம்மனதை ஆக்கிரமிக்கும் பொழுது, ஒட்டுமொத்த வளாகத் திட்டம் எவ்வளவு பிரம்மாண்ட

மானது என்று உரைத்திடுவதற்கில்லை. இவ்வளாகக் கட்டு மானத்தின் தொடக்கம் முகமது அடில்ஷா ஆட்சிக் காலத்தின் பிற்பகுதியைச் சேர்ந்தது; எனவே முழுமையுற்ற கட்டுமானமாக அமைந்திடவில்லை. கல்லறை மாடம் கூட முழுமையான கட்டுமானமாக அமைந்ததுபோல் தோன்றவில்லை. ஏனெனில், உள்ளும், புறமும் சுவர்ப்பரப்புகள் வெறுமையாய் விடப்பட்டுள்ளன. இது வரன்முறைக்குட்பட்ட கண்ணியத் தோற்றத்தை அளித்தாலும், 'முழுமையானது' என்றுரைத்திடக்கூடிய இறுதி முயற்சிகள் மேற்கொள்ளப்படாத உணர்வையும் அளிக்கத்தவறவில்லை.

'அரிய விஷயங்களெல்லாம் எளிமையின் அடிச்சுவட்டில் அமைந்ததே' என்பதற்கோர் உன்னத எடுத்துக்காட்டு கோல்கும் பாஸ் ஆகும். எளிமையான கட்டுமான அமைப்பின் பிரம்மாண்ட மான அளவே கோல்கும்பாஸ் ஆகும். மிகப்பெரிய கனசதுரம்; இதன் நான்கு முனைகளிலும் உள்ள கோபுர அமைப்பு கனசதுர உயரத்தையும் தாண்டியதாய் உள்ளது; ஒட்டுமொத்த இவ்வமைப் பிற்குமேல் தொங்கிக் கொண்டிருக்கும் தோற்றத்தில் மிகப் பெரிய அரைக்கோள குவிமாடம் அமைந்துள்ளது. பார்த்தவுடன் கவர்ந்திழுக்கும் தன்மைக்கான காரணம் ஒத்தியைந்துபோகும் ஒட்டுமொத்த வடிவமைப்புதான். எடுத்துக்காட்டாக கனசதுர

கோல்கும்பாஸ் குவிமாடம் அமரும் தாமரை மலர் வடிவ உருளையமைப்பு

மண்டபமும், அதன்மேலுள்ள அரைக்கோள குவிமாடமும் மிகச் சரியான விகிதத்தில் ஒத்தியைந்து அமைந்துள்ளன. குவிமாடத்தின் வளைவரையும் அரைவட்ட வடிவாய் இல்லாமல், வேறொன்றாய் இருந்திருந்தாலும் இத்தகு ஒத்தியைவை உணரமுடியாது.

கனசதுர மண்டபத்திற்கும், அதன்மேலுள்ள அரைக்கோள குவிமாட விதானத்திற்கும் ஒத்தியைந்து போகுமாறு இடம் பெற்றிருக்கும் சில துணைக் கட்டுமானக் கூறுகளும் கட்டுமான நேர்த்திக்கு துணை நிற்கின்றன. அவற்றுள் தலையாயது தற்காலத்திய லின்டல் அமைப்பு போன்ற நன்கு வெளிநீட்டிக் கொண்டிருக்கும் இறவாரக் கூரையமைப்பும் (cornice) அதனைத் தாங்கும் இணைப்பு வளைவு (bracket)கட்டமைப்புமாகும். இந்த இணைப்பு வளைவு கட்டமைப்புகள் ஒன்றுக்கொன்று நெருக்கமாய் கேள்விக்குறி (?) வடிவில் அமைந்துள்ளன. அடுத்த துணைக் கட்டமைப்பு, இறவாரக்கூரைக்கு மேல் இடம்பெறும் சிறிய அளவிலமைந்த அழகு வளைவுகளின் அணிவகுப்பு ஆகும். சம்பிரதாயமாக அமைந்துள்ள தோற்றத்தைத் தராதபடி அழகு வளைவுகளுக்கிடையேயான சுவர்பகுதி மிகத் திறம்படக் கையாளப்பட்டுள்ளது. இத்துணைக்கட்டுமானத்திற்கும் மேல், அளவில் பெரிய, மெர்லான்கள் அமைந்துள்ளன. இவையும், இவற்றின் உச்சிப்பகுதி வேலைப்பாடுகளும் விண்வெளிப்

கோல்கும்பாஸ் - மண்டப உட்தோற்றம்

பொலிவூட்டுபவைகளாய் உள்ளன. இறுதித் துணை கட்டமைப்பு, அரைக்கோள குவிமாடத்தின் அடியில் இடம்பெறும் பெரிய அளவிலான நன்கு மலர்ந்த தாமரை இதழ்வடிவமைப்பு வேலைப்பாடுகளாகும். இத்துணைக் கட்டுமானம் அரைக்கோள குவிமாடம் உருளையமைப்பின் மேல் அமரும் பகுதியை பொருத்தமாக, மிக அழகாக மறைக்கின்றது.

இறவாரக் கூரைக்குக் கீழ் உள்ள சுவர்பக்கங்கள் ஒவ்வொன்றும் மூன்று அழகு வளைவுகளைக் கொண்டுள்ளன. இவை, மிக நேர்த்தியான, பொருத்தமான அழகு வளைவுகளாகும். மையத்திலுள்ள அழகு வளைவு பெரியது; ஆனால் ஒன்றினுள் ஒன்று அமைந்த இரு சட்டப்பலகைக்குள் அமைக்கப்பட்டுள்ளதால், சாதாரண நுழைவாயில் அளவுள்ளது போல் காட்டப்பட்டுள்ளது. இதுவரைக் கூறப்பட்ட துணைக்கட்டுமானங்கள் ஒவ்வொன்றும் தனித்தனியே உயர்நிலை கலை வேலைப்பாடுகளாகும்; ஆனால் அளவிலும், அமைப்பிலும் ஒட்டுமொத்தக் கட்டுமானத்தோடு பொருத்தமாய், சரியான விகித்தில் ஒத்தியைந்து போவதில்தான் பிஜப்பூர் கலைஞர்களின் திறமை வெளிப்படுகின்றது. பெர்ஸி பிரௌன் பார்வையில் 'இந்த ஒட்டுமொத்த கட்டுமானத்தோடு ஒத்தியைந்து போவதில்' விதிவிலக்காய் இருப்பது கட்டுமானத்தின் நான்கு முனைகளிலும் விண்ணைத் தொடுவதுபோல் நன்கு வெளித்துருத்திக் கொண்டிருக்கும் சுவர்தாங்கி அமைப்புகளாகும். மிஹ்டார் மஹாலில் உள்ளதுபோல் சுவர்தாங்கி அமைப்புகள் அமைந்திருந்தால், இன்னும் எடுப்பான தோற்றத்தை கோல்கும்பாஸ் பெற்றிருக்குமாம்.

இவ்வளவு பிரம்மாண்டமான கோல்கும்பாஸின் உள்கட்டுமானம் ஒரேயொரு மண்டபத்தைக் (Hall) கொண்டுள்ளது என்பது வியப்பளிக்கலாம். ஆனால் இந்த ஒரேயொரு மண்டபத்தின் பிரம்மாண்டம் ரோம் நகரின் பாந்தியான் (Pantheon) மண்டபத்தைப் போன்றும், இஸ்தான்புல் நகரின் புனித சோபியா (St.Sophia) மண்டபத்தைப் போன்றும் அளவுடையது. பிரம்மாண்டமான உள்மண்டபத்தின் குறிப்பிடத்தக்க கட்டுமான குணாதிசயம், இம்மண்டபச்சுவர்களில் இடம்பெறும் மிக உயரமான கூர்முனை அழகு வளைவுகளேயாகும்.

மண்டபத்தின் உட்புறத் தரையமைப்பு சதுரவடிவம் என்பது நாம் அறிந்ததேயாகும். இச்சதுரத்தின் ஒவ்வோர் பக்கத்திலும் சமதூரம் இருக்குமாறு இரு புள்ளிகளைக் குறித்துக் கொள்ளவும். இவ்விருபுள்ளிகளும் ஒவ்வோர் பக்கத்தையும் சமமாக முக்கூறிடும்.

நான்கு பக்கங்களும் மொத்தத்தில் எட்டு புள்ளிகளைக் கொண்டிருக்கும். ஏதாவதொரு பக்கத்தில் தொடங்கி இப்புள்ளிகளுக்கு, கடிகாரமுள் சுற்றும் திசைக்கு எதிர்திசையில் 1,2,3,4,5, 6,7,8 என வரிசைக்கிரமமாக, பெயரிடவும். 1,3,5,7 என்ற நான்கு புள்ளிகளை வரிசைக் கிரமமாக நேர்க்கோட்டால் இணைத்தால் ஓர் சதுரம் (1,3,5,7) கிடைக்கும். இதேபோல் 2,4,6,8 புள்ளிகள் சேர்ந்து மற்றோர் சதுரத்தை (2,4,6,8) உருவாக்கும். இவ்விரு சதுரங்களும் ஒன்றையொன்று வெட்டிக் கொள்வதால் கிடைக்கும் உட்கூட்டின் அமைப்பு ஓர் எண்கோணமாய் இருக்கும். இதற்கு

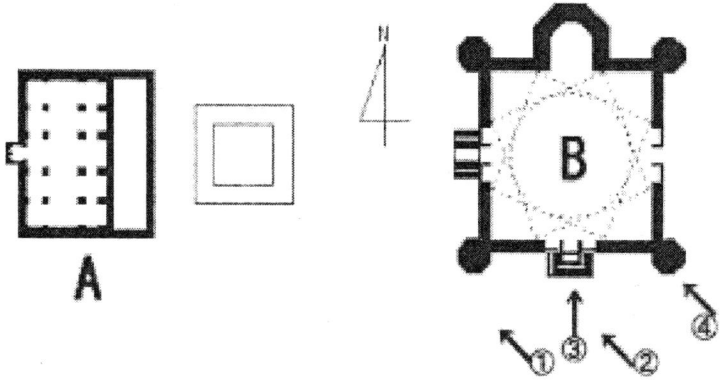

கோல்கும்பாஸ் - தரையமைப்பு வரைபடம்

இணையாயும், சர்வசமமாயும் (Parallel, equilateral) பொருத்தமான உயரத்தில் அமையும் எண்கோணத்தின் முனைகளில் அழகு வளைவுகளின் கூர்முனை அமையுமாறு அழகு வளைவுகள் அமைக்கப்பட்டுள்ளன. நிச்சயமாக இந்த அழகு வளைவுகள் ஒன்றையொன்று வெட்டிக்கொள்ளும்.

சுருக்கமாகக் கூறினால், உள்மண்டபச் சுவர்கள் சதுரவடிவாய் இருப்பது, பொருத்தமான உயரத்தில் கூர்முனை அழகு வளைவுகளின் மூலம் உட்பரப்பு குறுகிய எண்கோண அமைப்பாய் மாற்றப்பட்டுள்ளது. இந்த எண்கோண அமைப்பும் பொருத்தமான இணைப்பு வளைவு கட்டுமானத்தின் மூலம் பொருத்தமான உயரத்தில் இன்னும் உட்பரப்பு குறைந்த வட்ட வடிவாய் மாற்றப்பட்டுள்ளது. இதன்மேல் அரைக்கோள குவிமாடம் அமரும் வட்டவடிவ உருளைப்பகுதி அமைந்துள்ளது. இத்தகு கட்டுமான வடிவமைப்பு முறையால் அரைக்கோள குவிமாடத்தின்

எடையின் ஒரு பகுதி சமச்சீராய் மண்டபத்தின் நான்கு சுவர்களுக்கும் பரவுகின்றது. எஞ்சிய குவிமாடத்தின் எடையையும், எதிர்வினை புரியும் விசைகளையும், வெட்டிக்கொள்ளும் கூர்முனை அழகு வளைவு சுவரமைப்புகள் சமச்சீராய்ப் பெற்றுத் தாங்குகின்றன. இத்தகு வடிவமைப்பு காரணமாய் இரட்டைக் குவிமாடம் அமைத்தல் அல்லது லிண்டல் அமைத்தல் அல்லது தொடர்ச்சியாய் தொங்கும் வளைவுகள் அமைத்தல் அல்லது தொடர்ச்சியாய் ஸ்குவின்ச் வளைவுகள் அமைத்தல் போன்ற தொழில்நுட்பக் கூறுகளுக்குத் தேவையெழவில்லை. தேவைப்படுவதெல்லாம் மிகக் கனமான அல்லது திண்மையான சுவர்கட்டுமானம் மட்டுமேயாகும். இதுபோன்று, வெட்டிக் கொள்ளும், அழகு வளைவு கட்டுமானமுறை, பிஜப்பூரின் ஜாமி மசூதி கட்டுமானத்தில் பின்பற்றப்பட்டதொன்றுதான். ஆனால் ஜாமி மசூதியில் உட்தோற்றப் பொலிவிற்காக இம்முறை பின்பற்றப்பட்டது. கோல்கும்பாஸில் கட்டுமானத்தேவையொன்றை மட்டுமே குறிக்கோளாய் கொண்டு, இக்கட்டுமான் முறை பின்பற்றப்பட்டுள்ளது.

பிரம்மாண்டமான அரைக்கோள குவிமாடம்:

வெட்டிக்கொள்ளும் அழகு வளைவுகளின் மேல் குவிமாடம் - கோல் கும்பாஸ்

குவிமாடமானது வேலைப்பாடுகள் ஏதுமற்ற எளிமையான பூசப்பட்ட கட்டுமானமாகும். குவிமாடம் அமரும் அடித்தள உருளையமைப்பில் ஆறு சிறிய நுழைவாயில்கள் உள்ளன. இதன்மூலம் முணுமுணுக்கும் மண்டபம் (whispering hall) எனப்படும் பால்கனிப்பகுதிக்குள் நுழையலாம். ஒன்றை யொன்று வெட்டிக்கொள்ளும் உயர்ந்த அழகிய வளைவுகளின் கூர்முனைக்கு சற்று மேலே முணுமுணுக்கும் மண்டபப் பால் கனிப்பகுதியின் வட்டவடிவ கைப்பிடிச்சுவர் அமைந்துள்ளது. சிறு ஒலியைக் கூட எதிரொலி (double echo) செய்வதற்குப் பொருத்தமானசுற்றளவு கொண்டதாய் குவிமாடம்அமைந்துள்ளது.

கிடைமட்டமாய் செங்கற் வரிசைக்கட்டுமானம்; இந்த வரிசை அடுக்கின்மேல் அதிக அளவில், கனத்தில் சாந்துப் பூச்சு; அதன்மேல் அடுத்த வரிசை செங்கற்கட்டுமானம் என்ற அமைப்பி லேயே குவிமாடம் கட்டப்பட்டுள்ளது. வேறுவார்த்தைகளில் சொல்வதெனில் சுண்ணாம்பு சாந்துப்பூச்சால் வலுவூட்டப்பட்ட செங்கற்களால் எழுப்பப்பட்ட ஒன்றுபோலிருக்கும் பலஅடுக்கு முட்டைஓடு அமைப்புகளின் தொகுப்பு கட்டமைப்பாகும். செங்கற் கட்டமைப்பின் சராசரி கனம் 10 அடி ஆகும். ஒரே மையத்தையுடைய, பல வட்ட அடுக்குகளைக் கொண்ட அமைப்பில், கீழிருந்து மேல்வரை, கனம் குறைந்து கொண்டே செல்லுமாறு குவிமாடம் கட்டப்பட்டது. வலுவூட்டும் பொருட் களும், நன்கு அரைக்கப்பட்ட சுண்ணாம்பும் கலந்து உருவான பூச்சினால் அமைந்த வலுவூட்டப்பட்ட செங்கற் கட்டுமான மாகும். குவிமாடத்தின் உச்சிப் பகுதி மட்டும் சற்றே தட்டையாய் இருக்கும். இப்பகுதிக் கட்டுமானத்திற்கு மட்டும் சாரங்கட்டி கட்டுமான வேலைகளைப் பார்த்திருப்பார்கள். குவிமாடத்தின் பிற பகுதி கட்டுமானங்களுக்கு சாரங்கள் போன்ற சாதனங்கள் எதுவும் பயன்படுத்தப்படவில்லை.

கோல்கும்பாஸின் குவிமாடம் கட்டப்பட்ட கட்டுமான கோட்பாட்டைப் பின்பற்றியேதான் பெரும்பாலான பெரிய அளவிலான குவிமாடங்கள் கட்டப்பட்டன. இத்தகு பெரிய கட்டுமானங்கள் ஆட்டோமான் (Ottoman) ஆட்சிப்பகுதிகளிலும், பாரசீகத்திலும் கோல்கும்பாஸின் கட்டுமானக் காலத்திற்கு முன்பிருந்தே எழுப்பப்பட்டிருந்தன. இத்தகு கட்டுமானங்களில் ஈடுபட்டிருந்த கலைஞர்களின் கைவண்ணமாகவும் கோல்கும்

முணுமுணுக்கும் காட்சி மாடம்- கோல்கும்பாஸ்

பாஸ் இருக்க வாய்ப்புண்டு. ஏனெனில், கோல்கும்பாஸின் தலைமை வடிவமைப்பு மற்றும் மேற்பார்வையாளர் தாபுல் (Dabul)-ஐச் சேர்ந்த யாகூத் (Yaqut) என்று கூறப்படுகின்றது. அதே சமயம் பிரம்மாண்டமான குவிமாடத்தை தாங்கும், ஒன்றை யொன்று வெட்டிக்கொள்ளும் கூர்முனை அழகுவளைவுகளின் வடிவமைப்பை பிஜப்பூர் கலைஞர்கள் மட்டுமே மிக நுட்பமாக வடிவமைத்துப் பயன்படுத்தியுள்ளனர். இத்தகு வடிவமைப்பு, பிஜப்பூர் தவிர, ஸ்பெயின் நாட்டின் கார்டோவா கதீட்ரலில் மட்டுமே, சிறிய அளவிலான அரைக்கோள குவிமாடத்தைத் தாங்குமாறு இடம்பெற்றுள்ளது; இக்கட்டுமானம் மூரிஷ் (Moorish) கட்டுமான பாணியைச் சேர்ந்தது; கோல்கும்பாஸ் காலத்திற்கு 600 ஆண்டுகள் முற்பட்டதாகும்.

பிரம்மாண்டமான கோல்கும்பாஸ் இந்திய கட்டுமான தொழில்நுட்ப சாதனை என்பதில் சந்தேகமில்லை. கோல்கும் பாஸ் கட்டுமானத்தின் கனசதுர அமைப்பின் வெளிப்பக்க அளவு 200 அடி; கட்டுமானத்தின் உயரமும் 200 அடியாகும்; அரைக்கோள குவிமாடத்தின் வெளிவிட்டஅளவு 144 அடி; கனசதுர மண்டபத்தின் உட்புற பக்க அளவு 135 அடி; உட்புற

மண்டப உயரம் 178 அடி; முணுமுணுப்பு காட்சிமாடத்திற்கு மேல் அழகிய அரைக்கோள குவிமாட அமைப்பு தொங்குகிறது. தரையிலிருந்து முணுமுணுப்பு மாடத்தின் உயரம் 110 அடியாகும். உட்புறத்திலுள்ள பல்வேறு நீட்டல் (துருத்தல்) கட்டுமானங் களைத் தவிர்த்து கணக்கிட்டால் உட்புற மண்டப அளவு ஏறத்தாழ 18000 சதுர அடியாகும். இம் முறையான கணக்கீட்டின் படி இது ரோம் நகரின் பாந்தியான் (Pantheon) கட்டுமானத்தை விடப் பெரியது; ஏனெனில் பாந்தியான் கட்டுமானம் 15833 சதுரடி அளவுடையது. இந்த விதத்தில் கோல்கும்பாஸ்தான் மிகப்பெரிய அரைக்கோள குவிமாடத்தைக் கொண்டுள்ளது என மார்தட்டிக் கொள்ளலாம். எனவே பிரம்மாண்டமான அளவுள்ள கட்டுமானத்தின் மூலம் காண்போரை வியப்பு கலந்த திகைப்புக் கடலில் மூழ்கடித் திட வேண்டும் எனும் எண்ணவோட்டம் முழுமையாய் நிறைவேறி விட்டதெனலாம்.

பிரம்மாண்டத்தோடு அழகு வளைவுகள், இறவாரக் கூரைச் சேர்க்கைகள், மலர் வடிவமைப்பு வேலைப்பாடுகளைக் கொண்ட கைப்பிடிச்சுவர், குவிமாடத்தைத் தாங்கும் மலர் வடிவ மைப்பு வேலைப்பாடுகளைக் கொண்ட உருளை வடிவமைப்பு ஆகிய ஒவ்வொன்றும் கட்டுமான நோக்கிலும், கலைவேலைப் பாடு நோக்கிலும் வலிமையும், எளிமையும் ஒருங்கே கொண்ட கட்டுமான அடித்தளத்தின் மேல் தனித்தேயும், ஒட்டு மொத்தத்தில் ஒருங்கிணைந்தும் சிறப்பாய், நேர்த்தியாய் அமைக்கப் பட்டுள்ளன. உன்னதமான, பிரம்மாண்டமான வெளித்தோற்றம் காண்போரிடம் உள்ளக்கிளர்ச்சியை தூண்டலாம்; மண்டபத்தின் உள்ளிருந்து தலையுயர்த்தி பார்க்கும்பொழுது தொலைவில் மங்கலாகத் தெரியும் குவிமாடத்தின் பரந்த வெற்றிடப்பகுதி ஒரு சிலர் மனதில் மரியாதைகலந்த பணிவு உணர்வை ஊட்டலாம்; எது எப்படியிருப்பினும், காண்போர் அனைவருள்ளும், இவ்வளவு பிரம்மாண்டமான கட்டுமானத்தை கருத்தரித்த மூளையின் அற்புத கற்பனை வளத்தைப் போற்றிடாமல் இருக்கமுடியாது; கற்பனைக் கட்டுமானத்திற்கு வடிவம் கொடுத்திட்ட கலைஞர் களின் உச்சக்கட்ட வேலைத்திறனைப் பாராட்டிடாமல் இருக்க முடியாது; இவையனைத்திற்கும் காரணமான முகமது அடில்ஷா விடம் எல்லையற்ற புரவலர் பண்பை விதைத்த “அல்லா”வை அளவற்ற அருளாளனே என தொழுதிடாமல் இருக்க முடியாது.

அழகு வேலைப்பாடுகள் - கோல்கும்பாஸ்

பீஜப்பூரின் பொதுக் கட்டுமானங்கள் (Secular architecture)

மசூதிகள், கல்லறை மாடங்கள் ஆகியவற்றின் கட்டுமான நேர்த்தியினை பொதுக் கட்டுமான நேர்த்தியுடன் ஒப்பிட முடியாது; ஏனெனில் பொதுக்கட்டுமானங்கள் சாதாரணமானவை; குறிப்பிடத்தக்க குணாதிசயங்கள் எதனையும் பெரும்பாலும் கொண்டிராதவை; பயன்படுத்தப்பட்ட மூலப்பொருட்கள் ஸ்திரத்தன்மை கொண்டவையில்லை; மேலும் கட்டப்பட்ட நோக்கந் தவிர்த்து, பின்னாளில் பிறநோக்கங்களுக்காக பயன் படுத்தப்பட்டவை. எனவே பெரும்பாலான பொதுக்கட்டு மானங்கள் பல்வேறு நிலைகளில் சிதிலமடைந்தவைகளாய் உள்ளன. எனவே ஓரளவிற்கு சிதிலமடையாமல் இருக்கும் கட்டுமானங்களில் சிறந்ததான ககன் மஹால் (Gagan Mahall) கட்டுமானத்தைக் கற்போம்.

ககன் மஹால்:

காலத்தால் முற்பட்ட மாண்டு நகரின் ஹிந்தோலா மஹால் கட்டப்பட்ட நோக்கத்தையும், அமைப்பையும் கொண்டுள்ளது பிஜப்பூரின் ககன் மஹால். கி.பி. 1560-இல் கட்டப்பட்டதாக கருதப்படுகின்றது. சுல்தான் தங்குமிடமாகவும், அரசவையாகவும் ஒருங்கே செயல்படத்தக்க நோக்கங்கொண்டதாகும். 124 அடி X 82 அடி தரையமைப்புள்ள செவ்வக கட்டுமானமாகும். தரைத்தளம் இரு பகுதிகளாகப் பிரிக்கப்பட்டுள்ளது. முன்பகுதியில் ஒரே யொரு திறந்தநிலை அரசவை மண்டபத்தைக் கொண்டுள்ளது. பின்பகுதியில் மத்திய மண்டபம் ஒன்றும், அதன் இருபுறங் களிலும் சிறிய அளவு அறையொன்று இணைந்தது போன்றும் உள்ளது. இவ்விருப்பகுதிகளுக்கும் மேல் உள்ள தளம் அரச மகளிர் தங்கும் இடமாகும்.

ககன் மஹால்

இத்தகு அமைப்பையும், நோக்கத்தையும் உடைய இடைக் கால பிற பாணிக்கட்டுமானங்களைப் போன்றே அரசவை மண்டபம் மட்டும் எடுப்பான தோற்றமுடையதாய் அமைக்கப் பட்டுள்ளது. இந்த அரசவை மண்டபத்தின் முகப்பானது, அழகு கொஞ்சும் பெரிய அளவு வளைவுகளின் கீழ் அமைந்த மூன்று நுழைவாயில்களைக் கொண்ட பெரிய அளவு நுழை வாயிலாகும். 60 அடி அகலமும், 50 அடி உயரமும் உடையது. குல்பர்கா ஜாமி மசூதியின் நடைபாதை அமைப்பில் உயரம் குறைந்த தூண்களிலிருந்து அழகு வளைவுகள் எழும்பும் அமைப்பை சற்று பெரிதுபடுத்தியது போன்ற அமைப்பைக் கொண்டதாகும்.

இத்தகு பெரிய நுழைவாயிலமைப்பிற்கான தேவை என்ன? அரசவை மண்டபத்திற்கு முன்பு இருக்கும் திறந்த நிலைத் திடலில் நடைபெறும் அரசவை விழாக்களை, சுல்தான் அரியணையில் அமர்ந்தபடி தடையின்றி கண்டு களித்திடுவதற்காகத் தான்.

பிற கட்டுமான குணாதிசயங்கள்

நுஜூம்-அல்-உளும் (விண்மீன் அறிவியல்) அலிஅடில் ஷா II தொடங்கிவைத்தது.

பிஜப்பூர் கட்டு மானங்களனைத்திலும் பெரும்பாலும் கற்கட்டு மானந்தான்பயன்படுத்தப் பட்டுள்ளது. சில அரண்மனைக் கட்டுமானங் களில், மரக்கட்டுமானங் களும் முக்கிய இடம்

பெறுகின்றது. தூண்களுக்கும், லிண்டல், விதானகட்டுமானங்களுக்கும் மரம் பயன்படுத்தப்பட்டது. சில மண்டபங்களில் சுவர் பகுதிகளுக்கு சுண்ணாம்புச்சாந்து கொண்டு பூசப்பட்டுள்ளது. பூச்சு வேலைக்கொண்ட இச்சுவர்ப்பகுதிகளிலெல்லாம் சுவரோவியங்கள் கொண்டு அலங்கரிக்கப்பட்டன. ஓவியங்களில் பளீரென்று தெரியும் வண்ணங்கள் பயன்படுத்தப்பட்டன.

குதுப் ஷாஹி சுல்தான் அலி II அவர்களின் கல்லறைமாடம் தரைத்தள அழகுவளைவு கட்டுமானங்களோடு நின்று போனது. 1672-இல் அலி II அவர்களின் மறைவோடு, எந்நிலையில் கல்லறை மாடக் கட்டுமானம் கைவிடப்பட்டதோ, அந்நிலையிலேயே இன்றும் உள்ளது. கட்டுமானம் எப்படி எழுப்பப்பட்டது என்பதை எடுத்துரைப்பதுடன், மனதை உருக்குவதாயும் இக்கைவிடப்பட்ட கட்டுமானம் தாக்குதலேற்படுத்துகின்றது. இக்கட்டுமான நாள்வரை பின்பற்றப்பட்டுவந்த டியூடர் (Tudor) அழகு வளைவு அமைப்பிற்குப் பதிலாக பதினான்காம் நூற்றாண்டில் கட்டுமான வழக்கத்திலிருந்த கோதிக் (Gothic) அழகு வளைவுகள் பயன்படுத்தப்பட்டுள்ளதாக பெர்ஸி பிரௌன் அவர்கள் உரைக்கின்றார்.

பிஜப்பூரில் கட்டுமானங்களுக்குப் பயன்படுத்தப்பட்டது, அப்பகுதியிலேயே கிடைத்த பஸால்ட் (Farugi) கல் ஆகும். இங்கு, 'பிஜப்பூர் மலைப்பாங்கானப் பகுதி அல்ல; சமதளப் பகுதி' என்பதை நினைவுபடுத்திக்கொள்ளவேண்டும். பிஜப்பூர் கட்டுமானங்கள் அனைத்திலும் இவ்வகைக்கல்தான் பயன்படுத்தப்பட்டுள்ளது. கட்டுமான நற்குணாதிசயங்கள் சிலவற்றை பஸால்ட் கல் பெற்றிருந்தாலும் எளிதில் உடையும் தன்மையுடையது. கலைஞர்களின் தொழில்திறனும், வடிவமைப்பும் அற்புதமாய் இருந்தாலும் பிஜப்பூர் கட்டுமானங்கள் சிதலமடைந்து காணப்படுவதற்கு கட்டுமான மூலப்பொருளான இந்த 'பஸால்ட்' கற்கள்தான் தலையாய காரணமாகின்றது. மிச்ச மீதி காரணங்களாக முகலாய முற்றுகையையும், மராட்டிய பேஷ்வாக்களையும், ஹைதரபாத் நிஜாம் ஆட்சியாளர்களையும்தான் கூறவேண்டும்.

காந்தேஷ் (Khandesh) கட்டுமானங்கள்: (15 மற்றும் 16-ஆம் நூற்றாண்டுகள்)

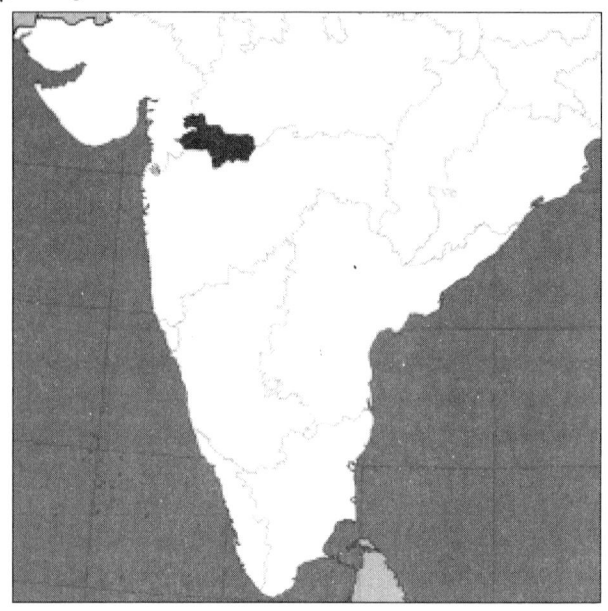

காந்தேஷ் இருப்பிடம்

கி.பி. 1382 முதல் கி.பி 1600 வரை பாரூகி (Farugi) வம்சமானது காந்தேஷ் நாட்டை ஆண்டு வந்தது. காந்தேஷ் தக்காணத்தில் உள்ளது என்று கூறிட இயலாது. தக்காணத்திற்கு வடமேற்கேயுள்ளது. தப்தி நதி குறுக்கும் நெடுக்குமாக காந்தேஷில் பாய்கின்றது. பாரூகி வம்ச காந்தேஷ் நாடானது ஒரு பக்கத்தில் தக்காணம், மறுபக்கம் குஜராத், மால்வா ஆகிய வலுவான ஆட்சியாளர்களுக்கு இடைப்பட்டிருந்தது. கட்டடக் கலைக்குப் பெயர்போன இப்பிரதேசங்களிலிருந்து காந்தேஷ் நாட்டுக் கலைஞர்கள் கட்டுமான உத்வேகத்தைப் பெற்றிருப்பார்கள். இவர்களின் கட்டுமானங்களை காந்தேஷ் பாணி என வகைப்படுத்திட இயலாது. இருப்பினும் தங்களுக்கேயுரிய கட்டுமானத் தனித்தன்மையை சில கட்டுமானக் கூறுகளில் வெளிப்படுத்தத் தயங்கவில்லை.

காந்தேஷ் நாட்டின் புராதன நகர் தால்னர் (Thalner) எனில், தலைநகர் புர்கான்பூர் (Burhanpur) ஆகும். 1400-இல் தலைநகர்

தால்னர் கல்லறை மாடம்

புர்கான்பூர் கட்டப்பட்டது. பத்ஷாகி குய்லா (Badshahi Qila) எனப்படும் அரண்மனையும், கோட்டையும் தப்தி நதிக்கரையில் கட்டப்பட்டது. கண்ணிற்கு விருந்தளிக்கும் கட்டுமானம் என்று

புர்கான்பூர் ஜாமி மசூதி

வர்ணிக்கப்பட்டாலும், மோசமாய் சிதலமடைந்து விட்டது. எனவே இதன் கட்டுமான குணாதிசயங்களைப் பற்றி திடமான கருத்து எதுவும் உள்வாங்கிட வழியில்லை.

தால்னர் நகரில் கல்லறை மாடங்களின் குழுமமொன்று, பத்ஷாகி குய்லா கட்டுமானத்திற்குப் பின் கட்டப்பட்டது. இதனை 1457-இல் இறந்த மீரான் முபாரக் (Miran Mubarak) அவர்களின் கல்வெட்டுப் பொறிப்புகளிலிருந்து அறிந்து கொள்கின்றோம். அக்காலக்கட்ட காந்தேஷ் கட்டுமான இயல்பு எப்படியிருந்தது என்று அறிந்துகொள்ள இக்குழுமம் துணை புரிகின்றது. மால்வா பாணிக் கல்லறைமாடங்கள், அதிலும் குறிப்பாக மாண்டு நகரின் ஹோஷாங் ஷா கல்லறை மாடம் போன்றவற்றோடு கட்டுமான அமைப்பில் நெருங்கிய தொடர்பு டையதாய் உள்ளது. இருப்பினும், கட்டுமான மற்றும் அழகு படுத்தும் அம்சங்கள் சிலவற்றில், மால்வா பாணியின் சாயல் தென்படவில்லை. எனவே காந்தேஷ் நாட்டுக் கலைஞர்கள் தங்களது சொந்த கற்பனைகளுக்கும் வடிவம் கொடுத்திருக்கின் றார்கள் என்பது தெரியவருகின்றது.

நுழைவாயில் அமைப்பில் காந்தேஷ் நாட்டு கலைஞர்களின் தனிக் கைவண்ணம் வெளிப்படுகின்றது. விசாலமான அகலத்தைக் கொண்டதாய் நுழைவாயில்களும், சாளரங்களும் அமைக்கப் பட்டுள்ளன. நுழைவாயில் அழகுவளைவுகளுக்கு மேலே அழகு வேலைப்பாடு வெளிநீட்டல்கள் (eaves) இடம் பெற்றுள்ளன. இதற்கும் மேல் அமைந்துள்ள கைப்பிடிச்சுவர் கட்டுமானங்களில் அதிக முக்கியத்துவம் கொடுக்கப்பட்டுள்ளது. எண்கோண உருளையமைப்பு, அதற்கும் மேல் உயரம் கூட்டிக் காட்டும் மேல் கட்டுமானங்களும் அமைத்திருக்கும் விதத்தில் குவிமாடத்தை எடுப்பாய் காட்டுவதில் கவனம் செலுத்தியிருந்தது புரிகின்றது. மால்வா கல்லறைமாடங்களைப்போல் வலுவான, கண்ணிய மான கட்டுமானங்கள் என்று கூறுவதற்இகில்லை. ஆனால் இக்கல்லறை மாடங்களும் கருத்தைக் கவரும் எழிலான கட்டுமானங் களேயாகும்.

பாரூகி வம்ச ஆட்சிக்காலத்தின் இறுதி நாட்களில், புர்கான் பூரில் இரண்டு மசூதிகள் கட்டப்பட்டன. ஒன்று, ராஜா அலிகான்

எனப்படும் அடில்ஷாஹி கி.பி. 1588-இல் கட்டிய ஜாமி மசூதி யாகும். மற்றது பீபி-கி-மசூதி (Bibi-ki-Majid) ஆகும். இம்மசூதியும் ஜாமி மசூதியின் கட்டுமான காலத்திலோ அல்லது சற்றே முன்பாகவோ கட்டப்பட்டிருக்கும். குஜராத் பாணியின் சாயல் ஜாமி மசூதியில் வெளிப்படுகின்றது. ஏனெனில் எளிமையான ஜாமி மசூதியின் முகப்பு 15 கூர்முனை அழகு வளைவுகளைப் பெற்றுள்ளது; முகப்பின் இரு முனைகளும் உயரமான

புர்கான்பூர் பீபிகி மசூதி

மினாரெட்டுகளைப் பெற்றுள்ளன. ஆனால் பீபி-கி- மசூதிதான் அமைப்பிலும், அதனை நிறைவேற்றியுள்ள விதத்திலும் வீறார்ந்த உணர்வை வெளிப்படுத்துகின்றது. மூடிய நிலை முகப்பின் மையத்தில் பெரிய அழகுவளைவு நுழைவாயில் அமைந்துள்ளது. நுழைவாயிலின் இருமுனைகளிலும் பிரம்மாண்டமான மினாரெட்டுகள் அமைந்துள்ளன. செதுக்கல் அழகுவேலைப் பாடுகளாலும், வார்ப்பட இணைப்பு அழகு வேலைப்பாடு களாலும் முகப்பு முழுவதும் அழகூட்டப்பட்டுள்ளது.

இம்மசூதியின் மினாரெட்டுகளின் வடிவமைப்பு 'தங்களுடைய தனிப்படைப்பு' என காந்தேஷ் கலைஞர்கள் உரிமை கொண்டாடிடலாம். மினாரெட்டின் மேல்தளங்களில் உள்ள வெளி நீட்டப்பட்ட பால்கனி அமைப்புச் சாளரங்கள் (Oriel Windows) உச்சியில் உள்ள கோளவடிவ அழகு குவிமாடம் ஆகியவை புத்துணர்வூட்டும் வேலைப்பாடுகள் ஆகும். அதே சமயம்

ஷா நாவாஸ்கான் கல்லறை மாடம்

மினாரெட்டுகளின் கீழ்தள வேலைப்பாடுகள் சாதாரண வேலைப் பாடுகளேயாகும். இருப்பினும், இவை, மொத்தத்தில் இதற்கு முந்தைய மினாரெட் வடிவமைப்பில் இருந்து சொல்லிக் கொள்ளும் படியான மாற்றங்களைப் பெற்றுள்ளன என்பதில் ஐயமில்லை.

பதினேழாம் நூற்றாண்டிலெல்லாம் காந்தேஷ் நாடானது முகலாயர் கைவசமாகிவிட்டது. முகலாயரின் கவர்னராக காந்தேஷ் நாட்டை நிர்வகித்த ஷா நவாஸ்கான் (Shaw Nawaz Khan) என்பவரின் கல்லறை மாடம் எழுப்பப்பட்டுள்ளது. இது பல்வேறு பாணிகளின் கலவையாய் வடிவமைக்கப்பட்டுள்ளது. இரு தளங்களைக் கொண்ட சதுர வடிமைப்பு குஜராத் பாணிக் குரியது. கட்டிட உச்சியில் இடம்பெறும் கோபுர வேலைப் பாடு களில் டில்லயிலுள்ள துக்ளக் பாணியின் சாயல் வெளிப்படு கின்றது. ஆனால் இவ்வேலைப்பாடுகளில் இடம்பெரும் மலர் வடிவமைப்புகள் பிஜப்பூர் பாணிக்குரியது. கல்லறை மாடத்தின் உச்சியில் அலங்கரிக்கும் அழகு குவிமாடம் லோதிபாணியாகும். சொந்தக் கட்டுமான தாகம் குறைந்து கொண்டிருக்கும் தன்மையை தெளிவாக வெளிப்படுத்தும் கல்லறை மாடமாகும் இது. காந்தேஷ் கலைஞர்களின் கை வண்ணத்தை உரைத்திடும் குறிப்பிடத்தக்க இறுதிக்கட்டுமானம் இது எனலாம்.

புர்கான்பூரில் முகலாயப் பேரரசர் ஷாஜஹான் சிங்கங்களை வேட்டையாடுதல்

13

அத்தியாயம்

காஷ்மீர் பாணிக் கட்டுமானங்கள்

முரண்படும் கட்டுமானப் பரிமாணங்களை காஷ்மீரில் காண்பது போல் வேறெந்தப்பகுதியிலும் காண இயலாது. முதலாம் ஆயிரமாண்டுகளில் வளர்ச்சியுற்ற புத்தமத, வைதிக மத கற்கட்டு மானங்கள் ஒரு வகை. பதினான்காம், பதினைந்தாம் நூற்றாண்டுகளில் எழுப்பப்பட்ட இஸ்லாமிய மரக் கட்டுமானங்கள் இரண்டாம் வகை; பதினாறாம், பதினேழாம் நூற்றாண்டுகளில் முகலாயப் பேரரசர்கள் அவர்களுக்கே உரிய பாணியில் உருவாக்கிய

ஸ்ரீநகர் ஜீலம் நதியில் (செனார் பாக்) மிதந்திடும் தேவதாரு மரங்கள்

கற்கட்டுமானங்கள் மூன்றாம் வகை. இருப்பினும் காஷ்மீரின் இஸ்லாமியக் கட்டுமானங்கள் எனில் மரத்தால் எழுப்பப்பட்ட கட்டுமானங்கள்தான் பெரும்பான்மையானவை. எனவே தான் காஷ்மீரிய பாணிக் கட்டுமானங்கள் தனித்துவம் வாய்ந்த மரக்கட்டுமானங்களாகப் புகழ்பெறுகின்றன.

காஷ்மீரில், தொன்றுதொட்டே, வெகுஜனக் கட்டுமானங்களானாலும், பொதுப்பணித்துறைக் கட்டுமானங்களானாலும், மதச்சார்பில்லாதக் கட்டுமானங்களானாலும் அவையெல்லாம் பெரும்பாலும் மரத்தால் அமைந்த கட்டுமானங்கள்தான். காஷ்மீரின் நில அமைப்பு, தட்பவெப்பநிலை, மக்களின் தேவைகள் என்ற காரணிகளின் அடிப்படையில் பார்த்தாலும் மரக்கட்டுமானங்கள்தான் பெரும்பான்மையாய் பின்பற்றிடப்பட வாய்ப்புள்ளது. மேலும் அனைத்து கட்டுமானத் தேவைகளுக்கும் உகந்த 'மரம்' காஷ்மீரில் அதிக அளவில் இயற்கை அன்னையின் அன்பளிப்பாகக் கிடைக்கின்றது; கட்டுமான இடங்களுக்கு வெட்டப்பட்ட மரங்களை குழுமமாய் ஆற்றில் மிதக்கவிட்டு கொண்டு செல்வதும் எளிதில் வசப்பட்டது. 'ஒரு மரம் பயன்படுத்தினாலே போது மானது' என்ற போதிலும் பல மரங்கள் பயன்படுத்திக் கொள்ளலாம் என்ற அளவிற்கு மரவளம் செழிப்பாய் காஷ்மீரில் இருந்தது. எனவே சிக்கன நடவடிக்கைகளுக்கு அவசியம் ஏற்படாததால் கட்டுமானக் கலைஞர்கள் கட்டுமான முறைகளில் புதினங்களைப் புகுத்தி சோதிக்கும் முயற்சிகளுக்கு அவசியமேற்படவில்லை.

ஃபாதே கடல் என்றழைக்கப்படும் மூன்றாவது பாலம். ஜீலம் நதிக்கு குறுக்கே கட்டப்பட்டுள்ளது.

செங்கற்கட்டுமானங்களில் செங்கற்களின் நீளவாக்கு முகமும், அகலவாக்கு முகமும் அடுத்தடுத்து இருக்குமாறு அடுக்கி பூச்சின் மூலம் பிணைப்பது ஒரு வகை கட்டுமான முறையாகும் (Headers and stretchers). இம்முறையைப் போன்றே தான், மரக்கட்டைகளை, குறுக்கும் நெடுக்குமாய், ஆனால், செங்குத்தாய் இருக்குமாறு இறுக்கி அடுக்கி சுவர்கட்டுமானங் களை எழுப்பினர். சில சமயங்களில் மேல்கட்டுமானங்களைத் (super structure) தாங்குவதற்கு ஏதுவான மாபெரும் பாரந்தாங்கித் தூண் கட்டுமானங்களையும் (pier) மேலே குறிப்பிட்ட முறையிலேயே எழுப்பினர். சாதாரணத் தூண்களாக ஒரே மரத்தின் தண்டுப் பகுதியைப் பயன்படுத்தினர். செடார் (Cedar) மரக் குடும்பத்தைச் சேர்ந்த தேவதாரு (Deodar) என்னும் மரத்தைத் தான் கட்டுமானத் தேவைகளுக்குப் பெரிதும் பயன்படுத்தினர்.

தொன்றுதொட்டே இம்மாதிரி மரக்கட்டுமான முறைகள் தான் பின்பற்றப்பட்டிருக்க வேண்டும் என்பதற்கு எடுத்துக்காட்டுகள் போல் திகழ்பவை ஸ்ரீநகரில் ஜீலம் நதிக்குக் குறுக்கே கட்டப் பட்டிருக்கும் மரப்பாலங்கள் ஆகும். இப்பாலங்கள் 'கடல்' (Kadals) என்றழைக்கப்படுகின்றன. சீரான இடைவெளிவிட்டு எழுப்பப்பட்டிருக்கும் பாரந்தாங்கித்தூண்கள் இம்மரப் பாலங்களைத் தாங்குகின்றன. இப்பாரந்தாங்கித் தூண்கள் எத்தகு வெள்ளப் பெருக்கினையும் சமாளிக்கும் முறையில் வலுவாய் அமைந்துள்ளது. உச்சிப்பகுதி நீக்கப்பட்ட பிரமிட் அமைப்பை தலைகீழாய்க் கவிழ்த்தாற் போன்ற வடிவத்தைப் பெற்றுள்ளன இப்பாரந்தாங்கித் தூண்கள். இப்பாரந்தாங்கித் தூண்கள் கட்டுமான முறையைப் போன்றுதான் காஷ்மீரின் பிற மரக்கட்டுமானங்களெல்லாம் எழுப்பப்பட்டன.

பயன்படுத்தப்பட்ட மரக்கட்டைகள் சீர்படுத்தப்பட்டு கட்டு மானத் தோற்றப்பொலிவிற்கு ஏற்றாற் போல் பயன்படுத்தப் பட்டுள்ளன. மரக்கட்டுமான நுணுக்கங்கள் பெரிதாய் ஒன்றும் பயன்படுத்திடப்படவில்லை; அவ்வாறே ஒரு மரத்துண்டை மற்றொன்றுடன் இணைக்கும் தொழில்நுட்பம் (joinery) தடிமனான மரத்தாலான ஆணியைப் பயன்படுத்துவதற்கு மேல் முன்னேற்றங் கண்டிடவில்லை. இந்தியாவில் நெடுங்காலத்திற்கு முன்பே புத்தமத சைத்திய, விஹாரக் குடைவரைகளில் உயர்தரமான மரக்கட்டுமான முறைகள் தான் கல் ஊடகத்தில் பிரதிபலிக் கின்றன. ஆனால் இவற்றின் தாக்கத்தின் சாயல்கூட காஷ்மீரின்

மேல்தளத்திலிருந்து ஏரியை நோக்கும் பொழுது கிடைத்திடும்
நிஷாத் பாக் முகலாயர் தோட்டம்

மரக்கட்டுமானங்களில் காணப்படவில்லை. மேலே மேலே எடை ஏறிக்கொண்டே சென்றால் ஏற்படும் நேர் கீழ் நோக்கிய எடை அழுத்தம் விசையின் காரணமாக கட்டுமானங்கள் சரிந்துவிடாது என்பது கோயில்கட்டுமான முறையின் அடிப்படைக் கொள்கை. இதே கொள்கை அடிப்படையில் அமைந்தவைதான் காஷ்மீரின் மரக்கட்டுமானங்கள். மேலும் மரக்கட்டுமானங் களுக்கு இடையே செங்கற் கட்டுமானம் இடம் பெற்றிருந்தன. எனவே இம்மரக் கட்டுமானங்கள் இடிந்து விழுவதற்கும், எளிதில் தீக்கிரையாவதற்குமான வாய்ப்புகள் அதிகம். எனவே, திரும்ப திரும்ப சீர்படுத்தப்பட்ட மரக்கட்டுமானங்களைத்தான் காஷ்மீரில் நம்மால் காணமுடிகின்றது.

காஷ்மீரியக் மரக் கட்டுமானக் கலையானது மசூதியாகவும், கல்லறை மாடமாகவும் வடிவம் பெற்றுள்ளது. காஷ்மீரில் கல்லறை மாடத்தை ஷியாரட் என்றழைப்பர். காஷ்மீரிய கிராமங் களில் பெரும்பாலானவை ஷியாரட் ஒன்றினைக் கொண்டிருக்கும். அந்தந்த கிராமத்தைச் சேர்ந்த இஸ்லாமிய புனிதர் அல்லது செல்வாக்கு பெற்றவரின் எச்சங்களைக் காப்பாற்றிடும் புனிதக் கட்டுமானமாக ஷியாரட் கட்டடம் எழுப்பப்பட்டிருக்கும். இத்தகு ஷியாரட் பகுதிகளைக் கடந்திடும் பொழுது, வழிப் போக்கர்கள் தங்களது வாகனங்களிலிருந்து (குதிரைகளிலிருந்து) இறங்கி நடந்து செல்வார்கள். அந்த அளவிற்கு ஷியாரெட் வளாகப் பகுதிகளின் புனிதம் போற்றிடப்பட்டது.

அல்லாவின் 99 பெயர்கள் எழுதப்பட்ட மிஹ்ராப் மாடம்

வடிவமைப்பில் மசூதியும், ஷியாரெட்டும் ஒரேமாதிரியான மூன்று கட்டுமான அங்கங்களைக் கொண்டுள்ளன. கனசதுர வடிவ கீழ்நிலை உடல்பகுதி முதல் அங்கம். பெரும்பாலும் பல அடுக்குகளில் அமைந்த பிரமிட் வடிவத்தை தலைகீழாய்க் கவிழ்த்தாற் போன்ற விதான அமைப்பு இரண்டாவது அங்கமாகும். ஒட்டுமொத்தக் கட்டுமானத்தின் உச்சிப் பகுதியில் இடம்பெறும் மெலிந்த கோபுரம் போன்ற அமைப்பு மூன்றாவது அங்கமாகும். பெரிய மசூதியெனில், நான்காவது அங்கம் ஒன்றையும் பெற்றிருக்கும். விதானத்திற்கும், உச்சியில் உள்ள மெலிந்த கோபுரத்திற்கும் இடையே இடம்பெறும் சதுரவடிவ திறந்த நிலை காட்சிமாடம்தான் நான்காவது அங்கமாகும். இதிலிருந்துதான் "தொழுகைக்கு வாருங்கள்" என அழைப்பு விடுக்கப்படும். மசூதி எனில் தொழுகை மண்டபம், ஷியாரெட் எனில் கல்லறையைக் கொண்டிருக்கும் மண்டபம் என்பதனை முதல் அங்கம் உள்ளடக்கியிருக்கும்.

ஷா ஹமதன் மசூதி (Shah Hamadan Mosque) ஸ்ரீநகர்

காஷ்மீரின் மரக்கட்டுமானக் கலைக்கு உன்னதமான ஓர் எடுத்துக்காட்டாக ஷா ஹமதன் மசூதியைக் கூறலாம். இக்கூற்றின்

ஷா ஹமதன் மசூதியின் புறத்தோற்றம்

உண்மைத்தன்மைக்கு பிற்காலக் கட்டுமானச் சேர்க்கைகளான சில நடைபாதைத் தொடர்புகளையும், சிறிய சந்நிதியொன்றினையும் தவிர்த்துப் பார்த்தல் அவசியம். இம்மசூதி ஸ்ரீநகரின் ஜீலம் (Jeelam) நதிக்கரையில் அமைந்துள்ளது. திருவிழா நாட்களில் மசூதிச்சூழல் எப்படியிருக்கும்? மசூதியைச்சுற்றிலும் ஜீலம் நதிக் கரையெங்கும் காஷ்மீரின் வர்ணஜாலத்தை வெளிச்சம் போட்டுக் காட்டும் வண்ணங்களில் உடையணிந்த மக்கள் கூட்டம்; மசூதிக்கு வெகுஅருகிலேயே ஜீலம் நதிக்குக் குறுக்கே அமைந்துள்ள எழிலான மரக்கட்டுமானப் பாலம்; பனிபடர்ந்த மலைப்பின்புலம்; இக்காட்சிகள் அனைத்தையும் பிரதிபலித்தவாறு அசைந்தோடும் ஜீலம் நதி; நீர்பரப்பில் மிதந்திடும் பனிக்கட்டிகள். ஒட்டுமொத்த இத்திருவிழாக் காட்சியைக் களித்திட கண்கோடிப் போதாது எனக் கூறிடவும் வேண்டுமோ!

பாரசீகத்திலுள்ள ஹமதன் (Hamadan) என்னும் ஊரிலிருந்து வந்த மீர்சையது அலி ஹமதானி என்னும் இஸ்லாமிய துறவியின் நினைவாக எழுப்பப்பட்டது இம்மசூதி. 1395-ஆம் ஆண்டு சுல்தான் சிக்கந்தர் அவர்களால் இம்மசூதி கட்டப்பட்டது. 1480-இல்

ஜீலம் நதிக்கரையிலிருந்து காணக்கூடிய ஷா ஹமதன் மசூதி முகப்பு

தீயில் சிதிலமடைந்த இம்மசூதியை சுல்தான் ஹசன்ஷா அவர்கள் புதுப்பித்தார். 1493-இல் இருதளம் உடையதாய் சீர்திருத்திக் கட்டப்பட்டது. 1731-இல் மறுபடியும் இம்மசூதி தீக்கிரையானது. அபுல் பர்கத்கான் என்பாரால் புனருத்தாரணம் செய்யப்பட்டது. கனசதுரத் தரைத்தளம், பிரமிட் வடிவிலமைந்த விதானம், அதன்மேல் இடம்பெறும் காட்சிமாடம், உச்சியில் மெலிந்த கோபுர அமைப்பு என்ற அனைத்து அங்கங்களையும் கொண்ட மரக்கட்டுமானமாகும். மசூதியின் அடித்தளமானது ஒழுங்கான வடிவத்தைப் பெற்றிராதது; பழந்தளவாடப் பொருட்களைப் பயன்படுத்தி அமைக்கப்பட்டுள்ளது.

வெராந்தா போன்ற வெளிச் சேர்க்கைப் பகுதிகளை யெல்லாம் தவிர்த்து விட்டால், மசூதியானது 70 அடி பக்க அளவுள்ள சதுரக்கட்டுமானமாகும். உயரவாக்கில் இருதளங் களைக் கொண்டுள்ளது. இறவாரக் கூரையின் (Eave) கீழ்முனை வரையிலான கட்டடத்தின் உயரம் 50 அடியாகும். இதற்கும் மேல், பிரமிட் வடிவில் தாழ்வான விதான அமைப்பைக் கொண்டுள்ளது.

கீழ்நிலைச் சுவர்ப்பகுதியானது, செங்கல் அடுக்கும் முறையில் (Headers and stretchers) அடுக்கப்பட்ட மரத்துண்டுகளால் ஆனதாகும். கீழ்நிலைச் சுவர்ப் பகுதிகளாய் இருக்கும் மரத்துண்டு

களின் முனைகளை சமமாயிருக்குமாறு சீர்படுத்தப் பட்டுள்ளன. வெளிப்புறச் சுவரில் இடம்பெறும் மரத்துண்டு முனைகள் ஓர் அழகான மலர்வடிவமைப்பை தொடர்ச்சியாய் கொண்டுள்ளது போன்று அமைந்து பொலிவூட்டுகின்றன. வெளிநீட்டிக் கொண்டிருக்கும் இறவாரக் கூரைக்குக் கீழே இடம்பெற்றிருக்கும் சுவருடன் இணைந்த அழகு இணைப்பு வார்ப்புகள் (cornice) கூட மரக்கட்டைகளால் ஆனவைகளாகும்; சுவர் முகத்தில் இடம் பெறும் மரக்கட்டைமுனைகளில் மேற்கொள்ளப்பட்ட அழகு வேலைப்பாடுகளாகும் இவ்விணைப்பு வேலைப்பாடுகள். இவை பார்ப்பதற்கு செவ்வக வடிவ கற்களைத் தொடர்ச்சியாக அடுக்கியுள்ளது போன்ற அழகு வேலைப்பாடுத் தோற்றத்தைக் கொண்டுள்ளன.

ஷா ஹமதன் மசூதி தொழுகை மண்டப உட்புறம்

ஒட்டுமொத்த கட்டுமான சுவரும் மற்றும் விதானமும் திடமாயிருக்குமாறு (solid) அமைக்கப்பட்ட மரக் கட்டுமான மாகும். இத்தகு வலுவான திண்மமான மரக்கட்டுமான அமைப்புடன் இணைந்ததாயுள்ள மென்மையான மரக்கட்டுமான அங்கங்களாக அழகு வளைவு திருச்சுற்றுப்பாதை அமைப்புகள் (arcades), தாழ்வாரப்பகுதிகள் (Verandas), தூண்களாலான

ஷா ஹமதன் மசூதியில் பின்பக்க, பக்கவாட்டுத் தோற்றம்

முகப்புப் பகுதிகள் போன்றவற்றைக் கூறிடலாம். இந்தக் கட்டுமான அங்கங்களெல்லாம் தட்டியமைப்பைப் போன்ற சாளரங்களையும் கொண்டுள்ளன. இச்சாளர வேலைப்பாடுகளில் அழகு மரவேலைப்பாடுகளும் பதிக்கப்பட்டுள்ளன. ஒட்டு மொத்தக் கட்டுமானமும் உள்ளடங்கியிருக்குமாறு நன்கு நீட்டப்பட்டதாயுள்ளது பிரமிட் வடிவிலமைந்த விதானம். மிகவும் உயரங்குறைந்த பிரமிட் போன்றுள்ளது விதான அமைப்பு. மொத்தம் மூன்று அடுக்குகளைக் கொண்டதாகும் விதானம். விதானமும் மரக்கட்டுமானமேயாகும். சரிவான விதானக் கூரை பலகை அமைப்பின் மேல் டுலிப் (tulip), ஐரிஸ் (iris) போன்ற பூச்செடிகளையும் கொண்ட புல்வெளிப் படுக்கை அமைக்கப் பட்டுள்ளது. பருவகாலங்களில் பூத்துக்குலுங்கும் மலர்களால் நிரம்பிய இவ்விதானத்தோற்றம் வார்த்தைகளின் வர்ணனைக்கு அப்பாற்பட்டதாகும். விதான அமைப்பிற்கு மேல் பல அடுக்கு களாக பிர்ச் மரப்பட்டைகளைப் பரப்பி அதன்மேல்தான் மேலே குறிப்பிட்ட இயற்கை விதான தோட்டம் அமைக்கப்பட்டுள்ளது. மழையாலும், பனியாலும் மரக்கட்டுமான விதானம் பாதிக்கா திருப்பதற்கான ஏற்பாடாகும் இத்தகு பிர்ச் மரப்பட்டைப் போர்வைகள். விதானத்திற்கு மேற்பட்ட உச்சிப் பகுதியில்

தூண்களாலான திறந்த நிலைக் காட்சிமாடம் அமைந்துள்ளது. இதற்கும் மேல் அமைந்துள்ள கோபுர அமைப்பானது முக்கோண வடிவமுடையதாய், உயரமுடையதாய் அமைந்துள்ளது.

ஷா ஹமதன் மசூதி இருதள அமைப்பென்றாலும், தரைத்தள மண்டபம் மட்டுமே கட்டடக்கலை நோக்கில் இரசிக்கத்தக்கது; மசூதியின் மேல்தள மண்டபப் பகுதி எளிமையான மரக்கட்டு மானமாகும். 63அடி X43 அடி அளவுடைய செவ்வக அமைப்பாகும் தரைத்தள மண்டபம். சதுர அமைப்பான மண்டபமாய் இல்லாமற் போனதற்குக் காரணமாக வடக்கு, தெற்கு முனைகளில் அமைந்துள்ள சிறிய அறைகளைத்தான் கூறிடவேண்டும். 20 அடி உயரமும் சொல்லிடத்தக்க பருமனும் கொண்ட மரத் தூண்கள் நான்கு, மண்டப மையத்தில் ஒரு சதுரப் பகுதியை ஏற்படுத்து கின்றன. மண்டபச் சுவர்களானது அழகு வேலைப்பாடுகள் பலவற்றைக் கொண்டுள்ளது. கட்டுமான நோக்கில் காண்பதை விட அழகு வேலைப்பாடுகள் நோக்கிலேயே மண்டப உட்கட்டு மானம் சிறப்புடையதாய் உள்ளது. 8 பட்டைகளையுடைய தூண்களின் அடிப்பாகத்திலும், உச்சியிணைப்பிலும் மலர் வடிவமைப்பு வேலைப்பாடுகள் இடம்பெற்றுள்ளன. மேற்கு சுவரில் இடம்பெறும் மிஹ்ராப் உள்ளிழுத்து அமைக்கப் பட்டுள்ளது; அழகு வளைவின் கீழ் அமைந்துள்ளது; மிஹ்ராப் சுவரானது பல சட்டப்பலகை அமைப்புகளைக் கொண்டுள்ளது. அடர் மரக் கலர் (rich brown) வண்ணப்பூச்சினைக் கொண்டுள்ளது. மண்டப விதானமும் வர்ணம் பூசப்பட்டுள்ளது. தரையில் பல வண்ணங்களில் அமைந்த தொழுகை விரிப்புகள் விரிக்கப் பட்டுள்ளன. ஒட்டு மொத்த தொழுகை மண்டப உள்தோற்றம் உச்சக்கட்ட ரசனை உணர்வுகளின் பிரதிபலிப்பாய் இருக்கும் அதேசமயத்தில், தொழுகைக்கு உகந்த பக்திச் சூழலையும் கொண்டுள்ளது என்றால் மிகையில்லை.

ஸ்ரீநகர் ஜாமி மசூதி:

காஷ்மீரிய பாணி மரக்கட்டுமானங்களில் சந்தேகத்திற்கு இடமில்லாமல் தலைசிறந்தது ஸ்ரீநகரில் உள்ள ஜாமி மசூதியே ஆகும். இம்மசூதி கி.பி. 1400-ஆம் ஆண்டிலேயே சுல்தான் சிக்கந்தர் பத்ஷிகான் அவர்களால் தொடங்கப்பட்டது; அவரது வாரிசான ஜைனுலாபிதின் (Zaain-ul Abidin) அவர்களால்

ஸ்ரீநகர் ஜாமி மசூதியின் தரை வரைபடம்

விரிவாக்கப்பட்டது. கட்டப்பட்ட நாளிலேயே இம்மசூதிக் கட்டுமானத்தில் சொல்லிடத் தக்க அளவு, செங்கற்கட்டுமானமாய் இருந்திருக்கலாம்; ஆனால் உட்புற வேலைப்பாடுகள் காஷ்மீர் பாணிக்கேயுரிய மரக்கட்டுமானங்களாகும். எனவே குறைந்த பட்சம் மூன்று முறைகளாவது இம்மசூதி தீக்கிரையாகி இருக்கும் என்கின்றனர். கட்டப்பட்ட நாளில், அழகு வேலைப்பாடுகள் உட்பட எத்தகு அமைப்பில் மசூதி இருந்ததோ, அவ்வாறே இருக்கும் வண்ணம் புனருத்தாரண வேலைகள் மேற்கொள்ளப்பட்டன. இக்கூற்று, முகலாயப் பேரரசர் அவுரங்கசீப் அவர்களால் மேற்கொள்ளப்பட்ட புனருத்தாரண வேலைகளுக்கும் பொருந்தும். அவுரங்கசீப் காலத்திற்குப்

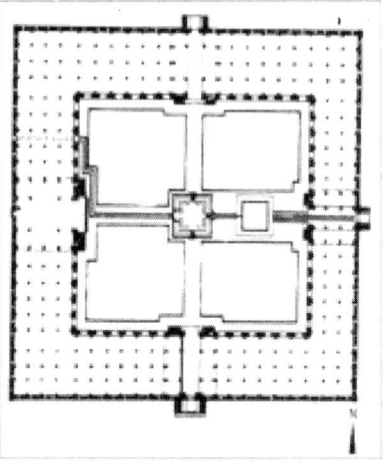

ஸ்ரீநகர் ஜாமி மசூதியின் மைய திறந்த வெளி

ஸ்ரீநகர் ஜாமி மசூதி தெற்கு நுழைவாயில்

பின் கவனிப்பாரற்று சிதலமடைந்த இம்மசூதி, காஷ்மீர் மகாராஜா பிரதாப் சிங் அவர்களால் புனருத்தாரண வேலைகள் மேற்கொள்ளப்பட்டு, பழம்பெருமையைப் பறைசாற்றிக் கொண்டுள்ளது.

காஷ்மீரிய பாணி இஸ்லாம் மதக் கட்டுமானம் என்ற பாரம்பரிய முறைப்படி கனசதுர தரைத்தளம், பிரமிட் வடிவமைந்த தாழ்வான விதானம், அதன்மேல் தொழுகைக்கு வரும்படி அழைப்பு விடுப்பதற்கான திறந்த நிலைக் காட்சி மாடம், உச்சிப்பகுதி கோபுரமைப்பு என்ற நான்கு அங்கங்களையும் கொண்ட பிரம்மாண்டமான மசூதியாகும். ஆனால் ஜாமி மசூதிக்குரிய இலக்கணப்படி மையத்தில் திறந்த நிலை மைதானம், இதன் மேற்கு திசையில் தொழுகை மண்டபம், பிற திசைகளில் விதானத்துடன் கூடிய நடைபாதையமைப்புகள் ஆகியவற்றையும் கொண்டுள்ளது. மைய திறந்த வெளியானது 240 அடி விட்டமுள்ள சதுர அமைப்பாகும். ஒட்டுமொத்த மசூதி வளாகத்தையும் சுற்றி உயரமான மதிற்சுவர் எழுப்பப்பட்டுள்ளது. வெளிப்புறத்திலிருந்து இம்மதிற்சுவரைப் பார்க்க 30 அடி உயரமுள்ள

எளிமையான செங்கற்கட்டுமானமாகத்தான் தெரியும். சுற்றுச் சுவரின் மேற்குப் பகுதிகளில் தொடர்ச்சியாய் அமைந்துள்ள அழகு வளைவுடன் கூடிய செவ்வகப் பலகையமைப்புகள் மட்டுமே எளிமையான வேலைப்பாடுகளாகும். அழகு வேலைப்பாடுகள் இன்மையை சமன்செய்வது போன்று, மேற்கு திசைத் தவிர்த்த பிற திசை மதிற்சுவர்களின் மையத்தில் மதிற்சுவர்களிலிருந்து வெளிநீட்டிக்கொண்டிருக்கும் அமைப்பில் அமைந்த நுழைவாயில் மண்டபங்கள் உள்ளன. இவற்றுள் பிரதான நுழைவாயில் தெற்குத் திசை மதிற்சுவரில் அமைந்த நுழைவாயிலாகும். திறந்த வெளி மைதானத்தில் தென் திசையில் அமைந்துள்ள தூண்களாலான நடைபாதை அமைப்புக்குள் சென்றடைவதற்குத் தோதான, உள்ளிழுக்கப்பட்ட அமைப்புடைய போர்டிகோவைக் கொண்டுள்ளது இத்தெற்கு நுழைவாயில். இங்கிருந்து ஒட்டுமொத்த மசூதி வளாகத்தையும் தெளிவாக பார்த்திட இயலும்.

திறந்த வெளிமைதானத்திலிருந்து பார்த்தால் அடுத்தடுத்து அழகுவளைவுகள் தொடர்ச்சியாய் அமைந்த நடைபாதை அமைப்பு சுற்றிலும் அமைந்திருப்பதை காண இயலும். இந்நடை பாதை அமைப்பின் நான்கு திசை மையத்திலும் அமைந்துள்ள பிரம்மாண்டமான அழகிய கட்டமைப்பு காஷ்மீரிய கல்லறை மாடமான ஷியாரெட் அமைப்புதான் என்பது ஆய்வுக் கண்ணோடு நோக்கினால் புலப்படும். கனசதுர மண்டபம், மேலே பிரமிட் வடிவில் சரிவான விதானம், அதன் மேல் திறந்தநிலைக் காட்சி மாடம், உச்சியில் முக்கோணவடிவ கோபுர அமைப்பு ஆகிய அனைத்து அங்கங்களையும் நான்கு திசை நடைபாதை அமைப்பின் மையக்கட்டுமானம் கொண்டுள்ளது. வடக்கு, தெற்கு, கிழக்கு திசையிலுள்ள இம்மையக் கட்டுமானங்கள் நுழைவாயில் மண்டபங்களாய்ச் செயல்படுகின்றன. தொழுகை மண்டப நுழைவாயிலாய் செயல்படும் மேற்குத்திசை மைய ஷியாரெட் அமைப்புதான் மற்றவற்றை எல்லாம் விட மிகப் பெரியதாகவும், எழிலுடனும் அமைந்துள்ளது. இதன் முகப்பு, ஒன்றினுள் ஒன்று அமைந்தாற் போன்றுள்ள அழகு வளைவுகளை உள்ளடக்கிய செவ்வகப் பலகையமைப்பைக் கொண்டுள்ளது. இந்த நுழை வாயில் வழியாக தொழுகை மண்டபத்தினுள் நுழைகின்றோம்.

தொழுகை மண்டபத்தின் மையப் பகுதியின் எல்லையை வரையறுப்பதுபோல் இருபக்கங்களிலும் மிக உயரமான

ஸ்ரீநகர் ஜாமி மசூதி- தொழுகை மண்டப மேற்குப் பக்க
நடைபாதை இணைப்பில் மையத்திலுள்ள மிஹ்ராப் மாடம்

தூண்களின் அணிவகுப்பு உள்ளது. மையப் பகுதியின் இறுதியில் மேற்கு திசை உட்புறச் சுவரில் அழகுவளைவின் கீழ் அமைந்த மிஹ்ராப் மாடம் உள்ளது. இம்மையப்பகுதிதான் ஜாமி மசூதியின் இதயப்பகுதி; ஆதலால், விசாலமாகவும், விஸ்தீரணமாகவும் இருக்கும் உணர்வைத் தோற்றுவிக்குமாறு பிரம்மாண்டமாய் அமைக்கப்பட்டுள்ளது. அது மட்டுமின்றி இம்மையப்பகுதியின், வடக்கு தெற்கு இணைப்புப் பகுதிகளும் இம்மையப்பகுதியோடு அளவிலும், வேலைப்பாட்டிலும் ஒன்றியைந்து போகும் வகையில் தூண்களின் அணிவகுப்புடையதாய் அமைக்கப் பட்டுள்ளது. நடைபாதையமைப்பானது மூன்று திசைகளில் நான்கு நடைபாதைத் திருச்சுற்றுகள் இருப்பது போன்றும், கிழக்கு திசையில் மட்டும் மூன்று நடைபாதைத் திருச்சுற்றுகள் இருப்பது போன்றும் உள்ளன. தூண்களின் அணிவகுப்பில் இடம்பெறும் ஒவ்வோர் தூணும் தனித்தனித் தேவதாரு மரத்தின் தண்டுப் பகுதிகளாகும். அதாவது ஒட்டு ஏதும் போடப்படாததாய் தனித்தேவதாரு மரத் தண்டாய் ஒவ்வோர் தூணும் அமைந்துள்ளது. தேவைக்கேற்றாற்போல் தூண்களின் உயரம், 25 அடி முதல் 50

ஜைனுலாபிதின்/ அம்மாவின் கல்லறை மாடம்

அடி வரை மாறுபடுகின்றது. இம்மாதிரி 378 தூண்கள் பயன்படுத்தப்பட்டுள்ளன. மெலிந்தும், உயரமாயும் அமைந்த இத்தூண்கள் ஏற்படுத்தும் விஸ்தீரணமான உள்வெளித்தோற்றம் எவரையும் வசியப்படுத்தும். கட்டுமானத்தின் அமைப்பும், பிரம்மாண்டமும், வேலைப்பாடுகளின் நேர்த்தியும், அழகியல் நோக்கில் மனதைக் கவர்ந்திடும் வேளையில் தன்னை உணர்த்திடும் அறவியல் சூழலுக்கும் வழிவகுக்கின்றது என்றால் மிகையில்லை.

செங்கற்கட்டுமான கல்லறை மாடங்கள்:

சிதிலமடைந்திருந்த இந்து கோயில்களை இஸ்லாமியக் கட்டுமானங்களாக மாற்றிடும் முயற்சிகளும் தொடக்கநிலை இஸ்லாமிய ஆட்சியாளர்களால் மேற்கொள்ளப்பட்டன. இம்முயற்சிகளுக்கும் பல எடுத்துக்காட்டுகளைக் கூறிடலாம். நம் கவனத்தை இம்முயற்சிகள் ஈர்ப்பதற்கு காரணம் பாரசீக பிராந்திய செங்கல், பளபளப்பேற்றப்பட்ட ஓட்டுக் கட்டுமானங்களாக இவை விளங்குவதுதான். ஸ்ரீநகரில் உள்ள ஜைனுலாபிதினின் தாயார் கல்லறை, பிர்காஜி முகமது சாஹிபுவின் கல்லறை, ஷாடிபல் (Zadibal) நகரின் புறநகர் பகுதியில் இருக்கும் மதானி ரவுஸா (Rauza of Madani), பாம்புர் (Bampur) நகரின் ஜாமி மசூதி ஆகியவற்றைக் கூறலாம். கோயிலின் கற்கட்டுமான அடித்தளத்தின் மேல் அமைந்த செங்கற்கட்டுமான முயற்சிகளாகும் இவை.

சுல்தான் சிக்கந்தரின் வாரிசான ஜைனுலாபிதினின் ஆட்சிக் காலம் 1420 முதல் 1470 வரை நீடித்தது. இவரது தாயாரின் கல்லறை மாடமானது, ஒன்பதாம் நூற்றாண்டைச் சேர்ந்த இந்து கற்கோயில் கட்டுமானத்தின் அடித்தளத்தின் மேல் அமைந்துள்ளது. சதுர வடிவக் கோயிலின் நான்கு முனைப்பகுதிகளிலும் செவ்வக வடிவ வெளிநீட்டல்களைக் கொண்டிருந்தது. இக்கோயிலின் மேல் பகுதியைத் திருத்தி பாரம்பரிய கல்லறை மாட அமைப்பில் செங்கற் கட்டுமானம் எழுப்பப்பட்டுள்ளது. கோயிலின் நுழை வாயிலுடன் கூடிய மதிற்சுவர் போன்ற பிற பகுதிகள் அனைத்தும் எவ்வாறு இருந்ததோ அவ்வாறே விடப்பட்டு விட்டன. கல்லறை உள் மண்டபத்தினுள் நுழைய, குதிரைக் குளம்பு வளைவு அமைப் புடைய அழகு வளைவின் கீழ் அமைந்த வெளிநீட்டப்பட்ட நுழைவாயிலைப் பயன்படுத்த வேண்டும்.

செற்கற் கட்டுமான சுற்றுச் சுவரெங்கும் செவ்வக வடிவ பலகையமைப்பிற்குள் கூர்முனை அழகு வளைவுகள் அமைந்த வேலைப்பாடுகளைக் கொண்டுள்ளன. மைய மண்டபத்தின் மேலே பெரிய அளவிலான அரைக்கோள குவிமாடமும், அதனைச் சுற்றிலும் சிறிய அளவிலான அரைக்கோள குவிமாடங்கள் நான்கும் அமைந்துள்ளன. இக் குவிமாடங்கள் அமரும் உயரங் கூடிய உருளையமைப்பின் புறப்பரப்பு அழகு வேலைப்பாடு களாக பட்டைகளும், அழகு வளைவுகளும் இடம்பெற்றுள்ளன. பாரசீகப் பாணி செங்கற்கட்டுமான முறையில் தேர்ச்சிபெற்றக் கலைஞர்களின் கைவண்ணம் போல் தோன்றுகின்றது.

மதானியின் ரவுஸா கட்டுமானத்தில் கோயிலில் பயன் படுத்தப்பட்ட தூண்களில் சில மசூதியின் நுழைவாயில் பகுதியிலும், இரண்டு கல்லறையின் உள்மண்டபப்பகுதியிலும் பயன்படுத்தப் பட்டுள்ளது குறிப்பிடத்தக்கது. மசூதியின் நுழைவாயிலில் இடம்பெறும் கல்வெட்டிலிருந்து இந்த ரவுஸாக் கட்டுமானம் கி.பி. 1444-இல் கட்டப்பட்டிருப்பது தெரியவருகின்றது. இங்கு மேற்கொள்ளப்பட்டுள்ள ஓடு வேலைப்பாடுகள்தான் குறிப்பிடத் தக்கவையாகும். அதிலும் நுழைவாயிலின் அழகு வளைவிற்கு மேற்பட்ட முக்கோணச் சுவர் பகுதியில் (Spandrels) இடம்பெறும் பளபளப்பேற்றப்பட்ட ஓடு வேலைப்பாடுகளின் பாணியும், வடிவமைப்பும், நிறைவேற்றப்பட்டுள்ள விதமும் பாரசீகப் பாணியை அப்பட்டமாக நினைவூட்டுகின்றது. இருப்பினும் காலம் காலமாய் பின்பற்றப்பட்டுவந்த மரக்கட்டுமான முறை

களிலிருந்து விடுபட்டு பாரசீகப் பாணி ஓடு மற்றும் செங்கற் கட்டுமானப் பாணியை புகுத்திடும் முயற்சிகள் பெரிய அளவில் வெற்றி அடைந்திடவில்லை என்பதற்கு சாட்சிகளாய் மேலே குறிப்பிட்ட சில கட்டுமானங்கள் மட்டுமே காஷ்மீரில் உள்ளன என்பதிலிருந்து அறிந்துகொள்கின்றோம்.

முகலாயர் பாணிக் கற்கட்டுமானங்கள்:

பதினாறாம், பதினேழாம் நூற்றாண்டுகளிலெல்லாம் இந்தியாவின் பல்வேறு பகுதிகளிலும் முகலாயர்பாணிக் கட்டு மானங்கள் உற்சாகப்பெருக்கோடும், முகலாயப் பேரரசர்களின் ஆதரவோடும் நிறைவேற்றப்பட்டன. காஷ்மீரும் இவ்வுணர்வுக்கு விதிவிலக்கு பெற்றிருக்கவில்லை. இதற்குச் சான்றுகளாக காஷ்மீரின் மூன்று கற்கட்டுமானங்களைக் கூறலாம். அவை, ஹரி பர்வதக் கோட்டை(Fort of Hari Parbat,) பேட்டர் மசூதி எனப்படும் கல் மசூதி (Pattar Masjid) அகூன் முல்லா ஷா (Akhun Mulla Shah) மசூதி ஆகியவைகளாகும். காஷ்மீர் பள்ளத்தாக்கிலேயே கிடைக்கக் கூடிய சாம்பல் வண்ண சுண்ணாம்புக்கற்களைக் (Grey Limestone) கொண்டுகட்டப்பட்டவைகளாகும்இக்கற்கட்டுமானங்கள். முகலாயப் பேரரசர் அக்பரால் ஹரிபர்வதக் கோட்டையும், பேரரசர் ஜஹாங்கீர் அவர்களின் மனைவி நூர்ஜஹானால் 1623-இல் பேட்டர் மசூதியும் எழுப்பபப்பட்டன. அகூன் முல்லா கான் மசூதி 1649-இல் எழுப்பப் பட்டிருக்கலாம்.

கற்கட்டுமானக் கலை காஷ்மீரியக் கலைஞர்களுக்கு கைகூடிவரவில்லை என்பதற்குச் சான்றாக ஒரு கல்வெட்டு உள்ளது. கோட்டைக் கட்டுமானத்திற்காக 200 கற்கட்டுமானக் கலைஞர்களை பேரரசர் அக்பர் காஷ்மீருக்கு வரவழைத்தார் என்பதே அக்கல்வெட்டின் வாசகமாகும்.

'ஹரிபர்வதம்' தால் ஏரியின் மேற்குப் பகுதியில் கம்பீரமாக அமைந்துள்ளது. அருகிலுள்ள மலைகளோடு ஒப்பிட்டால், ஹரிபர்வத்தை 'ஒரு சிறிய குன்று' என்றுதான் கூறிட வேண்டும். இருப்பினும், ஹரிபர்வத மலையிலிருந்து பார்த்தால் தெரியும் காட்சிகள் மனதைக் கவருபவைகளாகும். கீழே நீலமும், பச்சையுமாக 'தால்' ஏரி பரந்து, விரிந்து காணப்படும்; ஏரியில் மிதந்திடும் படகு வீடுகள்; ஏரியைச்சுற்றிலுமுள்ள மரக்கட்டுமான வீடுகள்; எதிரே கம்பீரமாய் வானத்தைத் தொடுவது போல்

ஹரிபர்வத மலைக் கோட்டை

இமயமலைச் சாரல்கள்; அதன் பனி படர்ந்த சிகரங்கள்; இவை அனைத்தின் பிரதிபலிப்புகள் ஏரி நீரில் நிகழ்ந்திடும் மாயா ஜாலம்....... என் உள்ளம் கொள்ளை போகும்! இந்த குன்றின் மேல்தான் மலையின் பக்கங்களில் வளைந்து செல்லும், சுற்றிலும் சுவர்களுடன் கூடிய, ஒரு பெரிய கோட்டையை சக்கரவர்த்தி அக்பர் நிர்மாணித்திருந்தார். அதனுள்ளே, மரங்களாலும், கற்களாலும் கட்டப்பட்ட பலமாளிகைகள் இருந்தன.

இன்றைக்கு ஹரிபர்வத மலையின் உச்சியில் எழுப்பப்பட்ட கோட்டையில் அக்பரின் கட்டுமானப் பாணி வாசனை கொஞ்சங் கூடத் தென்படவில்லை. ஏனெனில் சாதாரண புனருத்தாரண வேலைகளால் அசல் கோட்டையமைப்பு மறைந்தேவிட்டது. பேரரசர் அக்பரின் பெயரை எடுத்துரைப்பவை கோட்டை மதிற் சுவரும் அதில் இடம் பெறும் இரண்டு நுழைவாயில்களான ஹதி தர்வாஷா (Hati Darwaza) மற்றும் சங்கின் தர்வாஸா (Sangin Darwaza) மட்டுமேயாகும். இவை முகலாயப் பாணியின் எளிமையான ஆனால் கண்ணியமான அசல் கட்டுமானங்களாகும். ஹதி தர்வாஸாதான் முக்கிய நுழைவாயிலாயிருக்கவேண்டும்; ஆனால் எளிமையான வடிவமைப்பாய் உள்ளது. மாறாக சங்கின் தர்வாஸா அலங்கார வேலைப்பாடுகளால் மிளிர்கின்றது. பொருத்தமான விகிதாச்சார அளவில் அமைந்துள்ள நுழைவாயில் நடைபாதையமைப்பு, முகப்பின் அழகு வளைவு, இதன் இருபுறங்களிலும் இடம் பெறும் அழகிய ஓரியல் சாளரங்களும் (Oriel Windows) வேலைப்பாடுகளில் குறிப்பிடத்தக்கவைகளாகும்.

இந்தியாவின் பிறபகுதி முகலாயர்பாணி மசூதிக் கட்டு மானங்களோடு ஒப்பிடுகையில், பேட்டர் மசூதியும், அகூன்முல்லா ஷா மசூதியும், அளவிலும், வேலைப்பாடுகளிலும்சாதாரணமானவை என்றுதான் கூறிடவேண்டும். ஆனால் காஷ்மீரிய மரக் கட்டுமான சாயல் கொஞ்சங்கூட படிந்திடாத முகலாயர் பாணிக் கட்டுமானம் என உறுதியாகக் உரைத்திடலாம். இக்கூற்று முற்றிலும் பொருந்துவது அகூன் முல்லா ஷா மசூதியில்தான். ஹரிபர்வத கோட்டை வளாகத்திற்குள் மலைச்சரிவில் அமைந்துள்ளது இம்மசூதி; அளவில் சிறியதாய் இருந்தாலும், பெரிதும் சிதிலமடைந்தி ருந்தாலும், காஷ்மீரில் முகலாயர் பாணி மசூதிக்கு பொருத்தமான எடுத்துக்காட்டு என்பதால் முக்கியத்துவம் பெருகின்றது. மசூதிக்குள் ஓர் மசூதி என இம்மசூதியை சுருக்கமாய் வர்ணித் திடலாம். ஏனெனில், தொழுகை மண்டபமானது தனிக் கட்டு மானமாக திறந்தவெளி மைதானத்தின் மேற்கு பகுதியில் அமைந்துள்ளது. சதுர வடிவ மைய திறந்த வெளியைக் கொண்ட சதுரவடிவக்கட்டுமானமாக தொழுகை மண்டபம் அமைந்துள்ளது. இக்கட்டடத்தின் கிழக்குப்பகுதியானது நுழைவாயிலமைப்பைக் கொண்டுள்ளது. வடக்கு, தெற்குப் பகுதிகள் நடைபாதையமைப்பு களாய் செயல்படுகின்றன. மேற்கு முனையில் தொழுகைமண்டபம் உள்ளது. தனிமைப்படுத்தப்பட்ட இத்தொழுகை மண்டபத்தைத் தவிர, இம்மண்டபத்தை உள்ளடக்கிய செவ்வக வடிவ மதிற்சுவர் கட்டுமானத்திற்குள், உடல் சுத்தி செய்வதற்குத் தேவையான தண்ணீர் தொட்டியும், பக்தர்களும், சேவகர்களும் ஓய்வெடுக்கத் தோதான, பல பகுதிகளாக பிரிக்கப்பட்ட மண்டப பகுதிகளும் அமைந்துள்ளன. சாம்பல் வண்ண கருங்கற் பாளங்களால் போர்த்தப்பட்ட செங்கற்கட்டுமானமாகும்.

இம்மசூதி, கட்டுமான நோக்கிலும், இடப்பகிர்வு நோக்கிலும் பெரிதும் போற்றிடத்தக்க கட்டுமானமாகும். இக்கட்டுமானத்தில் இடம் பெற்றுள்ள அழகு வளைவுகள் தனியே நம் கவனத்தை ஈர்க்கின்றன. சாதாரண எளிய அழகு வளைவு (Plain), கூர்முனை அழகு வளைவு (Pointed), அழகு வளைவுக்குள் வளைவுகளைக் கொண்டது (engrailed) என பலவகை அழகுவளைவுகளும் சிறப்பான வேலைப்பாடுகளாகும். தொழுகைமண்டபத்தில் இடம்பெறும் உள்ளிழுக்கப்பட்ட மெஹராப் கட்டுமானத்திற்குத் தோதாக மேற்குப்பகுதி வெளிச்சுவர் பொருத்தமாக வெளி நீட்டல்களைப் பெற்றுள்ளது பாராட்டிடத்தக்க வடிவமைப்பாகும்.

கவனிப்பாரற்ற சிதலமடைந்த இம்மசூதிக் கட்டுமானமானது, பல வகைகளில், மசூதி முன்மாதிரி வடிவமைப்பின் சிறிய அளவு எனப் போற்றிடத்தக்கது. ஏனோ, பெரியளவில் அமைந்த இந்திய மசூதிகள் 'மசூதிக்குள் மசூதி' என்ற இம்மசூதி வடிவமைப்பைப் பின்பற்றிடவில்லை என்பது வருத்தத்திற்குரியது.

முகலாயர் பாணி பிறக்கட்டுமானங்களும் காஷ்மீரில் உள்ளன என்பதை பதிவுசெய்வதற்காகவே குறிப்பிட வேண்டியுள்ளது. இவையெல்லாம் முகலாயப் பேரரசர்களின் கோடைவாசஸ்தல கட்டடங்களாகும். பெரும்பாலும் செங்கற்கட்டுமானங்களே யாகும். 'தால்' ஏரியை நோக்கியவாறுள்ள மலைச் சரிவுகளில் இந்த உல்லாச மண்டபங்கள் அமைந்துள்ளன. அவசரக்கதியில்,

அகன்முல்லாகான் மசூதி

உல்லாச வாழ்க்கைக்குகந்த வடிவமைப்பில், எழுப்பப்பட்ட இக்கட்டடங்கள் சிதிலமடைந்த நிலையில் உள்ளன. கட்டுமான நோக்கில் இந்த உல்லாச மண்டபங்களெல்லாம் குறிப்பிடத்தக்க வைகள் அல்ல. ஒரேயொரு விதிவிலக்குக் கட்டுமானம் மட்டும் உண்டு. அது, சாலிமார் பாக் (Shalimar Bagh) எனப்படும் அழகிய முகலாயர் தோட்டத்தில் கட்டப்பட்ட பெரிய காட்சிமாட

மாகும். கருப்பு வண்ண கற்தூண்களாலான காட்சிமாடமும் அழகிய வேலைப்பாடுகளான இணைப்புகளும் - கருத்தைக் கவர்கின்றன. கண்ணிற்கினிய விகிதாச்சார அளவுகளில் கலைநயத் தோடு காட்சிமாடத்தின் ஒவ்வோர் அங்கங்களும் சிறப்பாக கட்டப்பட்டுள்ளன.

செங்கற்கட்டுமானமோ, கற்கட்டுமானமோ, இக்கட்டுமானங் களெல்லாம் காஷ்மீரிய பாரம்பரியத்திற்குப் பொருந்தாத, அந்நிய ஆட்சியாளர்களின் விருப்பத்தினை நிறைவேற்றிட எழுப்பப் பட்டவைகளாகும். முகலாயர், பாரசீகர் போன்ற அந்நியத் தாக்கீடு களைப் பொருட்படுத்திடாமல், ஏற்றுக்கொள்ளாமல் தங்களது பாரம்பரிய பாணியிலேயே, மரக்கட்டுமானப் பாணியிலேயே, அந்நாள்முதல் இந்நாள்வரை கட்டுமானங்களைத் தொடர்ந்த வண்ணம் உள்ளனர் காஷ்மீரி கட்டடக் கலைஞர்கள். காஷ்மீரிய பாரம்பரிய கட்டுமானக் கலை என்றால் அது மரக்கட்டுமானப் பாணியே ஆகும்.

பேட்டர் மசூதி

14

அத்தியாயம்

முகலாயர்கள்: தன்னிகரற்ற தந்தையும், மாசற்ற மகனும்

எந்தவொரு நாகரிகத்தின் வள்மைமையையும் அளவிடும் உன்மையான, மறுத்துரைக்க இயலாத அளவுகோல் என்பது அந்நாகரிகத்தின் கட்டுமானங்களேயாகும். டில்லியின் லோதிபாணிக் கட்டுமானங்களில் கட்டுமானக் கலைஞர்களின் கைத்திறனானது அபரிமிதமாக வெளிப்படுகின்றது; ஆனால் புதுமையான வடிவமைப்பு உத்திகளையும், வலுவான ஸ்திரமான அரசாங்கத்தின் முழு உத்வேகமான பேராதரவையும் பெற்றிராததாய் உள்ளன. இக்குறைகள் களைந்திடப் படுவதற்கு பல ஆண்டுகள் காத்திருக்க வேண்டியதாயிற்று. இத்தவமும் முடிவுக்கு வந்த நாள் 1526-ஆம் ஆண்டு ஏப்ரல் மாதம் 20-ஆம் நாள்; சுட்டெரிக்கும் வெயிலில் பானிப்பட் சமவெளியில் 12000 வீரர்களையேக் கொண்ட பாபரின் படைகள் கடல் அலையென ஆர்பரிக்கும் ஒரு லட்சத்திற்கும் மேல் எண்ணிக்கைகொண்ட இப்ராஹிம் லோடியின் படைகளை எதிர்கொண்டன. இந்திய போர்க் களத்தில் முதன்முறையாகப் பயன்படுத்தப்பட்ட வெடிமருந்தும், திறம்மிக்க 'துலுக்மா' போர் முறையும் ஆதவன் அஸ்தமனத்திற்குள் போரை முடித்தது. உலகப்புகழ்பெற்ற முகலாய சாம்ராஜ்யம் உதயமானது.

முதல் பானிப்பட் யுத்தமும், இப்ராஹிம் லோடி மரணமும்

டில்லி சுல்தான்களின் ஆட்சிக்காலம் அந்நிய கலாச்சாரத்தின் பின்தொடர்ச்சியாகவே திகழ்ந்தது. டில்லி சுல்தான்களும், சுதந்திர மாநில சுல்தான்களும், தாங்கள், இஸ்லாமியர்; உயர் கலாச்சார மரபினர்; ஆள்வோர் என்ற குணாதிசயங்களை தங்களின் ஒவ்வொரு அசைவிலும் வெளிப்படுத்தினார்கள். ஆனால் முகலாயர்கள், பானிப்பட் வெற்றியின் துவக்கத்திலிருந்து கடைசி வரை இந்தியாவைத் தாய்நாடாக எண்ணியவர்கள்; இந்தியக் கலாச்சாரத்தைப் போற்றியவர்கள்; இந்திய மக்களை நேசித்தவர்கள்; இந்திய மண்ணோடும், மர போடும், பண்பாட்டுடனும், பாரம்பரியத்துடனும், வாழ்வோடும், வரலாற்றோடும் கலந்துவிட்டனர்.

உலகலாவிய இஸ்லாமியப் பரவல் இயக்கமானது அதன் இறுதிக் கட்டத்திலேயே இந்தியாவை வந்தடைந்தது. இஸ்லாமியப் பரவல் இயக்கத்தின் ஓர் அங்கம்தான் கட்டுமானக் கலையாகும். எனவே உலகிலேயே முழுப்பரிணாம வளர்ச்சி பெற்ற இஸ்லாமியக் கட்டுமானம் என முகலாயப் பேரரசின் இந்தியக்கட்டுமானங்களைக் கூறலாம். எனவே உலகளாவிய இஸ்லாமியக் கலை கட்டுமான இயக்கத்தின் வசந்தகாலம் இந்தியாவில் நடந்தேறியது என முகலாயப் பேரரசர்களின் கட்டுமானங்களை புகழ்ந்து உரைக்கின்றார் பெர்ஸி ப்ரௌன்.

பாபர் தாய்வழியில் மங்கோலிய இனத்தையும் தந்தை வழியில் துருக்கிய இனத்தையும் மூதாதையராய்க் கொண்டவர்; அதாவது செங்கிஸ்கான் மற்றும் தைமூரின் வழித்தோன்றலாவார்.

முகலாயத் தோட்டம் அமைத்திடும் பணியை பாபர் மேற்பார்வையிடுதல்

எல்லா வகையான அறிவு ஜீவிதமான முறைகளிலும் குறிப்பாக கட்டுமானக் கலையிலும் தடம்பதித்தவர்கள் தைமூர் வம்சா வழியினர். காலம்காலமாய் இரத்த அணுக்களில் தொடர்ந்து நடைபெற்ற கலைப்பதிவுகள் முகலாய பேரரசர்களின் மூலம் ஏதுவான இந்தியச் சூழலில் உச்சகட்டப் படைப்புகளாக வெளிப் பட்டது; உலக அரங்கில் இந்தியா தலைதூக்கி பீடுநடை போட்டிட வழிவகுத்தது.

ஹுமாயூனின் தற்காலிகக் கூடாரம்.

முகலாயப் பேரரசர்களின் கட்டுமானங்கள் முழுக்க முழுக்க பேரரசின் கட்டுமான இயக்கமேயாகும்; இதில் எவ்வித பிராந்திய மற்றும் மாநில குணாதிசயங்களுக்கு இடமளிக்கப்படவேயில்லை. கட்டுமான இடத்தின் சிறந்த கலையம்சங்களை சிறிதளவு உள்வாங்கிக் கொண்டாலும், ஒட்டுமொத்த கட்டுமானக் குணாதிசயமும், கட்டுமான வடிவமைப்புக் கோட்பாடுகளும் ஒன்றுபோன்றே பேரரசின் எல்லைக்குள் மேற்கொள்ளப்பட்ட அனைத்துக்கட்டு மானங்களிலும் வெளிப்படுகின்றது.

இருநூற்றாண்டுகளுக்கும் மேலாக முகலாயப் பேரரசின் கட்டுமானங்களில் சீராய் வெளிப்படும் உயர்தர கட்டுமானத் தரத்திற்கான காரணிகள் பலவற்றைப் பட்டியலிடமுடியும். பேரரசர் அக்பரின் காலத்திலிருந்தே முகலாயப் பேரரசின் பெரும்பான்மையான பகுதிகளில் சச்சரவற்ற அமைதியான நிலையான வாழ்வுநிலை சாத்தியமாயிற்று. இதனால் பேரரசின் அதிகாரவரம்பும், செல்வமும் செழித்தோங்கியது. இது ஒரு தேவையானக் காரணி என்றாலும், போதுமானக் காரணி என அடுத்தடுத்து வந்த மொகலாயப் பேரரசர்களின் ஆளுமையைத் தான் கூறிடவேண்டும். பாபர், ஹூமாயுன் , அக்பர், ஜஹாங்கீர், ஷாஜகான் என்ற வரிசையில் பேரரசர்களாக ஆட்சி புரிந்த ஒவ்வொருவரும் அழகுணர்விற்கும், கலையுணர்விற்கும் பெயர் போனவர்கள்; ஒன்றிற்கும் மேற்பட்ட கலைத்துறைகளில் ஆர்வம் கொண்டவர்களாகவும், வித்தகர்களாகவும் விளங்கிய வர்கள் என்பது மிகக் குறைவான புகழுரைகளேயாகும்; குறை கூறிடவே முடியாதவர்கள் என்று கூறிடமுடியா விட்டாலும் பெரும்பாலான விஷயங்களில் தன்னைச் சுற்றியிருப்பவர்கள் அனைவரையும் விட அறிவுஜீவிகளாய் விளங்கியவர்கள்;

சம்பல் ஜாமி மசூதி

குறிப்பாக மிக உயர்ந்த கலாரசனையும், கலாச்சார நோக்கும் கொண்டவர்கள்.

இம்முகலாயப் பேரரசர்களின் தொடர்ந்த, முனைப்பான, நேரடியான, முழுமையான வடிவமைப்பினை உள்ளுணரும்

கற்பனா சக்தி படைத்த பேராதரவிற்கு ஈடு இணையாக வரலாற்றுச் சான்றுகள் ஏதும் இருப்பதாகத் தெரியவில்லை. சீனத்தின் புகழ்பெற்ற மினோவன் (Minoans) ஆட்சியாளர்களும், குப்தப் பேரரசர்களும், இங்கிலாந்தின் பிளான்டேஜெண்ட் (Plantagenets) வம்சாவழியினரும் கூட முகலாயப் பேரரசர்களின் முன் மங்கித்தான் பிரகாசிக்கின்றனர். இதற்குக் காரணம் முகலாயப் பேரரசர்கள் கலைத்துறையினரோடு தோள்மேல் கைபோடாத அளவிற்கு நேரடித்தொடர்பு வைத்திருந்ததேயாகும். இத்தகு நேரடி உற்சாகத்தொடர்பு, பேரரசர்களுக்கு கீழேயுள்ள பணியாளர்கள் அனைவருக்கும் இதேபோன்றதொரு உணர்வேற்பட்டிட வழிவகுத்தது. விளைவு, அனைத்து கலைத்துறையினருக்கும், குறிப்பாக கட்டுமானக் கலைஞர்களுக்கும் தங்களது உள்ளார்ந்த கற்பனா சக்தியை சுதந்திரமாய் முழுமையாய் வடிவம் கொடுத்திடும் உற்சாக உணர்விற்கு வழிவகுத்தது. இஸ்லாமியக்கலை மற்றும் கட்டுமானத்தின் இந்திய வசந்தகாலம் பூத்துக்குலுங்கியது.

முகலாய பாணி இந்தியக் கட்டுமானங்கள் பேரரசர் அக்பரின் காலத்திற்குமுன் நிலைபெற்றிடவில்லை. ஆனால் பேரரசர் பாபரும், பேரரசர் ஹுமாயுனும் கட்டுமான இயக்கத்திற்கான அடிப்படைக் கோட்பாடுகளுக்கு வித்திட்டவர்கள் என்பதில் சந்தேகத்திற்கேதும் இடமில்லை. பாபரின் கட்டுமானங்களாக இன்றைக்கிருப்பவை பானிப்பட் நகரிலுள்ள கபூலிபாக் (Kabuli Bagh) மசூதியும், டில்லியின் கிழக்கே சம்பல் (Sambhal) என்னும் ஊரிலுள்ள ஜாமி மசூதியும், ஆக்ரா நகரில் லோதி ஆட்சியாளர்களின் பழமையான கோட்டையில் உள்ள மசூதியும் ஆகும். ஆக்ராவிலுள்ள தனது கட்டுமான மசூதியை "சிறப்பாக கட்டப்படவில்லை; இந்துஸ்தானி மசூதி போன்ற அமைப்பிலேயே உள்ளது" என்றே குறையுடன் பதிவு செய்துள்ளார் பாபர். ஐந்து ஆண்டுகளே ஆண்ட பாபரின் இந்திய அனுபவங்கள் அனைத்தும் அவரது கைப்படவே விலாவாரியாக பதிவுசெய்யப்பட்டுள்ளன. தாரிக்-ஐ-பாபரி எனப்படும் பாபரின் நினைவுக் குறிப்புகள் பாபரால் துருக்கிய மொழியில் எழுதப்பட்டது; இந்நூல் ஓர் ஒப்பற்ற வரலாற்று ஆதாரமும் இலக்கியமும் ஆகும். "தனது ஆக்ராக் கட்டுமானங்களில் 680 கட்டுமானக் கலைஞர்களும், சிக்ரி, பியனா, குவாலியர் கட்டுமானங்களில் 1500 கட்டுமானக் கலைஞர்களும் தினந்தோறும் வேலைப்பார்த்தனர்" என பாபர் பதிவுசெய்துள்ளார்.

பானிபட் காபூலிபாக் மசூதி

பானிப்பட் போரில் வெற்றிவாகைச் சூடிய பாபர் டில்லியினுள் நுழைந்தது மேமாதம். டில்லியின் செல்வ வளங்களையும் சிறப்பையும் கேள்விப்பட்டிருந்த பாபருக்கு டில்லியின் நகரமைப்பும், தாள முடியாத வெப்பமும் ஏமாற்றத்தையும், மிகுந்த சிரமத்தையும் அளித்தது. “தூசியும், அழுக்கும், வேர்வையும் நிறைந்த நாடு இந்தியா; எங்கு பார்க்கிலும் புழுதிக்காடு; அருந்துவதற்குத் தூய்மையான நீரில்லை; தரமான கனிகளும், காய்களும், உணவும் இல்லை; கடைவீதிகளில் கூட மக்கள் அரை நிர்வாணமாகவே அல்லது முக்கால் நிர்வாணமாகவோ செல்கின்றார்கள்” என தனது ஏமாற்றத்தை தாம் துருக்கி மொழியில் எழுதிய ‘பாபரின் நினைவுக் குறிப்புகள்’ என்னும் நூலில் பதிவுசெய்திருக்கின்றார் பாபர். இவ்வர்ணனைகளிலிருந்து “பறவைகளின் கிரிச் ஒலி; வண்டுகளின் ரீங்காரம்; சலசலக்கும் நீரோடை; கனிகள் நிறைந்த மரங்கள்; பூத்துக் குலுங்கும் மலர்ச் செடிகள்” கொண்ட காபூல் நகரத் தோட்டங்களை ஏக்கத்துடன் பாபர் நினைவு கூர்கின்றார் என்பதை புரிந்துகொள்ளவேண்டும். அத்துடன் இறந்தபின் தன் உடலை ஆப்கானிஸ்தானில் அடக்கம் செய்யவும், இந்தியக் கலாசாரத்தின் மாண்புகளை மதித்துப் போற்றிடவும் தம் மகன் ஹுமாயூனுக்குப் பணித்தார்.

நாம்பாக் முகலாயர் தோட்டம் பேரரசர் பாபர்
மற்றும் நூர்ஜஹானின் முயற்சி

எனவே இந்தியாவில் தனது எண்ணற்ற படையெடுப்புகள் முடிவுற்று, ஆக்ரா நகரில் ஓய்வெடுக்கும் வாய்ப்பு கிடைத்தவுடன் அவர் முயற்சித்தது தோட்டம் அமைப்பதைத்தான். "இந்தியக் கட்டுமானங்கள் ஏதும் சமச்சீர் (Symmetry) குணாதிசயத்தைக் கொண்டிருக்கவில்லை" என்று பதிவு செய்துள்ள பாபர் தான் திட்டமிட்ட தோட்டங்களின் வடிவமைப்பில் சமச்சீர் குணாதி சயமும், ஜியோமிதி வடிவமைப்பு குணாதிசயமும் பொருத்தமாய் இடம்பெற்றிருக்குமாறு கவனம் செலுத்தினார். பாபர் இட்ட இவ்விதைதான் பின்னாளில் 'முகலாயத் தோட்டங்கள்' ஆக உருவெடுத்தது; 'தோட்டக்கலையின் இளவரசர்' என்னும் பெயரையும் பாபருக்குப் பெற்றுத்தந்தது. ராஷ்ட்ரபதி பவனில் உள்ள முகலாயர் தோட்டம் இன்றளவும் உலகப் புகழ் பெற்றதாகும். ஆக்ரா அருகில் உள்ள டோல்பூர் (Dholpur)ன் புறநகர்ப் பகுதிகளில் மேற்கொண்ட அகழ்வாராய்ச்சியில் பாபர் உருவாக்கிய ஆரம்ப கால தோட்டங்களின் மிச்ச சொச்சங்களைக் கண்டெடுக்க முடிந்துள்ளது. ஆக்ராவில் 'எட்டு சொர்க்கங்களின் சோலை' என்னும் தோட்டமும், டோல்பூரில் தாமரைத் தோட்டமும்,

சிக்ரியில் பதேபாக் என்னும் தோட்டமும், லாகூரில் ஒரு தோட்டமும் அமைத்ததாக வரலாற்றுக் குறிப்புகள் கூறுகின்றன. பாபர் பதேபூரில் அமைத்த எழில்மிகு தோட்டத்திற்கு கங்கை நீர் கொண்டுவரப்பட்டு நீரூற்றுக்கள் (Fountains) அமைக்கப்பட்டன. காண்போர் அதிசயிக்கும் வண்ணம் தாழ்வான பகுதியிலிருந்து மிக மேடான பகுதிக்கு ஆற்றுநீர் கொண்டுவரப்பட்டு அப்பகுதியே சோலைவனமாக்கப்பட்டது. போர்க்கலையில் மட்டுமின்றி பற்பல துறைகளிலும் முகலாயர்கள் தன்னிகரற்றவர்கள் என்பதனை பாபர் மெய்ப்பித்தார். "இந்தியாவில் எந்தவொரு வேலையையும், தொழிலையும் அப்பழுக்கின்றி செய்திடும் திறன் வாய்ந்த நபர்கள் ஏராளமாய் உள்ளனர்" என்று அடிமட்டத் தொழிலாளர்களின் புகழ்பாடும் பாபருக்கு, அவரது எண்ணத்தை செயல் வடிவாக்கிடு வதில் எவ்வித சிரமமும் இருந்திருக்க வாய்ப்பில்லை.

நோயுற்ற பாபரை மருத்துவர்கள் குணப்படுத்த முயற்சித்தல்

1530-ஆம் ஆண்டு அக்டோபர் மாதம் 30-ஆம் நாள். தந்தைக்குத் தனயனாகவும், படைகளுக்குத் தளபதியாகவும் விளங்கிய மகன் ஹூமாயூன் நோய் வாய்ப்பட்டு படுக்கையில் கிடந்தார். பெற்ற மனம் பித்து; அழுது, மன்றாடி இறைவனிடமும் தொழுகின்றார்பாபர். பயனில்லை. கோஹினூர் வைரத்தை ஹூமாயுன் உயிருக்கு ஈடாக எடுத்துக்கொள்ளும்படி இறைவனிடம் வேண்டுமாறு பாபருக்கு ஆலோசனை கூறுகின்றனர் அவையோர். "இறைவனே! ஓர் உயிருக்கு மற்றோர்உயிரைமாற்றாக்கிக் கொள்ள முடியுமெனில், பாபராகிய என்னை ஏற்றுக் கொண்டு ஹூமாயுனுக்கு

உயிர்ப்பிச்சைத் தாருங்கள்" என்கின்றார் பாபர். உடனேயே பாபருக்கு ஜுரம் பற்றிக் கொண்டதாம். ஹுமாயுனின் கொடிய நோயைத் தான் பற்றிக் கொண்டதாக ஜுர வேகத்திலும் புளகாங்கிதப் பட்டாராம் பாபர். சோதனைகளையும், வெற்றிகளையும் சம அளவில் சந்தித்த பாபர் தனது 47-ஆம் வயதில் இறந்தார். துருக்கிஸ் தானின் (Turkishtan) பனியுறைந்த மலைகளில் தொடங்கிய பாபரின் வாழ்க்கைப் பயணம் சூரிய ஒளி சுட்டெரிக்கும் யமுனை நதிக்கரையில் முடிவுற்றது. 'தம்பிகள் அஸ்காரி, காம்ரான், ஹிண்டால் ஆகியோர் எத்துனை தவறிழைப்பினும் மன்னித்து நல்வழிப்படுத்த வேண்டும்' என்ற பாபரின் மரணப்படுக்கை வேண்டுகோளை நிறைவேற்றும் முயற்சியில் மகன் ஹுமாயுன் தனது வாழ்நாளின் பெரும்பகுதியை நாடோடியாய் திரிந்து கழித்திடும் அவலம் நடந்தேறியது. இருப்பினும் தந்தை சொல்மிக்கதோர் மந்திரமில்லை என்று வாழ்ந்த ஹுமாயுனின் பண்புநலன்களை வரலாறு பதிவு செய்துள்ளது.

உட்கட்டுமானம் புராணகிலா; பிரதான நுழைவாயில் வழியே கிடைத்திடும் தீன்பன்னா கோட்டைக் காட்சி.

காண்ட்வா (Khandwa)போரில் ராணாசங்கா தலைமையில் அணிதிரண்ட ராஜபுத்திர படைவீரர்களை புறங்கண்டதன் மூலம் பாபர் வடஇந்தியாவில் முகலாயர் ஆதிக்கத்தை நிலை நிறுத்திடும் ஸ்திரத்தன்மைக்கு வித்திட்டார். மனம் போன போக்கில் முடிவெடுத்திடும் ஹீமாயூனால் தனது முகலாயப் பேரரசைக் கட்டிக் காத்திட இயலவில்லை. ஜோதிடம் பார்த்துக் குறித்த நன்னாளில் *1533*-ஆம் ஆண்டில் டில்லியின் புதிய நகர் ஒன்றுக்கான அடித்தள வேலைகளை ஹுமாயூன் தொடங்கினார். “இறை நம்பிக்கை யுடையோரின் புகலிடம்” எனப் பொருள்படும் தீன்பன்னா (Din Pannah) என்னும் பெயரையும் அந்நகருக்கு இட்டார். ஆனால் அந்நகரின் மதிற்சுவர்களால் கூட ஹுமாயூனுக்கு புகலிடம் அளிக்க இயலவில்லை. சிறு கற்களைக் கொட்டி சாந்து பூசி அமைக்கும் கட்டுமான முறையில் (rubble masonry) மதிற்சுவர்களைஎழுப்பினார்; அதனுள் உயரமாய் மேடுபடுத்தப்பட்ட தரைத் தளத்தில் தற்காலிகமாய் தங்குவதற்குகந்த அரண்மனைகளை அமைத்தார். எவரும் கைப்பற்றிட இயலாத வலுவான கோட்டையாய் இந்நகரை உருவாக்கிடும் முன்பே, ஷெர்ஷா அவர்களால் இந்நகர் கைப்பற்றப்பட்டுவிட்டது; தீன்பன்னா நகரமைந்திருந்த இடம்தான் பாண்டவர்களின் தலைநகராய் விளங்கிய இந்திரப் பிரஸ்தம் என வரலாற்று ஆசிரியர்கள் கூறுகின்றனர். இன்றைக்கும் இந்நகர் புராண கிய்லா என்றும் பழங்கோட்டை என்றும் அழைக்கப்படுகின்றது.

முதலாம் ஷா தமஸ்ப் பேரரசரும், ஹுமாயூனும்

1540-ஆம் ஆண்டு மே மாதம் கனோஜ் (Kanauj) நகரில் ஷெர்ஷாவிடம் மாபெரும் தோல்வியைத் தழுவிய ஹுமாயூனுக்கு, அவரது சகோதரர்களான ஹிண்டாலும், கம்ரானும் கூட புகலிடம் அளிக்கவில்லை. எனவே அவர்களது அதிகாரத்திற்குட்பட்ட ஆப்கானிஸ்தானின் காந்தகார் பிரதேசத்திலும் தங்கமுடிய வில்லை. தனது பச்சிளம் பாலகன் அக்பரை, சகோதரன் கம்ரானின் பொறுப்பில் விட்டுவிட்டு, ஹுமாயூன் 1544-இல் பாரசீகத்திற்கு ஓட வேண்டியதாயிற்று; ஏறத்தாழ பத்தாண்டுகள் பாரசீகத்தின் பேரரசரான ஷா தமஸ்ப் (Shah Tahmasp) அவர்களைத் தஞ்சமடைந்து வாழ்க்கையை நடத்திட வேண்டியதாயிற்று. ஹுமாயூனின் மனைவி காஜிபேகம் (Haji Bagum) என்ற பேஹம் சாஹிபா (Begum sahiba) அவர்களும், ஹுமாயூனின் நாடோடி வாழ்க்கையில் தோளோடு தோள்நின்று அனுபவித்தவராவார். ஹுமாயூனின் கல்லறை மாடம் எழுப்பியதில் வரைபடம் தொடங்கி கட்டுமான முடிவு வரை முழுமையான மேற்பார்வையாளராக ஈடுபடுத்திக் கொண்டவர் பேஹம் சாஹிபா ஆவார். இக்கட்டுமானங்களில் இடம்பெறும் பாரசீக பாணி அம்சங்களில் சிலவற்றிற்குக்

இந்திய போர்களங்களில் ஹுமாயூன் அறிமுகப்படுத்திய
ஒட்டகபீரங்கிப்படை

காரணம், பேஹம் சாஹிபா, ஹுமாயூனுடன் பாரசீகத்தில் கழித்த ஆண்டுகள் தான் என்பது புரியவரும். ஷா தமஸ்ப் அவர்களின் ஆட்சிக் காலத்தில் பாரசீகத்தின் பல்வேறு கலைகளும், கலாச்சாரமும், அதிகாரவரம்பும் உச்சநிலையில் இருந்தது என வரலாற்று ஆசிரியர்கள் உரைக்கின்றனர். எனவே பாரசீகத்தின் கட்டடக் கலையும், ஓவியக்கலையும் ஹுமாயூன் வழியாக இந்தியா வந்தடைந்தது. இதுதான், இந்திய-இஸ்லாமியக் கலை வளர்ச்சிக்கு ஹுமாயூன் ஆற்றிய மகத்தான பணி என கொண்டாடிடத்தான் வேண்டும். இதேபோன்றே இந்தியக் கலை வரலாற்றிற்கு ஹுமாயூன் அளித்த மாபெரும் கொடை அவரது மகன் அக்பர் என்பதும் அப்பட்டமான உண்மையாகும்.

1555-ஆம் ஆண்டு ஜுலை மாதம் புராண கிய்லா நகரினுள் வெற்றி வீரராக நுழைந்தார் ஹுமாயூன். தந்தையின் அரியணையில் அமர்ந்தார். சுற்றிலும் ஆப்கானிய சூர்வம்சப் படைகளின் ஆபத்து இருந்த போதிலும், தனது இறுதி நாட்களில் அவருக்குப் பிடித்தமான பொழுதுபோக்கான கவிதை வாசித்தலை ஹுமாயூனால் தொடராமல் இருக்கமுடியவில்லை. அவரது படைத்தளபதிகள் எதிரிகளுடன் போரிடும் பொறுப்பைப் பார்த்துக்கொண்டனர். மொகலாயப் பேரரசின் 'இணைப்பு மொழியோ' எனக் கூறிடத் தகுமளவிற்கு கவிதை மொழி பிரசித்திப் பெற்றது. அடிக்கடி கவிதை அமர்வுகள் ஷெர்மண்டல் கட்டுமானத்தில் நடை பெற்றன. இந்த எண்கோண வடிவக் கட்டுமானம், ஹுமாயூனின் சொந்த நூலகமாகவும், கோளாராய்ச்சி மையமாகவும் செயல் பட்டதாகக் கூறுவர். ஷெர்மண்டல் படிக்கட்டுகளில் ஹுமாயூன் இறங்கிக் கொண்டிருக்கும் பொழுது தொழுகைக்கான பாங்கோசை கேட்டது. அனிச்சை செயலாக மண்டியிட முயன்ற பேரரசர் கால் இடறி செங்குத்தாய் அமைந்த மாடிப்படியில் விழுந்தார்; தலைப் பொட்டில் பலத்த காயம் ஏற்பட்டது; ஜனவரி 24-ஆம் நாள் 1556- ஆம் ஆண்டு உயிர்துறந்தார்.

ஹுமாயூன் என்றால் அதிர்ஷ்டம் என்று பொருள்; ஆனால் வாழ்நாள் முழுவதும் ஹுமாயூனை துரதிர்ஷ்டம் தான் துரத்தி வந்தது. மிகுந்த கல்வியறிவு, நற்பண்புகள், மன்னிக்கும் குணம், நன்றி மறவாமை, போர்த்திறன் என பன்முகப் பண்பாளர் ஹுமாயூன் ஆவார். ஆனால் சரியான முடிவை சரியான நேரத்தில் எடுக்கும் திறன்தான் இல்லை. இதற்கு, ஜோதிடக் கலையில் ஹுமாயூனுக்கு இருந்த நம்பிக்கை காரணமாயிருக்கலாம்.

அவரது மாளிகை அமைப்புகள், அதில் இடம்பெறும் வேலைப்பாடுகள், அவரது அன்றாட ஆடை, நகையலங்

ஹுமாயூன் மசூதி, பதேகாபாத்

காரங்கள் என அனைத்தும் கோள்களின் இயக்கத்தோடும், அவரை வழிநடத்தும் நட்சத்திரங்களோடும் தொடர்புடைய தாயிருந்தது என வரலாற்றுச் சான்றுகள் உரைக்கின்றன. மிதக்கும் சந்தை, பிரிக்கவும், கட்டவும் எளிதில் கைகூடிடும் வகையில் அமைந்த மரக்கூடாரம் (camp tent) போன்ற புதிய முயற்சிகளிலும் ஹுமாயூன் ஈடுபாடு காட்டினார். ஹுமாயூன் மிகப் பிரம்மாண்டமான கட்டடங்களையும், கற்கோட்டைகளையும் அமைத்தவர் என ஆக்ராக் கல்வெட்டொன்று உரைக்கின்றது. இருப்பினும் அவரது ஆட்சிகால மசூதிக் கட்டுமானங்கள் இரண்டினைத்தான் நாம் காணமுடிகின்றது.

இதில், ஆக்ராவிலுள்ள மசூதி சிதலமடைந்த நிலையில் உள்ளது. மற்றோர் மசூதி ஹிஸ்ஸார் (Hissar)ல் பதேகாபாத் (Fatehabad)தில் உள்ளது. ஆனால் இவ்விரு கட்டுமானங்களுமே முகலாயப் பேரரசுக் கட்டுமானங்கள் என்று முத்திரை பெற்றிடும் குணாதிசயங்களைப் பெற்றிருக்கவில்லை. அவரது கட்டுமான விதைகள் அவரது இறப்புக்குப் பின்தான் அதிலும் குறிப்பாக அவரது கல்லறைமாடம் தொடங்கிதான் விருட்சமாக விஸ்வரூபம் எடுக்கத் தொடங்கின.

♦

15

அத்தியாயம்

ஷெர்ஷா சூரின் கலைவெளிப்பாடுகள்

முகலாயப் பேரரசிற்கான அடித்தளமானது பாபர் அவர்களால் 1526-இல் இடப்பட்டது. ஆனால், முகலாயப் பேரரசு வலுவாக காலூன்றிடும் முன்பாகவே ஆட்டங்கண்டது. பாபரின் மகனான ஹூமாயூனைத் தோற்கடித்து 1540-இல் டில்லி அரியணையைக் கைபற்றினார் ஷெர்ஷா சூர். இவரது ஆட்சிக்காலம் வெறும் ஐந்து ஆண்டுகள் மட்டுமேயாகும். இவ்வளவு குறுகிய ஆட்சிக்காலத்தில் எந்தவொரு அரசும் எத்துறையிலும் கால் பதித்திடும் வாய்ப்பு என்பது மிகவும் குறைவே! ஆனால் இக்கண்ணோட்டத்திற்கு விதிவிலக்காக ஷெர்ஷா ஆட்சியைக் கூறிடலாம். ஷெர்ஷா அவர்களின் ஆளுமை அத்தகையது. இராணுவ வழிநடத்துதல்களிலும், ராஜதந்திரத்திலும், நிதி மற்றும் நீதி நிர்வாகத்திலும், போக்குவரத்துத் துறையிலும், தபால் துறையிலும் தனித்தடம் பதித்தவர் ஷெர்ஷா. அத்தடத்தின் ஆக்கபூர்வமான விரிவாக்கத்தில்தான் அக்பரின் ஆட்சியும், நவீன இந்திய ஆட்சிமுறையும் அமைந்துள்ளது என்றால் மிகையில்லை.

இன்றுள்ள தேசிய நெடுஞ்சாலைகளைப்போல் மாபெரும் சாலைகளை (Grand Trunk Road) ஷெர்ஷா அமைத்தார். பாபிலோனியர்கள் மற்றும் ரோமானியர்களுக்கு இணையாக சாலை நிர்மானங்களில்

ஷெர்ஷாவிளங்கினார். வடமேற்கே சிந்து நதியில்தொடங்கிவடகிழக்கில் வங்காளத்தின் சோனார்கான் நகர் வரை நெடுஞ்சாலை அமைத்தார். பின் ஆக்ரா, ஜோத்பூர் மற்றும் சித்தூர் நகரங்களை இணைத்தார். பின் லாகூரையும், மூல்தானையும் இணைத்தார். அதனால் மேற்கு மற்றும் மத்திய ஆசியாவிற்கான தரைவழி வாணிபம் பெருமளவு விருத்தியடைந்தது.

ஷெர்ஷா சூர் தபால்தலை

இந்நெடுஞ்சாலைகளில் பயணம் செய்வோரின் வசதிக்காக இரண்டு மைல்களுக்கு ஒன்று வீதம் 'சராய்' எனப்படும் தங்குமிடங்களை ஏற்படுத்தினார். இவ்விடங்களில் ஆண்களும், பெண்களும், இந்துக்களும், முஸ்லீம்களும் தனித்தனியே பாதுகாப்புடன் தங்கவும், அவர்களின் கலாச்சார முறைப்படி உணவு, உறைவிடம் பெறவும், வழிபாடு செய்யவும் ஏற்பாடுகள் செய்தார். இவ்விடங்களின் நிர்வாகப் பொறுப்பினை பிராமணர்களிடம் விட்டார். சூர் பேரரசு முழுவதும் இதுபோன்று சுமார் 1700 விடுதிகளை அமைத்தார். அவற்றில் பல இன்றும் சிதிலமடைந்த நிலையில் சான்றுகளாக நிற்கின்றன.

ஷெர்ஷா சூர் வெளியிட்ட ரூபியா நாணயம்

"வயது முதிர்ந்த மூதாட்டி கூடை நிறைய நகைகளை வைத்துக்கொண்டு தொலைதூரம் பயணம் மேற்கொள்ளும் பொழுது வழியில் சோர்வுற்று மரத்தடியில் படுத்து உறங்கும் போதும் கூட ஒரு கள்வனும் அவள் அருகில் வரவில்லை" என்று வரலாற்று ஆசிரியர் அப்பாஸ் ஷெர்வானி தன் நூலில் குறிப்பிட்டுள்ளார். தண்டனைகளைக் கடுமையாக்கி, பொறுப்பு களை கடைநிலைவரைப் பரவலாக்கி குற்றங்களே இல்லாமல் செய்தவர் ஷெர்ஷா. தன் எதிரியான ஹுமாயூனின் மனைவி பஹாபேகம் சிறைபிடிக்கப்பட்ட போது ராஜமரியாதையுடன் அவரை ஹுமாயூன் இருப்பிடத்திற்கு பாதுகாப்பாக அனுப்பி வைத்தவர் ஷெர்ஷா. நமது நோக்கம் ஷெர்ஷாவின் கட்டடக் கலையை மட்டுமே மையம்கொண்டிருப்பதால் ஷெர்ஷாவின் பிறதுறை சாதனைகளை விலாவாரியாக எடுத்துச் சொல்ல இடமில்லாமற் போயிற்று! 'உஸ்தாத்-ஐ-பாத்ஷாகான்' (Ustad-I-Badshahan) - அதாவது 'பேரரசர்களுக்கு ஆசிரியன்' என, ஷெர்ஷாவின் மரணம் பற்றி அறிந்தவுடன், அவரது பரம வைரியான ஹுமாயூன் உள்ளம் நெகிழ்ந்து உரைத்த புகழாரம் எவ்வளவு பொருத்தம்!. அரசியலில் எத்தனை நாகரிகம்!.

இந்திய இஸ்லாமிய பாணி கட்டிடக்கலை வளர்ச்சியில் ஓர் மைல்கல் என ஷெர்ஷா அவர்களின் கட்டுமானங்களை வர்ணித் திடலாம். பஷ்டூன் சூர் (Pashtun sur) இனத்தைச் சேர்ந்தவரான ஷெர்கான் 1530-ஆம் ஆண்டிலேயே ஆப்கானிய சாகச வீரராக, பீகார் பகுதிகளின் சுதந்திர ஆட்சியாளராகத் திகழ்ந்தார். அப்பொழுது அவரது ஆட்சிப்பகுதிகளின் தலைநகராய் சசாரம் (Sasaram) நகர் விளங்கியது. இந்நகரில் ஷெர்கான் எழுப்பிய கட்டுமானங்கள் லோதிபாணி கட்டுமானங்களின் முழுவளர்ச்சி யடைந்த நிலையை எடுத்து ஓதுபவைகளாய் உள்ளன. இக்கட்டு மானங்களை சசாரம் கட்டுமானங்கள் (1530-40) என அழைப்போம். ஷெர்கான் 1540-ஆம் ஆண்டில் மொகலாயப் பேரரசர் ஹுமாயூனைத் தோற்கடித்து, டில்லி அரியணையைக் கைப்பற்றி ஷெர்ஷா ஆனார். இக்காலக்கட்டத்தில் டில்லியில் மேற்கொண்ட கட்டுமானங்களை ஷெர்ஷாவின் டில்லி கட்டுமானங்கள் (1540-45) என அழைப்போம். இக்கட்டுமானங்கள் பாபரும், ஹுமாயூனும் வித்திட்ட முகலாயக் கட்டிடக்கலை வளர்ச்சிக்கு திசைகாட்டும் பணியைச் செவ்வனே செய்தன. சசாரம் கட்டுமானங்களும், டில்லி கட்டுமானங்களும் வெவ்வேறு காலக்கட்டங்களில், வெவ்வேறு

சூழலில், வெவ்வேறு இடங்களில் எழுப்பப்பட்டவை என்பதை மனதில் கொள்ளவேண்டும். *1545*-இல் வெடிமருந்து கிடங்கு வெடித்துச் சிதறியதில் சிக்கி மரணமடைந்தார் ஷெர்ஷா. இந்த

ஷெர்ஷாவின் கிராண்ட் டிரெங்க் சாலை- அம்பாலா கன்டோன்மென்ட் வெள்ளையர் ஆட்சிக் காலக் காட்சி

அகால மரணம் மட்டும் நடைபெறாதிருந்தால், இந்தியா எவ்வளவோ பயன்பெற்றிருக்கும்!

ஷெர்ஷாவின் சசாரம் கட்டுமானங்கள் (1530-40)

சசாரம் என்பது இன்றைய பீகார் மாநிலத்தில் ரோடாஸ் (Rohtas) மாவட்டத்தில் உள்ள ஓர் நகரமாகும். ஷெர்ஷாவின் சசாரம் கட்டுமானங்கள் என்பவை மொத்தம் ஐந்து கல்லறை மாடங்களேயாகும். இவற்றுள் மூன்று அரசகுடும்பத்தாருக்கு உரியது; இம்மூன்று கல்லறை மாடங்களைக் கட்டிய ஆர்கிடெக்ட்டின் நினைவகம் மற்றோர் கல்லறை மண்டபமாகும். அந்நாளில் புனிதரெனப் போற்றப்பட்ட பக்தியார்கான் என்பவரின் கல்லறை மாடம் மற்றொன்றாகும்; இக்கல்லறை மாடம் சசாரம் அருகே உள்ள செயின்பூர் (Chainpur) என்னுமிடத்தில் அமைந்துள்ளது. இக்கல்லறை மாடங்கள் அனைத்தும் ஷெர்ஷா டில்லி அரியணை ஏறிடுமுன் கட்டப்படா விட்டாலும் இவற்றுக்கான திட்டமிடுதலும், வடிவமைப்பும் இறுதி செய்யப்பட்டிருக்கும்.

தான் பேரரசராகிவிடுவோம் என்பதை முன் கூட்டியே உள்ளுணர்ந்ததாலோ என்னவோ சசாரம் கல்லறை மாடங்களுக்கான மாபெரும் திட்டமிடுதலை ஷெர்ஷா மேற்கொண்டிருக்க வேண்டும். எனவேதான் டில்லியில் உள்ள அரச கல்லறை மாடங்களுக்கு இணையாக, சொல்லப்போனால் அவற்றை விஞ்சிடும் வண்ணம், சசாரம் கட்டுமானங்களை அமைத்திடுவதில் ஷெர்ஷாவின் சொந்த பங்களிப்பு அளப்பரியது.

லோதிபாணி கல்லறை மாடங்களில் உச்சகட்ட படைப்பு என்பது டில்லியில் அமைந்திடவில்லை என்பது விந்தையானது; டில்லியிலிருந்து 500 மைல் தொலைவிலுள்ள சசாரம் நகரில் அமைந்துள்ளது; மேலும் லோதிவம்ச ஆட்சி முடிந்து பல ஆண்டுகள் கழித்தே எழுப்பப்பட்டது. ஷெர்ஷாவின் கல்லறை மாடம் தான் அது. தலைநகர் டில்லி கல்லறை மாடங்களை விட சசாரம் ஷெர்ஷாவின் கல்லறை மாடம் சிறப்பாய் இருப்பதற்கு உந்து சக்தியாய் விளங்கியது எது? டில்லியின் கல்லறை மாடங்கள் வீழ்ச்சியை நோக்கிப் பயணிக்கும் லோதி வம்ச ஆட்சியாளர்களின் கட்டுமானங்களேயாகும். மாறாய் சசாரம் கல்லறை மாடமானது உத்வேகமும், உற்சாகமும் ஒருங்கே கொண்ட, மென்மேலும் வெற்றிகளையே பெற்றுக்கொண்டிருந்த, ஷெர்ஷா என்ற மேதகு ஆளுமையின் வெளிப்பாடேயாகும். அவருடைய குணாதிசயங்களைப் பிரதிபலிப்பதுபோல் புதினமான, வீறார்ந்த, உச்சகட்ட கட்டுமானப் படைப்புகளாக இருக்கவேண்டும் என்பதை உறுதிசெய்திடுவதற்காக அலிவால்கான் (Aliwal Khan) என்ற தலைமை கட்டுமான வடிவமைப்பாளரை நியமித்தார் ஷெர்கான்.

ஹசன்கான் கல்லறை மாடம்

ஷெர்கானின் முதல் கட்டுமானப் படைப்பு ஹசன்கான் கல்லறை மாடமாகும். இது 1535-இல் கட்டப்பட்டது. ஷெர்கானின் புரவலரின் தந்தைக்காகக் கட்டப்பட்டது. லோதிபாணியில் எண்கோண வடிவமைப்புடைய கல்லறைமாடமாகும். உன்னதமான கட்டுமானமாய் இருந்தபோதும், டில்லியின் லோதிபாணி எண்கோண வடிவ அமைப்புடைய கல்லறை மாடங்களுக்கு இணையானது எனக் கூறிட இயலாது. காரணம், இக்கல்லறை மாடம் உயரமான மேடையமைப்பின் மேல் எழுப்பப்படவில்லை. கட்டுமானம் தரைநிலையிலிருந்தே தொடங்கி விடுவதால், தோற்றப்பொலிவில் சற்று மட்டுப்பட்டுப் போகின்றது. மேலும்

ஹசன்கான் கல்லறை மாடம்

இக்கட்டுமானத்தின் மத்திய தளத்தின் சுற்றுப்பகுதிகளும் வெறுமனே விடப்பட்டுவிட்டன. டில்லி கல்லறை மாடங்களில் இம்மத்திய தளச் சுவர்ப்பகுதிகளானது சிறிய கோபுரங்களின் அணிவகுப்புகளுக்கு இடையே குறிப்பிட்ட இடைவெளிகளில் சாளரங்களையோ அல்லது அழகு திரைச்சீலை வளைவுகளையோ கொண்டிருக்கும். மேலும் பிரோஷ் பாணி சரிவான சுவரமைப்பையும் இக்கல்லறை மாடம் பெற்றிருக்கவில்லை. இதிலிருந்து இக்கல்லறை மாடம் 'ஓர் சோதனை முயற்சிதான்' என்பது வெளிப்படுகின்றது.

ஷெர்ஷாவின் கல்லறை மாடம்

ஹசன்கான் கல்லறை மாடத்தில் மேற்கொண்ட சோதனை முயற்சிகளின் முழுப்பலன் பூரணமாக வெளிப்படுவது ஷெர்ஷாவின் கல்லறை மாடத்தில்தான். இதேபோன்றே, இதற்கு முன் கட்டப் பட்ட கல்லறை மாடங்கள் எல்லாவற்றையும் விட மிக உயர்தரமான கட்டுமானம் ஆகும்.

"இந்தியாவெங்கிலும் எழுப்பப்பட்ட உச்சக் கட்ட கற்பனையில் விளைந்த, மிகப்பிரம்மாண்டமான தலையாய கட்டுமானங்களில் ஷெர்ஷாவின் கல்லறை மாடமும் ஒன்று" என்ற பெர்ஸி ப்ரௌனின் புகழாரத்தில் மிகைப்படுத்தலொன்றுமில்லை. ஆர்கிடெக்ட் அலிவால்கான் டில்லி லோதிபாணி எண் கோண வடிவ கல்லறை மாடங்களைத் தான் அடிப்படையாக கொண்டு வடிவமைக்க ஆரம்பித்தார். ஆனால் வடிவமைப்பு முடிவுற்றபோது லோதி பாணியா? என்று வினவும் அளவிற்கு மிக உன்னதமான,

ஷெர்ஷா கல்லறை மாடம்

தனித்துவமான பாணி என முத்திரை பதிக்கத்தக்க தகுதியைப் பெற்றுவிட்டது. தனது வரைப்பட வடிவமைப்பை எந்தளவிற்கு விஸ்வரூபப்படுத்தினார் என்பதை அறிந்துகொள்ள ஷெர்ஷாவின் கல்லறை மாட அளவுகளை லோதிபாணி கல்லறை மாடங்களோடு ஒப்பிட்டு பார்த்தால் புரிந்துகொள்ள முடியும். ஷெர்ஷா கல்லறை மாடமானது லோதி பாணி கல்லறை மாடங்களின் மூலை விட்ட அளவை விடப் பலமடங்கு பெரியது; கூடுதலான

ஷெர்ஷா கல்லறை மாடம் ஏரியைக் கடந்திட உதவும் பாலக் கட்டுமானம்

தளங்களையும் கொண்டது. ஷெர்ஷா கல்லறை மாடத்தின் மூலைவிட்டம் 250 அடி; ஒன்றிலிருந்து மற்றொன்று மாறுபடும் 5 தளங்களைக் கொண்ட பிரம்மாண்டமான கட்டு மானமாகும். ஒட்டுமொத்த கட்டுமானமும் 150 அடி உயரமுடையது. ஆனால் இக்கட்டுமானத்தின் தனித்தன்மை இவற்றாலெல்லாம் இல்லை; இக்கட்டுமானம் எந்தவொரு சூழலில் அமைக்கப்பட்டுள்ளது என்பதில் தான் உள்ளது. ஒட்டுமொத்த கட்டுமானமும் செயற்கையாய் வெட்டப்பட்ட மாபெரும் ஏரியின் நடுவே அமைந்துள்ளது. ஏரியின் பிரம்மாண்டம் எந்தளவிற்கு என்பது, கற்கள் பதிக்கப் பட்ட ஏரிக்கரைகளின் ஒருபக்கமானது 1400 அடி நீளமுடையது என்பதிலிருந்து புரியவரும்.

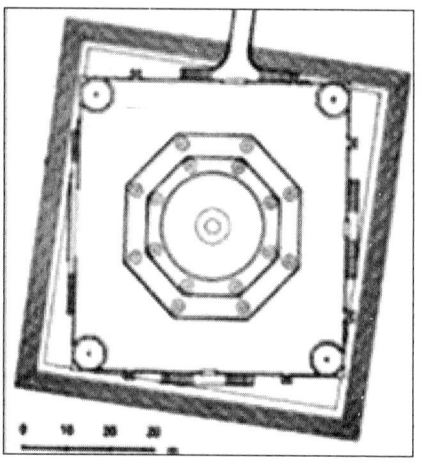

ஷெர்ஷா கல்லறை மாடம்: தரை வரைபடம்

இப்பிரம்மாண்டமான கல்லறை மாடமானது திட மானது; நிலைத்த தன்மை யது; ஏரி நீர்ப்பரப்பில் மிதப் பதுபோன்ற தோற்றத்தைத் தருவது; காரணம் ஏரி நீரில் நகருவது போன்ற தோற்றப் பிரதி பலிப்பை அளிப்ப தால் தான். ஒட்டுமொத்த கட்டு மானத்துடன், ஏரி நீரில் பிரதிபலிக்கும் பிம்பமும் சேர்ந்து இரு மடங்கு பெரி யது போன்ற தோற்றப் பொலி வைக் கொடுக்கும் அனுபவம் மறக்க இயலாதது. இத்தகு தலைசிறந்த கல்லறை மாடத்தீவை படைத்தோரின் திறன்மிகு தொலைநோக்குகற்பனைத் திறனை என்னவென்று புகழ்ந்துரைப்பது! இக்கல்லறை மாடத்தீவை அணுகுவதற்கான வழிமுறைகளை எப்படி வடிவமைத்து சிருஷ்டித்தனர்? ஏரியின் வட கரையில் வலுவாக கட்டப்பட்ட காவல் மாடத்தை அமைத்தனர். அதன் வழியாக ஏரி நீர்ப்பரப்பை கடந்திடும் வண்ணம் ஓர் பாலம் போன்ற நடைபாதை அமைப்பை ஏற்படுத்தினார். இத்தகு அணுகும் அமைப்பைத் தேவைப்படும் காலங்களில் எதிரிகள் அணுகிடாத வண்ணம் காத்திடுதல் இயலும்.

ஒட்டுமொத்தக் கல்லறைமாடம் ஐந்து தளங்ளையுடையது. இதில் இரு தளங்களானது கல்லறை மாடத்தீவிற்கான அடித்தள அமைப்பிற்குரியதாகும். படிக்கட்டுகளுடன் அமைந்த அடித்தள அமைப்பு ஏரி நீரிலிருந்து எழுவதுபோல் அமைக்கப்பட்டுள்ளது. இத்தளத்திலிருந்து எழும் உயரமான அடித்தளமேடை அமைப்பை அணுகிட இதன் விளிம்புகளில் அமைக்கப்பட்டுள்ள மாடிப்படிக் கட்டுகள் போன்ற அமைப்பைப் பயன்படுத்திடவேண்டும். உயரமான

ஷெர்ஷா கல்லறை மாடவளாக மூலைகளில் இடம்பெறும் சாட்ரி மாடங்கள்

மேடையமைப்பின் வடிவமைப்பானது பரந்த முற்றவெளியையும், அதன் நான்கு முனைகளிலும் தூண்களாலான காட்சிமாடத்தையும் கொண்டுள்ளது. இவ்விரு அடித்தளப்பகுதிகளும் சதுரவடிவமைப் புடையது. உயர்மேடையமைப்பின் மையத்திலுள்ள கல்லறைக் கட்டுமானமானது எண்கோண வடிவமைப்புடையது; உயரே செல்லச் செல்ல குறுக்களவு குறைந்துகொண்டே செல்வது போன்ற மூன்று தளங்களைக் கொண்டுள்ளது; உச்சியில் குறுக்களவு கூடிய ஆனால் தாழ்வான உயரமுடைய அரைக்கோள குவிமாடத்தைக் கொண்டுள்ளது.

இம்மூன்று தளக் கல்லறை மண்டபத்தை கீழிருந்து உயரவாக்கில் நோக்குவோம். உயர்மேடையமைப்பின் மேல் உள்ள கல்லறை மண்டபத்தின் முதல் தளமானது, எண்கோண

வடிவமைப்புடையது; ஒவ்வோர் பக்கத்திலும் மூன்று அழகு வளைவு நுழைவாயில்களைக் கொண்டுள்ளது. இந்நுழைவாயில்களைக் கடந்தால், கல்லறை மைய மண்டபத்தைச் சுற்றியமைந்துள்ள அழகு வளைவு விதானத்தையுடைய திருச்சுற்று நடைபாதையமைப்பைக் காண்கிறோம். அழகு வளைவு நுழைவாயில்களைக் கொண்டுள்ள சுவர்ப் பரப்பின் மேற்பகுதியானது, வெளிநீட்டப்பட்ட இறவாரக் கூரைப் பகுதியையும்(Projecting eave) அதனைத் தாங்கிக் கொண்டிருப்பது போன்ற சேர்ப்பிணைப்பு அழகு வேலைப்பாடுகளையும் கொண்டுள்ளது.இறவாரக் கூரையமைப்பிற்கு மேல்கைப்பிடிச்சுவர் அமைந்துள்ளது. இக்கைப்பிடிச் சுவரின் உச்சிப் பகுதி போர் முஸ்தீபுக்கேற்ற அழகு வேலைப்பாடுகளைக் கொண்ட உயரமான அமைப்பாகும்.

ஷெர்ஷா கல்லறை மைய
மண்டப உட்தோற்றம்

கல்லறை மாட முத்தளங்களில் நடுத்தளமானது ஹசன் கான் கல்லறை மாடத்தைப் போன்று சாதாரண சுவர் பரப்பைத்தான் கொண்டுள்ளது. ஆனால் சுவர் பரப்பின் எட்டு முனைப் பகுதிகளிலும் சாட்ரி கோபுர அமைப்பைக் கொண்டுள்ளது. மேலும்

ஷெர்ஷா கல்லறை மைய
மண்டபத்தைச் சுற்றிய திருச்சுற்றுப்பாதை

இச்சாட்ரி கோபுர அமைப்புகளிடையே வெளிநீட்டப்பட்ட சாளர அமைப்புகள் நடுத்தள சுவர்பரப்பில் அமைந்துள்ளன. கல்லறை மாடத்தின் முத்தளங்களில் மேல்தளமானது உண்மையில் குவிமாடம் அமர்வதற்கான உருளைப் பகுதியை மையத்தில் கொண்டிருக்கும் அமைப்பேயாகும். ஆனால் இந்த உருளைப் பகுதியைச் சுற்றிலும் சிறிய கோபுர அமைப்புகளைச் சீரான இடைவெளிகளில் ஏற்படுத்தியுள்ளனர். இத்தகு அமைப்பால் குவிமாட வளைவரை வழியாக உயரவாக்கில் பயணித்து அதன் உச்சியில் அமைந்துள்ள தாமரை வடிவ உச்சிக் கோபுர அமைப்பைக் காணும் கண்களுக்குக் கிடைக்கும் தோற்றப்பொலிவு அலாதியானது.

இதுவரை ஷெர்ஷா கல்லறை மாடத்தின் வெளிப்புறத் தோற்ற அங்கங்கள் எவையெவை என்று மட்டுமே உரைத்திருக் கின்றோம். ஆனால் இந்த அங்கங்கள் எங்ஙனம் ஒன்றிணைந்து ஒட்டு மொத்த தோற்றப்பொலிவிற்கு உறுதுணையாய் இருக்கின்றன என்பதையோ, தனித்தனியே ஒவ்வோர் அங்கத்தின் எழிலும் எத்தகையது என்பதையோ நாம் உரைத்திடத் தொடங்கிட வேயில்லை! கட்டுமான நோக்கில் பார்த்தால், உத்வேகமளிக்கக் கூடிய சாதனை எனமார்தட்டிக்கொள்ளலாம். ஏனெனில் கண்ணியமும், பிரம்மாண்டமும், பேரெழிலும் ஒருங்கே வாய்க்கப்பெற்ற கட்டுமானங்களில் ஒன்று என இக்கல்லறை மாடம் எந்நாட்டில் கட்டப்பட்டிருந்தாலும், அந்நாடு தலை யுயர்த்தி பறைசாற்றிக் கொள்ளும் தகுதி வாய்க்கப் பெற்றது. கட்டப்பட்ட நாளில் இருந்ததைப் போலல்லாமல், இன்று மக்கள் வாழுமிடங்களிலிருந்து தள்ளியிருப்பதால் நிராதரவாயும், அமானுஷ்யமாயும், கட்டுமானச் சூழல் அமைந்திருப்பதாய் சிலருக்குத் தோன்றலாம்.

இந்தியக் கட்டுமானக் கலைஞர்களின் அழகுணர்வுத் திறனும், உச்சகட்ட படைப்புத் திறனும் இக்கல்லறை மாடத்தின் எக்காரணி களால் வெளிப்படுகின்றன? அடித்தளம் முதல் குவிமாடம் வரையிலான ஐந்து தளங்களின் குறைந்துகொண்டே செல்லும் அளவுகளின் பொருத்தமான, கண்ணிற்கு பாந்தமான விகிதாச்சாரம்; சதுர வடிவிலிருந்து எண்கோண வடிவாகவும், எண்கோண வடிவிலிருந்து உருளை வடிவாகவும் ஒன்றியைந்து உருமாறும் அதிசயம்; பல்வேறு வடிவமைப்புகளில் அமைந்த அழகு வேலைப்பாடுகளின் பல்வேறு வகைகள் மற்றும் அவற்றினை

ஷெர்ஷா கல்லறை மாடம், இணைப்புச் சேர்க்கைகளுக்குக்
கீழ் வண்ண ஓடுகள் ஒட்டப்பட்டிருந்தன

பொருத்தமான இடங்களில், அளவுகளில் பங்கீடு செய்துள்ள பாங்கு; எளிமையான வடிவமைப்பு; ஒட்டுமொத்தக் கட்டுமானத் தோடு பல்வேறு அங்கங்களும் ஒன்றியைந்து போகுமாறு அமைக்கப்பட்ட நேர்த்தி; எனக் காரணிகளை அடுக்கிக் கொண்டே செல்லலாம்.

கல்லறை மைய மண்டபத்தின் சுற்று நடைபாதை யமைப்பிலிருந்து மைய மண்டபத்திற்குள் நுழைய, மேற்குப் பக்கம் தவிர்த்த, பிற பக்கங்களில், பக்கத்திற்கு ஒன்று என்ற விகிதத்தில் அமைந்துள்ள நுழைவாயில்களைப் பயன்படுத்திட வேண்டும்; மேற்குப்புற சுவர் மட்டும் மிஹ்ராப் மாடத்தைக் கொண்டு மூடப்பட்டுள்ளது. மைய மண்டபம் 66 அடி மூலை விட்ட அளவு உள்ளது. மையமண்டபம் இரட்டைக் குவிமாட விதான அமைப்பைப் பெற்றிராதது; ஒற்றைக் குவிமாட விதானத்தைப் பெற்றிருப்பதால் தரையிலிருந்து 90 அடி உயரமுடையதாயுள்ளது. கல்லறை மைய மண்டபமும் எண் கோண வடிவமைப்புடையதால், மையமண்டப உட்புறக் கட்டுமானம் பிஜப்பூரில் கோல்கும்பாஸ் மைய மண்டப

கட்டுமானத்திலிருந்து முற்றிலும் வேறுபடுகின்றது. கோல்கும் பாஸ் மைய மண்டபம் சதுரவடிவமைப்புமுடையது; அதனால் ஒன்றையொன்று வெட்டிக்கொள்ளும் அழகு வளைவுகளையு டையதாய் சுவர்க் கட்டுமானம் அமைக்கப்பட்டது. மாறாக ஷெர்ஷா கல்லறை மைய மண்டபத்தின் வடிவமைப்பு எண் கோணமாதலால் சதுர வடிவை எண்கோணவடிவாக்கும் முயற்சிக்கு அவசியமில்லை; எனவே ‘உத்திரமும் இணைப்புச் சேர்க்கையும்’ (beam and bracket method) என்றக் கட்டுமான முறையைப் பயன்படுத்தியுள்ளனர்; எண்கோண அமைப்பு சுவரின் உயரே ஒவ்வோர் முனையிலும், ஸ்குவின்ச் வளைவு களைப்போன்ற அழகு வளைவு மாடங்களை அமைத்தனர். இதனால் உட்புறக் கட்டுமானச் சுவர்களில் ஒன்றினுள் ஒன்று அடங்கும் மூவரிசை அழகு வளைவுகளைக் காண்கின்றோம். ஒவ்வோர் வரிசை அழகுவளைவும் உயரே செல்லச்செல்ல உயரம் குறைந்துகொண்டே செல்கின்றது; ஆனால் அழகு வளைவுகளின் எண்ணிக்கை கூடிக்கொண்டே செல்கின்றது. எனவே தரை தளத்தில் 8 அழகு வளைவுகளும், அதற்கும் மேல் உள்ள தளத்தில் 16 அழகு வளைவுகளும், அதற்கும் மேல் உள்ள தளத்தில் 32 அழகு வளைவுகளும் கொண்டதாயுள்ளது. ஒரு தளத்திலிருந்து அதற்கும் மேல்தள மாற்றத்திற்கு லிண்டல் அமைப்பையும், இந்த லிண்டல் அமைப்பை அதன் மையத்தில் தாங்குமாறு வெளிநீட்டப் பட்ட இணைப்புச் சேர்க்கை அமைப்பையும் பயன்படுத்தி யுள்ளனர். மைய மண்டப ஒளிமேலாண்மைக்கு மண்டப நுழைவாயில்களையும், சுவரின் மேல்புறங்களில் அமைந்துள்ள துளைகளுடன் கூடிய சாளர அமைப்புகளையுமே நம்பியுள்ளது. ஒட்டுமொத்தத்தில் கல்லறை மைய மண்டபமானது எளிமையான கட்டுமானமேயாகும். அழகு வேலைப்பாடுகள் என்பது மேற்குப் புற ‘கிப்லா’ (quibla) சுவரில் இடம்பெறும் காலிகிராஃபி பொறிப்புகள் மட்டுமேயாகும். இப்பொறிப்புகள் கூட விரிவான அழகு வேலைப்பாடுகள் எதனையும் கொண்டிருக்கவில்லை.

சிறந்த மணற்கற்கள் கொண்டு ஷெர்ஷா கல்லறை மண்டபம் கட்டப்பட்டது. இம்மணற்கற்கள் சசாரம் நகருக்கு அருகேயுள்ள ‘சுனார்’ மலைப் பாறைகளிலிருந்து வெட்டியெடுக்கப்பட்டவை களாகும். பேரரசர் அசோகர் காலத்திலிருந்தே ‘சுனார்’ மணற் கற்கள் கலைவேலைப்பாடுகளுக்கு பயன்படுத்தப்பட்ட பெருமை யைப் பெற்றதாகும். பெரிய பெரிய மணற்கற்பாளங்களை சீரற்ற

முறையில் ஆனால், இறுக்கமாயிருக்கும்படி பொருத்தமாக அடுக்கிக்கட்டப்பட்டதாகும் ஷெர்ஷா கல்லறை மாடம். ஆனால், இந்த மணற்கற்பாலங்கள் ஒன்றுடன் மற்றொன்று சிறப்பாக இணையும் விதத்தில் உளிகொண்டு சீர்படுத்தப்பட்டவை.

இன்றைக்கு வேண்டுமானால் இக்கல்லறை மாடம் 'கல்லறை' என்ற தன்மைக்கேற்ற குணாதிசயத்தை பிரதிபலிப்பதாய் சீரான சாம்பல் வண்ண பிரம்மாண்டமான கட்டுமானத் தோற்றத்தை தரலாம். ஆனால் கட்டப்பட்ட பொழுது, 'கல்லறை' எண்ண வோட்டத்தை ஏற்படுத்தும் நோக்கங்கொண்டதாய் கட்டிடப்பட வில்லை. இன்றைக்கும், வெளிப்புற சுவர்களில் ஒட்டப்பட்ட பளபளப்பான வண்ணமயமான ஓடு வேலைப்பாடுகளின் மிச்சசொச்சங்களைக் காணமுடிகின்றது. இத்தகு அழகு வேலைப் பாடு வடிவமைப்புகளை இறவாறக்கூரையின் கீழ்ப் புறத்தில், வெளிநீட்டப்பட்ட சேர்ப்பு இணைப்புகளுக்கிடையேயும், கைப்பிடிச் சுவர்களிலும் காணமுடிகின்றது. பெரிய அளவிலான ஜியோமிதி வடிவமைப்புகளாகும் இவை. சிகப்பு, நீளம், மஞ்சள், வெள்ளை ஆகிய வண்ணங்கள் பொருத்தமாக கையாளப்பட்ட குணாதிசயமுடையவை.

வண்ண வேலைப்பாடுகள் வெவ்வேறு சுவர்ப் பகுதிகளில் வெவ்வேறு விதமாய் பொருத்தமாய் கையாளப்பட்டிருந்தன. சிறு கோபுர அமைப்புகளின் உச்சியில் இடம்பெறும் அரைக் கோள குவிமாடவிதானங்களும் (cupola) கூட இவ்வண்ண வேலைப்பாடு களைப் பெற்றிருந்தன. கல்லறை மாடத்தின் உச்சி யிலுள்ள மாபெரும் அரைக்கோள குவிமாடமானது பளபளக்கும் வெண்மை வண்ணத்தினையும், அதற்கும் மேல் உள்ள கோபுர அமைப்பானது (crested finial) ஜொலிக்கும் தங்க வண்ணத்தையும் பெற்றிருந்தது. இத்தகு வர்ணச் சேர்க்கைகளாலான கல்லறை மாடத்தின் பிரதிபலிப்பு ஏரிநீரில் சூரிய ஒளியில் எத்தகு பிரதி பலிப்பை ஏற்படுத்தியிருக்கும்! ஷெர்ஷா அமைத்த கிராண்ட் டிரங்க்ரோடு (Grand Trunk Road) இக்கல்லறை மாடத்திற்கு அருகிலேதான் அமைந்துள்ளது. வாணிபத்தின் பொருட்டு காலங்காலமாய் இச்சாலையைப் பயன்படுத்தியவர்களின் மூலமாக கல்லறை மாடத்தின் பேரெழில் விலாவாரியாக சாம்ராஜ்யத்தின் மூலை முடுக்கெங்கிலும் பரவியிருக்கும் என்பதில் எவ்வித ஐயத்திற்கும் இடமில்லை.

முதற்பார்வைக்கு சசாரம் ஷெர்ஷா கல்லறை மாடத்தின் வடிவமைப்பு திசைகளோடு ஒத்துப்போகும் சமச்சீரான வடிவமைப்பு என்றுதான் தோன்றும். மிஹ்ராப் சுவர் மிகச்சரியாய் மேற்கு நோக்கவேண்டும். ஆனால், ஏரி நீரால் தாலாட்டப்படும் தரைத் தளத்தினையும், அதன்மேல் அமைந்துள்ள உயரமான மேடையமைப்புத் தளத்தினையும், உற்று நோக்கினால்தான் திசைகளோடு ஒத்துப்போகும் சமச்சீரான வடிவமைப்பு சரியாயிருக்குமாறு திருத்தப்பட்டு இருப்பது தெரியவரும். ஏரியும், மாடத்தின் தரைத்தளமும் இணையான சதுரங்களா யிருக்கும். மாறாக உயரமான சதுரவடிவ மேடையமைப்பு அது அமர்ந்திருக்கும் சதுரவடிவ தரைத்தளத்திலிருந்து 8 டிகிரி திரும்பியிருப்பது தெரியவரும். ஆனால் கல்லறை மாட அமைப்பிற்கு திசைகளோடு ஒத்துப்போகும் சமச்சீர் வடிவமைப்பு அத்தியா வசியமல்லவா! எனவே உயரமான மேடையமைப்பு முதல் கல்லறை மாட பிற கட்டுமான அங்கங்கள் அனைத்தும் திசைகளோடு ஒத்துப்போகும் சமச்சீர் வடிவமைப்பை பெறுமாறு சரிசெய்யப்பட்டுவிட்டன. இதற்கு கட்டுமானக் கலைஞர்கள் சிறிது சிரமப்படவேண்டியதாயிருந்தாலும் கட்டுமான எழிலுக்கு, நோக்கிற்கு எந்த ஒரு பங்கமும் நேர்ந்திடாமல் 'சரிபார்த்தலை' திறம்பட நிறைவேற்றிவிட்டனர்.

இதேபோல் கல்லறை மாடத்தீவை அணுகிட படகுகளையே பயன்படுத்திட வேண்டும் என்ற எண்ணவோட்டம் கல்லறை மாடத்தைக் கட்ட ஆரம்பித்தபோது நிலவியது போலும்! இந்த எண்ணவோட்டத்திற்கான நிரூபணம் யாது? ஏரி நீரில் அமைந்துள்ள கல்லறை மாட தரைத்தள நடைபாதை கட்ட பட்டுள்ள விதம்; இதன் நான்கு பக்கங்களிலும், ஏரிநீரிலிருந்து ஏறிவருவது போன்று வசதியுடையதாக அமைக்கப்பட்ட படிக் கட்டுகள், படகிற்குள் ஏறிடும் வண்ணம் வடிவமைக்கப்பட்ட ஏரியின் கிழக்குக் கரை, ஏரி நீர்பரப்பின் மேல் அமைக்கப்பட்ட கல்லறை மாடத்தையும், காவல் அறையையும் இணைக்கும் பொருத்தமில்லா நடைபாதையமைப்பு போன்றவற்றை நிரூபனங்களாகக் கூறுகின்றனர். ஆனால், கல்லறை மாடக் கட்டுமானம் நடைபெற்றுக் கொண்டிருக்கும்பொழுது பாலம் போன்ற நடைபாதையமைப்பு அமைத்திடும் எண்ணம் உதித்து விட்டதுபோலும்.

சலீமின் கல்லறை மாடம்

ஷெர்ஷாவின் கல்லறை மாடத்தையும், ஏரிக்கரையில் அமைந்துள்ள காவல் மண்டபத்தையும் இணைக்கும் பாலம் போன்ற நடைபாதைக் கட்டுமானம் எவ்விதம் கட்டப்பட்டது என்பதை ஆராய்ந்திட இயலாத அளவிற்கு நடைபாதை கட்டுமானம் சிதலமடைந்துவிட்டது. ஆனால், சலீமின் கல்லறை மாடத்தில், நடைபாதை கட்டுமான குணாதிசயம் பரிபூரணமாய் வெளிப்படுகின்றது.

பாதியிலேயே நின்றுபோன சலீம் சூரின் கல்லறை மாடத்தை அணுகிட பாலக்கட்டுமானத்தைப் பயன்படுத்தவேண்டும்.

நடைபாதை கட்டுமானம் 'பாலம்' போன்ற கட்டுமானம் தான். ஆனால், அழகு வளைவுகளாலானதில்லை இப்பாலம். மாறாக தொடர்ச்சியாய் சீரான இடைவெளியில் பாரந்தாங்கி (pier) தூண்கள் எழுப்பப்பட்டன. இரு பாரந்தாங்கித் தூண்களுக்கு இடைப்பட்ட பகுதி கல் உத்திரங்கள் (stone beams) கொண்டு நடைபாதை அமைப்பு போல் மாற்றப்பட்டன. இந்த கல் உத்திரங்களை இணைப்புச் சேர்ப்பு தாங்கிகள் (bracket supports) தாங்குகின்றன. எனவே ஒட்டு மொத்தக் கட்டுமானமும் கேன்டிலீவர் (cantilever) கோட்பாட்டடிப்படையில் செயல்படுகின்றது. எனவே ஒவ்வொரு பாரந்தாங்கித் தூண்களும் கோபுர அமைப் பினையும், வெளிநீட்டிக்கொண்டிருக்கும் பால்கனி அமைப்பையும் கொண்டுள்ளன.

ஷெர்ஷாவின் மகனான சலீமின் கல்லறைமாடமும் மாபெரும் ஏரியின் நடுவே ஷெர்ஷாவின் கல்லறை மாடத்தை விடப் பெரியதாகக் கட்டிடத்தான் திட்டமிடப்பட்டது. ஆனால், 1552-ஆம் ஆண்டில் சலீம் இறந்ததால், இக்கல்லறை மாடம் முழுமையுறவில்லை. எனவே, சூர்வம்ச கடைசி கட்டுமான மெனில் அது சலீமின் கல்லறை மாடமேயாகும்.

ஷெர்ஷாவின் டில்லிக் கட்டுமானங்கள் (1540-45)

1540-இல் ஷெர்ஷா டில்லி அரியணையில் அமர்ந்தார். வேகமும், விவேகமும், அழகுணர்வும் நிறைந்த அவரது குணாதிசயங்களை வெளிப்படுத்தும் கட்டுமானங்களை காலந்தாழ்த்தாமல் உடனே டில்லியில் கட்ட ஆரம்பித்தார். புராண கிய்லா (Purana Qila) என்னும் கட்டுமானத்திட்டம்தான் தொடக்கமாகும். கோட்டையும், அரண்மனை மண்டபங்களும், காட்சிமாடங்கள் நிறைந்ததும், மாபெரும் மதிற்சுவர்களால் சூழப்பட்டதுமானக் கட்டுமானத் திட்டமாகும். இவ்வளாகத்தைச் சுற்றித்தான் தனது தலைநகரை, டில்லியின் ஆறவாது புதிய நகரை நிர்மாணிக்கத்

புராண கிய்லா அரண்சுவர்கள்

திட்டமிட்டிருந்தார். திட்டம் நிறைவுறும் முன்னே காலன் அவரைக் கொண்டுவிட்டான்; நிறைவேற்றியவற்றில் பெரும்பான்மையானவை அழிக்கப்பட்டுவிட்டன. இதற்குக்காரணம் 1550-இல் மீண்டும் ஆட்சியைப் பிடித்த முகலாயப் பேரரசர் ஹுமாயூனாக இருக்கலாம் என்கின்றனர். இராணுவக்

கட்டுமானத்திற்கும், அரண்மனைக்கட்டுமானத்திற்கும் இலக்கண முறைக்கும் கட்டுமானமாக நிறைவுற்ற புராண கிய்லாவானது ஆறாவது டில்லி நகராக விளங்கியிருக்கலாம். ஆனால், இன்றைக்கு இக்கோட்டைக் கட்டுமானத்தில் இரு நுழைவாயில் களும், இருகட்டுமானங்களும் மட்டுமே எஞ்சியுள்ளன. அவை, லால்தர்வாஷா, பாரா தர்வாஷா, கிலாய் குஹ்னா மசூதி, ஷெர்மண்டல் என்று அழைக்கப்படுகின்றன.

லால்தர்வாஷா

மதிற்சுவரானது பிரம்மாண்டமாகவும், மிக வலுவாகவும் கட்டப் பட்டுள்ளது. இறுக்கமாய் பிணைக்கப்பட்டிருக்கும் முறையில் சாந்து கலந்த சிறு கற்களாலான கட்டுமான மாக (rubble masonry) மதிற் சுவரின் மத்திய உள்பாகம் அமைந்துள்ளது. ஆங்காங் கே குறிப்பிட்ட இடைவெளி யில் முன்துருத்திக்கொண்டி ருக்கும் காப்பரண்களைக் கொண்டுள்ளது. மதிற்சுவர் பகைவர் எவரையும் மலைத் திட வைக்கும்சாம்பல் வண்ண மதிற்சுவராகும். மதிற்சுவர் கட்டுமானத்திற்கு பெரி தும் முரண்பட்ட பாணியிலுள்ளது நுழைவாயில் கட்டுமானம். நுழைவாயிற் கட்டுமானம் வழுவழுப்பாகத் தேய்க்கப் பெற்ற செந்நிற மணற் கற்களும் வெள்ளை நிறத்தினாலான சலவைக் கற்களும் கொண்டு கட்டப்பட்டுள்ளது; மேலும் நீலவண்ண பளபளக்கும் ஓடுகளும் ஆங்காங்கே ஒட்டப்பட்டுள்ளன. வலிமையும், எழிலும் ஒருங்கே வாய்க்கப்பெற்ற நுழைவாயில்களில், குறிப்பிடத் தக்கது மேற்கு மதிற் சுவரின் மையத்தில் அமைந்துள்ள பாரா தர்வாஷா ஆகும். இந்நுழைவாயிலைத்தாண்டி பின்னி ருக்கும் கட்டுமானங்களின் நேர்த்தி எவ்வளவு சிறப்பானது என்பதைக் கட்டியங் கூறுவதாக பாராதர்வாஷா நுழைவாயில் கட்டுமானம் மிக உயர்தரமானதாக அமைந்துள்ளது.

பாரா தர்வாஷா

கிலாய் குஹ்னா மசூதி

புராண கிய்லா கோட்டை அரண்மனைக்குள் குடிபுகுந்த சூர்வம்ச சுல்தான்களுக்கான தனித் தொழுகைக்கூடம்தான் கிலாய் குஹ்னா மசூதியாகும். 1542-இல் இம்மசூதியும், ஷெர்மண்டலும் கட்டப்பட்டது. 50 ஆண்டுகால மசூதிக் கட்டுமான பரிணாம வளர்ச்சியின் உச்சக்கட்ட படைப்புதான் கிலாய் குஹ்னா மசூதியாகும். இதற்கும் முந்திய படைப்பு, 15 ஆண்டுகளுக்கு முன் கட்டப்பட்ட ஜமாலா மசூதி ஆகும். கட்டுமான திட்டத்தில் இவ்விரு மசூதிகளுமே ஒன்று போலவே உள்ளன: முகப்பில் 5 அழகுவளைவு நுழைவாயில்கள் உள்ளன. இதில் மத்தியில் உள்ள அழகுவளைவு நுழைவாயிலானது வெளியே துருத்திக் கொண்டிருக்கும் செவ்வகப்பலகை வடிவமைப்பினுள் நன்கு உள்ளடங்கி உள்ளது; இச்செவ்வக வடிவ முன்புறப் பலகையமைப்பின் பின்புற உச்சியில் லோதிபாணியிலான அரைக் கோள குவிமாடம் ஒன்று உள்ளது; மசூதிக்குள் நுழைந்தால் முகப்பிற்கு இணையாக அமைந்த தன்மையில் ஒரேயொரு மண்டபம்தான் உள்ளது. இம்மண்டபமும், முகப்பு நுழைவாயில்கள் ஐந்தின் தொடர்ச்சியாய் அமைந்தது போன்று, ஐந்து பகுதிகளாகப் (bay) பிரிக்கப்பட்டுள்ளது.

கிலாய் குஹ்னா மசூதி

விதானந்தாங்கும் அமைப்புகள் பல தினுசுகளில் அமைந்துள்ளன. மேலே குறிப்பிடப்பட்ட குணாதிசயங்கள் இரு மசூதிகளுக்கும் பொதுவானவைதான். ஆனால், இக்கட்டுமான அங்கங்கள் ஒவ்வொன்றையும் நிறைவேற்றிய முறையிலும், ஒட்டுமொத்த கட்டுமானத்தோற்றப் பொலிவிலும் தென்படும் வேற்றுமைகள், 15 ஆண்டு கால இடைவெளியில் கட்டுமானக் கலைஞர்களின் அனுபவம் எந்த அளவிற்கு முன்னேறியுள்ளது என்பதை

கிலாய் குஹ்னா மசூதி: பின்பக்கச் சுவரமைப்பு

தெள்ளத்தெளிவாக எடுத்துரைக்கின்றது. ஜமாலா மசூதியின் ஒவ்வொரு கட்டுமான குணாதிசயமும் நன்முறையில் திருத்தப் பட்டுள்ளது; ஒட்டுமொத்தக் கட்டுமானத்துடன் ஒன்றியைந்து போவதுபோல் முன்னேற்றமான வடிவமோ அல்லது பொருத்த மான அளவோ அளிக்கப்பட்டுள்ளது. எனவே இந்தப் பாணி மசூதிக்கட்டுமானத்தின் உச்சகட்ட படைப்பு கிலாய் குஹ்னா மசூதிதான். வரவிருக்கும் முகலாயக் கட்டுமானக் கலைக்கு அடித்தளமாகவும், உத்வேகமளித்ததாகவும் விளங்கியது இம்மசூதி தான்.

பாரம்பரியமான மசூதி அமைப்பினுள் இடம்பெறும் தொழுகை மண்டபம் ஒன்றைமட்டுமே கொண்ட அமைப்புடையது கிலாய் குஹ்னா மசூதி. 158 அடி முகப்பு நீளம், 45 அடி அகலம், 66 அடி ஒட்டுமொத்த உயரமுள்ள கன செவ்வகக் கட்டுமான மாகும். முன்புற, பின்புற வெளிச்சுவர்ப்பகுதிகள் பல அழகு வேலைப்பாடுகளைக் கொண்டுள்ளன. வெளி நீட்டிக் கொண்டி ருக்கும் விதானமுடைய சாளரங்கள் (oriel window), பின்புறச் சுவரின் இரு முனைப் பகுதிகளிலும் இடம்பெறும் மாடிப்படி களைக் கொண்ட கோபுர அமைப்பு, சுல்தான் குடும்பத்தினரின் பிரத்யேக உபயோகத்திற்காக வடக்கு, தெற்கு பக்கச் சுவர்களில் அமைக்கப்பட்டுள்ள நுழைவாயில்கள் போன்றவை மேலே குறிப்பிடப்பட்ட அழகு வேலைப்பாடுகளில் சிலவாகும். ஆனால் வெளித்தோற்றப் பொலிவிற்கு முக்கிய காரணியா யிருப்பது முகப்பை வடிவமைத்து, நிறைவேற்றியுள்ள விதந்தான் ஆகும். ஐந்து அழகு வளைவு நுழைவாயில்களும் தனித்தனியே யும், ஒட்டுமொத்த முகப்புக் கட்டுமானத்தோடு ஒன்றியைந்தும் சிறப்பாய் பேரெழிலோடு இருக்குமாறு நிறைவேற்றியிருப்பது கட்டுமான சாதனையேயாகும். இப்பேரெழிலுக்கு வர்ண ஜாலமும் பொருத்தமாய் அமைந்துள்ளது. செந்நிற மணற் கற்களும், வெள்ளை வண்ண சலவைக்கற்களும், வெவ்வேறு வடிவமைப்புகளையுடைய வண்ண ஓடுப்பதிப்புகளும் பொருத்த மாய் கையாளப்பட்டுள்ளன.

அழகுணர்வுக் குணாதிசயங்களன்றி, வரலாற்று ரீதியான பாரம்பரிய குணாதிசயங்களும் இம்மசூதிக் கட்டுமானத்தில் முறைப்படி இடம்பெற்றுள்ளன. உதாரணத்திற்கு மத்திய அழகு

கிலாய் குஹ்னா மசூதி பிரதான நுழைவாயில் வேலைப்பாடுகள்

வளைவு நுழைவாயிலைக் கொண்டிருக்கும் செவ்வக பலகையமைப்பு முகப்பை எடுத்துக் கொள்வோம். இதன் விளிம்புகளில் இடம்பெறும் கீழிலிருந்து மேலே கைப்பிடிச் சுவரையும் தாண்டிச் செல்லும் குறுகிய கோபுர அமைப்பும், அதில் இடம் பெறும் நெட்டு வசமான பட்டை இணைப்பு களும் குதுப்மினாரின் நட்சத்திர வடிவ கோபுர அமைப்பை நினைவுறுத்துகின்றன. அதேசமயம் பின்புறச் சுவரில் இடம்பெறும் இதே போன்ற கோபுர அமைப்பு சரிவாய் அமைக்கப்பட்டுள்ள விதம் துக்ளக் பாணியை நினைவுறுத்து கின்றது. அழகு வளைவின் வளைவரை வடிவமைப்பைக் கவனமாக குறித்துக் கொள்ள வேண்டும். அழகு வளைவு வளை வரை உச்சியை நெருங்கும் போது பொதுவாய்க் காணப்படும் கூரான தன்மை குறைந்துள்ளது. அதாவது கூர்முனை அழகு வளைவிற்குப் பதிலாக உயரங் குறைந்த சற்றே தட்டையான அழகு வளைவு உடையதாக நுழைவாயில் அழகு வளைவுகள் மாற்றங் கொண்டுள்ளன. இது, நான்கு மைய டியூடர் வளைவு (four centred Tudor arch) என்ற முகலாயர்களின் அழகு வளைவு பாணிக்கு முந்திய இறுதி நிலை அழகு வளைவு வடிவமைப்பாகும்.

புறஅழகிற்கு எவ்விதத்திலும் குறைந்ததாயில்லை தொழுகை மண்டபத்தின் அக அழகு. தொழுகை மண்டபம் ஐந்து பகுதி களாகப் பிரிக்கப்பட்டுள்ள அளவுகளின் பொருத்தமான விகிதாச் சாரம், அழகு வளைவுகளையும், அழகு வளைவுகளின் கீழமைந்த நடைபாதையமைப்புகளையும் திறம்பட அமைத்துள்ள விதம், இவற்றில் இடம்பெறும் எளிமையான ஆனால் பெரிய அளவிலான இணைப்புச் சேர்க்கைகள், மேற்கு கிப்லா (qibla)ச்

சுவரில் பொருத்தமான முறையில் பொருத்தமான பங்கீட்டில் நிறைவேற்றப்பட்டுள்ள அழகு வேலைப்பாடுகள் ஆகியவை ஆடம்பரமற்ற கண்ணியமான இறைநோக்கிற்குகந்த அழகு வேலைப்பாடுகளாகும். இவ்வழகு வேலைப்பாடுகளை நிறைவேற்றியவர்கள் தங்கள் திறனில் முழுமையான நம்பிக்கை உடையவர்களாய் இருந்திருக்கவேண்டும். அவர்களுடைய தொழில்நுட்பத் தன்னம்பிக்கைக்கு சான்றுரைப்பவைகளாய் உள்ளன விதான வேலைப்பாடுகள். ஸ்குவின்ச், ஸ்டாலக்டைட், கிராஸ் ரிப் அன்டு செமி-வால்ட் (squinch, stalactite, cross rib and semi-vault) போன்ற விதான அமைப்பு வகைகளை முறையே மையப்பகுதி, இதன் பக்கப் பகுதிகள், இருமுனைப் பகுதிகளில் பயன்படுத்தியுள்ளனர். அவர்கள் தங்களின் கைத்திறனை முழுமையாக காட்டியிருப்பது மிஹ்ராப் மாடப் பகுதிகளில்தான்.

தொழுகை மண்டபத்தின் ஐந்து பகுதிகளுமே (bay) தனித் தனியே மிஹ்ராப் மாடங்களைக் கொண்டுள்ளன. மண்டப முகப்பில் ஒன்றினுள் ஒன்று அடங்கும் அழகு வளைவு வேலைப்பாடுகளின் கோட்பாடுகளைத்தான் மிஹ்ராப் மாட வடி

கிலாய் குஹ்னா மசூதியின் உட்தோற்றம்

வமைப்பிலும் கையாண்டுள்ளனர். ஒன்றினுள் ஒன்று உள்ளடங்கி யிருப்பது போன்றுள்ள குவிமாட விதானத்துடனான மாடப் பிறைகள் (niche); இம்மாடப் பிறைகளின் அழகுவளைவுகளைத் தாங்கும் தூண்களில் மேற்கொள்ளப்பட்ட அழகு வேலைப் பாடுகள்; முக்கிய அழகு வளைவில் இடம்பெறும் மலர்வடிவ

மைப்பு வேலைப்பாடுகள்; ஒட்டுமொத்த மிஹ்ராப் மாடத்தையும் உள்ளடக்கியிருப்பதுபோல் அமைந்த செவ்வக வடிவ பலகையமைப்பில் நுட்பமாய் மேற்கொள்ளப்பட்ட விளிம்பு எல்லை வேலைப்பாடுகள் என மிஹ்ராப் வேலைப்பாடுகளை திறம்பட கையாண்டுள்ள விதத்தை வர்ணித்துக்கொண்டே செல்லலாம். "பிரம்மாண்டமாக கட்டுவார்கள்; ஆனால் பொற்கொல்லர்கள் போல் அழகுபடுத்துவார்கள்" என்ற சொல வடை ஆப்கானியர்களுக்கு மட்டுமல்ல ஷெர்ஷாகி கட்டுமானக் கலைஞர்களுக்கும் பொருந்தும்.

ஷெர்மண்டல் (Sher mandal)

ஷெர்மண்டல்

புராண கிய்லா வளாகத்தினுள் உயரமான இடத்தில் அமைந்துள்ளது ஷெர்மண்டல். முகலாய பேரரசர் ஹுமாயூன் அவர்களால் கட்டப்பட்டதா அல்லது ஷெர்ஷா அவர்களால் கட்டப்பட்டதா என்பதற்கு உறுதியான வரலாற்றுச் சான்றுகள் இல்லை. இக்கட்டுமானம் இருதளங்களையுடையதாகும்; எண் கோண வடிவமைப்புடையது; உச்சிப்பகுதியில் 8 தூண்களால் தாங்கப்படும் சாட்ரி காட்சிமாட அமைப்பைக் கொண்டுள்ளது; சாட்ரி காட்சிமாட விதானம் அரைக்கோள குவிமாடமாகும்; முழுக்க, முழுக்க செம்மணற் கற்கள் கொண்டு கட்டப்பட்டுள்ளது; இருதளங்களுமே, அதன் 8 பக்கங்களிலும் அழகு வளைவரையின் கீழமைந்த குழிப்பிறை மாடங்களைக் கொண்டுள்ளன. இவை நன்கு உள்ளிழுத்து அமைக்கப்பட்டுள்ளது; முதல் தளம் மத்திய மண்டபத்தைக் கொண்டிருக்கவில்லை; மாறாக இரண்டாவது தளமோ மத்தியில் மண்டபமொன்றைக் கொண்டுள்ளது; இத்தளத்திலுள்ள குழிப் பிறை மாடங்கள் ஒன்றிணைந்து, மத்திய மண்டபத்தைச் சுற்றி திருச்சுற்று அமைப்பு போல் தோற்றமளிக்கின்றது. இறவாரக் கூரையின் கீழுள்ள தொடர்ச்சியான இணைப்புச் சேர்க்கை (Chajja) வேலைப்பாடுகளும், செம்மணற்கற்களான சுவர்ப்பரப்பில் பதிக்கப்பட்டுள்ள வெண்சலவைக்கல் வேலைப்பாடுகளும் எடுப்பான தோற்றத்தைத்

தருகின்றன. விதானம் வரைச் செல் வதற்கு செங்குத்தான குறுகளான படிக்கட்டு அமைப்பினைக் கொண்டுள்ளது.

ரோஹ்டாஸ் கோட்டை (Rohtas fort)

ஷெர்ஷாவின் வலுவான கோட்டைக் கட்டுமானங்களில் தலையானதாய் குறிப்பிடப்படவேண்டியது ரோஹ்டாஸ் கோட்டையே யாகும். வலிமையும், பேரெழிலும் ஒருங்கே வாய்க்கப்பெற்ற

கிலாய் குஹ்னா மசூதி வேலைப்பாடுகள்

கோட்டைக் கட்டுமானமாகும். சுவரின் கனம் 30 அடி முதல் 40அடி வரையிலானது; 12 தோரண வாயில்களைக் கொண்டது; தென் மேற்கு மதிற்சுவரில் இடம்பெறும் சோஹல் (Sohal) நுழைவாயில் இன்றும் நல்லநிலையில் உள்ளது. வெளி நீட்டப்பட்ட விதான முடைய சாளரங்களைக் கொண் டுள்ளது. பாகிஸ்தான் நாட்டில் உள்ளது.

முகலாயருக்கு முன்னோடிக் கட்டுமானங்கள்

இன்றைக்கு நாம் காணக் கொடுத்து வைத்திருக்கும் ஷெர் ஷாவின் கட்டுமானங்களைக் கண்டோம். கட்டுமான பதாகையை உயரத்தூக்கிப் பிடித்து வழிநடத்தியவர்களில் மிக முக்கியமானவர் ஷெர்ஷா என்பதை எஞ்சியிருக்கும் இக்கட்டுமானங்களே

சான்றுரைக்கின்றன. ஷெர்ஷா அற்ப ஆயுள் கொண்டிராமலும், அவரது அனைத்துக்கட்டுமானங்களும் அழிக்கப் படாமல் நிலைத்திருந்தாலும் இந்தியா எவ்வளவோ பயனடைந்திருக்கும்.

"....நண்பன், எதிரி என்ற வேறுபாடின்றி என்னைப் பாராட்டியிருப்பார்கள்; இப்பூவுலகு உள்ளளவும் எனது பெயர் நிலைத்திருக்கும்... ஆனால் எனது கனவுகளை எல்லாம் செயல் படுத்திட அல்லா அருள்புரிந்திடவில்லை; இம்மனக்குறை யினுடனேதான் நான் சவக்குழிக்குச் செல்வேன்" என ஷெர்ஷா தனது கட்டுமானக் கனவுகளைப்பற்றி உரைத்ததாக வரலாற்று ஆசிரியர் ஒருவர் பதிவுசெய்துள்ளார்!

◆

16

அத்தியாயம்

முகலாயர்கள்: மகா அக்பரின் கலைப்படைப்புகள்

இந்திய வரலாற்றில் 'மகா' என்னும் பட்டத்தை இரு பேரரசர்கள் பெற்றனர். ஒருவர் மாமன்னர் அசோகர்; மற்றவர் மாமன்னர் அக்பர். 1556-ஆம் ஆண்டு அக்பருக்கு வயது 13. அவர் பஞ்சாபில் உள்ள காலனார் (Kalanaur)என்னுமிடத்தில் படைநடத்திச் சென்றுகொண்டிருந்தார். அப்போது, அவரின் தந்தை பேரரசர் ஹுமாயூனின் இறப்புச் செய்தி அக்பரை வந்தடைந்தது. 'இந்தியாவின் சக்கரவர்த்தி' என அக்பருக்கு முடிசூடப்பட்டது. 1605-ஆம் ஆண்டு வரை முகலாய சாம்ராஜ்யத்தை விரிவு படுத்தி கட்டிக்காத்தார் அக்பர். அக்பரின் நற்பண்பு களும், நல்லாட்சியும் அவருக்கு தேசிய அரசர் மற்றும் மகா அக்பர் என்னும் வரலாற்றுப் பாராட்டு தல்களைப் பெற்றுத் தந்தது. பன்முகத் திறன் வாய்ந்த மகா அக்பரின் தடங்கள் அனைத்துத் துறைகளிலும் வலுவாக இடம்பெற்றுள்ளன. நமது கவனம் கட்டுமானத்துறையில் மட்டுமே என்பதால், அக்பரின் கட்டுமான சாதனைகளை மட்டும் அறிந்து கொள்ள முயற்சிப்போம்.

கட்டுமானப் புரவலர் அக்பர்

ஷெர்ஷா சூர் இறந்த ஆண்டு 1545 ஆகும். 1556-இல் சக்ரவர்த்தியான அக்பர் ஆக்ரா கோட்டைக்கான

அடித்தளமிட்டது 1564-ஆம் ஆண்டு ஆகும். பதவியேற்ற நாளிலிருந்து, 1564-ஆம் ஆண்டு வரை புற எதிரிகளையும், குடும்பத்தினரின் அரசியல் தளைகளையும், தலையீடு களையும் முறியடிப்பதற்கே முழுக் கவனம் செலுத்த வேண்டியதாயிற்று. இதன் காரணமாய், இக்காலக் கட்டங் களில் எழுந்த முகலாயக் கட்டு மானங்கள்வெகுசிலவேயாகும். அவற்றுள் ஆதம்கானின் கல்லறைமாடம், கைருள் மன் ஜில், ஹூமாயூனின்கல்லறை மாடம் ஆகியவை குறிப்பிடத் தக்கவையாகும்.

அக்பர் பதேபூர் சிக்ரி நகர்க்கட்டுமானத்தை மேற்பார்வையிடல்

ஆதம்கானின் கல்லறை மாடம் மற்றும் கைருள் மன்ஜில் (Kairurl Manjiil)

அக்பரின் செவிலியரில் மூத்தவளான மஹம் அனகாவின் மகன் ஆதம்கான் ஆவார். இறந்த மகன் ஆதம்கானுக்கு கல்லறை மாடம் எழுப்பிடவும் கைருள் மன்ஜில் எழுப்பிடவும் மஹம் அனகாவிற்கு அக்பர் அனுமதியளித்தார். ஆனால், மஹம் அனகாவின் கட்டுமான முயற்சிகளுக்கு டில்லிக் கட்டடக்கலை கலைஞர்கள் மட்டுமே உறுதுணையாய் இருந்தனர்.

ஆதம்கானின் கல்லறை மாடமானது இன்றைய டில்லி மெஹ்ராலிப் பகுதியில் குதுப் வளாகத்திற்கு தென்மேற்கே அமைந்துள்ளது. எண்கோண வடிவ கல்லறைமாட முயற்சிகளில் இறுதியானது ஆதம்கானின் கல்லறை மாடமேயாகும். லோதி மட்டும் சூர் வம்ச எண்கோண வடிவ கல்லறை மாடங்களின் அளவிற்கும், நேர்த்திக்கும் எவ்விதத்திலும் குறைந்ததில்லை ஆதம்கானின் கல்லறை மாடம்; ஆனால், இது, புதிய படைப்பு அம்சங்கள் எதனையும் கொண்டிருக்கவில்லை என்பதனையும் மனதில் கொள்ள வேண்டும். இதே குணாதிசயங்கள் கைருள் மன்ஜில் கட்டுமானத்திற்கும் பொருந்தும்.

ஆதம்கானின் கல்லறை மாடம்

மஹம் அனகாவின் ஒருங்கிணைந்த மசூதி மட்டும் மத்ராஸாக் கட்டுமானமே கைருள் மன்ஜில் என்று அழைக்கப் படுகின்றது. புராண கிலா மசூதியின் கிழக்கு நுழைவாயிலுக்கு எதிரே, ஷெர்ஷா சூர் நுழைவாயிலுக்கு அருகே கைருள் மன்ஜில் அமைந்துள்ளது. ஷெர்ஷா சூரின் கிய்லா குஹ்னா மசூதியைப் போன்று மூன்று அழகு வளைவுகளைப் பெற்றுள்ளது கைருள் மன்ஜில் முகப்பு. ஆனால் நகலால், அசலின் பொலிவையும், புத்துணர்வையும் பெற்றிட இயலவில்லை. ஆனால் அழகிய விகிதாச் சாரத்தில் அமைந்துள்ள வளாக நுழைவாயில்களும், மசூதி முன்னுள்ள திறந்த நிலை தாழ்வாரப் பகுதிகளும் இக்கட்டுமானத்திற்கு எழில்சேர்க்கின்றன.

சூர் வம்ச கட்டுமானங்களுக்கும், முகலாயப் பேரரசின், குறிப்பாக அக்பரின், கட்டுமானச் சாதனைகளுக்கும் இணைப்புப் பாலம் போல் கைருள் மன்ஜில் கட்டுமானத்தைக் கொள்ள வேண்டும். ஏனெனில் இக்கட்டுமானப் பாணியைத் தான் தன் கட்டுமான முயற்சிகளுக்கு அடிப்படையாகக் கொண்டார் அக்பர்; ஹுமாயூன் கல்லறை மாடத்தைப்போன்று எவ்வித பாரசீகப் பாணியையும் அடிப்படையாக கொண்டிட மறுத்தார் அக்பர். அக்பரின் அடிப்படை கோட்பாடு அத்தகையது; “இந்தியக் கட்டுமானக் கலைஞர்களையும், இந்திய கட்டுமானப் பாணி யையும் ஊக்குவிக்கவேண்டும்; பயன்படுத்திக் கொள்ள வேண்டும்; எப்பொழுது இவ்வழிமுறைகள் பொருத்தமானதாய்

அமையவில்லையோ, அப்போதுதான் அந்நிய கலைஞர்களையும், பாணியையும் பயன்படுத்திட வேண்டும்" என்பதுதான் அந்த அடிப்படைக் கோட்பாடாகும்.

ஹுமாயூனின் கல்லறை மாடம்

ஆதம்கானின் கல்லறை மாட உட்தோற்றம்

வாழ்நாள் முழுவதும் ஓடிஓடிக் களைத்த ஹுமாயூனின் துரதிருஷ்டம், அவர் இறந்தபின்னும் துரத்துவதாயிற்று. 1556-ஆம் ஆண்டு ஜனவரி 24-ஆம் நாள் உயிர் துறந்த ஹுமாயூனின் சவப்பெட்டி ஷெர்மண்டலில் வைக்கப்பட்டது. ஹெமு என்றவிக்கிரமஜித் டெல்லியைகைப்பற்றிடக் கூடிய சூழல் ஏற்படவே, ஹுமாயூனின் ஆதரவாளர்கள் அவரது சவப்பெட்டியை தோண்டி எடுத்து சர்ஹிண்ட் என்னுமிடத்தில் கொண்டு வைத்தார்கள். புறப்பகையை முறியடிக்க தொடர்ந்து படை நடத்திச் செல்ல வேண்டிய நிர்பந்தம் பேரரசர் அக்பருக்கு நேரிட்டது. 1558-ஆம் ஆண்டுதான் தந்தையின் சர்ஹிண்ட் கல்லறைக்கு அக்பரால் செல்ல இயன்றது. இதற்குப் பிறகும் பல ஆண்டுகள் கழிந்து, 1564-ஆம் ஆண்டுதான், ஹுமாயூனுக்கு நிரந்தர கல்லறைமாடம் அமைக்கும் பணி துவங்கியது. தங்களது கல்லறையை தாங்களே கட்டிக்கொள்ளும் பாரம்பரியத்தை பின்பற்றிட தகுந்த சூழல்தான் ஹுமாயூனுக்கு வாய்த்திடவேயில்லையே! ஆனாலும் இந்நெடுங்காலக் காத்திருத்தல் வீண் போயிடவில்லை. எழில்மிக்க, ஒளிமிக்க, காற்றோட்டமுடைய, அழகிய தோட்டம் சூழ்ந்த, நீரோடைகள் நிறைந்த புதிய பாணி கல்லறை மாடம் துரதிஷ்டசாலியான ஹுமாயூனுக்கு வாய்த்தது அதிர்ஷ்டம்தான்.

கைருள் மஞ்ஜில், மெஹ்ராலி

முகலாயப் பாணி கட்டுமானத்தின் ஓர் மைல்கல் என்றுதான் இக்கல்லறை மாடக் கட்டுமானத்தைக் கூறிடவேண்டும். இத்தகு கட்டுமானப் பாணிக்கு உகந்த காலத்திற்கு வெகு முன்பாகவே இக்கல்லறை மாடம் உருவாக்கப்பட்டுவிட்டது. ஏனெனில் இத்தகுப் பாணி குணாதிசயங்கள் முகலாயப் பாணியில் பின் பற்றிட முகலாயப் பேரரசர் ஷாஜகான் பதவியேற்கும் வரை காத்திருக்க வேண்டியதாயிற்று. ஹுமாயூனின் கல்லறைக் கட்டுமானப் பணியினை முழுக் கவனத்துடன் மேற்கொண்டவர் அவரது பட்டத்துராணி ஹஜ்பேகம் எனப்படும் பேகாபேகம் ஆவார். இவரும், அக்பரின் அன்னை ஹமிதாபானு பேகமும், பாபரின் சகோதரியும் ஹுமாயூன் நாமாவின் ஆசிரியையுமான குல்பதன் பேகமும் கல்லறை மாடத்திற்கான இடத்தைத் தேர்வு செய்தனர். அந்த இடம், யமுனை நதியின் தென்கரையில் ஹுமாயூன் எழுப்பிய தீன்பன்னாவிற்கு தென்மேற்கில் சுமார் 20 மைல் தொலைவில் அமைந்திருந்த அழகிய சமவெளிப் பகுதியாகும். இந்தியாவில் பிறந்த முதல் முகலாயச் சக்கரவர்த்தி அக்பரின் குடும்பத்தார், இந்தியாவில் அடக்கம் செய்யப்பட்ட முதல் முகலாயப் பேரரசர் ஹுமாயூனின் கல்லறை மாடத்திற்கான பூர்வாங்க வேலைகளைத் தொடங்கினார். தேர்ந்தெடுக்கப்பட்ட இடம் சமப்படுத்தப்பட்டது. பாரசீகத்தைச் சேர்ந்த ஆர்க்கிடெக்ட் மிராக் மிர்ஷா கியாஸ் (Mirak Mirza Giyaz) வசம் கட்டுமான வடிவமைப்பும், மேற்பார்வையிடும் பணியும் வழங்கப்பட்டது. அக்காலத்தின் சிறந்த கணிதமேதை மௌலானா நூருதின்

தார்கானின் ஆலோசனையுடன் கட்டுமான பணிகளுக்கான வரைபடமும், திட்டமும் தயாரிக்கப்பட்டது.

"பாரசீகப் பாணி கட்டுமான கலையுணர்வுகளுக்குக் கொடுக்கப்பட்ட இந்திய விளக்கவுரை" என்பதே இக்கல்லறை மாட வரையறையாகும். ஹுமாயூன் கல்லறை மாடத்தின் அரைக்கோள குவிமாட வடிவையும், கட்டுமான முறையையும் போன்றதொன்றை இதேக் காலக்கட்டத்தையொட்டி காண்பதெனில், அது, பாரசீகக் கட்டுமானங்களில்தான் வசப்படும். உள்ளடங்கிய விதானத்துடன் கூடிய அழகு வளைவு அமைப்பு தான் (great arched alcove) ஹுமாயூன் கல்லறை மாட அமைப்பின் தனித்துவமான பேரெழிலுக்குக் காரணியாகும். உள்கட்டுமான அமைப்புகளாக இடம் பெறும் அறைகள் மற்றும் நடைபாதைகளின் அமைவிடமும், அவற்றின் வடிவமைப்பும் ஹுமாயூன் கல்லறைமாடத்தின் தனித்துவமாகும். இவ்விரு அம்சங்களையும் பாரசீகத்தில் அரசர்களின் கல்லறை மாடங்களில் இடம்பெற்றிருப்பதைக் காணலாம். அதே சமயம் இந்தியக் கலைஞர்களின் கரங்களால்தான் பேரெழிலுடன் கூடிய சாட்ரி கோபுர அமைப்புகளையும் (Kiosk), அவற்றின் உச்சியில் இடம்பெறும் சிறிய அளவிலான அரைக்கோள குவிமாடங் களையும் (cupola)உருவாக்கிட இயலும். மேலும் இவ்வளவு

ஹுமாயூன் கல்லறை மாடம்- ஒட்டுமொத்தத் தோற்றம்

சிறப்பான கற்கட்டுமான முறையை பளபளக்கும் சிறப்பான கலவைக்கல் கட்டுமானத்துடன் கவித்துவமாக கலையுணர்வுடன் ஒன்றிணைப்பதும், பரம்பரை பரம்பரையாய் கட்டுமானக் கலையில் ஈடுபட்ட இந்திய கட்டுமானக் கலைஞர்களின் வம்சாவளியினரால்தான் இயலும்.

எனவே, ஹுமாயூனின் கல்லறை மாடமானது உணர்வு பூர்வமாகவும், கட்டுமான முறை ரீதியாகவும் பாரசீக-இந்திய உச்சக்கட்ட கட்டுமான பாணியின் கூட்டிணைவு எனலாம். பாரசீக கட்டுமான அம்சங்களை நிறைவேற்றிடுவதில் நிபுணத்துவம் வாய்ந்த பாரசீகக் கட்டுமான கைவினைஞர்களையும் வேலைக் கமர்த்துவதில் தயங்கிடவில்லையாம் பேகம் சாஹிபா. பாரசீக கலைஞர்களின் தங்குமிடத்தேவைகளை பூர்த்திசெய்ததால்தான், ஹுமாயூன் கல்லறை மாட வளாகத்திற்குள் உள்ள ஓர் கட்டு மானம் பாரசீக சராய் என்றழைக்கப்படுவதற்குப் பதிலாக அரபிசராய் என தவறாய் அழைக்கப்படுவதாய் கூறப்படுகின்றது.

ஹுமாயூன் கல்லறை மாடத்தை எழுப்பத் தொடங்கு வதற்கு முன்பாகவே, கல்லறை மாடத்தை சுற்றிய இயற்கை காட்சி (land-scape) எத்தகையதாயிருக்க வேண்டும் என முடிவெடுத்து அதனை செயல்படுத்தியது தலைசிறந்த திட்ட மிடுதலின் உச்சகட்ட புதுமைப் படைப்பாகும். சமச்சீராய் வடிவமைக்கப்பட்ட சார் பாக் (Char-bagh) முகலாயர் தோட்டத்தின் மையத்தில் கல்லறை மாடம் அமையுமாறு வடிவமைக்கப் பட்டது. தோட்டத்தின் சமச்சீர்தன்மை, கல்லறை மாடத்தின் சமச்சீர்தன்மையோடும் ஒத்துப்போவதுதான் ஒட்டுமொத்த வடிவமைப்பின் சிறப்பாகும். 'மரங்களின் அணி வகுப்போ!' என வியந்திடும் முறையில் வளர்ந்த பின் மரங்கள் காட்சியளிக்குமாறு பொருத்தமான இடங்களில் மரக்கன்றுகள் நடப்பட்டன. கல்லறை மாடத்தின் மைய அச்சுக் கோடுகளுக்கு (cardinal axis) இணையாயிருக்கும்படி வரையறுக்கப்பட்டதாய் வாய்க்கால்கள் அமைக்கப்பட்டன. இந்நீரோடைகள், குறிப்பிட்ட இடைவெளி களில் செயற்கையாய் அமைக்கப்பட்ட நீருற்றுடன் கூடிய சதுர வடிவத் தடாகங்களைக் கொண்டிருந்தன. சதுர வடிவில் அமைந்த புல்வெளிப் படுக்கைகளின் எல்லையை வரையறுக்கும் விளிம்பு வேலைப்பாடுகள் போல் மலர்செடிகளின் அணிவகுப்பு ஏற்படுத்தப் பட்டது. இதன் மூலம் நடைபாதையின் இருபுறங்களிலும் கொடிக்கம்ப அலங்கரிப்பு வேலையை இம்மலர்ச்செடிகள்

பார்த்துக்கொண்டன. பல்வேறு ஜியோமிதி வடிவமைப்புடையதாய் வரையறுக்கப்பட்ட செயற்கையான சட்ட அமைப்பினுள் இயற்கை அன்னையையும் நேர்த்தியாய், சமச்சீராய் எழுந்தருளச் செய்திருப்பது தான் முகலாயத் தோட்டங்களின் தனிச்சிறப்பாகும். முகலாயப் பேரரசினை ஸ்தாபித்த பாபரின் ஏக்கம், ஹுமாயூன் கல்லறை மாட ஒட்டுமொத்த வடிவமைப்பின் ஓரங்கமாய், சார்பாக் தோட்டமாய், பூர்த்தி செய்யப்பட்டுள்ளது.

ஒட்டுமொத்த ஹுமாயூன் கல்லறை மாட வளாகத்தையும் சுற்றியெழுப்பப்பட்ட மதிற்சுவர்களின் அனைத்துப்பக்க மையங்களிலும் பிரம்மாண்டமான நுழைவாயில்கள் அமைக்கப்பட்டன. இவற்றுள் மேற்கு நுழைவாயில்தான் பிரதான நுழைவாயிலாகும். முகப்பில் பிரம்மாண்டமான அழகு வளைவையும், அதன் தொடர்ச்சியாய் அழகு வளைவு விதானமுடைய நடைபாதையமைப்பையும் இந்நுழைவாயில் கொண்டுள்ளது. இந்நடைபாதையமைப்பிலிருந்து காணக் கிடைத்திடும் கல்லறை மாடத் தோற்றம் அலாதியானது. சார்பாக் தோட்டத்தின் மையத்திலிருக்கும் கல்லறை மாடத்தின் மத்திய கட்டுமானமானது 22 அடி உயரமுடைய மணற்கல் கட்டுமான மேடையமைப்பின் மேல்

ஹுமாயூன் கல்லறை மாட நுழைவாயில்

உள்ளது. இம்மேடையமைப்பின் பக்கப் பகுதிகளில் அழகு வளைவுகளின் அணி வகுப்பையடுத்து திருச்சுற்று நடைபாதை அமைப்புகளைக் கொண்டுள்ளன. ஒவ்வோர் அழகுவளைவின் பின்புறத் தொடர்ச்சியும் ஓர் சிறிய அறையைக் கொண்டுள்ளது. இம்மேடையமைப்பின் நான்கு முனைகளும் ஒரு கூர்முனை நேர்க்கோட்டினைக் கொண்டிருக்கவில்லை. மாறாக அழகு வளைவினைக் கொண்ட சுவர்ப்பரப்பாக (Chamfered) மாற்றி வடிவமைக்கப்பட்டுள்ளன.

அகலமும், உயரமும் உடைய எடுப்பான இம்மேடை அமைப்பின் மேல் மையத்தில் அமைந்துள்ள கல்லறைக்கட்டு மானம் 156 அடி பக்க அளவுள்ள சதுரக் கட்டுமானமேயாகும். சதுரவடிவம் என்பது இக்கட்டுமானத்தில் இடம்பெறும் வெளிநீட்டல்களையும், புறச்சுவரின் நான்கு முனைப் பகுதிகளும் அழகு வளைவு சுவர்ப் பரப்பாக வடிவமைக்கப்பட்டுள்ளதையும் மனக்கண்ணில் அகற்றிப் பார்த்தால் புலப்படும். இச்சதுரக் கட்டுமானத்தின் நான்கு பக்கங்களுமே ஒன்றுபோன்ற தோற்றப் பொலிவைப் பெற்றுள்ளன. செவ்வக வடிவில் அமைந்த முகப்பின் மையமானது சற்று உள்ளடங்கிய அழகுவளைவினைக் கொண்டுள்ளது; முகப்பு மையத்தின் இருபக்க இணைப்புகளும் மைய அமைப்பின் சிற்றோவியத்தை மேலொன்று, கீழொன்று என்று அடுக்கப்பட்ட பாணியில் கொண்டுள்ளது. இத்தகு மைய அமைப்பின் உச்சியில் 140 அடி உயரமுள்ள, பிரம்மாண்டமும், எழிலும் ஒருங்கே வாய்க்கப்பெற்ற சலவைக்கல் கட்டுமானமான அரைக்கோள குவிமாடம் உள்ளது. சிறிய அளவு அரைக்கோள குவிமாட விதானத்தைக் கொண்ட சாட்ரி காட்சிமாடங்கள் பிரம்மாண்டமான குவிமாடத்தைச் சுற்றி அமைக்கப்பட்டுள்ளன. இக்கட்டுமான நாள்வரை கல்லறை மைய மண்டபத்தின் உள்கட்டமைப்பானது ஒற்றையறையைக் கொண்டதாகத்தான் அமைந்திருக்கும். ஆனால் இக்கல்லறையின் மையமண்டப உள்கட்டமைப்பானது, மையத்தில் சக்கரவர்த்தியின் கல்லறை சவப்பெட்டியைக் கொண்ட பெரிய அளவிலான அறையாகும்; நான்கு மூலைப்பகுதிகளிலும் சக்கரவர்த்தி குடும்பத்தினருக்கான கல்லறைகளைக் கொண்ட அறைகளையும் கொண்டதாகும். இதேபோன்றதொரு கட்டுமான அமைப்பை 'பஞ்சரதம்' என்று கோயில் கட்டுமானங்களில் அழைப்பர். இந்த ஐந்து அறைகளுமே எண்கோண வடிவமைப்புடையவைகளாகும். இம்மையக்

கட்டுமானத்தைச் சுற்றிய நடைபாதை அமைப்பின் அழகு வளைவு விதான மேற்புரத்தில் இடம்பெறம் துளைகளுள்ள சாளர வேலைப்பாடுகளின் மூலம் போதுமான ஒளியை உட்கட்டுமான அறைகள் பெறுகின்றன.

ஹுமாயூன் கல்லறை மாட மைய மண்டபத்தில் இடம்பெறும் ஹுமாயூனின் கல்லறைப் பெட்டி

கட்டுமானத்தின் அங்கங்கள் ஒவ்வொன்றும் தனிப்பட்ட முறையில் உயர் தரமான வேலைப்பாடுகளாகும். மேலும் இவ்வங்கங்கள் பொருத்தமான இடங்களில் பொருத்தமான அளவுகளில் ஒட்டுமொத்தக் கட்டுமானத்தோடு ஒன்றியைந்து போவது தான் இக் கல்லறைமாடம் பேரெழிலுடன் கம்பீரமாய் காட்சியளிக்கக் காரணமாகும். அப்பழுக்கில்லாத வேலைப்பாடுகள், ஒன்றுடன் ஒன்று இயைந்து போகும் விகிதாச்சார அளவுகள், புறப்பரப்புகளும், சமதளப் பகுதிகளும் ஒன்றின் எழிலை மற்றது அதிகப்படுத்திக் காட்டுமாறு ஒத்துப்போகும் அமைப்பு, வடிவுகளையும் வெற்றிடப் பகுதிகளையும் திறம்பட பங்கிட்டுருக்கும் முறை, அழகு வளைவுகளின் எழிலான, எடுப்பான தோற்றமளிக்கும் வளைவரைகள், பிரம்மாண்டமான அரைக்கோள குவிமாடம் ஆகிய காரணிகளால் கல்லறை மாடம் மேலும் அழகூட்டப்படுகின்றது. சிகப்பு மணற்கற்களும், வெண்மையான சலவைக்கற்களும் திறம்பட ஒன்றிணைந்து பயன்படுத்தப்பட்டுள்ள கவித்துவமான விதமும் கல்லறை மாட தோற்றப்பொலிவிற்குக் காரணமாகும். கோடுகள் போன்ற வெள்ளை சலவைக்கற்பதிப்புகள் அட்சரம் பிசகாமல் திட்ட

ஹுமாயூன் கல்லறை மாடத்தில் இடம்பெறும்
குவிமாட உட்தோற்றம்

வட்டமாய் இருப்பதும், 'கல்லறை'க்கு உகந்த சுயக்கட்டுப் பாடுள்ள கண்ணியத் தோற்றத்திற்குப் பொருத்தமானதேயாகும்.

'இரட்டைக் குவிமாட' (Double dome) கட்டுமானமுறை முதன்முதலாய் இக்கல்லறைமாடத்தில் பயன்படுத்தப்பட்டுள்ளது. வெள்ளை சலவைக்கற்கள் பதிக்கப்பட்ட வெளிப்புற அரைக் கோள குவிமாடவடிவமைப்பு விண்வெளியைத் தொடுவது போன்ற பிரம்மாண்டமான தோற்றப்பொலிவிற்கு உகந்ததா கின்றது; கல்லறை மைய மண்டப உள்கட்டுமானத்திற்குகந்த விகிதாசச்சாரத்தில் விதான வேலைப்பாடுகளைக் கொண்டதாய் உட்புற அரைக்கோள குவிமாட வடிவமைப்பு அமைந்துள்ளது. இடையே வெற்றிடப் பகுதியைக் கொண்ட இரட்டை ஓடுகளா லானதுபோன்ற அரைக்கோள குவிமாட வடிவமைப்பு, மேற்கு

ஹுமாயூன் கல்லறை மாடத்தில் இடம்பெறும் சலவைக்கல் சாளரம், மிஹ்ராப் வடிவம் இடம்பெற்றுள்ளது

ஹுமாயூன் கல்லறை மாட அழகு வளைவு வேலைப்பாடுகள்

ஆசிய நாடுகளில் பரிட்சயமானதொன்றுதான். இரட்டைக் குவிமாடம் இடம்பெற்றிருப்பதால்தான் பாரசீகர்களின் கை வண்ணம் நேரடியாய் இக்கல்லறை மாடத்தில் இடம்பெற்றுள்ளது என்கின்றோம்.

கணவனின் நினைவை என்றென்றும் நிலைநிறுத்திடும் வகையில் ஹுமாயூனின் மனைவி ஹாஜிபேகம் காட்டிட்ட முனைப்பை, நிச்சயமாக, மனைவி மும்தாஜ் இறந்தவுடன் ஷாஜகான் உணர்ந்திருப்பார். எனவேதான் மனைவியின் கல்லறை மாடமான தாஜ்மஹாலை கட்டிட நினைக்கையில் ஹுமாயூன் கல்லறை மாடம்தான் நிச்சயமாக முகலாயப் பேரரசர் ஷாஜகானின் மனதில் தோன்றியிருக்கும்.

அட்கா கான் கல்லறைமாடம் (Atgah Khan Tomb)

ஆதம்கானால் கொல்லப்பட்ட அட்கா கான், பேரரசர் அக்பரின் அமைச்சராவார். இவருடைய கல்லறைமாடம் ஹுமாயூன் கல்லறை மாடத்தைப் போன்றேயுள்ளது, ஆனால் அளவில் சிறியது. ஹுமாயூன் கல்லறைமாடம் கட்டிமுடிக்கப்பட்ட சிறிது

காலத்திற்கெல்லாம் இக்கல்லறை மாடமும் கட்டிமுடிக்கப் பட்டது. டில்லியில் நிஜாமுதீன் தர்ஹாவைச் சுற்றியுள்ள பகுதியில் இடம்பெறும் பல கட்டுமானங்களில் இக்கல்லறை மாடமும் ஒன்றாகும். ஹுமாயூன் கல்லறை மாடத்தைவிட அதிகப்படியான அழகு வேலைப்பாடுகளால் இக்கல்லறை மாடம் மிளிர்கின்றது. ஹுமாயூன் கல்லறை மாடத்தைக் கட்டிய கலைஞர்கள்தான் இக்கல்லறை மாடத்தையும் எழுப்பியிருப்ப தாகத் தோன்றுகிறது. சுவர்ப்பரப்புகளில் அழகு வேலைப்பாடு களை மேற்கொள்வதில் இக்கலைஞர்களுக்கு அதிக சுதந்திரம் கொடுக்கப்பட்டுள்ளதுபோல் தோன்றுகின்றது.

அட்கா கானின் கல்லறை மாடம்

அக்பரின் கட்டுமான குணாதிசயங்கள்:

“எந்தவிதமான வேலையையும் திறம்பட நிறைவேற்றிடும் திறன் படைத்த வேலையாட்களுக்கு இந்தியாவில் பஞ்சமே இல்லை” என்ற பாபரின் குறிப்புகளை அக்பரும் நேரடியாய் அனுபவித்திருக்கக் கூடும். வரலாறு தொடங்கிய நாளிலிருந்தே கட்டுமானக்கலையும் இந்தியாவில் தொடங்கி வளர்ந்தோங் கியது. எனவே கட்டுமானக் கலைகள் வம்சாவளியாய் அடுத்த

அட்கா கானின் கல்லறை மாட அழகு வேலைப்பாடுகள்

தலைமுறைக்கு வாழ்க்கைக் கல்வியாய் புகட்டப்பட்டது. 'தனது கட்டுமானக் கண்ணோட்டமும் எதிர்பார்ப்பும் என்ன என்பதை இந்திய கட்டுமானக் கலைஞர்களுக்கு எடுத்துரைத்தாலே போதும்; அவர்கள் அவ்வப்போதைய வழிகாட்டுதல்களைப் பெற்று திறம்பட நிறைவேற்றிவிடுவார்கள் என்ற அசைக்க முடியாத நம்பிக்கையும் பேரரசர் அக்பருக்கு இருந்தது. கட்டுமான மூலப்பொருளான செந்நிற மணற்கற்களையும் எளிதாய் அறுவடைசெய்ய முடிந்தது. எளிமையும், எழிலும், வலிமையும் நிறைந்த அக்பரின் கட்டுமானங்கள் எல்லாம் உள்ளூர் கட்டுமானக் கலைஞர்களால் அபரிமிதமாய் கிடைக்கும் செந்நிற மணற்கற்கள் போன்ற உள்ளூர் மூலப்பொருட்களைக் கொண்டே எழுப்பப்பட்டன.

பாரம்பரியமாய் இந்தியக் கலைஞர்களுக்கு மிகவும் பரீட்சையமான 'தூண்களும், உத்திரங்களும்' என்ற இந்தியக் கட்டுமான முறைதான் (Trabeate) கட்டுமான அடிப்படை கோட்பாடாய் செங்கோலோச்சியது. நான்கு மையங்களைக்கொண்ட 'டியூடர்' வளைவினை நடைபாதை அமைப்பின் தோற்றப்பொலிவினை மேம்படுத்துவதற்காகத்தான் பயன்படுத்தப்பட்டது.

எனவே அடிப்படைக் கட்டுமானக் கோட்பாடாக இந்தியக் கட்டுமானமுறையும், அதற்கு எழிலூட்டும் அழகு வேலைப்பாடு களாக இஸ்லாமிய அழகு வளைவு கட்டுமான முறையும் (arcuate) சரிசம விகிதத்தில் பயன்படுத்தப்பட்டன. அக்பரின் கட்டுமானங் களில் இடம்பெறும் அரைக்கோள குவிமாட விதான அமைப்பும் (dome) லோதி பாணியைப் போன்றதுதான்; சில சமயம் உள்ளீடு உள்ளது போன்றிருந்தாலும், அசல் இரட்டைக் குவிமாட விதான முறையிலமைந்தவைகளல்ல இவை. தூண்களின் தண்டுப்பகுதி யானது பல பக்கங்களையுடையதாயும், தூண்களின் உச்சிய மர்வுகள் (Capitals) சேர்ப்பு இணைப்பு தாங்கிகள் (bracket supports) அமைப்பைப் போன்றுதான் வடிவமைக்கப்பட்டன. அழகு வேலைப் பாடுகளுக்கு செதுக்கல் முறையும், பளிச்சென்று எடுப்பாய் தோற்றமளிக்குமாறு உட்பதித்தல் முறையும் பயன்படுத்தப் பட்டன. வண்ணந்தீட்டி எழிலார்ந்தவடிவமைப்புகளைஅமைத்திடும் முறை உள்கட்டுமானங்களில் சுவர்களிலும், விதானங்களிலும் பின்பற்றப்பட்டது. ஒட்டுமொத்தத்தில் ஆதிநாள் தொட்டு பின்பற்றப்பட்ட மரக்கட்டு மான முன்மாதிரிகளைப் போன்ற அமைப்பில்தான் அக்பரின் கட்டுமானங்கள் காணப்படுகின்றன.

ஆக்ரா

டில்லி மாநகரின் அதிர்ஷ்டமா அல்லது துரதிர்ஷ்டமா என்று கூறிடமுடியாதபடி அக்பர் கல்லறை மாடங்களையெல்லாம் டில்லியில் எழுப்பினார்; ஆனால் தலைநகராக டில்லியை ஏற்றிட வில்லை. அக்பரால் கைவிடப்பட்ட டில்லி நகரானது நரிகளும், குறவர்களும் (Gypsy) வசிக்கும் கல்லறை நகராகியது. தலைநகர் என்ற அந்தஸ்தும், அதோடு இணைந்த ஆடம்பரமும், பகட்டும் ஆக்ரா நகருக்கேகிட்டியது. 'மாபெரும் ஸ்தாபகர்' ஆக பெயரெடுக்க விருக்கும் அக்பரின் சரிதமும் ஆக்ராவில்தான் தொடங்கவிருக் கின்றது. 'ஸ்தாபகர்' என்பது சாம்ராஜ்யத்திற்கும் பொருந்தும்; கட்டுமானக் கலைக்கும் பொருந்தும்.

அக்பர், ஆக்ராவிற்கு தெற்கே கக்ராளி (Kakrali) கிராமத் தருகில் யமுனை நதிக்கரையில் எழில்கொஞ்சும் அழகியப் பகுதியை தேர்ந்தெடுத்தார்; தாத்தா பாபரைப் போன்றே அரண் மனைத்தோட்டத்தை அமைத்தார்; அனேகமாக இது ஆக்ரா கோட்டைக் கட்டுமானம் முடிவடையும் வரை தங்குவதற்கான

ஆக்ரா கோட்டை

தற்காலிக குடியிருப்பாய் இருந்திருக்கவேண்டும். ஏனெனில் இத்தோட்ட அரண்மனைக்கான வரலாற்றுச் சுவடுகள் எதுவும் கிடைத்திடவில்லை. இத்தோட்ட அரண்மனையிலிருந்து கொண்டு தான் புராதன இந்து அரசர்களின் கோட்டையாகவும், இறுதியாக இப்ராஹிம் லோதியின் கோட்டையாகவும் விளங்கிய படல்கர் (Badalgarh) கோட்டையை எவருமே கைப்பற்றிட இயலாத வலிமையான கோட்டையாக உருவாக்கினார்.

இக்கோட்டையின் தரை வரைபட அமைப்பு ஓர் ஒழுங்கற்ற அரைவட்ட வடிவமுடையது. இந்த அரைவட்டத்தின் நாண்பகுதி யமுனை நதிக்கரைக்கு இணையாகவும், 2700 அடி நீளமுடைய தாகவும் அமைந்தது. இந்த அரண்மனைக் கோட்டையின் சிறப்பம்சங்களில் ஒன்று பிரம்மாண்டமான மதிற்சுவர் அமைப் பாகும். மதிற்சுவரின் சுற்றளவு நீளம் ஏறத்தாழ ஒன்றரை மைல் ஆகும். உயரம் சற்றேறக் குறைய 70 அடியாகும். செங்கற் கட்டு மானமாக மையத்திலும், அதன்மேல் புறப்பரப்பில் சீர்படுத்தப் பட்ட திண்மையான செம்மணற்கற்களாலான கட்டுமானமாகவும் அமைந்துள்ளது. "ஓர் மயிரிழை கூட இணைப்புப் பகுதிகளில் உட்புகுத்திட முடியாதபடி, உச்சிமுதல் அடித்தளம் வரை

செம்மணற் கட்டுமானமாகவும், இரும்பு வலையங்கள் கொண்டு இறுக்கமாக இம்மணற்கற்கள் ஒட்டப்பட்டிருந்ததாகவும்" வரலாற்றுக் குறிப்புகளில் கூறப்பட்டிருப்பது மிகைப்படுத்தவில்லை என்பது மதிற்சுவர் கட்டுமானத்தைப் பார்த்தாலே புரியும். வலிமைக்கு புகழ்பெற்ற மதிற்சுவர் கட்டுமானம் கட்டடக்கலை நோக்கிலும் உயர்தர கலைவேலைப்பாடாகவே அமைந்துள்ளது.

கைப்பிடிச்சுவரமைப்பு, எதிரிகளின் ஆயுத தாக்குத லிருந்து மறைந்துகொள்ள உதவிடும் மெர்லான் அமைப்பு, தொலைதூரம் சென்று தாக்கும் ஆயுத பிரயோகத்திற்கு தோதாக சுவர்களில் காணப்படும் இடைவெளிப்பகுதிகள், உயரவாக்கில் பல்வேறு பிரிவுகளாய் இருக்கும் கட்டுமானச் சுவர்ப்பகுதி களை இணைக்கும் இணைப்புக் கட்டுமான வேலைப்பாடுகள் போன்ற மதிற் சுவரமைப் பின் எல்லா அங்கங்களும் திறம்பட வடிவமைக்கப் பட்டு பங்கீடு செய்யப் பட்டு, நேர்த்தியாக நிறை வேற்றப் பட்டிருக்கும் முறையில் ஓர் கவித்துவம் வெளிப்படு கின்றது. மதிற்சுவர் கட்டமைப்பு என்பது எதிரிகள் எளிதில் உட்புகுந்திட முடியாதவாறு பார்த்திடும் பயன்பாட்டு நோக்கங் கொண்ட சாதாரண கட்டுமானமாகும். ஆனால் அக்பரின் புத்திசாலித்தனமான வழிகாட்டுதலின் காரணமாய், இம்மதிற் சுவர் கட்டுமானம், கலையுணர்வு மிளிர்வதாய், பண்பட்ட குணாதிசயங்களைப் பிரதிபலிப்பதாய் துலங்குகின்றது. தைமூரின் வம்சாவளியினரான முகலாயப் பேரரசர்களின் கைப்பட்ட கட்டுமானங்களெல்லாம் துலங்கின என்பது மிகைப் படுத்த லில்லாத உண்மையாகும்.

டில்லி நுழைவாயில் ஆக்ரா கோட்டை

மிகுந்த பாதுகாப்புடைய ஆக்ரா கோட்டைக்குள் செல்ல இரு நுழைவாயில்கள் அமைக்கப்பட்டன. இதில் மேற்கு

மதிற்சுவர்பகுதியில் இடம்பெறும் டில்லி தர்வாஸா பிரதான நுழைவாயிலாகும். இந்நுழைவாயில் அக்பரின் தொடக்கநிலைக் கட்டுமான முயற்சிகளில் ஒன்றாகும். 1566-ஆம் ஆண்டு முடிவிலேயே முடிவடைந்த இந்நுழைவாயில் பாராட்டுதற்குரிய அக்காலக்கட்ட கட்டுமான சாதனை எனலாம். கட்டுமானக் கலையில் ஒரு புதிய சகாப்தம் தொடங்கிவிட்டது; கட்டுமான ஸ்தாபகர்களும் தளைகளற்ற, சுதந்திரமான, புத்துணர்வுடன் கட்டுமான புதுமைகளை முயற்சித்திடும் எண்ணவோட்டம் கொண்டவர்களாக உள்ளனர் என்பதை உலகிற்கு அறிவித்திடும் குறியீடாக டில்லி நுழைவாயில் அமைந்தது. ஒட்டுமொத்த நுழைவாயில் வடிவமைப்பு உண்மையில் எளிமையானதே யாகும். மையத்தில் அழகு வளைவு நுழைவாயிலும் இதன் இருபக்க இணைப்பாக எண்கோண கோபுரமும் கொண்டதாக நுழைவாயில் முன்பகுதி முகப்பு வடிவமைப்பு உள்ளது. நுழை வாயிலின் பின்பகுதி முகப்பில் அழகு வளைவு நடைபாதைப் பகுதியைக் கொண்ட மேல் தளப்பகுதியும் அதன் உச்சியில் சிறிய வடிவ குவி மாடங்கள், சாட்ரி காட்சி மாடங்கள், இதன் உச்சிப் பகுதியில் வேலைப்பாடுகள் ஆகியவற்றைக் கொண்டுள்ளன. நுழைவாயில் பிரம்மாண்டமான அளவுடையது. ஆகவே இதன் உட்கட்டுமானத்தில் பல விசாலமான அறைகள் இடம் பெற்றுள்ளன. பலமான காவலுக்குகந்த எண்ணிக்கை யிலான காவலர்கள் வசதி யாய் இவ்வறைகளில் தங்கிட இயலும்.

வலுவான பயன்பாட் டினை அளித்திடும் அதேவேளையில் அழகாக தோற்றமளிப்பதற்கு எவ்வகையிலெல்லாம் முடியுமோ, அவ்வகையிலெல் லாம் வேலைப்பாடுகள் மேற் கொள்ளப்பட்டுள்ளன. அழகு வளைவு நடைபாதை யமைப்புகள், உள்ளடங்கிய அழகு வளைவுகள் போன்ற, கட்டுமானமும் அழகுபடுத்து

ஆக்ரா கோட்டை தூண் வேலைப்பாடுகள்

தலும் ஒன்றிணைந்த கட்டு மானக் குணாதிசயங்கள் பொருத்த மான இடங்களில், பொருத்தமான அளவுகளில் மேற்கொள்ளப் பட்டுள்ளன. அழகிய வடிவமைப்புகள் விதவித மாகவும், அழகியதாகவும் அமைந்திடும் வகையில் வெள்ளை சலவைக்கல் பதிப்புகள் பயன்படுத்தப்பட்டுள்ளன. செந்நிற மணற்கல் பின் புலத்தில் வெள்ளைநிற பதிப்புகள் தூக்கலாய் எடுபடுகின்றன. விளிம்பு எல்லை வேலைப்பாடுகளில் (border) திரும்பத் திரும்ப இடம்பெறும் சமாரா அன்னப்பறவைகள் குறிப்பிடத்தக்கதாகும். இஸ்லாம் மதம், உருவங்களை கடுமையாக எதிர்த்த போதிலும், அக்பர் விலங்குகள், பறவைகள் ஆகியவற்றின் இயக்கநிலை வடிவமைப்பை தத்ரூபமாய் நுழைவாயில் அழகு வேலைப் பாடுகளில் பயன்படுத்தியுள்ளார். இவற்றுள் ஒரு யானை, 7 யானைகளை அடக்குவதுபோன்ற சிற்பம் மிக அற்புதமானதாகும்.

ஜஹாங்கிரி மஹாலில் இடம்பெறும் வேலைப்பாடுகள்

கோட்டை மதிற்சுவர்களையொட்டியே அகலமான அகழியும் எழுப்பப்பட்டது. அகழிமேல் அமைக்கப்பட்ட மரப்பாலத்தை கடந்துதான் டில்லி தர்வாஷாவை அடைந்திடமுடியும். முற்றுகை காலங்களில் இம்மரப்பாலத்தை மேல்தூக்கிக்கொள்ளும் வகையில் அமைக்கப்பட்டுள்ளது. டில்லி தர்வாஷாவை அடுத்து இடம்

பெறும் 'யானை வாயில்' மற்றோர் பாதுகாப்பு அரணுக்கான நுழைவாயிலாகும். உயிருள்ள யானையின் அளவில் உள்ள இரு யானைச்சிற்பங்கள் காவல் புரிந்திடும் தோற்றமளிப்பதால் யானை வாயில் என பெயர்பெற்றுள்ளது. மதிற் சுவரின் தெற்குப்பகுதியில் டில்லிதர்வாஷாவைப் போன்றே வலிமையும், அழகும் நிறைந்த நுழைவாயில் அக்பர் தர்வாஷா ஆகும். இன்றைக்கு இது அமர்சிங் தர்வாஷா என தவறுதலாய் அழைக்கப்படுகின்றது. இத்தவறுதலுக்கு காரணம் ஆங்கிலேயர்களேயாவார்கள். இந்த அக்பர் தர்வாஷா வானது பாதுஷாவின் அனுமதி பெற்றவர்கள் மட்டுமே பயன் படுத்திடும் பிரத்யேக நுழைவாயில் ஆகும்.

மதிற்சுவர்களால் சூழப்பட்ட இவ்வலுவான அரணுக்குள், வங்காள, குஜராத்திப் பாணியிலமைந்த 500-க்கும் மேற்பட்ட சிவப்பு மணற்கல் நினைவகங்களை அக்பர் எழுப்பினார் என அயினி அக்பரி நூலில் கூறப்பட்டுள்ளது. 500 என்ற எண்ணிக்கையை உயர்வு நவிற்சி அணியாகக்கூட எடுத்துக் கொள்ளலாம். ஆனால் கட்டுமானங்கள் வங்காள, குஜராத்திப் பாணியிலானவை என்னும் அமைப்பு வர்ணணை அக்பரின் குணாதிசயத்தைத் தெளிவாய் படம்பிடிக்கின்றது. தவழும் பருவம் முதலே இந்தியாவெங்கும் அலைந்து திரிந்த அக்பர், சாம்ராஜ்யாதிபதி ஆனவுடன், தன் அனுபவ அறிவுப்பாடத்தை முற்றிலும் பயன் படுத்திக் கொண்டார். அதாவது, தன் சாம்ராஜ்ய எல்லைக்குட் பட்ட அனைத்துப்பாணிக் கட்டுமானக் கலைஞர்களையும் தருவித்து அக்பர் பயன்படுத்திக்கொண்டதைத்தான் கூறுகின்றோம். தன்னுடைய பிரஜைகளின் வாழ்வாதாரத்திற்கும், பொருளாதார மேம்பாட்டிற்குமான உன்னத திட்டமாகும் இது. அமைச்சுத் துறைகளில் பொதுக் கட்டுமானத்துறையை அக்பர் தன்கைவசமே வைத்துக்ககொண்டார்போலும்! இதன் மூலம் கட்டுமான மூலப்பொருட்களின் விலையை கட்டுக்குள் வைத்திருத்தல், கலைஞர்களுக்கான சம்பளத்தை நிர்ணயித்தல், கட்டுமான செலவுக் கணக்கினை சரியாக கணித்திட தேவையான தகவல் களை சேகரித்தல் போன்றவை அக்பரின் நேரடிக் கட்டுப்பாட்டில் இருந்தது. கலையுணர்வும், பயன்பாடும் இணைந்த கலவையாக தன் கட்டுமானங்களை எழுப்பினாரேயொழிய, பணத்தை வீனாய் கொட்டிடும் படாடோபத்திற்கு அக்பர் என்றுமே வசப்பட்ட தில்லை. எனவேதான் மகா அக்பராகப் போற்றப்படுகின்றார்.

ஜஹாங்கிரி மஹால் ஆக்ரா கோட்டை

10 ஆண்டுகாலத்தில் ஆக்ரா கோட்டைக்குள் அக்பர் எழுப்பிய கட்டுமானங்களில் பெரும்பான்மையானவை இடிக்கப்பட்டு விட்டன. இடித்ததில் பெரும்பங்கு ஆங்கிலேயரைச் சாரும். சிறுபங்கு முகலாயப்பேரரசர் ஷாஜகானைச் சாரும். சலவைக்கல் கட்டுமானத்தில் மனதைப் பறிகொடுத்த ஷாஜகான், அக்பரின் செம்மணற்கல் கட்டுமானங்களை இடித்து அதன்மேல் சலவைக் கல் கட்டுமானங்களைக் கட்டினார். அக்பரின் கட்டுமானங்களில் பெரும்பான்மையானவை ஆக்ரா கோட்டை மதிற்சுவரின் தென்கிழக்கு மூலையில் தொடங்கி கிழக்கு மதிற்சுவருக்கு இணையாக தொடர்ந்து கட்டப்பட்டிருந்தது. ஏனெனில் யமுனை நதிக்காட்சியைக் கண்டு ரசித்திடலுக்கு பொருத்தமாயிருக்கும் இடம் இதுவாகும். வசிக்கவும், அரசு நிர்வகித்திடவும் உதவும் பயன்பாட்டு அடிப்படையிலமைந்த கட்டுமானங்களாகும் இவை. எனவே நீராதாரம் அத்தியாவசியத் தேவையாகும். யமுனை நதியின் நீர் கோட்டைக்குள் வருவதற்கும், கோட்டையி லிருந்து கழிவுநீரை வெளியேற்றிடவும் பாதாள ஓடைகளை அமைத்தார். ஆக்ரா கோட்டையை முற்றுகையிட்ட ஔரங்கசீப், இக்குடிநீர்ப் பாதையை அடைத்துதான் சரணடைய வைத்தார் என்றால் கோட்டையின் வலிமை எத்தகையது என்பது புலப்படும்.

ஜஹாங்கீர் மாளிகை:

அக்பரின் ஆக்ரா கோட்டை கட்டுமானங்களில் முழுமையாய் நமக்கு கிடைத்திருப்பது ஜஹாங்கீர் மாளிகையாகும். கட்டுமானப் பெயரிலிருந்தே தனது மகன் ஜஹாங்கீரின் வசிப்பிடமாக இக்கட்டுமானத்தை அக்பர் எழுப்பினார் என்பது புலப்படும். வடிவமைப்பில் சமச்சீரின்மை குணாதிசயம் கொண்டிருப்பதால், இது ஓர் முன்னோடி சோதனைக் கட்டுமானம் போல் தோன்றுகிறது. கட்டுமானத்தின் பயன்பாடு இத்தகையதாயிருக்கவேண்டும் என்பதில் அக்பர் வேண்டுமானால் தெளிவாயிருந்திருக்கலாம்; ஆனால் நிறைவேற்றிய கட்டிடக்கலைஞர்கள் உணர்ந்திருப்பதுபோல் தோன்றவில்லை; பேரரசர் பாபரையும், அக்பரையும் கவர்ந்த குவாலியர் நகரின் மன்மந்திர் (Man Mandir) கட்டுமானம் போன்ற பயன்பாட்டினையும், மொகலாய முகப்புக் கட்டுமானத் தோற்றத்தையும் கொண்டிருக்குமாறு கட்டிடப் பணித்தார் அக்பர். இந்து, இஸ்லாமிய கட்டுமான முறையில் சிறந்தவைகளை இக்கட்டுமானம் கொண்டுள்ளது. ஆனால் உள்கட்டுமான மண்டபங்களை குழுமப்படுத்தியிருப்பதில் குற்றங்காண முடிகின்றது. முற்றிலும் செம்மணற்கற்களாலான இக்கட்டுமானம் மரக்கட்டுமான நெறிகளைக் கொண்டதாய் தோற்றமளிக்கின்றது. இறவாரக் கூரையின் (eaves) அடியிலிருக்கும் இணைப்புச் சேர்க்கைகளின் (brackets) வடிவம் மற்றும் அமைவிடம்; வடக்குப்புற மண்டபத்தின் விதான உத்திரங்களைத் தாங்கும் கல் ஆப்புகளின் (strut) சரிவு, போர்டிகோவில் இடம்

ஜஹாங்கிரி மஹால் முகப்பு

பெறும் தூண்கள் ஆகியவை எடுத்துரைப்பது என்ன? கல் ஊடகத்தில் கரங்கள் இயங்கினாலும், மனதானது மர ஊடகத்தி லேயே நிலைக்கொண்டிருப்பதை காட்டுவதாக வல்லுநர்கள் கூறுகின்றனர். அரைக்கோள குவிமாட அமைப்புகளை விதானம் கொண்டிருப்பதும், பளபளக்கும் வண்ண ஓடுகள் வெளிப்புறத் தோற்றப்பொலிவிற்கு பயன்படுத்தப்பட்டிருப்பதும் பாரசீகத்தின் தாக்கம் எனலாம்.

லாகூர் கோட்டை:

ஆக்ரா கோட்டை கட்டப்பட்டுக் கொண்டிருந்த அதே காலக்கட்டத்தில் லாகூர் கோட்டை வளாகமும் கட்டப்பட்டது. அளவில் சிறியது; தரையமைப்பில் இணைகரம்போன்ற வடிவமைப்பு டையது; எனவே ஆக்ரா கோட்டை வளாகத்தைவிட சமச்சீர் தன்மை லாகூர் கோட்டை வளாகத்தில் திருப்திகரமாயுள்ளது. லாகூர் கோட்டைக் கட்டுமானக் கலைஞர்கள் அக்பரின் எண்ண வோட்டங்களை, பயன்பாட்டுத்தேவைகளை நன்கு புரிந்து கொண்டு ஆக்ரா கலைஞர்களைக் காட்டிலும் திறம்பட நிறை வேற்றியுள்ளார்கள். இச்சிறு குறிப்புகளோடு இன்றைக்கும் பாகிஸ்தானிலுள்ள லாகூர் கோட்டை வர்ணணையை முடித்துக் கொள்வோம்.

1850-ல் அலஹாபாத் கோட்டை

அலகாபாத் கோட்டை (1584):

முகலாயப் பேரரசில் அதிருப்தியடைந்த பிரபுக்கள் கீழ்திசை நோக்கி சிதறி ஓடினர். எனவே அவர்களின் நடவடிக்கைகளை கண்காணிக்கும் அவசியமேற்பட்டது. இதனை மனதில் கொண்டு, அக்பர், யமுனை நதியின் வடகரையில், அது கங்கை யோடு சங்கமிக்கும் இடத்தில் அரண்மனைக் கோட்டையொன்றை கட்டத்தொடங்கினார். நதிகள் சங்கமிக்கும் இடத்தில் இவ்விருநதி களுக்கிடைப்பட்ட நிலப்பகுதி ஓர் சீரற்ற வட்டக்கோணப்பகுதி (wedge or irregular of a circle) போன்றமைந்தது. எனவே கோட்டையின் தரைவடிவமைப்பும் சீரற்ற வட்டப்பகுதி போன்றி ருக்கும். அக்பர் கட்டிய கோட்டைகளிலேயே மிகப்பெரியது இக்கோட்டையாகும்; நதிகள் சங்கமிக்கும் பகுதியில் கோட்டை யமைப்பு குறுகலாகவும், அதன் நேர்த்திசையில் 3000 அடி அகலமுடையதாகவும் அமைந்தது. அக்பரின் இத்தகு கோட்டைக் கட்டுமானங்களிலேயே மிகப் பெரிதான இக்கோட்டைக்கு இலாகாபாஸ் எனப்பெயரிட்டார். “கடவுளின் இருப்பிடம்” என்பது இப்பெயரின் பொருளாகும். அப்பெயரே திரிந்து அலகாபாத் என்றழைக்கப்படுகின்றது. இக்கோட்டைக்குள் எழுப்பப்பட்ட கட்டுமானங்களில் பெரும்பான்மையானவை வெள்ளையரால் தகர்க்கப்பட்டுவிட்டன. பழம்பெருமையைப் பறைசாற்றுவதற்காக விடப்பட்டதுபோல் ஜனானா அரண்மனை (Janana Palace) எனப்படும் ஒரேயொரு காட்சிமாடம் போன்ற கட்டுமானம் பேரெழிலுடன் நல்ல நிலையில் உள்ளது. பாரம் பரிய இந்துக் கட்டுமானப் பாணியான ‘தூண்களும், உத்திரங்களும்’ (trabeated system) பாணியே பின்பற்றப்பட்டுள்ளது. இக்கட்டு மானத்தின் சிறப்பம்சமே மையத்திலுள்ள மண்டபத்தை, அதன் விளிம்புப் பகுதியைச் சுற்றிலும் தொடர்ச்சியாய் அமைந்த தூண்கள் தாங்குவது போன்ற அமைப்பாகும். மண்டபத்தின் மூலைப்பகுதி எனில் நான்கு தூண்கள் ஒன்றிணைந்த அமைப் பிலும், மற்றப்பகுதியில் இருதூண்கள் ஜோடியும் அமைந்துள்ளது. எனவே எந்த இடத்திலிருந்து பார்த்தாலும் மண்டபத்தின் தோற்றப் பொலிவு பேரெழில் உடையதாயிருக்கும். இத்தகு சுற்றுத் தூண்கள் அணிவகுப்பின் மேல் வெறுமனே விடப்பட்ட மாடியமைப்பைச்சுற்றிலும் துளைகளிடப்பட்ட கைப்பிடிச்சுவரும், அதற்குமேல் சிறிய கோபுர அமைப்புகளும் (Kiosk) இவற்றுக்கு இடையே தட்டியமைப்பு போன்ற திரைச்சீலை சுவரமைப்பும் அமைந்துள்ளன.

அலகாபாத் கோட்டையினுள் இடம்பெறும் பல தள காட்சிமாடக் கட்டுமானம்

பின்னாளில் ஆங்கில இராணுவத்தளமாக செயல்பட்ட இக்கோட்டையின் பெரும்பகுதி இன்றும் இந்தியத் இராணுவத்தின் கட்டுப்பாட்டில் உள்ளது. மௌரிய பளபளப்புடன் கூடிய மணற்கல்லாலான அசோகரின் தூண் ஒன்று இக்கோட்டைக்குள் அக்பரின் முயற்சியால் இடம்பெற்றுள்ளது. அசோகர், சமுத்திரக் குப்தர், ஜஹாங்கீர் ஆகியோரின் கல்வெட்டுப் பொறிப்புகளையும் கொண்டுள்ளது இந்த அசோகர் தூண்.

ஆஜ்மீர் கோட்டை (1570)

வடமேற்கே விரிவடையும் சாம்ராஜ்ய பகுதிகளை கண்காணிக்கவும் மேலும் விரிவாக்கத்திற்கான திட்டத்திற்கு உறுதுணையாய் இருக்கவும் அரண்மனைக் கோட்டையொன்றை அக்பர், 1570-ஆம் ஆண்டு கட்டினார். அக்பரின் கோட்டைக் கட்டுமானங்களில் மிகச் சிறியதும் ஆனால் மிக வலிமையானதும் ஆஜ்மீர் கோட்டையேயாகும். எத்தகு தாக்குதல்களையும் எதிர்கொள்ளுமாறு இரட்டை மதிற்சுவரமைப்பைக் கொண்டுள்ளது இக்கோட்டை. இருப்பினும், இம்மதிற்சுவர்கள் வரையறுக்கும் நிலப்பரப்பின் மையத்தில் விசாலமான தூண்களாலான இரு தள மண்டபம் ஒன்று கட்டப்பட்டது. விசாலமான மைய மண்டபத்தின் மூலைப்பகுதிகள் ஒவ்வொன்றிலும் ஒரு அறை

அமைக்கப்பட்டது. பேரரசின் கண்காணிப்பு சுற்றுப்பயணத்தின் போது வசதியாய் தங்குவதற்காக கட்டப்பட்ட மண்டபமாகும். அழகிய சிறிய அரண்மனையையும், எதிரிகள் தாக்கிடத் தயங்கும் எண்ணவோட்டத்தினை ஏற்படுத்திடும் மதிற்சுவரமைப்பும் கட்டுமான காலக்கட்ட உணர்வினை பிரதிபலிப்பதாயுள்ளது.

ஆஜ்மீர் கோட்டை

பதேபூர் சிக்ரி:

அக்பர், தாம் விரும்பி கருக்கொண்டு, கட்டியமைத்த பதேபூர் சிக்ரி இன்றளவும் புகழ்பெற்றதாகவும், எழில்மிக்கதாகவும் விளங்குகிறது. முகலாயர்களின் கட்டுமானச்சாதனையில் முதலிடம் தாஜ்மகாலுக்கு கொடுக்கலாம் என்றால் இரண்டாமிடத்தை நிச்சயமாக பதேபூர் சிக்ரி தட்டிக்கொண்டு சென்றுவிடும். ஆக்ராவிற்கு மேற்கே 26 மைல் தொலைவில் உள்ளது பதேபூர் சிக்ரி. இங்குள்ள ஒடுக்கமான, நீளமான, குன்றின் இருபக்கங் களிலும் அரண்மனைகளும், குடியிருப்புகளும், அலுவலகக் கட்டடங்களும், மசூதிகளும், கல்லறைகளும் கொண்ட தலை நகராக அக்பரால் உருவாக்கப்பட்டது. அமைதி தவழும் கிராமப்பகுதி, 'மந்திரக்கோலின் மகிமையோ' என வியந்திடும்

வண்ணம் மிகமிக குறுகியக் காலக்கட்டத்தில் முகலாயப் பேரரசின் தலைநகராய் உருவெடுத்தது. ஒட்டுமொத்த தலை நகரமும் இரண்டு மைல் நீளமும் ஒரு மைல் அகலமும் உடைய ஓர் ஒழுங்கற்ற செவ்வகத்தினுள் அடங்கிவிடுகின்றது. காப்பரண் களுடன் கூடிய மதிற்சுவர்களினுள் ஒட்டுமொத்த நகரமும் அடங்கிவிடுகின்றது. சாமராஜ்யத்தின் மூலை முடுக்கெங்கிலும் இருந்து தருவிக்கப்பட்ட கலைஞர்களின் கைவண்ணத்தில், எவ்வளவு விரைவாக, பிரயாசையுடன் கட்டிமுடிக்கப்பட்டதோ, அதே போன்றே பதினான்கே ஆண்டுகளில் கைவிடவும் பட்டது. இந்தியா சுதந்திரமடையும் வரை, மனித நடமாட்டமில்லாத கூடாய்த்தான் திகழ்ந்தது. இன்றைக்கும் முகலாயக் கட்டுமான மேன்மையை எடுத்துரைக்கும் ஐக்கிய நாடுகள் சபையின் புராதன பண்பாட்டுக் கலைச்சின்னமாக உலகலாவிய சுற்றுப்பயணிகளை கவர்ந்திழுக்கின்றது.

பதேபூர் சிக்ரி பீர்பால் அரண்மனையில் இடம் பெறும் அழகு வேலைப்பாடுகள்

டர்க்கிஷ் சுல்தானா அரண்மனையில் இடம்பெறும் அழகு வேலைப்பாடுகள்

உங்களது கற்பனை குதிரையை தட்டிவிடுங்கள்: தெருக்க ளில்லாத நகரம்; வெகுஜன குடியிருப்புகள் அறவேயில்லை; விசாலமான திறந்தவெளியையும், அகலமான மேல்தளத்தையும் சுற்றி குழுமமாய் அமைக்கப்பட்ட எண்ணற்ற அரண்மனைகள்

மற்றும் காட்சி மாடங்கள்; இவை கட்டுமான நேர்த்தியில் ஒன்றையொன்று மிஞ்சிடும் வண்ணம் உள்ளன. இத்தகு நகரில் உலாவரும் மக்கள் எத்தன்மையினர்? அரசக் குடும்பத்தார்கள், அரசின் உயரதிகாரிகள் மற்றும் இவர்களுக்கு அழகிய சீருடையில் மகிழ்வுடன் பணியாற்றிடும் வேலையாட்கள் ஆகியோர். பேரரசரைச் சுற்றி எப்பொழுதும் கவச உடையில் கட்டியங் கூறிடும் மெய்க்காப்பாளர்கள். உங்களது மனவெளியில் நீங்கள் காணும் காட்சிதான் அக்பரின் தலைநகராய் கோலோச்சியக் காலக்கட்ட பதேபூர் சிக்ரியின் வர்ணஜாலமாகும். அக்பர் பதேபூர் சிக்ரியிலிருந்து, தலைநகரை மாற்றியவுடன் மக்களில்லாத மயான நகராகிவிட்டது. "உயர்பெரும் மக்களால் நிரம்பிவழிந்த இந்நகர் எப்படி ஆளரவமில்லாது தனித்திருக்க முடியும்" என்று வேதனைப் படுவதில் அர்த்தமில்லாமல் இல்லை. இன்றைக்கும் சுற்றுப்பயணி களெல்லாம் சென்றபிறகு, தொல்பொருள் ஆராய்ச்சிக் கழக ஊழியர்களெல்லாம் அருகிலிருக்கும் ஊர்களிலுள்ள தங்களது இல்லங்களுக்குச் சென்றபிறகு, மறுபடியும் ஆளரவ மில்லா நகராகின்றது. ஊரேயுறங்கும் இரவு வேளையில் புகழின் உச்சியில் இருந்த காலத்தின் மெல்லோசைகள், திரும்பவும் பதேபூர் சிக்ரியில் கேட்பது போலுள்ளது; ஏனெனில் சிக்ரியை சூழ்ந்தி ருக்கும் வனத்தின் புதர்களிலிருந்து எழும் மெல்லொலிகளும், சிக்ரிக்கு அருகிலிருக்கும் கிராமப் பகுதியிலிருந்து தவழ்ந்துவரும் முணுமுணுப்பான மக்களொலிகளும் நிராதரவாய் நிற்கும் மண்டபங்களிலும், நடைபாதைப் பகுதிகளிலும் ஒன்று கலந்து சிக்ரியின் அந்நாளைய வர்ணஜாலத்தை துதிபாடிடும் விளங் கிடாத உச்சரிப்புகளாகின்றன.

பதேபூர் சிக்ரி ஜோத்பாய் அரண்மனை வேலைப்பாடுகள்

அக்பர் பதேபூர் சிக்ரி நகரமைப்பை இறுதி செய்தல்:

பதேபூர் சிக்ரியின் வடிமைப்பை நிர்ணயிக்கும் ஒடுக்கலான நீளமான மணற்பாறைக் குன்றானது வடகிழக்கிலிருந்து தென் மேற்கு நோக்கிய அச்சில் அமைந்திருந்தது. நகரின் கட்டுமான இதயமான ஜாமி மசூதியை இஸ்லாமிய மரபுப்படி கிழக்கு, மேற்கு அச்சில் சமச்சீராய் அமைத்திட வேண்டும். ஜாமி மசூதியின் கட்டுமானஇலக்கணத்தோடு ஒன்றியைந்தும் அமைத்திட வேண்டும்; மணற்பாறைக் குன்றையும் மனதில் கொண்டிட வேண்டும்; இக்காரணி களால் நகரின் பெரும்பாலான கட்டுமானங்கள் ஒடுக்க மான மலைச்சரிவின் இருபக்கங்களிலும் வடக்கு-தெற்கு அச்சில் அமைக்கப்பட்டன. பேரரசர் அக்பரின் சிக்ரியை பொருத்தவரை, முக்கிய வழித்தடம் என்பது ஆக்ராவிலிருந்து வருவதுதான். இத்தடத்தில் சிக்ரியை வந்தடைபவர்கள் முதலில் ஆக்ரா நுழைவாயிலைக் கடந்திடவேண்டும்.

அடுத்ததாக முக்கியஸ்தர்களின் வருகையை அறிவித்திடும் முரசு மாளிகையான 'நௌபத் கானா' வைக் கடந்திடவேண்டும்; இங்கிருந்து சாலையானது பொதுமக்களுக்கு பேரரசர் காட்சி கொடுத்திடும் மண்டபமான திவானி ஆம் (Diwan-i-am) கட்டு மானத்தைச் சென்றடைகின்றது. இங்கிருந்து, சாலை, மசூதிக் கட்டுமானத்திற்குச் சென்றதுபோல் தோன்றுகின்றது. இதுவரைக் கூறப்பட்ட கட்டுமானங்களெல்லாம் அக்பரின் பிரஜைகள் அனைவரும் அணுகிடலாம். இவ்வாறு குடிமக்கள் அனைவரும் அணுகிடக்கூடிய கட்டுமானங்கள் எல்லாம் மலையின் தென்புறச் சரிவில் அமைந்துள்ளன.

மாறாக திவானி ஆம் என்ற வெகுஜன தரிசன மண்ட பத்திற்குப் பின்புறம் விசாலமான பகுதி ஒதுக்கப்பட்டுள்ளது. இப்பகுதியில் வெகுஜனம் அணுகிட அனுமதி மறுக்கப்பட்டது. அரச குடும்பத்தாருக்கும், பிரபுக்களுக்கும், உயரதிகாரிகளுக்கு மான கட்டுமானங்கள் அமைந்துள்ளன. இவ்வாறு ஒதுக்கப்பட்ட கட்டுமானப் பகுதியைச் சுற்றிலும், மலையின் வடபுறச் சரிவில், அலுவலகங்கள், வழிப்போக்கர் மற்றும் காவலர்கள் தங்கும் சராய்கள், அலங்காரத் தோட்டங்கள், யானை மற்றும் குதிரை லாயங்கள் போன்ற இதரக் கட்டுமானங்கள் அமைந்துள்ளன. இவ்வாறு பயன்பாட்டினை ஒட்டியே குழுமம் குழுமமாக பிரிக்கப்பட்ட கட்டுமானங்களுக்கான இடங்கள் ஒதுக்கப்

பட்டுள்ளன. பயன்பாடு, பொருத்தமான திசை அச்சில் அமைதல், நிலப்பகுதியின் அமைப்பு, பாதுகாப்பு, அழகுணர்வு ஆகிய கட்டுமானங்களின் அமைவுப் பகுதிக்குரிய அனைத்து குணாதி சயங்களையும் உள்வாங்கிக் கொண்டுதான் கட்டுமானக் குழுமப் பகுதிகளின் ஒதுக்கீடு நடைபெற்றுள்ளதாக விமர்சகர்கள் ஒத்துக் கொள்கின்றனர்.

பதேபூர் சிக்ரி அரண்மனை வளாகக் காட்சி

அக்பரின் கட்டுமானக் கொள்கை:

புதிய நகரமைவு என்பது அப்பகுதியின் சுற்றுச்சூழலைக் காத்திடும் வகையில் அமைந்திட வேண்டும். பருவகாலங்களில் மட்டுமே கட்டுக்கடங்காது கரைபுரண்டு ஓடிடும் நீர்வளமுடைய காரிநதி, சிக்ரி கிராமப் பகுதியைக் கடந்து செல்கின்றது. பருவ காலத்தில் இந்நதிநீரைச் சேமிப்பதற்காக, தோராமோரி என்னும் சிறிய தடுப்பணையை நகர்க்கட்டுமானம் தொடங்குவதற்கு முன் கட்டினார் அக்பர். அதையடுத்து ஒரு தாழ்வான பகுதியைத் தேர்ந்தெடுத்து, அதை மாபெரும் ஏரியாக, அக்பர் வடிவ மைத்தார். இந்த ஏரியின் சுற்றளவு 13 கி.மீ ஆகும். ஏரியமைத்திட தோண்டிய பகுதியில் வெட்டியெடுக்கப்பட்ட சிவப்பு மணற்கற் களை முழுக்க முழுக்க கட்டுமானத் தேவைகளுக்குப் பயன் படுத்திட திட்டமிட்டார் அக்பர். இவ்வாறு நகரமைவிற்கு தேவையான தளவாடப் பொருட்களையும், நீராதாரத்தையும் பெருக்கினார் அக்பர். மேலும் கட்டுமானங்கள் அமைந்திட்ட

ஒடுக்கமான மலைப்பகுதியின் தரைதள அமைப்பினையும் அதிகமாக மாற்றியமைத்திடாமல், அதை தனது நகர வடிவமைப்பின் ஓர் அங்கமாகவே ஒருங்கிணைத்துக் கொண்டார் அக்பர். இவ்வாறு பதேபூர் நகர் கட்டுமானங்களால், பொருள் விரயமும், சுற்றுச் சூழல் பாதிப்பும் ஏற்பட்டிடாதபடி பார்த்துக் கொள்ளப் பட்டது.

டர்க்கிஷ் சுல்தானா இல்ல வேலைப்பாடுகள்

பதேபூர் சிக்ரியில் ஜாமி மசூதி போன்ற மதம் சார்ந்த கட்டுமானங்களின் கட்டமைவு மட்டுமே அதிகளவில் பாரம்பரிய இஸ்லாமிய கட்டுமான இலக்கணப்படியும் (arcuate) குறைந்த அளவில் இந்து கட்டுமான முறைப்படியும் (trabeate) அமைந்துள்ளன. மதம் சாராக் கட்டுமானங்கள் எல்லாம் இந்து கட்டுமான முறைப்படியே முழுக்கமுழுக்க எழுப்பப்பட்டன. அழகுபடுத்தும் கூறுகளாக இஸ்லாமிய கட்டுமான முறைகள் ஆங்காங்கே பயன்படுத்தப்பட்டுள்ளன. எல்லா மதம் சாராக் கட்டுமானங் களிலும் அழகுபடுத்தும் வேலைப்பாடுகள் ஒன்றுபோலவே காணமுடிவதில்லை; குஜராத்பாணி, பஞ்சாப்பாணி, வங்காளப் பாணி போன்ற வெவ்வேறு மாகாண பாணியைச் சேர்ந்த அழகுவேலைப்பாடுகளைக் கொண்டுள்ளன, இந்த மதம் சாராக் கட்டுமானங்கள்.

இதிலிருந்து கட்டுமானக் கலை வடிவமைப்பாளர்களும், கலைஞர்களும், அழகுவேலைப்பாடுகளை மேற்கொள்வோரும்,

அக்பர் பேரரசின் அனைத்துப்பகுதிகளிலிருந்தும் தருவிக்கப் பட்டார்கள் என்பது தெளிவாக புரிகின்றது. ஒவ்வோர் பாணியைச் சேர்ந்தவர்களுக்கும் அவர்கள் எழுப்பிட வேண்டிய கட்டுமானங்கள் எவைஎவை என்பது தெளிவாக ஒதுக்கீடு செய்யப்பட்டு அவர்களது படைப்புத்திறன் முழுமையாய் வெளிப்படுத்திடுமாறு சுதந்திரமும் அளிக்கப்பட்டது. ஒட்டுமொத்த வடிவமைப்பு எத்தன்மையது என்பது மட்டும் அவர்களுக்கு விளக்கமாய் எடுத்துரைக்கப் பட்டது; அதனை அவர்கள் மீறிடாதவண்ணம் பார்த்துக் கொள் வதற்காக, ஒருங்கிணைப்பு மேற்பார்வையாளர்கள் மற்றும் ஆலோசகர்கள் நியமிக்கப்பட்டிருந்தார்கள். ஒவ்வோர் கட்டு மானத்திலும் அக்பரின் எதிர்பார்ப்பு என்ன என்பதை அந்தந்த கட்டுமான கலைஞர்களும் முழுமையாய் உணர்ந்திருந்தார்கள். அக்பரும், அவரது தலைமைக் கண்காணிப்பு வடிவமைப் பாளரும், கட்டுமானங்களையும் அவற்றை அணுகிடும் நடை பாதையமைப்பு போன்ற தரையமைப்பு கட்டுமானங்களையும் (landscape) வடிவமைப்பதில் எந்த அச்சிலிருந்து பார்த்தாலும் சமச்சீருடன் இருக்குமாறு உறுதிபடுத்திக் கொண்டனர். எனவே பதேபூர் சிக்ரியின் கட்டுமானங்கள் தனித்தனியேயும், ஒன்றிணைந்தும் உச்சக்கட்டப் படைப்புகளாக ஜொலிப்பதில் வியப்பேதுமில்லை.

பதேபூர் சிக்ரியின் முதல் கட்டுமானம் கல்தச்சர் மசூதி ஆகும். (stone cutters Masjid) ஒடுக்கமான மலையின் மேற்கு விளிம்பில் ரங்மஹால் என்னும் கட்டுமானத்திற்கருகில் இம்மசூதி அமைந்துள்ளது. நகர கட்டுமான வேலைகளைப் பார்ப்பதற்காக முதல் முதலாக இங்கு தங்கிய கலைஞர்கள், தங்களின் தொழுகைக்காகக் கட்டிய மசூதியாகும் இது. மினார்கள் இடம் பெற்றிடாத எளிமையான மசூதியாகும். முகப்புத் தூண்களில் இடம்பெறும் இணைப்பு நீட்டிப்புகள் (corbel) மிக அழகிய வடிவமைப்புகளாகும்.

கல்தச்சர் மசூதி முகப்பு

கட்டுமானங்களின் இரு முக்கிய பிரிவுகள்:

பதேபூர் சிக்ரியின் கட்டுமானங்களை இரு பிரிவினுக்குள் அடக்கலாம். மதம்சார்ந்த கட்டுமானங்கள், மதம் சாராத பிற கட்டுமானங்கள் என்பவையே அவ்விரு பிரிவுகளாகும். மதம் சார்ந்த கட்டுமானங்களில் பிரதானமானது ஜாமி மசூதியாகும். ஜாமி மசூதி வளாகத்தின் தென்புற வெற்றி நுழைவாயிலான புலந்தர்வாஷாவையும், மசூதி வளாக விளிம்பு நடைபாதை யமைப்புகளில் இடம்பெறும் சலீம் சிஸ்தி கல்லறை மாடத்தையும் மதம் சார்ந்த கட்டுமான பிரிவினுக்குள்ளேயே சேர்த்து கற்போம். மதம் சாரா கட்டுமானங்களின் பட்டியல் மிக நெடியது; பயன்பாட்டின் அடிப்படையில் இக்கட்டுமானப் பட்டியலை மூன்று பிரிவுகளாக பிரித்திடலாம். அவை: 1) அரண்மனை அல்லது உயர்பதவிவகிப்போரின் குடியிருப்புக் கட்டுமானங்கள் 2) அரசு நிர்வாக அலுவலக கட்டுமானங்கள் 3) பிறகட்டு மானங்கள் என்பவையாகும். ஜோத்பாய் அரண்மனை, பீர்பால் அரண்மனை, மரியம் இல்லம், சுல்தானா இல்லம் போன்றவை அரண்மைனைக் கட்டுமானங்களில் சிலவாகும். திவானி ஆம், (Diwan-i-am) திவானிகாஸ் (Diwan-i-khas)ஆகியவற்றை நிர்வாக

முற்றவெளிமுன் ஜோத்பாய் அரண்மனை

கட்டுமானமெனக் கூறலாம். பஞ்ச் மஹால் (Panch Mahall) எனப்படும் ஐந்து தள மாளிகை, குவாபாக் (Khwabag) எனப்படும் கனவு இல்லம், ஜோதிடர் இருக்கை (Astrologer's seat) ஆவணக் காப்பக அலுவலகம் (Department of Records) என நீண்டு கொண்டே போகும் பட்டியலில் சில, அலுவலக பிரிவினுக் குள்ளும் சேர்க்கலாம் அல்லது பிற கட்டுமானக் பிரிவினுக் குள்ளும் சேர்க்கலாம்; அக்கட்டுமானங்களின் பயன்பாடு அத்தகையது. பதேபூர் சிக்ரியின் கட்டுமானங்கள் அனைத்தையும் ஆராய்ந்திடுதல் இப்புத்தகத்தின் நோக்கமன்று; இவற்றுள் முக்கியமான இரசனை யுடன் கற்றிட வேண்டிய, சில கட்டுமானங்களை மட்டும் காண்போம்.

ஜோத்பாய் அரண்மனை:

'பேரரசரின் அரண்மனை இல்லம்' வடிவமைப்பிலும், அறைகளை அமைக்கும் விதத்திலும் பொருத்தமாயும், முழுமை யாயும், மிக அழகியதாயும் அமைப்பது எப்படி என்ற பத்தாண்டு கால சிந்தனையின் விளைவுதான் ஜோத்பாய் அரண்மனை. ஏனெனில், பத்தாண்டுகளுக்கு முன், ஆக்ரா கோட்டையில் சோதனைமுயற்சியாய் எழுப்பப்பட்ட ஜஹாங்கீர் மாளிகையின் குறைகள் களையப்பட்டுவிட்டன. ஜனானி டியோதி அல்லது ராணிவாஸ் என பலபெயர்களால் ஜோத்பாய் அரண்மனை அழைக்கப்படுகின்றது. ஒட்டுமொத்த கட்டுமானமும் 32 அடி உயரமுள்ள மதிற்சுவர்களால் சூழப்பட்டுள்ளது. கிழக்கு திசை மதிற்சுவரில் அமைந்துள்ள காவலர் அறை நுழைவாயில் மூலம்தான் அரண்மனைக்குள் நுழைய முடியும். வடக்குப்புற மதிற்சுவருடன், தொங்கும் காட்சி மாடமும் (Hanging pavillion or Hawa Mahall) தெற்குப்புற மதிற்சுவருடன் குளியலறைகள் போன்ற பிற சேவைப்பகுதிகளும் (Service area) இணைக்கப்பட்டுள்ளன. இவ்விணைப்புப் பகுதிகளை தவிர, மதிற்சுவர், வேலைப்பாடு களின்றி வலுவாக கட்டப்பட்டுள்ளது. இம்மதிற்சுவரின் கட்டு மானம் அந்நியர் தலையீட்டை மறுத்திடும் தனிமைப்படுத்தப் பட்ட பகுதியாகும்.

மதிற்சுவர் சூழ்ந்த வளாகத்தினுள் இடம்பெறும் சதுரவடிவ திறந்த வெளி முற்றத்தை நோக்கியது போல், சமச்சீராய், அனைத்து முக்கிய குடியிருப்பு கட்டடங்களும் அமைந்துள்ளன. இவை ஒவ்வொன்றுமே அனைத்துத் தேவைகளையும் நிறைவு செய்திடும்

அமைப்பை கொண்டுள்ளன. இவற்றினுள் பூஜையறைகளும், உலா சென்றிடுவதற்குகந்த, திரைச்சீலை கைப்பிடிச்சுவர் கொண்ட திறந்தநிலை மேல்தளங்களும் அடங்கும். சுருக்கமாக கூறினால், எல்லா வசதிகளும் நிறைந்த, உல்லாச வாழ்விற்குகந்த அமைப்புடைய அரண்மனை எனலாம்.

ஜோத்பாய் அரண்மனைக்குள் செல்ல
ஒரே நுழைவாயில்

மொத்தத்தில் இது 320 அடி X 215 அடி அளவிலமைந்த கட்டுமானமாகும். முற்றவெளியை நோக்கிய ஒரே வடிவமைப்புடைய கட்டடங்கள் பெரும்பாலும் இருதள அமைப்புடன், இடையிடையே திறந்த வெளி விதான அமைப்புடன் அமைந்துள்ளன. மையத்தில் அமைந்துள்ள பெரிய அவையை சுற்றி இரண்டடுக்கு குடியிருப்பு பகுதிகள் அமைக்கப்பட்டன. நான்கு மூலைகளிலும் இரண்டடுக்கு குடியிருப்பு பகுதிகள் அமைந்துள்ளன. நவீன அடுக்குமாடி குடியிருப்புகள் போல், இந்த குடியிருப்புப் பகுதிகள் ஒவ்வொன்றும் சுயதேவைகள், வசதிகள் அனைத்தினையும் முழுமையாய் கொண்டுள்ளன. இக்குடியிருப்புப் பகுதிகள் ஒவ்வொன்றினையும் இணைத்திடும் வண்ணம் தரைத்தளத்தில் நடைபாதையமைப்புகள் (coridors and Passages) அமைக்கப்

பட்டுள்ளன. தேவைப்படுமெனில் மற்றக் குடியிருப்பு பகுதி களுடன் தொடர்பில்லாமல் தனித்தியங்கிடும் அமைப்பையும் கொண்டுள்ளன. குளிர்காலங்களில், கீழ்தள பகுதிகளை, மிதமாய் வெப்பமூட்டிடக் கூடிய வசதியை கொண்டுள்ளன.

பதேபூர் சிக்ரியின் ஒட்டுமொத்த கட்டுமான வடிவமைப்புக் கோட்பாடுகளோடு ஒத்துப்போகும் குணாதிசயத்தைக் கொண்டது தான் ஜோத்பாய் அரண்மனை. ஆனாலும் தனித்துவமான கட்டு மான குணாதிசயத்தையும் கொண்டுள்ளது. மாடங்கள் (niches), சேர்ப்பிணைப்புகள் (brackets), தூண்களின் தண்டுப்பகுதிகள் போன்றவற்றின் திருகுசுருள் அமைப்பிலான அழகு வேலைப் பாடுகளில் குஜராத் பாணி கோயில் அழகு வேலைப்பாடுகளின் சாயல் காணப்படுகின்றது. எனவே இவ்வரண்மனைக் கட்டுமானத்தை நிறைவேற்றிடும் பொறுப்பு குஜராத்திலிருந்து தருவிக்கப்பட்ட கட்டுமானக் கலைஞர்களிடம் ஒப்படைக்கப் பட்டிருக்கவேண்டும். ஜோத்பாய் அரண்மனைக் கட்டுமானத்தில், ஆர்வமூட்டக்கூடிய பல்வேறு கூறுகள் இடம் பெற்றுள்ளன. விதானத்தின் சில பகுதிகளிலும், சிறிய வடிவ அரைக்கோள குவிமாடங்களிலும், பளபளவென மின்னிடும் நீலநிற ஓடுகள் ஒட்டப்பட்டுள்ளன. மேல்தள அறை ஒன்றின் விதான அமைப் பானது வளைந்த கூரையுடைய பாரவண்டியின் அமைப்பை பெற்றுள்ளது. (Waggon- Vault with groins). இவ்வமைப்பு, ‘நிலைகளும், உத்திரங்களும்’ எனும் கட்டுமான அமைப்பிற்கு முற்றிலும் மாறுபட்டதாகும்.

மரியம் அரண்மனை (Mirium House) மற்றும் சுல்தானா அரண்மனை.

பின்புலத்தில் ஹரம்சராயுடன் மரியம் இல்லக் காட்சி

மரியமின் இல்லமானது ஜோத்பாய் அரண்மனையோடு ஒப்பிடும்பொழுது மிக மிகச் சிறியது; ஆனால் பதேபூர் சிக்ரியின் ஒவ்வோர் கட்டுமானமும் நேர்த்தியான வேலைப்பாட்டினைப் பெற்றுள்ளது என்ற புகழாரம் மரியம் அரண்மனைக்கும் பொருந்தும். இருதளக் கட்டுமானத்தினுள் பல அறைகள் நேர்த்தியாய் அமைக்கப் பட்டுள்ளன. ஆனால் ஜோத்பாய் அரண்மனையைப்போல் திறந்த முற்ற வெளியைப் பெற்றிருக்கவில்லை; குளியலறைகள் போன்ற அதிகப்படியான வசதிகள் எதனையும் கொண்டிருக்கவில்லை. உள்கட்டுமான அலங்கார வேலைப்பாடுகள்தான் இக்கட்டு மானத்தின் சிறப்பம்சமாகும். அதிலும் பெரியளவில் அமைந்த சுவரோவியங்கள், உள்கட்டுமான அழகை மேம்படுத்துகின்றன. பாரசீக ஓவியர்களால், பாரசீகப் பாணியில் வரையப்பட்டுள்ளது. முகலாய சிற்றோவியங்களின் முன்னோடி நிலை என இவ்வோவி யங்களை வர்ணித்திடலாம்.

டர்க்கிஷ் சுல்தானாவின் இல்லம்

மரியம் இல்லத்தைக் காட்டிலும் சிறிய அளவிலானது சுல்தானா இல்லமாகும். தூண்களாலான சுற்று நடைபாதை யமைப்பின் மையத்தில் அமைந்த ஒருதள குடியிருப்பாகும். இவ்வெளிய வடிவமைப்பை ஈடுகட்டுவது போல் பேரெழிலும், தரமும் நிறைந்த சிற்ப வேலைப்பாடுகளை, சுவர்ப்பரப்புகள் கொண்டுள்ளன. நுட்பமான இவ்வேலைப்பாடுகளில் மரக்கட்டுமான

அழகுபடுத்தும் கூறுகள் தென்படுகின்றன. எனவே ஒட்டு மொத்தக் கட்டுமானமும் மரக்கட்டுமானப் பாணிக்கு பெயர் போன பஞ்சாப் கட்டுமானக் கலைஞர்களின் வசம் ஒப்படைக்கப் பட்டிருக்கலாம் என்று எண்ணிடத் தோன்றுகின்றது.

பீர்பால் அரண்மனை:

பீர்பால் இல்ல வேலைப்பாடுகள், இந்து இஸ்லாமிய கட்டுமான முறைகளின் ஒருங்கிணைப்பு

விலாவாரியான, கட்டுமானக்கூறுகளினாலான அலங்காரங் களைக் கொண்டுள்ள இல்லம் பீர்பால் அரண்மனையாகும். இருதளங்களைக் கொண்டுள்ளது. தரைத்தளத்தில் நான்கு அறைகளும், நுழைவாயில் முன்கட்டுமானங்கள் (porch) இரண்டும் அமைந்துள்ளன. மேல்தளத்தில் இரு அறைகள் மட்டுமே அமைந்துள்ளன. இத்தளத்தின் பிற பகுதிகளெல்லாம் கைப்பிடிச் சுவர் மறைப்பை மட்டுமே கொண்டதாய் வெறுமனே விடப்பட்டுள்ளன. நுழைவாயில் முன்கட்டுமான விதானமானது பிரமிட் வடிவமைப்பைக் கொண்டுள்ளது. மேல்தள அறைகளின் உச்சியில் சிறிய வடிவிலான அரைக்கோள குவிமாடமுடையதாய் விதான அமைப்பு உள்ளது. இரட்டைக் குவிமாட கட்டுமானக்

கோட்பாட்டினை சற்றே மாற்றியமைத்து பிரமிட் விதானத்திற்கும், குவிமாட விதானத்திற்கும் பயன்படுத்தியுள்ளனர். எனவே இவ்விரண்டு விதான அமைப்புகளும் இடையே இடைவெளியுள்ள இரட்டை ஓடுக் கட்டமைப்புகளேயாகும். உட்புறக் கட்டுமானம் குளிர்ச்சியாய் இருப்பதற்காக இத்தகு விதான அமைப்பைப் பின்பற்றியுள்ளனர். பீர்பால் இல்லத்தின் வெளிப்புற கட்டுமான நேர்த்திதான் அனைவரையும் கவர்கின்றது. இறவாரக் கூரைக்கு கீழே இடம்பெறும் இணைப்புச் சேர்க்கை (eave brackets)வேலைப்பாடுகளில் கலைஞர்களின் கைவண்ணம் முழுமையாய் வெளிப்படுகின்றது. இவை தோற்றப்பொலிவை மிக எழிலுடையவைகளாக்குகின்றன. பதேபூர் சிக்ரியின் பிற கட்டுமானங்களும் இம்மாதிரி இணைப்புச் சேர்க்கை வேலைப்பாடுகளைக் கொண்டிருந்தாலும், அவைகளெல்லாம் பீர்பால் இல்ல வேலைப்பாடுகளுக்கு ஈடுகொடுக்கக் கூடியதாயில்லை.

பீர்பாலின் இல்லம்

திவானி காஸ் (Diwan-i-khas)

பதேபூர் சிக்ரியில் உள்ள அரசு நிர்வாகக் கட்டுமானங்களுள் மிகவும் விரும்பிடத்தக்க வித்தியாசமான உள்கட்டுமான அமைப்பைக் கொண்டது திவானிகாஸ் கட்டுமானம் ஆகும். அளவில் சிறிய கட்டுமானமேயாகும். மதம்சாரா பிற கட்டுமானங்களைப் போன்ற வெளித்தோற்ற அமைப்புள்ளது. இக்கட்டுமானம்,

செவ்வக வடிவ தரையமைப்புடையது; இருதளங்களைக் கொண்டுள்ளது; கட்டுமான உச்சியில் நான்கு முனைகளிலும் குவிமாட கோபுரமும், நான்கு தூண்களால் தாங்கப்படுவதுமான கியோஸ்க் (kiosk) வடிவமைப்பைக் கொண்டுள்ளது; இந்நான்கு கோபுர அமைப்பிற்கும் இடையே சமதள தரையமைப்பு திறந்தவெளியாய் (மொட்டைமாடி) விடப்பட்டுள்ளது; இதன் உட்புற வடிவமைப்புத்தான் தனித்துவமானது; மகா அக்பருடைய பிரத்யேக கோட்பாடுகளையும், குணாதிசயங்களையும் வெளிப்படுத்திடும்வகையில், அவரது மேதகு ஆளுமையை அறிந்திடும் வகையில் உட்கட்டுமான வடிவமைப்பைக் கொண்டுள்ளது. மண்டப மையத்தில் பிரம்மாண்டமான தூண் அமைந்துள்ளது. இதன் உச்சியமர்வுகள் (capitals) கீழிருந்து மேல்நோக்கி பல்வேறு அடுக்குகளாய் விரிவடையும் வட்ட அமைப்பில் ஜைனபாணி இணைப்புச் சேர்க்கைகளைக் கொண்டுள்ளன. தூணின் இத்தகு உச்சிஅமர்வானது வட்டவடிவ கல் மேடையமைப்பைத் (platform) தாங்குகின்றன. இம்மேடையமைப்பையும், உட்கட்டுமான சுவர்களுக்கு இணையாய் அமைக்கப்பட்டுள்ள தொங்கும் காட்சி மாடத்தையும் (Hanging Gallery or balcony) இணைப்பதுபோல் நான்கு 'கல்பால' நடையமைப்புகள் அமைக்கப்பட்டுள்ளன. தரையிலிருந்து படிக்கட்டமைப்பு மூலம் தொங்கும் பால்கனிப் பகுதிகளுக்குச் சென்றிடமுடியும். மத்தியதூண், இதன் உச்சிய மர்வுகள், தொங்கும் பால்கனி, இணைக்கும் கல்பாலம் ஆகிய வற்றின் வேலைப்பாடுகள் வார்த்தை வர்ணனைகளுக்கு அப்பாற்பட்டவை.

வட்டவடிவ கல் மேடையமைப்பில் பேரரசர் அக்பர் சிம்மாசனத்தில் அமர்ந்திருப்பார். கருத்தமர்வுகளில் பங்கேற்றிடு வோர், தனித்தனி அணியாய், தொங்கும் பால்கனி அமைப்பில் அமர்ந்து விவாதிப்பர். அக்பர் அவர்களின் கருத்துப் பரிமாற்றங் களை உன்னிப்பாய் கவனிப்பார். உயர்வான கருத்துப் பரிமாற்றங்கள் மிகஉயரமான இடத்தில் அமர்ந்து ஆய்ந்திட வேண்டும் என்ற அக்பரின் எண்ணவோட்டத்தின் பிரதிபலிப்பாய் கூட இத்தகு உட்கட்டுமான அமைப்பு வடிவமைக்கப்பட்டிருக்கலாம்! மத்தியத் தூணின் தண்டுப்பகுதியானது பல்வேறு வடிவமைப்புகளில் அமைந்த வேலைப்பாடுகளைக்கொண்டுள்ளது. ஜைன இணைப்புச் சேர்க்கைகளின் (brackets) எண்ணிக்கை 36 ஆகும்; இவை நெருக்கமாய், தொங்கும் விதத்தில் இடம்பெற்றுள்ளன. இவைகளில்

திவானிகாஸ் கட்டுமான வெளித்தோற்றம்

இடம்பெற்றிருக்கும் பட்டைவேலைப்பாடுகள் ஒட்டுமொத்த கட்டுமானத்திற்கு மேலும் பேரெழில் சேர்க்கின்றன. அனைத்து மதத்தின் உயர்ந்த கோட்பாடுகளையும் உள்ளடக்கிய 'தீன் இலாஹி' மதத்தோற்றத்திற்கு, இக்கட்டுமானம், பேருதவியாய் இருந்திருக்கலாம்!.

திவானிகாஸ் கட்டுமானத்தின் பிரதான அங்கமான மைய மண்டப வட்ட மேஜை அமைப்பு தூண் வேலைப்பாடுகள்

ஐந்தடுக்கு மாளிகை (Panch Mahall)

இந்தியாவின் பழம்பெரும் கட்டுமான பாரம்பரியத்தை திரும்பவும் உயிர்ப்பித்து, அதற்கு, இன்னும் மேம்பட்ட வடிவம் கொடுக்கப்பட்ட கட்டுமானம் என பதேபூர் சிக்ரியின் ஐந்தடுக்கு மாளிகை போற்றப்படுகின்றது. புலந்தர்வாஸா அளவிற்கு உயர்ந்து நிற்கும் எழில்மிகு கட்டுமானம் ஐந்து அடுக்குகளைக் கொண்ட பஞ்ச் மஹால் ஆகும். இது, சுற்றுச்சுவர்களே இல்லாமல் முழுக்க முழுக்க தூண்களாலேயே வடிமைக்கப்பட்ட கட்டு மானமாகும். உயரே செல்லச் செல்ல, தூண்களின் எண்ணிக்கையும், தளங்களின் பரப்பும் குறைந்துகொண்டே செல்கின்றன. சீராக

பஞ்ச் மஹால்

'பரப்பளவு குறைப்பு' என்பது வடக்கு, மற்றும் மேற்கு திசைகளில் மட்டுமே கையாளப்பட்டுள்ளது. 84,56,20,12,4 தூண்களை முறையே கொண்டதாய், கீழிருந்து மேல்நோக்கி அடுத்தடுத்த தளங்கள் அமைக்கப்பட்டுள்ளன. இரண்டாம் தளத்திலுள்ள 56 தூண்களும் 'ஒன்றுபோல் மற்றொன்று இல்லை' என்று கூறிடத் தக்க தனித்தனி வடிவமைப்புகளாகும். 20 தூண்கள் கொண்ட மூன்றாம் தளத்தின் பக்கங்களில் கற்சாளர வேலைப்பாடுகளும், அலங்கார அடைப்புகளும் உள்ளன. தூண்களில் கொடிக்கருக்கு வேலைப்பாடு மிகுதியாக செய்யப்பட்டுள்ளது. விதான

திவானிகாஸ் தூண்களில் இடம்பெறும் வேலைப்பாடுகள்

வேலைப்பாடுகளில் சமதள அமைப்பும், அரைக்கோள குவிமாட அமைப்பும் பொருத்தமாய் கையாளப்பட்டுள்ளன. தரைத் தளத்தின் நீளமும், ஐந்து அடுக்கு கட்டுமானத்தின் உயரமும் சமமாய் இருப்பது பஞ்ச் மஹாலின் சிறப்பாகும். கோடை வெப்பத்தை சமாளித்திடும் காற்றோட்டமான மாளிகை (palace of winds) பஞ்ச் மஹால் கட்டுமானமாகும்.

மதம்சாரா கட்டுமானங்களின் பொது குணாதிசயங்கள்:

இத்தகு கட்டுமானங்களில், அவற்றின் பயன்பாடு கருதி, சிறிய மாற்றங்களுடன், ஒட்டுமொத்த மதம்சாராக் கட்டுமான பொதுக் கோட்பாட்டு வடிவமைப்பு பின்பற்றப்பட்டுள்ளது. குறுக்குவச தோற்றப்பொலிவிற்கு, இக்கட்டுமானங்கள் புகழ் பெற்றவைகளாகும். மிகமிக அகலமான இறவாறக் கூரைக் கட்டமைவுகள் (eaves), கைப்பிடிச்சுவர் அமைப்பு வளைவரை நேர்த்தியான குறுக்குவச நேர்க்கோடாயிருப்பது, சுவர்ப் பகுதி களை இணைக்கும் இணைப்பு அடுக்கு வேலைப்பாடுகள் (string courses) போன்ற காரணிகளால் குறுக்குவசத் தோற்றப் பொலிவு எடுப்பாயுள்ளது. குறுக்குவச தோற்றப்பொலிவிற்கு பொருத்தமாய் உயரவாக்கு தோற்றப்பொலிவும் ஈடுகொடுத்திட வேண்டு

மல்லவா! தூண்களையும், இணைப்புச் சேர்க்கைகளையும் (brackets) பொருத்தமான அளவுகளில், பொருத்தமான வடிவமைப்பில் பயன்படுத்தி உயரவாக்கு தோற்றப்பொலிவை உறுதிசெய்துள்ளனர் சிக்ரி கட்டுமானக் கலைஞர்கள். குறுக்குவச, உயரவச தோற்றப் பொலிவு காரணிகளை திறம்பட கையாண்டதால், வெளிச்சமும், நிழலும் கூட கட்டுமான அமைப்புக் கோட்பாடுகளோடு ஒன்றி ணைக்கப்பட்டுவிட்டது.

வெளித்தோற்றப் பொலிவிற்கு எவ்விதத்திலும் குறைந்ததா யில்லை உட்கட்டுமான அமைப்பு. உட்கட்டுமான அங்கங்கள், ஒன்றோடொன்று ஒத்தியைந்து போகும் விகிதாச்சார அளவுகளை கொண்டுள்ளன. அழகுவேலைப்பாடுகள், உள்கட்டுமானமெங்கும் பரவலாக, பொருத்தமாக மிகுந்த ரசனையோடு மேற்கொள்ளப் பட்டுள்ளன. தூண்களும், அவற்றிலிருந்து தொங்கிக்கொண்டி ருப்பது போன்றமைந்துள்ள இணைப்புச் சேர்க்கைகளும் (brackets) பால்கனிகளும், குவிமாட விதானமுடைய உள்இழுத்தல் கட்டுமானங்களும் (alcove) அழகிய சுவரோவியங்களும் போன்ற அழகுவேலைப்பாடுகள் உள்கட்டுமானத்திற்கு பேரெழில் ஊட்டுகின்றன.

பதேபூர் சிக்ரி ஜாமி மசூதி

ஜாமி மசூதி

"மக்கள் வாழும் நிலப்பரப்பில் சிக்ரியின் ஜாமி மசூதிக்கு இணையான ஒன்றைக் காணஇயலாது" - பதௌனி. "மெக்காவிற்கு அடுத்தப்படியாக சிறப்புமிக்க மசூதி என்றால் அது சிக்ரியின் ஜாமி

மசூதிதான்" - நிஜாமுதின். பதேபூர் சிக்ரி கட்டுமான வளாகங்களிலேயே மிக உன்னதமானது ஜாமி மசூதி வளாகமேயாகும். இவ்வளாகத்தினுள் ஜாமிமசூதி, தெற்கு நுழைவாயிலான புலந்தர்வாஸா, சூபித்துறவி சலீம் சிஸ்தியின் கல்லறை மாடம், இஸ்லாம் கானின் கல்லறை மாடம் ஆகியவை அமைந்துள்ளன. கட்ட ஆரம்பிக்கும்பொழுது, மசூதிக் கட்டுமானம் மட்டுமே எழுப்பிடும் எண்ணம்இருந்தது. இந்தஎண்ணம்நிறைவேறியிருந்தால் ஜாமி மசூதியானது துல்லியமான சமச்சீர் குணாதிசயத்தைப் பெற்றிருந்திருக்கும்; 542 அடி X 438 அடி அளவுள்ள செவ்வக தரையமைப்பினுள், மிகப்பரந்த திறந்த வெளி மைதானம் மையத்தில் அமைந்திருக்கும். ஆனால் 1571-இல் மசூதி கட்ட ஆரம்பிக்கும்பொழுதே, திறந்த வெளி மைய மைதானத்தின் வடக்கு நடைபாதையமைப்பிற்கு அருகே சலீம் சிஸ்டியின் கல்லறை மாட கட்டுமானமும் தொடங்கப்பட்டுவிட்டது. திருத்தியமைக்கப்படுவதற்கு முன், ஜாமி மசூதியானது வடக்கு, தெற்கு, கிழக்கு திசை மதிற்சுவர்களின் மையத்தில் நுழைவாயில்களைக் கொண்டிருந்தது. இதில் கிழக்கு நுழைவாயில் எனப்படும் அரசரின் நுழைவாயில் மட்டுமே எவ்வித மாற்றத்திற்கும் உட்படாமல் உள்ளது.

ஜாமி மசூதி வளாகம்- ஒட்டுமொத்தத் தோற்றம்

சிக்ரி ஜாமி மசூதி இந்திய மசூதிக்கட்டுமானங்களில் மிகப்பெரியது என்றுரைக்கலாம்; வடிவமைப்பிலும், கட்டுமான நேர்த்தியிலும் மசூதிக் கட்டுமான பரிணாம வளர்ச்சியின் முதிர்நிலையை, பரிபக்குவநிலையை எடுத்துரைக்கும் கட்டுமானம் என்பதில் சந்தேகமேயில்லை. மையத்தில் திறந்த வெளி, இதன் மேற்கு திசையில் தொழுகைமண்டபம், பிற திசைகளில் தூண்களாலான விதானமுடைய நடைபாதைக் கட்டுமானம் எனும் ஜாமி மசூதிக்கட்டுமான வரையறைப்படியே சிக்ரியின் ஜாமி மசூதியும் அமைந்துள்ளது. திறந்தவெளி மைதானத்தினுள் நுழைந்தவுடனேயே, கண்வீச்சில் பதிந்திடும் காட்சி 'விசால மாயுள்ளது; எவ்வளவு கண்ணியத் தோற்றத்தைக் கொண்டுள்ளது!, என்பதேயாகும். திறந்த வெளியின் மேற்கு விளிம்பிலமைந்துள்ள தொழுகை மண்டபமானது, மையத்தில் அழகு வளைவினுள் உள்ளிழுக்கப்பட்ட விதானமுடைய விசாலமான மாடத்தையும் (alcove) இதன் இருபக்க இணைப்பு அமைப்பாக தூண்களாலான கட்டுமான அமைப்பினையும் கொண்டுள்ளது. இத்தகு முகப்பு அமைப்பின் பின்புறக் கட்டுமானங்களின் உச்சியில், மையத்தில் ஒரு பெரிய அரைக்கோள குவிமாடமும், பக்கஇணைப்புப் பகுதிகளின் மேல் சிறிய வடிவ அரைக்கோள குவிமாடங்களும் அமைந்துள்ளன. முகப்பின் மைய இணைப்புப் பக்க பகுதிகளின் உச்சியில் வரிசையாய் அமைந்துள்ள தூண்களாலான கோபுர அமைப்புகளும் (Kiosk) விண்வெளியைத் தொட முயற்சிக்கின்றன.

சிறந்ததொரு கட்டுமானமெனில் வெளித்தோற்றக் கட்டமைப்பு உட்புறக் கட்டமைப்புகளோடு தொடர்புடையதாய் இருக்க வேண்டுமென்ற வரையறைக்கு சிக்ரியின் ஜாமி மசூதி சிறந்ததோர் சான்றாகும். முகப்பின் உள்ளிழுக்கப்பட்ட மாட அமைப்புச் (alcove) சுவரில் இடம்பெற்றுள்ள மூன்று நுழைவாயில்களும் தொழுகை மண்டப மையப் பகுதிக்குரியதாகும். தொழுகை மண்டப மையப் பகுதியுடன் (nave) இணைந்த இருபக்கங்களிலுமுள்ள பகுதிகள் (aisles) முகப்பு மையத்துடன் இணைக்கப்பட்ட அழகு வளைவு பக்கப்பகுதிகளுக்கு இணையாய் உள்ளன. தொழுகை மண்டப மையப் பகுதியினுள் நுழைய தூண்களாலான அழகு வளைவினைக் கொண்ட போர்டிகோவினை கடந்திடவேண்டும். தொழுகை மண்டப மையப்பகுதி சதுரவடிவ மண்டபமாகும். இதன் மேற்கு சுவரில் மிஹ்ராப் மாடமும் விதானத்தின் மேல் பிரதான அரைக் கோளகுவிமாடமும்அமைந்துள்ளன.இந்தமையமண்டபத்திலிருந்து,

தொழுகை மண்டப பக்க இணைப்புப் பகுதிகளில் இடம்பெறும்
நடைபாதைப்பகுதி

இதன் வடக்கு, தெற்கு சுவர்களில் இடம்பெறும் அழகுவளைவு நுழைவுப் பாதையின் மூலம் (arcade) தொழுகை மண்டபத்தின் பக்க இணைப்புப் பகுதிகளுக்குச் சென்றிட முடியும். இந்தப் பக்க இணைப்புப் பகுதிகள் இரண்டும் அவற்றின் மையத்தில் சிறியதொரு தொழுகை மண்டபத்தைக் கொண்டுள்ளன. இவற்றின் விதானமே சிறிய அளவில் அமைந்த அரைக்கோள குவிமாடங்களாகும். தொழுகை மண்டபத்தின் மையப் பகுதி யிலும் இருபக்க பகுதிகளிலும் வெறுமனமே விடப்பட்ட விசாலமான பகுதிகளும், முகப்பின் தூண்களாலான பக்க இணைப்புப் பகுதிகளும் ஏற்படுத்தும் காட்சி முரண்பாடு தான் உள்கட்டுமானத்தோற்றத்தை உயர்த்திக் காட்டிடும் வித்தியாச மான கட்டுமான முயற்சியாகும். பக்கப்பகுதிகளில் தூண்கள் நன்முறையில் குழுமம் குழுமமாய் பங்கீடு செய்யப்பட்டிருக்கும் முறையானது, எக்கோணத்திலிருந்தும் எழிலார்ந்த தோற்றத்தை அளிக்க வகை செய்கின்றது. உத்திரங்களும் அழகு வளைவுகளும் ஒன்று சேர்த்து கையாண்டுள்ள உத்தமமான முறை, உட்கட்டு மானத்திற்கு மேலும் எழில் சேர்க்கின்றது. அழகு வளைவுகள், நடைபாதையமைப்பிற்கு கவர்ச்சிகரமான விசாலமான தோற்றப் பொலிவை அளிக்கின்றன. உத்திரங்களும் (beams) அவற்றோடு இணைந்த தொங்கும் அமைப்புடைய இணைப்புச் சேர்க்கைகளும்

(bend and brackets) இரு அழகு வளைவுகளுக்கு இடைப்பட்ட பகுதிக்கு பொலிவூட்டுகின்றன. இந்து மற்றும் இஸ்லாமியக் கட்டுமான முறைகளை பொருத்தமாய் ஒருங்கிணைத்து கையாண்டுள்ள விதத்தால்தான் உட்கட்டுமானம் பேரெழில் உடையதாய் துலங்குகின்றது.

மிஹ்ராப், ஜாமி மசூதி, பதேபூர் சிக்ரி

தொழுகை மண்டபத்தின் கட்டுமான நேர்த்தியை உரைத்திடும் போது மறக்காமல் சுவரோவிய (mural painting) அழகுபடுத்தும் வேலைப்பாடுகளைப் பற்றியும் கூறிடத்தான் வேண்டும். தொழுகை மண்டபத்தின் மைய மண்டபத்திலும், அதன் பக்க இணைப்புப்பகுதிகளிலும் இடம்பெறும் சுவர்ப்பகுதிகளில் பெரும்பாலானவை சுவரோவியங்களைக் கொண்டுள்ளன.

புலந்தர்வாஷா - ஜாமி மசூதி நுழைவாயில்- வெளித்தோற்றம்

இக்கட்டுமானத்தில் ஈடுபட்டிருந்த கலைஞர்கள் தங்களின் முழுத்திறனையும், கற்பனையையும் முழுமையாய் இக்கட்டு மான அழகுபடுத்தலில் அர்பணித்துள்ளார்கள். எனவே தான் அக்பர் கால கட்டுமானங்கள் அனைத்ததையும் விட ஜாமி மசூதி கட்டுமானம் சிற்ப, சுவரோவிய, உள்பதித்தல் போன்ற அனைத்து அழகுபடுத்தும் வேலைப்பாடுகளிலும் தன்னிகரற்றதாய் தலை சிறந்து விளங்குகின்றது. நேர்த்தியான கட்டுமானத்தில் மேற்கொள்ளப் பட்ட அழகு வடிவமைப்புகளின் வகைகளை என்னதான் வர்ணித்தாலும் முழுமையுறாது என்பது அப்பட்டமான உண்மை; ஆனால் உத்தேசமாய் வர்ணித்திட இவ்வாறு கூறலாம்: அற்புதமான ஓவியவர்ணனை கொண்ட புத்தகத்தின் பக்கங்களை ஜாமி மசூதி கலைஞர்கள் முன் மாதிரிகளாய் எடுத்துக் கொண்டார்கள்; அவற்றை பல மடங்கு விரிவுபடுத்திக் கொண்டார்கள்; அவ்விரிவாக்கங் களில் பொருத்தமாய் கோடுகளும், வர்ணங்களும் கலந்த

தங்களது வடிவ கணித பொக்கிஷ கற்பனையைப் பயன்படுத்தி யுள்ளார்கள். விளைவு, ஜாமி மசூதி உள்கட்டுமான அழகு வேலைப் பாடுகளாகும்.

புலந்தர்வாஸா (Buland Darwaza)

பதேபூர் சிக்ரியில் ஜாமி மசூதிக் கட்டுமானம் முடிந்து 25ஆண்டுகள் உருண்டோடிவிட்டன. கி.பி 1601-ஆம் ஆண்டு அக்பர் தக்காணம் மற்றும் காந்தேஷ், புர்கான்புர், ஆசிர்கார், தால்னேர் ஆகிய பகுதிகளை வென்று வெற்றி வீரராகத் திரும்பினார். தனது வெற்றியைப் பறைசாற்றிடும் வகையில் ஒரு கீர்த்திஸ்தம்பம் அமைக்கத் திட்டமிட்டார். அந்த வெற்றிச் சின்னம் தான் புலந்தர்வாஸா எனப்படும் பதேபூர் சிக்ரி ஜாமி மசூதியின் தெற்குத்திசை நுழைவாயிலாகும். இது, இதற்கு முன்னிருந்த தெற்கு நுழைவாயிலை அகற்றிவிட்டு, மிக பிரம்மாண்டமாக எழுப்பப்பட்டுள்ளது. இது 42 அடி உயரமுள்ள பெரிய மேடையின்மீது அமைக்கப்பட்டுள்ளது. அந்த மேடையி லிருந்து நுழைவாயிலின் உயரம் 134 அடிகளாகும். எனவே தரைத்தளத்திலிருந்து புலந்தர்வாஸாவின் மொத்த உயரம் 176 அடியாகும். தரைத்தளத்திலிருந்து நுழைவாயில் கதவுப் பகுதி களை அணுகிட மேடையமைப்பில் அமைக்கப்பட்டுள்ள செங்குத்தான 123 படிக்கட்டுகளைக் கடந்திடவேண்டும்.

புலந்தர்வாஸாவின் உட்தோற்றம். மைய திறந்த
வெளியிலிருந்து கிடைத்திடும் தோற்றம்

மேடைமேலுள்ள தர்வாஸா முகப்பின் நீளம் 130 அடியாகும். தர்வாஸா கட்டுமானத்தின் திண்மம் அல்லது தர்வாஸாவினுள் நடைபாதை அமைப்பின் நீளம் 123 அடிகளாகும். எனவே எக்கோணத்திலிருந்து பார்த்தாலும் புலந்தர்வாஸா கட்டுமானத்தின் பிரம்மாண்டம் நம்மை பிரம்மிக்க வைக்கின்றது.

முகலாயர்களின் நுழைவாயில் கட்டுமானங்கள் அவர்களின் பிற கட்டுமானங்களை விட சிறந்த கட்டுமான சாதனைகளாக விளங்குகின்றன. கோட்டைகளிலும், மதிற்சுவர்களிலும் இடம் பெறும் வலிமைமிகு நுழைவாயில்கள், தங்கும் விடுதிகளில் அமைக்கப்பட்டிருக்கும் எளிமையான நுழைவாயில்கள், கல்லறை மாடங்களில் இடம்பெறும் எழில் மிகுந்த நுழைவாயில்கள், அரண்மனைகளிலும், நகர அழகு வரவேற்பு நுழைவாயில் களிலும் இடம்பெறும் தூண்களுடனான போர்டிகோ நுழைவாயில்கள் ஆகிய முகலாயர்களின் அனைத்து வகை நுழைவாயில்களுமே எதற்காக அமைக்கப்பட்டதோ அதனை முழுமையாய் நிறைவு செய்திடும் கட்டுமான சாதனைகள் எனலாம். ஆக்ராவிலுள்ள டெல்லி நுழைவாயிலா, பதேபூர் சிக்ரியிலுள்ள புலந்தர் வாஸாவா, 'எது சிறந்தது' எனில் நிச்சயமாக புலந்தர்வாஸாதான் என ஏகோபித்த பதில் கிடைக்கும்.

படாடோபமற்றதாகவும், மீப்பெரு எடையுடையது என்னும் தோற்றத்தைத்தராததாயும், அதிக வலிமையுடையதாகவும் உள்ளது புலந்தர்வாஸா. பிரம்மாண்டமான அளவுடையதாக இருப்பதால், இதனருகேயுள்ள கட்டுமானங்கள் எதுவும் எடுபடாமல் போய்விடுகின்றன. ஜாமி மசூதியின் ஒரு அங்கம் தானே புலந்தர் வாஸா! அப்படியிருக்கையில் ஜாமி மசூதிதான் காண்போரை கவர்ந்திழுத்திடவேண்டுமேயொழிய, அது, புலந்தர்வாஸாவா யிருக்கக் கூடாது என்று குறைகூறுவோரின் வாதத்தில் அர்த்த மில்லாமலில்லை.

"பொதுவாக மனிதர்கள் ஆறடி உயரம் உள்ளவர்கள்தாம்; எனவே அவர்களுக்கான நுழைவாயில் யானைகளின் அணிவகுப்பு நடத்திடும் 'அளவில்' அமைந்திடக் கூடாது". நுழைவாயிலின் பிரம்மாண்டம் மனிதர்களை பிரமித்திட வைக்கவேண்டும் அதேசமயம் அதனுள் நுழைந்து கடந்திடும்பொழுது, தற்காலிக மாய் தங்களது இல்லத்தில் இருப்பதுபோன்ற உணர்வினையும்

கொடுத்திட வேண்டும். அதாவது 'மலையளவு' உள்ளதாக உள்ளிழுக்கப்பட்ட, அரைக்கோள குவிமாடத்தில் பாதியளவு வடிவுள்ள விதானத்துடனான மாடத்திற்கும் (alcove above) 'கடுகளவு' உள்ளதாக மனித அளவிலான நுழைவாயிலுக்கும் பாந்தமான உறவுமுறை இருக்குமாறு பிரம்மாண்டமான அழகு நுழைவாயில்களை வடிவமைப்பது எப்படி? ரோமாபுரி கட்டுமானத்திலும், மறுமலர்ச்சிகால (Renaissance) கட்டுமானத்திலும் இத்தகு வடிவமைப்பு சிக்கல் உள்ளது என்பதை உணர்ந்திடக்கூட இல்லை. 'கோதிக்' கட்டுமானத்திலும் இந்த வடிவமைப்பு சிக்கலுக்கு கொடுத்த தீர்வு திருப்தியளிப்பதாய் இல்லை. எனவே தான் பாரிஸ் நகரில் ஆர்க்-டி-டிராம்பே, (Arc-de-Triomphe) டெல்லி நகரின் இந்தியா கேட் (India Gate) ஆகியவற்றைக் கடந்திடும் நாம், நடைபாதையமைப்பினுள் செல்வது போன்ற உணர்வை பெறுவதில்லை; மாறாய் ஜனசந்தடியற்ற, தனிமைப் படுத்தப்பட்ட கட்டுமானத்தினுள் செல்வதுபோன்ற உணர்வையே பெறுகின்றோம். இக்கட்டுமானங்களை விட தென்னகக் கோயில் கோபுர நுழைவாயிலமைப்பு வெற்றிகரமாய் வடிவமைக்கப் பட்டுள்ளது. 'குகை' போன்ற நடைபாதையமைப்பின் மேல் உயரமாய், பிரமிட் வடிவாய் கோபுரக் கட்டமைப்பை அமைத்து வடிவமைப்பு சிக்கலுக்கு தீர்வு கண்டிருக்கின்றார்கள். மாறாய், புலந்தர்வாஸா கட்டுமானத்தில் இவ்வடிவமைப்பு சிக்கலுக்கு மிகச்சிறந்ததொரு தீர்வினை கொடுத்துள்ளார்கள். கிட்டப் பார்வைக்கும், தூரப்பார்வைக்கும் உணர்வுபூர்மாய் கிடைத்திடும் புலந்தர்வாஸாவின் வடிவமைப்புத் தோற்றம் மனநிறைவளிப் பதாய் உள்ளது.

புலந்தர்வாஸாவின் முகப்பு பகுதியானது ஓர் பிரம்மாண்ட மான மத்திய பகுதியையும், இதன் இருபக்கங்களிலும் ஒரு உள்நோக்கிய கோணத்தில் இணைந்ததாய் பக்கப் பகுதிகளையும் கொண்டுள்ளது. ஒரு மத்திய பகுதியும், இருபக்கப் பகுதிகளும் வெவ்வேறு மூன்று தளங்களில் (plane) அமைந்துள்ளன. இதில் மத்திய தளமானது குறுக்குவசத்தில் 86 அடி அளவுள்ள செவ்வக வடிவ தளமாகும். இந்த மத்திய தளத்தின் பெரும்பகுதியானது அழகுவளைவினுள் உள்ளடங்கிய, அரைக்கோள குவிமாடத்தைப் பாதியாய் வெட்டினாற்போன்ற அமைப்பில் விதானமுடைய (semi-dome) மாடப்பகுதியால் ஆக்கிரமிக்கப்பட்டுள்ளது. இவ்வமைப்புதான், முகப்பின் எடுப்பான தோற்றத்தினை

உத்தரவாதப்படுத்துகின்றது. இம்மத்திய தளத்துடன் இணைந்த இரு பக்கப்பகுதி தளங்களும் மூன்று அடுக்குகளையுடையதாய், ஒவ்வோர் அடுக்கிலும் வெவ்வேறு வித நுழைவாயில் சாளர வேலைப்பாடுகள் உடையதாய் அமைந்துள்ளன. இப்பக்கத் தளங்களின் குறுக்களவு மத்திய தளத்துடன் ஒப்பிடும்பொழுது மிகக் குறுகியதுதான். மத்தியத் தள உள்ளடங்கிய மாடத்தின் அரைக்கோள குவிமாட அமைப்பில் பாதியளவு (semi-dome) அமைப்புள்ள விதானமானது, தரையிலிருந்து 10 பக்க ஒழுங்கு பலகோணத்தில் பாதி (half-decagon) வடிவமைப்புடைய சுவர்ப் பகுதிகளின் மேல் அமர்ந்துள்ளது. இத்தகு வடிவமைப்பால் மனித அளவுடைய அழகுவளைவு நடைபாதையமைப்பிற்கு பொருத்தமாய், அதற்கு மேலுள்ள கட்டுமானம் பிரம்மாண்ட மாய் இருக்குமாறு அமைந்து, நடைபாதையமைப்பைக் கடந்திடும் பொழுது இல்லத்திலிருப்பது போன்ற உணர்வும், தூரத்திலிருந்து பார்க்கும்பொழுது பிரமிப்புத் தோற்றமளிப்ப தாயும் உள்ளது.

ஒட்டுமொத்தக் கட்டுமானத்திற்கும் மகுடஞ்சூட்டினாற் போன்ற தோற்றத்தையமைக்கின்றன உச்சியிலுள்ள சாட்ரி கோபுர அமைப்புகள். இவற்றின் சிறிய அளவிலான அரைக் கோள குவிமாட விதானங்களின் அணிவகுப்பு விண்வெளிப் பொலி வூட்டுகின்றது. இத்தகு உயர்தரமான கட்டுமானத்தின் முகப்பு சுவர்களில் இடம்பெறும் வேலைப்பாடுகள் அற்புத மானவைகளாகும். முகப்பு வெளிப்புறச் சுவரில் இடம்பெறும் செவ்வக வடிவ அகலமான, விளிம்புச்சட்டம்போன்ற (wide border) வேலைப்பாடு மிக முக்கியமானதாகும். ஏனெனில் இத்தகு வடிவமைப்பானது தொடர்ச்சியாய் காலிகிராஃபி பொறிப்பு களை பதித்திட ஏதுவாகின்றது. புலந்தர்வாஸா கட்டு மானத்தில் இத்தகு அழகுபொறிப்பு பதிப்புகள் அதிமுக்கியத்துவம் பெறுகின்றன. ஏனெனில் கட்டுமான காலத்தில் புகழ்பெற்றிருந்த சித்திர எழுத்துகளில், பெரிய அளவில் பொறிக்கப்பட்டிருந்த வாசகங்கள், அக்பர் கனவுகண்ட உடோபியா (Utopia) உலக வாழ்வு எத்தகையதாயிருக்கவேண்டும் என்பதை உபதேசிக் கின்றது. "வானமும், பூமியும் இருக்கும் வரை அக்பரின் புகழ் ஓங்குக! இயேசு கிருஸ்து அவரை ஆசீர்வதிப்பார். கிருஸ்துவின் வார்த்தைப்படி: உலகம் ஒரு பாலம்; அதைக் கடந்து செல்; தட்டியெழுப்பாதே; அடுத்த மணிப்பொழுது எவன் இருப்பேன் என்று நம்புகின்றானோ, அவன் என்றும் வாழ்வான்; வாழ்வு

நொடிப்பொழுதானது. அதைத் தொழுகையில் கழி-வாழ்வின் பிற செயல்கள் பயனற்றவை..". நாராயணா, லட்சுமணா, சோமா போன்ற இந்துக் கட்டிடக் கலைஞர்கள் எழுப்பிய ஜாமி மசூதிக் கட்டுமான நுழைவாயில் புலந்தர்வாஸாவில் இயேசு கிருஸ்து வின் உபதேசமொழி இடம்பெற்றிருக்கும் நிகழ்வு ஓர் வரலாற்றுத் தடமேயாகும்.

மசூதியின் திறந்த வெளியிலிருந்து புலந்தர்வாஸாவின் பின்புறப் பகுதியின் தோற்றப்பொலிவு நமக்கு பிரமிப்பூட்டு வதாயில்லை. ஆனால் புலந்தர்வாஸாவின் முகப்பமைவு ஏற்படுத்திய பிரம்மிப்பிலிருந்து விடுபடாததாலேயே இவ்வாறு கூறுகின்றோம். இப்பின்புறப் பகுதி, மசூதியின் நடைபாதைப் பகுதிகளோடும், மசூதி முகப்போடும் ஒன்றிணைந்த தோற்றப் பொலிவாய் இருக்கவேண்டும். இதன் வடிவமைப்பு மசூதித் தூண்களோடும், அழகு வளைவுகளோடும் பொருந்திப் போகும் விகிதாச்சாரத்தில் இருக்கவேண்டும். இக்கூறுகளையெல்லாம் மனதில்கொண்டு எந்த அளவுக்கு பொருத்தமான பெரிய அளவுடையதாய் அமைத்திடக் கூடுமோ, அந்த அளவில் புலந்தர் வாஸாவின் பின்புறப் பகுதியை அமைத்துள்ளார்கள். மூன்று அழகுவளைவு நுழைவுவாயில்களையும், சாட்ரி மாடங்களுடன் கூடிய கைப்பிடிச்சுவர் அமைப்பையும் கொண்டதாய் புலந்தர் வாஸாவின் பின்புறப் பகுதி வடிவமைக்கப்பட்டு நேர்த்தியாய் நிறைவேற்றப் பட்டுள்ளது.

ஷேக் சலீம் சிஸ்டி கல்லறை மாடத்தில் இடம்பெறும் நுட்பமான சலவைக்கல் சாளர வேலைப்பாடுகள்

ஷேக் சலீம் சிஸ்தி (Salim Chisti) யின் கல்லறை மாடம்:

பதேபூர் சிக்ரியின் கட்டுமானங்கள் அனைத்திலிருந்தும் முற்றிலும் மாறுபட்டக் கட்டுமானம் சலீம் சிஸ்தியின் கல்லறை மாடமாகும். அழகுவேலைப்பாடு மற்றும் கட்டுமான மதிப்பீட்டுக் கோணத்திலிருந்து இம்மாறுதலை உணர்கின்றோம். புலந்தர் வாஸாவுடன் ஒப்பிடும்பொழுது, மிகச்சிறிய அளவுடைய கட்டுமானமாகும். மசூதிக் கட்டுமானம் தொடங்கியபொழுதே, இக்கல்லறை மாட கட்டுமானமும் தொடங்கிவிட்டதாக வரலாற்றுச் சான்றுகள் உரைக்கின்றன. எனவே இக்கல்லறை மாடமும் சிகப்பு வண்ண மணற்கல் கட்டுமானமாகத்தான் இருந்திருக்கும். இன்று நாம் காணும் கல்லறை மாடமோ, தூய வெண்மையான சலவைக் கற்களால் அமைந்த கட்டுமானமாகும். சலவைக்கற்கள் உளி கொண்டு சீர்படுத்தப்பட்டு, பளபளப் பேற்றப்பட்டு, பின் மிக நேர்த்தியாய் இணைத்து எழுப்பப்பட்ட, விண்வெளிப் பொலி வூட்டும் (aerial delicacy) வகையில் அமைந்த கட்டுமானமாகும். எனவே பேரரசர் ஜஹாங்கீர் ஆட்சிக்காலத்தின் இறுதியிலோ, அல்லது பேரரசர் ஷாஜகான் ஆட்சிக்காலத்தின் முற்பகுதியிலோ, பழைய மணற்கல் கல்லறை மாடத்தை அகற்றிவிட்டு, சலவைக் கல் கல்லறை மாடமாக எழுப்பப் பட்டிருக்கலாம்.

பதினான்கு வயதில் பேரரசரான அக்பருக்கு 26 வயதுவரை புத்திர பாக்கியம் வாய்க்கவில்லை. இதனால் மனவேதனை யுடன் இருந்த அக்பர், சிக்ரியில் தங்கியிருந்த சூபி (Sufi) துறவி ஷேக் சலீம் சிஸ்தியைச் சந்தித்தார். அக்பரின் மனக்குறையை உணர்ந்த துறவி 'முகலாய சாம்ராஜ்யம் உங்களின் சந்ததியினரால் அழியாப்புகழ் பெறும்' என ஆசிர்வதித்தார். அடுத்த ஆண்டே, அதாவது கி.பி 1569-இல் அக்பர் ஜோத்பாய் தம்பதியற்கு அழகிய ஆண்குழந்தைப் பிறந்தது. துறவியின் நினைவாய் குழந்தைக்கு சலீம் எனப்பெயரிடப்பட்டது. இக்குழந்தைதான் அக்பருக்குப் பின் முகலாயப் பேரரசரான ஜஹாங்கீர் ஆவார். சலீம் சிஸ்தியின் கல்லறை மாடத்திற்கான வரலாற்றுப்பின்னணி இதுவேயாகும்.

48 அடி நீளம் கொண்ட சதுரவடிவக் கட்டுமானமாகும்; நுழைவாயில் தென்திசையில் உள்ளது; மைய மண்டபத்தில் சலீம் சிஸ்தியின் உடல் அடக்கம் செய்யப்பட்டுள்ளது. இது 16 அடி பக்க அளவுள்ள கட்டுமானமாகும். கல்லறைபெட்டியைச்

ஷேக் சலீம் சிஸ்டியின் முகப்புத்தூண் இணைப்பு வேலைப்பாடுகள்

(cenotaph) சுற்றி அழகிய, வேலைப்பாடுகள் மிகுந்த, தூண்களின் மேல் எழுப்பப் பட்ட விதானமானது, அரைக் கோள குவிமாடத்தைக் கொண் டுள்ளது. இந்த மைய மண்ட பத்தைச் சுற்றிய வெளிப்பிர காரச் சுவரானது தூண்களாலும், அழகு வளைவுகளாலும் பல பகுதிகளாகப் பிரிக்கப்பட்டுள் ளது. இப்பகுதிகள் ஒவ்வொன் றும் ஒவ்வொரு விதமான ஜியோமிதி வடிவமைப் புடைய சலவைக் கல் சாளரங்களைக் கொண்டுள்ளன. இந்த வெளிப் பிரகாரத்தின் மேற்கூரையின் உட்பகுதி கிஸிப்டாவிடானா எனப்படும் லாந்தர் பாணி வடிவமைப்பாகும்.

தென்திசை நுழைவாயிலின் முன்பகுதி எழிலார்ந்த தூண்கள் மூலம் அமைந்த வெளிநீட்டல் கட்டுமானத்தைக் கொண்டுள்ளது. இத்தூண்களில் இடம்பெறும் தேன் கூடு வடிவமைப்புடைய உச்சி யிணைப்புகளும் (capital) தூண் தண்டுப்பகுதியிலிருந்து 'S' வடிவி லமைந்த இணைப்புச் சேர்க்கை (bracket) வேலைப்பாடுகளும் தனித்தன்மை வாய்ந்த வடிவமைப்புகளாகும். ஒட்டுமொத்தத் தூண்கள் கட்டுமானம் சலவைக்கல்லில் செதுக்கப்பட்டது போல் தோற்றமளிக்கவில்லை; தந்தக் கடைசல் வேலைப்பாடுகளைப் போல் அமைந்துள்ளது. குஜராத் கோயில்களில் கூட இது போன்ற வடிவமைப்பு வேலைப்பாடுகள் இவ்வளவு உயர்தரமானதாய் காணமுடிவதில்லை. இந்த உச்சியமர்வுகளும், இணைப்புச் சேர்க்கை களும் எவ்வித கட்டுமானப் பயன்பாட்டினையும் கொண்டவையல்ல; மாறாய், அழகூட்டும் வேலைப்பாடுகள் மட்டுமே ஆகும். இவை, குஜராத்தி கட்டுமானக் கலைஞர்களின் தளைகளற்ற கற்பனை வளத்தில் உருவெடுத்த கோயில் வேலைப்பாடுகள் போன்றுள்ளன. இஸ்லாமிய குணாதிசயங்கள் ஏதும் கொண்டிருக்க

வில்லை. தைமூர் மூதாதையர்களின் சொலவடையான "எந்தவொரு வேலையைக் கையிலெடுத்துக் கொண்டாலும், அதன் உச்சத்தை தொட்டு விடுவது தான் அவனது நோக்கமாயிருக்கும்" என்பதற்கு நிரூபணம் தான் கல்லறைமாட அழகு வேலைப்பாடுகள்.

பதேபூர் சிக்ரி நகர் கைவிடப்படல்:

இந்நகரம் எழுப்பப்பட்ட பதினைந்தே ஆண்டுகளில் கி.பி. 1585-இல் அக்பர் இந்நகரை விட்டு அகன்றார். இதற்கான காரணங்கள் இன்னதென்று உறுதியாய் சொல்லிடமுடிய வில்லை; எனினும் தண்ணீர் தட்டுப்பாடுதான் காரணம் என்று கருதப்படுகிறது. இருந்தபோதிலும், அக்பர், பதேபூர் சிக்ரியில் இருந்த நாட்கள்தான் அவரது ஆட்சிக்காலத்தின் பொற்காலம் எனலாம். அவர், இந்நகரில் நிலைப்படுத்திய வாழ்க்கைப் பாணியும், கலாச்சார உயர்வும் வரவிருக்கும் நூற்றாண்டுகளுக்கு முகலாயப் பேரரசர்களை வழிநடத்துவதாயிற்று.

◆

17

அத்தியாயம்

முகலாயர்கள்: அழகியலின் அபூர்வநிலை

வடமேற்கு இந்தியாவில் காலூன்றக் கூடிய அளவில்தான் அக்பர் வசம் ஆட்சிப்பொறுப்பு வந்தது. அதை இந்தியாவெங்கும் வியாபித்த பேரரசாக மாற்றிய பெருமை அக்பரையே சாரும். மேலும் அவர், அப்பேரரசு நிர்வாகத்தை, இராணுவத்தின் துணைகொண்ட சர்வாதிகாரத்தனமாக அமைத்திடவில்லை; மாறாய், அரசர் யாராயினும், அரசு இயந்திரம் முடங்கிடாமல் செயல்படும் நிர்வாக அமைப்பை ஏற்படுத்தினார். ராஜா தோடர் மாலின் நிதி நிர்வாகச் சிறப்பாலும், பெரும் முயற்சிகளை சாதித்திட முனையும்பொழுதும் 'சிக்கனத்தை' அக்பர் கைவிடாததாலும், கஜானா நிரம்பி வழிந்தது. 1605-ஆம் ஆண்டு அக்டோபர் பதினைந்தாம் நாள் காலன் நெருங்கிவிட்டான் என அக்பர் உள்ளுணர்ந்தார் போலும். மூத்தமகன் சலீமை அழைத்தார். அரச உடையும், முடியும், 'ஹுமாயூன் வாளும்' தரித்து தன்முன் வரும்படி ஆணையிட்டார்; ஜஹாங்கீராக, முகலாயப் பேரரசராக, சலீம் முடி சூடப்பட்டார். பேரரசர் ஜஹாங்கீருக்கு ஒரு சில அறிவுரை வார்த்தைகள் வழங்கியதுடன் அக்பரின் உயிர் பிரிந்தது.

உலக உருண்டையை கையில் தாங்கிடும் ஜஹாங்கீர்- அபு அல் ஹாசனின் முகலாய சிற்றோவியம்

அக்பரின் ஆட்சிக்காலத்தின் பெரும்பகுதியில் இடையறாத கட்டுமான நடவடிக்கைகள் தொடர்ந்த வண்ணமே இருந்தன. இதனுடன் ஒப்பிட்டால், ஜஹாங்கீரின் ஆட்சிக்காலம் கட்டுமானத்துறையைப் பொறுத்தவரை 'சொல்லிக் கொள்ளும்படி இல்லை' என்றுதான் கூறிட வேண்டும். காரணம், பேரரசர் ஜஹாங்கீரின் ஆத்மார்த்தமான கலையார்வமானது, பாபரின் கலையார்வத்தை ஒத்திருந்தது. மிகப் பெரிய அழகிய முகலாயத் தோட்டங் களை அமைத்தல் போன்ற இயற்கையுடன் இயைந்த முயற்சிகள்தான் ஜஹாங்கீரின் கட்டுமான சாதனைகளாக உருவெடுத்தன. தன் கண்ணில்பட்ட தாவரங் களையும், விலங்கு, பறவை இனங்களையும், அன்றாட அரசியல், நிர்வாக நிகழ்ச்சிகளையும் வார்த்தைகளில்தான் பாபர் வர்ணித்துள்ளார். மாறாய், தன்னைச்சுற்றியுள்ள உலகத்தையே ஓவியங்களாகப் பதிவு செய்திடுவதில் பெரும் முனைப்புக்காட்டினார் ஜஹாங்கீர். எனவே அவரது 22 ஆண்டுக்கால ஆட்சி முகலாய ஓவிய, சிற்றோவியக் கலையின் பொற்காலமாயிற்று. ஜஹாங்கீர் காலத்து வரலாற்று நிகழ்வுகளும், வரலாற்றுப் புருஷர்களும் மட்டுமின்றி இந்தியாவின் தாவர, பறவை, விலங்கினங்களும் பற்றி முழுமையான தகவல்களைத் தரும் காட்சிப் பதிவுகளாக ஓவியங்கள் வரையப்பட்டன.

அக்பரின் கல்லறை மாடம் (1613):

ஜஹாங்கீரின் மனமானது இயற்கைக் காட்சிகளிலும், முகலாயத் தோட்டங்களிலும், ஓவியக் கலையிலும் லயித்திருந்தாலும்,

ஜஹாங்கீரின் முயற்சியின் விளைவாக உருவான இஸ்லாமிய விண்வெளி அண்ட உருண்டை

தந்தை அக்பருக்கு கல்லறை மாடம் அமைப்பதில் முனைப்புக் காட்டிட மறந்திடவில்லை. அக்பரின் கல்லறைமாடமானது ஆக்ரா நகருக்கு அருகில் சிக்கந்தரா (Sikkandra) என்னுமிடத்தில் அமைந்துள்ளது. தலைசிறந்த முகலாயக் கட்டுமானங்களில், அக்பரின் கல்லறை மாடமும் அடங்கும். மிகப்பிரம்மாண்டமாக, வித்தியாசமாக, கல்லறைமாடக் கட்டுமானம் திட்டமிடப் பட்டதால், ஜஹாங்கீர் பதவியேற்று எட்டு ஆண்டுகள் கழித்து 1613-ஆம் ஆண்டில்தான் கட்டுமான வேலைகள் முடிவுக்கு வந்தன. அக்பரின் ஆளுமையையும், ஜஹாங்கீரின் ஆளுமை யையும் படம்போட்டுக் காட்டும் கட்டுமானம் இது என்று உறுதிபடக் கூறிடலாம்.

அக்பரின் கல்லறை மாடக் கட்டுமானத்தின் பெரும்பகுதி ஜஹாங்கீரின் காலத்தில்தான் கட்டப்பட்டதாகத் தெரிகிறது. கல்லறை மாடத்தின் இருப்பிடமும், தரைவரைபடமும் அக்பரின் காலத்தில் முடிவு செய்யப்பட்டவை ஆகும். கல்லறை மாட அமைப்பின் பொதுத்தன்மை எவ்வாறிருக்கவேண்டும் என்ற அக்பரின் கருத்துக்கள் தரைவரைபடத்தில் பிரதிபலித்தன. கட்டுமான வேலைகள் நடந்துகொண்டிருக்கும் பொழுதே அக்பர் இறந்துவிட்டார். முழுக்கட்டுமானமும் அக்பரின் மேற்பார்வையில் நடைபெற்றிருந்தால், அவரது தனித்தன்மையான ஆளுமையை வருங்கால சந்ததியர்க்கு எடுத்துரைக்கும் சிறந்ததொரு நினைவகமாக வடிவமெடுத்திருக்கும். குவிமாட விதான கல்லறை மாடம் என்ற பாரம்பரிய கல்லறை மாட வடிவமைப்பிலிருந்து மாறுபட்டதாய் இருக்கவேண்டும்; வடிவமைப்பிலும், அதனை நிறைவேற்றும் விதத்திலும் புத்தாக்கக் கட்டுமானமாயிருக்க வேண்டும் என்பதுதான் அக்பரின் முக்கியக் குறிக்கோளாய் இருந்திருக்கும். இத்தகு குறிக்கோள்தான் 'கட்டிடக் கலை உயிரோட்டமுடன் உள்ளது; வளர்ச்சிப் பாதையிலும் தடம் பதிக்கின்றது' என்பதற்கான நிரூபணமாகும். ஆனால் முக்கியக் குறிக்கோளை அடைந்திட, தீர்க்க தரிசனப் பார்வையும், இதனை நிறைவேற்றிடும் பொருத்தமான கோட்பாடுகளும் இணைந்திட வேண்டும். அக்பரின் கல்லறை மாடத்திற்கு அத்தகையதொரு பாக்கியம் கிட்டவில்லை. ஜஹாங்கீர், அக்பரின் எண்ணவோட்டங்களைத் தொடர்ந்திடவில்லை. இதனால்தான் ஹுமாயூன் கல்லறை மாடத்தோடு ஒப்பிடுகையில், அக்பரின் கல்லறைமாடமானது கல்லறை மாடக் கட்டுமானத்தில் ஏற்பட்ட பின்னடைவு என்று வர்ணிப்போரும் உண்டு.

அக்பரின் கல்லறை மாடமானது பிரம்மாண்டத்தைத் தொட்டிடும் அளவுடையதுதான். 320 அடி பக்க அளவுள்ள சதுர வடிவ கல்லறை மண்டபத்தைச் சுற்றிலும் சார்பாக் (Char Bagh) எனப்படும் முகலாயர் தோட்டங்கள் அமைக்கப்பட்டன. இதனைச் சுற்றியமைந்த சதுர வடிவ மதிற்சுவர் கட்டுமானத்தின் பக்கங்கள் ஒவ்வொன்றும், மையத்தில் நுழைவாயில் கட்டுமானத்தை கொண்டுள்ளது. தெற்கு நுழைவாயில் கட்டுமானம் மட்டுமே பிரதான நுழைவாயில் கட்டுமானமாகும். சமச்சீர்த் தன்மைக்காகவே பிறபக்க மையங்களில் நுழைவாயில் கட்டுமான அமைப்புகள் உள்ளன. நுழைவாயில் கட்டுமானங்கள்

இமயமலையில் காணப்படும் நீலத்தொண்டை பறவையான பர்பத் முகலாய சிற்றோவியம்- உஸ்தாத் மன்சூர் வரைந்தது

1780-இல் ஜெய்ப்பூர் பாணியில் வரையப்பட்ட அக்பரின் கல்லறை மாடம்

அக்பரின் கல்லறை மாட பிரதான நுழைவாயில்

ஒவ்வொன்றுமே ஓர் கலைவேலைப்பாடெனலாம். அதிலும் தெற்கு நுழைவாயில் கட்டுமானம் பேரெழில் மிக்கக் கட்டு மானமாகும். இதில், பார்த்தவுடன் வசியப்படுத்திடும் பொருத்த மான விகிதாச்சார அளவுகள்; பெரிதுபெரிதாய் அமைந்துள்ள சுவர்பதிப்பு அழகு வேலைப்பாடுகள்; கட்டுமானத்தின் நான்கு முனை உச்சிப்பகுதிகளிலும் அமைந்துள்ள எழிலார்ந்த வெண்ணிற சலவைக்கற்களாலான மினாரெட்டுகள் ஆகியவை ஒருங்கிணைந்த தால், ஒன்றியைந்து போவதால், பேரெழிலுடைய தோற்றத்தைப் பெறுகின்றது. இக்கட்டுமானக் காலக்கட்டம் வரையில் வட இந்திய கட்டுமானங்கள் எதிலும் இத்தகு மினாரெட்டுகள் முயற்சித்திடப்படவில்லை. அக்பரின் கல்லறை மாடத்திலும் சோதனை முயற்சியாகத்தான் மினாரெட் கட்டுமானங்கள் அமைக்கப் பட்டன இருப்பினும் அளவிலும், வேலைப்பாட்டிலும், பிற அம்சங்களிலும் 'இறுதிவடிவம்' என்றுரைத்திடும் அளவில் அமைந்துவிட்டன இந்த மினாரெட்டுகள்.

100 அடி உயரமுடைய மைய கல்லறை மாடத்தைச் சுற்றியமைக்கப்பட்ட முகலாயர் தோட்டத்தின் முழுமையை அனுபவிக்கும் கொடுப்பினை இன்று நமக்கு இல்லாதிருக்கலாம். ஆனால் தெற்கு நுழைவாயிலிலிருந்து கல்லறை மாடம் வரை அமைக்கப்பட்டுள்ள நடைபாதை அமைப்பிலிருந்தே, இந்த முகலாயர் தோட்ட அமைப்பினை உத்தேசமாய் கணித்திட இயலும். மிக அகலமான நடைபாதையமைப்பின் மையத்தில் நீரோடையமைப்பு; நடைபாதையமைப்பின் இரு பக்கங்களிலும் அலங்காரக் கொடிமரங்கள் ஊன்றப்பட்டது போல் புல்வெளி, மரம், செடி, கொடிகளின் அணிவகுப்பு; மையத்தில் நீருற்றினைக் கொண்ட சதுரவடிவ தடாக அமைப்பானது நடைபாதையின் பொருத்தமான இடைவெளிகளில் இடம்பெற்றிருத்தல்; போன்ற காரணிகளைக் கொண்டு பார்த்திடும் பொழுது தோட்ட வடிவமைப்பாளரும், கல்லறை மாட வடிவமைப்பாளரும் ஒருங்கிணைந்து செயல்பட்டிருப்பர் என்பது உறுதியாகின்றது. அதனால்தான் மதிற்சுவர் மற்றும் கல்லறை மாடக் கட்டு மானமும், முகலாயர் தோட்டமும் ஒருங்கியைந்த தன்மை யுடையதாய், ஒருமைப்பட்டு நிற்கின்றன.

முகலாயத் தோட்டத்தால் சூழப்பட்ட கல்லறை மண்டபத்தை பார்த்தவுடன், அது ஒரு பிரமிட் அமைப்பின் குறுகிய பகுதியில் சிறிதளவு நீக்கப்பட்ட அமைப்புடையதுபோல் தோன்றும்.

தெற்கு நுழைவாயில்- அக்பரின் கல்லறை மாடம்

இக்கல்லறை மண்டபத்தை மூன்று பகுதிகளாக பிரித்துப் பார்த்தால்தான் அப்பிரிவுகளுக்கிடையேயுள்ள கட்டுமான குணாதிசயங்கள் புரிய வரும். தரைத்தளம், நடுப்பகுதி, உச்சிப் பகுதி என்பதே அம்மூன்று பிரிவுகளாகும். தரைத்தளத்தில் பிரம்மாண்டமான மேடையும், அதன் மீது அமர்ந்த கல்லறை மண்டப அடித்தளமும் அடங்கும். தரைத்தளத்தின் மேலுள்ள நடுத்தளமானது, பரப்பளவு குறைந்துகொண்டே செல்லும் மூன்று தளங்களை கொண்டுள்ளது; மூன்று தளங்களுமே சிகப்பு மணற்கற்களாலான காட்சி மாடங்கள் போன்ற அமைப்பைப் பெற்றுள்ளன. சலவைக்கல் திரைச்சீலைச்

அக்பரின் கல்லறை மாடம், தரைத்தளம், நடுத்தளம், விதானப்பகுதி ஆகிய அனைத்துக் காட்சிகளும்

சுவரமைப்பால் சூழப்பட்ட திறந்த நிலை முற்றப்பகுதியைப் போல் வடிவமைக்கப் பட்டுள்ளது உச்சிப்பகுதி. பேரரசர் அக்பரின் உச்சகட்ட சிந்தனைச் செறிவே கல்லறை மாடத்தின் தரைத்தள வடிவமைப்பாகும். 30 அடி உயரமும், 300 அடிக்கும் மேல் பக்க அளவுள்ள சதுர மேடையமைப்பினையும் கொண்டது கல்லறை

அக்பரின் கல்லறை மாடம், செம்மணற்கற் கட்டுமானமான நடுத்தளக் காட்சிமாடம், சலவைக்கற் கட்டுமானமான உச்சித்தளக் காட்சிமாடம்

மண்டப அடித்தளமாகும். சதுரவடிவ அடித்தளத்தின் நான்கு பக்கச் சுவர்களுமே உள்ளிழுக்கப்பட்ட அழகு வளைவுகளின் அணி வகுப்பைக் கொண்டுள்ளது. ஒவ்வோர் பக்கச்சுவரும், அதன் மத்திய பகுதியில் நெடிதுயர்ந்து நிற்கும் செவ்வகவடிவ சுவரமைப்பாய் உருமாற்றம் பெற்றுள்ளது; இச்சுவரமைப்பில் நன்கு உள்ளிழுக்கப்பட்ட, அரைக்கோள குவிமாட வடிவில் பாதியைக் கொண்ட வடிவமைப்பில், விதானமுடைய அழகு வளைவுமாடம்(alcove) அமைந்துள்ளது; இச்சுவரமைப்பின் உச்சிப்பகுதியில் இடம்பெறும் முகப்பு கைப்பிடிச்சுவரமைப்பு ஆனது அழகிய வடிவமைப்புடைய மெர்லான்களைக் கொண்டுள்ளது; கைப்பிடிச்சுவரமைப்பிற்கும் மேல் அமைக்கப்பட்ட எழிலார்ந்த சலவைக்கல் காட்சிமாடங்கள் விண்வெளிப் பொலி விற்கு வித்திடுகின்றன.

தெற்குப் பக்க மையச் செவ்வக சுவரமைப்பினுள் நுழைவாயில் அமைந்துள்ளது. இந்நுழைவாயில், கல்லறை இருக்கும் சிறிய மண்டபத்திற்குச் செல்ல அமைக்கப்பட்ட நீண்ட நடைபாதையின் தொடக்கம் ஆகும். எகிப்திய பிரமிட்கள் சிலவற்றில் அமைந்துள்ளதுபோல் கட்டுமானத்தின் உட்பகுதியில் (கருவறையில்) அக்பரின் கல்லறைப்பெட்டியைக் கொண்ட சிறிய அளவிலான மண்டபம் அமைந்துள்ளது.

மேலே விவரிக்கப்பட்ட தரைத்தள அல்லது அடித்தளப் பகுதி முழுவதுமே தீர்க்காலோசனையில் கருத்தரித்து, பொருத்தமான அளவுகளில் நிறைவேற்றப்பட்டுள்ளது. இது, அக்பரின் ஆட்சிக்கால இறுதியில் கட்டப்பட்டதாகும். பன்முகத்திறன் படைத்த அக்பரின் வழிகாட்டுதலில் அமைந்த வீறார்ந்த கட்டுமானமாக இந்த அடித்தளப்பகுதி விளங்குகின்றது. இத்தகு வலிமைமிகு அடித்தளத்தின் மேல், காட்சிமாடங்கள்போன்ற அமைப்பில் மூன்று தளங்களையுடைய நடுத்தளப் பகுதியானது, விளையாட்டுத்தனமான, உண்மையை விட கற்பனையை வெளிப்படுத்துகிற குணாதிசயத்தைக் கொண்டுள்ளது. எனவே இந்த நடுத்தளக் கட்டுமானம், தரைத்தள கட்டுமானத்திற்கு சற்றே முரண்படுவது போலுள்ளது. அழகுவளைவு நடைபாதை அல்லது சுற்றுப்பாதை (arcades) அமைப்புகளும், சாட்ரி காட்சி மாடங்களும் பொருத்தமான குழுமங்களாகக் கொண்ட அமைப்புடையது தான் இந்த நடுத்தளம். குறைவான எடையுடையதுபோன்றும், குறைவான கட்டுமான உறுதியுடையதுபோன்றும், இந்த நடுத்தளத்தை மதிப்பிடத் தோன்றுகின்றது. இம்மதிப்பீட்டை மேலும் வலுவூட்டுவது போன்ற காட்சித் தோற்றத்தை, வெளிச்சம் விழும் பகுதிகளும், நிழல்விழும் பகுதிகளும் ஒன்றிணைந்து ஏற்படுத்துகின்றன. அக்பரின் வழிகாட்டுதல்களில் அமைந்து கொண்டிருந்த நடுத்தளப் பகுதி ஈர்ப்பில்லாத் தன்மையுடையது போல் பேரரசர் ஜஹாங்கீருக்குத் தோன்றியிருக்க வேண்டும். எனவே அக்பர் இறந்தவுடன் எழும்பிக் கொண்டிருந்த நடுத்தளப் பகுதியை இடித்துவிட்டு இப்போதிருக்கும் வடிவமைப்பில் கட்டுமாறு கட்டுமானக் கலைஞர்களுக்கு ஜஹாங்கீர் உத்தரவிட்டிருக்கவேண்டும்; இந்த புனரமைவுக் கட்டுமானத்திற்கு அக்காலக் கட்டத்திலேயே பதினைந்து லட்ச ரூபாய் செலவிடப் பட்டதெல்லாம் ஜஹாங்கீருக்கு ஒரு பொருட்டாகத் தோன்றிடவில்லை. அக்பரின் 'வீறார்ந்த எழில்' என்ற குணாதிசயத்திலிருந்து

'நகையாபரண எழில்' என்ற ஜஹாங்கீரின் கண்ணோட்டத்தை வெளிப்படுத்துவதாய் இந்த நடுத்தளக் கட்டமைப்பு அமைந்துள்ளது. அடித்தளம், நடுத்தளம் எல்லாமே சிகப்பு வண்ண செம்மணற்கல் கட்டுமானங்களேயாகும். மாறாய், கல்லறை மாடத்தின் உச்சிப்பகுதி, முழுக்கமுழுக்க வெண்சலவைக் கற்கட்டுமானமாகும்.

வெளிநீட்டப்பட்ட, மிகக் கனமான இறவாரக் கூரையை யுடைய (cornice)பெரிய கட்டுமானம் என்றே இந்த உச்சிப்பகுதியை வர்ணித்திடவேண்டும். 'மிக எடையுடையது' என்ற காட்சித் தோற்றத்தை குறைக்கும் பணியைச் செய்கின்றன, இறவாரக் கூரைக்கு கீழுள்ள சலவைக்கல் சுவரமைப்பு. இது, வெவ்வேறு வடிவமைப்புகளில், நுட்பமாய் துளைகளிடப்பட்ட சாளரங்களை அடுத்தடுத்து கொண்ட திரைச்சீலைச் சுவரமைப்பு ஆகும். இச்சுவரமைப்பின் நான்கு மூலைகளிலும் உச்சியில் நளினமான, உயரமான, பேரெழில் சாட்ரி மாடங்கள் அமைக்கப் பட்டுள்ளன. இத்தகு உச்சிப் பகுதியின் உட்கட்டுமானம், அழகு வளைவு சுற்றுப்பாதையமைப்பால் சூழப்பட்ட திறந்தவெளி அமைப்புடையது. இந்த திறந்த வெளியின் மையத்தில்

அக்பரின் கல்லறை மாட நடைபாதைப்பகுதி காட்சி

அக்பரின் கல்லறை மாட மையமண்டப வேலைப்பாடுகள்

அழகு வேலைப்பாடுகளும், காலிகிராஃபி வேலைப்பாடுகளும் அக்பரின் கல்லறை மாடம்

அமைந்துள்ள மிக நுட்பமாக, அதேசமயம், விலாவாரியான வேலைப்பாடுகளைக் கொண்ட கல்லறைப்பெட்டியமைப்பு எழில் சேர்க்கின்றது. எக்கண்ணோட்டதிலிருந்து பார்த்தாலும் விதானமில்லா மையப்பகுதியும், பிரமாதமான கட்டுமான நேர்த்தியும் கொண்ட உச்சிப்பகுதியானது, ஒட்டுமொத்த கல்லறை மண்டப வடிவமைப்பிற்கு மிக்க பொருத்தமுள்ளதாகத் தான் உள்ளது. 'இந்த உச்சிப்பகுதிக் கட்டுமானம் ஏனோ முடிவடைந்திடவில்லை; நிச்சயமாக அரைக்கோள குவிமாட விதானம் அமைக்கும் எண்ணம் இருந்திருக்கும்;அப்பொழுதுதான், பிரமிட் வடிவ கட்டிட அமைப்பிற்குப் பொருத்தமான தோற்ற நிறைவு ஏற்பட்டிருக்கும்; மேலும் சிறந்த வேலைப்பாடுகளைக் கொண்ட கல்லறை சவப்பெட்டியின் எழிலும் தட்பவெப்ப நிலைகளால் பாதிப்புக்குள்ளாகாதபடி காத்திடவும் முடியும்' என்ற கட்டடக் கலை நிபுணர் பெர்குஸனின் கணிப்பையும் புறந்தள்ள முடியாது. எது எப்படியிருப்பினும், முகலாயர்களின் மாபெரும் கட்டுமான முயற்சிகளில் அக்பரின் கல்லறை மாடமும் ஒன்று என்று மதிப்பிடுவதில் தவறேதுமில்லை.

ஜஹாங்கீரின் கல்லறை மாடம்:

ஜஹாங்கீரின் ஆட்சிக் காலத்தின் பிற்பகுதியைச் சேர்ந்த கட்டுமானங்கள் அளவிலும், வீறார்ந்த தோற்றத்திலும் அக்பர்காலக் கட்டுமானங்கள் போன்று அமைந்திடவில்லை;

ஜஹாங்கீரின் கல்லறை மாடம்- லாகூர் சாதரா

மாறாக நுணுக்கமான வேலைப்பாடுகளைக் கொண்டதாக, எடையில்லாத் தோற்றமளிப்பதாக, சிறிய அளவிலமைந்தாகவே கட்டப்பட்டன. இத்தகைய கட்டுமானங்களில் ஒன்றாக ஜலந்தர் நகரில் கட்டப்பட்ட சராய் கட்டுமானத்தின் மேற்கு நுழை வாயிலைக் கூறிடலாம்.

ஜஹாங்கீரின் கல்லறை மாடமானது பாகிஸ்தானிலுள்ள லாகூர் நகர் அருகிலுள்ள சாதரா (Shadera near Lahore) பகுதியில் கட்டப்பட்டது. இது ஜஹாங்கீர் ஆட்சிக் காலத்தின் பிற்பகுதியைச் சேர்ந்த தலைசிறந்த கட்டுமானங்களில் ஒன்றாகும். கல்லறை மாடத்தின் பெரும்பகுதி ஜஹாங்கீரால் எழுப்பப்பட்டது. அவரது மறைவுக்குப் பின், ஜஹாங்கீரின் மனைவி நூர்ஜஹான் அவர்களின் ஆணைப்படி முழுமையடைந்தது. பாரம்பரியமான கல்லறை மாட அமைப்பில் அமைந்திருக்கும் முகலாயர் தோட்டமும், உள்கட்டுமான அழகு வேலைப்பாடுகளும், வண்ண வேலைப் பாடுகளும் மிகவும் குறிப்பிடத்தக்கவைகளாகும். நீர் கால் வாய்கள், நீருற்றுடன் கூடிய தடாகங்கள், புல்வெளி, மரஞ்செடி கொடிகள் என முகலாயத் தோட்டங்களின் இலக்கணப்படி, இக்கல்லறை மாட சார்பாக் முகலாயத் தோட்டம் அமைக்கப் பட்டுள்ளது. ஒட்டுமொத்த தோட்டமும் சமச்சீராய் 16 சதுரப் பகுதிகளாய் பிரிக்கப்பட்டு, ஒவ்வொரு சதுரப்பகுதியும் ஒரேயொரு வகை மலர்ச்செடிகளைக் கொண்டதாய் அமைக்கப் பட்டது. பருவகாலத்தில் 16 சதுரப்பகுதிகளும் 16 வகை வண்ண மலர்களால் நிரப்பப்பட்டிருக்கையில், காண கண்கொள்ளாக் காட்சியாயிருக்கும். மையத்திலுள்ள கல்லறைமண்டபத்தின் நான்கு மூலைப் பகுதிகளும் 100 அடிஉயரமுள்ள ஐந்து தளங்களில் அமைந்த எண்கோண வடிவ சலவைக் கற்கட்டுமான மினாரெட் அமைப்பைக் கொண்டுள்ளன. அழகிய மினாரெட் அமைப்பே இந்த ஒருதள மண்டபத்திற்கு, எழில்சேர்க்கின்றது. மண்டபத்தின் உள்கட்டுமானம், வண்ணவேலைப்பாடுகளை நம்பிய அளவிற்கு, பொருத்தமான இடப்பங்கீடுத் தேவையைக் கொண்டிருக்கவில்லை. சுவர்களில் ப்ரெஸ்கோ (fresco) வண்ண வேலைப்பாடுகள், நடைபாதைகளிலும், மினாரெட்டின்பக்கங்களிலும் பதிப்பு வேலைப்பாடுகள், அறைகளை இணைக்கும் நடை பாதைப்பகுதிகளில் மொசைக் கற்கள் பதிப்பு வேலைப்பாடுகள், சலவைக்கல்லால் ஆன கல்லறை மாட சவப்பெட்டியில் (cenotaph) ஆபரணக் கற்களைப்பதித்தல் (Semiprecious stones) போன்ற

கல்லறைப் பெட்டி இருக்கும் மையமண்டப வேலைப்பாடுகள்

உட்பதித்தல் வேலைப்பாடுகள்

வேலைப்பாடுகள் உயர்தரமாய் அமைந்துள்ளன. இயற்கையைக் காதலித்த ஜஹாங்கீருக்கு இயற்கையோடு இயைந்த கல்லறை மாடம் மிகச்சிறப்பாய்க் கட்டப்பட்டுள்ளதென்றால் மிகையில்லை.

இதிமாத்-உத்-தௌலா (Idmad-ud-Daulah)கல்லறை மாடம்:

அக்பரின் கட்டுமான பாணியையும், ஷாஜஹானின் கட்டுமான பாணியையும் பிணைத்திடும் கட்டுமானமென இதிமாத்-உத்-தௌலா கல்லறைமாடத்தைக் கருதிடலாம். ஜஹாங்கீரின் பட்டமகிஷி நூர்ஜஹானின் தந்தை இதிமாத்-உத்-தௌலா ஆவார். மொகலாயர் அவையில் தலைமை அமைச்சர் பதவி வகித்தவராவார். 1626-ஆம் ஆண்டில் இக்கல்லறை மாடம் நூர்ஜஹானின் பேராதரவோடு கட்டிமுடிக்கப்பட்டது.

கல்லறை மாடமானது பேரெழில் நிறைந்த சிறிய அளவிலான கட்டுமானமாகும்; மணற்கற்களிலிருந்து சலவைக் கற்களுக்கு மாறும் கட்டுமான எண்ணவோட்டத்தை எடுத்துரைக்கும் கட்டுமானமாகும்; கட்டுமானக் கலைக்கு கொடுக்கப்பட்ட புத்துணர்வு விளக்கம் இக்கல்லறை மாடமாகும்; பெரிதாயிருக்க வேண்டும் என்ற 'அளவுக்கு' முக்கியத்துவம் கொடுக்காமல் கட்டுமான முடிவில் மிக நேர்த்தியாய் திகழ்ந்திட வேண்டும்

இதிமத் உத்தௌலா கல்லறை மாடம்

என்ற நோக்கத்தையே நிறைவேற்றும் முனைப்பு தெளிவாய் வெளிப்படுகின்றது.

கல்லறை மாடமானது 540 அடி பக்க அளவுள்ள சதுரவடிவ மதிற்சுவர்க் கட்டுமானத்தினுள் அமைந்துள்ளது. மதிற்சுவரின் மையத்தில் அமைந்துள்ள நுழைவாயில்கள் சிகப்பு வண்ண மணற்கற்களால் கட்டப்பட்டு, சலவைக்கல் பதிப்பு வேலைப் பாடுகளால் அழகூட்டப்பட்டுள்ளது. பாரம்பரிய சார்பாக் முகலாயர் தோட்டத்தின் மையத்தில் கல்லறை மாடம் அமைந்துள்ளது. 'சிற்ப வேலைப்பாடுகளோ' என்ற எண்ண மூட்டிடும் சைப்ரஸ் மரங்களின் பசுமையும், மணற்கற்களாலான நுழைவாயிலின் சிகப்பு வண்ணமும் ரம்மியமான சூழலை ஏற்படுத்துகின்றன. புல்வெளிப்பகுதிகளும், மலர் பாத்திகள் கொண்ட சமதளப் பகுதிகளும், நடைபாதைகளின் இருபுறமும் வண்ணக்கொடிகள் ஊன்றப்பட்டுள்ளனவோ என்று எண்ணிடத் தோன்றும் மரங்களின் அணிவகுப்பும், மத்தியில் நீரூற்றுகளுடன் தடாகங்களும் கொண்டதாக உள்ளது முகலாயர் தோட்டம்; இதன் மத்தியில் அப்பழுக்கற்ற வெண்மைநிற சலவைக் கற்களாலான கட்டுமான மாயுள்ளது கல்லறை மாடம். முகலாயர் தோட்டம் எனும் நகைப்பெட்டியினுள்வைக்கப்பட்ட மாணிக்கமென ஜொலிக்கிறது கல்லறை மாடம்.

70 அடி அளவுள்ள சதுரவடிவ சிறிய கட்டுமானமாக கல்லறை மண்டபம் அமைந்துள்ளது. இது, மையக் கட்டுமானம்; அதன் நான்கு மூலைகளிலும் அகலமான எண்கோண கோபுரங்கள் போன்ற அமைப்பிலான மினாரெட்டுகள்; விதானத்திற்கு மேல் சிறியதொருகாட்சிமாடம்கொண்ட வடிவமைப்பில்அமைந்துள்ளது. கல்லறை மண்டபத்தின் ஒவ்வோர் பக்கமும் அழகு வளைவு நுழைவாயில்கள் மூன்றினைக் கொண்டுள்ளதால், உள்கட்டுமான அளவு பெரிதாயிருக்கும் உணர்வைப் பெறுகின்றது. இணைப்புச் சேர்க்கைகளால் தாங்கப்பெறும் இறவாரக் கூரையமைப்பும் (cornices on brackets), உச்சிப்பகுதி கட்டுமானங்களில் இடம்பெறும் வெளிநீட்டிப்பு வேலைப்பாடுகளும் (eaves) 'நிழல் பகுதிகளை' அழகு கூறுகளாக பயன்படுத்திடும் எண்ணவோட்டம் கொண்ட குறுக்குவச அழகு வேலைப்பாடுகளாகும். ஒட்டுமொத்த கல்லறை மண்டப கட்டுமான அமைப்பிலும் தியான மன அமைதி உணர்வு விரவியிருக்குமாறு பார்த்துக்கொள்ளப்பட்டுள்ளது.

இதிமத் உத் தெளலா கல்லறை மாட மைய மண்டபம்

கல்லறை மண்டபத்தின் தரைத்தளத்தில் மத்தியில் இரண்டு கல்லறை சவப்பெட்டிகளைக் கொண்ட மைய அறை உள்ளது. இதனைச் சுற்றியமைந்துள்ள, விதானமுடன் கூடிய நடைச் சுற்றுப்பாதையமைப்பிற்கு பொருத்தமாக அறைகளும், இவற்றை இணைக்கும் நடைபாதைப்பகுதிகளும் கொண்டதாக தரைத்தள உள்கட்டுமானம் அமைந்துள்ளது. மஞ்சள் வண்ணத்திலமைந்த இரு சவப்பெட்டிகளுமே, அணிமணிகள் செய்ய உதவும் வெண்மையும், சிகப்பும் கலந்த பாறைவகைகளில் (Porphery) செய்யப்பட்டுள்ளன. இப்பெட்டிகள் வைக்கப்பட்டுள்ள தரைப் பகுதிகளானது பல்வேறு வடிவங்களில் அமைந்த மொசைக் வேலைப்பாடுகளால் அலங்கரிக்கப்பட்டு பின் பளபளப் பேற்றப்பட்டுள்ளது. இத்தரைத்தளத்திற்கு மேலுள்ள காட்சி மாடமானது, சதுரவடிவ கட்டமைப்பாகும். இதன் சுவர்ப்பகுதி களில் மிகச்சிறந்த வடிவமைப்பு வேலைப்பாடுகளைக் கொண்ட திரைச்சீலைச் சாளரங்கள் அமைந்துள்ளன.

இக்கல்லறை மண்டபமானது முழுக்கமுழுக்க அப்பழுக்கற்ற வெண்மைநிற சலவைக்கற்கள் கொண்டு கட்டப்பட்டுள்ளது. இச்சலவைக்கற்களின் பளபளப்பில், கட்டுமானக் கூறுகளின் நேர்த்தி மங்கிப்போய்விடக்கூடாது. இதனை உறுதிபடுத் திடத்தான், சிற்ப வேலைப்பாடுகள் எதனையும் கொண்டிருக்கவில்லை

இக்கல்லறை மண்டபம். பெரும்பாலான சுவர்ப்பகுதிகள் பொருத்தமான வண்ணங்களில் அமைந்த ஆபரணக் கற்கள் பதிப்பு வேலைப்பாடுகளைக் கொண்டுள்ளன. இத்தகு பதிப்பு வண்ணக் கற்கள் வெளிப்படுத்திடும் மங்கிய வண்ண ஒளிக்கற்றைகளின் காரணமாய் சுவர்களின் வெண்பளிங்குக்கற்களின் பளபளப்பு மட்டுப்படுத்தப்படுகின்றது. சுவர்பகுதிகளெங்கிலும் இடம் பெறும் பல்வேறு வண்ணமயமான வடிவமைப்பு பதிப்பு வேலைப்பாடுகளினால் வெளிப்படும் வர்ணஜாலத்தை மிஞ்சிட, வண்ணத்துப்பூச்சியின் படபடக்கும் இறக்கை அசைவுகளால்தான் முடியும்.

இதிமத் உத் தௌலா கல்லறை மாடத்தின் மேல்மாடம்

பல்வேறு வடிங்களில் இடம்பெறும் ஆபரணக் கற்கள் பதிப்பு வேலைப்பாடுகளானது 'பித்ர துரா' (Pietra Dura) என்னும் முறையில் நிறைவேற்றப்பட்டுள்ளது. இம்முறையில் ஒரு பருமனான பளிங்குக்கல் பாளத்தை எடுத்து, ஒரு சிறு விரல்கடை ஆழத்திற்கு அதில் பலவித வடிவங்களை வெட்டி எடுத்துவிட்டு. வெண் சிவப்பு நிறக்கல் (cornelian) சூரியகாந்திக் கல் (Jasper), புஷ்பராகம் (Topaz), கருத்த நீலக்கல் (Onyx) போன்ற பலவிதமான விலையுயர்ந்த கிடைத்தற்கரிய கற்களை அந்தப் பள்ளங்களில் பதித்து, மேலே வித்தியாசம் தெரியாமல் மேருகேற்றப்படும். இத்தகைய அழகிய வடிவங்கள் வட்டமான மற்றும் ஆறு

பக்கங்கள் கொண்ட வடிவங்களாகவும், மெல்லிய தண்டுகளுடன் கூடிய 'டியுலிப்' மலர்களாகவும், மற்றும் பலவித இலைகள் கொண்ட வடிவங்களாகவும் இருக்கும், இதுநாள்வரை கையாளப்பட்ட பதிப்புமுறையில் (Opus sectile) வெவ்வேறு வண்ணங்களில் அமைந்த சலவைக் கற்துண்டுகளையேப் பயன்படுத்தினர். எனவே இக்கல்லறை மண்டபமானது கட்டுமான பாணியிலும் கட்டுமான ஊடகத்திலும் மட்டுமின்றி, அழகு வேலைப்பாடு முறைகளிலும் வரவேற்கத்தக்க மாற்றங்களைக் கொண்டுள்ளது. 'சிற்றோவியக் கட்டுமானம்' எனும் அடை மொழிக்குப் பொருத்தமான கட்டுமானமெனில் அது இக்கல்லறை மாடமேயாகும். வரவிருக்கும் உச்சக்கட்ட முகலாயக் கட்டுமானப் படைப்புகளுக்கு முகமன் உரைக்கும் கட்டுமானம் இதிமாத்-உத்-தௌலா கல்லறை மாடம் என்றால் மிகையில்லை.

இயற்கையை நேசிக்கும் ஜஹாங்கீர் காஷ்மீரத்தில் அமைத்ததுதான் ஷாலிமர் ஏரி. அது முகலாயர்கள் எட்டிப்பிடித்த அழகியலின் அபூர்வ நிலையாகும்.

பித்ர துரா உட்பதித்தல் வேலைப்பாடுகள்

443

18
அத்தியாயம்

முகலாயர்கள்: கட்டடக்கலையின் உச்சம்

மயிலாசன அரியணையில் ஷாஜஹான்

பேரரசர் ஷாஜஹான் ஆட்சிக்காலத்தில்தான் மொக லாயர் ஆதிக்கம் இந்தியாவெங்கும் கொடிகட்டிப்

பறந்தது. முகலாயர்களின் கட்டடக் கலையும் ஷாஜஹான் ஆட்சிக் காலத்தில் தான் உச்சக்கட்ட சிறப்பை எய்தியது. கட்டுமான மூலப் பொருளாக ஆதிக்கம் செலுத்திவந்த மணற்கற்களின் இடத்தை சலவைக் கற்கள் பிடித்துக்கொண்டன. இதன் விளைவாய் கட்டு மானங்களெல்லாம் வசீகரத் தோற்றம் கொண்டவைகளாயின. சலவைக் கற்கட்டுமானங்களின் பேரெழிலில் ஷாஜஹான் கட்டுண் டார்; ஆக்ராக் கோட்டையில் அக்பரின் சிகப்பு செம்மணற்கல் கட்டுமானங்கள் பலவற்றை அகற்றிவிட்டு, சலவைக்கற் கட்டு மானங்களாக எழுப்பிட முனைந்தார். எனவே மணற்கற் கட்டுமான பாணியையும், சலவைக்கற் கட்டுமான பாணியையும் ஒரே இடத்தில் பார்த்திட ஆக்ராக் கோட்டையின் மேற்குப் பகுதியில் தொடர்ச்சியாய் அமைந்துள்ள அரண்மனை வளாகக் கட்டுமானங் களை அணுகினால் போதுமானது. இப்பகுதியில் தான் செம்மணற் கட்டுமானமான ஜஹாங்கீர் மஹாலை அடுத்து சலவைக்கற் கட்டுமானமான காஸ்மஹால் (Khas Mahal) அமைந்துள்ளது. வலுவும், வீறார்ந்த உணர்வும் கொண்ட அக்பரின் கட்டுமானப் பாணியிலிருந்து, வாளிப்பமும், பேரெழிலும் மிகுந்த ஷாஜஹான் கட்டுமான பாணிக்கு முகலாயர் கட்டுமானக் கலை மாறிக்

ஆக்ரா கோட்டையிலுள்ள திவானிஆம்

கொண்டுள்ளது என்பதை ஆக்ராக் கோட்டையில் சில தப்படி தூர நடையிலேயே தெளிவாய் புரிந்து கொள்ள இயலும்.

சலவைகற்கட்டுமான பாணி குணாதிசயங்கள்:

ஜோத்பூர் பகுதிகளிலுள்ள மக்ரானா (Markrana) மலைப் பாறைகளிலிருந்து சலவைக்கற்கள் வெட்டியெடுக்கப்பட்டன. சலவைக்கற்களின் நிறமும், உள்ளூர ஓடும் நீரோட்டமும், பளபளப்பும், அவற்றுக்கு தனித்துவமான அழகுத்தோற்றத்தைத் தருகின்றன. ஆனால் சலவைக்கல்லில் அழகு வேலைப்பாடு களை மிகக் குறைவாகத்தான் மேற்கொள்ளவேண்டும்; மேற் கொண்டாலும் மிக நுட்பமாய் மேற்கொள்ளவேண்டும். இவ்வாறு கவனமாய் மேற்கொள்ளப்படாத வேலைப்பாடுகளால், சலவைக் கற்களின் அடிப்படை அழகுக் குணாதிசயங்களே அடிபட்டுப் போய்விடும்.

சலவைக்கற் பரப்பில் வார்ப்பட அழகு வேலைப்பாடுகளை மிகக் குறைவாகவும், அதிநுட்பமாகவும் மேற்கொள்ளவேண்டும். சலவைக்கற் கட்டுமானங்களில், வேலைப்பாடுகள் மேற் கொள்ளப்படாத வெற்றிடப்பகுதிகளே தனித்துவமான அழகுப் பகுதிகளாகும். எனவே இத்தகு வெற்றிடப்பகுதிகள் பொருத்த மான அளவு இருக்குமாறு கட்டுமானங்களை அமைத்திடுதல் அவசியம். சுருக்கமாகச் சொன்னால், சலவைக்கற்கட்டுமான பாணிக்கேற்ற அழகு வேலைப்பாடு வடிவமைப்புகள், வண்ண மயமான ஆபரண கற்களைப் பொருத்தமாக உள்பதிப்பதன் மூலம் உருவாக்கப்படுகின்றன. ‘பித்ரதூர’ என்ற ஆபரணக் கற்கள் உள்பதிப்பு முறையின் காரணமாக, சலவைக்கற் கட்டுமானப் பாணியின் கட்டுமானக் கூறுகளும் பொருத்தமான வரவேற்கத் தக்க மாற்றங்களை அடைந்தன. இம்மாற்றங்களை, அழகு வளைவுகளிலும், தூண்களின் அமைப்பிலும், அரைக்கோள குவிமாட விதான அமைப்பிலும் காண இயலும்.

அழகுவளைவானது தனது வளைவரையினுள் பல அழகு வளைவுகளைக் கொண்டதாய் (engrailed) பெரும்பாலும் ஒன்பது கூர்முனைகளையுடையதாய் (9 cusped) மாற்றமடைந்தது. பாரசீகப் பாணி குமிழ்வடிவ குவிமாட அமைப்பை (dome) கொண்டனவாய் ஷாஜஹான் காலக் கற்கட்டுமானங்கள் மாற்ற மடைந்தன. இக்குவிமாட அமைப்பு மாபெரும் குமிழ்வடிவ முடையது; கழுத்துப்பகுதி குறுகலானது. பாரசீகப் பாணி

டில்லி ஜாமி மசூதியின் மினாரும், குவிமாடமும்

குவிமாடத்தை அமைத்திடுவதற்கு பாரசீகப் பாணிக் கட்டுமான முறையைத்தான் பயன்படுத்தினர். இதையே உள்ளீடு இருக்குமாறு இரட்டை அரைக்கோள குவிமாட ஓடு அமைப்பு (double doming) முறையில் குவிமாட விதானத்தை அமைத்தனர். தூண்களின் அமைப்பும் சலவைக்கல் ஊடகத்திற்கு பொருத்தமான மாறுதல்களைக் கொண்டிருந்தது. தூண்களின் அடிமானங்கள் கொடிக் கருக்கு, மலர் வேலைப்பாடுகளைக் (foliated) கொண்டிருந்தன. நுனி நோக்கிச் செல்லச்செல்ல குறுகிக் கொண்டே செல்லும் அமைப்புடைய தாய் அல்லது கைப்பிடியமைப்பைத் தாங்கும் தன்மையுடையதாய் தூண்களின் தண்டுப் பகுதி அமைந்தது. பல பட்டைகளையுடையதாய் உச்சியிணைப்பு வேலைப்பாடுகள் (voluted bracket capitals) அமைந்தன. மேலும் கட்டுமான வடிவமைப்பே நேர்க்கோடுகளும், வளைவுகளும் பொருத்தமாய் உள்ளமைந்த அலங்கார வடிவமைப்பாகவே திட்டமிடப்பட்டது. உச்சக்கட்ட செல்வமும், செல்வாக்கும் உடையோராய் ஆட்சியாளர்கள் திகழ்ந்திடும்பொழுது, அவர்களது கலையுணர்வுகளும் உயர் ரசனையுடையதாய் பொதுவாக விளங்கும். இத்தகைய உயர்ரசனையுணர்வின் வெளிப்பாடுகளாகத்தான் ஷாஜஹானின் கட்டுமானங்கள் திகழ்கின்றன.

ஆக்ராவின் முத்து மசூதி (Moti Masjid)

ஆக்ரா, லாகூர் நகரங்களில் அரண்மனையும், கோட்டையும் ஒன்றிணைந்த வளாகத்திலிருந்த மணற்கட்டுமானக் கட்டடங்

மோத்தி மசூதி, ஆக்ரா- ஒட்டுமொத்த தோற்றம்

களை அகற்றிவிட்டு, அவ்விடங்களில் சலவைக்கற் கட்டுமான காட்சிமாடங்களை எழுப்பினார் பேரரசர் ஷாஜஹான். இக்கட்டுமான மாற்றுப்பணிகளையெல்லாம் ஒரேசமயத்தில் பேரரசர் ஷாஜஹான் நிறைவேற்றிடவில்லை. சிலகாட்சி மாடங்கள் ஷாஜஹான் பேரரசராகப் பொறுப்பேற்றவுடன் நிறைவேற்றப்பட்டன. சில சலவைக்கல் மாற்று காட்சி மாடங்கள், அந்தந்த கட்டுமானப் பாணிகளின் பரிணாம வளர்ச்சி உச்சக்கட்ட வளர்ச்சியை எட்டியபின்தான்கட்டப்பட்டன. இந்த வேற்றுமையை முழுவதும் புரிந்துகொள்ள பேரரசர் ஷாஜஹானின் ஆக்ராக் கட்டுமானங்களையே எடுத்துக்கொள்வோம்.

பேரரசர் ஷாஜஹான் அரியணை ஏறியவுடன் அந்தஆண்டிலேயே (1627) கட்டப்பட்ட முதல் சலவைக்கல் காட்சிமாடம் திவானி-ஆம் (Diwan-i-am) ஆகும். அடுத்து, பத்தாண்டுகள் கழிந்தபின்தான், ஆக்ராவின் திவானி-காஸ் (Diwan-i-am) கட்டடம் கட்டப்பட்டது. பல கட்டுமானங்களில் இரட்டைத்தூண்கள் அமைந்திருந்தபோதும், அவையெல்லாம் திவானி-காஸ் கட்டுமானத்தில் இடம்பெறும் இரட்டைத்தூண் அணிவகுப்பின் பேரெழிலுக்கு ஈடாகாது. காஸ்மஹால் (Khas mahal), சிஸ்மஹால் (shish mahal), நகினா மசூதி (Nagina masjid), முஸமன்புர்ஜ்

(musamman Burj) போன்ற எழிலார்ந்த சலவைக்கற் கட்டு மானங்களெல்லாம் மோத்தி மசூதி கட்டுமானத்திற்கு முன் வெவ்வேறு கால இடைவெளிகளில் கட்டப்பட்டவைகளாகும். தனிப்பட்ட முறையில் இவை ஒவ்வொன்றும் நேர்த்தியான, பேரெழில் வாய்ந்த படைப்பாய் இருந்த போதிலும், இவை எதுவுமே மோத்தி மசூதி படைப்பிற்கு ஈடாகாது.

ஆக்ரா மோத்தி மசூதி தொழுகை மண்டப உட்தோற்றம்

மோத்தி மசூதியானது 1654-ஆம் ஆண்டில் தான் கட்டப் பட்டது. மோத்தி மசூதியில் பயன்படுத்தப்பட்டுள்ள சலவைக்கல் போன்ற கட்டுமானப் பொருட்கள் அப்பழுக்கற்றவையாகும். இக்கட்டுமானப்பொருட்கள் கலை நிபுணத்துவத்துடன் பயன் படுத்தப்பட்டுள்ளன. பரிணாம வளர்ச்சியின் உச்சகட்டநிலை எய்திய பின் முயற்சிக்கப்பட்ட கட்டுமானமாதலால் முழுநிறைவு டையதாய் விளங்குகின்றது. முகப்பில் அமைந்துள்ள அழகு வளைவுகளின் விகிதாச்சார அளவு முகப்பின் பிற கூறுகளோடு ஒன்றியைந்து போகும் சிறப்பான தன்மையுடையதாய் உள்ளது. முகப்பின் அழகுவளைவுகள், நுழைவாயில் அழகுவளைவு களோடும், நடைபாதையமைப்பின்தூண் அணிவகுப்புகளோடும்

ஏற்படுத்தும் முரண்பாட்டழகை வெளிச்சம் போட்டு காட்டுமாறு மிகத் திறம்பட கட்டமைக்கப்பட்டுள்ளன. கைப்பிடிச்சுவர் மேல் இடம்பெறும் சாட்ரிமாடங்கள் நளினமான வடிவமைப்பில் கவித்துவமாய் காட்சியளிக்குமாறு அமைக்கப்பட்டுள்ளன. மத்திய விதானப்பகுதியில் இடம்பெறும் அரைக்கோள குவி மாடம் எடுப்பான உயரம் கொண்டிருக்கும் அமைப்பைப் பெறும் வகையில் வட்ட உருளையமைப்பின் மேல் அமர்த்தப்பட்டிருக்கும் விதம் மிகவும் மெச்சிடத்தக்கதாகும். இதுபோன்று பல்வேறு காரணிகளும் ஒன்றிணைந்து மோத்தி மசூதிக் கட்டுமானத்தை பேரெழில் வாய்ந்த அரிய கட்டுமானமாகவும், காண்போரின்

ஆக்ரா மோத்தி மசூதியின் குவிமாடங்களும், சாட்ரி மாடங்களும் இதயத்தை நெகிழ்வித்திடும் தன்மையுடையதாகவும் உயர்வடையச் செய்துள்ளன.

ஆக்ரா கோட்டையினுள் ஏற்படுத்திய சலவைக்கல் கட்டு மான மாற்றங்கள் போன்ற தன்மையைத்தான் லாகூர் அரண் மனைக் கோட்டையினுள்ளும் ஷாஜஹான் மேற்கொண்டி ருப்பதை நம்மால் உணரமுடியும்.

டில்லி செங்கோட்டை

ஆக்ராவிலிருந்து டில்லிக்கு தலைநகர் மாற்றம்:

ஆக்ரா, லாகூர் போன்ற அக்பரின் மணற்கற் கட்டு மானக் கோட்டை வளாகத் தினுள் இருந்த கட்டடங் களுக்குப் பதிலாக சலவைக் கற் கட்டுமான மாடங்களை பேரரசர் ஷாஜஹான் உருவாக் கினார். ஆனால் இத்தகு சல வைக்கல் கட்டுமான முயற்சிக ளெல்லாம் ஷாஜஹானின் பின்னாளைய மாபெரும் கட்டுமானத் திட்டங்களுக் கான முன்னோடிச் சோதனை முயற்சிகளேயாகும். தலை நகரை ஆக்ராவிலிருந்து டில் லிக்கு மாற்றுவது; டில்லியில் புதிய தலைநகரை எழுப்புவது என்பது ஷாஜஹானின்

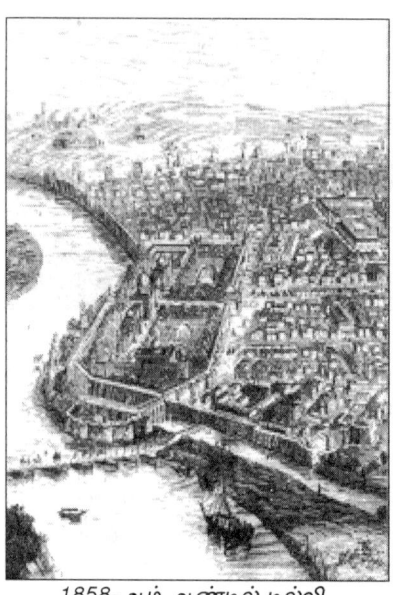

1858-ஆம் ஆண்டில் டில்லி ஷாஜஹானாபாத் நகர்க்காட்சி

மாபெரும் கட்டுமானத் திட்டங்களில் முதன்மையானதாகும். டில்லியில் யமுனை நதியின் வலது கரையில் 'ஷாஜஹானாபாத்' என்றழைக்கப்பட்ட தனது தலைநகர் நிர்மானப் பணிகளை 1638- ஆம் ஆண்டு ஷாஜஹான் தொடங்கினார்.

ஷாஜஹானாபாத் நகரமைப்பினுள் தலையாய இடத்தைப் பிடிப்பது அரண்மனையும், கோட்டையும் ஒருங்கிணைந்த வளாக அமைப்பாகும். பல நூற்றாண்டுகளாக பரிணாம வளர்ச்சிப் பெற்றுவந்த அரண்மனைக் கோட்டை கட்டுமானத்தின் உச்சகட்ட படைப்பு என ஷாஜஹானாபாத் அரண்மனைக் கோட்டையைக் கூறலாம். ஷாஜஹானின் கற்பனைக் கருவிலே இந்த அரண் மனைக் கோட்டை ஜனித்து அவருடைய எதிர்பார்ப்புகளை யெல்லாம் உள்ளடக்கியதாக நிறைவேற்றப்பட்டது. இக்கட்டு மானத்தின் முக்கிய பகுதிகளையெல்லாம் வடிவமைத்ததோ டல்லாமல், அவற்றுக்கு செயல்வடிவம் கொடுத்திடும் பொழுது ஷாஜஹானே முன்னின்று மேற்பார்வையிட்டார் என சமகால வரலாற்றுப் பதிவுகள் உரைக்கின்றன. ஆனால் ஷாஜஹானின் முழுமையான அரண்மனைக் கோட்டை வளாகத்தைக் கண்டிடும் பாக்கியம் நமக்கில்லை. ஏனெனில், பின்னாளில், வளாகத்தி

டில்லி செங்கோட்டையில் லாகூர் நுழைவாயில்

லிருந்த சில கட்டடங்கள் இடிக்கப்பட்டுவிட்டன. சில கட்டடங் களில், விலையுயர்ந்த அலங்கார வேலைப்பாடுகள் அகற்றப்பட்ட தால், அவற்றின் முழுப்பொலிவினையும் நம்மால் உணர்ந்திட முடியவில்லை. ஆனால் இன்றிருக்கும் எச்சங்களே, கட்டுமான காலப் பொலிவை ஓரளவிற்கு எடுத்துரைக்கும் வல்லமை பெற்றவைகளாயுள்ளன.

ஷாஜஹானாபாத் அரண்மனைக் கோட்டை வளாகத்தின் வடிவமைப்பானது ஏறத்தாழ ஒழுங்கு இணைகரம் போலுள்ளது. முனைப்பகுதிகளில் உள்ள மாற்றங்களை தவிர்த்துப் பார்த்தால் 'இணைகர வடிவந்தான்' என்பது புரியவரும். வடக்குத் தெற்காக 3100 அடி நீளமும், கிழக்கு மேற்காக 1650 அடி அகலமும் உடையதாகும். பதேபூர் சிக்ரியில் நடுவில் இருந்த குறுகிய, நீண்ட குன்றைச் சார்ந்தே நகரமைப்பை உருவாக்கவேண்டி யிருந்தது; மசூதிக் கட்டுமானங்களின் திசையமைப்பையும் மனதில் கொள்ளவேண்டியிருந்தது. இம்மாதிரி இயற்கை யமைப்பு சிக்கல்கள் எதுவும் ஷாஜஹானாபாத் அரண்மனைக் கோட்டைக் கட்டுமான வடிவமைப்பிற்கு இல்லை. ஒட்டு மொத்தக் கட்டுமானத்தின் திசையமைப்பு தெற்கு-வடக்கு திசையச்சைச் சார்ந்தே அமைக்கப்பட்டது. மசூதிக் கட்டுமான திசையச்சுக்கும் எவ்வித பங்கமும் நேர்ந்திடவில்லை.

இந்த அரண்மனைக் கோட்டையானது, சிகப்பு மணற்கற்கள் கொண்டு கட்டப்பட்ட வலுவான, உயரமான மதிற்சுவர்களால் சூழப்பட்டுள்ளது. இதில், குறிப்பிட்ட இடைவெளிகளில் உச்சியில் சிறிய அளவு சாட்ரி மாடங்கள் (Kiosk) கொண்ட காப்பரண்கள் அமைந்துள்ளன. இம்மதிற்சுவர்களில் அமைந்துள்ள நுழைவாயில்களில் முக்கியமானவை இரண்டு நுழைவாயில் களாகும். லாகூர் நுழைவாயில் என்றழைக்கப்படும் அனைவருக்கு மான நுழைவாயில் மேற்கு திசை மதிற்சுவரின் மத்தியில் அமைந்துள்ளது. தெற்குத் திசை மதிற்சுவரின் மத்தியிலுள்ள நுழைவாயிலானது டெல்லி நுழைவாயில் என்றழைக்கப்படு கின்றது; இது பொது நுழைவாயில் அல்ல. இந்த இருநுழைவாயில் களிலிருந்து துவங்கும் சாலையமைப்புகளானது அரண்மனைக் கோட்டை வளாக மையத்தில் செங்குத்தாய் சந்தித்துக் கொள் கின்றன. லாகூர் நுழைவாயிலிலிருந்து துவங்கும் சாலையமைப் பானது அழகுவளைவுகளையும், மேலே விதானத்தையும்

கொண்ட 375 அடி நீளமுள்ள அழகுவளைவு விதானக் (vaulted arcades)கட்டமைப்பைப் பெற்றுள்ளது. இது, அரண்மனைக் கோட்டைக்குள் நுழைவோர்களை பிரம்மிப்பில் ஆழ்த்தும் தொடக்க வேலையை செவ்வனே நிறைவேற்றுகின்றது.

மதிற்சுவர்கள் சூழ்ந்த கோட்டைக்குள் உள்ள அரண்மனை வளாகமும் மதிற்சுவர்களால் சூழப்பட்டுள்ளது. எனவே கோட்டைவளாகத்தினுள் ஏறத்தாழ மூன்றில் இரண்டுபங்கு செவ்வக வடிவப் பகுதியை அரண்மனை வளாகம் ஆக்கிரமித்து விடுகின்றது. தெற்கு வடக்காக 1600 அடி நீளமும், கிழக்கு மேற்காக 1150 அடி அகலமும் கொண்டது இந்த அரண்மனை வளாகம். கோட்டையின் கிழக்கு மதிற்சுவரையொட்டியே தெற்கு வடக்கு அச்சில் அரசகுடும்பத்தாருக்குரிய மாளிகைகள் அமைந்துள்ளன. இதன் மூலம் மாளிகை உச்சியில் இடம்பெறும் காட்சி மாடங்களிலிருந்து யமுனை நதிக் காட்சிகளைப் பார்த்திட இயலும். இவ்வாறு கட்டுமான முகப்பில் தோட்டமும் பின்பக்கம் நதியும் கொண்ட எழிலான சூழலுக்கேற்றாற்போல் கட்டுமானங் களை எழுப்பிட உகந்தது வடக்கு-தெற்கு அச்சேயாகும்.

நஹ்கார் கானா, செங்கோட்டை டில்லி

மதிற்சுவர் சூழ்ந்த செவ்வக வடிவ பகுதியில்தான் அரண்மனைகளும், காட்சிமாடங்களும் அமைந்துள்ளன. எனவே

இந்த அரண்மனை வளாகத்தினுள்தான் மிகச்சிறந்த கட்டுமானப் படைப்புகள் இடம்பெற்றுள்ளன. அரண்மனை வளாகத்திற்கு வெளியே, ஆனால் கோட்டை மதிற்சுவர்களுக்கு உள்ளே இராணுவ முகாம்கள், சேவகர்களின் இல்லங்கள் போன்ற அரசு சேவைக் கட்டுமானங்களும், பிறநினைவுச் சின்னங்களும் அமைந்துள்ளன.

திவானி ஆமின் வெளிப்புறத் தோற்றம்

மதிற்சுவர்களால் சூழப்பட்ட அரண்மனை வளாக அமைப்பும் சமச்சீர் தன்மை (symmetry) குணாதிசயத்தைக் கொண்டதாயுள்ளது. அரண்மனை வளாகத்தை நான்கு பகுதிகளாகப் பிரிக்கலாம். அவை திவானி-ஆம் என்னும் அனைவருக்குமான அரசவை மண்டபத்தை உள்ளடக்கிய மாபெரும் நாற்கர மைய அமைப்பு, திவானி-ஆம் அரசவை மண்டபத்தின் முன்புறமுள்ள சதுரவடிவ திறந்த நிலை முற்றப்பகுதி, திவானி-ஆம் மண்டபத்தின் பின்புற முள்ள சதுரவடிவ முகலாயத் தோட்டம், இந்தத் தோட்டத்தை பார்த்தாற்போன்று முகப்பினைக் கொண்ட தொடர்ச்சியாய் சீரான இடைவெளியில் அமைந்த சலவைக்கல் கட்டுமான அரண் மனைகள் என்பவைகளாகும். தோட்டத்தை பார்த்தாற் போலிருக்கும் சலவைக்கல் அரண்மனை கட்டுமானங்களின் பின்பக்கமானது யமுனை நதிக்கரையை நோக்கிய வண்ணம் உள்ளது.

திவானி காஸின் அழகு வளைவுகள் விளிம்புத் தூண்கள்

அரண்மனை வளாகத்தினுள் இடம்பெறும் ஒவ்வோர் கட்டுமானமும், முற்றவெளிகளும், தோட்டங்களும் பாரம்பரியமான அமைப்பில் ஒழுங்கான வடிவமைப்பில் அமைக்கப்பட்டுள்ளன. பெரும்பாலானவை சதுரவடிவமைப்பையே கொண்டுள்ளன. ஒட்டுமொத்த கட்டுமானத் திட்டத்திலும் சாய்வான கோடுகளுக்கோ (oblique lines), வளைவு நெளிவுகளுக்கோ இடம்கொடுக்கப்படவேயில்லை. கிழக்கு மதிற்சுவரையொட்டி, முகப்பில் தோட்டத்தையும், பின்பக்கத்தில் யமுனை நதிக்கரையையும் பார்த்தவாறு அமைந்த தொடர் அரண்மனை கட்டுமானங்களில்தான் உச்சக்கட்ட கலைநயம் வெளிப்படுகின்றது. இக்கட்டடங்கள் கட்டப்பட்ட நாளில், வேறெந்த கட்டுமானங்களும், இவற்றிற்கு ஈடாக இருந்திருக்க முடியாது.

இவற்றுள் குறைந்தது 6 சலவைக்கற் கட்டுமானங்களாவது மதிற்சுவர் உயரத்தையும் மீறி கண்வீச்சு படுமளவிற்கு உயரத்தைக் கொண்டதாய், இருகட்டுமானங்களுக்கு இடைப்பட்ட இடைவெளி ஒன்று போன்றிராததாய் அமைந்துள்ளது. இக்கட்டுமானங்களின் பால்கனிகளும், வெளிநீட்டப்பட்ட, விதான முடைய சாளரங்களும் (orial windows) உச்சியிலே தங்கமுலாம் பூசப்பட்ட சிறிய அளவு அரைக்கோள குவிமாடத்தைக்கொண்ட

திவானி காஸின் வெளிப்புறத் தோற்றம்

சாட்ரி மாடங்களும் கோட்டையமைப்பிற்கு அகத்திணை வனப்பினை அளிக்கின்றது.

கட்டுமானத்திற்கு வெளியில், மதிற்சுவருக்கு அப்பால் நிற்போரின் கண்வீச்சு விழும் காட்சிமாடங்கள் போன்ற கட்டுமானக் கூறுகள் அனைத்தும் குறைந்தபட்சம் துளைகளுள்ள சாளரங்களால் மூடப்பட்டதாய் அமைக்கப்பட்டன. இம்மாளிகை கட்டுமானங்களின் தோட்டத்தை நோக்கிய முக அமைப்பிற்கு தான் கட்டமைப்பு ரீதியாகவும், அழகுபடுத்தும் கோணத்திலும் உயர்தரமாய் இருக்குமாறு பார்த்துக்கொள்ளப்பட்டது.

இத்தகு அரண்மனைக் கட்டுமானங்களின் தொடர் வரிசையில், அரண்மனையல்லாத கட்டுமானங்களும் இடம் பெற்றுள்ளன. பேரரசர், தனிமையில் மற்றோரை சந்திக்கும் பயன்பாட்டினைக் கொண்ட திவானி காஸ் மண்டபமும், சொகுசு குளியலறையான ஹம்மாம் மண்டபமும் அரண்மனைக் கட்டுமான வரிசை தொடரில் இடம்பெற்றுள்ளன. இவ்வரிசை தொடர் கட்டுமானங்களில், எந்த இரு கட்டுமானங்களுக்கும் இடைப்பட்ட பகுதியில் பரந்த திறந்தவெளி அமைப்போ,(wide courts) திறந்த நிலையில் தளம் உயர்த்தப்பட்ட அமைப்போ இடம்பெற்றிருந்தது. இவ்வமைப்புகளும் தூண்களின் அணி வகுப்பின் உச்சியில் கைப்பிடி அமைப்பினைக் கொண்டதாய்

அல்லது மதிற்சுவர் நோக்கிய பகுதி எனில் துளைகளுள்ள திரைச் சீலை சாளரங்களால் அழகுபடுத்தப்பட்டிருந்தன. கட்டடங்களில் காட்டப்பட்ட அக்கறை சிறிதளவுகூடக் குறைந்திடாமல், உயர்தள மேடையமைப்பிற்கும், திறந்தவெளியமைப்பிற்கும், தோட்ட அமைப்பிற்கும் காட்டப்பட்டன என்பது மிகைபடுத்திய உரையன்று.

அரண்மனைக் கட்டுமான வரிசையில் மற்றவற்றை விட இரண்டுகட்டுமானங்கள் மட்டும் அளவில் பெரியதாய் உள்ளன. கட்டுமான நேர்த்தியிலும் அழகு வேலைப்பாடுகளின் நேர்த்தியிலும் தனித்தன்மையாய், சிறப்பாய் அமைந்துள்ளன. பரிணாம வளர்ச்சியின் உச்சக்கட்டத்தைத் தொட்டதை எடுத்துரைக்கும் எடுத்துக்காட்டுகளாக இவ்விரு கட்டு மானங்களும் திகழ்கின்றன. இப்பாணிக் கட்டுமானங்களின் தன்மை எத்தகையது; கட்டுமான காலத்தில், செல்வத்தில், ஆட்சி செல்வாக்கில் தன்னிகரற்றோராய் விளங்கிய முகலாயர்களின் வாழ்க்கை முறை எத்தகையது என்பதையும் எடுத்துரைக்கும் வல்லமைபெற்றவைகளாய் இவ்விருகட்டுமானங்களும் விளங்குகின்றன. திவானி ஆம் கட்டுமானம், ரங்மஹால் (Rang Mahal) கட்டுமானம் என்பவையே அவ்விரு புகழ்பெற்ற கட்டுமானங்களாகும்.

திவானி காஸில் இடம் பெறும் சலவைக் கற்கட்டுமான அழகு வளைவுகள்

பொதுவான கட்டுமான குணாதிசயங்கள்:

திவானி ஆம், ரங் மஹால் கட்டுமானங்கள் இரண்டும் பொதுவான கட்டுமான குணாதிசயங்கள் சிலவற்றைக் கொண்டுள்ளன. இந்த பொதுவான கட்டுமான குணாதிசயங்கள், இந்த கட்டுமான பாணியிலமைந்த அரண்மனை வளாகத்தின் அனைத்து கட்டுமானங்களுக்கும் மெத்தப் பொருந்தும். அரண்மனை வளாகத்திலுள்ள ஒவ்வோர் கட்டுமானமும் திறந்த நிலைக்

காட்சிமாடம் (open pavilion) போன்ற அமைப்பில் ஒரே தளத்தினைக் கொண்டதாய் அமைந்துள்ளது. முகப்பிலுள்ள அழகுவளைவுகள் அனைத்தும் ஒன்பது கூர் முனைகளைக் கொண்டதாகவும், அழகுவளைவுக்குள் பல அழகுவளைவு களைக் கொண்டதாயும் (engrailed arches) அமைந்துள்ளன. அழகுவளைவுகளுக்கு மேலுள்ள இறவாரக் கூரையமைப்பின் (wide eave or chajja) அதிகப்படியான நீட்டிப்பினால், அழகு வளைவுகள் நிழலினுள் எப்போதும் இருக்கும் அமைப்பைப் பெறுகின்றன. இறவாரக் கூரைக்குமேல் கைப்பிடிச்சுவர மைப்பும், இதன் நான்கு முனை உச்சிகளிலும் மிகவும் எழிலான சாட்ரி காட்சிமாடங்களும் அமைந்துள்ளன.

திவானி காஸில் இடம்பெறும்
தூண்கள் மற்றும் விதான அமைப்பு

ரங்மஹாலின் உட்புறத் தோற்றம்

உட்கட்டுமானமும், அழகுவளைவினுக்குள் பல அழகு வளைவுகளைக் கொண்ட (engrailed) அமைப்பினாலான ஒன்றை யொன்று வெட்டிக்கொள்வது போன்றமைந்த, அழகு வளைவு களைக் கொண்டுள்ளது. இத்தகு அழகுவளைவுகளின் காரணமாக உட்கட்டுமானமானது சதுரவடிவாகவோ அல்லது செவ்வக வடிவாகவோ அமைந்த பல பகுதிகளாகப் (bay) பிரிக்கப்படு

கின்றது. ஒவ்வொரு பகுதியும் உயர்தரமான அழகு வேலைப் பாடுகளைக் கொண்ட சமதள (தட்டையான) விதானத்தைக் கொண்டுள்ளது. தூண்களின் இடத்தை, எடைதாங்கும் உயரங் குறைந்த பருமனான ஸ்தம்பங்கள் (pier) பிடித்துக் கொண்டன. இந்த ஸ்தம்பங்களை நான்கு பக்கங்கள் கொண்டவை அல்லது 12 பக்கங்கள் கொண்டவை என இரு வகைகளுக்குள் அடக்கலாம். அழகு வளைவுகளை இந்த ஸ்தம்பங்களுடன் இணைக்கும் இணைப்புக் கட்டுமானங்கள் (cornice) சாதாரண குவி வடிவமைப் பையோ (cavetto) அல்லது பல குவிஅமைப்புகள் மேற்புறமிருக்கும் வடிவமைப்பையோ (cyma recta) கொண்டுள்ளன. அழகு வளைவுகளுக்குக் கீழ்நின்று கொண்டு தலைநிமிர்ந்து பார்த்தால், அழகுவளைவின் அடிப்பகுதி இரு மடிப்பு விளிம்பு வேலைப் பாடுகளைக் கொண்டிருப்பதைக் காணலாம். சில சமயங்களில், இவை நான்கு மடிப்பு விளிம்பு வேலைப்பாடுகளாய் கூட (two fold or Four fold outlining) இருக்கலாம்.

இத்தகு வடிவமைப்புள்ளவையாக அழகு வளைவுகள் அமைந்துள்ளதால், எந்தக் கோணத்திலிருந்து உட்கட்டுமானத்தை நோக்கினாலும், கிடைத்திடும் எழிலார்ந்த தோற்றத்தினை இந்த அளவில்தான் நம்மால் கூறிட இயலும்: அலையலையாய் வளைந்திடும் வளைவரைகள்; அழகு வளைவு வடிவங்கள்; ஸ்தம்பங்களின் உச்சி இணைப்புக் கட்டுமானங்கள் சுருள் வடிவமைப்புகளாய் (volute) அமைந்திருத்தல்; சில வடிவ மைப்புகள் பிறைநிலா போன்ற வடிவத்தையும் பெற்றிருத்தல். கட்டமைப்பு நோக்கிலிருந்து கட்டுமானக் கூறுகளில் காண் போரின் மெல்லுணர்வுகளைத் தூண்டிடும் எழிலார்ந்த நேர்த்தி உள்ளுறைவதை உணர இயலும்.

கட்டுமான நேர்த்திக் கூறுகளைக் கொண்டு கூட இந்த அரண்மனை வளாகக் கட்டுமானங்களை ஓரிருவர் குறைகூறிட வாய்ப்புண்டு. ஆனால் அழகு வேலைப்பாடுகள் நோக்கிலிருந்து எவராலும் குறை கூறிட இயலாது. அந்த அளவிற்கு கட்டு மானத்தின் அனைத்துப் பகுதிகளிலும் மேற்கொள்ளப்பட்டுள்ள பொருத்தமான எழிலார்ந்த வேலைப்பாடுகள் பிரமிப் பூட்டுவதாய் உள்ளன. அழகு வேலைப்பாடுகளில் தங்க முலாம் பூசுதலும், வர்ண வேலைப்பாடுகளும், உள்பதித்தல் வேலைப்பாடுகளும்

அடங்கும். அலையலையாய் வளைந்து வளைந்து செல்லும் கோடுகளும், மிக நீளமான நேர்க்கோடுகளும் உள்ளடங்கிய பல்வேறு வடிவங்களில் அழகு வேலைப்பாடுகள் அமைந்துள் ளன. வாளிப்பமான எழிலை எடுத்து ரைக்கும் இக்கட்டுமானங் களுக்கு மேலும் மெருகூட்டு வதாய் அழகுவேலைப்பாடுகள் விளங்குகின்றன. முகலாயர்கள் மலர்களை மிகவும் நேசிப்பவர் கள். கட்டுமானங்களின் முகப்பு எதிரே இருக்கும் தோட்டங் களில் பூத்துக் குலுங்கும் மலர் களை ரசிப்பதோடு, அவர் கள் திருப்தியடைந்திடுவதில்லை. மாறாய், தங்கள் கண்ணெதிரே எப்பொழுதும் மலர்கள் நிறைந்திருக்க வேண்டும் என்று ஏங்கு பவர்கள். அந்த ஏக்கத்தினைத் தீர்த்திடும் வழிமுறைகளில் ஒன்றாகத்தான் கட்டுமான அழகு வேலைப்பாடுகளில் பாரம் பரிய மலர்கள் (Roses, Poppies, Lilies and the Like)அதிக அளவில் இடம்பெற்றுள்ளன. சுவர்களிலும், தூண்களிலும், அழகு வளைவு களிலும் மலர் வேலைப்பாடுகள் நிறைந்திருக்கக் காணலாம்.

டில்லி செங்கோட்டையில் இடம்பெறும் பித்ரதுரா அழகு வேலைப்பாடுகளில் ஒன்று

ரங் மஹால் (Rang Mahal) **மற்றம் திவானி காஸ்** (Diwan-i-khas)

ரங் மஹால் என்றும், வர்ணமூட்டப்பட்ட அரண்மனை என்றும் அழைக்கப்படும் கட்டுமானமானது எண்ணற்ற வேலைப் பாடுகளால் இழைக்கப்பட்டுள்ளது. ஷாஜகானின் அந்தப்புரக் கட்டுமானங்களிலேயே தலையாயது எனலாம். “பளபளப் பிலும், வர்ணவேலைப்பாடுகளிலும், சொர்க்கத்திலுள்ள அரண் மனைகளைவிட மேலானது” என வியந்துரைக்கின்றார் கட்டு மானக் கால வரலாற்றுப் பதிவாளர் ஒருவர் (chronicler).

எழில் கொஞ்சம் ரங்மஹால்

ரங் மஹாலானது ஒரு மத்திய மண்டபத்தையும், அதன் இருமுனைகளிலும் சிறிய அறைகளையும் உள்ளடக்கியதாகும். அலங்காரப் பாரந்தாங்கித்தூண்கள் மத்திய மண்டபத்தை 15 பகுதிகளாகப் பிரிக்கின்றன. ஒவ்வொரு பகுதியும் 20 அடி பக்க அளவுள்ள சதுர அமைப்பாகும். ரங் மஹாலின் ஒட்டுமொத்தத் தோற்றமானது 'காட்சி மாடம்' போன்றுள்ளது; இதன் ஒவ்வோர் அங்கங்களும் நெருக்கடி உணர்வை ஏற்படுத்திடாத இடவசதியுடன் உள்ளன.

ரங்மஹாலைப் போன்றே நன்கு திட்டமிடப்பட்ட மற்றோர் கட்டுமானம் திவானிகாஸ் ஆகும். ஆனால் ரங் மஹாலை விட பெரிதான திறந்தநிலை அமைப்புக் கட்டுமானமாகும். திவானி காஸ் கட்டுமானத்தின் முகப்பானது சம அளவுள்ள 'அழகு வளைவுக்குள் அழகு வளைவு' பாணியிலான 5 அழகுவளைவு களைக் கொண்டுள்ளது. அகலவாக்கில் அமைந்த முகப்போடு ஒப்பிடுகையில் அளவு குறைந்த பக்கங்களில் இடம்பெறும் அழகு வளைவுகள் சம அளவில் அமைந்திருக்கவில்லை. அழகு வளைவுகள் திறம்பட அமைக்கப்பட்டுள்ள முறையால், காற்றோட்டமான,

குளிர்ச்சியான உட்கட்டுமானம் அமையப் பெற்றுள்ளது. சதுர வடிவ பாரந்தாங்கித் தூண்களால் தாங்கப் படும் 'வளைவுக்குள் வளைவு' அமைப்புள்ள அழகு வளைவுகள் உட்கட்டுமானத்தை விசாலமான 15 பகுதிகளாகப் பிரிக்கின்றன. மதிற்சுவரை நோக்கிய கட்டுமானத்தின் கிழக்கு சுவரமைப்பானது அழகு வளைவினுள் அமைந்த சாளர அமைப்பினையும், துளைகளுள்ள திரைச்சீலை சாளர தட்டியமைப்பினையும் கொண்டுள்ளன.

அழகிய மலர் அமைப்பினை உள்பதிப்பு அழகு வேலைப் பாடுகளாகக் கொண்டுள்ள பாரந்தாங்கி குட்டிஸ்தம்பங்களானது நடைபாதை அமைப்பினில் இடம்பெறும் பளபளக்கும் சலவைக் கற்களில் பிரதிபலிக்கின்றது. அழகு வளைவு வேலைப்பாடுகளில் இடம்பெறும் தங்க வர்ணமும், பிறவண்ணங்களும் ஒன்றிணைந்து ஜொலிக்கின்றன. இவைகளின் விளைவாய், ஒட்டுமொத்த உட்கட்டு மானமும் கண்களுக்கு உறுத்தாத வண்ண ஒளிக் கலவையால் ஒளியூட்டப்படுகின்றது. எனவே எழிலார்ந்த

நீருற்றுக் காட்சி மாடத் தோற்றம்

வேலைப்பாடுகளைப் பொறுத்த சில அம்சங்களில் ரங் மஹாலுடன்போட்டிபோடும்தகுதியை திவானிகாஸ் பெற்றுள்ளது.

நஹரிபஹிஸ்ட்(Nahar-i-Bahisht)

ஒட்டுமொத்த அரண்மனைக் கோட்டை வளாகமும் எந்நேரமும் தடையற்ற நீராதாரத்தைப் பெற்றிருந்தது என்பது

மிகவும் மெச்சிடத்தக்க ஒன்றாகும். எந்நேரமும் தடையற்ற நீராதாரத்தை உள்ளடக்கியதாகத்தான் அரண்மனைக் கோட்டை வடிவமைப்பு திட்டமிடப்பட்டிருந்தது. நஹரி பஹிஸ்ட் என்றும், சொர்க்கத்தின் கால்வாய் (canal of Paradise) என்றும் அழைக்கப் பட்ட செயற்கை கால்வாய் அமைப்பால் நீராதாரப் பகிர்வு வசதி செய்யப்பட்டிருந்தது. கோட்டையின் வடகிழக்கு மூலையில் அமைந்திருந்த ஷா புர்ஜ் (Shah Burj or Kings Tower) என்ற கட்டமைப்பின் அடியில் அமைந்திருந்த மதகின் மூலம் செயற்கை கால்வாய் அமைப்பில் யமுனை நதி நீர் வழிந்திடுமாறு ஏற்பாடு செய்யப்பட்டிருந்தது. இடைவிடாமல் பெருகி ஓடிடும் நீரோடையின் காரணமாய் அரண்மனைக் கட்டுமானங்களுக்கிடையேயும், எதிரேயும் இருந்த தோட்டங்கள் அனைத்தும் செயற்கை நீருற்றுகள், அருவிகள், தடாகங்கள் போன்ற அழகு வேலைப்பாடுகள் பொருத்தமாய்ப் பெற்றிருக்குமாறு அழகுபடுத்திட ஏதுவாயிற்று. அத்துடன் விரிவாகவும் பேரெழிலோடும் அமைக்கப்பட்டிருந்த ஹம்மாம் (bath) கட்டுமானங்களும் தாராளமான, இடைவிடாத நீராதாரத்தைப் பெற்றிட இந்த செயற்கைக் கால்வாய்கள் கை கொடுத்தன.

திவானி ஆமில் இடம்பெறும் மலர் வடிவமைப்பு வேலைப்பாடுகள் (floral patterns)

ஆனால் வெறுமனே நீராதாரத்திற்காக மட்டும் செயற்கை கால்வாய் அமைப்பு கட்டமைக்கப்படவில்லை. அரண்மனைக் காட்சி மாடங்களில் இடம்பெற்ற சலவைக்கற்கட்டுமான நடைபாதையமைப்புகளின் அடியிலும் சுற்றியும் நீரோடைகள் அமைத்திட ஏதுவாயிருக்கும் முக்கியக் குறிக்கோளைக் கொண்டு தான் செயற்கை கால்வாய் அமைப்பு ஏற்பாடு செய்யப்பட்டிருந்தது. இதன் மூலம் ஒவ்வோர் காட்சி மாடமும் நீர் அரண்மனையோ (water palace) என்று சந்தேகித்திடும் வண்ணம் நீரோடைகள் காட்சிமாடங்களின் குறுக்கும், நெடுக்கும், சுற்றியும் அமைக்கப்பட்டதோடு, அவை பல்வேறு நீர் அழகு வேலைப்பாடுகளாய் ஆங்கங்கே உருமாறிடும் வண்ணம் மேலும் மெருகூட்டப்பட்டிருந்தது. விவசாயத்தையே நம்பியிருக்கும் இந்தியாவின் இப்பகுதிகளில்நீர்பாசனத்திற்குகந்தகால்வாய்கள்அமைப்பதென்பது காலம்காலமாய் கைவந்தக் கலைதானே! இதனுடன் பாரம்பரியமாய் காப்பாற்றப்பட்டுவந்த கலை ஞானத்தையும்ஒன்றிணைத்ததால் உருவெடுத்ததுதான்தன்னிகரில்லா செயற்கை கால்வாய் அமைப்பான நஹரி பஹிஸ்ட் ஆகும்.

ஒவ்வோர் காட்சி மாடமாய் சென்று, நஹரி பஹிஸ்ட் நீரோடை அமைப்பில் மேற்கொள்ளப்பட்ட அழகு வேலைப்பாடுகளை வர்ணித்தல் என்பது தேவையற்றது. மாறாய் ரங் மஹாலில் மட்டும் கவனம் செலுத்துவோம். ரங்மஹாலில் செயற்கை நீருற்று வேலைப்பாடுகளும் அதன் அமைவிடமும் மிகச் சிறப்பாய் ரங்மஹால் கட்டுமானத்திட்டத்தோடு பொருத்தமாய் ஒன்றியைந்து போவதுடன் மேலும் மெருகூட்டுவது தான் சிறப்பம்சமாகும். செயற்கை நீருற்றுக் கட்டமைப்பு என்பது ஆழம் மிக குறைச்சலாய் உள்ள சலவைக்கல் கிண்ணத்தைக் (Shallow basin) கொண்டதாகும். நடைபாதையமைப்பில் இக்கிண்ணம் பதிக்கப்பட்டுள்ளது. 20 அடிபக்க அளவுள்ள சதுரவடிவ மையப்பகுதியை இக்கிண்ண அமைப்பு ஆக்கிரமித்துள்ளது. இதன் மையத்தில் வெள்ளியினால் ஆன மெலிந்த தண்டினைக் கொண்ட தாமரை மலர் அமைக்கப்பட்டுள்ளது. இத்தாமரை மலரிலிருந்து நறுமணமூட்டப்பட்ட நீர் குமிழிகள் வெளியேறிய வண்ணம் உள்ளன. கிண்ணத்தின் வடிவமைப்பும் மாபெரும் தாமரை மலர் வடிவமைப்பிலேயே நுட்பமாய் அமைந்துள்ளது. இதழ்கள் விரிந்த தாமரை மலர் வடிவமைப்பானது சதுரவடிவில் விளிம்புகளைக் கொண்ட அமைப்பினுள் அமர்த்தப்பட்டுள்ளது.

ஒட்டுமொத்த வடிவமைப்பும் கண்டு களித்த கட்டுமானக் கால பதிப்பாளர் ஒருவர் வியந்து உரைத்ததாவது; "துள்ளி நடன மிட்டோடிடும் நீருக்கடியில், செடிகளும், மலர்களும் அசைந்தாடும் காட்சி மாயாஜாலமேயன்றி வேறொன்றுமில்லை". இந்நீரூற்று, "ஒரு பானை சோற்றிற்கு, ஒருபருக்கை" போன்ற அழகுவர்ணனை தான் என்பதை எப்பொழுதும் மறந்திடலாகாது. கற்பனைப் பிரவாகமும், கலையுணர்வுப் பிரவாகமும் தங்கு தடையின்றி தயக்கமின்றிப் பொங்கியெழுந்து படைப்புகளாய் உருவெடுத்திட்ட காலத்தின் பிரதிபலிப்பினைத்தான் இந்த அரண்மனைக் கட்டுமானங் களில் காண்கின்றோம்.

திவானி ஆமின் மயிலாசன அரியணைப்பகுதி

திவானி-ஆம் (பொதுமக்கள் சபை) (Diwan-i-Am)

டில்லிக்கோட்டையின் அரண்மனை வளாகத்தினுள் இன்னும் நாம் பார்த்திடவேண்டிய புகழ்பெற்ற கட்டுமானங்களில் தலையாயது பொதுமக்கள் அரசவை ஆகிய திவானி ஆம் ஆகும். அரசு அலுவல்களுக்கான நிர்வாகமுடிவுகளை ஆலோசித்திடும் அவையாதலால், அதற்குரிய கண்ணியமான கட்டுமான குணாதி சயங்களைப் பெற்றிருத்தல் அவசியம். எனவே அரண்மனை

வளாகத்திலுள்ள உல்லாச காட்சிமாடங்களைப் போன்று அதிகப் படியான அழகு வேலைப்பாடுகளுக்கு இங்கே இடமில்லை.

கட்டுமான கால வடிவமைப்பின்படி சதுர வடிவ திறந்த நிலை முற்றவெளி; சுற்றிலும் தூண்களின் அணிவரிசை; முற்ற வெளியின் கிழக்குப் பகுதியில் மூடப்படாத பக்கங்களுடன் கூடிய தூண்களாலான மண்டபமாகத்தான் திவானி ஆம் கட்டடம் கட்டப்பட்டிருக்க வேண்டும். ஆனால் இன்றைக்கு திவானி ஆம் மண்டபம் மட்டுமே உள்ளது. பிற துணைக் கட்டுமானங் களெல்லாம் இன்றில்லை.

மயிலாசன அரியணைப்பகுதியில் இடம்பெறும் உட்பதிப்பு வேலைப்பாடுகளுள்ள தூணும், விதானமும்

திவானி ஆம் மண்டபமானது சிகப்பு வண்ண மணற்கற்களால் கட்டப்பட்டதாகும். கட்டுமான அளவு 185 அடி X 70 அடி ஆகும். முகப் பானது 9 அழகு வளைவுகளைக் கொண்டுள்ளது. முகப்பு வளைவுகளைத் தாங்கும் தூண்கள் இரட்டைத் தூண்களாய் உள்ளன. முகப்பின் இருமுனைகளிலும் நான்கு தூண்கள் கொண்ட குழுமமாக உள்ளன. தூண்களின் அணி வகுப்பாலும், ‘வளைவுக்குள் வளைவு’ பாணி அழகு வளைவுகளாலும் உட்கட்டுமானமானது மூன்று பிரிவுகளைக் (aisle) கொண்ட அமைப்பைப் பெறுகின்றது. அரச மண்டபங்களை பாரசீக மொழியில் அழைப்பது போல் (Situn or Forty Pillared) இம்மண்டபமும் மொத்தத்தில் 40 தூண்களைக் கொண்டுள்ளது. கட்டுமானத்தின் பின்புறச் சுவரானது வேலைப்பாடுகளற்ற சாதாரண சுவரமைப்பாகும். ஆனால் இச்சுவரமைப் பின் மையத்தில் பேரரசர் ஷாஜஹானின் மயிலாசனம் (Peacock Throne) போடுமளவிற்கு விசாலமான, அழகு வேலைப்பாடுகளுள்ள, மாடம் (alcove) அமைந்துள்ளது. இதன் விதானமானது வங்காளப்பாணி சரிவான கூரையமைப்பைப் பெற்றுள்ளது.

திவானி ஆம் கட்டுமானமானது அரண்மனை வளாக சலவைக்கல் கட்டுமானங்களின் வெண்ணிறத் தோற்றத்திற்கு இணக்கமாய் இருக்க வேண்டுமென்பது பேரரசர் ஷாஜகானின் விருப்பமாகும். எனவே திவானி ஆம் கட்டப்பட்ட காலத்தில், கட்டுமானம் முழுவதும் யானைத்தந்தத்தின் வெண்மைக்கு ஈடான மிகச்சிறந்த சுண்ணாம்பு பூச்சைப் பெற்றிருந்தது. ராஜபுதனத்தைச் சேர்ந்த மிகச் சிறந்த கலைஞர்களின் கைவண்ணம் இதுவாகும்.

விழாக்கோலம் பூணும் சில சந்தர்ப்பங்களில், உட்கட்டு மானத்தில் மயிலாசனம் போடுவதற்கு ஏதுவாக அமைக்கப்பட்ட சிறப்புப் பகுதியில் (alcove) பேரரசர், அத்தருணத்திற்கு உகந்த ஆடை ஆபரணங்களுடன் அமர்ந்திருப்பார். இன்றைக்கு நாம் காணும் மயிலாசனம் அதன் நகையாபரண வேலைப்பாடு களையெல்லாம் இழந்த நிலையிலும் ஈடு இணையற்றதாய் உள்ளது. அப்படியெனில் ஷாஜஹானின் காலத்தில் முழு வேலைப்பாடுகளோடு எந்த அளவிற்கு ஜொலித்திருக்கும்! அதனை எடுத்துரைக்கும் சில முகலாய சிற்றோவியங்களின் மூலம்தான் அரசவை கவிஞனின் ஈரடிக் கவிதையின் உயர்வு நவிற்சியணி கிட்டத்தட்டப் பொருந்தும் என்பது தெரியவரும். "மயிலாசன வேலைப்பாட்டில் பயன்படுத்தப்பட்ட தங்கத்தின் காரணமாய் உலகில் தங்கத்திற்கு பற்றாக்குறை ஏற்பட்டுவிட்டது; பதிக்கப்பட்ட ஆபரணங்கள் காரணமாய் பூமித்தாய் தன் பொக்கிஷங்களை இழந்து வறண்டுவிட்டாள்" என்பது போன்ற பொருளுடையது அந்த ஈரடிக் கவிதை.

ஓரிபியஸ் அன்டு ஹிஸ் லூட் படம் இடம் பெற்றிருத்தல்

உட்பதிப்புவேலைப்பாடுகள் திவானி ஆம்

மயிலாசனம் இடுவதற்கு அமைக்கப்பட்ட சிறப்புப் பகுதியின் சுவரிலும், விதானத்திலும் மேற்கொள்ளப்பட்டுள்ள அழகுபடுத்தும் வேலைப்பாடுகள் நமது கவனத்தை ஈர்க்கின்றன. பித்ரதூர (Pietra dura)தொழில் நுட்ப அடிப்படையில் அமைந்த உட்பதித்தல் வேலைப்பாடுகளாகும், பெரும்பாலான அழகு வேலைப்பாடுகள். பிளாரென்ஸ் (Florentine) பாணி உட்பதித்தல் முறையிலான அசல் வேலைப்பாடு ஒன்று சுவரின் உச்சிப் பகுதியில் ஓர் சிறிய பலகையமைப்பில் இடம்பெற்றிருக்கக் காண்கிறோம். இது, கிரேக்கக் கடவுள் ஒரிபியூஸ் தந்திவாத்திய இசைக்கருவியுடன் (Orpheus and his lute) இருக்கும் மேற்கத்திய குணாதிசய வேலைப்பாடுதான் என்பதில் சந்தேகமில்லை. இதுபோன்ற சில உட்பதித்தல் வேலைப்பாடுகளைக் கொண்ட சட்டங்களை (Panel) ஆதாரங்காட்டி, இத்தாலிய பாணிக் கலைகளானது முகலாய பாணிக் கலைகளில் பெரும் செல்வாக்கு பெற்றிருந்தது என்றுரைக்கும் சில மேற்கத்திய வரலாற்றாசிரியர் களின் வாதத்தை ஏற்றுக்கொள்வதற்கில்லை.

ஷாஜஹானின் ஆட்சிக் காலத்தின் போதெல்லாம் கீழ்த்திசை நாடுகளுக்கும், மேற்கத்திய நாடுகளுக்கும் பெருமளவு வர்த்தகப் பரிவர்த்தனைக் கூடியிருந்தது. மேலும் ஐரோப்பிய கலைஞர் களில் சாகஸப் பிரியர்கள் சிலர் இந்தியாவில் முகலாயப் பேரரசர்களின் கீழ் சேவகம் புரிந்ததற்கான வரலாற்றுப் பதிவு களும் உள்ளன. எனவே இந்தியக் கலைஞனுக்கு இத்தகு மேற்கத்திய வேலைப்பாடுகளைப் பெற்றிட வாய்ப்பிருந்தது. திவானி ஆம் அழகு வேலைப்பாடுகளில் பன்முகத்தன்மையைக் கொணர்ந்திட தேர்ந்தெடுக்கப்பட்ட மேற்கத்திய பாணி வேலைப் பாடுகளில் ஒன்றாக இந்த கிரேக்கக் கடவுள் வேலைப்பாட்டினை உட்பதித்திருக்கலாம்.

இதேபோல், டில்லி அரண் மனை வளாகத்திலுள்ள ரங்மஹா லில் இடம்பெறும் 'நீதி தேவதை யின் தராசு' (scales of Justice Screen) வடிவமைப்பைக் கொண்ட திரைச் சீலை சாளர அமைப்பும் மேற்கத்திய கலைப்பாணிதான். ஷாஜஹானின் பின்னாளைய ஆக்ராக் கோட்டைக் கட்டுமானங்களில் அரை வட்ட

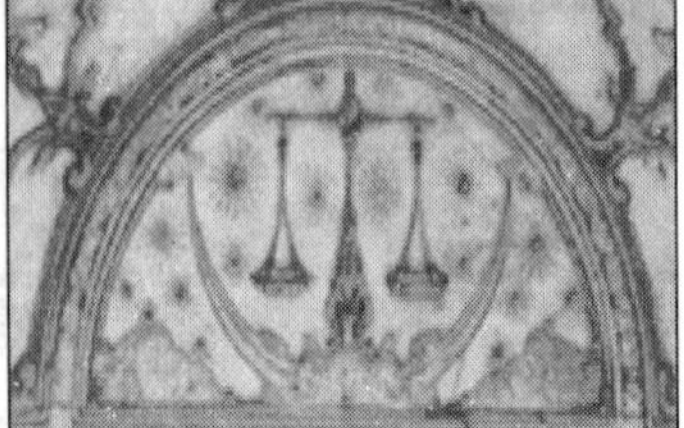

நீதித்தராசு வேலைப்பாடு
ரங்கமஹால்

வடிவ அழகுவளைவுகள் இடம்பெற்றுள்ளன. இவற்றில், சிலவற்றில் மேற்கொள்ளப்பட்டுள்ள அழகு வேலைப்பாடுகள் பிரான்ஸ் தேசத்து 13-ஆம்; 14-ஆம் லூயி மன்னர்களின் காலப் பகட்டான வேலைப்பாடுகளை நினைவுறுத்துவதாய் உள்ளது. ஆனால் இவைபோன்ற மேற்கத்திய கலை பாணியின் தாக்கங்கள் எல்லாம் அழகு படுத்தும் கூறுகளாக ஆங்காங்கே இடம் பெற்றுள்ளன. மற்றபடி கட்டுமானக் கூறுகளில் எவ்வித மேற்கத்திய பாணி செல்வாக்கும் நுழைந்திட முடியவில்லை; உயர்தரமான இந்தியக் கட்டுமானத்தினுள் மேற்கத்திய திருத்தங்கள் எதற்கும் தேவையெழவில்லை.

ஜாமி மசூதி டில்லி- 1865-ஆம் ஆண்டு காட்சி

டில்லி ஜாமி மசூதி:

பேரரசர் ஷாஜஹானின் டில்லி கட்டுமானத் திட்டங்கள் என்பது டில்லி செங்கோட்டை அரண்மனை வளாகக் கட்டு மானத்தோடு நின்றிடவில்லை; மாறாய், இந்த அரண்மனைக் கோட்டை வளாகத்திற்கு வெளியே, ஆனால் அருகிலேயே, மாபெரும் கூட்டுத் தொழுகைக்கு உகந்த ஜாமி மசூதிக் கட்டுமானத்தையும் உள்ளடக்கியிருந்தது. டில்லி அரண்மனைக் கோட்டைக்கான வேலைகள் தொடங்கிய நாளிலிருந்து ஆறு ஆண்டுகள் கழித்து ஜாமி மசூதிக் கட்டுமான வேலைகள் தொடங்கப் பட்டன. இந்தியாவிலுள்ள ஜாமி மசூதிக் கட்டுமானங்களிலேயே மிகப்பெரியது; அதிகப் புகழ் பெற்றது டில்லி ஜாமி மசூதியே ஆகும்.

தெற்கு நுழைவாயில், டில்லி ஜாமி மசூதி

மனதை ஆக்கிரமிக்கும் கம்பீரத் தோற்றத்தை ஜாமி மசூதி வளாகத்திற்கு கொடுக்கும் கூறுகளில் ஒன்று அதனை ஒரு உயர்ந்த அடித்தளத்தின் மேல் அமைப்பதாகும். இந்தியாவிலுள்ள பல ஜாமி மசூதிக் கட்டுமானங்கள் உயர்ந்த அடித்தளத்தின் மீதுதான் அமைக்கப்பட்டன. இருப்பினும் அத்தகைய ஜாமி மசூதிகளின் வெளித்தோற்ற நேர்த்தி எடுப்பாய் அமைந்திடவில்லை. ஆனால் டில்லி ஜாமி மசூதியின் மிக உயரமான அடித்தளம் அமைக்கப் பட்டுள்ள நேர்த்தி மிகச்சிறப்பான வெளித்தோற்ற அழகை அளிப்பதாயுள்ளது. மேலும் டில்லி ஜாமி மசூதியின் நுழை வாயில்கள் மூன்றும் அதன் சுற்றுப்புறக் கட்டுமானங்களைவிட உயரத்தில் உள்ளதாய் அமைக்கப்பட்டுள்ளன. இம்மூன்று நுழைவாயில்களையும் அணுகிட கம்பீரத் தோற்றமுடைய படிக்கட்டுகளில் ஏறிடவேண்டும். இவையனைத்தும் ஒன்றிணைந்து மசூதி வளாகத்தின் வெளித்தோற்றப் பொலிவிற்கு கம்பீரமும், கண்ணியமும் கலந்திட வழிவகுக்கின்றது. அனைவருக்குமான நுழைவாயில் என்பது வடக்கு,தெற்கு நுழைவாயில்கள் மட்டும் தான். கிழக்கு நுழைவாயில் என்பது அரசகுடும்பத்தாருக்கும், உயர் அந்தஸ்து உடையோருக்குமான பிரத்யேக நுழைவாயி லாகும். கட்டுமான காலத்தில், விழாக்காலங்களில் அணிவகுப்பு நடத்துவதற்குகந்த சாலையமைப்பானது டில்லி கோட்டையை யும் மசூதியின் கிழக்கு வாயிலையும் இணைத்தது.

மசூதி வளாகத்தின் மேற்குப் பகுதியில் பிரம்மாண்டமான தொழுகை மண்டபம் அமைந்துள்ளது. இது சிகப்பு வண்ண செம்மணற்கற்களால் எடுப்பான தோற்றமுடையதாகக் கட்டப் பட்டுள்ளது. தொழுகை மண்டபத்தின் வெவ்வேறு அங்கங்களை எடுத்துரைப்பது போல் பயன்படுத்தப்பட்டுள்ள கறுப்பு மற்றும் வெள்ளை சலவைக் கற்களைச் சுவர்ப்பரப்பு கொண்டுள்ள பாணி, கட்டுமானத்திற்கு மேலும் மெருகூட்டுவதாய் உள்ளது. இம்மசூதிக் கட்டுமான காலத்திற்குள்ளாக, தொழுகை மண்டப அமைப்பு மற்றும் கட்டுமானம் குறித்த பரிணாம வளர்ச்சி முழுமை அடைந்து விட்டது. இதனை, டில்லி ஜாமி மசூதி தொழுகை மண்டபக் கட்டுமானத்தில் நன்குணரலாம். வளாக உட்புறத்தில் கிழக்கு, வடக்கு, தெற்கு விளிம்புகளில் அமைந்துள்ள தூண்களாலான நடைபாதை அமைப்புகளின் தொடர்ச்சியை உடைப்பதுபோல் நுழைவாயில் அமைப்புகளின் உட்பகுதி அமைந்துள்ளது.

ஜாமி மசூதி வளாக உட்தோற்றம்

மேற்கே தொழுகை மண்டபமும், பிற திசைகளில் தூண் களாலான நடைபாதை அமைப்பும் சூழ்ந்த மையத்திறந்த வெளி 325 அடி பக்க அளவுள்ள பிரம்மாண்டமான சதுர வெளியாகும். இதன் மையத்தில் சதுரவடிவ நீர்த்தொட்டி ஒன்றைத் தவிர வேறேதும் இடம்பெறாத வெட்டவெளியாய் உள்ளது. இதன் காரணமாய், நுழைவாயிலைத் தாண்டியவுடனே மேற்குத்திசை தொழுகை மண்டபம்தான் கண்ணில் படும்; தொழுகை மண்டபத்தின்விஸ்தீரணமும், பிரம்மாண்டமும் மனதைஆக்கிரமித்து விடும். தெளிவாகவும், புத்திசாலித்தனமாகவும் திட்ட அமைப்புள்ள தொழுகை மண்டபமானது 200 அடி நீள முகப்பையும், 90 அடி உட்கூடு அகலத்தையும் கொண்டதாகும். மிக அகலமான, உள்ளிழுக்கப்பட்ட, அரைக்கோள குவிமாட விதானமுடைய மாடத்தின் (alcove) அழகு வளைவு மிகப் பெரியது. இதன் இருபக்கங்களும், பக்கத்திற்கு ஐந்து எண்ணிக்கையிலான,

'வளைவிற்குள் வளைவு' (engrailed arches) வகை அழகு வளைவுகளைக் கொண்டுள்ளது. இந்த பக்கப்பகுதிகளின் முடிவில் நான்கு தள அமைப்பில் அமைந்த உயரமான மினார்கள் அமைந்துள்ளன. ஒட்டுமொத்த தொழுகை மண்டப விதான மானது பெரிய அளவிலான மூன்று குமிழ்வடிவ குவிமாடங் களைக் (bulbous domes) கொண்டுள்ளது.

வடிவமைப்பில் வெளிப்புறக் கட்டுமானத்தைப் போன்றே தொழுகை மண்டபத்தின் உட்புறக் கட்டுமானமும் இலக்கண ரீதியாக அமைந்துள்ளது. தொழுகை மண்டபத்தின் உட்புற மானது ஒரேயொரு பெரிய, நீண்ட மண்டபத்தைக் கொண்டது; பிரம்மாண்டமான எடைதாங்கித்தூண்களின் மேல் அமைந்த 'வளைவிற்குள் வளைவு' வகை அழகு வளைவுகள் அமைப்பால் மூன்று பகுதிகளாக முகப்பிற்கு இணையாக பிரிக்கப்பட்டது போல் அமைந்துள்ளது. தொழுகை மண்டபத்தின் மேற்குச் சுவரில் அழகு வளைவினுக்குள் அமைந்தாற்போன்ற நேர்த்தியான மிஹ்ராப் மாடங்கள் இடம்பெறுகின்றன. சுவர்ப்பரப்பு அழகு வேலைப்பாடுகளிலும் அழகு வளைவுகளே அதிகமாய்க் காணப்படுகின்றன. இவை, சுவர்கள், எடைதாங்கித் தூண்கள், நடைபாதை அமைப்புகள் ஆகிய அனைத்திலும் சட்டப்பலகை அமைப்பினுள் இடம்பெற்றுள்ளன.

உயரத்திலிருந்து கிடைத்திடும் ஜாமி மசூதித் தோற்றம்

ஒட்டுமொத்த ஜாமி மசூதியின் பிரம்மாண்ட அளவிற்கு இயைந்த விகிதாச்சாரத்தில் தான் மசூதியின் அங்கங்கள், இவை ஒவ்வொன்றும் கொண்டுள்ள சிற்றங்கங்கள், அழகு வேலைப் பாடுகள் ஆகியவை அமைந்துள்ளன. தொழுகை மண்டபத்தின் முகப்பு அழகு வளைவுகள் அமைப்பால் விளையும் கட்டுமானப் பகுதிகளும், வெற்றிடப்பகுதிகளும் ஒன்றிணைந்து ஏற்படுத்தும் வெளிச்சம் விழும் பகுதிகளும், நிழல் விழும் பகுதிகளும் மிக அற்புதமாயுள்ளன. எனவே கட்டுமான, அழகுபடுத்தும் கோட் பாடுகள் அனைத்தும் நிறைவாய் ஜாமி மசூதிக் கட்டுமானத்தில் செயல்படுத்தப்பட்டுள்ளது. இதற்கு இயைந்த வகையில்தான் கட்டுமானமுறையும் மிகக் கவனமாய் பொருத்தமாய் பின்பற்றப் பட்டுள்ளது. மசூதியின் ஒவ்வொரு அங்கமும், அவை நிறை வேற்றிட வேண்டிய பணியைச் செவ்வனே ஆற்றியுள்ளன. எனவே அளவு, கட்டுமான நேர்த்தி என்ற கோணங்களில் ஒட்டுமொத்தத் தோற்றப்பொலிவினை ஜாமி மசூதி மிகச் சிறப்பாய் கொண் டுள்ளது.

"ஆனால் எந்தவொரு கட்டுமானமாக இருந்தாலும், அது, காண்போரிடம் உள்ளூறும் அழகுணர்வுகளைக் கிளர்ந்தெழுந் திடச் செய்ய வேண்டும் என்பது அடிப்படைக் கோட்பாடாகும். இந்த குணாதிசயம் டில்லி ஜாமி மசூதிக் கட்டுமானத்தில் குறைவுடையதாகவே தோன்றுகிறது. ஒட்டுமொத்தக் கட்டு மானமும் கணிதத்தன்மை இணைந்த துல்லியத்தோடு இயந்திரத் தனமாய் நிறைவேற்றப்பட்டதாய் தோன்றுகின்றது. குமிழ்வடிவ குவிமாட விதானங்கள் மற்றும் மினாரெட்டுகள் ஆகியவற்றின் எல்லைக்கோடு வளைவரைகளில் அழகுணர்வை விட ஓர் கண்டிப்புத்தன்மை அதிகமாய் வெளிப்படுகின்றது. கட்டுமானத்தின் குறிப்பிட்ட சில பகுதிகளில் மாறுபடும் தோற்றப்பொலிவினை ஏற்படுத்திட வாய்ப்பிருந்தும், அதனைப் பயன்படுத்திடாமல் விடப்பட்டுள்ளது. மெர்லான்கள், உட்பதிப்பு வேலைப்பாடுகள் போன்றவை ஒன்றுபோல் இயந்திரத்தனமாய் அதிக எண்ணிக்கையில் அருகருகேயே இடம்பெறுவதால் மனது நிறைவடைவதற்குப் பதிலாய் சோர்வடைந்து விடுகின்றது. இதுபோன்றே காரணி களெல்லாம் ஒன்றிணைந்து ஒட்டுமொத்தக் கட்டுமானத்திற்கு ஓர் தனிமைப்படுத்தப்பட்ட, ஒதுங்கியிருக் கின்ற குணாதிசயத்தைக் கொடுத்துவிடுகின்றது. இதனால் ஜாமி மசூதியை காண்போரிடம் நுண்கலை உள்ளுணர்வுகள் கிளர்ந்தெழுவதென்பது அரிதாய்ப்

போய்விடுகின்றது. இதே காலக் கட்டத்தைச் சேர்ந்த ஒரு சில கட்டுமானங்கள் மனதைத் தொடுவதைப் போல் டில்லி ஜாமி மசூதி தொட்டிடவில்லை" என்று பெர்ஸி பிரௌன் விமர்சிக்கின்றார்.

ஆக்ரா ஜாமி மசூதி:

உட்பதித்தல் வேலைப்பாடுகள் டில்லி ஜாமி மசூதி

அழகு வளைவுகளில் இடம்பெறும் வேலைப்பாடுகள் டில்லி ஜாமி மசூதி

"காண்போரின் மனதைத் தொட்டிடும் அம்சத்தில் ஆக்ராவின் ஜாமி மசூதி, டில்லியின் ஜாமி மசூதியை மிஞ்சுகின்றது" பெர்ஸி பிரௌன். இத்தனைக்கும் ஆக்ரா ஜாமி மசூதி டில்லி ஜாமி மசூதியைப் போல் அளவில் பெரியதல்ல. சொல்லப்போனால் பாதிக்கும் குறைவான அளவுடையது; பெரிதாய், சிறந்ததாய் படைத்திடவேண்டும் என்ற எண்ணப்போக்கோடும் எழுப்பிடப் படவில்லை; துல்லியமாய், கட்டுமான இலக்கண நேர்த்தி யுடையது என்றும் கூறிடுவதற்குமில்லை. 1648-ஆம் ஆண்டு தனது மகள் ஜெகனாரா பேகம் அவர்களுக்காக பேரரசர் ஷாஜஹான் அவர்களால் கட்டப்பட்டதாகும். இளவரசி ஜெகனாரா அவர்களின் ஆளுமையும் மெச்சிடத்தக்கதுதான். ஆக்ரா ஜாமி மசூதிக்குரிய தனித்துவமான சிறப்பியல்புகளுக்கு காரணகர்த்தா இளவரசி ஜெகனாரா என்பர்.

கணிதத் துல்லியமான குவிமாடமும்,
மினாரெட்டுகளும் - டில்லி ஜாமி மசூதி

ஆக்ரா ஜாமி மசூதி 130 அடி X 100 அடி அளவுடையது; இதில் இடம் பெறும் அழகு வளைவுகள், அழகு வேலைப்பாடுகள் எதனையும் பெற்றிடாத 'டியூடர்' (Tudor) வகை அழகு வளைவு களாகும். அரைக்கோள குவிமாடங்கள் மூன்றும் போதிய உயரமும் பெற்றிருக்கவில்லை; அவற்றின் எல்லைக்கோடு வளைவரைகளும் இணக்கத்தன்மை குறைவுடையதாயுள்ளன. உயரத் தோற்றப்பொலிவினைத் தூக்கலாய்க் காட்டும் மினாரெட் அமைப்புகளும் இடம்பெற்றிடவில்லை. ஆனால் இக்குறை பாடுகளையெல்லாம் மங்கிடச் செய்யும் சிறப்பான குணாதி சயங்களை ஆக்ரா மசூதி கொண்டுள்ளது.

ஒன்றுக்கொன்று இணக்கமாயிருக்கும் வகையில் மிகப் பொருத்தமான விகிதாச்சாரத்தில் அமைந்துள்ள மசூதியின் பல்வேறு அங்கங்கள் அமைப்பால் 'அளவில் சிறியது' என்ற எண்ணப்போக்கினை மட்டுப்படுத்திட முடிகின்றது. இரு அழகுவளைவுகளுக்கிடையே பொருத்தமான இடைவெளி யுடைய அமைப்பில் முகப்பு அழகுவளைவுகள் நேர்த்தியாய் பங்கிடப்பட்டுள்ள விதம்; கைப்பிடிச்சுவரின் மேல் அமைந்துள்ள அழகுக் கோபுரங்களின் உச்சியில் இடம்பெறும் மெலிந்த, நளினமான உச்சி வேலைப்பாடுகள்; மத்திய நீரூற்று, இது இடம்பெறும் கோப்பையமைப்பு, இதன் ஒவ்வோர் முனையமைப் பிலும் இடம்பெறும் கைப்பிடிச்சுவர்; அழகு கோபுரத்தைப் போன்றேயுள்ள கோபுர அமைப்பு வேலைப்பாடுகள் போன்றவை மனதை வருடும் உன்னதப் படைப்புகளாகும்.

ஆக்ரா ஜாமி மசூதியின் ஒட்டுமொத்த வளாகத் தோற்றம்

இக்கட்டுமானம் போன்ற இந்திய இஸ்லாமியக் கட்டுமானங்களில் அழகு வளைவுகளையும், குவிமாடங்களையும் அமைத்திட எத்தகு தாங்குதளம் (centering) முறையைப் பயன்படுத்தினார்கள் என்பதையுணர்த்திடும் பதிவுகள் இல்லை. ஆனால் இக்காலக்கட்ட சிற்றோவியங்களிலிருந்து 'ரோமானிய தாங்குதளம்' முறையைத்தான் பயன்படுத்தியுள்ளதாகத் தோன்றுகின்றது. மரக்கட்டைகளைப் பொருத்தமாய் ஒன்றிணைத்து, இத்தகு அமைப்பு சரிந்திடா வண்ணம் பொருத்தமாய் செங்கற்களைப் பயன்படுத்தி தாங்குதளம் அமைக்கும் முறையே ரோமானிய தாங்குதள முறையாகும். ஆக்ரா ஜாமி மசூதிக் கட்டுமானம் முடிந்தவுடன், நகரெங்கிலும் முரசு அறிவிப்பு மூலம் தாங்குதளம் அமைக்கப் பயன்படுத்திய மரக்கட்டைகளை யார் வேண்டுமானாலும் இலவசமாய் அவிழ்த்து எடுத்துக் கொள்ளலாம் என்று அறிவித்தார்கள்; இரவுக்குள், செலவேயில்லாமல், தாங்குதளமானது நீக்கப்பட்டுவிட்டது. சமகாலத்து பதிவொன்று இந்நிகழ்ச்சியைத் தெரிவிக்கின்றது. தாஜ்மஹால் குவிமாட (dome) கட்டுமானத்திற்கு செங்கற்களாலான தாங்குதளம் அமைப்பது என்பது அவசியமாயிற்று; இதனால் அதிக அளவு செலவு கூடியது என்று டாவெர்னியர் அவர்களின் குறிப்பு அறிவிக்கின்றது.

லாகூர் கட்டுமானங்கள்:

சிகப்பு நிற மணற்கற்களாலும், சலவைக்கற்களாலும் முகலாயப் பேரரசின் பிரதான நகரங்களில் கட்டடங்கள் கட்டப்பட்டுக் கொண்டிருந்தபொழுது, பஞ்சாப் பகுதி ஒரு விதிவிலக்காய் திகழ்ந்தது. பஞ்சாபில் செங்கற்கள் பெருவாரியாகவும், வலிமை சேர்க்கும் பொருட்டு மணற்கற்கள் ஆங்காங்கே செருகுவதற்கும் பயன்படுத்தப்பட்டு கட்டடங்கள்

எழுப்பப்பட்டன. மலைக்குன்றுகள் அரிதாய் காணப்படும் வண்டல் மண் நிலப்பகுதியாய் பஞ்சாப் திகழ்ந்தது; பாரசீக கட்டுமான பாணியின் தாக்கம் பஞ்சாபில் பெருவாரியாய் நிலவியது என்ற இரு காரணிகளினால் பஞ்சாபில் செங்கற் கட்டுமானப் பாணி கொடிகட்டிப் பறந்திட வழிவகுத்தது. செங்கற்கட்டுமானங்களின் மேல் சுவரோவிய வடிவமைப் புடைய பளபளப்பு ஓடுகளை ஒட்டும் வேலைப்பாட்டின் தொழில் நுட்பமும் பாரசீகத்திலிருந்து பெற்றதேயாகும்.

1634-ஆம் ஆண்டு கட்டப்பட்ட வஸீர்கான் மசூதி (Wazir Khan's Mosque), குலாபி பாக் (Gulabi bagh) நுழைவாயில், சௌபுர்ஜி (Chauburji) நுழைவாயில், அலி மர்தன் கான் (Ali Mardan Khan) கல்லறை மாடம், ஸரபுன்னிஸா (Sharafunissa) கல்லறை மாடம், சாலிமார் பாக் (Shalimar Bagh)கல்லறை மாடம், தாய் அங்கா (Dai Angah) மசூதி என லாகூர் நகரின் பலபகுதிகளிலும் செங்கற்கட்டுமான நினைவகங்கள் காணப்படுகின்றன. இத்தகு செங்கற்கட்டுமான பாணியின் தாக்கம் ஆக்ராவிலுள்ள சினி கா ரோசா (Chini ka Roza) என்று அறியப்படும் லாகூர் நகரைச் சேர்ந்த அப்சல்கான் (Afsalkhan) கல்லறை மாடத்திலும், முத்ரா (Muttra) நகர் ஜாமி மசூதி கட்டுமானத்திலும் வெளிப்படுகின்றது.

செங்கற் கட்டுமானத்தின் மேல் பெருவாரியாய் அழகு வேலைப்பாடுகளைக் கொண்ட வஸீர்கான் மசூதி இப்பாணியின் உச்சக் கட்ட கலைப்படைப்பாகும். மென்மேலும் வண்ண வேலைப்பாடுகளால் கட்டுமானத்தை நிறைத்தல், வண்ண வேலைப்பாடுகளுக்கு உகந்த மாதிரிகட்டுமான அமைப்பை அமைத்தல் போன்ற குணாதிசயங்களைக் கொண்டதாகும் வஸீர்கான் மசூதி. **1641** -ஆம் ஆண்டு இறந்த பேரரசர் ஜஹாங்கீரின் மாமனார் ஆசப் கானின் கல்லறை மாடம் சாதரா (Shadera) வில் அமைந்துள்ளது. ஓடு வேலைப்பாடுகள் மூலம் சுவரோவிய வேலைப் பாடுகளால் நிரப்பப்பட்டதாய் அங்கங்கே காட்சியளிக்கின்றது வெளிச்சுவர் பரப்பு. இத்தாலி அல்லது சிசிலி பாணியில் அமைந்த உயர்புடைப்பு ஒட்டிணைப்பு வேலைப்பாடுகளைக் கொண் டுள்ளது உட்கட்டுமானத்தின் சில விதானப் பகுதிகள். இவ்வேலைப் பாடுகள் எல்லாம் மிக பொருத்தமாய் மேற்கொள்ளப்பட்டுள்ளன என வல்லுனர்களால் பாராட்டப்படுகின்றது.

முகலாயர் தோட்டங்கள் (Mughul Gardens)

1895-ல் ஷாலிமார் முகலாயர் தோட்டம்

முகலாயத் தோட்டக் கட்டுமானங்களைப்பற்றி குறிப்பிடாமல் முகலாய கட்டுமானங்கள் பற்றி முழுமையாய் எழுதிவிட்டதாகக் கூறிட முடியாது. முகலாய ஆட்சியாளர்களும் அதிகார வர்க்கத்தினரும் பொருத்தமான இடங்களில் அமைத்திட்ட பிரம்மாண்டமான அழகு வேலைப்பாடுத் தோட்டங்களே இதற்கு காட்சி சாட்சியங்களாய் விளங்குகின்றன. முகலாயத் தோட்டங்களுக்கான கரு ஜனித்தது பாரசீகத்தில் தான். அஃப்ராசயப் (Afrasiab) தோட்டத்தை கவிஞர் பிர்தௌசி (Fidausi) இவ்வாறு வர்ணிக்கிறார்: "ஓர்மஸ் (Ormuz) அரசர்களின் கைவடிவமைப்பு வேலைப்பாடுகளைக் கொண்ட விரிப்புகளைப் போல், (தோட்டங்களில்) காற்றில் கஸ்தூரி ஜவ்வாது மணம் நிறைந்துள்ளது; சிற்றோடைகளின் நீரில் ரோஜாமலரின் சாரம் கலந்துள்ளது". கவிஞர்கள் இவ்வாறு பாரசீக தோட்டங்களைப் பற்றி கவிதை பாடியுள்ளது ஏராளம்.

இந்தியாவில் வெற்றி தடம் பதித்தவுடன் பேரரசர் பாபர் கூட ஜய ஸ்தம்பங்களை நாட்டிட முயற்சிக்கவில்லை; இயற்கை அன்னையின் ரசிகரான பாபர் பானிபட் நகரில் காபூல் பாக் (Kabul Bagh) என்ற மாபெரும் தோட்டத்தைத் தான் ஏற்படுத்தினார். அவர் வழிவந்தோர்களால் எழுப்பப்பட்ட கட்டுமானங்களில் பெரும்பாலானவை மாபெரும் முகலாயத் தோட்டங்களால் தான் சூழப்பட்டிருந்தது; அதிலும், கல்லறைக் கட்டுமானம் எனில் நிச்சயமாக அது முகலாயர் தோட்டங்களால் சூழப்பட்டிருக்கும். கட்டுமானங்களைச் சுற்றி மட்டுமல்லாமல், உல்லாசப் போக்கிடத்திற்காக என்றே பிரம்மாண்டமான முகலாயர் தோட்டங்களை மட்டுமே மதிற்சுவர்களால் சூழப்பட்டதாக அமைத்தனர். காஷ்மீரில், இத்தகு உல்லாச போக்கிடமாக அமைக்கப்பட்ட முகலாயர் தோட்டங்கள் பல உள்ளன. அவற்றுள் சாலிமார் (Shalimar)

தோட்டமும், நிஷாட்பாக் (Nishat Bagh) தோட்டமும் மிகவும் புகழ்பெற்றவைகளாகும்.

சமவெளிப் பகுதிகளில் அமைந்த முகலாயர் தோட்டங்களில் மிகவும் அழகியது லாகூர் நகரிலுள்ள சாலிமார் பாக் (Shalimar Bagh) தோட்டம் ஆகும். பேரரசர் ஷாஜஹானால் 1637-ஆம் ஆண்டு இம்முகலாயர் தோட்டம் அமைக்கப்பட்டது. உயரம் குறைந்து கொண்டே வரும் அமைப்பில் பல செவ்வக வடிவ மேடைகள் தொடர்ச்சியாய் அமைக்கப்பட்டன. இத்தகு அமைப்பு தொடர்ச்சியாய் தடையில்லாத நீர் போக்குவரத்திற்காக ஏற்படுத்தப்பட்டது. இதன் மூலம் ஒட்டுமொத்தத் தோட்டமெங்கிலும் நீரூற்றுகள், தடாகங்கள், நீர்வீழ்ச்சிகள், நீரோடைகள் போன்ற அமைப்புகளைப் பொருத்தமான பகிர்வில் அமைக்க முடிந்தது. இதன் மூலம் முகலாயர் தோட்டங்கள் நீர்த்தோட்டங்களாக (Water Garden) திறம்பட செயல்படுத்திட முடிந்தது. இதற்கான நீர்த் தேவையைப் பூர்த்திசெய்திட, சில சமயங்களில் தொலைதூரத்திலிருந்து கூட கால்வாய் அமைத்திட வேண்டியிருந்தது. இக்கால்வாய் கட்டுமானம் கூட ஒரு மாபெரும் பொறியியல் சாதனையாகும்.

கருப்பு சலவைக்கற் கட்டுமானத்தைக் கொண்ட தென்திசைக் காட்சி மாடம் நிரூற்றுடன்

சம்பிரதாயத்திலிருந்து கொஞ்சமும் வழுவாத வடிவமைப்புடையது முகலாயர் தோட்ட அமைப்பு. முக்கிய அச்சுக்கு சமச்சீராய் இருக்குமாறே தோட்ட அமைப்பு அமைக்கப்பட்டது. தோட்டக் கருத்தாக்கத்தில் ஒரு குறிப்பிட்ட வடிவமைப்புள்ளது. இந்த வடிவமைப்பு கண்ணிற்கு இனிமையளித்திட வேண்டும் என்பதை விட ஜியோமிதி விதிப்படி உள்ளதா என்பதிலேயே கவனம் செலுத்தப்பட்டது. இயற்கையை அப்பட்டமாக பின்பற்றிட வேண்டும் என்பதை விட இயற்கையை ஒழுங்கு படுத்திடவேண்டும் என்பதே நோக்கமாய் இருந்தது.

இதனால் முகலாயர் தோட்டமானது சதுரஞ்சதுரமாய் பலவற்றைக் கொண்டிருக்குமாறு அமைந்தது. இந்த சதுரங்களும் குறுக்கும், நெடுக்குமான அச்சுகளில் மடிக்கத்தக்க அமைப்பில் நான்கு சிறிய சதுர அமைப்புகளை உள்ளடக்கியதாயிருந்தது. இதனால் தான் 'சார் பாக்' என்ற அடைமொழியைப் பெறுகின்றது. செயற்கையாய் அமைக்கப்பட்ட நடைபாதை அமைப்புகளும் நீரோடைகளும் சதுர வடிவங்களை நிர்ணயிக்கின்ற முறையில் அமைந்துள்ளன. எனவே சாய்வான கோடுகளுக்கோ, வளைந்து வளைந்து செல்லும் கோடுகளுக்கோ இடமில்லை.

காஷ்மீர் முகலாயர் தோட்டங்களில் கம்பீரமாக செனார் மரமானது அதிகமாய் இடம்பெற்றுள்ளது. பிற இடங்களில் உள்ள அரண்மனையைச் சுற்றிய அல்லது அரண்மனையில் இடம்பெறும் முகலாயர் தோட்டங்களில் பழ மரங்கள் பெருவாரியாய் இடம்பெற்றுள்ளன. கல்லறை மாடத்தைச் சுற்றிய முகலாயர் தோட்டமெனில், சைப்ரஸ் மரங்கள் பெருவாரியாய் உள்ளன. மரங்களை வளர்க்கும் கலைக்கோ, புதர்ச்செடிகளை அழகு வடிவங்களில் கத்தரித்தல் கலைக்கோ முகலாயர் தோட்டங்களில் இடமில்லை. மலர்ப் பாத்திகளைக் கொண்ட சமதளப்பகுதிகள் அமைப்பு மூலமாகவும், விளிம்பு பகுதிகளில் மலர்ச் செடிகள் மற்றும் நறுமணச் செடிகள் கொண்டிருக்கும் அமைப்பின் மூலமும் கண்ணிற்கினிய காட்சியெழிலை முகலாயர் தோட்டங்கள் பெற்றிருக்குமாறு வழிவகை செய்யப்பட்டது.

முகலாயர் தோட்டத்தின் பொருத்தமான இடங்களில் பொருத்தமான கட்டுமானங்கள் எழுப்பப்பட்டன. காட்சி மாடங்கள், தோட்டத்தை பார்க்கும் அமைப்பில் அரண்மணையின் சில பகுதிகள், சிறு கோபுரஅமைப்புகள், கொடி

வீடுகள் என்ற வடிவங்களில் இக்கட்டுமானங்கள் அமைந்தன. கருப்பு சலவைக்கல் கட்டுமானமாக தூண்களாலான காட்சி மாடம் ஒன்று காஷ்மீரில் சாலிமார் பாக் முகலாயர் தோட்டத்தில் எழுப்பப்பட்டுள்ளது. இதன் கட்டுமான நேர்த்தியை எவரொரு வரும் குறைகூறிட இயலாது. அந்நியர் தலையீட்டினைத் தடுத்து அந்தரங்கத்தைக் காத்திடும் வகையில் ஒட்டுமொத்த முகலாயர் தோட்டத்தைச் சுற்றி உயரமான மதிற் சுவர் எழுப்பும் வழக்கமும் இருந்தது. லாகூர் சாலிமார் பாக் முகலாயர் தோட்டத்தைச் சுற்றிய மதிற்சுவர் 1600 அடி நீளமும் 700 அடி அகலமும் கொண்ட செவ்வக வடிவமைப்பாகும். இன்றைக்கு முகலாயர் தோட்ட அமைப்பை அடியொற்றி வரலாற்று நினைவுச் சின்னங்களைச் சுற்றி அழகிய புல்வெளிகளை அமைக்கும் பணியில் செவ்வனே ஈடுபடுகின்றனர் தொல்லியல் துறையினர்.

◆

19

அத்தியாயம்

தாஜ் மஹால்: வரலாற்றின் கன்னங்களில் வழிந்தோடிய கண்ணீர்த்துளி

இந்தியாவில் எழிலார்ந்த கட்டுமானங்கள் பல உள்ளன. ஆனால் இத்தகு கட்டுமானங்களுக் கெல்லாம் மணிமகுடம் போன்று விளங்குவது தாஜ் மஹால் தான். 'மகுடம்' என்று பொருள்படும் 'தாஜ்' என்ற சொல் மட்டுமின்றி, மகுடமும் பாரசீக நாட்டிலிருந்து தான் அரபு நாடுகளுக்குப் பரவியது. உலக அதிசயங்களில் ஒன்றாகக் கருதப்படும் தாஜ் மஹால், அதிக எண்ணிக்கையில் புகைப்படம் எடுக்கப்பட்டக் கட்டுமானங்களில் முதன்மை இடம் பெறுவதாகும். கட்டடக் கலையில் இறுதிச் சொல் என்று தாஜ் மஹாலைக் கூறலாம்;. தாஜ்மஹால் இந்தியாவின் அடையாளம் ஆகும். அது, காலங்களைக் கடந்து காதலின் சாட்சியாக நிற்கின்றது. மேலும், அது, இந்திய அரசிற்கு அந்நியச் செலாவணி ஈட்டித்தரும் ஒரு அதிசய புகையில்லாத தொழிற்சாலையாகும்.

இளவரசர் குர்ரம் ஓர் மாலை வேளையில் அர்ஜீமண்ட் பேகம் என்னும் பெண் தேவதையைக் கண்டார். காதலுற்றார். திருமணம் நடந்தது. இளவரசர் குர்ரம், முகலாயப் பேரரசர் ஷாஜஹான்

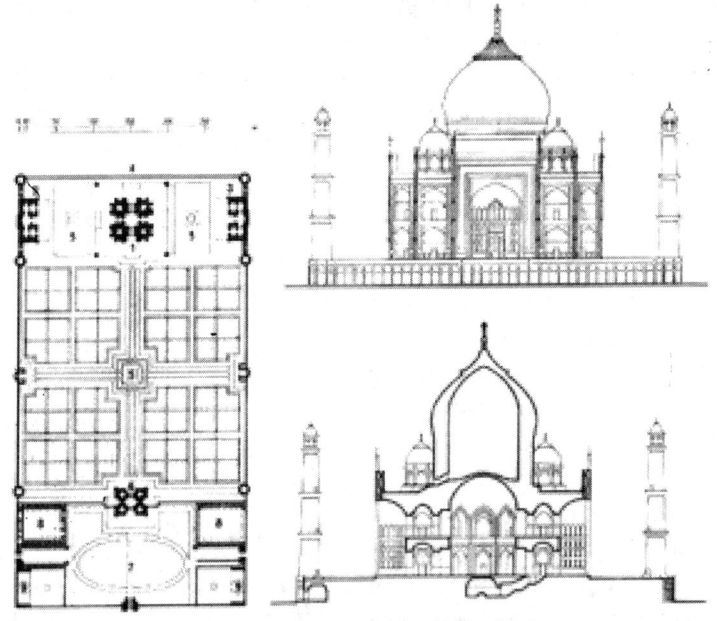

தரைவரைபடம், உயரவாக்குத் தோற்றம்,
குறுக்குவாக்குத் தோற்றம் - தாஜ்மஹால்

ஆனார். அர்ஜீமண்ட் பேகம் மும்தாஜ் மஹால் ஆனார். ஆனால் காதல் மாறவில்லை. ஜஹாங்கீர் மீது நூர்ஜஹான் ஆளுமை செலுத்தியது போலன்றி, மும்தாஜ், தன் காதலர் ஷாஜஹானின் நண்பராக, ஆலோசகராக, சுமைதாங்கியாக விளங்கினார். ஷாஜஹானின் நிழல் போலவே தொடர்ந்தார். ஷாஜஹானின் தக்காணப் படையெடுப்பின் போதும், தங்களது 14-வது மகவை சுமந்து கொண்டிருந்த மும்தாஜ், வழக்கம்போல், உடன் சென்றார். புர்ஹான்பூரில் (1631) பிரசவத்தின் போது மரணமடைந்தார் மும்தாஜ். தன்னிகரற்ற மொலாயச் சக்கரவர்த்தியின் வாழ்வில் இருள் சூழ்ந்தது.

இரண்டாண்டுகள் தனிமையில் வாடிய ஷாஜஹானின் கருத்தில், கற்பனையில், தூய வெள்ளை பளிங்குக்கற்களால் தன் காதலிக்கு அழிவில்லாக் கல்லறை மாடம் அமைக்கும் திட்டம் உருவானது. அவரது திட்டத்திற்கு செயல்வடிவம் கொடுத்திடும் உன்னதமான உயரத்திற்கு முகலாயக் கட்டுமானக் கலையானது

பரிணாமவளர்ச்சி கண்டிருந்தது. எவ்வளவு பொருட் செலவினையும் தாங்கிடும் வளப்பமான நிலையில் கஜானா நிரம்பி வழிந்தது. சுருக்கமாய் 'தாஜ் மஹால்' எழுப்பிடுவதற்கான தருணம் வந்தே விட்டது. இதனை, அக்காலக் கட்டத்தில் இந்தியாவிலிருந்த ஆங்கிலேயரான பீட்டர் மண்டி என்பவர் தாம் எழுதிய மடலில், "அரசர் தம் மனைவிக்கு நினைவு மன்றம் எழுப்புகிறார். அது எல்லாக் கட்டடங்களையும் மிகைத்ததாக இருக்க வேண்டும் என்று விரும்புகிறார்" என்று பதிவு செய்துள்ளார்.

உட்பதித்தல் வேலைப்பாடுகள்

தனது அபாரக் கற்பனையில் உதித்த கனவுத் திட்டத்திற்கு வடிவமைப்பும், செயல்முறையும், ஒருங்கிணைப்பும் நல்கிடும்திறமைசாலிகளை தேடிட துவங்கினார் ஷாஜஹான். இம் முயற்சியில் எந்த எல்லைகளையும் தாண்டிடத் தயங்கவில்லை ஷாஜஹான். இதன்காரணமாகவோ என்னவோ, "தாஜ்மஹாலின் வடிவமைப்பாளர் வெனிஸ் நகரைச் சேர்ந்த பொற்கொல்லர் ஜெரோனிமோ வெரோனியோ (Geronmo Veroneo) ஆவார்; இவர் முகலாய பேரவைக் கலைஞராக பெரும் ஊதியம் பெற்றுக் கொண்டிருந்தார்" என்ற கிறிஸ்துவ துறவி செபாஸ்டியன் மான்ரிகு (Father Sebastian Manrique) என்பவரின் பதிவு சர்ச்சைக்கு இடம் வகுத்துள்ளது.

ஆனால் சமகாலத்து இந்தியப் பதிவுகள் பலவற்றில் தாஜ்மஹால் கட்டப்பட்ட முழுவிவரமும், கட்டுமானத்தில் தலைமைப் பொறுப்புகள் வகித்த கலைஞர்களின் பெயர்களும் இடம்பெற்றுள்ளன. இதிலிருந்து, இக்கட்டுமானம் முழுக்க முழுக்க மேற்கத்தியத் தொடர்புகளே இல்லாத முகலாயர் கட்டுமானம் என்பது தெளிவாகின்றது. இவ்வுண்மை, வரலாற்றுப் பதிவுகளின் அடிப்படையில் மட்டும் பார்க்காமல், தாஜ்மஹாலின் கட்டுமானக் கூறுகளின், வடிவமைப்புக் கூறுகளின் அடிப்படையில் பார்த்தாலும் புலப்படும். தாஜ்மஹாலின் தலைமை வடிவமைப்

பாளர் லாகூரைச் சேர்ந்த உஸ்தாத் அஹ்மத் லகூரி (Ustad Ahmad Lahauri) என்பர். மக்ரமத்கான் மற்றும் அப்துல்காறிம் மாமூர்கான் ஆகியோரும் ஒருங்கிணைப்பாளர்களாகச் செயலாற்றினர். வடிவான எழுத்துக்களை எழுதுவதில் தலைசிறந்து விளங்கிய அமாத்கான் ஷீராஸ் இதன் சுவர்களில் குர்ஆனின் வசனங்களை எழுதி அழகுபடுத்தினார். இக்கட்டுமானப் பணியில் ஆயிரம் யானைகளும், இரண்டாயிரம் ஒட்டகங்களும், இருபதாயிரம் தொழிலாளர்களும் பயன்படுத்தப்பட்டனராம். தாஜ் கட்டு மானம் கட்டி முடிக்கப்பட 22 ஆண்டுகளாயின.

விண்ணிலிருந்து தாஜ்மஹால் வளாகத் தோற்றம்

தாஜ் மஹால் கட்டுமானத்தின் முன்மாதிரி கட்டடங்கள் எவையெவை என்று அறிவதில் சிரமமேதுமில்லை. தனது கற்பனைக் கனவுகளுக்கு பொருத்தமான வடிவமைப்புக் கொடுத்திட இந்தியாவெங்கிலும் இருந்த பல கட்டுமானங் களைப் பற்றிய ஆய்வறிக்கையை தயாரித்திட தயங்கவில்லை ஷாஜஹான். ஷாஜஹானின் வடிவமைப்பாளர்கள் மாண்டு நகரிலுள்ள ஹோஷாங்ஷா கல்லறை மாடத்தையும், ஹைதராபாத் நகரிலுள்ள சார்மினார் கல்லறை மாடத்தையும் கூட நேரில் சென்று பார்த்து அலசினார்கள். தைமூரின் கூர்-இ-அமீர் எனப்படும் சாமர்கண்டி லுள்ள கல்லறை, ஆக்ராவிலுள்ள இதிமாத்-உத்-தெளலா பளிங்குக் கல்லறை, டில்லியிலுள்ள ஹூமாயூன் கல்லறை, கான்-

கானன் (Khan Khanan's) கல்லறை ஆகியவை தாஜ்மஹாலின் முன்மாதிரிகளாகக் கொள்ளப்பட்டன. அதிலும் டில்லியிலுள்ள ஹுமாயூன் கல்லறையும், கான் கானனின் கல்லறையும் தான் பேரரசர் ஷாஜஹானின் கவனத்தைப் பெரிதும் ஈர்த்தது. இவ்விரு கல்லறை மாடக் கட்டுமானக் காலத்திற்கு முள்ள இடைவெளி 50 ஆண்டுகள். அதிலும் தாஜ்மஹால் கட்டத் தொடங்குவதற்கு சில ஆண்டுகள் முன்பு தான் கான்கானன் கல்லறை மாடம் கட்டி முடிக்கப்பட்டது. எனவே பாரம்பரிய மான முறையில் அமைந்த ஹுமாயூன் கல்லறை மாடத்தையும், கான்-கானன் கல்லறை மாடத்தையும் எழுப்புவதில் கிடைத்த அனுபவத்தையும் அடிப்படை யாகக் கொண்டு, கட்டடக் கலையின் இறுதிக் கலை வடிவமான தாஜ்மஹால் வடிவமைப்பை உருவாக்கிடத் தலைப்பட்டனர்; இறுதி வடிவமைப்பு உலகத்தோரால் போற்றப்படுவதாகவும் அமைந்துவிட்டது.

தாஜ்மஹால் கட்டுமானப் பணியை ஷாஜஹான் 1632-ஆம் ஆண்டு துவங்கினார். ஆக்ராவில் யமுனை நதிக்கரையில் அழகிய அமைதியான இடத்தைத் தேர்வுசெய்தார் அரசர். இவ்விடம், யமுனை நதி நீரோட்டம் சற்றே வளைந்து சென்றிடும் கரையோர மாக அமைந்திருந்தது. அந்த மூன்று ஏக்கர் நிலம் மகாராஜா ஜெய்சிங்கிற்குச் சொந்தமானது. இந்நிலத்திற்குப் பதிலாக ஆக்ரா நகரின் மையத்திலிருந்து ஒரு அழகிய அரண்மனையைக் கொடுத் திடத் தயங்கவில்லை ஷாஜஹான். யமுனை நதிக்கரையை விட 50 அடி உயர மேட்டுப்பகுதியாக சமப்படுத்தப்பட்டது தாஜ்மஹாலுக் கென தேர்வு செய்யப்பட்ட நிலப்பகுதி. தாஜமஹாலின் முக்கிய கட்டுமானமான கல்லறை மாடமும், அதன் இருபுற கட்டு மானங்களும் அமைத்திட வேண்டிய இடத்தில் ஆழமான எட்டு கிணறுகளை அமைத்து அவற்றைக் கூழாங்கற்களால் நிரப்பினார் ஷாஜஹான். இவை முக்கிய கட்டுமானங்களுக்கான நிலத்தடித் தூண்களாகும்.

மாபெரும் கட்டுமானத் திட்டமிடுதலுக்கு மூலகாரணமே மும்தாஜ் மஹாலுக்கு ஒரு கல்லறை மாடம் அமைத்திடுதலே யாகும். ஆனால் ஒட்டுமொத்த கட்டுமான வளாகத்தில் ஒரு சிறிய பகுதியை மட்டுமே இக்கல்லறை மாடம் ஆக்கிரமித்துள்ளது. இதனை உணரும் பொழுதுதான், முகலாயர்கள், கட்டுமானத் தினைத் தொடங்குவதற்கு முன்னால் திட்டமிடுதலில் எவ்வளவு கவனம் செலுத்தினார்கள் என்பது இன்றைய இளைய சமுதாயமும்,

நாட்டின் திட்டக்குழுக்களும் கற்றிட வேண்டிய பாலபாட மாகும். ஷாஜஹானின் கற்பனைக் கனவுகளுக்கான ஒட்டுமொத்த திட்டமும் ஒரு மாபெரும் செவ்வக நில அமைப்பிற்குள் அடங்கி விடுகின்றது. இது வடக்கு தெற்கு அச்சை ஆதாரமாகக் கொண்ட 1900 அடி X 1000 அடி என்ற அளவிலமைந்த நிலப்பகுதியாகும். இதன் மையத்தில் பெரும்பகுதி முகலாயர் தோட்ட அமைப்பிற்கே ஒதுக்கப்பட்டிருக்கின்றது. இம்முகலாயர் தோட்டம் 1000 அடி பக்க அளவுடைய சதுர அமைப்பு ஆகும். இத்தோட்டத்தின் வடக்கு, தெற்கு எல்லைகளில் எஞ்சிய சிறிய அளவிலான செவ்வகப் பகுதிகளில்தான் முறையே கல்லறை மாடமும், நுழைவாயில் கட்டுமானங்களும் அமைந்துள்ளன.

மையத்தில் கல்லறை மாடமும், சுற்றிலும் சார்பாக் எனப்படும் முகலாயர் தோட்டமும் அமைவதுதான் பாரம்பரியத் திட்டமாகும். பாரம்பரிய பாணியிலிருந்து விலகி கல்லறை மாடத்திற்கு முன்புறம் (தென்திசையில்) அழகிய முகலாயர் தோட்டமும், பின்புறத்தில் (வடதிசையில்) யமுனை நதியும் என்ற அமைப்பில் புகுத்திய புதின முயற்சி மாபெரும் வெற்றி என்பதில் எவருக்கும் சந்தேகமில்லை. கல்லறை மாட மேடை உட்பட ஒட்டுமொத்த 1900 அடி X 1000 அடி அளவுள்ள செவ்வக நிலப்பரப்பைச் சுற்றிலும் மிக உயர்ந்த வலுவான மதிற்சுவர் எழுப்பப்பட்டது. இம்மதிற்சுவரின் நான்கு முனைகளிலும் விசாலமான எண்கோண அமைப்புடைய காட்சி மாடங்கள் அமைந்துள்ளன. தெற்கு திசை மதிற்சுவரின் மையத்தில் அமைந்துள்ள நுழைவாயில் வழியாக மட்டுமே நிலப்பகுதியிலிருந்து கல்லறைமாடத்தைஅணுகிட இயலும்.

அழகு வளைவு விளிம்பிற்குள் எழிலுடன் தாஜ்மஹால்

பிரம்மாண்டமான செவ்வக வடிவ நிலப்பகுதியோடு (1900 அடி X 1000 அடி) தாஜ்மஹால் வளாகம் முற்றுப்பெற்றிடவில்லை. இவ்வளாகத்திற்குத் தென்புறம், நுழைவாயிலுக்கு எதிரே பல்வேறு விதமான கட்டுமானங்கள் அமைந் துள்ளன. திறந்தநிலைமுற்றப் பகுதி கள், குதிரைலாயங்கள், தங்கும் விடுதி அமைப்புக்கள், கடை

வீதிகள் என அனைத்துத் தேவைகளையும், எதிர்பாராச் சூழல்களையும் சந்தித்திட உதவும் கட்டுமானங்கள் அமைந்துள்ளன. முகலாயர் கட்டுமானக் கலையில், கட்டடம் தொடங்கியபின், மறு சிந்தனை களுக்கோ, வடிவமைப்பு மாற்றங்களுக்கோ இடமளிக்கப்படவேயில்லை. எனவே ஒவ்வோர் கட்டுமானமும் வடிவமைப்பு நிலையிலேயே, எல்லா தேவைகளையும் பூர்த்தி செய்திடுமாறு நிறைவுடையதாகத் திட்டமிடப்பட்டது. முகலாயர் கட்டுமானங் களில் மணி மகுடம் போன்ற தாஜ்மஹால் கட்டுமான வளாகத்தின் வடிவமைப்பு நிலையிலேயே எல்லாத் தேவைகளையும், எல்லாச் சூழல்களையும் ஆய்ந்தறிந்து அவற்றுக்கான பரிகாரங்களை உள்ளடக்கியதாய் இருந்தது வளாக வடிவமைப்பு.

கட்டுமானக் காலத்தில் சாலை வழிப் போக்குவரத்தோடு நீர்வழிப் போக்குவரத்தின் மூலமும் தாஜ்மஹால் கல்லறை மாடத்தை அணுகிட இயலும். கட்டுமான காலத்தில் நீர்வழிப் போக்குவரத்துதான் ஷாஜஹானால் வேண்டி விரும்பப்பட்ட ஒன்று என்பதற்கான ஆதாரங்கள் உள்ளன. பேரரசரும், அவரது பரிவாரங்களும் யமுனை நதியில் பீப்பாய்களை இணைத்து உருவாக்கப்பட்ட விசாலமான படகில் (State Barge) பயணித்து கல்லறை மாடத்திற்குச் செல்வது வழக்கமாய் இருந்தது. படகிலிருந்து கல்லறை மேடைக்கு ஏறிடுவதற்கான படிக்கட்டு அமைப்புக்கள் கல்லறை மாட மேடையின் வடமேற்கு மூலையில் அமைந்துள்ளன. எவ்வகையில் அணுகினாலும் கண்வீச்சில் படும் கல்லறை மாட முதற்தோற்றம் எவர் மனதையும் வசப்படுத்திடும். நீர்வழியில் பயணித்தால், கல்லறை மாடத்தின் பிரதிபிம்பம் யமுனை நதிநீரில் ஏற்படுத்தும் மாயஜாலத்தைக் காணாமல், கல்லறை மாட மேடையில் ஏறிட இயலாது. சாலை வழியில் பயணித்தால் நுழைவாயிலைக் கடந்துகொண்டிருக்கும்பொழுதே தாஜ் கல்லறை மாடத்தின் வண்ணத் தோற்ற எழிலில் மயங்காதிருக்க எவரால் முடியும்! வளைவிற்குள் வளைவு பாணியில் (engrailed) அமைந்த நுழைவாயில் வளைவு சட்ட அமைப்பினுள் இடம்பெறும் வண்ண நிழற்படக் (புகைப்படக்) காட்சியல்லவா கிடைத்திடும் தோற்றம்!

மதிற் சுவர் நுழைவாயிலை முற்றிலும் கடந்து, தாஜ் மஹால் வளாகத்தினுள் நுழைந்தால், பாரம்பரியமான முகலாயர் தோட்டமும், அதன் எல்லையில் உள்ள தாஜ்மஹால் கல்லறை

தாஜ்மஹால் மசூதி

மாடத்தின் எழிலும், கண்ணியமும் ஒருங்கிணைந்த தோற்றமும் மனதை விட்டகலாக் காட்சியாய் பதிந்திடும். இத்தகு கட்டுமான ஒருங்கிணைப்பை அடிப்படையாகக் கொண்டுதான் முகலாயர் தோட்ட அமைப்பிற்கான திட்டம் தயாரிக்கப்பட்டது. தாஜ்மஹால் வளாகத்திலுள்ள ஒவ்வோர் அங்கமும் வடிவமைப்பு நிலையிலேயே, ஒன்று கல்லறை மாட கட்டுமான அமைப்போடு ஒன்றியைந்ததாய் கலந்திடும் பண்பினைப் பெற்றிருக்க வேண்டும்; இரண்டு, கல்லறை மாடத் தோற்ற எழிலை மேலும் பொலிவடையச் செய்திடவேண்டும் என்ற அடிப்படைக் கோட்பாடுகளுடன் தான் திட்டமிடப்பட்டது.

சதுர வடிவ 1000 அடி பக்க அளவுள்ள முகலாயர் தோட்ட மானது, ஒன்றுக்கொன்று செங்குத்தாய் அமைந்த இரு நடைபாதையமைப்புகளால் சம அளவுள்ள நான்கு சதுரங்களாகப் பிரிக்கப்படுகின்றது. இந்நான்கு சிறிய சதுரப்பகுதிகள் ஒவ்வொன்றும் மேலும் நான்கு சிறிய சதுரப் பகுதிகளாக மைய நடைபாதை அமைப்புகளால் பிரிக்கப்படுகின்றது. இத்தகு பிரிவினைகாரணமாகத் தான் 'சார்பாக்' என முகலாயர் தோட்டங்கள் கூறப்படுகின்றன. கல்லறை மாட நுழைவாயிலின் மையப் பகுதியில் தொடங்கி தெற்கு மதிற்சுவர் மையத்திலுள்ள வளாக நுழைவாயிலின் மையப்பகுதிவரை ஒரே நேர்கோட்டில் நீரோடையும், அதன் இருபுறமும் நடைபாதையும் அமைக்கப் பட்டிருப்பது கல்லறை

மாடத்திற்கு பேரெழில் அளிக்கின்றது. இந்த நீரோடையின் மையப் பகுதியில் உயர்ந்த, சிறு வெண்பளிங்குக் கற்களாலான தாமரைத் தடாகமும் அமைந்துள்ளது. இதில் செயற்கை நீரூற்றுகள் உள்ளன. இதுபோன்ற, பொருத்த மான இடங்களில் அமைக்கப் பட்ட நீரோடைகள், நீரூற்றுக்கள், தாமரைத் தடாகங்களில் பிரதிபலித்திடும் தாஜ்மஹால் கல்லறைமாடத்தின் வெவ்வேறு கோணங்களை தருணங்களை வெளிப்படுத்திடும் பிம்பங்கள் கல்லறை மாடத்தின் பெண்மைச் சாயலைத் தெளிவாய் படம் பிடிக்கின்றன.

தாஜ், மசூதி, அதன் ஜவாப் ஆகியவற்றின் பிம்பம் நீரில்

இதுபோன்று பிம்பங்களில் மட்டும் பெண்மையின் சாயல் வெளிப்படவில்லை. கல்லறை மாடத்தின் வெவ்வேறு அங்கங்களிலும் ‘பெண்மை’ குடிகொண்டிருப்பதாகக் கட்டுமான விமர்சகர்கள் கூறுகின்றனர். கட்டுமான இணைப்புப் புகுதி வேலைப்பாடு களில் வெளிப்படும் எழில், மென்மைத்தன்மை, வளைவு நெளிவுகள், அழகு வேலைப்பாடுகளில் அதீத கவனஞ்செலுத்தப் பட்ட உயர்தரமான நேர்த்தித் தன்மை, பயன்படுத்தப்பட்ட சலவைக்கற்களின் உயர்தரம், இவற்றின் வண்ணவெளிப்பாடுகள் மற்றும் உள்ளூர ஓடிடும் நீரோட்ட ரேகைகள் போன்ற ஒவ்வொன்றுமே பெண்மைக் குணாதிசயங்களைக் கொண்டிருக் கின்றனவாம்! பெண்ணைப் போர்த்தித்தானே கல்லறைமாடமே எழுப்பப்பட்டுள்ளது; எனவே இதில் பெண்மையின் சாயல் மீக்குற்றிருப்பதில் தவறொன்றுமில்லை. மேலும் பேரரசர் ஷாஜஹான் காலத்தில், முகலாயப் பேரரசு நிலைகொண்டத்

தன்மையுடையதாய் அந்நியர் படையெடுப்பிற்கு அப்பாற்பட்ட வலுவுடனும் திகழ்ந்து பொருளாதாரச் செழிப்புடனும் திகழ்ந்தது. செழிப்பும், வளமையும், நிம்மதியும், நிச்சயத்தன்மையும் எப்பொழுது ஒரு நாட்டில் நிலைகொள்கின்றதோ அப்பொழுது ஆட்சியாளர்களிடையேயும், பொதுமக்களிடையேயும் மென்னயம் மிகுந்து, கலையார்வமும் தலைதூக்கிடும். இத்தகு மென்மை உணர்வுடைய சூழலில் முகலாயப் பேரரசர் இருந்ததால், அவ்வுணர்வு, பெண்மைச்சாயல், கட்டுமான வடிவமைப்பிலும், திட்டமிடுதலிலும் வெளிப்படுவதில் வியப்பொன்றுமில்லை.

தாஜ்மஹால் தரைவரைபடம்

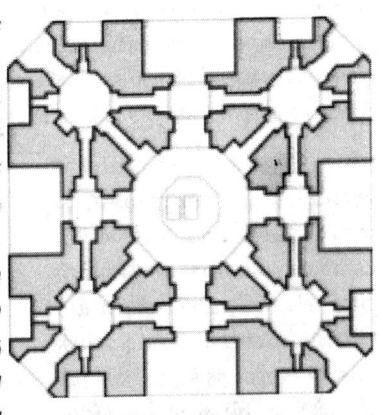

தாஜ்மஹால் கட்டுமான வளாகத்தின் அதிமுக்கியமானக் கட்டுமானம் கல்லறை மாடமே யாகும். வளாக நுழைவாயிலைக் கடந்து, முகலாயர் தோட்டத்தையும் கடந்தால் இக்கல்லறை மாடத்தை அடைகின்றோம். எனவே கட்டுமான வளாகத்தில் வடக்கு எல்லையில் மையத்தில் கல்லறைமாடமும், அதன் இரு பக்கங்களிலும் பக்கத்திற்கு ஒன்று வீதம் இரு துணைக் கட்டுமானங்களும் அமைந்துள்ளன. அதில் கல்லறை மாடத்தின் மேற்கு முனையில் உள்ள துணைக் கட்டுமானம் மசூதியாகும். சமச்சீர் தன்மை மாறிடக் கூடாது என்பதற்காக மசூதியைப் போன்றே அமைப்புள்ள மற்றோர் கட்டுமானம் கல்லறை மாடத்தின் கிழக்கு முனையில் அமைந்துள்ளது. மசூதியின் பிம்பம் போன்றது என்று உணர்த்தும் வகையில் இக்கிழக்கு முனைக் கட்டுமானம் ‘ஜவாப்’ (Jawab) என்றழைக்கப் படுகின்றது. இது, விருந்தினர் இல்லம் என்று பொருள் தரும் ‘மிஹ்மன் கானா’ (Mihman Khanah) என்றும் அறியப்படுகின்றது.

ஒட்டுமொத்த வளாகத்திற்கும் ஓர் உயரிய குணாதிசயத்தை அளிக்கும் கட்டுமானம் வெண்ணிற சலவைக்கற்களால் மேற்புறம் முழுவதும் போர்த்தப்பட்ட கல்லறை மாடமேயாகும். ஒட்டுமொத்தக் கட்டுமானத்திட்டத்தின் குவியம் இக்கல்லறை மாடமேயாகும். 22 அடி உயரமுடைய மேடையமைப்பின் மேல்

நடுநாயகமாய் இக்கல்லறை மாடம் அமர்ந்துள்ளது. இக்கல்லறை மாடமும் 186 அடி பக்கஅளவு உள்ள சதுரக் கட்டுமானமேயாகும். ஆனால், இதன் நான்கு முனைப்பகுதிகளிலும் 33 அடி வெட்டப் பட்டு (Chamfered)எண்கோண அமைப்புடையது போல் மாற்றப்பட்டுள்ளது. இவ்வமைப்பே உயர் மேடையமைப்பி லிருந்து 108 அடி உயரம் வரை ஒன்றுபோல் தொடர்கின்றது. இரண்டு தளங்களுள்ள இக்கல்லறை மாடத்தின் நான்கு முனை உச்சிப்பகுதிகளிலும் அரைக்கோள குவிமாட விதானமுடைய (cupola) சலவைக் கற்களாலான சாட்ரி மாடம் அமைந்துள்ளது. இக்கல்லறை மாடக் கட்டுமான உச்சியின் மையப்பகுதியில் பிரம்மாண்டமான குமிழ்வடிவ (Bulbous) பாரசீகப்பாணி குவி மாடம் அமைந்துள்ளது. 187 அடி உயரமுடைய இக்குவிமாடம் கல்லறை மாடத்திற்கு விண்வெளிப் பொலிவை அளிக்கின்றது.

இத்தகு கட்டுமான அமைப்பிற்கு மேலும் கட்டு மான நேர்த்தியை அளித்திடும் பணியை செவ்வனே செய்கின் றன மினாரெட்டுகள். உயர் மேடையமைப்பின் நான்கு முனைகளிலிருந்தும் தரையி லிருந்து விண்னை அளந்திடு வது போல் 137 அடி உயரம் உடையதாய் மினாரெட்டுகள் அமைந்துள்ளன. மூன்று தளங்களைக் கொண்ட மினா ரெட்டின் உச்சிப்பகுதியில் அமைந்துள்ள சாட்ரி மாட மானது மினாரெட் அமைப் பிற்கு மேலும் எழிலூட்டு கின்றது. கல்லறை மாடத்தின் முக்கிய அங்கங்கள், மேலே கொடுக்கப்பட்ட வர்ணணை யில் இடம்பெறுபவைகளேயாகும். எனவே ஒட்டுமொத்த கல்லறை மாடத்தின் வடிவமைப்பு, சிக்கல்கள் ஏதுமற்ற எளிமை யான வடிவமைப்புக் கூறுகளேயாகும். இத்தகு எளிய வடிவமைப்பு,

குவிமாடமும், சாட்ரி மாடமும்

பேரெழில் சொட்டிடும் கட்டுமான இறுதிச் சொல்லாக உருவெடுத்திருப்பதே மேதமையின் அடையாளமாகும். 'உலகின் அரிய அரும்பெரும் விசயங்கள் எல்லாம் மெய்யாலும் எளிமையானவையாகத்தான் இருக்கும்' என்ற பொன்மொழிக்கு சான்றுறைப்பது இக்கல்லறை மாட வடிவமைப்பேயாகும்.

கல்லறைமாடத்தின் வடிவமைப்பு எந்தளவிற்கு எளிமை யாய் உள்ளதோ அதேபோன்றுதான் அதன் அங்கங்களுக்கு இடையேயுள்ள அளவுகளின் விகிதாச்சாரமுமாகும். கல்லறை மாடத்தின் ஒட்டுமொத்த அகலமானது, அதன் உயரத்திற்கு சமமாகும். கல்லறை மாட முகப்பின் உயரமும், அதன் குமிழ் வடிவ குவிமாடத்தின் உயரமும் சமமானது ஆகும். இதனையே வேறு வார்த்தைகளில் கூறுவதெனில் ஒட்டுமொத்த உயரவாக்கு தோற்றப்பொலிவின் மையப்புள்ளி என்பது முகப்பு மையத்திற்கு நேர்மேலே உள்ள கைப்பிடிச் சுவரின் உச்சியாகும். இதே போல் மற்ற கல்லறை மாடத்தின் பிற அங்கங்களின் அளவுகளும் எளிய விகிதாச்சாரத்தில் மிகச் சரியான சமச்சீர் தோற்றத்தை தரும் வகையில் அமைந்துள்ளன.

இவ்வாறு கல்லறை மாடக் காரணிகள் ஒவ்வொன்றின் அளவிலும், வடிவமைப்பிலும் அதீத கவனம் செலுத்தப் பட்டுள்ளது. அத்துடன் இக்காரணிகளையெல்லாம் ஒன்றுடன் ஒன்று ஒத்தியைந்து போகும் குழுமமாக உருவாக்குவதிலும் வடிவமைப்பாளர்கள் திறம்பட செயல்பட்டுள்ளனர். எனவே தான் தாஜ்மஹால் மனதைத் தொட்டிடும் கட்டுமானமாக விளங்குகின்றது.

தோற்றப்பொலிவிற்கு மகுடம் சூட்டிடும் பெருமையைப் பெறுவது கல்லறை மாடத்தின் குமிழ்வடிவ பாரசீகப்பாணி குவிமாட அமைப்பாகும். பொருத்தமான வடிவமும், உயரத்திற் கேற்ற ஆகிருதியும் கொண்ட குவிமாடத்தைத் தாங்கும் பணியைச் செவ்வனேச் செய்யும் உருளையமைப்பு, எடுப்பாய் கண்பார்வையில் படும்படி, அமைந்துள்ளது. (காற்றசைவில்) மேகங்கூட்டங்கள் விண்வெளியில் மிதப்பதுபோல் கல்லறை மாடக் குவிமாடமும் விண்ணிலிருந்து தொங்கவிடப்பட்ட பதக்கம்போல் வான் வெளியில் மிதந்திடும் தோற்றம் கொடுக்கின்றது. குவிமாடத்தின் வடிவம் 'உலக உருண்டை' போன்ற தோற்றமுடையது; அதன் கீழ்பகுதி வளைவரை, முடிவுறாமல் இடையிலேயே உருளை

அமைப்பில் அமர்த்தப்பட்டுள்ளது. அதே சமயம் குவிமாடத்தின் மத்திய பாகத்திற்கு மேல் உச்சிப்பகுதி வரையிலான வளை வரைகள் தொடுகோடுகள் போன்ற அமைப்பில் நீட்டப்பட்டுள்ளன. இத்தகு அமைப்பு, குவிமாடத்தின் உச்சியில் இடம்பெறும் கலச அமைப்புகளுக்கு ஏற்படுத்தப்பட்ட மலர் மேடைகள் போன்று காட்சியளிக்கின்றன.

குமிழ் வடிவ குவிமாடத்தை (Central bulbous dome) அதன் காலடியில் இருக்கும் சிறிய அரைக்கோள குவிமாடங்களுடன் (cupolas)ஒப்பிடுதல் பயனுடையதாயிருக்கும். ஏனெனில் இவை இரண்டுமே வெவ்வேறு வகையைச் சார்ந்தவை. வெவ்வேறு பாரம்பரிய வளர்ச்சியின் விளைவுகளாகும். அவற்றின்வடிவத்தை ஆய்வதன் மூலம் இவ்வுண்மைகள் வெளிவரும். பிரம்மாண்டமான குமிழ் வடிவ குவிமாடமானது அதன் அடிப்பகுதியில் வடிவம் முழுமையடையவிடாமல் உருளை அமைப்பின் மேல் அமர்த்தப்பட்டுள்ளது. சிறிய அரைக்கோள குவிமாடங்களோ அடிப்பகுதியிலும் எந்த குறுக்கீடுகளும் இல்லாமல் முழுமையாய் காட்சியளிக்கின்றன. பிரம்மாண்டமான குமிழ் குவிமாடம் பாரசீக பாணியிலானது; சிறிய அரைக்கோள குவிமாடமோ இந்திய பரிணாம வளர்ச்சியைக் கண்டதாகும். இச்சிறு வேறுபாடுகள் கூட ஒட்டுமொத்த தோற்றப்பொலிவிற்கு எழில் சேர்ப்பதாய் உள்ளது.

குவிமாடமும், சாட்ரி மாடமும்

மினாரெட்டுகள் வடிவமைப்பும், இதன் தளங்களின் இணைப்பு வேலைப்பாடுகளில் காணப்படும் மாறுதல்களும், இக்கட்டுமானங்களில் மட்டுமே காணப்படுவதாகும். மினாரெட்டுகள், விலாவாரியான வேலைப்பாடாய் இல்லாமல் சற்று ஆரம்பகட்ட வேலைப்பாடுகள் போன்ற தோற்றத்தால் எழில் சேர்க்கப்படுகின்றது. தாஜ்மஹாலின் முன்மாதிரிகளான ஹுமாயூன்

மற்றும் கான் கானன் கல்லறை மாடங்களில் இத்தகு மினாரெட் அமைப்புகளே இல்லை. எனவே இவைகள், சுற்றியுள்ள சமவெளிப் பகுதியில் தனிமைப்பட்டு அத்துவானமாய் எழும்பி நிற்பது போன்ற தோற்றத்தைப் பெற்றுள்ளன. ஓவியர்கள் தாங்கள் வரையும் ஓவியத்தில் முப்பரிமாணத்தை எப்படி இரு பரிமாண ஊடகத்தில் காண்பிப்பார்களோ அது போன்றொரு பணியை இந்த நான்கு மினாரெட்டுகளும் அவற்றின் மையத்திலுள்ள கல்லறை மாடத்திற்கு ஆற்றுகின்றன. இன்றைய 20 மாடி கட்டடம் போன்று அதீத உயரம் கொண்ட கல்லறை மாடத்தின் பிரம்மாண்டத் தன்மைகள், மனதை ஆக்கிரமித்திராதவாறு தடுத்து அதன் தோற்றப்பொலிவில்லயத்திடும் பணியைச் செவ்வனே செய்கின்றன இந்த மினாரெட் அமைப்புகள்.

கல்லறை மாடத்தின் உட்புற அமைப்பு ஹுமாயூன் கல்லறை மாட உட்புற அமைப்பைப் போன்றே உள்ளது. எண்கோண வடிவ பெரிய அளவிலான மைய மண்டபம்; நான்கு மூலைகளிலும் எண்கோண வடிவ சிறிய அளவிலான அறைகள்; ஒன்றிலிருந்து மற்ற அனைத்து அறைகளுக்கும் சென்றிடும் வசதியுள்ள நடைபாதைப் பகுதிகள்; என்ற அமைப்பைக் கொண்டுள்ளது. இருதள வெளித்தோற்றமானது மையமண்டபத்திலும் கடைபிடிக்கப்பட்டுள்ளது. அழகு வளைவுகளின் மூலம் மைய மண்டபமும் இருதளங்கள் உள்ளது போல் காட்டப்பட்டுள்ளது. மேல்தளத்தில் அமைந்துள்ள சலவைக்கல் திரைச் சீலைகள் உள்பக்கத்திற்கு மங்கிய வெளிச்சத்தை நல்குகின்றது. இதன் மேல் அரைக்கோள குவிமாட விதானம் அமைந்துள்ளது. இது 'இரட்டைக் குவிமாடங்களின்' உள்கூடாகும். இந்த உள்கூட்டிற்கும், வெளிக்கூட்டிற்கும் இடையே

தாஜ்மஹால் உட்தோற்ற காட்சிகளில் ஒன்று

உள்ள வெற்றிடப் பகுதியின் பரப்பு என்பது கிட்டத்தட்ட மைய மண்டபத்திற்குச் சமமாய் இருக்கும். மைய மண்டபத்தைச் சுற்றியுள்ள அறைகளின் அமைப்பு அப்படியே மேல்தளத்திலும் பின்பற்றப்பட்டுள்ளது.

இக்கல்லறைமாடக் கட்டுமானத்தில் மேற்கொள்ளப்பட்ட அழகு வேலைப்பாடுகள் என்பவை இணைப்புச் சேர்க்கைகளில் மேற்கொள்ளப்பட்ட சில செதுக்கல் வேலைப்பாடுகள், கல்லறை பெட்டிகளை சுற்றி அமைந்துள்ள, உயர்தரமான வேலைப்

தாஜ்மஹால் குவிமாட உட்புற வேலைப்பாடுகள்

திரைச்சீலைத்தட்டி இடுக்குகளினூடே கிடைத்திடும் கல்லறைப் பெட்டிகளின் காட்சி

கல்லறைப்பெட்டிகள், அவை இருக்கும் அறை ஆகியவற்றில் இடம்பெறும் வேலைப்பாடு காட்சிகள்

பாடுகளைக் கொண்ட, துளைகளுள்ள, சலவைக்கல் சாளர திரைச்சீலையமைப்புகள் ஆகும். மற்ற அழகு வேலைப்பாடுகள் எல்லாம் அழகு வேலைப்பாடுகளுக்கென்று ஒதுக்கப்பட்ட சமதளப் பகுதியெங்கிலும் சற்று அடக்கியே வாசிக்கப்பட்டது போன்ற உணர்வைத் தரும் உட்பதிப்பு சுவரோவிய வேலைப் பாடுகளேயாகும். ஹுமாயூன் கல்லறை மாட உட்பதிப்பு வேலைப்பாடுகளின் தரத்தை தாஜ்மஹால் கல்லறை மாடம் பெற்றிருக்கவில்லை என்பது பெர்ஸி ப்ரெளன் அவர்களின் கருத்தாகும்.

இந்த உட்பதித்தல் வேலைப்பாடுகளில் பித்ர துரா கலைநுணுக்கத்துடன் லேப்பிடரி எனப்படும் கலை நுணுக்கமும் கையாளப்பட்டுள்ளது. அது என்னவெனில், வெள்ளை பளிங்குக் கற்களில் அழகிய செடி கொடிகள் மலர்களுடன் இருப்பதுபோல் வெண்பளிங்குக் கற்களைக் குடைந்து அதில் விலைஉயர்ந்த கற்களைப் பதிப்பதாகும். இத்தகு வேலைப்பாடுகளில் 28 வகையான உயர்ரகக் கற்கள் பதிக்கப்பட்டன. மைய மண்டபத்தின் நடுவில் மும்தாஜ் மஹாலின் கல்லறைப் பெட்டி வைக்க பட்டுள்ளது. இது போலிச் சமாதியாகும். உண்மைச் சமாதி அதன் கீழே உள்ளது. உண்மைச் சமாதியின் தலைமாட்டில் திருக்குர்ஆன் வசனங்கள் அழகிய எழுத்துக்களில் எழுதப்பட்டுள்ளன. அழகு வளைவுகளின் மேல் செவ்வகப்பலகைக்குள் உள்ள குறைவான இடங்களிலும் கூட இஸ்லாமிய காலிகிராஃபி சித்திர எழுத்துக்களில் திருக்குர்ஆன் வ்சனங்கள் எழுதப்பட்டுள்ளன.

கட்டுமானத்தின் பேரெழிலுக்குப் பயன்படுத்தப்பட்ட மூலப்பொருட்களின் உயர்தரம் ஓர் முக்கிய காரணம் என்பதில் சந்தேகமில்லை. சிகப்பு மணற்கற்கள் பதேபூர் சிக்ரியிலிருந்தும், சுண்ணாம்புக் கற்கள் ஜெய்சால்மரிலிருந்தும், ஜாஸ்பர் கற்கள் பஞ்சாபிலிருந்தும், ஸ்படிகங்கள் சீனாவிலிருந்தும், லாப்பிஸ் லாகுலி என்னும் வைரக்கற்கள் ஆப்கானிஸ்தானிலிருந்தும், சபையர் எனப்படும் கற்கள் இலங்கையிலிருந்தும், காமலியன் கற்கள் அரேபியாவிலிருந்தும் கொண்டுவரப்பட்டனவாம். சிற்பிகள் புக்காராவிலிருந்தும், கற்களில் எழுத்துக்களைப் பொறிப்பவர்கள் சிரியா மற்றும் பாரசீகத்திலிருந்தும், பூவேலைப் பாடு செய்பவர்கள் தென்னிந்தியாவிலிருந்தும், கல் உடைப் பவர்கள் பலுஜிஸ்தான் பகுதியிலிருந்தும் தருவிக்கப்பட்டனராம்.

தாஜ்மஹால் மசூதியில் இடம்பெறும் இடைப்பாதையமைப்பு- வேலைப்பாடுகள்

பிரம்மாண்டமான குமிழ் வடிவ குவிமாடத்தின் மேல் கலசம் வைக்கப்பட்டுள்ளது. இது இந்து பாணியாகும். அந்த கலசத்தின் மேல் பிறைவடிவம் வைக்கப்பட்டுள்ளது. இது பாரசீகக் கலைப்பாணியாகும். கல்லறை மாடத்திலேயே நமது கவனம் நிலைகொண்டதால், இதன் இடப்புறமுள்ள மசூதியில் இதுவரை கவனம் செலுத்தாமலுள்ளோம். மசூதியைப் போன்றே தாஜ்மஹால் வளாகத்திலுள்ள கல்லறை மாடம் தவிர்த்த மற்ற அங்கங்கள் ஒவ்வொன்றும் வேறோரிடத்தில் இடம் பெற்றிருந்தால் நிச்சயமாய் பெரும் பாராட்டினைப் பெற்றிருக்கும். மசூதியில் மிஹ்ராப் மாடம் இல்லை. இதன் தரையில் கருப்புப் பளிங்குக் கற்பலகைகளில் 569 தொழுகை வாசகங்கள் பொறிக்கப் பட்டுள்ளன.

தாஜ் மஹால் கல்லறை மாடத்தின் ஒப்புயர்வற்ற பேரெழிலுக்கு மூலகாரணம் கட்டுமான மூலப்பொருளான சலவைக்கற்கள்தாம். ராஜஸ்தானின் மர்க்ரானா (Markrana) விலிருந்து தருவிக்கப்பட்ட இச்சலவைக்கற்கள் மிக உயர்தரமானவை. வெவ்வேறு தருணங் களில் வெவ்வேறு தோற்றப்பொலிவையும், வண்ணப் பூச்சினையும் பூசிக் கொள்ளும் தன்மைக்குக் காரணம் இச்சலவைக்

கற்களேயாகும். இதனை அனுபவித்திட வெவ்வேறு பொழுது களில் நாம் தாஜ்மஹாலைக் கண்டிட வேண்டும். தெளிந்த நீரில் தாஜ்மஹாலின் பிம்பம் அளித்திடும் அமானுஷ்ய உணர்வினை, சில சமயங்களில் தாஜ்மஹாலின் நிழல் கொண்டிருக்கக் காணலாம்.

வைகறை பொழுதினில் இனிய கனவுலகாக தன்னை வெளிப்படுத்திக் கொள்ளும்; சுட்டெரிக்கும் நடுப்பகலில் வெள்ளை வெளேரென மின்னிடும்; பனி பொழிந்திடும் பௌர்ணமி நாட்களில் நட்சத்திரங்களுக்கிடையே மின்னிடும் நல்முத்தைப் போல் தாஜ்மாஹாலின் குமிழ் வடிவ பிரம்மாண்ட மான குவிமாடம் காற்றிலே மிதந்திடும். ஆனால் இக்காட்சி களெல்லாம் கதிரவன் மறைந்தவுடன் பல்வேறு அடர்வுகளில் செக்கர் வானம் அழகு காட்டிடும் பொழுது மென்மையாய் மினுமினுத்திடும் தாஜ்மஹாலின் தோற்றப் பொலிவிற்கு ஈடாகாது. "வரலாற்றின் கன்னங்களில் மின்னிடும் கண்ணீர்த் துளி", என்று இரவிந்திரநாத் தாகூரால் வர்ணிக்கப்பட்ட தாஜ்மஹாலின் வெவ்வேறு உணர்வுவெளிப்பாடுகளை படம்பிடித்துக் காட்டுவதில் நவீன தொழில்நுட்ப காமிராக்கள் பெரிதும் உதவுகின்றன.

சூரிய அஸ்தமனத்தின் போது தாஜ்மஹாலின் தோற்றம்

டாவெர்னியர் என்ற பிரெஞ்சுப் பயணியின் குறிப்புகளில் இடம்பெறுவதுபோல் தாஜ்மஹாலை நோக்கியவாறு யமுனை நதியின் அக்கரையில் கருப்புச் சலவைக்கற்களாலான கல்லறை மாடம் தனக்கென்று கட்டிட ஷாஜஹான் முனைந்ததாக அகழ்வாராய்ச்சிகள் உணர்த்திடவில்லை. மாறாய், ஷாஜஹான் இறந்ததும், "என்தந்தை என் அன்னையின் மீது அளவற்ற அன்பு செலுத்தினார்; எனவே என் அன்னையின் அண்மையிலேயே என் தந்தையின் அடக்கவிடமும் இருக்கட்டும்" என்று கூறி விட்டாராம் அவுரங்கசீப். எண்ணற்ற எழிலார்ந்த கட்டுமானங் களுக்குக் காரணகர்த்தாவான ஷாஜஹானிற்கு, முகலாயர்களின் பாரம்பரியப்படி தனிக் கல்லறை மாடம் அமைத்திடவில்லை. ஆனால் காதலின் சின்னம் என உலகம் முழுவதும் கொண்டாடிடும் வகையில் தனது காதலை வெளிச்சம் போட்டுக் காட்டிய ஷாஜஹான், தன் அறியாத்துயிலில் காதலியின் அருகிலேயே என்றென்றும் மூழ்கிடும் வாய்ப்புக் கிடைத்தது ஏகப்பொருத்தம் தானே! காதலை மையப்படுத்தி, காதலியை மையப்படுத்தி, தன்னை ஓரங்கட்டிக்கொண்டது காதலுக்கு கிடைத்த புதியதோர் இலக்கணமாகும்; இலக்கியமுமாகும்.

✦

20

அத்தியாயம்

முகலாயர்கள்: முகலாயக் கலையின் அஸ்தமனம்

பேரரசர் அவுரங்கசீப் சிற்றோவியம்

'மிகவும் பிரசித்திப் பெற்ற முகலாயர்கள்' எனும் அடைமொழியில் அழைக்கப்படும் கடைசி முகலாயப் பேரரசர் அவுரங்கசீப் (1658 - 1707) ஆவார். அவுரங்கசீப்புக்குப் பின்பட்டமேறிய முகலாய வம்ச அரசர்கள் யாரும் அவ்வளவு பிரசித்திப் பெற்றவர்களில்லை. எனவே முகலாயப் பேரரசும் வீழ்ச்சியுறத் தொடங்கிவிட்டது. இதனோடு இணைந்து, முகலாயர்கள் பேணிய கட்டடக் கலையும் சரிவுப்பாதையில் பயணிக்க ஆரம்பித்தது. இவை இரண்டின் சரிவுகளுமே பேரரசர் அவுரங்கசீப் காலத்தில் நிகழ்ந்தன.

முகலாயர் பாணிக் கட்டுமானக் கலையானது முகலாயப் பேரரசர்களின் பேராதரவிலேயே வளர்ந்து வந்தது. ஒவ்வோர் முகலாயப் பேரரசர்களின் அபிலாஷைகளும் பெருமளவிற்கு கட்டுமானத் தோற்றத்தை நிர்ணயித்தது. இதனை பேரரசர் அக்பர், ஜஹாங்கீர், ஷாஜஹான் ஆகியோரின் பேராதரவில் எழுப்பப் பட்ட கட்டடங்களில் காண்கின்றோம். ஆனால் பேரரசர் அவுரங்கசீப் கட்டுமானக் கலையில் அக்கறையேதும் காட்டிடவில்லை; மேலும் அவர் எழுப்பிய சில கட்டுமானங்களும் அவரது எளிய, தூய குணாதிசயத்தைப் பிரதிபலிப்பதோடு, அவரது அழகியல் தவிர்த்த கோட்பாடுகளையும் எடுத்துரைக்க வல்லதாகின்றது. எனவே அவுரங்கசீப் காலம் தொடங்கி, முகலாயர்களின் அதிகாரவரம்பு சரிவைச் சந்தித்தது போன்றே முகலாயர் பாணிக் கட்டடக் கலையும் சரிவைச் சந்தித்தது.

மதுரைக்குத் தெற்கேயுள்ள பகுதி தவிர்த்து ஒட்டுமொத்த துணைக்கண்டத்தையும் ஆண்டவர் ஔரங்கசீப். அவரது இயல்பான எளிமையும் மிகுந்த ஆட்சிப் பொறுப்பும் அவரை வேறெந்த துறையிலும் கவனம் செலுத்தவிடவில்லை. ஆனால் உலக வரலாற்றில் அரசுக் கஜானாவிலிருந்து ஒரு பைசா கூட

பீபி-கா-முக்பாரா என்றழைக்கப்படும் ரபியா தூராணியின் கல்லறைமாடம். அவுரங்கபாத்

எடுக்காதது மட்டுமல்ல; மிகுந்த பணிகளுக்கிடையேயும் குர்ரானின் கைப்பிரதியெடுத்தல், குல்லாய் பின்னுதல் மூலம் கிடைத்த குடும்பத்தின் சொர்ப்ப வருமானத்திலும் 10-இல் ஒரு பகுதியை அரசுக்கு வரியாகச் செலுத்தியவரும், சுற்றுச்சூழல் மேம்பாட்டில் அக்கறை கொண்டிருந்தவரும், மாவீரரும், தாராளக்குணமும் அதேசமயம் கடுமையானவருமாக விளங்கியவர் ஔரங்கசீப் ஒருவரே. அவருக்குத் தக்காரும், மிக்காரும் எப்பொழுதும் இருந்ததில்லை.

ரபியா தூராணியின் கல்லறைமாடம்(1678)

(Rabi's Daurani Tomb or Bibi-Ka-Maqbara)

முகலாயர் பாணி கட்டுமானக் கலையின் சரிவைப் படம் பிடித்துக் காட்டிடும் கட்டுமானம் என ரபியா தூராணியின் கல்லறை மாடத்தைக் கூறிடலாம். பேரரசர் அவுரங்கசீப் அவர் களின் பட்டத்தரசி தூராணி ஆவார். அவுரங்கசீப் அவர்களது ஆட்சிக் காலத்தின் பெரும் பகுதி தக்காணப்படையெடுப்பு களிலேயே கழிந்தது. அப்படையெடுப்பு நாட்களின் போதெல்லாம், முகலாயப் பேரரசின் தலைநகர் போல் அவுரங்காபாத் செயல்பட்டது. 'தென்னகத்தின் டில்லி' என்று கூட அவுரங்காபாத் நகரை அழைக்கலாயினர். இந்நகரின் கோட்டை வளாகத்திற்குள்

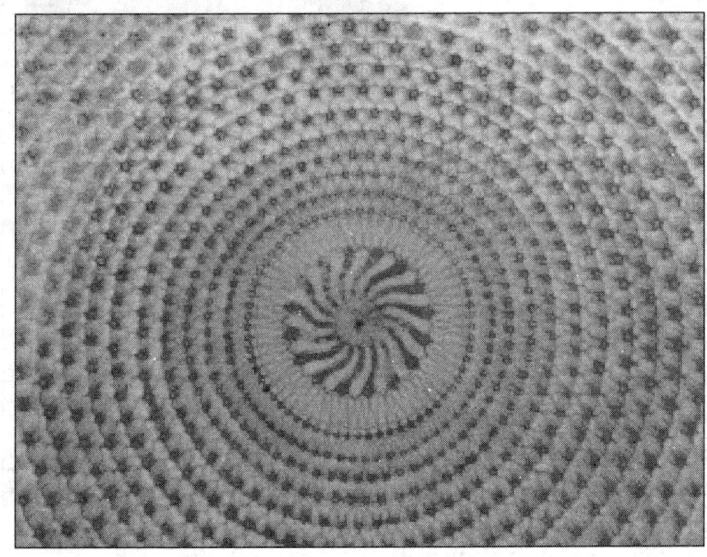

குவிமாட உள்வேலைப்பாடுகள் - பீபிகா முக்பாரா

ரபியா தூராணி அவர்களின் கல்லறை மாடம் அமைந்துள்ளது. 1678-இல் நிறைவுற்ற இக்கல்லறை மாடத்தை எழுப்பியவர் இத்தம்பதியரின் புதல்வன் என்பர்.

ஷாஜஹானின் தாஜ்மஹாலைப் போன்றே வடிவமைப்பு டையது இக்கல்லறை மாடம். இவ்விரு கட்டுமானங்களுக்கு மான கால இடைவெளி வெறும் நாற்பது ஆண்டுகள்தான். தூராணியின் கல்லறை மாட அளவு தாஜ்மஹால் அளவில் பாதியைவிடச் சற்றே கூடியது. இத்தகு குறைவான அளவுடைய தாய் இருப்பதால் 'தோற்றப்பொலிவு' சற்றே மங்கலாய் இருந்தால்கூடப் பரவாயில்லை; மிகவும் பின்னடைந்துள்ளது என்பதுதான் விஷயம். கல்லறை மாடத்தின் உச்சிப் பாகங்களான குவிமாடங்களும், காட்சி மாடங்களும் இன்னபிறவும் குழப்பமான குழுமம் போன்ற தோற்றத்தை அளிக்கின்றன. இதற்குக் காரணம், அளவு குறைந்தற்கு ஏற்ற பொருத்தமான விகிதாச்சாரம் பல்வேறு கல்லறை மாட அங்கங் களுக்கிடையே நிலவிடா ததுதான். சதுரவடிவமைப் புடைய கல்லறை மாடத் தின் முனைகள் சற்றே வெட்டப்பட்டு அவ்விடங் களில் எழுப்பப்பட்ட சதுர வடிவத் தாங்கு தூண் கள் (Pilastery) வேலைப் பாடு 'புதினமான முயற்சி' என்றாலும் திருப்திகர மாய் இல்லை; கைப்பிடிச் சுவர் அழகு வேலைப் பாடுகள், அழகு வளைவு களில் மேற்கொள்ளப்பட்ட கொடிக்கருக்கு வேலைப் பாடுகள் போன்ற அழகு வேலைப்பாடுகளிலெல் லாம் உற்சாகக் குறைவும், அளந்து அளந்து செய்தது போன்ற உணர்வும்

நுழைவாயில் வேலைப்பாடுகள் - பீபிகா முக்பாரா

வெளிப்படுகின்றது; கண்ணுக்கினிய வளைவரைகளைக் கொண்டதாய் இல்லை, பெரிய மற்றும் சிறிய குவிமாடங்களின் (domes & cupolas) வடிவமைப்புகள்; இக்குறைபாடுகளையெல்லாம் ஈடுசெய்திடும் பணியை மினாரெட்டுகள் செய்கின்றன. இம்மினா ரெட்டுகளின் பால்கனி வேலைப்பாடுகளில் ஒட்டுமொத்த குறைபாட்டுக் குணாதிசயங்கள் தென்பட்ட போதிலும், எளிய வடிவமைப்பில் பொருத்தமான விகிதாச்சாரத்தில் எழிலுற அமைந்துள்ளன. ஆனால் இக்குற்றங்குறைகளெல்லாம்இக்கல்லறை மாடத்தை தாஜ்மஹாலோடு ஒப்பிடுகையில் தோன்றுவதாகும். இது உலக அழகியோடு பருவப்பெண்ணை ஒப்பிடுவதற்குக் சமமாகும். எனவே தனிப்பட்ட முறையில் இக்கல்லறை மாடம் எழிலானது தான; முகலாயர் பாணியின் தனித்துவமான சிறப்பம்சங்கள் குறையத் தொடங்கி விட்டனவே என்ற மன பதைபதைப்பின் வெளிப்பாடுதான் இவ்வர்ணனை.

பத்ஷாகி மசூதி, லாகூர் (1674)

பாரம்பரியமான வடிவமைப்பிலேயே கட்டப்பட்ட மசூதி லாகூரிலுள்ள பத்ஷாகி மசூதி ஆகும். அவுரங்கசீப் பீரங்கிப் படையின் தலைமைப் பொறியாளரால் (Master of ordinance) 1674-இல் கட்டப்பட்ட பெரிய மசூதியாகும். 'தலைமைப் பொறி யாளர்' அவர்களால் கட்டப்பட்டது என்ற பெயரை நிலை நிறுத்திடும் குணாதிசயம் கொண்ட தீர்க்கமான வலுவான மசூதியாகும். மசூதிக் கட்டுமானங்களில் பொதுவாய் காணப்படும் மினாரெட்டுகளின் எண்ணிக்கையை விட கூடுதலாய் மினாரெட்டுகள் அமைந்துள்ளன. சுற்றுச்சுவர் முனைகளிலும், தொழுகை மண்டப முனைகளிலும் என மொத்தம் எட்டு மினாரெட்டுகள் அமைந்துள்ளன. தொழுகை மண்டப முனைகளிலுள்ள மினாரெட்டுகளின் அளவு, சுற்றுச் சுவர்முனைகளிலுள்ள மினாரெட்டுகளோடு ஒப்பிடுகையில், சிறியதா யுள்ளது. பூகம்பத்தினால் பாதிக்கப்பட்டிருந்தாலும், இன்றுவரை கம்பீரத் தோற்றமளிப்பதாய் இம்மசூதி காணப்படு கின்றது. டில்லியின் ஜாமி மசூதியின் வடிவமைப்பை அடியொற்றி, ஆனால், அளவில் சிறியதாய் இம்மசூதி கட்டப்பட்டுள்ளது.

லாகூர் பத்ஷாகி மசூதியின் தொழுகை மண்டபம்

தொழுகை மண்டப முகப்பு, மத்தியில் உள்ளிழுக்கப்பட்டு அரைக்கோள குவிமாட விதானமுடன் கூடிய மத்திய அழகு வளைவு (alcove); இதன் இரு பக்கங்களிலும் பக்கத்திற்கு ஐந்து என்ற விதத்தில் அமைந்துள்ள அழகு வளைவுகளின் இணைப்பு; இவற்றின் இரு முனைகளிலும் எண்கோண வடிவமைப்புடைய மினாரெட் அமைப்புகள்; தொழுகை மண்டப உச்சியில் கம்பீரமாய் நிற்கும் பிரம்மாண்டமான குமிழ் வடிவ குவி மாடங்கள் மூன்று என்ற அமைப்புடையது தொழுகை மண்டபம்.

லாகூர் பத்ஷாகி மசூதி வளாக நுழைவாயில்

திடமும், வலுவும் ஒருங்கே வாய்க்கப்பெற்ற மசூதிக் கட்டுமானந்தான்; இருப்பினும் உற்சாக வறட்சியும், உயிரோட்டமும் சற்று குறைவுடையதாகவே காணப்படுவதாக பெர்சி பிரெளன் அவர்கள் கூறுகின்றார். முகப்பின் அங்கங்கள் எல்லாம் பொருத்தமாய், சரியான விகிதாச்சார அளவுகளில் அமைந்துள்ளன. ஆனால் சிறந்த கட்டுமானமெனில் வீறார்ந்த உணர்வும், மனதை வசியப்படுத்திடும் புறப்பகுதிகளமைப்பும், வெளிச்சமும், நிழலும் மாறிமாறி முரண்பட்டு அமைந்திடும் அமைப்பும் உடையதாய் இருக்கும். இக்குணாதிசயங்கள் எல்லாம் சற்று மட்டுப்பட்டே இம்மசூதிக் கட்டுமானங்களில் காணப்படுகின்றதாம். அழகு வேலைப்பாடுகளின் அளவு பொருத்தமாயிருப்பினும், 'இட்டு நிரப்பியுள்ளார்களோ' எனும் உணர்வைத் தோற்றுவிக்கும் அளவிற்கு மிகச் சாதாரணமானவைகளாய் உள்ளன.

தொழுகை மண்டப உச்சியில் இடம்பெறும் பிரம்மாண்டமான குமிழ் வடிவ பாரசீகப் பாணி குவிமாடங்கள் மூன்றும் வடிவமைப்பிலும், வேலைப்பாட்டிலும் தன்னிகரில்லா எடுத்துக் காட்டுகளாகும். தொழுகை மண்டப முகப்பிற்கு எதிரேயுள்ள திறந்த முற்ற வெளியிலிருந்து பார்த்தாலும் சரி அல்லது தொழுகை மண்டபத்திற்கு பின்புறம் சற்று உயரமான தளத்திலிருந்து பார்த்தாலும் சரி, இக்குவிமாடங்கள் காண்போரின் கவனத்தை ஈர்க்கின்றன. இக்குவிமாடங்களில் 'மத்திய பகுதிக்கு கீழுள்ள பகுதிகளைச்சுருக்குதல்' என்பது கூடியிருப்பது எளிதில் புலப்படும். அதாவது குவிமாடத்தின் மத்திய பகுதியும், உருளையமைப்பின் மேல் அமரும் அடிப்பகுதிக்கும் இடைப்பட்ட குமிழ் மாடப் பகுதி சற்றே அதிகரித்து இம்மசூதியில் காணப்படுகின்றது.

இக்குணாதிசயத்தின் பரிணாம வளர்ச்சியை டில்லி ஹுமாயூன் கல்லறை மாடத்திலிருந்து ஆய்வுக் கண்ணோட்டத்தோடு நோக்கலாம். இக்கல்லறை மாடத்தில் உருளை அமைப்பின் அமர்விலிருந்து குவிமாடத்தின் மத்தியப் பகுதி வரையிலான பகுதி பூடகமான வளைவுகளால் (வளைவரைகளால்) ஆனதாகும். அறுபது ஆண்டுகளுக்குப் பின் கட்டப்பட்ட கான் கானனின் (Khan Khanan's) கல்லறை மாடமும் இதேபோன்றதொரு அமைப்பைத் தான் கொண்டுள்ளது. இதற்குப்பின் பத்தாண்டுகள் கழித்துக் கட்டப்பட்ட தாஜ்மஹாலில், குவிமாடத்தின் மத்திய பகுதிக்கு மேற்பகுதி வளைவரை அமைப்புகளை சிறிதளவாவது மத்தியப் பகுதிக்குக் கீழிலுள்ள பகுதிகளும் கொண்டிருக்குமாறுள்ள

லாகூர் பத்ஷாகி மசூதி மிஹ்ராபில் இடம்பெறும் பித்ர தூர உட்பதித்தல் வேலைப்பாடுகள்

வடிவமைப்பிற்குப் பின்தான் உருளையமைப்பின் மேல் அமர்த்தப் பட்டுள்ளது. இக்குணாதிசயம் இன்னும் சற்று கூடியிருப்பதை பத்ஷாகி கல்லறைக் குவிமாடத்தில் காண்கிறோம். வரவிருக்கும் கட்டுமானங்களில் இக்குணாதிசயம் மென்மேலும் கூடிக் கொண்டிருப்பது கண்கூடு. இதனை சப்தர்ஜங் கல்லறை மாடத்தில் அப்பட்டமாய் காணமுடியும்.

முத்து மசூதி, டில்லி 1662 (Pearl Mosque)

டில்லியின் அரண்மனைக் கோட்டை வளாகக் கட்டுமானத் தினுள் மசூதிக் கட்டுமானம் எதனையும் அமைத்திடும் எண்ண வோட்டம் பேரரசர் ஷாஜஹானுக்கு இருந்ததாகத் தோன்ற வில்லை. அவர், அரண்மனைக் கோட்டை வளாகக் கட்டுமானத் திற்கு வெளியே இருந்த ஜாமி மசூதிக் கட்டுமானமே போதுமானது என்று எண்ணினார் போலும். ஆனால் அரியணை ஏறிய வெகு சீக்கிரமே பேரரசர் அவுரங்கசீப் அரண்மனைக் கோட்டை வளாகக் கட்டுமானத்தினுள் எழிலார்ந்த அரச மசூதியொன்றினை எழுப்பிட ஆணையிட்டார். நீண்ட தூரம் பயணித்திடாமலும்,

பரிவாரங்கள் தொடர்ந்திடாமலும், இரவு பகலென்ற வித்தியாசமில்லாமலும் தான் விரும்பிய பொழுதெல்லாம் தனது இறையஞ்சலியைச் செலுத்திட பேரரசர் அவுரங்கசீப் விழைந்ததே மசூதிக் கட்டிடக் காரணமாகும். எனவே 1662 -ஆம் ஆண்டு

டில்லி செங்கோட்டை முத்துமசூதி

'முத்து மசூதி' என்றழைக்கபடும் சிறிய அரச மசூதி அவுரங்கசீப் இல்லத்தருகிலேயே கட்டப்பட்டது.

முத்து மசூதி என்ற பெயருக்கேற்ப இம்மசூதி மிக எழிலார்ந்த சலவைக் கற்கட்டுமானமாகும். அழகு வேலைப் பாடுகள் சலவைக்கற்களின் எழிலை மேம்படுத்திக் காட்டுமாறு வரைமுறையுடன் மேற்கொள்ளப்பட்டுள்ளன. ஆனால் மசூதியின் உச்சிப்பகுதியை அலங்கரிக்கும் மூன்று குமிழ் வடிவ குவிமாட விதான அமைப்பில்தான் கட்டுமானக் கலைஞர்களின் சிந்தனைச் சலனங்கள் வெளிப்படுகின்றன. ஏனெனில் குவி மாடங்களின் வளைவரைகள் கிட்டத்தட்ட வட்ட வளை வரையாகவே (too rounded) அமைந்துள்ளன. இம்மசூதிக் கட்டுமானத்திற்குப்பின் கட்டப்பட்ட கட்டுமானங்களில் கூட எழிலார்ந்த வடிவமைப்புடைய நெகிழ்ச்சியான வளைவரையாய் இருக்கின்றதேயொழிய வட்ட வளைவரை அமைப்பைப் போன்றில்லை.

டில்லி செங்கோட்டை முத்துமசூதி தொழுகை மண்டபம்

சப்தர்ஜங் கல்லறை மாடம், டில்லி (1753) (Safdar Jung)

பேரரசர் அவுரங்கசீப் அவர்களின் ஆட்சிக் காலத்தில் கட்டப்பட்ட பல கட்டுமானங்கள் வட இந்திய நகரங்களில் பரவலாகக் காணப்படுகின்றன. இவற்றுள், வாரணாசி மசூதியும், மதுரா நகரின் ஜாமி மசூதியும் அடங்கும். கட்டடக்கலை நோக்கில் குறிப்பிடத்தக்க குணாதிசயங்கள் எதனையும் இக்கட்டு மானங்கள் கொண்டிருக்கவில்லை. 1707-ஆம் ஆண்டில் அவுரங்கசீப் மரணமடைந்தார். அதன்பின் முகலாய பேரரசின் வீழ்ச்சி என்பது வெகு தொலைவில் இல்லை. ஆட்டங்கண்ட பேரரசினைப் போன்றே, முகலாய பாணியில் எழுப்பப்பட்ட கட்டுமானங்களும் சோர்வுத்தன்மையுடையனவாய் உள்ளன. இத்தகு அரசியல் சூழல் காரணமாக அதிகார மையம் என்பது டில்லியிலிருந்து 'லக்னௌ'விற்கு (Lucknow) மாறிவிட்டது. லக்னௌவில் அயோத்தி நவாப்களின் அதிகாரம் கொடிகட்டிப் பறந்தது.

டில்லி சப்தர்ஜங் கல்லறை மாடம்

இருப்பினும் முகலாய பேரரசின் தலைநகர் டில்லியில் உள்ள சப்தர்ஜங் கல்லறை மாடம் குறிப்பிடத்தக்கது. முதல் அயோத்தி நவாப் அவர்களின் உறவினர் (nephew) சப்தர்ஜங் ஆவார். பெரும்பாலும் டில்லியிலேயே வசித்த இவரது கல்லறை மாடம்தான் டில்லியில் கட்டப்பட்ட குறிப்பிடத்தக்க கடைசிக் கல்லறை மாடமாகும். 1753-ஆம் ஆண்டு பேரரசர் ஹூமாயூன் கல்லறை மாடத்திற்கு அருகிலேயே சப்தர்ஜங் கல்லறை மாடம் கட்டப்பட்டது. இவ்விரு கல்லறை மாடக்கட்டுமானங்களுக்கும் இடைப்பட்ட கால இடைவெளி 200 ஆண்டுகளுக்கும் குறைவு தான். முதல் மற்றும் கடைசிக் கல்லறை மாடங்களாகிய இவை களுக்கிடையே காணப்படும் வேற்றுமைகள் கட்டுமான நோக்கில் கற்பிக்கும் தன்மையைக் கொண்டதாகும்.

அளவிலும், கட்டுமான பொருட்களைக் கையாண்டுள்ள விதத்திலும் சப்தர்ஜங் கல்லறை மாடத்தைக் குறைவாகக் கூறிட இயலாது. அதீத அழகு வேலைப்பாடுகளுடன் கூடிய பாரம்பரிய மான மாபெரும் முகலாயர் தோட்டம்; இத்தோட்டத்தின் மையத்தில் அழகு வளைவுகளையுடைய மேடையமைப்பு; இது 110 அடி பக்களவும், 10 அடி உயரமும் கொண்ட சதுரவடிவான

தாகும். இம்மேடையமைப்பின் மையத்தில் இரு தளங்களைக் கொண்டதாய் கல்லறை மாடம்; 60 அடி பக்க அளவுள்ள இச்சதுரவடிவ கட்டுமானத்தின் உச்சியில் பெரிய அளவிலான கோளவடிவ குவிமாட விதானம் அமைந்துள்ளது. அனுபவ முதிர்ச்சியின் காரணமாய் முகலாயப் பாணியை எடுத்துரைக்கும் வகையில் கட்டுமான அங்கங்கள் அனைத்தும் மிகச் சிறப்பாய் அமைந்துள்ளன. இக்கல்லறை மாடத்தின் குறைபாடு என்பது இதனை ஹுமாயூன் கல்லறை மாடத்துடனோ அல்லது தாஜ்மஹாலுடனோ ஒப்பிட்டால்தான் தெரியவரும். அது கட்டுமான அங்கங்களுக்கிடையேயான விகிதாச்சாரமாகும். ஒட்டுமொத்தத்தில் கட்டுமானமானது குறுக்கு வெட்டுத் தோற்றத்திற்கேற்ற விகிதாச்சாரத்தில் உயரவாட்டுத் தோற்றம்

டில்லி சப்தர்ஜங் கல்லறை மாட நுழைவாயில் வேலைப்பாடுகள்

அமைந்திடவில்லை. எனவே குறுகியும், மிக உயர்ந்தும் அமைந்துள்ள தோற்றத்தை அளிக்கின்றது.

அயோத்தி நவாப்புகள் (Nawabs of Oudh)

முகலாயப் பேரரசு வலுவிழந்தபின், முகலாயக் கட்டு மானப் பாணியை கையிலெடுத்துக்கொண்டது அயோத்தி நவாப்புகள்

இந்திய இஸ்லாமியக் கலை வரலாறு / 513

லக்னௌ பாரா இமம்பரா முகப்பு

ஆவர். ஏறத்தாழ 200 ஆண்டுகாலம் பட்டொளி வீசிப் பறந்த முகலாயர் கட்டுமானப் பாணியின் இறுதிநிலைக் கட்டுமானங் களை எழுப்பியவர்கள் அயோத்தி நவாப்புகள் ஆவர். 18-ஆம் நூற்றாண்டின் பிற்பகுதிகளிலும் 19-ஆம் நூற்றாண்டின் முற்பகுதி யிலும், தங்களது தலைநகரான லக்னௌவில் அதிக எண்ணிக்கையில் முகலாயர் பாணி கட்டுமானங்களை எழுப்பினர். இவற்றுள் மதம் சார்ந்த கட்டுமானங்களும், மதம் சாராக் கட்டுமானங்களும் அடங்கும். முகலாயர் பாணி எல்லா விசயங்களிலும் பரிணாம வளர்ச்சியின் உச்சக்கட்டத்தை எட்டிவிட்டதாலோ என்னவோ, லக்னௌ கட்டுமானங்களில் கற்பனை வறட்சியும், புத்துணர்வுக்

பிரம்மாண்டமான மூன்று அழகு வளைவுகளைக் கொண்ட நுழைவாயில் லக்னௌ பாரா இமம்பரா வளாகம்

குறைவும் தென்படுகின்றது. சுருக்கமாய் கூறுவதெனில் முகலாயர் பாணி பரிணாம வளர்ச்சியின் உச்சக் கட்ட எல்லையைக் கடந்து விட்டது எனலாம்.

எனவே முகலாயர் பாணியில் கட்டுமானங்களின் அளவு களை பெரிதுபடுத்துவது ஒன்றே கலைஞர்களின் அடுத்த முன்னேற்ற முயற்சியாக இருந்தது. இம்முயற்சிக்கு ஏதுவாக இதுவரை பயன்படுத்தப்பட்டு வந்த மூலப்பொருட்களான மணற்கல், சலவைக்கற்களைத் தவிர்த்து செங்கற்கற்களைப் பயன்படுத்த தொடங்கினர். எனவே குறைந்த செலவில், குறைந்த முயற்சியில், குறுகிய காலத்தில், பெரிய அளவில், ஆக்கிரமிப்பு உணர்வினை ஏற்படுத்தும் கட்டுமானங்களை எழுப்பிட இயன்றது. செங்கற் கட்டுமானத் தொழில் நுட்பத்தில் உயர்தரமும் இதன் மேல் அமைந்த பூச்சில் மேற்கொள்ளப்பட்ட விலாவாரியான அழகு வேலைப்பாடுகளும் லக்னௌ நகர கட்டுமானங்களின் சிறப்புகளாகும்.

ஆஸப் உத்தௌலா (Asaf ud daula 1775-1795) என்ற முதல் அயோத்தி நவாப் அவர்களின் பேராதரவில் லக்னௌ நகரில் பிரம்மாண்டமான கட்டுமானங்கள் எழும்பின. 'கிரேட் இமம்பரா' (Great Imambara)என்றழைக்கப்படும் கட்டுமான வளாகத்தைக் குறிப்பிடத்தக்கது என்று சொல்லிடலாம். இவ்வளாகத்தில் மசூதி, அரசவைகள், தோரணவாயில்கள் ஆகிய அனைத்தும் அளவில் பெரிதாயும் கூடிய விகிதாச்சார அளவுடைய தாகவும் அமைந்துள்ளன. தெற்கு நுழைவாயிலில் நுழைந்து, முற்றப் பகுதியை (Fore court) கடந்தால் மற்றொரு தோரணவாயிலை (doorway) அடைவோம். இதனையடுத்துள்ள திறந்த வெளியின் தென்முனையில் இமம்பராவும், மேற்கு முனையில் மசூதியும் அமைந்துள்ளன. 'முஹர்ரம்' பண்டிகையை கொண்டாடு வதற்காக எழுப்பப்பட்ட கட்டுமானம் இமம்பரா ஆகும். இது பிரம்மாண்டமான ஒற்றைத் தளக் கட்டுமானமாகும். இக்கட்டு மானத்தைவிட தோற்றப் பொலிவு மிக்கது மசூதிக் கட்டுமான மாகும். பிரம்மாண்டமான நுழைவாயிலான ரூமி தர்வாஸா(Rumi Darwaza or Turkish Door way) பகட்டான தோற்றத்தையே தருவதால், இதனை புலந்தர்வாஸாவுடன் ஒப்பிட இயலாது.

ஆஸப் உத்தௌலா மசூதி- பாரா இமம்பரா வளாகம்

19-ஆம் நூற்றாண்டின் முற்பகுதிக் கட்டுமானங்களில் எல்லாம் முகலாயர் பாணியில் ஐரோப்பியக் கட்டுமானக் கூறுகளைப் புகுத்தி உயிரூட்டிட முயற்சித்துள்ளனர். இம்முயற்சிக்கு மூலகர்த்தாவாக செயல்பட்டவர் மேஜர் ஜெனரல் கிளாட் மார்டின் (Claude Martin) ஆவார். பிரான்ஸ் நாட்டைச் சேர்ந்த சாகச போர் வீரரான இவர், அயோத்தி நவாப்புகளிடம் பணியாற்றியவர். இன்று மார்ட்டினியர் (Martiniere) பள்ளியாக அறியப்படும் பெரிய கட்டடத்தை, தனது கிராமிய மாளிகையாக (Chateau) *18*-ஆம் நூற்றாண்டின் இறுதியாண்டுகளில் எழுப்பினார் மார்ட்டின். இதனை அடியொற்றி ஐரோப்பியக் கூறுகளை உள்வாங்கிக் கொண்ட முகலாய பாணிக் கட்டுமானங்கள் பல லக்னௌ நகரில் எழுப்பப்பட்டன. இவைகளெல்லாம் முகலாயபாணியின் இறுதிநாட்களைப் படம்பிடித்துக் காட்டுகின்றன எனலாம்.

முகலாயர் பாணியின் தாக்கங்கள்:

அவுரங்கசீப் வாழ்க்கையில் நடந்ததாகக் கூறப்படும் ஒரு சுவராஸ்யமான சம்பவம்: அவுரங்கசீப் அவர்களின் ஆட்சிக் காலம்; அனைத்துத் துறைக் கலைஞர்களும் வேலையில்லாத் திண்டாட்டத்தில் தவித்துக் கொண்டிருந்தனர். தங்களது

பாரா இமம்பராவின் எழிலார்ந்த உட்தோற்றம்

ஆதங்கத்தை சவ ஊர்வலம் நடத்தி வெளிப்படுத்திட இக்கலைஞர்கள் முயன்றனர். தாரை, தப்பட்டை, ஒப்பாரி ஓலங்களுடன் சவஊர்வலம் நடை பெற்றது. இச்சத்தங்களால் ஈர்க்கப் பட்ட அவுரங்கசீப், திறந்தவெளி உயர்தள உப்பரிகையில் நின்றபடி ஊர்வலத்தோரிடம் காரணத்தை வினவு கின்றார். "ஆலம்பனாவின் மேதகு ஆட்சியில் கட்டடக்கலை, இசைக் கலை, ஓவியக்கலை போன்ற அனைத்துக் கலைகளும் மரித்து விட்டன, அடக்கம் செய்ய சென்று கொண்டிருக்கின்றோம்" என்று அடக்கத் துடன் வந்தது பதில். "நன்குஆழமாகத் தோண்டி அடக்கம் செய்திடுங்கள்; தப்பித்தவறிக்கூட எழுந்து வந்து விடக்கூடாது" என்று எவ்வித உணர்ச்சியும் இன்றி வந்தது அவுரங்க சீப் அவர்களின் பதில்.

மார்டினியரி பள்ளி

சுவாரஸ்யமான இந்நிகழ்ச்சியின் உண்மைத் தன்மையைப் பற்றி நமக்குக் கவலையில்லை. அவுரங்க சீப் ஆட்சிக்காலத்தில் கட்டடக் கலை நின்றேபோய்விட்டது என்பதையே இதிலிருந்து உணர்கின்றோம். எனவே கட்டிடக்கலை கலைஞர்களும், வடிவமைப் பாளர்களும் புகலிடம் தேடிட முயன்றனர். இவர்களையெல்லாம் இந்தியாவெங்கிலும் சிதறிக் கிடந்த மாகாண அளவிலான இந்து, முஸ்லீம், சீக்கிய அரசர்கள் பயன்படுத்திக் கொண்டனர். இதன் விளைவாய் நகரங்களும், அரண்மனைகளும் புதிதாய் எழும்பின. இவற்றில், சிலவற்றில், இந்து, முகலாய பாணியின் உயர்வுத் தன்மைகள் ஒன்றிணைந்து வெளிப்படுகின்றன. சிலவற்றில், இந்த ஒருங்கிணைப்பு, திருப்திகரமாய் இல்லை. முன்னதற்கு சான்று களாக எண்ணற்ற கட்டுமானங்கள் ராஜஸ்தானிலும், மத்திய இந்தியாவிலும் காணப்படுகின்றன; பின்னதற்கு சான்றுகளாக லக்னௌ நகரக் கட்டுமானங்களை முன்பே கூறிவிட்டோம். ஆனால், இத்தகு இந்து-முகலாயபாணி ஒருங்கிணைப்புக் கட்டு மானங்களெல்லாம், வரவிருக்கும் வெள்ளையர் மற்றும் நவீன கட்டுமானப் பாணிக்கு எழுதப்பட்ட முன்னுரை என்றேக் கொள்ள லாம்.

வம்சாவளி பட்டியல்

கட்டுமானங்கள்	காலம்
அடிமை வம்சம்	1206 - 1246
கில்ஜி வம்சம்	1290 - 1320
துக்ளக் வம்சம்	1320 - 1413
சையது வம்சம்	1414 - 1451
லோதி வம்சம்	1451 - 1526
வங்காளம்	1300 - 1550
ஜான்பூர்	1360 - 1480
குஜராத்	1300 - 1459
குஜராத்: பெகராபாணி	1459 - 1550
மாளவம்	15-ஆம் நூற்றாண்டு
தக்காணம்:குல்பர்கா	1347 - 1422
பிடார்	1422 - 1512
கோல்கொண்டா	1512 - 1687
பீஜப்பூர்	16 மற்றும் 17-ஆம் நூற்றாண்டுகள்
காந்தேஷ்	15 மற்றும் 16-ஆம் நூற்றாண்டுகள்
காஷ்மீர்	15-ஆம் நூற்றாண்டு முதல்
ஷெர்ஷா சூர்	1540 - 1545
முகலாயர்:	பாபர் 1526 - 1530
	ஹுமாயூன் 1530 - 1540-1556
	மகா அக்பர் 1556 - 1605
	ஜஹாங்கீர் 1605 - 1627
	ஷாஜஹான் 1627 - 1658
	அவுரங்கசீப் 1658 - 1707
	மற்றும் அதன் பின்பும்.

அத்தியாயம்- 2
குதுப் குழுமக் கட்டுமானங்கள்

1) Qila – Rai – Pithaura
    -குலாய்- ராய்- பிதவுரா- 1/7 டில்லி தலைநகர்
2) Qwat – ul – Islam Mosque
    - குவாத்- உல்-இஸ்லாம் மசூதி- டில்லி
3) Qutb Minar
    - குதுப் மினார்- டில்லி
4) Iltutmish Tomb
    - சுல்தான் இல்துமிஷ் கல்லறை - டில்லி
5) Alai Minar
    - அலாய் மினார்- டில்லி
6) Alai Darwaza
    - அலாய்-தர்வாஷா - டில்லி
7) Balban's tomb
    - பால்பனின் கல்லறை மாடம்- டில்லி
8) Ala – ud – din's tomb & Madrassa
    - கில்ஜியின் கல்லறை மற்றும் மதரஸா - டில்லி
9) Imam Jamin Tomb
    - இமாம் ஜமின் கல்லறை- டில்லி

அத்தியாயம் - 3

அடிமை மற்றும் கில்ஜி வம்சத்தவரின் பிற கட்டுமானங்கள்

10) Arhai – din – Ka - Jhonpra

- *அர்ஹை திங்கா ஜொம்ப்ரா மசூதி- ஆஜ்மிர்*

11) Sultan Ghari

- *சுல்தான் காரி- டில்லி*

12) Siri, Delhi

- *சிரி நகரம்- 2/7 டில்லி*

13) Hauz –i – Alai or Hauz-I-Khas

- *அவுசி அலாய் அல்லது அவுசிகாஸ்-சிரி, டில்லி*

14) Jamaat Khana Mosque

- *ஜமாத் கானா மசூதி- டில்லி*

15) Nizam – ud – in - Auliya

- *நிஜாமுதீன் அவுலிவயா தர்ஹா டில்லி*

அத்தியாயம் - 4

துக்ளக் வம்சக் கட்டுமானங்கள்:

16) Tuglaga bad

- *துக்ளகாபாத் - 3/7 டில்லி*

17) Ghiyassudin's tomb

- *கியாசுதீன் துக்ளக்கின் கல்லறை*

- *துக்ளகாபாத் டில்லி*

18) Jahan pannah

- ஜகன் பன்னா- 4/7 டில்லி

19) Sath Palah bund

- ஏழுகண் பாலம் -ஜகன்பன்னா டில்லி

20) Bijai Mandal

- பிஜாய் மண்டல்- ஜகன்பன்னா டில்லி

21) Firozabad

- பிரோஸாபாத், டில்லி

22) Firoza Kotla

- கொட்லா பிரோஸாபாத்- பிரோஸாபாத், டில்லி

23) Jami Masjid

- ஜாமி மசூதி, பிரோஸாபாத், டில்லி

24) Ashoka Pillar Structure

- அசோகரின் தூணைத் தாங்கும் கட்டுமானம் பிரோஸாபாத், டில்லி

25) Madrassa, Hauz-Khaz

- அலாவுதீன் கில்ஜியின் மத்ரஸா கட்டுமானத்தின் மேலமைந்த பிரோஷ்ஷாவின் கட்டுமானம்

- ஹவுஸ் காஸ், ஏரி, டில்லி

26) Firoz Shah's Tomb

- பிரோஷ்ஷாவின் கல்லறை றமாடம், ஹவுஸ்-காஸ் மத்ரஸா வளாகம், பிரோஸாபாத், டில்லி

27) Khan-E-Jahan Telengani

- கான்-இ-ஜகான் திலங்கானிக் கல்லறை

- நிஜாமுதீன், டில்லி

28) Kali Masjid

-காளி மசூதி, நிஜாமுதீன், டில்லி

29) Khirky Masjid

- கிர்க்கி மசூதி, ஜகன் பன்னா, டில்லி

30) Kabir-ud-din Auliya Tomb

- கபீருதின் அவுலியா கல்லறை

அத்தியாயம் - 5

சையது வம்ச, லோடி வம்சக் கட்டிடக்கலை

31) Mubarak Shah Tomb

- முபாரக் ஷா சையதுவின் கல்லறை

முபாரக்பூர், லோதிகார்டன்- தெற்கு டில்லி

32) Muhammed Shah Tomb

- முகம்மதுஷா சையதுவின் கல்லறை லோதிகார்டன்

33) Sikander Lodi Tomb

-சிக்கந்தர் லோடியின் கல்லறை லோதிகார்டன்

- தெற்கு டில்லி

34) Shihab-ud-din Taj khan Tomb

- சிகாபுதீன் தாஜ்கான் கல்லறை மாடம்

35) Bara Gumbad

- பாராகான்கா கும்பட், தெற்கு டில்லி

36) Bara-Khan-Ka-Gumbad

- பாராகான்கா கும்பட்- தெற்கு டில்லி

37) Chota-Khan-Ka-Gumbad

- சோட்டாகான் கா கும்பட்- தெற்கு டில்லி

Modern South area of New Delhi

38) Shish Gumbad

- சிஸ் கும்பட்- லோதிகார்டன்ஸ்

39) Dadi KaGumbad

- தாதிகா கும்பட்- லோதிகார்டன்ஸ்

40) Polika Gumbad

- போலிகா கும்பட்- லோதிகார்டன்ஸ்

41) Moth – Ki – Masjid

- மோத்- கி-மசூதி- டில்லி

42) Jamala Masjid

- ஜமாலா மசூதி- டில்லி

அத்தியாயம் - 6

வங்காளப் பாணி

43) Adina Masjid Pandua, Bengal

- அதீனா மசூதி என்றழைக்கப்படும் ஜாமி மசூதி

- பாண்டுவா, வங்காளம்

44) Gunamant Masjid

- குணாமன்த் மசூதி- கௌளர் (Gaur)

வங்காளம்

45) Darasbari Masjid

- தரஸ்பரி மசூதி- கௌளர், வங்காளம்

46) Eklakhi tomb, Pandua

- ஏக்லாகி கல்லறை, பாண்டுவா, வங்காளம்

47) Chika Masjid or Bats Masjid

- சிகா மசூதி அல்லது வௌவால்கள் மசூதி- கௌளர், வங்காளம்

48) Chamkatti Masjid

- சம்கட்டி மசூதி- கௌளர், வங்காளம்

49) Lotton Masjid

- லோட்டன் மசூதி- கௌளர், வங்காளம்

50) Tantipara Masjid

- தந்திப்பாரா மசூதி- கௌளர், வங்காளம்

51) Chhoti sona Masjid

- சோட்டி சோனா மசூதி- கௌளர், வங்காளம்

52) Bari Sona Masjid

- பாரி சோனா மசூதி- கௌளர், வங்காளம்

53) Sath Gumbad Masjid, world heritage life.

- சத்கும்பத் மசூதி- பாகர்ஹார் (Bagarhat)

54) Baradwari Mosque (Chhota Pandua)

- பரத்வாரி மசூதி - சோட்டா பாண்டுவா

55) Qadam Rasul

- குடம் ரசூல் மசூதி- கௌளர், வங்காளம்

56) Dakhil Darwaza

- தஹில் தர்வாசா - கௌளர், வங்காளம்

57) Firoz Minar

- பிரோஸ் மினார்- கௌளர், வங்காளம்

58) Fath Khan's Tomb

- பாஃத் கான் கல்லறை- கௌளர், வங்காளம்

அத்தியாயம்- 7
ஜான்பூர் பாணி

59) Adala Masjid
    - அதலா மசூதி- ஜான்பூர்
60) Jhanjhiri Masjid
    - ஜகாங்கிரி மசூதி ஜான்பூர்
61) Lal Darwaza Mosque
    - லால்தர்வாஸா மசூதி- ஜான்பூர்
62) Jami Masjid
    - ஜாமி மசூதி- ஜான்பூர்

அத்தியாயம்- 8
குஜராத் பாணிக் கட்டுமானங்கள்

63) Adina Masjid, Padan or Anhilvada
    - அதீனா மசூதி- படான் அல்லது அன்ஹில்வாடா
64) Jami Masjid, Bharoach
    - ஜாமி மசூதி- பாரோச்
65) Jami Masjid, Cambay
    - ஜாமி- மசூதி- காம்பே
66) Hilal Khan Quazi Masjid, Dholka
    - ஹிலால் கான் குவாசி மசூதி- டோல்கா
67) Tak Masjid or Tanka Masjid, Dholka
    - தங்கா மசூதி- டோல்கா

68) Ahmad Shahi Mosque, Ahmedabad

- அகமது ஷா மசூதி- டோல்கா, அகமதாபாத்

69) Haibat Khan Mosque, Ahmedabad

- ஹைபத்கான்மசூதி- டோல்கா, அகமதாபாத்

70) Sayyid Alam Mosque, Ahmedabad

- சையது ஆலம் மசூதி- டோல்கா, அகமதாபாத்

71) Jami Masjid, Ahmedabad

- ஜாமி மசூதி- டோல்கா, அகமதாபாத்

72) Tin Darwaza, Ahmedabad

- தீன் தர்வாஷா - டோல்கா, அகமதாபாத்

73) Ahmad Shah's tomb

- அகமது ஷா கல்லறை மாடம்- டோல்கா, அகமதாபாத்

74) Rani – Ka-Hujra tombs, Ahmedabad

- ராணி-கா-ஹூஜ்ரா கல்லறை மாடங்கள்

- டோல்கா, அகமதாபாத்

75) Sheikh Ahmed Khattri's tomb, Sarkhej

- ஷேக் அகமது கத்ரியின் கல்லறை மாடம்

- சார்க்கெஜ்

76) Sheikh Ahmed Mosque, Sarkhej

- ஷேக் அகமது மசூதி, சார்கெஜ்

77) Qutb-ud-din's mosque, Rajapur

- குத்புதீன் மசூதி, ராஜாப்பூர்

78) Sayyid Buddha bin Sayyid Yaqut rauza, Rajapur

- சையது புத்தா பின் சையது யாகூத் ரவுஸா

-ராஜாப்பூர்

79) Alif Khan Mosque, Dholka

- அலீஃப் கான் மசூதி, - டோல்கா

80) Darya Khan Tomb, Sarkhej

- தரியாகான் கல்லறை மாடம்- சார்கெஜ்

அத்தியாயம் - 9
குஜராத், பெகராக் கட்டுமானங்கள்

81) Rauza of Sayyid Usman, Usmanpur

- சையது உஸ்மான் ரவுஸா

- உஸ்மான்பூர், அகமதாபாத்,

82) Miyan khan Chisti Mosque, Ahmedabad

- மியான்கான் சிஸ்டி மசூதி- அகமதாபாத்

83) Bibi Achut Kuki's Mosque, Ahmedabad

- பீபி அகூட்குகி மசூதி, அகமதாபாத்

84) Mausoleum of Shah Alam Ahmedabad

- ஷா ஆலம் கல்லறைமாடம்- அகமதாபாத்

85) Tomb of Qutb'l Alam, Batwa Ahmedabad

- குதுப் ஆலம் கல்லறை மாடம்

- பாட்வா, அகமதாபாத்

86) Mausoleum of Mubarak Sayyid, Mahmudabad

- முபாரக் சையது கல்லறை மாடம்- மெஹ்முதாபாத்

87) Mosque of Muhafiz khan, Ahmedabad

- முகாபிஸ் கான் மசூதி- அகமதாபாத்

88) Rauza of Rani Separi, Ahmedabad

- ராணி சிப்பாரி ரவுஸா- அகமதாபாத்

89) Mosque of Sidi Sayyid, Ahmedabad

-சிதி சையது மசூதி, - அகமதாபாத்

90) Jami Masjid, Champanir

- ஜாமி மசூதி, - சாம்பனிர்

91) Nagina Masjid, Champanir

- நாகினா மசூதி, - சாம்பனிர்

92) Bai Hari's Wav or Dada Harin Wav, Ahmedabad

- பாய் ஹரிவாவ் எனப்படும் தாதா ஹரிவாவ்

- அகமதாபாத்

93) Adalaj Wav, Adalaj

- அதலஜ் வாவ், அதலஜ்

அத்தியாயம் - 10

மாளவ பாணி

94) Kamal Maula Masjid, Dhar

- கமல் மௌலா மசூதி- தார்

95) Latki Masjid, Dhar

- லாட்கி மசூதி- தார்

96) Dilwar Khan Masjid, Mandu

- தில்வார்கான் மசூதி- மாண்டு

97) Malik Mukhis Masjid, Mandu

- மாலிக் முகிஸ் மசூதி- மாண்டு

98) Jami Masjid, Mandu

- ஜாமி மசூதி, மாண்டு

99) Hushang Shah's tomb

- ஹோஷாங் ஷாவின் கல்லறை மாடம்- மாண்டு

100) Ashrafi Mahal, Mandu

- அஸ்ராஃபிடிபி மஹால்- மாண்டு

101) Hindola Mahal, Mandu

- ஹிந்தோலா மஹால், மாண்டு

102) Jahaz Mahal, Mandu

- ஜகாஸ் மஹால் மாண்டு

103) Kushk Mahal, Chanderi

- குஷ்க் மஹால் சாந்தேரி

104) Jami Masjid Chanderi

- ஜாமி மசூதி- சாந்தேரி

105) Shahzadi Ka Rauza Chanderi

- ஷாஷாடி-கா- ரவுஸா- சாந்தேரி

106) Badal Mahal Gateway, Chanderi

- பாதல் மஹால் தோரணவாயில் - சாந்தேரி

அத்தியாயம் - 11

தக்காண பாணி: குல்பர்கா, பிடார், கோல்கொண்டா

107) Jami Masjid, Daulatabad

-. ஜாமி மசூதி- தெளலதாபாத்

108) Deval Mosque, Bodhan (Nizamabad)

- தேவல் மசூதி- போதான் (நிஜாமாபாத்)

109) Jami Masjid, Gulbarga

- ஜாமி மசூதி- குல்பர்கா

110) Shah Bazar Masjid, Gulbarga

- ஷா பாஸார் மசூதி- குல்பர்கா

108) Ala-ud-din Hassan Bahman Shah Tomb, Gulbarga

- ஹாஸன் கங்கு பாமினி கல்லறை மாடம்- குல்பர்கா

109) Mohamed Shahi Tomb, Gulbarga

- முகமது ஷா கல்லறை மாடம் - குல்பர்கா

110) Mehmud Shah Tomb, Gulbarga

- மெஹ்மூது ஷா கல்லறை மாடம்- குல்பர்கா

111) Mujahid Bahman Tomb, Gulbarga

- முஜாகிது பாமன் கல்லறை மாடம்-குல்பர்கா

112) Daud Shah Tomb, Gulbarga

- தாவுத் ஷா கல்லறை மாடம்- குல்பர்கா

113) Shams Al-din & Giyath Al-dins Tomb, Gulbarga

- ஷம்ஸ்தீன் மற்றும் கியாசுதீன் கல்லறை மாடம் - குல்பர்கா

114) Firoz Shah Tomb, Gulbarga

- பிரோஸ் ஷா பாமினி கல்லறை மாடம்- குல்பர்கா

115) Chor Gumbaz, Gulbarga

- சோர் கும்பாஸ் குல்பர்கா

116) Rangin Mahal, Bidar

- ரங்கின் மஹால்- பீடார்

117) Jami Masjid or (Sola Khumba) Bidar

- ஜாமி மசூதி அல்லது சோலா கும்பா- பீடார்

118) Muhammad Gawan Madrassa, Bidar

- முகமது கவான் மத்ரஸா-பீடார்

119) Daulatabad Minar, Daulatabad

- தௌலதாபாத் மினார்- தௌலதாபாத்

120) Ala-ud-din Bhaman Tomb, Bidar

- அலாவுதீன் பாமன் கல்லறை மாடம்- பீடார்

121) Ali Barid Tomb, Bidar

- அலிபாரித் கல்லறை மாடம்- பீடார்

122) Gulbarga Fort

- குல்பர்கா கோட்டை

123) Bidar Fort

- பீடார் கோட்டை

124) Golconda Fort

- கோல்கொண்டா கோட்டை

125) Mohammed Quli Qutb Shah, Golconda

- முகமது குலி குதுப் ஷா கல்லறை மாடம் கோல்கொண்டா

126) Abdulla Qutb Shah, Golconda

- அப்துல்லா குதுப்ஷா கல்லறை மாடம்

கோல்கொண்டா

127) Chaarminar, Hydrabad

- சார்மினார், ஹைதராபாத்

128) Toli Masjid, Hydrabad

- தோலி மசூதி- ஹைதராபாத்

அத்தியாயம் - 12
பீஜப்பூர் பாணிக் கட்டுமானங்கள்

129) Bijapur City & its Bauries
- பீஜப்பூர் நகரமைப்பும், நீர்த்தேக்கங்களும்

130) Jami Masjid, Bijapur
- ஜாமி மசூதி, பீஜப்பூர்

131) IBRAHIM RAUZA, Bijapur
- இப்ராஹீம் ரவுஸா, பீஜப்பூர்

132) Mihtar Mahal, Bijapur
- மிஹ்டார் மஹால், பீஜப்பூர்

133) Gol Gumbaz, Bijapur
- கோல் கும்பாஸ், பீஜப்பூர்

134) Gagan Mahal, Bijapur
- ககன் மஹால், பீஜப்பூர்

135) Badshahi Qila Palace, Burhanpur Kandesh
- பத்ஷாகி குய்லா அரண்மனை, புர்கான்பூர், காந்தேஷ்

136) Group of Tombs, Thalner, Kandesh
- கல்லறை மாடக் குழுமம், தால்னர், காந்தேஷ்

137) Jami Mosque, Burhanpur
- ஜாமி மசூதி, புர்கான்பூர், காந்தேஷ்

138) Bibi-Ki-Masjid Burhanpur
- பீபி-கி- மசூதி, புர்கான்பூர், காந்தேஷ்

139) Shab Nawazkhan Tomb
- ஷா நவாஸ்கான் கல்லறை மாடம், காந்தேஷ்

அத்தியாயம்- 13

காஷ்மீர் பாணிக் கட்டுமானங்கள்

140) Shah Hamadan Mosque, Srinagar

- ஷா ஹமதன் மசூதி, ஸ்ரீநகர்

141) Jami Masjid, Srinagar

- ஜாமி மசூதி, ஸ்ரீநகர்

142) Zain-ul-Abidan's Mother's Tomb, Srinagar

- ஜைனுலாபிதின் ஃ தாயாரின் கல்லறை மாடம், ஸ்ரீநகர்

143) Pir Haji Mohammed Sahib Tomb, Srinagar

- பிர்காஜி முகமது சாஹிபுவின் கல்லறை மாடம், ஸ்ரீநகர்

144) Madani Rauza, Suburb of Zadibal

- மதானி ரவுஸா, ஷாடிபல் புறநகர்ப்பகுதி

145) Jami majid, Pampur

- பாம்புர் நகரின் ஜாமி மசூதி

146) Fort of Hari Parbat

- ஹரி பர்வத மலைக்கோட்டை

147) Patter or Stone Masjid

- பேட்டர் மசூதி

148) Akhun Mulla Shah Mosque

- அகூன் முல்லா ஷா மசூதி

149) Kathi Darwaza

- ஹதி தர்வாஸா

150) Sangin Darwaza

- சங்கின் தர்வாஸா

151) Peri Mahall or Fairy palace

 - பெரி மஹால்

152) Baradari or Pavilion in Salimar Bagh

 - பெரிய காட்சி மஹால், சாலிமார் பாக்

அத்தியாயம் - 14
பாபரும், ஹீமாயூனும்

153) Kabuli Bagh Mosque, Panipet

 - காபூலி பாக் மசூதி, பானிப்பட்

154) Jami Masjid, Sambhal, east of Delhi

 - ஜாமி மசூதி, சம்பல், டில்லிக்குக் கிழக்கே

155) Mosque, in Lodhi dynasty old fort in Agra

 - ஆக்ராவிலுள்ள லோதிவம்சத்தினரின் பழைய கோட்டையில் கட்டப்பட்ட மசூதி

156) Mughal garden, Dholpur, Agra

 - டோல்பூர், ஆக்ராவிலுள்ள முகலாயர் தோட்டம்

157) Din Pannah, Delhi

 - தீன் பன்னா, டில்லி

158) Mosque at Hissar, Fatehabad

 - ஹிஸ்ஸாரில் பதேகாபாத்-ல் உள்ள மசூதி

அத்தியாயம்- 15
ஷெர்ஷாசூரின் கட்டுமானங்கள்

159) Sher Shah's Grand Trunk Road

- ஷெர்ஷாவின் மாபெரும் சாலைக் கட்டுமானங்கள்

160) Bakhtiyar khan's tomb, Chainpur, Sasaram

- பக்தியார்கான் கல்லறை மாடம், செயின்பூர்

161) Hasan khan tomb, Sasaram

- ஹசன் கான் கல்லறை மாடம், சசாரம்

162) Mausoleum of Shar Shah

- ஷெர்ஷாவின் கல்லறை மாடம், சசாரம்

163) Salim Shah's tomb

- சலீம் ஷாவின் கல்லறை மாடம், சசாரம்

164) Purana Qila or old fort, 6/7 of Delhi

- புராண கிய்லா என்ற பழைய கோட்டை, 7-ஆவது தலைநகரம் டில்லி

165) Lal Darwaza, Purana Qila, Delhi

- லால் தர்வாஷா, புராண கிய்லா, டி ல்லி

166) Bara Darwaza, Purana Qila, Delhi

- பாரா தர்வாஷா, புராண கிய்லா, டில்லி

167) Qila-i-Kuhna Masjid, Purana Qila, Delhi

- கில்லாய் குஹ்னா மசூதி, புராண கிய்லா, டில்லி

168) Sher Mandal, Purana Qila, Delhi

- ஷெர்மண்டல், புராண கிய்லா, டில்லி

169) Rohtas Fort near Jhelum town in Punjab, Pakistan

- ரோஹ்டாஸ் கோட்டை, ஜீலம் நகர், பஞ்சாப், பாகிஸ்தான்

அத்தியாயம் - 16

மகா அக்பரின் கட்டுமானங்கள்

170) Adamkhan's tomb & Kairul Manjil Mehrauli, Delhi

- ஆதம்கானின் கல்லறை மாடம் மற்றும் கைருள் மன்ஜில் (மசூதி மற்றும் மத்ரஸாக் கட்டுமானம்)

171) Humayun's tomb, Delhi

- ஹீமாயூனின் கல்லறை மாடம், டில்லி

172) Atgah khan's tomb, Delhi

- அட்கா கான் கல்லறை மாடம், நிஜாமுதீன் தர்ஹா வளாகம், டில்லி

173) Agra fort, Agra

- ஆக்ரா கோட்டை, ஆக்ரா

174) Delhi Darwaza, Agra

- டில்லி நுழைவாயில், ஆக்ரா கோட்டை

175) Amarsingh Darwaza or Akbar Darwaza

- அமர்சிங் நுழைவாயில் அல்லது அக்பர்

176) Jahangiri Mahall, Agra fort

- ஜஹாங்கீர் மாளிகை, ஆக்ரா கோட்டை

177) Lahore fort, Lahore

- லாகூர் கோட்டை

178) Allahabad fort, Allahabad

- அலகாபாத் கோட்டை

179) Ajmer fort, Ajmer

- ஆஜ்மீர் கோட்டை, ஆஜ்மீர்

180) Fatehpur Sikri, New Capital City

- பதேபூர் சிக்ரி, புதிய தலைநகர்க் கட்டுமானம்

181) Stone-cuttor's Masjid, Fatepur Sikri
   - கல்தச்சர் மசூதி, பதேபூர் சிக்ரி
182) Jodh Bai's palace, Fatepur Sikri
   - ஜோத்பாய் அரண்மனை, பதேபூர் சிக்ரி
183) House of Mirium, Fatepur Sikri
   - மரியம் அரண்மனை, பதேபூர் சிக்ரி
184) House of the Sultana, Fatepur Sikri
   - சுல்தானா அரண்மனை, பதேபூர் சிக்ரி
185) Birbal palace, Fatepur Sikri
   - பீர்பால் அரண்மனை, பதேபூர் சிக்ரி
186) Diwan-i-khas or Hall of Private Audience
   - திவானிகாஸ், பதேபூர் சிக்ரி
187) Panch Mahall of Palace of Five stories
   - பஞ்சமஹால் அல்லது ஐந்தடுக்கு மாளிகை
188) Jami Masjid, Fatepur Sikri
   - ஜாமி மசூதி, பதேபூர் சிக்ரி
189) Buland Darwaza, Fatepur Sikri
   - புலந்தர்வாஸா, பதேபூர் சிக்ரி
190) Salim Chisti's tomb
   - சலீம் சிஸ்டி கல்லறைமாடம்

அத்தியாயம் - 17
ஜஹாங்கீர்

191) Akbar's tomb, Sikkandra, Agra
    - அக்பரின் கல்லறை மாடம், சிக்கந்தரா, ஆக்ரா
192) Jahangir's tomb, Sadera, Lahore
    - ஜஹாங்கீரின் கல்லறை மாடம், சாதரா, லாகூர்
193) Idmad-ud-Daulah tomb, Agra
    - இதிமாத்- உத்தௌலா கல்லறை மாடம், ஆக்ரா

அத்தியாயம் - 18
ஷாஜஹான்

194) Khas Mahal, Agra
    - காஸ் மஹால், ஆக்ரா
195) Moti Masjid, Agra
    - முத்து மசூதி, ஆக்ரா
196) Shahjahanabad, Delhi
    - ஷாஜஹானாபாத், டில்லி
197) Shahjahanabad, palace citadel or Delhi Red fort
    - ஷாஜஹானாபாத் அரண்மனைக் கோட்டை எனப்படும் டெல்லி செங்கோட்டை
198) Lahore gate, Red fort, Delhi
    - லாகூர் நுழைவாயில், செங்கோட்டை, டில்லி
199) Delhi gate, Red fort, Delhi
    - டெல்லி நுழைவாயில், செங்கோட்டை, டில்லி

200) Diwan-I-am, Red fort, Delhi
   - திவானிஆம், டில்லி செங்கோட்டை
201) Rang Mahal, Red fort, Delhi
   - ரங் மஹால், டில்லி செங்கோட்டை
202) Diwan-e-khas, Red fort, Delhi
   - திவானிகாஸ், டில்லி செங்கோட்டை
203) Nahr-i-Bahisht, Red fort, Delhi
   - நஹரி பஹிஸ்ட், டில்லி செங்கோட்டை
204) Peacock throne, Red fort, Delhi
   - மயிலாசனம், டில்லி செங்கோட்டை
205) Jami Masjid, Delhi
   - டில்லி ஜாமி மசூதி
206) Jami Masjid, Agra
   - ஆக்ரா ஜாமி மசூதி
207) Wazir khan's Mosque, Lahore
   - வஸீர்கான் மசூதி, லாகூர்
208) Shalimar Mogul Garden, Lahore
   - ஷாலிமார் முதலாயர் தோட்டம், லாகூர்
209) Shalimar Mogul Garden, Kashmir Srinagar
   - ஷாலிமார் முகலாயர் தோட்டம், ஸ்ரீநகர்
210) Nishat Bagh Mogul Garden, Srinagar
   - நிஷாத்பாக் முகலாயர் தோட்டம், ஸ்ரீநகர்

அத்தியாயம் - 19

தாஜ்மஹால்

211) Taj Mahal, Agra
   - தாஜ்மஹால், ஆக்ரா

212) Taj mahal mosque, Agra
   - தாஜ்மஹால் மசூதி, ஆக்ரா
213) Mihman Khanah, Agra
   - மிஹ்மன் கானா, தாஜ்மஹால், ஆக்ரா

அத்தியாயம் - 20
முகலாய பாணியின் முற்றிப்புள்ளி

214) Bibi-ka-Maqbara or Rabi's Daurani Tomb Aurangabad
   - ரபியா தூராணியின் கல்லறை மாடம் எனப்படும் பீபி-கா-முக்பாரா கல்லறை மாடம், அவுரங்காபாத்
215) Badshahi Masjid, Lahore
   - பத்ஷாகி மசூதி, லாகூர்
216) Pearl Mosque or Moti Masjid, Delhi
   - முத்து மசூதி, டெல்லி
217) Safdar Jung Tomb, Delhi
   - சப்தர்ஜங் கல்லறை மாடம், டெல்லி
218) Great Imambara complex, Lucknow
   - பிரம்மாண்டமான இமம்பரா வளாகம், லக்னோ
219) Rumi Darwaza, Imambara complex, Delhi
   - ரூமி தர்வாஸா, இமம்பரா வளாகம் டெல்லி
220) Martiniere school
   - மார்ட்டினியர் பள்ளி

BIBLIOGRAPHY

1. B. Catherine Asher, **Mughal Architecture,** OUP, 1992.
2. C. Molio Beach, **Mughal Painting,** Cambridge, OUP, 1992.
3. Percy Brown, **Indian architecture** (Islamic Period), Bombay Taraporevale, 1958.
4. A.K Coomaraswamy, **Symbolism of Indian Architecture,** Jaipur, 1983.
5. Godern Sanderson, A Guide to the Buildings and Gardens, Delhi Fort, Delhi, 1914.
6. John Marshall, **The Monuments of Muslim India, The Cambridge History of India,** ed., W.Haig, Volume III, 612-49.
7. M. Asraf Hugain, **An Histotical Guide to the Agra Fort Based on Contemporary Records,** Delhi, 1937.
8. E.B Havele, **A Handbook to Agra and the Taj, Sikandra, Fateh pur Sikri and the Neighbourhood,** London, 1904.
9. S.K. Banerji, **The Qutbminar: Its architecture and History, Jounal of the United Provinces Historical,** Volume X, 1937.
10. Hermana Goetz, **Later Mughal Architecture,** Marg, Volume II, 1958.
11. W.Edmund Smith, **The Maghal Architecture of Fatehpur-Sikri,** 4 Volumes Calculta, 1894.
12. Percival Spear, **Delhi: Its Monuments' and History,** ed. N.Gupta and Skyes, New Delhi, 1994.
13. B.Catherine Asher, **Architecture of Mughal India,** Cambridge, 1992 rept.New Delhi, 1995.
14. Satish Grover, **The Architecture of India: Islamic,** New Delhi, 1981.
15. Ram Nath, **History of Mugal Architecture,** 2 volumes, New Delhi, 1985.

16. George Michell (ed), **Architecture of the Islamic World: Its History and Social Meaning**, London,1978.
17. Mark Zebrowski, and others **Architecture and Art of the Deccan Sultanates,** Cambridge, 1999.
18. R. Thamas Metcat, **An imperial vision: Indian Architecture and Britain's Raj,** London, 1989.
19. Carr Stephen, **The Archaeology and Monumental Remains of Delhi,** Calculta, 1976.
20. K.V. Soundara Rajan, **Islam Builds in India: Cultural Study of Islamic Architecture,** Delhi, 1983.
21. W. Christian Troll(ed), **Muslim Shrines in India: Their Character, History, and Significamee,** New Delhi, 1989.
22. Andreas Volwhsen, **Living Architecture: Islamic India,** Newyork, 1970.
23. Raghu Rai & Nitin Rai, **Delhi, Agra Fatehpur Sikri,** Time Books International, New Delhi, 1989.
24. Louise Nicholson, **The Red Fort, Delhi,** Tauris Parke Books, London,1989.
25. Alexander, **New Delhi & Agra, A Travellers Companion,** London, 1987.
26. Barton, G. and Malone, L, **Old Delhi in 10 Easy Walks,** Delhi,1988.
27. Davies, P., **Penguin Guide to the Monuments of India,** Volume 2, Islamic, Raj put, and British Building, London, 1989.
28. Dayel, M., **Rediscovering Delhi: The Story of Shahjahanabad,** Delhi, 1982.
29. Fanshaw, H.C, **Shah Jahan's Delhi Past & Present,** Delhi, 1902 and 1979.
30. Frykenberg, R.E, ed., **Delhi Through the Ages: Essay in Urban History, Culture and Society,** Delhi, 1986.

31. Gascoigane, B, **The Great Moghals,** London, 1971.
32. Gupta, N., **Delhi between Two Empires** 1803-1931.
33. Haig, W and Burn, R., **The Cambridge History of India,** Volume IV, The Mughal Period., London and Delhi,1957 and 1987.
34. Kaeel, H.K. ed., **Historic Delhi: An Anthology,** Delhi, 1985.
35. Meson, P, ed., **Historic Delhi: An Anthology,** Delhi, 1985.
36. Sharma, Y.D., **Delhi and Its Neighbourhoods,** New Delhi, 1974.
37. Singh, K and Rai, R, **Delhi, A Portrait, Delhi,** 1983.
38. Spear, P, **Delhi, A Historical Sketch,** London, 1978.
39. Spear, P, **A History of India,** Volume 2, London,1978.
40. Rustam J.Mehta, **Masterpieces of Indo-Islamic Architerture,** Taraporevala, Bombay, 1976.